வெர்ரியர் எல்வினும்
அவரது பழங்குடிகளும்

வெர்ரியர் எல்வினும் அவரது பழங்குடிகளும்

வேலு. இராஜகோபால் (பி. 1959)
மொழிபெயர்ப்பாளர்

திருநெல்வேலி மாவட்டத்தைச் சேர்ந்த வேலு. இராஜகோபால் புதுடில்லியில் மைய அரசில் பணிபுரிகிறார். மொழிபெயர்ப்பில் ஆர்வமுள்ளவர்.

வெர்ரியர் எல்வின் (1954)

ராமச்சந்திர குஹா

வெர்ரியர் எல்வினும் அவரது பழங்குடிகளும்

ஆங்கிலத்திலிருந்து தமிழில்
வேலு. இராஜகோபால்

காலச்சுவடு பதிப்பகம்

வெர்ரியர் எல்வினும் அவரது பழங்குடிகளும் ❖ வாழ்க்கை வரலாறு ❖ ஆசிரியர்: ராமச்சந்திர குஹா ❖ © ராமச்சந்திர குஹா ❖ ஆங்கிலத்திலிருந்து தமிழில்: வேலு. இராஜகோபால் ❖ முதல் பதிப்பு: மே 2016, மூன்றாம் (குறும்) பதிப்பு: செப்டம்பர் 2021 ❖ வெளியீடு: காலச்சுவடு பப்ளிகேஷன்ஸ் (பி) லிட்., 669, கே. பி. சாலை, நாகர்கோவில் 629001

verriyar elvinum avaratu pazankuTikaLum ❖ Biography ❖ Tamil translation of 'Savaging the Civilized Verrier Elwin, His Tribals, and India' ❖ Author: Ramachandra Guha ❖ © Ramachandra Guha ❖ Translated from English by: Velu. Rajagopal ❖ Language: Tamil ❖ First Edition: May 2016, Third (Short) Edition: September 2021 ❖ Size: Demy 1 x 8 ❖ Paper: 18.6 kg maplitho ❖ Pages: 536

Published by Kalachuvadu Publications Pvt. Ltd., 669, K.P. Road, Nagercoil 629001, India ❖ Phone: 91-4652-278525 ❖ e-mail: publications @kalachuvadu.com ❖ Printed at Clicto Print, Jaleel Towers, 42 KB Dasan Road, Teynampet Chennai 600018

ISBN: 978-93-5244-013-9

09/2021/S.No. 689, kcp 3169, 18.6 (3) uss

சுஜாதாவுக்கு

ஒரு குறிப்பிட்ட காலத்தைப் பற்றிச் சிந்திக்கும்போது அந்தக் காலத்தின் அடையாளமாக நாம் கருதும் ஒரு மனிதனின் பார்வையில் அந்தக் காலத்தை நோக்குகிறோம். அந்த மனிதன் தன் சமகாலச் சூழலுடன் நடத்தும் போராட்டம் அந்த மனிதனின் முக்கியத்துவத்துக்கு ஒரு காரணம் என்பதை மறந்துவிடுகிறோம்.

டி.எஸ். எலியட்

ஒரு மனிதன் இன்னொரு தேசத்தின் குடிமகன் ஆகவும், அவன் நாகரிக உலகை ஒதுக்கவும், அதன் மூலம் ஆப்பிரிக்காவில் இருந்த ஆல்பர்ட் சுவைட்சர், தஹீதியில் இருந்த கோகுயின் இருவரின் குணங்களும் இணைந்த ஒரு மனிதனாகவும் வாழ வைப்பது எது?

வெர்ரியர் எல்வின் பற்றி டபிள்யு. ஜி. ஆர்ச்சர்

உள்ளடக்கம்

மொழிபெயர்ப்பாளர் குறிப்பு 11

முன்னுரை 13

இரண்டாம் பதிப்பின் முன்னுரை 19

முகவுரை: ஆங்கில ஆட்சியின் இன்னொரு பக்கம் 29

நற்செய்தி ஊழியர்களின் சேரிகள் 35

ஆக்ஸ்போர்டில் கலகம் 53

கிறித்துவுக்கும் காங்கிரஸுக்கும் இடையில் 77

கிறித்தவத்தைக் கைவிடுதல் 113

எல்வின் நிறுவிய ஆசிரமம் 141

கோண்டு ஆக மாறிவிட்டார் 209

அலையும் மானிடவியல் அறிஞர் 248

இந்தியாவில் தங்கிவிடுதல் 295

இந்தியர் நடுவில் ஓர் ஆங்கிலேயர் 325

சில நேரங்களில் அலுவலகத்தில் பணியாற்றிய துரை 367

இந்தியாவின் ஆங்கிலேயர் 430

முடிவுரை: விட்டுச்சென்றதும் விவாதங்களும் 481

இணைப்புகள் 515

சமூக சேவகர் – சரியாகப் பின்பற்றப்படாத கோண்டு சேவா மண்டல் அமைப்பு விதிகள் 517

எல்வின் எழுத விரும்பிய புத்தகம் 523

எல்வின் என்ற அரசு அதிகாரி: மறுக்கப்பட்ட அல்லது மறக்கப்பட்ட கொள்கைகள் 526

புகைப்படங்களின் பட்டியல்

காப்புரிமை விபரங்கள் அடைப்புக் குறிக்குள் தரப்பட்டுள்ளன.

1. நூலின் முதற்படம்: வெர்ரியர் எல்வின், 1954 (சுனில் ஜானா)
2. ஆயர் ஹோரல்மன் எல்வின், திருமதி எல்வினுடன் குழந்தை வெர்ரியர் (ஆக்ஸ்போர்டு பல்கலைக்கழக பதிப்பகம்) – பக். 37
3. ஐந்து வயதில் வெர்ரியர் (பிரிட்டிஷ் நூலகம்) – பக். 37
4. டீன் க்ளோஸின் புகழ்பெற்ற மாணவர், 1919 (ஆக்ஸ்போர்டு பல்கலைக்கழக பதிப்பகம்) – பக். 50
5. கழுத்தில் பட்டை அணிந்த ஆக்ஸ்போர்டு வைக்லிஃப் ஹால் மடத்தில் துணை முதல்வர் 1926 (வைக்லிஃப் ஹால்) – பக். 71
6. சபர்மதி ஆசிரமத்தில் காந்தியுடன் எல்வின், 1931. கடமையே கருத்தான மீராபென் அவர்களின் பின்னால் செல்கிறார் (ஆக்ஸ்போர்டு பல்கலைக்கழக பதிப்பகம்) – பக். 85
7. துலியா சிறையில் ஜம்னலால் பஜாஜ் மற்றும் பியாரேலால் (கண்ணாடி அணிந்தவர்) ஆகியோருடன் எல்வின், 1932 (ஆக்ஸ்போர்டு பல்கலைக் கழக பதிப்பகம்) – பக். 96
8. டிக்ரிடொலாவில் செயிண்ட் பிரான்ஸிஸ் ஆசிரமத்தின் முற்றத்தில் மேரி கில்லட், 1933 (வெர்ரியர் எல்வின் / பிரிட்டிஷ் நூலகம்) – பக். 153
9. ஒரு பைகா முதியவர், (வெர்ரியர் எல்வின் / ஆக்ஸ்போர்டு பல்கலைக்கழக பதிப்பகம்) – பக். 169
10. பழங்குடியினருடன் வெர்ரியர் எல்வின் (கெட்டி இமேஜெஸ்) – பக். 176
11. கல்கத்தா வீட்டு மாடியில் இந்திய மானிடவியல் நிறுவனத்தின் இணை இயக்குனர், எல்வின் 1949 (சுனில் ஜானா) – பக். 202
12. கோசி எல்வின், 1940. (வெர்ரியர் எல்வின் / ஆக்ஸ்போர்டு பல்கலைக்கழக பதிப்பகம்) – பக். 213
13. கோட்டுலுக்கு வெளியே முரியா செலிக் மற்றும் மோதியாரி (சுனில் ஜானா/ ஆக்ஸ்போர்டு பல்கலைக்கழக பதிப்பகம்) – பக். 230
14. கொன்யாக் நாகா இனப் பெண் (வெர்ரியர் எல்வின் / ஆக்ஸ்போர்டு பல்கலைக்கழக பதிப்பகம்) – பக். 280
15. வடகிழக்கு எல்லைப்புறத்தில் குமார் எல்வின் 1960. (சுனில் ஜானா/ ஆக்ஸ்போர்டு பல்கலைக்கழக பதிப்பகம்) – பக். 287
16. ஷாம்ராவ் ஹிவாலே – 1930களின் மத்தியில் (வெர்ரியர் எல்வின் / ஆக்ஸ்போர்டு பல்கலைக்கழக பதிப்பகம்) – பக். 288
17. ஷில்லாங்கில் துரையும் அறிஞரும் – பேராசிரியர் சி. வொன். ஹைமண்டார்ஃப் மற்றும் எல்வின், 1954 (ஆக்ஸ்போர்டு பல்கலைக்கழக பதிப்பகம்) – பக். 329
18. லீலா எல்வின், 1963 (சுனில் ஜானா / ஆக்ஸ்போர்டு பல்கலைக்கழக பதிப்பகம்) – பக். 349
19. ஷில்லாங்கில் உள்ள எல்வினுடைய வீடு மற்றும் அருங்காட்சியகத்துக்கு ஜவஹர்லால் நேருவின் வருகை, 1955. அவருக்குப் பின்னால் ஜெய்ராம்தாஸ் தெளலத்ராம் (ஆக்ஸ்போர்டு பல்கலைக்கழக பதிப்பகம்) – பக். 412
20. புது தில்லியில் இந்தியக் குடியரசுத் தலைவரிடமிருந்து பத்மபூஷன் விருது பெறும் எல்வின், 1961 (நேரு நினைவகம் மற்றும் அருங்காட்சியகம்) – பக். 447
21. 'வெர்ரியர் எல்வினுடைய பழங்குடி உலகம்' நூலின் இந்தியப் பதிப்பின் அட்டைப் படம் (ஆக்ஸ்போர்டு பல்கலைக்கழக பதிப்பகம்) – பக். 502

மொழிபெயர்ப்பாளர் குறிப்பு

'SAVAGING THE CIVILIZED, Verrier Elwin, His Tribals and India' என்ற நூலை மொழிபெயர்க்க வேண்டும் என்று தூண்டிய நண்பர் (புது தில்லி) சுரேஷ் சுப்பிரமணியம் கொடுத்த ஊக்கத்தினால் இந்தப் பணியை நிறைவேற்ற முடிந்தது. அவருக்கு நன்றி. அவருடைய இல்லத்துக்குச் செல்லும்போதெல்லாம் இன்முகத்துடன் வரவேற்கும் சரோஜா சுரேஷ் அவர்களுக்கும் நன்றி.

இந்நூலின் முன்வரைவைப் பொறுமையுடன் பார்த்துத் திருத்த முயற்சிசெய்து, மொழிபெயர்ப்பு எவ்வளவு தீவிரமான பணி என்பதை உணரவைத்த நெல்லை தி.அ. சீனிவாசனுக்கு நன்றி. தனது மற்ற பணிகளிடையே முழு நூலின் மொழிபெயர்ப்பையும் பொறுமையுடன் திருத்தியவர் நண்பர் செல்வகுமார் அவர்கள். இந்நூலாக்கத்தில் அவருடைய பங்களிப்பு மிகப் பெரிது; அவருக்கும் நன்றி.

தனது ஆய்வுப் பணிகள் ஏராளமாக இருக்க, நான் கேட்டுக்கொண்டதும் என்மீது கொண்ட அன்பின் காரணமாக மொழிபெயர்ப்பின் தமிழையும் நடையையும் செம்மைப்படுத்திய ஆ. சிவசுப்பிரமணியன் (தூத்துக்குடி) அவர்களுக்கு எவ்வளவு நன்றி கூறினும் மனம் நிறைவுறாது. அவர் செலவிட்ட காலமும் உழைப்பும் மிக அதிகம். நூலின் ஒரு பகுதியாக நன்றி சொல்லும் மரபு கருதி எனது நன்றிகளை உரித்தாக்குகிறேன். அலைபேசி வழியாகவே திருத்தங்கள் முழுவதும்

நிகழ்ந்தன. அவரிடமிருந்தும் அவருடைய நூல்களிலிருந்தும் கற்றுக்கொண்டவை ஏராளம். அவர் இன்னும் பல நூல்களைப் படைக்க வேண்டும் என்று வணக்கத்துடன் கேட்டுக்கொள்கிறேன்.

மொழிபெயர்க்க ஒப்புதல் வழங்கிய ராமச்சந்திர குஹா அவர்களுக்கு நன்றி. நூலாசிரியரிடம் ஒப்புதல் பெற்றுத் தந்த ஆ. இரா. வேங்கடாசலபதி அவர்களுக்கு நன்றி. அவருக்கிருக்கும் எத்தனையோ பணிகளுக்கிடையில் முதல் இயலைப் படித்து, இன்னும் செம்மைப்படுத்த சில திருத்தங்களைச் சொன்னார். அதற்காகவும் நன்றி. வெளியிட முன்வந்திருக்கும் காலச்சுவடு பதிப்பகத்தினருக்கும் குறிப்பாக கண்ணனுக்கும் நன்றி.

இந்த மொழிபெயர்ப்புப் பணியில் எனக்குத் தூண்டுதலாக இருந்த விசாலாட்சி, அன்புச் செல்வங்கள் யுகாஹரிணி, பிரஜாபதி மூவருக்கும் நன்றி.

புது தில்லி   **வேலு. இராஜகோபால்**
15.07.2015

முன்னுரை

இந்தியாவின் வடகிழக்குப் பகுதியில் வாழும் பழங்குடிகள் குறித்து, அறிவியல் நோக்கில் அறிய விழைவோரால் புறக்கணிக்க இயலாத ஒரு பெயர் வெர்ரியர் எல்வின் *(1902 – 1964)*. சிறந்த இனவரைவியலாளராகவும், அவர்களது நாட்டார் வழக்காறுகளைச் சேகரித்தவராகவும் அவரைக் கருதினால் அது முழுமையானதன்று.

தன் ஆய்வுக்களத்தையே தான் வாழும் களமாக ஏற்றுக்கொண்டவர் எல்வின். அத்துடன் பழங்குடி களின் முன்னேற்றம் குறித்து ஆழ்ந்து சிந்தித்து, பல செயல் திட்டங்களை உருவாக்கியவர். இதுவே பிற ஆய்வாளர்களிடமிருந்து இவரை வேறுபடுத்திக் காட்டுகிறது. பழங்குடிகளின் நண்பராக மட்டுமின்றி அவர்களது பாதுகாவலராகவும் விளங்கியவர்.

இங்கிலாந்தில் பிறந்து ஆக்ஸ்போர்டு பல்கலைக் கழகத்தில் பயின்று கிறித்துவ மறைப்பணி ஊழியராக எல்வின் இந்தியாவிற்கு வந்தார். ஒடுக்கப்பட்டோரும் பழங்குடிகளும் வாழும் பகுதியே கிறித்தவப் பரப்பலுக்கான பொருத்தமான தளம் என்பதன் அடிப்படையில் பழங்குடிகளிடம் மறைபரப்புப் பணியைத் தொடங்கினார். காந்தியம் அவரை ஈர்த்தது. காந்தியவாதியாக மாறினார். காந்தியின் ஆசிரமத்தில் தங்கினார். அதன் தாக்கத்தால் தாமும் ஆசிரமம் ஒன்றை நிறுவினார்.

கோண்டு ஆதிவாசிகளிடம் பணிபுரிந்தபோது, ஒரு கோண்டு சமூகப் பெண்ணைத் திருமணம் செய்துகொண்டார். இப்பெண்ணுடன் ஏற்பட்ட

மணவிலக்கை அடுத்து பர்தான் என்ற ஆதிவாசிப் பிரிவைச் சேர்ந்த லீலாவைத் திருமணம் செய்துகொண்டார்.

இந்திய விடுதலைக்குப் பின் இந்தியக் குடியுரிமை பெற்று இந்தியாவிலேயே தங்கிவிட்டார். 1953இல் இந்தியாவின் வடகிழக்கு மாநில நிர்வாகத்தின் ஆலோசகராக எல்வினை நேரு நியமித்தார். 1954 சனவரி முதல் தான் இறக்கும்வரை இப்பணியை அவர் மேற்கொண்டார். இந்திய ஆதிவாசிகளின் மேம்பாட்டிற்காக இவர் ஆற்றிய பணிகளைப் பாராட்டி இந்திய அரசு 'பத்மபூஷண்' விருதை 1961இல் வழங்கிச் சிறப்புச் செய்தது. இவரது நூலுக்கு சாகித்திய அக்காதெமி பரிசும் வழங்கப்பட்டது.

எல்வினின் வாழ்க்கை வரலாற்றை ஓர் ஆழமான ஆய்வு நூலாகவும் அதே நேரத்தில் நல்ல வாசிப்புத் தன்மையுடனும் பேராசிரியர் ராமச்சந்திர குஹா எழுதியுள்ளார். ஏற்கெனவே எல்வின் ஆங்கிலத்தில் எழுதிய சுயசரிதை 'எல்வின் கண்ட பழங்குடி மக்கள்' என்ற தலைப்பில் தமிழில் வெளிவந்துள்ளது. 1967இல் 'வாசகர் வட்டம்' வெளியீடாக இது வெளிவந்தது. அம்மொழிபெயர்ப்பு நூலையும் இந்நூலையும் ஒப்பிட்டுப் பார்த்தால் அந்நூலில் இடம்பெறாத ஏராளமான செய்திகள் இந்நூலில் இடம்பெற்றுள்ளதை உணரமுடியும்.

எல்வின் பதிவு செய்யாத அல்லது பதிவுசெய்ய விரும்பாத பல அரிய செய்திகள் இந்நூலில் இடம்பெற்றுள்ளன. எல்வின் மீது அவர் கொண்டுள்ள மரியாதையையும், தரவுகள் தேடலில் அவர் மேற்கொண்ட கடின உழைப்பையும் ஆய்வு நேர்மையையும் இந்நூலில் காணமுடிகிறது.

எல்வினது நாட்குறிப்புகள், அவரது கடிதத் தொடர்புகள், பத்திரிகைச் செய்திக் குறிப்புகள், எல்வினின் நெருங்கிய நண்பர் ஆர்ச்சர், உதவியாளர் ஷாம்ராவ் ஆகியோருடனும் தன் தாய், உறவினர்கள், காந்தி, நேரு இன்னும் சமூகத்தில் பல்வேறு தளங்களில் வாழ்ந்தோருடனும் எல்வின் நடத்திய கடிதப் போக்குவரத்துகள் ஆகியவற்றை குஹா படித்தறிந்து பயன்படுத்தியுள்ளார்.

இவை தவிர எல்வினின் சுயசரிதை, பழங்குடிகளிடம் அவர் சேகரித்துத் தொகுத்தவற்றுள் நூல் வடிவம் பெற்றவை, அவரது ஆய்வுகள், நூற்றுக்கணக்கான ஆய்வுக்கட்டுரைகள், குறுநூல்கள் என்பனவற்றை எல்லாம் இந்நூல் எழுதப் பயன்படுத்தியுள்ளார்.

இத்தகைய கடும் உழைப்பில் உருவான நூலைப் படித்து முடித்ததும், ஒரு சிறந்த ஆளுமையாளனைக் குறித்து ஒரு சிறந்த ஆய்வாளன் எழுதுவது எவ்வளவு பொருத்தமானது என்ற உணர்வு தோன்றுகிறது.

பிரபுத்துவப் பின்புலம் எதுவும் இல்லாத, ஆங்கிலேய சாக்சன் பரம்பரையைச் சேர்ந்த, கீழ்த்தர உயர் நடுத்தர வர்க்கக் குடும்பத்தில் பிறந்தவர் என்று எல்வினை அறிமுகம் செய்யும் ஆசிரியர் அக்குடும்பத்தின் இறைப்பற்றை அழுத்தமாகவே விவரிக்கிறார்.

கண்ணுக்குப் புலப்படாத ஓர் உறுப்பினராகக் கடவுளைக் கொண்ட குடும்பம் எல்வினது குடும்பம். தந்தை ஆங்கிலிகன் கிறித்தவத் திருச்சபையின் ஆயராகவும் மறைப்பணியாளராகவும் பணியாற்றியவர். தன் ஏழாவது வயதில் தந்தையை இழந்த எல்வின் தன் சகோதரர்களுடன் தாயின் அரவணைப்பில் வளர்ந்தார்.

யேசுவின் இரண்டாவது வருகையின் மீது எல்வினின் தாய்க்கு நம்பிக்கை இருந்தது. இந்நம்பிக்கையினால் நாடகம், சினிமா, சர்க்கஸ் போன்ற பொழுதுபோக்கு நிகழ்ச்சிகளுக்கு அவர்கள் செல்வதில்லை. ஒருவேளை நிகழ்ச்சியின் நடுவில் கடவுள் வந்துவிட்டால்..!

இப்படிப்பட்ட பக்திமிக்க குடும்பச் சூழலில் வளர்ந்த எல்வின், ஆக்ஸ்போர்டு பல்கலைக்கழகத்தில் பயின்றார். கவிதைகள் எழுதினார். இவரது ஆக்ஸ்போர்டு வாழ்க்கையின் ஒரு பகுதி 'ஆக்ஸ்போர்டில் கலகம்' என்ற தலைப்பில் ஓர் இயலாக இடம்பெற்றுள்ளது.

எல்வினுடைய பாலியல் பலவீனங்கள், தன் குடும்பத்துடனான அவரது உறவுநிலை என்பன குறித்த செய்திகளும் பதிவாகியுள்ளன. ஆனால் எல்வினுடைய மேதைமையையும் பழங்குடிகள் தொடர்பான அவரது அணுகுமுறையையும் நாம் அறியும்படி செய்துள்ளதே இந்நூலின் சிறப்புக் கூறாகும்.

இந்நூல் உருவாக்கம் தொடர்பாக குஹா பின்வருமாறு குறிப்பிடுகிறார்:

அவருடைய வாழ்க்கையையும் செய்த பணிகளையும் அவர் வாழ்ந்த சூழ்நிலையுடன் பொருத்திவைத்துக் காலம், இடம் இவற்றின் பின்னணியில் தந்திருக்கின்றேன். எல்வின். தன்வரலாற்று நூலில் குறிப்பிடாத இருண்ட பகுதிகளை வெளிக்கொணர முயன்றிருக்கிறேன். அவருடைய வாழ்க்கை அவர் காட்டிக்கொண்டதைவிடத் துயரங்கள் மிகுந்து இருந்தது என்பதைக் காட்டியிருக்கிறேன். நான் அறிந்த வகையில் அவருடைய வாழ்வில் முரண்பாடுகளும் திடீர்த் திருப்பங்களும் குறிப்பிடத்தகுந்தவை.

15

இத்துடன் இவரது வாழ்வின் சில படிநிலைகளையும் குறிப்பிட்டுவிட்டு எல்வினின் சுயசரிதை குறித்து: 'கிறித்தவனாக இருந்து கிறித்துவத்தை மறுப்பவராக மாறியதும், ஆக்ஸ்போர்டில் இருந்து பதன்காருக்கு இடம் மாறியதும், எந்த வலியும் உணராமல் நிகழ்ந்தவை என்று காட்டி, உண்மையிலிருந்து விலகிவிடுகிறார்' என்ற விமர்சனத்தையும் முன்வைக்கிறார்.

இந்தியப் பழங்குடிகளுக்கென்று தனித்துவமான சமய நெறி உண்டு என்பதை நம்மில் பலர் அறிந்துகொள்ளவில்லை. அவர்களை இந்துக்கள் என்ற சட்டகத்துக்குள் அடைக்கும் போக்கே பரவலாக உள்ளது. அவர்களை நாகரிகமாக்குகிறோம் என்ற பெயரில் அவர்களது பாரம்பரியப் பழக்கவழக்கங்களையும் நம்பிக்கைகளையும் பண்பாட்டையும் சிதைக்கும் போக்கைச் சமவெளி மனிதர்கள் பின்பற்றினர். இன்றும்கூட இது தொடர்கிறது. கோண்டு என்ற பழங்குடிகளைச் சீர்திருத்துவதாகக் கூறிக்கொண்டு சீர்திருத்த அமைப்பு ஒன்று மேற்கொண்ட நடவடிக்கைகள் குறித்து எல்வின் பதிவுசெய்துள்ள சில செய்திகளை குஹா மேற்கோளாகத் தந்துள்ளார். ஒற்றைப் பண்பாட்டை வலியுறுத்தும் ஆபத்தான போக்கு வளர்ந்துள்ள இன்றைய சூழலில் இக்கருத்துக்கள் கவனிக்கத்தக்கவை. சீர்திருத்தம் என்ற பெயரில் அவர்கள் கோண்டுகளுக்கு அறிமுகப் படுத்திய விதிமுறைகள் வருமாறு:

> மக்கள் பூணூல் அணிய வேண்டும். மது அருந்தக் கூடாது. இசையை, நடனத்தை விட்டுவிட வேண்டும். பன்றிகளையும் கோழிகளையும் வளர்க்கக் கூடாது. பெண்கள் முகத்திரை அணிய வேண்டும்.

இச்சீர்திருத்தத்தின் விளைவுகள் குறித்து எல்வின் எழுதிய செய்திகளாக குஹா குறிப்பிடுவது வருமாறு:

> மலேரியாவில் வாடும் கோண்டுக்கு சாராயம்தான் ஒரே டானிக். அது ஒன்றுதான் கிளர்ச்சியூட்டும் உவகை தரும் அம்சம். அவனிடமிருந்து அதைப் பறித்தனர். அதற்குப் பதிலாக ஒன்றும் கிடைக்கவில்லை... பெண்களை அவர்கள் மரியாதையாக நடத்தியவிதமும், எந்த மனிதரையும் தீண்டத்தகாதவராக நடத்தாததும், கோண்டு வாழ்க்கையின் மிகச் சிறப்பான அம்சங்கள். இந்த விஷயங்களில் இந்துக் களின் மனப்பான்மையைப் பின்பற்றும்படி அவர்களைக் கட்டாயப்படுத்தினர்.

இம்மேற்கோளை எடுத்துக்காட்டிவிட்டு 'கெட்டுப்போன சாராயம்போல் கோண்டுகள் சுவையற்றுப் போய்விட்டதைக் கண்டார் எல்வின்' என்கிறார் குஹா.

சிறைச்சாலை வடிவிலான கட்டடங்கள் தொடர்பான எல்வினது கருத்துக்கள் இன்றும்கூட ஆராயப்பட வேண்டிய ஒன்று.

எல்வினது தொலைநோக்கான பார்வையாக அமைவது இதுதான். பழங்குடிகள் மீதான சமவெளி மனிதர்களின் சுரண்டல்; குறிப்பாக மார்வாரிகள்தான் இந்துத்துவ அரசியலின் புரவலர்களாகவும் பாதுகாவலர்களாகவும் இன்று உள்ளனர். தம் வாணிப நலனையும் சுரண்டலையும் பாதுகாக்கும் வழிமுறையாக இதைச் செயல்படுத்தி வருகின்றனர். பல அரசியல் இயக்கங்கள் கூட இவ்வுண்மையை இன்று வெளிப்படுத்துவதில் தயக்கம் காட்டுகின்றன. ஆனால் இங்கிலாந்தில் பிறந்து, இந்தியக் குடியுரிமை பெற்று வாழ்ந்துமறைந்த எல்வின் இதில் மிகத் தெளிவாக இருந்துள்ளார். வடகிழக்கு மாநிலத்தின் அபோர் பகுதியில் குடியேறிய மார்வாரிகளின் கடைகள் குறித்த எல்வினின் கருத்துக்களை குஹா இவ்வாறு பதிவு செய்துள்ளார்.

> அபோரில் இருக்கும் பண்பாட்டைக் குறிவைத்து எய்யப்பட்ட நஞ்சு தோய்ந்த அம்புகள் என்று எல்வின் அழைத்தார். மார்வாரிகளின் கடைகள் பழங்குடி மக்களைக் கவர்ந்து 'தன்னிறைவு' பெறவிடாமல் தடுத்தன. கடைகளின் சுவர்களில், ஆண் –பெண் கடவுளர்களின் படங்கள் கண்ணைக் கவரும்வகையில் தொங்கவிடப்பட்டிருந்தன. அவை இந்து மதப் பிரச்சார மையங்களாக விளங்கின. அந்தப் பகுதிகளில் கடைகள் பெருகிவருவதைத் தீவிரமாகக் கண்காணிக்க வேண்டும் என்று விரும்பினர்... பழங்குடி மக்களின் ரசனை கெட்டுப்போகாமல் இருக்கவும், தேவையற்ற, பொருத்தமற்ற, கலைத் திறனற்ற பொருட்களை வாங்குவதில் அவர்களின் பணம் வீணாகாமல் தடுக்கவும் மார்வாரிகளின் கடைகளைக் கட்டுப்படுத்துவது அவசியம் என்று குறிப்பிட்டார்.

பழங்குடி மக்கள் தொடர்பான அவரது அறிக்கையில் இடம் பெற்ற செய்திகள் பொருள் பொதிந்தவை. அதிலிருந்து சில பகுதிகளையும் குஹா மேற்கோளாகக் காட்டியுள்ளார். அவர்களது பாரம்பரிய விவசாய முறையான எரியூட்டு வேளாண்மையை (இடமாற்றிப் பயிர் செய்யும்முறை) தடை செய்ததை எல்வின் ஏற்றுக்கொள்ளவில்லை.

இந்தியப் பழங்குடிகள் பரலோக ராச்சியத்திற்குச் செல்ல வழிகாட்ட வந்து, இந்திய அரசின் உயர் அதிகாரியாகப் பணியாற்றி, புத்தமதத்தைத் தழுவி, இறந்தபின் புத்தமதச் சடங்குகளின்படி உடல் எரியூட்டப்பட்டு மறைந்து போனார்

எல்வின் என்ற பழங்குடி மக்கள் ஆய்வாளர். ஆனால் அவரது நூல்களும் ஆய்வுகளும் என்றும் நிலைத்திருக்கும்.

நர்மதை அணைக்கட்டுத் திட்டம் தொடர்பான குஹாவின் பதிவுகள் அவரது சார்புநிலையை அறியச் செய்கின்றன. இத்தகைய சார்புநிலைதான் எல்வின் குறித்த இந்நூலின் சிறப்புக்குக் காரணமாகிறது.

இந்நூலை மொழிபெயர்த்துள்ள வேலு. இராஜகோபால் தில்லிவாழ் தமிழர். மாணவப் பருவத்தில் இருந்தே நல்ல நூல்களைத் தேடிப்பிடித்து தீவிரமாகப் படிக்கும் வாசகர். பட்டவகுப்பில் தமிழுக்கு மாற்றாக இந்தி மொழி பயின்றார். ஆனால் அவரது தமிழ் அறிவு வியக்கவைக்கும் தன்மையது. நூலைத் தங்குதடையின்றி மொழிபெயர்த்துள்ளார். அவரது இப்பணி மேலும் தொடர வாழ்த்துகள்.

தூத்துக்குடி   ஆ. சிவசுப்பிரமணியன்
29.11.2015

முன்னுரை

பெற்றோர் தங்கள் குழந்தைகளுக்குள் வேறுபாடு காட்டமாட்டார்கள். அதுபோலவே எந்த நூலாசிரியனும் தனது நூல்களில் வேறுபாடு காட்டமாட்டான். இரண்டு குழந்தைகளைப் பெற்ற நானும் நடுநிலை வகிக்கிறேன் என்றே நம்புகிறேன். ஆனால் ஒரு நூலாசிரியனாக நடுநிலை வகிக்க வில்லை. 'வெர்ரியர் எல்வினும் அவரது பழங்குடி களும்' என் நூல்களில் இன்றும் நான் விரும்புகிற நூல். என்றும் அப்படியே இருக்கும்.

முதலாவதாக, எல்வினுடைய எழுத்துகளைப் படித்து என் வாழ்க்கை மாறிவிட்டது. அடுத்ததாக, அவரைப் பற்றி ஆய்வு செய்யும்போது, இந்தியா விலும் இங்கிலாந்திலும் நான் சென்றிருக்க வாய்ப்பே இல்லாத பல இடங்களுக்குச் செல்ல நேர்ந்தது. மூன்றாவதாக, எல்வினைப் பற்றி எழுதுவது. அதுவும் 'வாழ்க்கை வரலாறு' வடிவத்தில் எழுதுவது ஒரு பெரிய சவால்.

நூலின் பின்னிணைப்பில் குறிப்பிட்டதுபோல வெர்ரியர் எல்வினைப் பற்றி முதல் முதலாக 1978ஆம் ஆண்டில் ஒரிஸாவைச் சேர்ந்த கால்நடை மருத்துவர் ஒருவர் சொல்லக் கேட்டேன். அப்போது தில்லிப் பல்கலைக்கழகத்தில் பொருளாதாரத்தில் முதுகலை படித்துக்கொண்டிருந்தேன். படிப்பில் நடுத்தர மாணவனாக இருந்தேன். ஆனால் ஏதாவது ஆய்வுத்துறையில் ஈடுபடும் நோக்கம் எனக்கிருந்தது. ஒரிஸாவில் இருந்து திரும்பியதும் எல்வின் எழுதிய இரு நூல்களைக் கல்லூரி நூலகத்தில் கண்டேன். ஒன்று வுட்ஹவுஸ் பாணியில் இருந்த

'காட்டிலிருந்து இலைகள்' (Leaves from Jungle). இன்னொன்று, உணர்ச்சிபூர்வமான 'வெர்ரியர் எல்வினுடைய பழங்குடி உலகம்' (The Tribal World of Verrier Elwin) என்ற தன்வரலாற்று நூல். அவற்றைப் படித்து கல்கத்தா சென்று சமூகவியலில் முனைவர் பட்ட ஆய்வில் ஈடுபட ஆர்வம் கொண்டேன். 'உனக்கும் நல்லது, பொருளாதாரத்துக்கும் நல்லது' என்று இந்த மாற்றம் குறித்து எனது பேராசிரியர் சொன்னார்.

கல்கத்தாவில் 'காடுகளின் சமூக வரலாறு' என்ற தலைப்பில் முனைவர் பட்ட ஆய்வை மேற்கொண்டேன். அப்போது மீண்டும் வெர்ரியர் எல்வின் எழுதிய நூல்களைப் படித்தேன். அவருடைய இனவரைவியல் நூல்களில் காடுகள் குறித்த காலனிய சட்டங்கள் காரணமாகப் பழங்குடி மக்கள் வாழ்வாதாரங்கள் சிதைவடைந்ததை உணர்ச்சி ததும்ப எழுதியிருந்தார். பைகா (The Baiga), அகாரியா (The Agaria) போன்ற நூல்களைப் படித்ததும் எல்வின் மீது நேசம் ஏற்பட்டது. அவர் ஆற்றிய பணிகள் மீதும் ஆர்வம் முகிழ்த்தது. விலகி நின்று ஆய்வுக் களத்தை நோக்காமல் அதிலேயே வாழ்ந்த ஆய்வாளர் அவர். அவரது எழுத்து அசாதாரணமான அழகுடன் இருந்தது. இவை என்னை அவர்பால் ஈர்த்தன.

எண்பதுகளில் சூழலியல் ஆய்வுகளில் ஈடுபட்டிருந்தேன். இரண்டு நூல்களும் பல ஆய்வுக் கட்டுரைகளும் எழுதி வெளியிட்டேன். பிறகே எல்வினைப் பற்றி எழுதத் தீர்மானித்தேன்; எச்சரிக்கையுடன் துவங்கினேன். சமூகவியலின் ஆய்வுமுறையும் வாழ்க்கை வரலாறு எழுதும் முறையும் நேரெதிரானவை. வாழ்க்கை வரலாறு, தனிமனிதனைச் சமூகத்திலிருந்து உயர்ந்த தளத்தில் வைக்கிறது. எனவே எனது ஆய்வை விரிவான தளத்தில் அமைத்துக் கொண்டேன். அதற்கு 'நவீன இந்தியாவில் பழங்குடிகள் பிரச்சனை' என்று பெருந்தலைப்பையும் இட்டேன். படிக்கப்படிக்க, சுதந்திரத்திற்கு முன்னும் அதற்குப் பின்னும் பழங்குடிகள் குறித்த விவாதங்களில் எல்வின் வகித்த தலையாய இடத்தைப் புரிந்துகொண்டேன். ஆய்வைத் தீவிரமாகத் தொடங்கிய ஒரு வருடத்துக்குள் ஆய்வின் தலைப்பு 'வெர்ரியர் எல்வினும் பழங்குடிகள் பிரச்சனைகளும்' என்று மாறியது.

எனது கல்விப் பின்புலம் ஜாதிகள், வர்க்கங்கள் சார்ந்தே சிந்திக்கத் தூண்டியது. தனிமனிதர்களின் நடத்தையும் நம்பிக்கைகளும் அதன் கூறுகள் அல்ல. இன்னும் சொல்லப்போனால் நான் இந்துவாக வளர்ந்தவன். இந்து மதத்தில், பூமியில் குறுகிய காலமே வாழும் தனிமனிதன் முக்கியமில்லை (அவன் ஏற்கெனவே மீண்டும் பிறந்துவிட்டானே. அவன் (கடந்த)

வாழ்வை ஏன் நினைவுகூர வேண்டும்?) இறுதியாக, அந்தக் காலத்தில் மார்க்சியம் என்னை ஆழமாகப் பாதித்திருந்தது. அதுவும் வரலாற்றின் உருவாக்கத்தில் தனிமனிதனின் பங்கைக் குறைத்து மதிப்பிடுகிறது.

தேசியம், கல்விப்புலம், தத்துவச் சார்பு இவற்றின் அடிப்படையில் பார்த்தால் வாழ்க்கை வரலாறு எழுத எந்தத் தகுதியும் இல்லாதவன் நான். ஆனாலும் எல்வினுடைய எழுத்துகளையும் எல்வினைப் பற்றியும் பயிலப்பயில அவர் மீதான வியப்பும் ஆர்வமும் மிகுந்தன. ஆய்வைத் தொடங்கிய 18 மாதங்களுக்குள் அதன் தலைப்பு 'வெர்ரியர் எல்வின்: அறிவுஜீவியின் வாழ்க்கை வரலாறு' என்று மாறியது. எனது சமூகவியல் பயிற்சியில் இருந்து விடுபட இயலாமல், எல்வினுடைய பணிகளையும் எழுத்துகளையும் கவனத்தில் குவித்து. அவரது 'சொந்த வாழ்க்கை' பற்றிய விவரங்களை விலக்கியே வைத்தேன்.

1927இல் ஆக்ஸ்போர்டில் கல்வியை முடித்து இந்தியா வந்த எல்வின் தன்னை இணைத்துக்கொண்ட பூனா கிறித்தவ ஆசிரமத்திற்குச் சென்றேன். பின்னர், நர்மதைப் பள்ளத்தாக்கில் அந்நதி தொடங்கும் அமர்கண்டக்கின் அருகில் இருந்த ஒரு கிராமத்தில் அவருடைய முதல் மனைவி கோஸியைச் சந்தித்தேன். 1954லிருந்து 1964 வரை எல்வின் தங்கியிருந்த ஷில்லாங் சென்று அவரது இரண்டாவது மனைவி லீலா எல்வினையும் குழந்தைகளையும் சந்தித்தேன். இந்தியாவின் மத்தியப் பகுதிகளிலும், பிற தொலைதூரப் பகுதிகளிலும் நான் மேற்கொண்ட பயணங்களின் விவரங்களை நூலில் தந்திருக்கிறேன். எல்வின் பயின்ற டீன் க்ளோஸ் பள்ளி, ஆக்ஸ்போர்டில் மெர்ட்டன் கல்லூரி இவற்றிற்குச் சென்ற விவரங் களும் அதில் உண்டு. ஆனால் டோர்செட்டில் மலைமீதிருந்த பேரழகான கிறித்தவ மடத்திற்குச் சென்றதை நான் குறிப்பிட வில்லை. அங்கே எல்வினும் அவருடைய கிறித்தவ நண்பர்களும் பரிமாறிக்கொண்ட கடிதங்கள் பாதுகாக்கப்பட்டிருந்தன. அந்த இனிமையான பயணத்தை நினைவுகூர்கிறேன். அங்கே கிடைத்த ஆவணங்கள். அந்த நாட்டுப்புறப் பகுதியின் அழகு, எனக்கு விருந்தளித்த துறவிகளின் கனிவு இவையே அதற்குக் காரணம். மடத்தில் உணவு மோசமாக இருந்தது. ஆனால் ஒரு சகோதரர் அவ்வப்போது மலையடிவாரத்தில் உள்ள கடைக்கு அழைத்துச் செல்வார். இருவரும் ஐஸ்கிரீம் உண்டு மகிழ்வோம்.

இந்தப் பயணங்களும், நூலகத்திலும் ஆவணக் காப்பகங் களிலும் நான் செலவிட்ட நூற்றுக்கணக்கான மணிநேரங்களும் மிகமகிழ்ச்சியான தருணங்கள். எல்வின் நாற்பது நூல்களை

எழுதினார். அனைத்தையும் படித்தேன். பெருமளவில் புதிய விஷயங்களைக் கற்றேன். அவற்றின் நடை என்னைக் கவர்ந்தது. பத்திரிகைகளில் அவர் எழுதிய கட்டுரைகளை முடிந்தவரை தேடிப் படிக்க முயன்றேன். கல்கத்தா தேசிய நூலகத்தில் நான் செலவிட்ட நாட்கள் சந்தோஷமானவை. *இல்லஸ்டிரேடட் வீக்லி*யின் பழைய இதழ்களைப் பார்த்தேன். 1940 – 1950களில் அவர் அதில் தொடர்ச்சியாக எழுதிவந்தார். நூல்களையும் கட்டுரைகளையும் தவிர மற்ற ஆவணங்களும் இருந்தன.

லண்டனில் இந்தியா அலுவலகத்திலும், தில்லியில் நேரு நினைவக நூலகத்திலும் இரண்டு முக்கிய ஆவணத் தொகுப்புகள் உள்ளன. அங்கே பலநூறு கடிதங்களை உள்ளுக்குள் சிரித்துக் கொண்டே படித்தேன். தனிநபர்களுக்கான இக்கடிதங்களில் எல்வினுடைய நகைச்சுவையும் கிண்டலும் அதிகம். யாரும் பல்லாண்டுகளாகப் பார்க்காத, கையால் எழுதிய, தட்டச்சு செய்த கடிதங்களைக் காண்பதில் தனி மனக்கிளர்ச்சி ஏற்பட்டது.

1994ஆம் ஆண்டில் ஆய்வின் பெரும்பகுதியை முடித்தேன். 'வெர்ரியர் எல்வின்: ஓர் அறிவுஜீவியின் வரலாறு' என்ற தலைப்பில் முதல் வரைவை எழுதினேன். அந்தக் கல்வியாண்டில் பெர்லினில் ஒரு கல்லூரியில் தங்கியிருந்தேன். நூலின் வரைவையும் அங்கு எடுத்துச்சென்றேன். கல்லூரியில் இருந்த ஆய்வு மாணவர்களில் நிகொலஸ் பாய்ல் என்ற கதே (Goethe) அறிஞரும் ஒருவர். பல மாதங்களானபின் எனது பிரதியை வாசிக்க ஒப்புக் கொண்டார். இரண்டு வாரங்கள் கழித்து எனது தபால் பெட்டியில் அது கிடந்தது. என் ஆய்வுமுறை, உரைநடை மீது அவருக்கிருந்த மனக்குறை ஒவ்வொரு பக்கத்திலும் இருந்த அடித்தல் திருத்தல் களில் தெரிந்தது. திருத்துவதில் கடுமையாக இருந்தாலும், நேரில் பார்க்கும்போது இதமாக இருந்தார். பசுமையான பாதைகளிடையே நடந்து கொண்டே 'வாழ்க்கை வரலாறு' எழுதுவதன் அடிப்படைப் பாடங்களைக் கற்பித்தார். 'பின்னால் நடக்கப்போவதை முதலிலேயே எழுதாதே' என்பது டாக்டர் பாய்லின் முதல் விதி. எல்வின், இளமைப் பருவத்தில் தீவிரக் கிறித்தவப் போதகராக, பிறகு ஆங்கிலக் கத்தோலிக்கராக இருந்தார். கடைசியில் புத்த மதத்தைத் தழுவினார். தொடக்கத்தில் பிரம்மச்சரியத்தைக் கடைப்பிடித்தவர் பிறகு பாலுணர்வின் மகிழ்ச்சியையும் மர்மங்களையும் கொண்டாடி னார். எனது முதல் பிரதியில், தொடக்க காலத்தில் எல்வின் கொண்டிருந்த நம்பிக்கைகளுக்கும் தனித்தன்மைகளுக்கும் மன்னிப்புக் கோரியிருந்தேன். அதே வேளையில், நவீனமனம் ஒப்புக்கொள்ளும் வகையில் கடைசியில் அவரது கருத்துகள் மாற்றம்பெறும் என்றும் குறிப்பிட்டிருந்தேன். 'இதனால், எழுத்தில்

காலம் முன்னுக்குப் பின் முரண்படும் வகையில் எழுதிவிட்டீர்கள். வாழ்க்கை வரலாற்று நூலுக்கு மட்டுமின்றி எந்த நூலுக்கும் முக்கியமான "வியப்பூட்டும்" தன்மை இல்லை' என்று டாக்டர் பாய்ல் சுட்டிக் காட்டினார்.

பாய்லின் இரண்டாவது விதியை இப்படிச் சொல்லலாம்: 'ஒருவருடைய வாழ்க்கையில் வரும் மற்ற பாத்திரங்கள் எவ்வளவு சிறப்பாக அமைகின்றனவோ அவருடைய வாழ்க்கையும் அந்த அளவு சிறப்பாக அமையும்.' என்னுடைய பிரதியில் எல்வினுடைய நண்பர்கள், உடன் பணிபுரிந்தவர்கள், குடும்பம், போட்டியாளர்கள் இவர்களைப் பற்றித் தேவையான அளவு எழுதவில்லை. ஷாம்ராவ் ஹிவாலேயும் இதில் உண்டு. (கிராமத்தில் அவர்கள் தொடங்கிய பள்ளிகள், மருந்தகங்களை நடத்திவந்தவர்.) அதனா லேயே எல்வினுக்குப் பயணங்கள் செய்யவும் எழுதவும் சுதந்திரம் கிடைத்தது. அவரைவிட வயது குறைந்த முதல் மனைவி கோஸி. (சுதந்திர மனம் கொண்டிருந்தவர், அவருடன் சண்டையிடும் பழங்குடிப் பெண்.) தன்னைவிட மொழிப் புலமையிலும் புகழிலும் ஒரு ஆங்கிலேயர் இருப்பது கண்டு பொறாமையில் துடித்த பம்பாயைச் சேர்ந்த சமூகவியலாளர் ஜி.எஸ். குர்யே முதலியோர் உண்டு. எல்வின் இருபதாம் நூற்றாண்டில் செல்வாக்கு மிக்க இரண்டு இந்தியர்களான நேரு, காந்தி ஆகியோருடனும் நெருங்கிய பழக்கம் கொண்டிருந்தார்.

டாக்டர் பாய்லின் தூண்டுதலால் என்னுடைய பிரதியில் இவர்களுக்கு இன்னும் முக்கியம் அளித்தேன். எல்வினுடைய வரலாற்றில் இவர்கள் ஒவ்வொருவரும் கால வரிசைப்படி வருவதை இயல்பாக எப்படி எழுதுவது என்று அவர் கற்பித்தார். 'இத்தகைய உறவுகளை முடிந்த அளவு அவர்களுடைய வார்த்தை களிலேயே எழுத வேண்டும். அப்போதுதான் எல்வினைப் பற்றி அவர்கள் என்ன சொன்னார்கள், என்ன நினைத்தார்கள் என்பதைத் தெளிவாகக் காண முடியும்' என்று வலியுறுத்தினார்.

வாழ்க்கை வரலாறு எழுதுவதில் எனது இரண்டாவது ஆசான், அப்போது ஆக்ஸ்போர்டு பல்கலைக்கழகப் பதிப்பகத்தில் முதுநிலை எடிட்டராக இருந்த ருக்குன் அத்வானி. எல்வினுடைய உணர்வுகளை, உறவுகளை இன்னும் வெளிக்கொணர்ந்து அவருடைய வாழ்வையும் பணியையும் முழுமையாக ஆய்வு செய்ய வேண்டும் என்று அவர் உற்சாகப்படுத்தினார். நூலின் முன்வரைவில் ஒவ்வொரு பக்கத்திலும் பச்சை மையால் குறிப்புகள் எழுதினார். எல்வின் என்ற அறிஞர் எழுத்தாளர் பற்றிய அருமை யான படைப்பு; ஆனால் அதில் எல்வின் என்ற மனிதரின் ஆளுமை

சரியாக வெளிப்படவில்லை என்று இறுதியாகக் குறிப்பிட்டிருந்தார். எனவே மீண்டும் எல்வினுடைய கடிதங்களைப் படித்து அவரைக் குறித்த தகவல்கள் அனைத்தையும் சேகரித்தேன். அடுத்து எழுதிய பிரதியைப் படித்துவிட்டு 'எல்வினுடைய நண்பர்கள் காதல் எல்லாம் மிகவும் அதிகமாக இருக்கிறது. அரசின் கொள்கைகளை வடிவமைத்த மிகச் சிறந்த அறிவுஜீவி அவர் என்பது வாசகனுக்குப் புரியாது' என்றார். எனவே அதை மாற்றி எழுதினேன். எந்தப் புத்தகத்தையும் நான் இத்தனை முறை எழுதவில்லை. ஆறாவது அல்லது ஏழாவது முறை எழுதிய பிரதி எடிட்டரின் ஒப்புதலைப் பெற்றது; அதனால் நானும் ஒப்புதல் அளித்தேன். அச்சுக்காகப் பிரதியைச் செம்மைப்படுத்த வேண்டியிருந்தது. சில மாதங்கள் கழித்து அச்சடித்த பிரதி திருத்தம் பார்க்க வந்தது. திருத்தம் பார்த்துக்கொண்டே இன்னொரு கடினமான, ஆனால் தேவையான பணியைச் செய்தேன். எல்வினுடைய எழுத்துகளின் பரப்பையும் ஆழத்தையும் பலவிதச் சொந்த உறவுகள், தொழில்முறைத் தொடர்புகளின் நெருக்கத்தையும் காட்டும் வகையில் ஒரு அட்டவணையைத் தயாரித்தேன். அட்டவணையைத் திருத்திய பிரதியாகவே எழுதினேன். அது மீண்டும் திருத்துவதற்காக என்னிடம் வந்தது. 'வெர்ரியர் எல்வினைக் குறித்து இருபது வருடங்களாக ஆய்வு செய்து இப்போது ஒரு வெறுமையை உணர்கிறேன். இனி என் பணி மற்ற துறைகள், மனிதர்கள் குறித்தே இருக்கும்' என்று எனது கையெழுத்தில் குறிப்பு எழுதி அதை ருக்குன் அத்வானிக்குத் திருப்பி அனுப்பினேன்.

O O O

'வெர்ரியர் எல்வினும் அவரது பழங்குடிகளும்' 1999இல் வெளிவந்தது. பதினைந்து ஆண்டுகளுக்குப் பின்னரும் அது நான் விரும்பும் நூலாக இருக்கிறது. இப்போது சற்று விரிவான பதிப்பாக வெளியிடுகிறேன். நூலில் சில தகவல் பிழைகளை நீக்கிச் சில விளக்கங்களைத் திருத்தியிருக்கிறேன். புதிய பதிப்பிற்கு இந்த முன்னுரையை எழுதியிருக்கிறேன். முடிவுரையில் சில மாறுதல்கள் செய்து இன்றைய நிலைமையை அளித்திருக்கிறேன். எனது உணர்ச்சிபூர்வமான ஈடுபாட்டைத் தவிர, இளைய தலைமுறையினர் இந்த பிரிட்டனில் பிறக்க நேர்ந்த இந்தியரும் பழங்குடிகளிடையே வாழ்ந்த ஆக்ஸ்போர்டு அறிஞரும், காலனியாட்சிக்கு எதிரான புரட்சியாளருமான எல்வினை ஏன் படிக்க விரும்புவார்கள் என்பதற்கு ஐந்து காரணங்களேனும் உண்டு.

மதங்களுக்கிடையிலான உறவுகள் பற்றி எல்வின் மிகவும் ஆழமாகச் சிந்தித்தவர் என்பது முதல் காரணம். நவீன இந்தியாவின் வரலாற்றில் இந்து – முஸ்லிம்களுக்கு இடையிலான போட்டிகளும் கருத்து வேறுபாடுகளும் குறிப்பிடத் தகுந்தவை; அண்மைக் காலத்தில் இந்தியாவுக்கு வெளியிலும் கிறித்தவர்களுக்கும் முஸ்லிம்களுக்கும் இடையே பகையுணர்வு பெருமளவில் வளர்ந்திருக்கிறது. அடுத்தவரின் மதத்தைக் குறைகூறாமலேயே ஒருவர் தன்னுடைய மதத்தைப் பின்பற்ற முடியும் என்று எல்வின் காட்டினார். இந்த விஷயத்தில் காந்தியின் பாதிப்பு அவரிடம் இருந்தது (மற்ற விஷயங்களில் அது இல்லை). கிறித்தவ மதத்தில் குருவாக இருந்தாலும், தன்னுடன் பணிபுரிந்த பழங்குடி மக்களை மதமாற்றம் செய்ய மறுத்தார். கிறித்தவ, இந்து மதங்களின் ஞான மரபுகள் குறித்து அருமையான ஒப்பாய்வுகள் செய்தார். பின்னாட்களில் புத்தமதத்தின் மீது ஆர்வம்கொண்டார்.

இரண்டாவதாக எல்வின் ஆய்வில் தீவிரமாக இயங்கிய அறிஞர், மிகச் சிறந்த உரைநடை எழுதியவர். இயற்பியல், கணிதவியல், தத்துவம் மற்றும் பொருளாதார அறிஞர்கள் தத்தம் துறைசார்ந்த ஆய்வுகளை அவற்றிற்கே உரிய நுட்பமான மொழிநடையில் எழுத வேண்டியிருக்கும். வரலாற்றாசிரியர்களும் இனவரைவியலாளர்களும் அப்படி எழுத வேண்டிய தேவையில்லை. ஆனாலும் மனிதர்கள் பற்றிய இத்துறைகளின் அறிஞர்கள் தங்களுடைய வாதங்களைப் புதுப்புது வார்த்தைக் கோவைகளில் மறைத்துக்கொள்கிறார்கள். கண்ணெதிரே வாழ்ந்துகொண்டிருக்கிற மனிதர்களைப் பற்றித்தான் எழுதுகிறார்களா என்பதையே மறந்துபோகும் அளவுக்கு இவர்களின் மொழியும் நடையும் அடர்த்தியாகத் தெளிவில்லாமல் இருக்கின்றன. துரதிருஷ்டவசமாக, மோசமாக எழுதுவது கல்விப்புலம் முழுவதும் நிறைந்திருக்கிறது. சில நேரங்களில் அது புனிதமானது என்ற தவறான புரிதலாலும், சில நேரங்களில் திறமையில்லாததாலும் இது நிகழ்கிறது. இந்த இருண்ட, புரியாத வார்த்தைகள் நிறைந்த சூழலில் இளைய இனவரைவியலாளர்களும் வரலாற்றாசிரியர்களும் இலக்கிய அறிஞர்களும் எல்வினுடைய எழுத்துக்களைப் படிப்பது நல்லது. அவர் தன்னுடைய ஆய்வின் முடிவுகளைப் பளிச்சிடும் உரைநடையில் எழுதினார்.

மூன்றாவதாக, எல்வின் ஒரு வெளிப்படையான சூழலியலாளர். ஆக்ஸ்போர்டில் மாணவனாக இருந்த காலத்தில் வில்லியம் வெர்ட்ஸ்வொர்தின் கவிதைகளில் மயங்கியவர். தனது நாயகனைப்

போலவே களங்கமில்லாத இயற்கையின் மேன்மைகளை உணர்ச்சிகரமாக எழுதினார். பின்னால், மத்திய இந்தியாவில் பழங்குடி மக்களுடன் வாழ்ந்தபோது சூழலுடன் அவர்கள் கொண்டிருந்த ஆழமான உறவைப் புரிந்துகொண்டார். இந்த உறவுக்கு அரசின் வணிகமயமான கொள்கைகள் ஊறுசெய்கின்றன. வடகிழக்கு மாநிலங்களில் பணியாற்றிய காலத்தில் பெரும்பாலும் இயற்கையைப் பாழ்படுத்தாத வாழ்க்கை முறைகளை அவர்கள் கடைப்பிடிப்பதை ஆய்வு செய்தார். இந்தியா முழுவதும் பெருமளவில் வளங்களை உறிஞ்சும், எரிபொருட்களை உள்வாங்கும் வளர்ச்சித் திட்டங்களால் சமூகங்களும் சூழலும் சீரழிக்கப்படும் இன்றைய காலகட்டத்தில் அவருடைய எழுத்துகள் பொருத்தமாக இருக்கின்றன.

நான்காவதாக இந்திய தேசியம் பழங்குடி மக்களின் மோசமான நிலையைப் புரிந்துகொள்ளத் தவறிவிட்டது என்பதை எல்வினுடைய எழுத்துக்கள் அழுத்தமாகப் பதிவு செய்கின்றன. காந்தியும் மற்ற தேசியவாதிகளும் தீண்டாமையை ஒழித்தல், பெண்கள் முன்னேற்றம், இந்து–முஸ்லிம்களிடையே இணக்கம் இவையனைத்தும் தேவை என்று புரிந்துகொண்டு செயல் பட்டார்கள். தலித்துகளுக்கும் முஸ்லிம்களுக்கும், காங்கிரஸ் தலைமையில் இயங்கிய தேசிய இயக்கம் சாராத டாக்டர் அம்பேத்கர் போன்ற முக்கியத் தலைவர்கள் இருந்தார்கள். காலனிய ஆட்சி முடிவுக்கு வரும் காலத்தில் பழங்குடி வாழ்க்கையின் தனிஇயல்புகள், தனித்தேவைகள் ஆகியவை அரசியலை வழிநடத்துவோரின் கருத்தில் இல்லை. இத்தோல்வி விடுதலையடைந்த இந்தியாவில் மிக மோசமான விளைவுகளை ஏற்படுத்தியது. தலித்துகளும் முஸ்லிம்களும் ஓட்டு வங்கிகளாக ஒன்று திரண்டனர். பெயரளவிலேனும் அவர்களது நலன்களைப் பேணப் பெரும் அரசியல் கட்சிகள் முயல்கின்றன. பழங்குடி மக்கள் பெரும்பாலும் குரலற்றுப் போய்விட்டனர்.

மக்களாட்சியில் பலனுள்ள வகையில் பங்கேற்க இயலாமல் ஒதுக்கப்பட்டு, திட்டமிட்ட சுரண்டலுக்குப் பழங்குடிகள் ஆளாகின்றனர். அவர்கள் தங்களுக்குச் சொந்தமாகக் கருதும் நிலங்களையும் காடுகளையும் கனிமவளத் திட்டங்கள், நீர்மின் நிலையங்கள் ஆக்கிரமித்துக் கொள்கின்றன. இருப்பதையும் இழந்து அவர்கள் இடம்பெயர்கிறார்கள். அவர்கள் அரசியலில் தனிமைப்பட்டதையும், பொருளாதாரத்தில் பின்தங்கிவிட்டதையும் மாவோயிசப் புரட்சியாளர்கள் தங்களுக்குச் சாதகமாகப் பயன் படுத்திக்கொள்கிறார்கள். இதனால் மாவோயிஸ்டுகள் சமீப காலங்களில் பழங்குடிப் பகுதிகளில் பெருமளவில் செல்வாக்குப் பெற்றிருக்கிறார்கள். இந்திய அரசியலமைப்புச் சட்டத்தின்

உயர்ந்த கொள்கைகள் (அவை நிறைவேற்றப்படவில்லை என்றாலும் மேன்மையானவை) மீது பழங்குடிகளுக்கிருக்கும் நம்பிக்கையைத் தக்கவைத்துக்கொள்ள எல்வினுடைய எழுத்துக்கள் முக்கியத் தரவுகளாக இருக்கும்.

கடைசியாக, கருத்துலகில் அவரது பயணங்கள், ஐவகை நிலங்களில் அவர் செய்த பயணங்கள், அவர் தொட்டுத் துலங்கிய பெரும் கொள்கைகள் இவையடங்கிய அவரது வாழ்க்கை அருமையானது. நான் இந்த நூலில் விவரித்தபடி, கிறித்தவத்துக்கும் இந்துமதத்துக்கும், காடுகளுக்கும் நகரங்களுக்கும், இந்தியாவுக்கும் இங்கிலாந்துக்கும், மேட்டுக்குடிகளுக்கும் தாழ்ந்தகுடிகளுக்கும், உள்ளூருக்கும் உலகத்துக்கும் தொடர்புகள் ஏற்படுத்த அவர் தொடர்ந்து முயன்றார். குறிப்பிடத்தக்க, சம்பவங்கள் நிறைந்த அவரது வாழ்க்கை நவீன இந்தியாவின் வரலாற்றிற்கும் நவீன உலகின் வரலாற்றிற்கும் ஒரு சாளரமாகும்.

ராமச்சந்திர குஹா

முகவுரை

ஆங்கில ஆட்சியின் இன்னொரு பக்கம்

1943ஆம் ஆண்டில், இரண்டாம் உலகப் போர் உச்சகட்டத்தை நெருங்கிக்கொண்டிருக்கும்போது, அமெரிக்கப் பத்திரிகையாளர் இருவர் போட்டி போட்டுக்கொண்டு இந்தியக் காட்டுப் பகுதி ஒன்றில் விரைந்துகொண்டிருந்தார்கள். ஒருவர் 'நியுயார்க் ஹெரால்ட் ட்ரைபியூ'னில் வேலை பார்த்த, சோனியா தமரா. இன்னொருவர் நியுயார்க் டைம்ஸ்ஸின் ஹெர்பர்ட் மேத்யூஸ். இருவரும் வெர்ரியர் எல்வின் என்ற ஆக்ஸ்போர்டு அறிஞரைத் தேடிப் போய்க் கொண்டிருந்தனர். மைகால் மலைகளில் கோண்டு பழங்குடியினருடன் அந்தக் கலகக்கார மதகுரு வசித்து வந்தார்.

முதலில் சோனியா தமரா எல்வினைச் சந்தித்தார். அவர் எல்வினுடன் ஒருவாரம் தங்கி இருந்தார். பின்னர் எல்வின் தங்கியிருந்த பதன்கார் என்ற ஊரிலிருந்து 150 மைல் தொலைவிலிருந்த ஐபல்பூர் தபால் அலுவலகத்திற்கு விரைந்தார். அங்கிருந்து அவர் அனுப்பிய தந்தியில், அறிஞரின் எளிய பாசாங்கில்லாத வாழ்வு, புலிகள், கரடிகள், மலேரியா இவற்றினிடையே மிகப் புராதன காலத்துப் பழங்குடிகளுக்காக அவர் செய்யும் தொண்டு இவை பற்றி எழுதியிருந்தார். அது பன்முகப்பட்ட இந்தியப் பிரச்சனையின் ஒரு கோணத்தைக் காட்டியது. லாகவமான கால்கள், சின்னக் கைகள், எப்போதும் முகத்தில் புன்னகை தவழும் அழகிய கறுப்புப் பெண்ணை மணந்துகொண்ட அந்த மனிதர் அந்த

ஊர்க்காரராகவே மாறிவிட்டார். ஆயிரமாண்டுகள் பழமையான கோண்டு சடங்குகள் திருமணத்தை உறுதி செய்தன.

பழங்குடியினர் அந்த மானிடவியல் அறிஞரிடம் சிறிதும் தயக்கமின்றித் தங்கள் கதைகளை, மரபுகளை, தங்கள் ரகசியப் பழக்கங்களைச் சொல்லி அவர் அவற்றைப் பதிவு செய்ய அனுமதித்தனர் என்பதை அமெரிக்கப் பத்திரிகையாளர் கண்டார். "அவர்கள் சென்ற கார் ஒரு கிராமத்தில் நின்றதும் ஆண்களும் பெண்களும் திரண்டனர், உரக்கப் பேசினர், அவர் மடியில் குழந்தைகளை வைத்து ரசித்தனர். வெர்ரியர் எல்வின்மீது கோண்டு *(Gond)*, பைகா *(Baiga)* மக்கள் வைத்திருந்த அன்பு அதில் தெரிந்தது" என்று தமரா தந்தி கொடுத்தார்.

மத்திய இந்தியாவின் பழங்குடியினரைப் பார்த்த முதல் பத்திரிகையாளர் அனுப்பிய உலகை வியக்கவைத்த இந்த உண்மைச் செய்தியில் வெளிப்பட்ட அவருடைய பதற்றம் குறிப்பிடத்தகுந்தது. ஆனால் இவரைவிட நிதானமான விமரிசகர்கள்கூட எல்வினுடைய அதிசய வாழ்க்கையைக் கண்டு வியந்தனர். சமகாலத்தின் மாபெரும் இந்தியர்களான நேரு, காந்தி, பிரெஞ்ச் எழுத்தாளரான ரோமன் ரோலண்ட் போன்றோர் இவர்களில் சிலர். 1936இல் ரோலண்ட் இவ்வாறு எழுதினார்: 'ஆப்பிரிக்காவில் ஆல்பர்ட் ஸ்வைட்சர் என்ற தத்துவஞானி; இந்தியாவில் வெர்ரியர் எல்வின் என்ற கவிஞர்; இந்த இருவருமே புரியாத புதிர்கள்.' பதினான்கு ஆண்டுகள் கழித்து "எல்வின், பண்புள்ளவர் புதிய சிந்தனையாளர், கவிஞர், மொழிபெயர்ப்பாளர், சமூக சேவகர், தேடல் மிகுந்தவர், இனவியலாளர், தான் ஈடுபட்ட ஒவ்வொரு துறையிலும் முதல் தரமானவர்" என்று *டைம்ஸ் லிடரரி சப்ளிமண்ட் (டைம்ஸ் இலக்கிய மலர்)* விதந்தோதியது. "இங்கிலாந்து இந்தியாவுக்கு அளித்த மிகச்சிறந்த கொடை அவர்" என்று முடித்தது.

டைம்ஸ் லிடரரி சப்ளிமண்ட் 1950இல் இப்படி எழுதியது; ஆனால் அதன் இன்றைய வாசகர்களில் யாரேனும் எல்வின் பெயரை அறிவார்களா என்பது சந்தேகம். இப்போது, 1990களில் ஆங்கிலேயர்களில் பெரும்பான்மையினர், துரைகள், துரைச்சானிகள் பற்றிய புத்தகங்கள், திரைப்படங்கள் மூலமே இந்தியாவுடன் உள்ள உறவு பற்றி அறிவார்கள். வைஸ்ராய்கள், யாரும் பார்த்திராத இடங்களுக்கு முதல் முறையாகப் போனவர்கள், லாசாவை முதலில் அடைந்த இளவயது வெள்ளைக்காரக் கணவர், பெருந்தன்மையுடன் யூனியன் ஜாக் கொடியை இறக்கிய மவுண்ட்பேட்டன் இவர்களைப் பற்றிய ஆய்வு நூல்கள் இங்கிலாந்தின் நூலகங்களில் நிறைந்து வழிகின்றன.

அங்குள்ள தொலைக்காட்சிகளில், புழுதியிலும் வெம்மையிலும் மரணத்தையும் நோய்களையும் மீறி வாழ்ந்த குடும்பங்களைக் கொண்டாடும் வகையில் நிகழ்ச்சிகள் ஒளிபரப்பாகின்றன.

இதனிடையில் நாம், நமது காலனிய வரலாற்றை, கறுப்புக் கண்ணாடி மூலம் பார்க்கிறோம். பொருளாதார நிபுணர்கள் லண்டனுக்கும் மான்செஸ்டருக்கும் போய்விட்ட நமது செல்வங்களைக் கணக்கிடுகிறார்கள்; நமது வரலாற்று ஆசிரியர்கள் (ஆங்கில ஆட்சியை எதிர்த்து நடந்த) போராட்டங்களைக் கொண்டாடுகிறார்கள். முந்தைய தலைமுறையின் தேசியவாதிகள், 1857 கலகத்திலிருந்து முப்பதுகளிலும் நாற்பதுகளிலும் நடந்த காந்தியின் வெற்றிகரமான சத்தியாகிரகங்கள் வரை, அனைவரும் அறிந்த இயக்கங்கள் பற்றி எழுதினார்கள். இன்று 'அடித்தள மக்கள்' வரலாற்றை எழுதுகிறவர்கள் தேசியவாதிகள் புறக்கணித்த, இந்திய தேசிய காங்கிரஸின் திட்டங்களை விட மிகவும் புரட்சிகரமான திட்டங்கள் கொண்ட ஆதிக்க எதிர்ப்பு இயக்கங்களை நடத்திய பெயரற்ற விவசாயிகள், பழங்குடிகளின் குரல்களை மீட்டெடுக்க முயல்கிறார்கள். புதிய சரித்திர ஆசிரியர்களும், ஆதிக்கம் செய்த வெள்ளைக்காரர்கள், அதிருப்தியுற்று எதிர்த்தவர்கள் என்று காலனிய சமூகத்தை நிறத்தின் அடிப்படையில் பிரித்துப் பார்க்கும் எளிய பாணியைப் பின்பற்றுகிறார்கள்.

பழம்பெருமை பேசும் ஆங்கிலேயர்களும், இந்திய தேசியவாதிகளும் வெர்ரியர் எல்வின் போன்ற மனிதர்களை, பிரிட்டனில் சோஷலிஸ்டாக இருந்துகொண்டு, பெண்களின் ஓட்டுரிமைக்காகப் போராடிய இயக்கத்தில் பங்கெடுத்து, பின்னர் சென்னை வந்து ஆன்மீகவாதியாக, இந்திய விடுதலைக்குப் போராடிய அன்னி பெசன்ட் போன்ற பெண்களை, எளிதாக வகைப்படுத்த முடியாது. சமூகவியல் அறிஞர் சிவ் விஸ்வநாதன் கூறுவதுபோல் இவர்கள் 'ஆங்கில ஆட்சியின் இன்னொரு பக்கத்துக்கு' உதாரணங்கள். காந்தியின் நண்பரும், பிஜித் தீவிலிருந்து கயானா வரை தோட்டத் தொழிலாளர்களாக இருந்த இந்தியர்களின் தோழரும், துறவியைப் போன்று வாழ்ந்தவருமான சி.எப். ஆண்ட்ருஸ் இவர்களில் ஒருவர்; அறிஞராக இருந்து கம்யூனிஸ்ட்டாக மாறி, பிறகு, எந்தக் கொள்கை மீதும் முழு நம்பிக்கை கொள்ளாமல், குண்டுகள் வைத்துக் கலகம் ஏற்படுத்த 1927இல் இந்தியாவுக்கு வந்த பிலிப் ஸ்பிராட் இன்னொருவர். இவர் கடைசியில் 'சந்தைகள் சுதந்திரமாக இயங்க அனுமதிக்க வேண்டும்' என்னும் கொள்கையை ஆதரித்தார். இந்துக்களின் மனப்பான்மையை விமரிசித்தார். மற்றொருவர் எட்வர்ட்

ஜெ. தாம்சன். இவர் கிறித்தவத்தைப் பரப்பும் ஊழியராக இருந்தார், தாகூரின் சரிதையை எழுதினார், இந்திய கிராமப்புற வாழ்வைத் தனது நாவல்களில் சித்திரித்தார். அவருடைய மகனும் சரித்திர ஆசிரியருமான இ.பி. தாம்சன் கூற்றுப்படி, இரு கலாச்சாரங்களையும் வெளிப்படையாகப் பின்பற்றாமல், இருபெரு கலாச்சாரங்களுக்கும் இடையில் தூதராக இருந்தவர். இவர்களைத் தவிர, தங்கள் பெயர்களை வெகு எளிதாக மாற்றிக் கொண்டு, பிறந்த பண்பாட்டைத் துறந்துவிடத் தயாராக இருந்த பெண்களையும் நாம் மறந்துவிட முடியாது. ஹிந்து மடத்தின் தலைவராக ஆன அயர்லாந்துப் பெண் நிவேதிதா (மார்க்ரெட் நோபிள்), காந்தியுடன் இணைந்து இந்தியாவில் பல ஆண்டுகள் சேவைசெய்து, பின்னர் ஆஸ்திரிய மேதை பீத்தோவனின் இசையில் ஆன்மீகம் தேடி இந்தியாவை விட்டுச் சென்ற ஆங்கிலேயக் கடற்படைத் தலைவரின் மகள் 'மீரா பென்' (மதலீன் ஸ்லேட்) போன்றவர்களை இதற்கு உதாரணமாக நினைத்துப் பார்க்கிறேன்.

1961ஆம் ஆண்டில் ஒரு அமெரிக்க அறிஞர், 'அன்னி பெசன்ட்டின் ஒன்பது வாழ்க்கைகள்' என்ற புத்தகத்தை, ஒவ்வொன்றும் 500 பக்கங்கள் கொண்ட இரண்டு தொகுதிகளாக வெளியிட்டார். முதல் தொகுதி 'முதல் ஐந்து வாழ்க்கைகள்' என்ற தலைப்பிலும் இரண்டாம் தொகுதி 'அடுத்த நான்கு வாழ்க்கைகள்' என்ற தலைப்பிலும் வெளிவந்தன. அதே நேரத்தில் எல்வின் தனது சுயசரிதையை எழுதிக்கொண்டிருந்தார். புத்தகம் வெளியிடுபவரிடம் என்ன தலைப்பு வைக்கலாம் என்று அவர் கேட்டபோது, அவர் இருபத்தி ஐந்து தலைப்புகள் சொன்னார். பலவிதமான அனுபவங்கள் கொண்ட ஒருவரது வாழ்வை நான்கு அல்லது ஐந்து வார்த்தைகளில் எப்படிச் சுருக்கிக் காட்ட முடியும்? "'மெர்ட்டனி'லிருந்து 'நாங்திமை' வரை" என்று பெயரிட்டால் அவர் வாழ்வு தொடங்கிய இடத்தையும் அவர் கடைசியில் இருந்த இடங்களை மட்டுமே குறிக்கும். "கதராடையும் பாதிரியின் உடையும்" என்ற பெயர், இயந்திரத்தனமாக, உடையையும் தொழிலையும் குறிக்கும். 'காடுகளிலும் மலைகளிலும்' என்ற தலைப்பு அவர் உலவிய நிலப்பகுதிகளை மட்டுமே சொல்லும். அவர் அங்கே ஆற்றிய பணிகளைச் சுட்டாது. 'ஊர்சுற்றும் மானிடவியல் அறிஞர்' என்றோ அல்லது 'மனிதநேயப் பணிகள் செய்தவர்' என்றோ பெயர் வைத்தால், அவர் கடைசியாகச் செய்த பணிகளை மட்டுமே காட்டும். "பழங்குடி மக்களின் தொன்மக் கதை இல்லை", 'இந்தியப் பழங்குடியினருடன் எனது பயணம்' என்ற தலைப்புகள் யாருடன் அவர் வாழ்ந்தார் என்பதை மட்டும் குறிக்கும்.

அன்னி பெசன்ட் போல, வெர்ரியர் எல்வின் ஒரு தனிப்பிறவி. கலகக்காரர். கொண்டிருந்த கொள்கையை எளிதாகத் தூக்கி எறிந்துவிட்டு, இன்னொரு கொள்கைக்காக இயக்கம் நடத்தும் இயல்பு கொண்டவர். ஆனால், அன்னி பெசன்ட்டை விட நன்றாக எழுதுபவர், வாழ்ந்த சூழலைப் பொருத்தவரை அவரைவிட அதிர்ஷ்டக்காரர். 1893ஆம் ஆண்டில் சென்னை மாநிலம் வந்து 1932இல் இறந்துபோன அன்னி பெசன்ட், இந்தியாவின் மேட்டுக்குடியினரை மட்டும் அறிந்தவர்; ஆனால் 1927இல் இந்தியா வந்து, 1964இல் இறக்கும் வரை, இங்கேயே தங்கிவிட்ட எல்வின், ஆங்கிலேயர் கண்ணோட்டத்திலும், காங்கிரஸ்காரர்கள் பார்வையிலும் இந்தியாவை அறிந்துகொண்டவர். இரண்டு கண்ணோட்டங்களிலும் குறிப்பிடத்தகுந்த பணிகளைச் செய்தவர். அவருடைய பரந்து விரிந்த அனுபவங்கள் போலவே அவர் விட்டுச்சென்ற படைப்புகளின் களமும் மிக விரிந்திருப்பது நமது அதிர்ஷ்டமே. எல்வின் ஒரு நாவலாசிரியர்; துண்டுப் பிரசுரங்கள் எழுதியவர், கவிஞர், மானிடவியல் அறிஞர், சுயசரிதை எழுதியவர். இன்னும் பல வகைப் படைப்புகள் அளித்தவர். எழுதப்பட்ட காலத்தில் அவை பல விளைவுகளை ஏற்படுத்தின. அவை நம் காலத்திலும் படிக்கப்படுகின்றன.

வெர்ரியர் எல்வின் பற்றி எழுதுவதன் மூலம் தாம் வாழ்ந்த காலத்தில் மாற்றங்களைக் கொண்டுவந்த காந்தி, நேரு போன்றவர்களை இன்னும் அறிந்துகொள்ளலாம். மறக்கப்பட்ட, ஒடுக்கப்பட்ட மக்களை மீண்டும் நமது கவனத்திற்குக் கொண்டுவரலாம். இது இந்தியாவின் எல்லாப் பகுதிகளுக்கும் சுற்றுப்பயணம் செய்வதற்குச் சமம். மதங்களுக்கு இடையிலான உறவு பற்றிய இன்றைய கருத்துக்களை, பண்பாட்டு வேறுபாடுகளைச் சிந்தித்துப் பார்க்கலாம். காலனிய, தேசிய அரசுகளின் ஆட்சிமுறைகளை அறிந்துகொள்ளலாம். அவருடைய வாழ்விலும், குறிப்பாக அவர் ஆற்றிய பணியிலும், இருபதாம் நூற்றாண்டின் பல முக்கிய விவாதங்கள் சிறப்பாக வெளிப்படுவதைக் காணலாம். பொதுவாழ்வில் ஈடுபட்ட, விவாதத்துக்கு உள்ளான எல்வினைப் போன்றோரைப் பற்றிய புத்தகத்தில் தனிமனிதன் – சமூகம், சுயசரிதம் மற்றும் வரலாறு இவற்றுக்கிடையிலான வேறுபாடுகள் குறைந்துவிடுகின்றன. நான் உண்மைகளை மறைக்கவில்லை. என் கருத்துகளைச் சொல்லத் தயங்கவுமில்லை. அவரைப் பற்றி நான் எழுதும் முறையில் என்னுடைய பார்வையும் இருக்கிறது: இப்போது புழக்கத்தில் இருக்கும் கொள்கைகளை வைத்துக்கொண்டு நான் எழுதினால், சொல்லும் முறையின் நேர்மையும், வெர்ரியர் எல்வினுடைய வாழ்வின் ஒருமையும் பாழாகிவிடும்.

இயல் 1

நற்செய்தி ஊழியர்களின் சேரிகள்

நாற்றமடிக்கும் சேரிகளிலும், சின்னச் சின்னக் கிராமங்களிலும், மதுக்கடைகளிலும், விவிலியத்தைப் பரப்பும் ஒவ்வொரு திட்டத்திலும் கிறித்தவ ஊழியர்கள் முன்னணியில் நின்றார்கள். மதம் மாறவேண்டிய நிர்ப்பந்தம் அவர்களுடைய நெருங்கிய உறவினர்களின் மீது அதிகமாக இருந்தது. மற்ற மனித நேயச் செயல்கள் போலவே, மதம் மாற்றுவதும் அவரவர்கள் வீட்டிலிருந்தே தொடங்கியது.

கிளைவ் டேவி

நானூறு ஆண்டுகள் முன்னால் தொடங்கிய அவர்களது பரம்பரையில், எல்வின் குடும்பத்தில் மத, அரசியல் வைதீகத்தின் இறுக்கமான, குறுகிய பாதையிலிருந்து முதலில் வெளியே வந்தவர் வெர்ரியர் எல்வின்.

ஷாம்ராவ் ஹிவாலே

கொள்கைகளை, நம்பிக்கைகளை மாற்றிக் கொள்வது வெர்ரியர் எல்வின் வாழ்வில் பல முறை நிகழ்ந்தது. ஒரு வாழ்க்கை முறை, அதன் நம்பிக்கைகள் இவற்றை மிகுந்த ஈடுபாட்டுடன் அவர் ஆதரிப்பதும் பரப்புவதும், பின்னர் அவற்றைத் தீவிரமாக மறுப்பதும் குறிப்பிடத்தக்கது. மிகுந்த மதநம்பிக்கை உடைய, ஏகாதிபத்தியத்தின் மீது உறுதியான நம்பிக்கை கொண்ட குடும்பத்தினர் நடுவில், அவரது முதல் ஈடுபாடு ஆச்சரியம் ஊட்டும் வகையில் வேறு வகையாக இருந்தது. மிகச் சாதாரணமான குடும்பச் சூழ்நிலையில் அந்தக் கலகக்காரரின் வாழ்வு தொடங்குகிறது. பின்னர்

ஆச்சரியமாக வெடித்தெழும் மாற்றங்களுடன் ஒப்பிட்டால் அது பெரும் முரண்பாடாகத் தெரிகிறது.

அவரது முழுப்பெயர் ஹேரி வெர்ரியர் ஹொல்மன் எல்வின். முழுப்பெயரை அவர் அதிகமாகப் பயன்படுத்தவில்லை. டோவரில் 1902ஆம் ஆண்டு ஆகஸ்டு 29இல் பிறந்தார். எல்வினுடைய குடும்பம் நற்பண்புகள் கொண்ட ஆங்கிலேய சாக்ஸன் பரம்பரையைச் சேர்ந்தது. ஆனால் அவர்களுக்குப் பிரபுத்துவப் பின்னணி எதுவும் கிடையாது. ஜார்ஜ் ஆர்வெல் சொல்வது போல் கீழ் உயர்நடுத்தர வர்க்கமாக இருந்தது. ஆண்கள் வழக்கறிஞர்களாகவோ, மதகுருக்களாகவோ, அரசு அலுவலர்களாகவோ இருந்தனர். அவருடைய தந்தையின் இரண்டு சகோதரர்கள், வெர்ரியர் எல்வினுடைய ஒன்றுவிட்ட சகோதரர்கள் இருவர் இந்திய அரசுப் பணியில் (ஐ.சி.எஸ்.) அதிகாரிகளாக இருந்தனர்.

பன்னிரண்டு பேர் இருந்த குடும்பத்தில், வெர்ரியரின் அப்பா எட்மண்ட் ஹென்றி எல்வின் ஐந்தாவதாகப் பிறந்தார். அவர் 1893இல் ஆக்ஸ்போர்டில் இருக்கும் மெர்ட்டன் கல்லூரியில் இறையியலில் பட்டம் பெற்றார். பின்னர், கிறித்தவ இறையியல் கல்லூரியில் சேர்ந்தார். வைக்ளிஃப் ஹால் என்ற அந்த மடம் 1877இல் மத குருக்களாக விழையும் பட்டதாரிகளைப் பயிற்றுவிக்கவும், அவர்களை மிகச் சிறந்த கிறித்தவ சீலர்களாக ஆக்கவும் தொடங்கப்பட்டது.

1894இல் கிறித்தவச் திருச்சபையில் நியமனம் பெற்று, அவர் ஆக்ஸ்போர்டில், செயின்ட் பீட்டர்ஸ்–லெ–பேய்லி மறை மாவட்டத்தில் மதகுருவின் உதவியாளராக ஆனார். தங்களிடம் பயின்றவர்கள் வெளிநாடுகளில் திருமறையைப் பரப்புவதை வைக்கிளிஃப் மடம் ஊக்குவித்தது. 'வெள்ளைக்காரர்களின் கல்லறை' என்று பெயர்பெற்ற 'சியாரா லியோன்' நாட்டுக்கு 1896இல் சென்ற 'சர்ச் மிஷனரி சொசைடி' திருச்சபை ஊழியர்கள் சங்கத்தில் எட்மண்ட் எல்வின் சேர்ந்துகொண்டார். 90 வருடங்கள் இயங்கிய சர்ச் மிஷனரி சொசைடி தனது ஆட்களில் பாதிப்பேரை நோய்களுக்குப் பறிகொடுத்தது. ஆனால் இக்கால கட்டத்தில் தலைநகர் 'ஃப்ரிடவுனைச்' சுற்றி ஐம்பதாயிரம் பேரை கிறித்தவர்களாக மாற்றி இருந்தது.

லண்டனைச் சேர்ந்த, மனித நேயம் உள்ளவர்கள் சிலரின் உதவியால், 1787இல் மேற்கு ஆப்பிரிக்காவிற்குத் திரும்பி அனுப்பப்பட்ட நானூறு அடிமைகள் ஃப்ரீடவுன் நகரை நிறுவினர். பயணத்தின் முழுச் செலவையும் லண்டன்வாசிகள் ஏற்றுக் கொண்டனர். பயணத்தின்போது அவர்களின் துணைக்காக,

ஆயர் ஹோல்மன் எல்வின், திருமதி எல்வினுடன் குழந்தை வெர்ரியர்

எண்பது 'நடத்தை கெட்ட வெள்ளைக்காரப் பெண்களையும்' அனுப்பியிருந்தனர். அங்குக் குடியிருந்தவர்கள் பழங்குடி மக்களின் நம்பிக்கைகளை வெகுகாலத்திற்கு முன்பே இழந்துவிட்டதால் ஊழியம் செய்கிறவர்கள் அவர்களை எளிதாகத் தம்முடன் சேர்த்துக்கொள்ள முடிந்தது. பெரியவர் எல்வின் ஃப்ரிடவுனை அடைந்த சமயம் அங்கு கிறித்தவம் தழைத்திருந்தது. எண்பது சுவிசேஷம் படிக்கும் குழுக்களும், நெரிசல் மிகுந்த ஞாயிற்றுக் கிழமைப் பள்ளிகளும், ஆயிரத்திற்கு மேலானவர்கள் கூடும் தேவாலயங்களும் இருந்தன. சுற்றுப் பகுதிகளில் வாழும் முஸ்லிம் களையும், மற்றவர்களையும் குறிவைத்தே ஊழியம் செய்பவர்கள் செயல்பட்டு வந்தனர்.

எட்மண்ட் எல்வின், முதலில் ஃபொரா பே கல்லூரியின் உதவி முதல்வராக நியமிக்கப்பட்டார். அக்கல்லூரி டர்ஹாம் பல்கலைக்கழகத்துடன் இணைக்கப்பட்டிருந்தது. ஆப்பிரிக்கர்கள் அங்கிருந்தபடியே ஆங்கிலேயர்களுக்கு இணையாக இங்கிலாந்தில் இருக்கும் பல்கலைக்கழகங்களின் பட்டங்களைப் பெற முடிந்தது. பட்டங்கள் பெற்ற, ஃபொரா பே கல்லூரியின் மாணவர்களில் பெரும்பான்மையினர் சர்ச் மிஷினரி சொசைடியில் (திருச்சபை ஊழியர் சங்கத்தில்) சேர்ந்தனர். மேற்கு ஆப்பிரிக்காவின் உட்பகுதி களில் ஐரோப்பியர்களால் மட்டுமே சுவிசேஷத்தைப் பரப்ப

முடியாத காரணத்தால், அக்கல்லூரியில் பயின்ற ஊழியர்களை அங்கே அனுப்பிவைத்தனர்.

1898ஆம் ஆண்டில் சியராலியோனில் பொதுமக்கள் கலகம் செய்தனர். சொந்த வீட்டில் வசிக்கும் ஒவ்வொரு ஆப்பிரிக்கர் மீதும் 'ஸ்டெர்லிங்' நாணயத்தில் 'குடியிருப்பு வரி' போட்டது தான் அதன் உடனடிக் காரணம். 'குடியிருப்பு வரி', அன்னிய ஆட்சிக்கு எதிராகப் பொதுவில் நிலவிய அதிருப்தியை உச்சத்திற்குக் கொண்டுசென்றது. அந்த எழுச்சி, உண்மையில், ஆங்கிலேயரோடு சம்பந்தப்பட்ட அனைத்தையும் துடைத்தெறிய, சியராலியோனை மீண்டும் ஃப்ரிடவுனுக்குக் கீழ் கொண்டுவர, ஆங்கில ஆட்சியை நீக்குவதற்காக நடந்தது என்று நேரில் பார்த்த ஒருவர் சொன்னார். யாருக்கும் சலுகை காட்டியதற்கோ யாரையும் குறிவைத்துக் கொடுமை செய்ததற்கோ எந்தத் தடயமும் இல்லை; அரசுக் கட்டிடங்கள், வியாபார மையங்கள், கிறித்தவ ஊழியர்கள் வசித்த இடங்கள் அனைத்தும் தாக்கப்பட்டன; எதிர்ப்புக் குறைவாக இருந்த ஒவ்வொரு இடமும் சூறையாடப்பட்டது. கொலைகள் கொள்ளைகள் நடந்தன.

அந்த எழுச்சியில் வீழ்ந்தவர்களில் ஃபொரா கல்லூரியின் முதல்வர் ரெவரண்ட் டபிள்யு. ஜெ. ஹம்ப்ரெவும் ஒருவர். நாட்டின் உட்பகுதிகளில் ஊழியம் செய்யச் சென்றிருந்த அவரைக் கலகக்காரர்கள் பிடித்துக் கொன்றுவிட்டார்கள். அந்த வருட முடிவில், கலகம் அடக்கப்பட்டு, குடியிருப்பு வரி திரும்பப் பெறப்பட்ட பிறகு, பாதிரியார்கள் தங்கள் இடங்களுக்குச் செல்ல அனுமதிக்கப்பட்டனர். ரெவெரெண்ட் எல்வின் 1899இல் ஹம்ப்ரெவுக்கு அடுத்ததாக ஃபொரா கல்லூரியின் முதல்வராகவும், சியாரா லியோன் திருச்சபையின் செயலாளராகவும் பதவியேற்று, அவர்களின் பணிகளை ஆய்வுசெய்ய வந்தார். ஒரு வாரத்திற்குள், எல்வின் துடுப்புப் படகிலும், குதிரையிலும் சவாரி செய்தும், நடந்தும் 200 மைல் தூரம் பயணம் செய்தார். எலிகள், கொசுக்கள் துணையுடன் சிறு குடில்களில் இரவுகளைக் கழித்தார். ஒருநாள் மாலை கிறித்தவ மடத்திலிருந்து கிளம்பி அவர் நாலு மணி நேரம் படகில் துடுப்பு வலித்தபின், படகு லக்கோ என்ற இடத்தை அடைந்தது. அடுத்தநாள் இன்னொருவருடன் சேர்ந்து காட்டுக்குள் இருக்கும் ஃபன்க்னின் என்ற கிராமத்தை நோக்கிச் சென்றார். பன்னிரண்டு மணி நேரம் பயணம் செய்த பின்னும் உடனடியாக வேலைகளைக் கவனிக்க ஆரம்பித்தார்; நேரப்படி வேலை நடந்ததற்கான பதிவு ஏடு, சுற்றுப்பயணப் பதிவேடு, கணக்குப் பதிவேடு, வேலையாட்களின் பணிப்பதிவேடு, பள்ளியின் பதிவேடுகள் முதலியவற்றை ஆய்வு செய்தார்; நிதிக்குழுவினர் எழுதிய கடிதத்தை அவர்களிடம் கொடுத்தார்,

அதன் மீதான பரிந்துரைகளையும் உரையாடலையும் முடித்தார். இவ்வாறு ஒவ்வொரு இடத்திலும் நடந்தது.

ஆனால் இந்த வேலைகளுடன் வழக்கமான சடங்குகளும் நடந்தன. ஆப்பிரிக்காவைக் கிறித்துவின் வழிக்கு வென்றெடுக்குமாறு இளையவர்களை மதகுரு கேட்டுக்கொண்டார். ரொக்பெரில் அவர் குருமார்களைத் தன் மேஜைக்கு முன்னால் வட்டமாகக் கூட்டி, முழந்தாளிட்டு தோத்திரம் செய்யும்போது கிறித்துவானவர் உலகத்துக்காக மரித்தார் என்பது எதைக் குறிக்கிறது என்பதும், அவரின் விசுவாசியாவது என்றால் என்ன என்பதும் கூடியிருந்தவர்களுக்கு உண்மையாகவே கொஞ்சம் புரிந்தது. அவர்களுக்கு வெற்றி எளிதில் கிடைக்கவில்லை என்றாலும் ஒரு பொறி பெருந்தீயைத் தூண்டி, பெருமளவில் அதிசயமாக மதமாற்றம் நிகழும் என்று ஊழியம் செய்கிறவர்கள் நினைத்தார்கள். மெகொம்ப்பில் ஒரு டெம்னெ பையன் பைபிள் படிக்க பெரும் உற்சாகம் காட்டினான்; தேவாலயத்தின் உதவியாளர் ஒருவரால் மனம்மாறிய அவன் ஃப்ரிடவுனிலிருந்து வந்த விருந்தாளி மூலம் திருமுழுக்குப் பெறத் தயாராக இருந்தான். ஒருநாள் காலை ரெவெரண்ட் எல்வின் அவனை அழைத்துக் கொண்டு, நதிக்குச் சென்று, ஊர்க்காரர்கள் முன்னிலையில் திருமுழுக்குச்செய்வித்து, யூசுஃப்பு கொமா என்று பெயர் சூட்டினார். அது நெஞ்சைத் தொடும் காட்சியாக இருந்தது என்றார் மதகுரு.

> அவனுடைய அம்மா அப்பா சொந்தக்காரர்கள் எல்லோரும் இருந்தார்கள். குட்டிக் கதைகள் குறியீட்டுச் சடங்குகள் அறிந்த அந்த மக்களுக்கு நீர் தெளித்து திருமுழுக்குச் செய்வது என்றால் கடந்த காலத்துக்கு விடைகொடுத்து, புத்துயிர் பெற்றெழுந்த கிறித்துவுக்குள் புதிய வாழ்வைத் தொடங்குவது என்று புரிந்திருக்க வேண்டும். நான் அந்த மக்களுக்குப் போதனை செய்தேன். தைரியமாகக் கிறித்துவுக்காகப் போரிடும் வீரனாக இருக்கவேண்டும் என்று அவனிடம் சொன்னேன். பிறகு அப்பமும், ஒயினும் பகிர்ந்துண்டுவிட்டு லக்கோ'வுக்குத் திரும்பினேன்.

எட்'மண்ட் ஹென்றி எல்வினின் பக்தி 'உலகத்திலேயே சுவராஸ்யமே இல்லாதது' என்று பலவருடங்களுக்குப் பிறகு, அவருடைய மகன் வெர்ரியர் எல்வின் சொன்னார். "கல்லூரி முதல்வர், கடவுளின் அடியார் போல், கடவுளிடம் தன்னை முழுவதுமாக அர்ப்பணிக்க வேண்டிய தேவையை ஆணித்தரமாக வலியுறுத்தினார்" என்று ஃபொரா பே கல்லூரியின் மாணவன் ஒருவன் அவரைப் பற்றிச் சற்று நடுநிலையுடன் சொன்னான்.

கல்லூரியின் விழாமலரில் வழுக்கைத் தலையுடன், கண்ணாடி அணிந்து, முகத்தில் இறுக்கத்துடன் மாணவர்கள் மத்தியில் முதல்வர் அமர்ந்திருக்கும் புகைப்படம் இருக்கிறது. பணியில் அவருக்கிருந்த பற்றைக் குறைத்து மதிப்பிட முடியாது. அவருடைய பணிக்காலத்தில் ஃபொரா கல்லூரியின் பட்டதாரிகளின் எண்ணிக்கை இரண்டு மடங்கானது. 1898இல் நடந்த கலகத்தால் ஆடிப் போயிருந்த ஊழிய வேலை அவர் துடிப்புடன் செயலாளராகப் பணியாற்றியதால் பழைய நம்பிக்கையைத் திரும்பப் பெற்றது. அவருடைய கடும் உழைப்புக்குப் பலனாக 1901இல், சியராலியோனின் ஆயர், ஆங்கிலேயப் போர்ப் படைகளுக்குத் தலைமைக் குருவாக நியமனம் பெற்றபோது, அவரையடுத்து எல்வினுடைய பெயர் ஆயர் பதவிக்குப் பரிந்துரைக்கப்பட்டது.

1901ஆம் ஆண்டு டிசம்பர் கடைசி வாரத்தில் மனைவியுடன் எட்மண்ட் எல்வின் லிவர்பூல் நகருக்குக் கப்பலில் கிளம்பினார்.

ஐந்து வயதில் வெர்ரியர்

ஒருமாதம் கழித்து, 1902 ஜனவரி 25ஆம் தேதி வெஸ்ட்மின்ஸ்டர் பேராலயத்தில் நடந்த விழாவில் லிகொமா மறைமாவட்டத்துக்குப் புதிதாக நியமிக்கப்பட்ட இன்னொரு ஆயருடன் எட்மண்ட் எல்வினும் ஆயராக நியமனம் பெற்றார். கான்டர்பெரியின் பேராயர் நிகழ்ச்சிக்குத் தலைமை தாங்கினார். அவர் "இந்த உலகத்தின் முடிவு காலம் வரும் வரையிலும் நான் எப்போதும் உன்னுடன் இருக்கிறேன்" என்ற மத்தேயுவின் வசனத்தை வாசித்தார். "நமது வேதாகமத்தைப் பரப்ப, கிறித்தவம் பரவாத தொலைதூர தேசங்களுக்கு, விவிலியத்தைச் சற்றும் அறியாத மக்களுக்கிடையில் நற்செய்தி ஊழியம் செய்பவர்களை அனுப்பும் வேளையில் இவ்வசனம் மிகப் பொருத்தமாக இருக்கிறது" என்று அவர் மேலும் சொன்னார். அவர் பேசிக்கொண்டிருந்த நேரத்தில் ஆங்கிலேய ஏகாதிபத்தியத்தின் மூலமாகவும் நீராவிப் படகுகளின் வழியாகவும் தந்திப் போக்குவரத்தினாலும் சுவிசேஷம் பரவிக் கொண்டிருந்தது. ஆங்கிலேய ஏகாதிபத்தியத்தின் வலிமை பெருகுவதற்குத் தேவனின் உதவியும் இருப்பதை, அவரது இயல்புக்கேற்ப எட்மண்ட் எல்வின் கண்டார். 'மனிதகுலத்தில் இன்னும் பாதிப் பேருக்கு விவிலியம், நற்செய்தி என்றால் என்ன என்பதே தெரியாது. தேவன் அவர்களை அழைக்கிறார். அவர்கள் பூமியில் எங்கிருந்த போதும், அவர்களை எளிதாக அடைந்து ஊழியம் செய்ய வேண்டும். தேவன் அவர்களது வேலையை நாளுக்கு நாள் இலகுவாக்கிக் கொண்டிருக்கிறார்' என்ற முடிவுக்கு வந்திருந்தார்.

வெஸ்ட்மின்ஸ்டர் தேவாலயத்தில் பார்வையாளர்களில் ஒருவராகப் புது ஆயரின் மனைவியும் எதிர்பார்ப்புக்களுடன் இருந்தார். என்னுடைய கணக்கின்படி, பெற்றோர்கள் ஃப்ரிடவுனிலிருந்து லிவர்பூலுக்குக் கப்பலில் வரும்போது சூல்கொண்ட அவர்களது மகனும் கருவிலிருந்தபடி கவனித்துக் கொண்டிருந்தான். ஆகஸ்ட் மாதம் மகன் பிறந்த வேளையில் ஆயர் மேற்கு ஆப்பிரிக்காவில் தனது இடத்திற்குத் திரும்பிவிட்டார். வெர்ரியர் எல்வினுடைய குழந்தைப் பருவத்தில் பெரும்பாலும் அவருடைய தந்தை அங்கேயே கழித்தார். தந்தை அருகில் இல்லாத குடும்பத்தில், எல்வின் தனது இளம் பருவத்தைப் பெண்களுடனேயே கழிக்க நேர்ந்தது. குடும்பத்தில் வெர்ரியரும் அவரைவிட ஒன்றரை வயது இளையவளான எடித்தும், நான்கு வயது இளையவரான பாசிலும் இருந்தனர். அண்ணனும் தங்கையும் இயல்பாகவே விளையாட்டுத் தோழர்களாக இருந்தனர். முதலிலிருந்தே தம்பி தனியாகவே இருந்தான். வெர்ரியரின் குழந்தைப் பருவத்தில் அம்மா முக்கியப் பங்கு வகித்தார். பிற்காலத்தில் தன் எழுத்துக்களில் 'குறிப்பாக நினைவுக்

குறிப்புகளில்' இயல்பான பாசத்துடனும் கேலியுடனும், தாயின் தீவிரமான மதப்பற்றை எல்வின் சித்தரிக்கிறார். ஊழியம் செய்யும் கிறித்தவக் குடும்பங்களின் அடிப்படையாகக் கணவன் மனைவியிடையே கருத்து ஒற்றுமை இருந்தது. அவர்களுக்குள் அதில் ஒரு பிரச்சனையும் இல்லை. மின்னி எல்வின் கணவன் மீதும் மதத்தின் மீதும் மிகுந்த பற்றுக்கொண்டிருந்தார். மிக அழகான பெண்மணி (வெர்ரியர் எல்வின் அவரைப் போலவே இருந்தார்). எல்வினுடைய நண்பர் சொன்னதுபோல, அவர் பார்த்ததிலேயே மிகவும் திடமான பெண். உறுதியான குணமும் உடையவர். இன்னொரு நண்பர் மின்னி எல்வினைப் பற்றி இவ்வாறு சொன்னார்: "உறுதியான ப்ரொடெஸ்டெண்ட், தீவிர மதவாதி." வேறு ஒருவர் "தன்னுடன் சம்பந்தப்பட்ட எல்லாவற்றின் மீது ஆதிக்கமும், மிகுந்த நேசமும் கொண்டவர், ஆனால் தேவ ஊழியம் செய்கிறவர்கள் போலவே சற்று ஒதுங்கியவர், அமைதியானவர்" என்றார்.

விவிலிய நூலை அப்படியே நம்பும் சுவிசேஷ ஊழியரான மின்னி எல்வின், கிறித்துவின் இரண்டாவது வருகையை அருள்வாக்காக நம்பி எடுத்துக்கொண்டவர். குடும்பத்தினர் நாடகம், சினிமா, சர்க்கஸ் போன்ற பொழுதுபோக்கு நடவடிக்கை களில் ஈடுபடவில்லை. 'ஒருவேளை, நிகழ்ச்சியின் நடுவில் கடவுள் வந்துவிட்டால் மிகவும் வெட்கப்பட வேண்டியதாகிவிடும்' என்று எல்வின் நினைவுகூர்ந்தார். வீட்டில் இல்லாத தந்தைக்கு மாற்றாக, அவரைவிட நெருக்கமான ஒருவராக குடும்பத்தில் கண்காணாத நபராகக் தேவன் இருந்தார். ஆனால், ஒருமுறை பிள்ளைகளிடையே ஏற்பட்ட ஒரு சண்டைக்கு மகன் காரணமா யிருந்தார். ஏழு வயதில் வெர்ரியர் எல்வின் யேசு கிறித்துவுக்குத் தன் இதயத்தைத் தாரை வார்த்துவிட்டதாக அறிவித்தார். தங்கை எடித் தானும் அவ்வாறே செய்துவிட்டதாகச் சொன்னதும் அண்ணன் ஒரு பொம்மையால் அவள் தலையில் அடித்துவிட்டு "நமது வீட்டில் நான் ஒருவன் மட்டுமே அப்படிச் செய்தவன்" என்று சொன்னார்.

மின்னியின் அம்மா, ஃப்ளோரா ஹோல்மன் குடும்பத்தில் மதத்தை விட்டொழித்த ஒரே ஆள். அவர் தேவாலயத்துக்குப் போனதில்லை, விவிலியத்தைத் திறந்தே பார்த்ததில்லை, உடை களுக்குள் ஒளித்து வைத்திருந்த பிராந்தி பாட்டிலிலிருந்து அவ்வப்போது சில மடக்குகள் ஊற்றிக்கொள்வார். பாட்டி நரகத்துக்குச் செல்வார் என்று வெர்ரியருக்கும் எடித்துக்கும் தெரியும். ஆனால் விவிலியத்தில் இருந்த கதைகளை விடவும் ருசிகரமான கதைகள் அவரிடமிருந்தன. அவளுடைய அப்பா ராணுவ வீரராகப் பணியாற்றிய வட இந்தியாவைப் பற்றிய

கதைகள், அவத் பிரதேசத்தில், சிதாபூரில் தொடங்கும். அங்கே இந்தியக் குழந்தைகளைத் தைரியமாகக் கவ்விச் செல்லும் ஏராளமான ஓநாய்கள் இருந்தன. ஒருமுறை அவை ஒரு வெள்ளைக் காரக் குழந்தையை – கர்னலின் மகளை – தூக்க வந்தபோது, அவளுடைய கட்டில் அருகில் தூங்கிக்கொண்டிருந்த நாய், அவற்றை விரட்டி விட்டது. அது எப்போதும் அவளுடன் இருக்கும் நன்றியுள்ள நாய். அடுத்து வேலை பார்த்த ஆக்ராவில் இரவில் திருடர்கள் வீட்டுக்குள் நுழைந்துவிட்டனர். படுக்கையறைலிருந்து அப்பா கையில் வாளுடன் வருவதற்குள் திருட்டுக் கும்பல் வெளியேறிவிட்டது. அரைகுறை ஆடையுடன் இருந்த ஒரு திருடி மட்டும் சாப்பாட்டு மேஜையைச் சுற்றிச் சுற்றி வந்து அங்கும் இங்கும் போக்குக் காட்டி ராணுவ வீரனை வதைத்தாள். ஆக்ராவி லிருந்து பில்லோருக்கு இடம்மாறிச் சென்றனர். அந்த ஊர் காலரா, கரையான், புழுதிக்காற்று, வெறிநாய்களுக்குப் பெயர் பெற்ற ஊர் என்று அவர்களை எச்சரித்திருந்தனர். ஆனால் அவர்கள் பார்த்ததோ பயங்கரமான புயல்; குதிரைகளையும் நிலைகுலையச் செய்து, காக்கைகளைக் கொன்றுவிடும் அளவு காற்று கற்களைத் தூக்கியடித்தது. வீடுகளின் ஓடுகளை பிஸ்கட்கள் போல தூக்கி எறிந்தது. அவர்கள் சென்ற வண்டி தலைகீழாகத் தூக்கி எறியப்பட்டுத் தூள் தூளாகிப் போனது. அரைகுறைத் தூக்கத்திலிருந்த வண்டியோட்டி கிணற்றுக்குள் தூக்கி எறியப் பட்டான்.

ஹொல்மன் பாட்டியின் கதைகள் வெர்ரியர், எடித் இருவரையும் மூடுபனி பொழியும் இங்கிலாந்தில் இருந்து வெயில் பொசுக்கும் இந்தியச் சமவெளிகளுக்குக் கொண்டுசென்றன. அவர்களுடைய அப்பா ஆப்பிரிக்காவில் கடுமையாக உழைத்து மனம்மாறியவர்களைக் கிறித்தவர்களாக உறுதிப்படுத்திக் கொண்டிருந்தார். ஃப்ரிடவுனில் முன்னர் இருந்த ஆயரால் கட்டப்பட்ட சர்ச்சுக்குக் கூரை எழுப்பப் பணம் சேர்த்துக் கொண்டிருந்தார். 1898இல் நொறுக்கப்பட்ட நற்செய்தி மையங் களை மீண்டும் கட்டினார். புதியவர்களை வேலைக்குச் சேர்த்தார். கலகங்களுக்குப் பிறகு ஆப்பிரிக்க மக்களை ஊழியத்தில் அதிகமாக ஈடுபடுத்த வேண்டும் என்ற கொள்கை வலுவிழந்திருந்தது. ஆனால் ஆயர் ‘உள்ளூர் மதகுருக்கள் மட்டுமே உட்பகுதிகளில் முதலில் சென்று தேவனுடைய வார்த்தைகளைப் பரப்ப முடியும். மற்ற மதங்களின் சவாலை உலகளாவிய மதத்தால் சந்திக்க முடியும்’ என்று நினைத்தார். எதிர்காலத்தில் ஆப்பிரிக்காவில் ஆதிக்கம் செலுத்தப்போவது கிறித்தவமா இஸ்லாமா என்பதை எல்லா இடங்களிலும் உள்ள திருச்சபைகள் கருத்தில் கொள்ள இது சரியான தருணம் என்று

க்ரேட் தாட் இதழின் பத்திரிகையாளரிடம் ஆயர் குறிப்பிட்டார். பழைய நம்பிக்கைகள் இருந்த கிராமங்கள், இஸ்லாத்தைத் தழுவியதும் அங்கிருந்த அழுக்குகளும் குப்பைகளும் மாறி, சுத்தமும் ஒழுங்கும் குடிகொண்டதை ஒப்புக்கொண்டார். இஸ்லாம், ஒரு இனத்தைக் குறிப்பிட்ட நிலைக்கு மேல் உயர்த்த முடியாது. இஸ்லாம் காட்டுமிராண்டித்தனத்தைவிட மேம்பட்டதென்றாலும் கிறித்தவத்தை விட மிகவும் கீழான நிலையில் இருக்கிறது. யேசுவின் நற்செய்தி மட்டுமே இருண்ட கண்டத்திற்கு நம்பிக்கை தர முடியும் என்று அவர் அறிவித்தார்.

1909 ஏப்ரலில் அவர் இப்படிச் சொன்னார். கூட இருந்த இன்னும் பலரைப் போலவே ஒருவாரம் தொடர்ந்த காய்ச்சலுக்குப் பலியாகி நவம்பர் மாதம் இறந்தார். ஃப்ரிடவுனில் இருக்கும் கிஸ்ஸி ரோடு கல்லறையில் அடக்கம் செய்யப்பட்டார். தனது குழந்தைப் பருவத்தில் தந்தை இறந்த செய்தி கிடைத்ததை எல்வின் மிகத் தெளிவாக நினைவில் வைத்திருந்தார். மின்னி எல்வின் குளியலறைக் கதவை அடைத்துக்கொண்டார். ஆனால் மகன் அருகில் சென்று அம்மா அழுவதைக் கேட்டார்.

o o o

ஆயராக இருந்த அப்பா உயிரோடிருந்திருந்தால், வெர்ரியரின் வாழ்க்கை வேறு மாதிரி இருந்திருக்கும் என்று எல்வின் புகழ் பாடும் ஒருவர் குறிப்பிடுகிறார். அவருடைய அம்மாவுக்கும் அது பொருந்தும். முப்பது வயதில் எட்மண்ட் ஹென்றி எல்வினுக்கு ஒரு மறைமாவட்டத்தின் பொறுப்புத் தரப்பட்டுவிட்டது. வெப்ப நாடுகளில் செய்த சேவையால் ஆங்கிலேயத் திருச்சபையில் மேலும் மேலும் உயர்ந்த பதவிகள் நிச்சயமாகக் கிடைத்திருக்கும். மின்னி எல்வின், டுர்ஹாம் அல்லது நோர்விச் மறைமாவட்டத்து ஆயரின் மனைவியாக விழாக்களைத் தொடங்கி வைத்திருப்பார், பரிசுகள் வழங்கி இருப்பார். குடும்ப நிதிநிலை போதுமானதாக, நிலையான வாழ்வில் அவர் குழந்தைகளை மன நிறைவுடன் வளர்த்திருக்கக்கூடும்.

கணவரின் மரணம் பெரும் இடைவெளியை ஏற்படுத்தியது. மின்னி குடும்பத்தின் மீதும், மதத்தின் மீதும் இன்னும் அதிக சிரத்தை எடுத்துக்கொண்டு அந்த இடைவெளியை நிரப்பிக் கொண்டார். பணத் தட்டுப்பாடு இருந்தது; கதீட்ரலில் பெரிய வீட்டில் வாழும் நம்பிக்கையுடன் இருந்தவர்கள், சிறிய வாடகை வீட்டில் இருக்க வேண்டியதாயிற்று: வீட்டில் இரண்டு அறைகள்தான், குடியிருப்பில் எல்லாருக்கும் ஒரே குளியலறை; திருமதி எல்வின் அடிக்கடி வீட்டுக்காரர்களிடம் சண்டை போட்டார். பெண்களுக்குள் ஏற்படும் மோசமான சண்டைகளின்

சூழலில் குழந்தைகள் வளர்ந்தனர். சண்டைகள் போட்டதால் அடிக்கடி வீடுகள் மாற்ற வேண்டியிருந்தது. எல்வின் தனது ஆறு வயதிலிருந்து பத்து வயதுக்குள் ரெய்கேட், ஈஸ்ட்போர்ன், லண்டன் ஊர்களில் பள்ளிக்கூடம் சென்றார்.

மூத்த மகனாகவும், வயதுக்கு மீறிய புத்திசாலியாகவும் இருந்த வெர்ரியர் எல்வின் அம்மாவின் பாசத்துக்கும் எதிர் பார்ப்புக்களுக்கும் உரியவராக இருந்தார். குடும்பத்தினர் எல்லோரும் ஒன்று சேர்ந்து அவரை நல்ல பள்ளிக்கூடத்திற்கு அனுப்ப விழைந்தனர்: அது எந்தப் பள்ளி என்பது பிரச்சனை. அவர் ரோமன் கத்தோலிக்கக் கருத்துக்களால் கறைபடாமல், விவிலிய நூலை நவீன முறையில் ஆய்வுசெய்து கெட்டுப் போகாமல் இருக்க வேண்டும் என்ற எண்ணம் திருமதி எல்வினையும் அவருடைய நண்பர்களையும் ஆட்டிப் படைத்தது. லண்டனிலுள்ள வெஸ்ட்மின்ஸ்டர் பள்ளியில் சேர்த்திருந்தால், செலவுகளை ஒருவழியாக சமாளித்திருக்க முடியும். ஆனால் அப்பள்ளி கத்தோலிக்கப் பிரிவை எதிர்ப்பதில் மும்முரமாக இல்லை. அடுத்ததாக ரக்பி பள்ளியைப் பற்றி யோசித்தார்கள். அதன் தலைமை ஆசிரியர், சார்லஸ் டார்வினை நம்பியவர். பைபிளின் ஆதியாகமம், உண்மையை உருவகப்படுத்திக் கூறுகிறது என்று கருதியவர். கடைசியில் செல்டன்ஹாமில் உள்ள 'டீன் க்ளோஸ் மெமொரியல்' பள்ளியில் சேர்க்க முடிவெடுத்தனர். அதற்கு மற்ற பள்ளிகளைப் போல் பெருமைமிக்க மரபு இல்லை என்றாலும் மனம் நிறைவுகொள்ளும் வகையில் விவிலியம் போதிப்பவர்கள் அங்கே பணிபுரிந்தார்கள்.

செல்டன்ஹாம் பள்ளி, ஃப்ரான்ஸிஸ் க்ளோஸ் என்ற சுவிசேஷத்தைப் பரப்பும் போதகரின் பெயரால் நிறுவப்பட்டது. ஃப்ரான்ஸிஸ் க்ளோஸ் ஆங்கிலத் திருச்சபையில் இருந்த 'ஹை சர்ச்' *(High Church)* என்று அழைக்கப்பட்ட ஆங்கிலக் கத்தோலிக்கக் குழுவைக் கடுமையாக எதிர்த்தார். 'லோ சர்ச்' *(Low Church)* என்றழைக்கப்பட்ட எதிர்க்குழுவை ஆதரித்தவர். டோரிக் கட்சியைச் சேர்ந்த அவர், சடங்குகளை விரும்பிய, மற்ற மதங்களைச் சகித்துக்கொண்ட ஆங்கிலக் கத்தோலிக்கப் பிரிவினரைக் கண்டனம் செய்தார். 'விவிலியம் துதிப் பாடல்கள், ஆராதனை முறைகள், சீர்திருத்தச் திருச்சபை, அனைத்துமே பழைமை பாராட்டுபவை. பழைமைவாதியாக இல்லாமல் போதகரால் ஒரு வார்த்தைகூடப் பேசமுடியாது' என்றார் அவர். அவரது கொள்கைப் பிடிப்பு அதீதமானது. செல்டன் ஹாம் பற்றி 'ஃப்ரான்ஸிஸ் க்ளோஸ் நடனம் ஆடும் இடம், வழிபாடுகள் நடக்கும் அந்த இடத்தில் அவர்தான் போப்பாண்டவர்' என்று கவிஞர் ஆல்ஃப்ரெட் டென்னிசன் கூறினார். ஃபிரான்ஸிஸ்

க்ளோஸ் 'அறிவுகெட்டவர், மடையர்கள் கூட்டத்தில் பிரச்சாரம் செய்து அவர்களை வெற்றுப் பேச்சால் கவர்ந்து கொண்டவர்' என்று *டைம்ஸ்* பத்திரிகை அவரை ஒதுக்கித்தள்ளியது.

கவிஞர் டென்னிஸனும், *டைம்ஸ்* பத்திரிகையும் அறிவாளிகள் கூட்டத்தைச் சேர்ந்தவர்கள். ஃப்ரான்ஸிஸ் க்ளோஸைப் பின்பற்றிய தொழிலாளிகளும் வியாபாரிகளும் அப்படி ஒன்றும் எண்ணிக்கையிலோ செல்வத்திலோ, அந்தஸ்திலோ நம்பிக்கையிலோ குறைந்தவர்களில்லை. அறிவிலிகள் என்று கருதப்பட்ட இந்தக் கூட்டத்தினர் 1886இல் ஒரு பள்ளிக்கூடத்தைப் போதகரின் பெயரில் தொடங்கினர். தங்களைப் போலவே கொள்கைப் பிடிப்பும், குணநலனும் கொண்ட ஒருவரை அதன் முதல் தலைமை ஆசிரியராகத் தேர்ந்தெடுத்தனர். அவர் 1859இல் ஆஸ்திரிய யூதத் தம்பதியினருக்குப் பிறந்து டுர்ஹம் பல்கலைக்கழகத்தில் பட்டம் பெற்ற ஹெச். டபிள்யு. ஃப்லெக்கர். அவர் தன் அறிவின் திறத்தால், சளைக்காத கடும் உழைப்பால் உலகில் தன்னை உயர்த்திக்கொண்டவர். 'அளவற்ற மன உறுதிகொண்டவர், திறமையற்றவர்களைப் பொறுத்துக்கொள்ள மாட்டார் அது போலவே அரைகுறை வேலைகளையும் பொறுத்துக்கொள்ளாதவர்' என்று அவருடன் இருந்த இளைஞர் நினைவுகூர்கிறார். நிறுவனரின் எண்ணத்தின் வழியிலேயே ஃப்லெக்கர் பள்ளியை உருவாக்கினார். ஆங்கிலக் கத்தோலிக்கர் மீது அவர் கொண்டிருந்த அவநம்பிக்கை திரு. க்ளோஸைத் திருப்திப்படுத்தியிருக்கும். அட்டையில் சிலுவைப் படம் போட்ட துதிப்பாடல் புத்தகம் உருவ வழிபாடு செய்யும் 'சடங்குவாதி'களின் நடைமுறையை ரசிப்பதாகும் என்று நிராகரிக்கப்பட்டது. ஃப்லெக்கருடைய மாணவர்களில் பலர் ஊழியம் செய்பவர்களின் பிள்ளைகள். அவர்களை இதைவிட நல்ல மனிதரிடம் சேர்த்திருக்க முடியாது. மதமாற்றம் செய்தல், ஆத்மாக்களைக் கடவுளிடம் கொண்டு செல்லுதல் என்னும் பெருமரபு ஃப்லெக்கரின் வாழ்விலும், வேலையிலும் உட்பொருளாக இருந்தது.

டீன் க்ளோஸ் பள்ளி ஏறக்குறைய குடும்ப நிறுவனமாக நடத்தப்பட்டது. தலைமை ஆசிரியர் கணிதமும் இலக்கியமும் போதித்தார். அவர் மனைவி ஜெர்மன், ஹீப்ரு மொழிகள் கற்பித்தார். மகன் செவ்விலக்கியமும், மகள் விஞ்ஞானமும் சொல்லிக் கொடுத்தனர். கட்டிடங்களின் அமைப்பு நடத்துகிறவரின் ஆதிக்கத்தை உறுதிப்படுத்தும் வகையில் இருந்தது. இங்கிலாந்தின் மற்ற பள்ளிகளைப் பார்க்கிலும் அது மிகவும் சிறியது. அதன் எட்டு ஏக்கர் பரப்பில் கூடங்களும் அலுவலகங்களும் வகுப்பறைகளும் அரங்கங்களும் இருந்தன. சிறியதாக இருந்ததால்

அனைவரிடமும் ஒரு நெருக்கத்தை வளர்த்திருக்கும். முக்கியக் கட்டிடத்தின் முடிவில் தலைமை ஆசிரியரின் அறை இருந்தது. அழைப்பு வந்தால் பையன்கள் பயந்துகொண்டே நீண்ட வராண்டாவில் நடந்து, தங்களுக்குப் பின்னர் மூடிக்கொள்ளும் கதவுகளுக்குள் நுழைந்து அவர் பேசுவதைக் கேட்டுக்கொண்டோ, திட்டு வாங்கிக்கொண்டோ சில நேரங்களில் பிரம்பால் அடி வாங்கிகொண்டோ இருப்பார்கள்.

வெர்ரியர் எல்வின் அந்தப் பள்ளியில் செப்டம்பர் 1915இல் சேரும்போது, ஃப்லெக்கர் முப்பது வருடங்களுக்கு மேலாக அதன் பொறுப்பில் இருந்தார். அதற்குள் டீன் க்ளோஸ் பள்ளியை முதலாவதாக இல்லையென்றாலும் மதிக்கத்தக்க ஒன்றாக மாற்றி இருந்தார். அவருடைய அதிகாரம் இப்போது குறைந்து வந்தது. மிகவும் நேசித்த மகன் அவரை விட்டுச் விலகியதும், போரினால் ஏற்பட்ட துயரங்களும், அவருடைய வயதும் சேர்ந்துகொண்டன. மகன் ஜேம்ஸ் எல்ராய் ஃப்லெக்கர் ஒரு கவிஞர், 'ஹஸ்ஸான்' மற்றும் பல புத்தகங்களை எழுதியவர். குடும்பத்தில் அவர் ஒருவர்தான் டீன் க்ளோஸ் பள்ளியுடன் எந்தத் தொடர்பும் இல்லாதவர். அப்பிங்ஹாம் என்ற இதைவிட நல்ல பள்ளியில் பயின்ற அவர் பெற்றோரின் மதநம்பிக்கைகளுக்கு எதிராக இருந்தார். அவற்றைப் 'போலி, கேலிக்கூத்து, பொறுக்க முடியாத குறுகிய மனப்பான்மை உடையவை, விவிலியத்தில் மீண்டும் மீண்டும் சொல்லப்பட்டவை அந்தக் கருத்துகள். அவை திருச்சபையினரால் மிகைப்படுத்தப்பட்டவை என்று வர்ணித்தார். ஆக்ஸ்போர்டில் ஆங்கிலக் கத்தோலிக்கர்களுடன் சேர்ந்துகொண்டார். அங்குப் பட்டம் பயிலும் நற்செய்தியாளர்களின் மூளையெல்லாம் சேர்ந்தாலும் ஒரு பெட்டிக்கடை நடத்தக்கூட உதவாது என்று சொன்னார். விரைவிலேயே தனது 'சந்தேகவாத' நம்பிக்கைகள் பற்றி அப்பாவுக்கு நீண்ட கடிதம் எழுதி தனது இரட்டை வாழ்வின் கடைசித் தொடர்பையும் துண்டித்துக்கொண்டார். பட்டம் பெற்றதும், ஒரு கிரேக்கப் பெண்ணை மணந்தார். அவருடைய பெற்றோர் அவருடைய மனைவியை அங்கீகரிக்கவே இல்லை. அவர்களைப் பொறுத்தவரை, கிரேக்கர்களும் அவர்கள் மதமும் கத்தோலிக்கப் பிரிவுடன் தீய தொடர்புகொண்டவை.

ஜேம்ஸ் எல்ராய் ஃப்லெக்கர் ஜனவரி 1915இல் காசநோயால் இறந்தார். கடைசிவரை பெற்றோர்கள் அவரைச் சேர்த்துக் கொள்ளவில்லை. எது எப்படி இருந்தபோதும், பள்ளியின் சூழலுக்குச் சற்றும் ஒவ்வாத மனநிலை உடைய கவிஞர் அவர். எல்வின் அந்த வருடம் பள்ளியில் சேர்ந்தபோது அங்கு ராணுவ உணர்வும் தீவிர மதவாதமும் இணைந்து இருந்தன. ஆஸ்திரியாவைப் பூர்வீகமாகக் கொண்டதால், டாக்டர்

ஃப்லெக்கர் போரைப் பற்றி மனக் குழப்பத்துடன் இருந்தார். முரட்டு தேசியவாதப் போக்கை அவரால் பள்ளியிலும் வெளியிலும் எதிர்கொள்ள முடியவில்லை. படிப்பை முடித்ததும் ராணுவத்தில் சேரும் எண்ணத்துடன் பலர் அதிகாரிகளின் படையணிகளாகத் தம்மைப் பாவித்துக்கொண்டனர். அவர்கள் மாலை நேரத்து விளையாட்டுக்களுக்குப் பதிலாக, ராணுவ முறையில் அணிவகுப்புகள் நடத்தினர். "இந்த இடம் பள்ளி அல்ல, ராணுவப் பாசறை" என்று அமைதியை விரும்பும் ஆசிரியர் ஒருவர் குறிப்பிட்டார். ஆனால் அதை யாரும் கண்டுகொள்ள வில்லை. *டெகனியன்* என்ற பள்ளிப் பத்திரிகையில், போரில் ஈடுபட்டிருப்பவர்கள், இறந்தவர்களின் பெயர்ப் பட்டியல் பெருமையுடன் பதிவு செய்யப்பட்டது. சுமார் 700 பழைய மாணவர்கள் ராணுவத்தில் சேர்ந்தார்கள். அவர்களில் 120 பேர் பதுங்கு குழிகளில் மரித்தார்கள். போர் முடிந்ததும் பழைய மாணவர்களும் அவர்களது பெற்றோர்களும் சேர்த்த நிதியால் ஒரு சிறிய வழிபாட்டுத் தலம் கட்டப்பட்டது. வறுமையில் வாடிய திருமதி எல்வின் குறைந்தபட்சத் தொகையான ஒரு பவுண்ட் நன்கொடை அளித்திருந்தார்.

போர் முடிந்ததும் டூன் க்ளோஸ் பள்ளி, மீண்டும் தனது கொள்கைகளைத் தீவிரமாகப் பின்பற்றியது. ஊழியம் செய்வதன் மூலம் உலகம் முழுவதையும் இந்தத் தலைமுறைக்குள் மாற்ற வேண்டும் என்று பெற்றோர்களும், ஆசிரியர்களும் முழங்கினர். 1919இல் வெளிநாடுகளில் ஊழியம் செய்பவர்கள் அடிக்கடி வருகை தந்தனர். எல்வினும் அவருடைய வகுப்புத் தோழர்களும், மறைத்திரு. சி.இ. டிண்டேல் பிஸ்கோ, காஷ்மீரில் தனது பணிபற்றியும், டாக்டர் டபிள்யு மில்லர் வடக்கு நைஜிரியா விலும், மறைத்திரு. ஜெ.ஏ.எஃப். வார்னர் இந்தியாவின் ஒருங்கிணைந்த வட மாநிலங்களிலும் எதிர்காலத்தில் ஊழியம் செய்வது பற்றியும் ஆற்றிய உரைகளைக் கேட்டனர். பள்ளியின் இதழான டெகானியனில் டாக்டர். ஃப்லெக்கருக்கு, அப்போது பஞ்சாப் அரசில் பணிபுரிந்த, எல்.டபிள்யு.ஸ்மித் என்ற பழைய மாணவர் எழுதிய கடிதங்கள் பிரசுரமாயின. ஸ்மித் ஆங்கில அரசுக்கு எதிராகக் காந்தி நடத்திய ஒத்துழையாமை இயக்கத்தை அருகிலிருந்து கவனித்துக்கொண்டிருந்தார். அது ஏராளமான பணத்தைக் கொட்டி, மிகவும் கெட்ட எண்ணத்துடன் எடுத்த முட்டாள்தனமான நடவடிக்கை என்று நினைத்தார். ஸ்மித் வேலைபார்த்த குஜ்ரன்வாலா என்ற ஊரில் ஆங்கிலப் பேரரசரின் கொடும்பாவியை எடுத்துக்கொண்டு சட்டத்தை மீறி ஓர் ஊர்வலம் சென்றது. பின்னர் அதை எரித்து இந்து ஈமச்சடங்குகள் செய்து, சாம்பலை, சீனாப் நதியில் கரைத்தன.

அந்த இடங்களில் குறிப்பாக, போலீஸ் காவல் போட்டு, மீண்டும் அதுமாதிரி தொந்தரவு ஏற்படாமல் இந்தப் பள்ளியின் பழைய மாணவன் தடுத்தான்.

பள்ளியில் ஸ்டீபன் நீல் என்ற மிகச்சிறந்த மாணவர் வெர்ரியர் எல்வினை விட இரண்டு வகுப்புகள் மேலே படித்துக் கொண்டிருந்தார். அவர் செல்டென்ஹாம் செயின்ட் மார்க் தேவாலயத்தின் பங்குத் தந்தையின் மகன். மொழிகளைக் கற்பதில் ஆர்வம் கொண்டவர், புகைப்படம் போல் ஞாபக சக்தி உடையவர். பக்திமான். பின்னர் கேம்ப்ரிஜில் ட்ரினிடி காலேஜில் உதவித் தொகையுடன் படித்தார். அவர் பள்ளியை விட்டுச் சென்று பல ஆண்டுகள் கழிந்த பின்னும் பள்ளியின் செவ்விலக்கிய ஆசிரியர், ஸ்டீபன் நீல் இப்படி எழுதி இருக்க மாட்டான் என்று சொல்லிக்கொண்டே விடைத்தாள்களைத் திருத்துவார். பள்ளியில் வெர்ரியர், நீல் பெற்ற ஒவ்வொரு கௌரவத்தையும் பெற்றார், அவரைப் போலவே வரலாறு, இலக்கியம், விவிலியம் மூன்று பாடங்களில் மதிப்பு மிக்க பரிசுகளை வென்றார். ஆனால் அப்போதே அவர்கள் வெவ்வேறு பாதைகளில் செல்வார்கள் என்று தெரிந்தது. 1918இல் மாணவர் தலைவனாக இருந்த நீல் விவிலிய வகுப்பைத் தொடங்கினார். எல்வின் 'இலக்கியச் சங்கத்தில்' தொடர்ந்து பங்கெடுத்துத் திருப்தி அடைந்தார்.

ஆங்கில இலக்கியத்தில் எல்வினுக்கு ஈடுபாட்டைத் தூண்டி விட்டவர் டாக்டர் ஃப்லெக்கர்தான். அதிசயமாக, ஆங்கிலத் திருச்சபை உறுப்பினர்களில் ஜான் டோன் கவிதைகளை ரசித்தவர். மூத்த ஆசிரியர் ஒருவர் போர்முனைக்குச் சென்ற காலத்தில், தலைமை ஆசிரியர் நூலகத்தைக் கவனித்துக்கொள்ள இரு மாணவர்களை நியமித்தார். அவர்களில் ஒருவர் வெர்ரியர் எல்வின். மற்ற ஆசிரியர்கள் ஹொரேஸ், போப் இவர்களை அறிமுகப்படுத்தினர். தானே படித்து, சில எழுத்தாளர்களைத் தெரிந்துகொண்டார். காலையில் ஐந்து மணிக்கு எழுந்து, சாக்ஸ் அணிந்த கால்களுடன் படிகளில் இறங்கி, ஷூ போட்டுக்கொண்டு மைதானத்திற்கு ஓடி வொர்ட்ஸ்வொர்த் கவிதைகள் படித்தது அவரது பள்ளி வாழ்வின் மறக்க முடியாத நினைவுகளில் இருந்தது.

கையில் அகப்பட்ட புத்தகங்களை எல்லாம் வெர்ரியர் எல்வின் படித்தார். இந்தப் பழக்கத்தின் விளைவாக இலக்கியச் சங்கத்தில் பல கட்டுரைகள் வாசித்தார். மூன்றே ஆண்டுகளில், கவனமாக மரபுவழி வந்த விஷயங்களிலிருந்து விடுபட்டு, தைரியமாக மரபுக்கு ஒவ்வாத விஷயங்களைப் படிக்க

டீன் க்ளோஸின் புகழ்பெற்ற மாணவர், 1919

ஆரம்பித்தார். 1919ஆம் ஆண்டில் ஹீப்ரு கவிதைகள், தாக்கரே பற்றி உரையாற்றினார். அடுத்த வருடம் ஸ்வின்பர்ன், டென்னிஸன் பற்றியும், பின்னர் விவாதத்துக்குரிய வெர்ட்ஸ்வொர்த் பற்றியும் பேசினார். *டெகானியன்* இதழ் பின்வருமாறு எழுதியது: "ஹொ. வெ.எல்வின் ஆர்வத்துடன் வெர்ட்ஸ்வொர்த் பற்றிக் கட்டுரை படித்தார். அதில் பல தவறுகள் இருந்தன." கௌரவமாக அமைதிகாத்த பலர் மனந்திறந்து வெர்ட்ஸ்வொர்த்தின் இயற்கைத் தத்துவத்தின் மீது தங்கள் முழுவெறுப்பைக் காட்டினர் அல்லது தங்கள் முழு ஆதரவையும் கொட்டினர். 'இயற்கையில் (எல்லாவற்றிலும்) தேவன் இருக்கிறார்' என்ற கவிஞரின் நிலையை அவர் ஆதரித்த காரணத்தால் கருத்து வேற்றுமை ஏற்பட்டது. ஆனால் வெர்ரியர் எல்வின் இன்னும் வளர்ச்சி அடைந்தார். இலக்கியச் சங்கத்தில் கிறித்தவத்திற்கு எதிரான சிந்தனையாளரான சாமுவெல் பட்லர் பற்றிய கட்டுரையுடன் தனது செயலாளர் பதவிக் காலத்தை முடித்தார். "கவிஞர் மீது அனுதாபமான அணுகுமுறையால் அதிர்ச்சிதரும் கருத்துகளை முன்வைக்கும் பட்லரின் 'எரெவொன்' மற்றும் இதர நூல்களுடன் தான் முற்றிலும் வேறுபடவில்லை என்று ஹெச்.வி. எல்வின் தெரிவித்தார்" என்று *டெகானியன்* இதழ் எழுதியது.

○ ○ ○

வெரியர் எல்வின் 1921இல் டீன் க்ளோஸில் படிப்பை முடித்தார். எழுபத்தி ஐந்து ஆண்டுகளுக்குப் பின் நான் அந்தப் பள்ளிக்குச் சென்றபோது, எந்தக் கொள்கைகளுக்காக நிறுவப் பட்டதோ அந்தக் கொள்கைகளைச் சற்றுத் தளர்த்தியிருந்தாலும் முற்றிலும் பள்ளி கைவிட்டுவிடவில்லை. ஆசிரியர் அறையில், ஹம்ப்ரே ஆஸ்மாண்ட் என்ற இனிய, உதவும் மனப்பான்மையுள்ள ஆவண உதவியாளர் "ஸ்டீபன் நீலின் காலத்தில் படித்த ஒரு இளைஞரான வெர்ரியர் எல்வின் பற்றி ஆய்வு செய்யும் ஒருவர்" என்று என்னை அறிமுகப்படுத்தினார். "பள்ளியில், எங்கள் மரபுகளை, ஸ்டீபன் நீல், எல்வின் போன்றோரின் மரபுகளை வளர்க்க முயல்கிறோம்" என்று தலைமை ஆசிரியர் மகிழ்ச்சியுடன் விளக்கினார். அங்கிருந்த மதகுரு புத்திசாலி; ஸ்டீபன் நீலையும், எல்வினையும் ஒன்றாகக் குறிப்பிடுவது அவர்களில் ஒருவருக்குச் செய்யும் அநீதி என்று கருதிய அவர் உபசாரங்கள் முடிந்தபின் "உறுதிமிக்க மனிதர்களை உருவாக்குவது எங்கள் மரபு – (மரங்களை நட்டு ஆப்பிரிக்கப் பாலைவனம் பரவுவதைத் தடுக்க முயன்றதால் புகழ்பெற்ற) ரிச்சர்ட் செயின்ட் பார்ப் பேக்கர், (சிங்கங்களை அடக்கியவரும், ஜாய்'யின் கணவருமான) ஜார்ஜ் ஆடம்சன் மற்றும் உங்கள் ஆள்" என்று கூறினார்.

அவருடைய பிற்காலப் பணிகளின் காரணமாக, அவை ஆங்கிலேய சுவிசேஷ ஊழியர்களது லட்சியம் என்று தங்களுக்குக் கிடைத்த விருது போல ஸ்டீபன் நீலை டீன் க்ளோஸில் இன்றும் போற்றுகின்றனர். நீல் பெரிய பதவிகளை வகித்தார். தென்னிந்தியா வில் திருநெல்வேலியில் ஆயராக இருந்தார், ஹாம்பர்க்கில் இறையியல் பேராசிரியராகப் பணிபுரிந்தார், ஆங்கிலத் திருச்சபை யின் வரலாறு, தெற்கு ஆசியாவில் கிறித்தவத்தின் வரலாறு போன்ற தலைப்புக்களில் அங்கீகரிக்கப்பட்ட ஆய்வுகள் செய்தார். இங்கிலாந்துக்குத் திரும்பியபின் டீன் க்ளோஸின் நிர்வாகக் குழுவின் ஆளுனராக பல ஆண்டுகள் பணியாற்றினார். நீல் தனது புத்தகங்கள் மூலம் பெற்ற தொகையின் பெரும்பகுதியைப் பள்ளிக்கு நன்கொடையாக வழங்கினார் என்று என்னிடம் சொன்னார்கள். தன்னைப் பாராட்டி நடந்த விழாவில் அவர் இறப்பதற்கு முன் உரையாற்றினார். பள்ளியின் நூற்றாண்டு விழாமலரில் ஆசியுரை வழங்கும்வரை அவர் உயிரோடு இருக்க வில்லை என்பது சோகம்தான். ஸ்டீபன் நீலின் முழுஉருவப் படம் பள்ளியில் இருக்கிறது. அவர்தான் அவ்வாறு கௌரவிக்கப்பட்ட ஒரே பழைய மாணவர். "போதகர், ஊழியம் செய்தவர், அரசியல்வாணர், அறிஞர், ஆசிரியர், கொடையாளர்" என்று பள்ளி அவரை வர்ணிக்கிறது.

நான் அங்கு வருவதை எதிர்பார்த்து, ஆவண உதவியாளர் எல்வின் பற்றிய குறிப்புகள் உள்ள பழைய *டெகானியன்* இதழ் களைக் குறித்து வைத்திருந்தார். கணினி இருந்த அறையிலேயே பிரதி எடுக்கும் இயந்திரமும் இருந்தது. அந்த மதகுரு ஒரு கணினியில் சைக்ஸ், சார்லஸ் மற்றும் எலிசபெத் பரிசுப் போட்டிக் கான கேள்விகளைத் தட்டச்சுச் செய்துகொண்டிருந்தார். என் ஆளும் (எல்வினும்) அவர்களுடைய ஆளும் (நீலும்) இந்தப் பரிசை வென்றவர்கள். திரு. ஆஸ்மாண்ட் பிரதி எடுக்கும்போது ரகஸியமாக முதல், கடைசிக் கேள்விகளைக் குறித்துக்கொண்டேன். ‘103ஆம் தோத்திரப் பாடலை நினைவிலிருந்து எழுது’ என்பது முதல் கேள்வி. ‘பள்ளியில் கிறித்தவனாக இருப்பது எளிது. பள்ளியை விட்டுச் சென்றபின் நான் எப்படி இருப்பேன்?” என்று உன்னுடைய கற்பனை நண்பன் கேட்ட கேள்விக்கு அறிவுரையாகக் கடிதம் எழுது’ என்பது கடைசிக் கேள்வி.

இதுபோன்ற கடிதத்தை ஸ்டீபன் நீல், ஒருவேளை வெரியர் எல்வினுக்கு எழுதியிருக்கலாம்.

இயல் 2

ஆக்ஸ்போர்டில் கலகம்

எனது கல்வி வீணானது என்று நீங்கள் கருதினால், ஒரு விளக்கம் அளிக்க விரும்புகிறேன். ஒருமுறை ஆக்ஸ்போர்டில் படித்துவிட்டால், பிறகு யார் எதைச் சொன்னாலும் நீங்கள் ஒருபோதும் அதை நம்ப முடியாது. நாமிருக்கும் உலகில், அது ஒரு சொத்து. தோட்டத்தில் இருப்பதெல்லாம் காகிதப் பூக்கள் என்று அறிந்த பின் அவற்றுக்குத் தண்ணீர் விடுவது பற்றி ஏன் கவலைப்பட வேண்டும்?

லூயிஸ் மெக்னீஸ் (மெர்ட்டன் 1925 – 8)

கடவுளுக்கு நன்றி, என்னுடைய பாதை ஆக்ஸ்போர்டு வழியாகச் சென்றது. ஆனால், அது ஆக்ஸ்போர்டை விட்டு விலகியும் சென்றது, அதற்கும் சேர்த்துக் கடவுளுக்கு நன்றி.

ஜார்ஜ் சந்த்யனா

திருமதி மின்னி எல்வின், 1921ஆம் ஆண்டு கோடைக் காலத்தில், ஆயிரம் பவுண்ட் விலை கொடுத்து ஒரு வீட்டை வாங்கினார். வடக்கு ஆக்ஸ்போர்டில், பல்கலைக்கழக எல்லை அருகில் வார்ன்பரோ சாலையில் இருந்த இரண்டு மாடி வீடு அது. அந்த நேரத்தில் அவர்கள் குடும்பம் வொர்திங் என்ற ஊரில் வாடகை வீட்டில் இருந்தது. எல்வினுக்கு மெர்ட்டன் கல்லூரியில் இடம் கிடைத்ததும் அதன் அருகில் இருக்க வேண்டும் என்று தாய் கருதினார். டீன் க்ளோஸ் (பள்ளியில்) மகனை டாக்டர் ஃப்லெக்கர் கவனமாகப் பார்த்துக்கொண்டார். ஆனால் இப்போது அவருடைய கல்விப் பொறுப்பை நேரடியாகக் கவனிக்க வேண்டிய தேவை இருந்தது.

திருமதி எல்வின் கவலைப்பட்டது சரிதான். பல்கலைக் கழகத்தில் கிடைக்கும் சுதந்திரம், கட்டுப்பாடுகள் மற்றும் விதிகள் நிறைந்த ஆங்கிலேயப் பள்ளிகளுக்கு நேர் மாறாக இருந்தது. எல்வின் காலத்தில் மெர்ட்டனில் படித்தவர் எழுதியது போல, 'இங்கு என் முன்னால் எழுந்த வாழ்வின் பிரச்சனைகள் இவைதான்: 1) எந்த வேலை செய்வதற்கும் நேரம் ஒதுக்குவது எப்படி? 2) இரவு ஒருமணிக்கு முன்னால் தூங்கப் போவது எப்படி? 3) அதிக செலவில்லாமல் குடித்து மயங்குவது எப்படி? 4) நாகரிகம் இல்லாமல் முந்திக்கொண்டு பேசுவது எப்படி? 5) கையெழுத்துப் போடுவது எப்படி?' சாதாரணமாக நாள் இப்படிக் கழிந்தது:

> வருகைப்பதிவு 5 மணிமுதல் 8 மணி வரை. இதற்கு முன்போ அல்லது பின்போ குறிக்கலாம். 8.45 மணி கணப்பின் அருகில் காலை உணவு. காலை 10லிருந்து 12 விரிவுரை கேட்கப் போகலாம் போகாமல் இருக்கலாம். மதியம் 1.15 மதிய உணவு. மாலையில் டர்ரல் மோட்டார்ஸில் அல்லது பழைய (அரும்)பொருட்களின் கடையில் கழித்தல் அல்லது எப்போதாவது ஹாக்கி விளையாடலாம் என்று எண்ணம். ஃபுல்லர், எலிசன் அல்லது கேவல் கடைகளில் கல்லூரியில் கிடைப்பது போலவே மலிவாகக் கிடைக்கும் தேநீர் அருந்துவது: மாலையில் பாடம் கேட்கப் போகலாம், போகாமலும் இருக்கலாம். இரவு 7.30க்கு விடுதியில் உணவகத்தில் உண்ணலாம் அல்லது வெளியில் உண்ணலாம். அதற்கப்புறம் சினிமா அல்லது கொண்டாட்டம். இரவு மணி 12 கதவுகள் மூடும் நேரம். இது உலகத்தின் முட்கள் நிறைந்த பாதைக்கு ஏற்பத் தன்னைத் தயார் செய்யும் வகையில் என்று நீங்கள் புரிந்துகொண்டிருப்பீர்கள். இப்படி, முடிந்தவரை சிறப்பாக இருக்க முயல்கிறேன். நல்ல ஷூக்கள் வாங்கி இருக்கிறேன். இப்படி வசதி அல்லது இருக்க இப்படி அழகான அறை இனிமேல் கிடைக்காது என்று நம்புகிறேன். கிடைக்கும்போதே முடிந்தவரை வசதிகளை அனுபவிப்பது நல்லது.

இலௌகிக சமூக விஷயங்களிலும், சிந்திப்பதற்கும், நினைத்த இடத்துக்குப் போகவும் கல்லூரியில் சுதந்திரம் உண்டு. பள்ளியிலிருந்து புதிதாக வந்த பையன் தன்னுடைய நேரத்தை எப்படிக் கழிப்பது என்ன செய்வது, எங்குப் போவது, எதைப் படிப்பது, எதை விவாதிப்பது, யாருடன் நட்புக்கொள்வது, யாரை விலக்குவது என்பதை முடிவு செய்யும் சுதந்திரம் பெற்றவன். டீன் க்ளோஸ் பள்ளியில் இருந்து மெர்ட்டன் கல்லூரிக்கு வந்ததென்பது பல்வேறு நம்பிக்கைகள், இனங்கள், தேசங்கள் எல்லாம் கலந்த வண்ணமிகு உலகில் நுழைவதாகும்.

அங்கே உழைக்கும் வர்க்கப் பின்னணியிலிருந்து வந்த சில மாணவர்கள் இருந்தது உண்மை. ஆனால், அதற்கு நேர் மாறாக, எடொன் மற்றும் ஹாரோவிலிருந்து வந்த ஆங்கிலோ கத்தோலிக்க நம்பிக்கைகளைப் பின்பற்றும் மாணவர்களும், சந்தேகவாதத்தைப் (*agnostic*) பின்பற்றும் மாணவர்களும் இருந்தார்கள். பிரசங்கியார்களின் குடும்பத்திலிருந்து வந்த எல்வினுக்கு இவர்களைப் பற்றிக் கொஞ்சம்கூடத் தெரியாது. பத்துப் பேரில் ஒரு மாணவன் ரோட்ஸ் உதவித்தொகை பெற்று, ஏதாவதொரு வெளிநாட்டில் இருந்து வந்தவனாக இருந்தான்; ஆங்கிலேயக் காலனி நாடுகளிலிருந்தும், அமெரிக்காவிலிருந்தும் நிறையப்பேர் வந்தனர். ஒவ்வொரு வருடமும் இந்தியாவில் இருந்து வரும் மாணவர்களின் எண்ணிக்கை அதிகரித்து வந்தது.

ரொம்பவும் பரபரப்பாக இருக்கும் 'ஹை ஸ்ட்ரீட்'டுக்குப் பின்னால், ஒரு சின்னத் தெருவில் இருந்த மெர்ட்டன் கல்லூரி ஆக்ஸ்போர்டு கல்லூரிகளில் சிறியது. அவ்வளவு புகழ் பெற்றது அல்ல. 1264இல் நிறுவப்பட்ட அந்தக் கல்லூரி ஒரு விதத்தில் ஆக்ஸ்போர்டு பல்கலைக்கழகங்களில் பழைமையானது. மிகவும் அழகானது, கௌரவமானது. "மெர்ட்டனின் அழகு, கோடை காலத்தின் நடுவில் நடக்கும் பெரிய கொண்டாட்டங்கள், கற்கட்டடங்கள் மீது தேனின் நிறத்தில் விழும் கதிரொளி, நகரத்தின் எல்லைகளுக்குள் இருக்கும் தோட்டம், எலுமிச்சை, ரோஜா மரங்கள், கிறிஸ்ட் சர்ச்சின் புல்வெளிகள்" என எல்வின் காலத்தில் அங்குப் படித்த வரலாற்றாசிரியர் ஏ.எல். ரௌஸ் உணர்ச்சியுடன் அதை வர்ணித்தார். உள்நாட்டுப் போர்கள் நிகழ்ந்த காலத்திலிருந்தே கொண்டாட்டங்களுக்குப் பேர் போனது மெர்ட்டன். அங்கு வழங்கப்படும் உணவு ஆக்ஸ்போர்டிலேயே சிறந்தது எனக் கருதப்பட்டது.

அதன் இன்பங்கள் கீழ்வரும் பழம்பாடலில் பதிவுபெற்றன:

அந்தச் சுவர்களின் நடுவே, மெல்லிய நிழலின் வழி
வரும் துண்டுப் பிரசுரங்கள்
குவிந்து கிடக்கும்.
ஒவ்வொரு அமைதியான மாணவனும்
குறுகிய கட்டிலில் காலைவரை தூங்குவான்.
அந்தச் சமூகத்தில் பெண்களின் சளசளப்பு இல்லை
சண்டை சச்சரவு பற்றிப் பயம் இல்லை
கணவன், பெரியோர் பெயர்கள் தெரியாது
திருமண வாழ்வின் தொற்றுநோய் கிடையாது
சுவரில் சாய்ந்து வெய்யிலில் சுகித்தனர்
அவர்கள் அமர்ந்த பெஞ்சுகள் வளைந்தன
உணவு மணி அடிக்கையில் எத்தனை பரவசம்?
தட்டுகளில் குவிந்த கட்லெட்கள் எப்படி இருந்தன?

இது 1870இல் எழுதப்பட்டது. 1920'களில் மாணவர்கள் திருமணம் முடித்தவர்களாக இருந்தனர். அப்படி இல்லை என்றால் புத்தகங்கள் படிக்கவோ அல்லது எழுதவோ விரும்பினர். மெர்ட்டன் சோம்பேறித்தனத்துக்குப் பெயர்வாங்கிய இடம் என்ற பெருமைக்குத் தத்துவஞானி எஃப்.இ. பிராட்லி வந்ததும் அடி விழுந்தது. அவர் அக்கல்லூரியில் 1870இல் இருந்து 1924 வரை இருந்தார். அவர் 1914 – 15ஆம் ஆண்டுகளில் அங்குப் படித்த டி.எஸ். எலியட்டின் ஆசிரியராக இருந்தார். வெளி உலகின் பிராட்லியின் பாதிப்பு பரவக் காரணம் அவர்தான். வெர்ரியர் எல்வின், மெர்ட்டன் கல்லூரியில் பயின்ற வருடங்களில், பிராட்லியின் காலம் முடிவுக்கு வந்துகொண்டிருந்தது. அவருடைய காலத்தைப் போலவே நீண்டிருந்த, கேரோடு என்பவரின் காலம் அடுத்து வந்தது.

எச்.டபிள்யு.கேரோட் மெர்ட்டனில் 1901இல் செவ்வியல் மற்றும் இலக்கிய ஆசிரியராகச் சேர்ந்தார். அவர் கீட்ஸ், வெர்ட்ஸ்வொர்த், ஹோரெஸ், சார்ல்மெக்ன் இவர்களின் எழுத்துக்களில் பெரும் புலமை பெற்றவர். மிகவும் பிரபலமான 'ஜேன் ஆஸ்டனின் வீழ்ச்சி' என்ற புத்தகத்தை எழுதியவர். தன் வாழ்வைக் கற்றுக்கொள்வதற்கும் மாணவர்களுக்குக் கற்பிப்பதற்கும் என்றே அர்ப்பணித்தவர், திருமணமாகாதவர். தன்னைப் பற்றிச் சொல்லும்போது தனக்குப் பொழுது போக்கு எதுவும் இல்லை என்று குறிப்பிட்டவர். அது அவருடைய வழக்க மான நகைச்சுவை. கசங்கிய தொப்பி அணிவார். காதுகள் நீண்டு தொங்கும் அவருடைய நாய் அவர் காலடியில் எப்போதும் துணையாக இருக்கும். நாய்கள் மாறினாலும் அவற்றின் பெயர் எப்போதும் 'சிப்'. அவருடைய நேரம் பெரும்பாலும் புத்தகங்கள், நாய்கள் அல்லது பட்டம் பயிலும் மாணவர்களுடன் கழிந்தது. அவர் மாணவர்களுடன், சதுரங்கமும், பந்துவீச்சும் விளையாடுவதை விரும்பினார். பொதுவாக, எல்லோருடனும் இனிமையாகப் பழகுவதில் புதிய பாதை வகுத்தார். மற்றவர்கள் அருமையாக அதைப் பின்பற்ற முயன்றனர். எல்வினுக்கு ஒரு வருடம் முன்பு மெர்ட்டன் கல்லூரியில் சேர்ந்த ஜார்ஜ் மல்லபி, ஆசிரியர்களுக்கும் மாணவர்களுக்கும் இருந்த தொடர்பை இவ்வாறு நினைவுகூர்ந்தார்:

> பள்ளி ஆசிரியர்களுக்கும் மாணவர்களுக்கும் இடையில் எப்போதும் ஒரு இடைவெளி, ஒரு ஒழுக்கமான, மரியாதை யான இடைவெளி, மனஇறுக்கம் அமைதி இருக்க வேண்டும். எளிதாக இயல்பாகப் பழகக்கூடாது. மூத்த மாணவர்களுக்கும், இளநிலைப் பட்டம் பயிலும் மாணவர்களுக்கும் இடையில் இப்படி இருக்க வேண்டியதில்லை. 1920இல் மெர்ட்டனில்

நிலைமை அவ்வாறு இல்லை... வாராவாரம் டுடோரியல் வகுப்பு எடுக்கும்போது மட்டும் அல்ல, தங்களுக்கு வகுப்பு எடுக்கும் மூத்த மாணவர்களோடு மட்டுமல்ல, உங்களுடன் உரையாட உங்கள் வாகனத்தை நிறுத்தி விவாதங்களில் பங்கெடுப்பவர்கள், உங்கள் இலக்கியச் சங்கங்களில் கட்டுரைகள் படிக்கும் மாணவர்கள், உங்கள் விளையாட்டுகளை ரசிப்பவர்கள், உங்களை உணவு உண்ண அழைத்தவர்கள், இறையியல் அறிஞர்கள், விஞ்ஞானிகள், தத்துவ ஞானிகள், வரலாற்று ஆசிரியர்கள் என எல்லா வகையிலும் மூத்தவர்களோடும் தினமும் தொடர்பு இருந்தது.

வெர்ரியர் ஆங்கில இலக்கியம் படித்ததால், 'கேரோட்', அவரைப் போலவே பல விஷயங்களில் ஞானம் உள்ள, பன்முக ஈடுபாடுகள் உள்ள டேவிட் நிகோல் ஸ்மித் என்ற ஸ்காட்லாந்துக் காரரிடம் தொடர்பிருந்தது. நிகோல் ஸ்மித் எழுதிய புத்தகங்களில் டிரைடன், ஹெஸ்லிட், ஜான்சன் பற்றிச் செய்த ஆய்வுகளும் இருந்தன. அவர் ஷேக்ஸ்பியர் இலக்கியத்திலும் புலமை பெற்றவர். ஆனால், ஆங்கிலப் பாடத்திட்டம் ரொம்பப் பழையது. பின்னாளில் ஒரு மாணவர் சொன்னது போல் ஆங்கிலோ – சாக்ஸன் மரபுகளும், வடக்கு இங்கிலாந்தின் பழைய மொழியும், சலிக்க வைக்கும் மத்திய காலக் கவிதைகளும் பாடத் திட்டத்தில் இருந்தன. வெர்ரியர் எல்வின் 'நவீன காலம்' பற்றிய பாடத்தை மிகவும் ரசித்தார். அவருடைய இரண்டு ஆசிரியர்களுமே பதினெட்டாம் நூற்றாண்டு இலக்கியத்தில் புலமையும், அதன் மூலம் புகழும் பெற்றவர்கள். கல்வி கற்பதற்கு அப்பால், 'பதினெட்டாம் நூற்றாண்டு ஆங்கிலக் கவிதை – ஆக்ஸ்போர்டு தொகுப்பு' என்ற புத்தகம் எழுதுவதற்கு நிகோல் ஸ்மித்துக்கு எல்வின் உதவி செய்தார். 'மிடில்டன்' என்ற பதினேழாம் நூற்றாண்டைச் சேர்ந்த நாடக ஆசிரியர் பற்றிக் கேரோட் கட்டுரை எழுதவும் உதவினார். அதன் மூலம் அறிஞர்களின் ஆய்வுப் பணியில் தனிமை என்பது தவிர்க்க முடியாதது என்று அறிந்து கொண்டார். தனது மாணவர் எழுதிய பகுதிகளைப் பேராசிரியர் மாற்றமின்றி ஏற்றுக்கொண்டார். அதைப் படிப்பவர்கள் எழுத்து நடையில் உள்ள குறையைக் கண்டுபிடித்துவிடுவார்கள் என்று எல்வின் கவலைப்பட்டார். "எல்வின், நீயும் நானும் எவ்வளவு கவனத்தோடு இந்தக் கட்டுரையை எழுதினோமோ அதே கவனத்துடன் வேறு யாரும் இதைப் படிக்க மாட்டார்கள்" என்று கேரோட் பதில் சொன்னார்.

போட்லே கிளப் என்ற இலக்கிய விவாதக் குழுவை, கேரோட் தன் அறையில் தலைமை தாங்கி நடத்தி வந்தார். அது கலகலப்பாக நகைச்சுவையுடன் நடக்கும். ஒரு பருவத்தில்

மூன்று நான்கு முறை கூட்டம் நடந்தது. முதுநிலை, இளநிலை பட்டதாரி மாணவர்கள் வந்தார்கள். முதல் வகையினர் லத்தின் மேற்கோள்களுடன் ஒருவருடன் ஒருவர் தாக்கும்போது, இரண்டாவது வகையினர் கட்டுரைகள் படிக்கவும் பேசவும் உற்சாகப்படுத்தப்பட்டனர். எல்வின் முதல் வருடத்தில் கிப்ளிங்கின் தேசவெறி, சோஷலிஸம், இலக்கியம், செல்டிக் மரபுகள், சமகாலக் கவிதைகளை ஆதரித்தும் கட்டுரைகள் படித்தார். போட்லே கிளப் அதன் தலைவருடைய சாயலில் செயல்பட்டது: நகைச்சுவை, பழைமை எதிர்ப்பு, இன்னும் எல்லா விஷயங்களும் இங்கிலாந்தின் எல்லைகள் தாண்டி இலக்கிய சாம்ராஜ்யத்தின் சர்வதேசியமும் விவாதிக்கப்பட்டன.

❍ ❍ ❍

ஆக்ஸ்போர்டில் 'அழகை ரசிக்கிற, நாகரிகமான, மகிழ்ச்சி களில் நாட்டமுள்ள, ஓரினப் பாலுணர்ச்சி ஆர்வம் உள்ள மாணவர்கள் இருந்தனர் என்று இலக்கிய வரலாற்றாசிரியர்கள் கொண்டாடுகிறார்கள். இருபதுகளில் பல்கலைக்கழகம் கொண்டாட்டம் மிகுந்து இருந்தது. அவர்களுக்கு எல்லா நேரங்களிலும் உணர்ச்சி மிகுந்த உற்சவமாக தெரிந்தது. துதிபாடும் பல வாழ்க்கை வரலாற்று நூல்களில், தற்பெருமை பேசும் நினைவு நூல்களில் (*ரசிகனின் நினைவுகள்*–ஹெரால்ட் அக்டன்), புதினங்களில் (ஈவ்லின் வோ வின் *ஃப்ரிஜ்ஹெட் ரிவிசிடட்*) இப்படிப்பட்ட சித்திரம் மீண்டும் மீண்டும் வரையப்படுகிறது. இவை எல்லாமே ரசிகர்களை மையமாகக் கொண்டவை. இன்னும் ஒரு கோணமும் வெளிப்படுகிறது. அவன் உல்லாசி, கட்டுமஸ்தானவன், தன் தோற்றத்தைப் பற்றிக் கவலைப்படும் மாணவன், ரக்பி விளையாடும் தடகள வீரனுக்கு எதிராக இயங்கினான். அரசியல் ரீதியாக மோதினான். சில நேரங்களில் மோதல் வன்முறையில் முடிந்தது.

பிற்காலத்தில் பயண இலக்கியத்தில் பெரும்புகழ் அடைந்த எடொனில் இருந்த, ராபர்ட் பைரன் அப்போது மெர்ட்டனில் பிரபல ரசிகராக இருந்தார். அவர் பிரதமர்களின் மகன்களுடன், எதிர்காலத்துத் துரைமார்களுடன் சுற்றினார், ஓவியங்கள், பழைய மரச்சாமான்கள் வாங்கி வைத்துக்கொண்டார். அவரிடம் இருந்த ஒரு அச்சடித்த அறிமுகச் சீட்டில் இப்படி எழுதியிருந்தது:

திரு. ராபர்ட் பைரன்,
    மீதமிருக்கும் கல்விப் பருவத்தில்,
எட்டு மணியிலிருந்து நள்ளிரவு வரை
ஓய்வு எடுப்பார்.

மெர்ட்டனில் 'உல்லாசிகள்' மிக அதிகமாக இருந்தனர். அவர்கள் மிர்மிடன் கிளப்பில் கூடினார்கள். மிர்மிடன் பையன்கள் பணக்காரர்கள், பெரிய மனிதர்களின் தொடர்புகள் உள்ளவர்கள். எதைப் பற்றியும் கவலைப்படாத துணிச்சல்காரர்கள். கல்லூரியின் விதிகளை மீறுவதும், ஜன்னல் கதவுகளை உடைப்பதும் அவர்கள் பழக்கம். மலைச் சிகரங்களில் ஏறுவதில் புகழ்பெற்ற ஏ.சி. இர்வின் என்பவர், மிர்மிடனில் உறுப்பினர். இளங்கலை பயிலும் காலத்தில் எவரஸ்ட் சிகரத்தில் ஏற முயன்று, சோகமாக, ஆனால் புகழுடன் இறந்தார். சிகரத்தின் உச்சியிலிருந்து ஆயிரம் அடிக்குக் கீழ் ஜார்ஜ் மல்லொரியுடன் அவரைக் கடைசியாக உயிருடன் பார்த்தனர். மெர்ட்டனில் அவர் அடுத்த ஆண்டின் செயலாளராகத் தேர்ந்தெடுக்கப்பட்டிருந்தார். அவர் சிகரத்தை எட்டிவிட்டார் என்பதில் உறுதியாக இருந்தார்கள், அப்படியே பேசினார்கள். உறுப்பினர்கள் புது ஸ்டைலில், கிளப்பின் முத்திரை குத்திய பாக்கெட்களில் இருந்த துருக்கி நாட்டுச் சிகரெட்டுகளைப் புகைத்தார்கள். வெள்ளிக் குடுவைகளில் அதன் சாம்பலைத் தட்டினார்கள். வருடத்தில் ஒருமுறை ஆக்ஸ்போர்டின் மிகப் புகழ்பெற்ற உணவகத்தில் ஏழு வகை உணவுகளுடன் விருந்து நடத்தினார்கள். எல்வின் இருந்த காலத்தில், மிர்மிடனில் உரையாற்றியவர்களில் டோரிக் கட்சியின் பிரபல அரசியல்வாதியான பிர்கென்ஹெட் என்ற துரையும் இருந்தார். (எல்வின் அதன் உறுப்பினராகவில்லை.)

ஈவ்லின் வோவின் வாழ்க்கை வரலாற்றை எழுதிய கிறிஸ்டோஃபர் ஸைக்ஸ் 'ஈவ்லின் வோவும் தானும் இருந்த காலத்து ஆக்ஸ்போர்டு 'காற்றில் அலைபாயும் நீண்ட முடியுடன், எப்போதும் சண்டையிட்டுக் கொண்டிருக்கும் வெறுப்புற்ற விளையாட்டு வீரர்கள் இருந்த இடம் என்று ரொம்பக் காலம் வரை தவறாகச் சித்திரிக்கப்பட்டது. அப்போது அப்படி இல்லை. அதற்கு முன்னால் இருந்திருக்கலாம்' என்று குறிப்பிடுகிறார். உண்மையில் விளையாட்டு வீரர்களும் அழகின் ரசிகர்களும் இளங்கலை மாணவர்களில் குறைவாகவே இருந்தார்கள். நிறைய மாணவர்கள் படிப்பின் மீதும், ஆய்வின் மீதும், வியப்பூட்டும் வகையில் மதத்தின் மீதும், கவனம் செலுத்தினார்கள். *ஆக்ஸ்போர்டு மேகஸீன்* 1946இல் இப்படிக் குறிப்பிட்டது "கிறித்தவம் பரவிய நாடுகளில், அனேகமாக, மால்டாவைத் தவிர இத்தனைத் துறவிகள் இருக்கும் இன்னொரு இடம் கிடையாது." அந்தக் காலத்திலும் அதற்கு முன்னாலும் பல்கலைக்கழகத்தில் பல கிறித்தவக் குழுக்கள் இருந்தன. யுனைட்டேரியன்கள் *(Unitarians)*, காங்க்ரகேஷனிஸ்ட்கள் *(Congragationists)*, பேப்டிஸ்ட்கள் *(Baptists)* கல்வி நிறுவனங்களை

நடத்தினார்கள். அங்கே ரோமன் கத்தோலிக்க மடமும் இருந்தது. 1920களில் ரொனால்ட் நாக்ஸ் இருந்தார். அவர் ஓய்வு நேரத்தில் துப்பறியும் நாவல்கள் எழுதினார். அவற்றின் மூலம் கிடைத்த பணத்தைத் திருச்சபையிடம் அளித்தார்.

பல்கலைக்கழகத்தில் ஆங்கிலிகன் திருச்சபை ஆட்சி செலுத்தியது. அதிலும் உள்பிரிவுகள் இருந்தன. பத்தொன்பதாம் நூற்றாண்டில் ஆக்ஸ்போர்டில் 'டிராக்டேரியன்' *(Tractarian)* 'இயக்கம் தோன்றி ஹை சர்ச்' *(High Church)*, 'லோ சர்ச்' *(Low Church)* என்று 'ஆங்கிலத் திருச்சபை *(Church of England)* இரண்டு பிரிவுகளானது. 1872இல் நிறுவப்பட்ட கெபல் கல்லூரியும் அதற்கு இருபது ஆண்டுகள் கழித்துத் தொடங்கப்பட்ட 'புசே' ஹவுஸ் கல்லூரியும் 'உயர் திருச்சபை' மரபை வளர்த்தன. ஆங்கிலக் கத்தோலிக்க நம்பிக்கையினரின் சமூக சேவையால் ஆக்ஸ்போர்டில் 1920களில் பெரும் பாதிப்பு ஏற்பட்டது. அழகாக வடிவமைக்கப்பட்ட திருப்பூசைப் பொருட்கள், பலிபீடம், மெழுகுவர்த்திகள், ஊதுபத்தி வைக்கும் கிண்ணங்கள் இவற்றை வைத்துச் செய்யும் அழகான சடங்குகள் மூலம், புராடெஸ்டெண்டுக்கு மாறி இருந்த உழைக்கும் வர்க்கத்தை மீட்டெடுக்க முயன்றது. பலிப் பூசைகளைப் பார்த்தவர்கள் சிலர், ஆயரின் தேவாலயத்தில் நாளின் கடைசி நேரத்தைக் கழிக்க விரும்பும் அளவு அவை அழகாக நடத்தப்பட்டன. தோத்திர முறைகள், பாவமன்னிப்பு இவற்றை ரோமன் கத்தோலிக்க மரபிலிருந்து எடுத்துக்கொண்டு, ஆங்கிலக் கத்தோலிக்கப் பிரிவினர் அற்புதமான, பூடகமான வழிகளில் மக்களை ஈர்த்தனர். வறட்டுப் பக்தியில் பூசனை செய்கிற 'பிரசங்கியார்க'ளின் மரபிலிருந்து இது வேறுபட்டிருந்தது.

மெர்ட்டன் கல்லூரியில் குருவாக இருந்த எஃப். டபிள்யு. க்ரீன் என்பவர்தான் அங்கே ஆங்கிலக் கத்தோலிக்கப் பிரிவினரின் வழிகாட்டியாக இருந்தார். 1884இல் பிறந்த அவர், நார்விச்சில், பேரரசர் ஆறாம் எட்வர்ட்டின் பள்ளியிலும் பின்னர் ஆக்ஸ்போர்டில் ப்ரேசனொஸ் கல்லூரியிலும் படித்தவர். ஆங்கிலிகன் சபையில், 'ஹை' *(High Church)* சேர்ந்தவர், அரசியலில் க்ளாட்ஸ்டோனியனுக்குப் *(Gladstonian)* பிறகு வந்த சுதந்திரப் பிரிவைச் சார்ந்தவர். முதலாளித்துவம், ஏகாதிபத்தியம் இவற்றின் எல்லை மீறிய செயல்களைக் குறைகூறிய தீவிரவாதி. ஆனாலும் தன்னை சோஷலிஸ்ட் என்று அழைத்துக்கொள்ளத் தயங்கியவர். இளமையில் லண்டனில் ஈஸ்ட் எண்ட்டில் உள்ள லைம் ஹவுஸில் இருந்த புனித ஆன் தேவாலயத்தில் குருவின் உதவியாளராக இருந்ததன் விளைவு அது. தனது முக்கிய இலக்கியப் பணியாக கிளாரெண்டன் பைபிளில் *(Clarendon Bible)* மத்தேயுவின்

வசனங்களுக்கு விரிவுரை எழுதியவர். அவர் எழுதியவை குறைவே என்றாலும் நிறையப் படித்தவர். ஜெர்மன் மொழி நன்கறிந்தவர். ஐரோப்பிய வரலாற்றியல் அறிஞர். ('புனித ஆவி என்ற கேடயமும், ஜெர்மன் மொழியறிவு இல்லாமையும்தான் பகுத்தறிவு வாதிகளின் விமரிசனத்துக்கு ஏற்ற பாதுகாப்பு' என்று சொன்ன கார்டினல் நியூமென் கருத்தை மறுத்தவர்). க்ரீன் மிகுந்த கடமை உணர்வுடன் பணியாற்றினார். அவரது இரண்டு மகன்களும் மருமகனும் அங்கு படித்தனர். மெர்ட்டனில் படித்த ஒருவரை அவர் மகள் மணம் செய்துகொண்டார்.

1924இல் எல்வின் முதல் வகுப்பில் தேர்ச்சி பெற்றார். அந்த வருடம் முதல்வகுப்பில் தேர்ச்சி அடைந்த மூன்று மாணவர் களில் அவரும் ஒருவர். கல்லூரி மேல் படிப்பிற்காக நூறு பவுண்ட்கள் அவருக்குப் பரிசளித்தது. வீட்டு வழக்கப்படி அவர் இறையியல் படிக்க நேர்ந்தது. இலக்கியத்திலிருந்து இறையியல் படிக்க வந்ததால், கேரோடின் பாதிப்பிலிருந்து விடுபட்டு க்ரீன்னைச் சார்ந்திருக்க நேர்ந்தது. ஏற்கனவே பட்டப் படிப்பின் பிற்பகுதியில் போட்லே கிளப் கூட்டங்களில் அவர் வரவில்லை என்பதைக் கவனித்திருந்தனர். கேரோடின் அறையில் நடந்த விவாதங்கள் பற்றி 'வார்ன்பொரோ' ரோட்டுக்குத் தகவல் சென்றிருக்க வேண்டும் என்று யூகிக்கலாம். உதாரணமாக அங்கே நடந்த 'கிறித்துவுக்கு முந்தைய மதங்களின் கதைகளுக்கும், கிறித்தவக் கதைகளுக்கும் உள்ள ஒற்றுமை' பற்றிய உரையை எடுத்துக்கொள்ளலாம். நல்ல நகைச்சுவைக்காக, 'தன்னை ஒரு வதந்தி என்று கடவுள் விளையாட்டாக அறிவித்தார்' என்பதுடன் உரை முடிந்தது. கூட்டங்களில் எல்வின் வந்தது, வராதது பற்றிய குறிப்புகள் இருக்கின்றன. அவர் எல்லாக் கூட்டங்களுக்கும் வரவில்லை. இலக்கியத்தையும் விவாதத்தையும் அவர் நேசித்தார். அதற்கு மாறாக, எதையும் மதிக்காத, புதுமை விரும்பிகளின் குழுவிலும் கலந்துகொண்டார். அவர்கள் சாமியார்களை 'நாய்க் காலர்கள் போட்டவர்கள்' என்று சொன்னார்கள். சோஷலிஸத்தை ஆதரித்தனர். இந்த இரண்டுக்கும் இடையே அவர் மனம் தடுமாறுவதைக் காண முடிந்தது. கடைசியில் எச்சரிக்கை உணர்வு தலைதூக்கியது. 1924ஆம் ஆண்டின் போட்லே கிளப்பின் செயலாளராகத் தேர்ந்தெடுக்கப்பட்ட எல்வின் துரதிஷ்டவசமாகப் பதவியை மறுக்க நேர்ந்தது. (அதில் அம்மாவின் பங்கும் இருந்திருக்கும்.) மிக விரைவில் அவர் கிளப்'பில் இருந்து விலகிக்கொண்டார்.

○ ○ ○

எல்வின் சுயசரிதையில் குறிப்பிட்டது போல, ஆக்ஸ்போர்டில் அவரது சிந்தனையும் ஆளுமையும் வளர்ந்தது. அந்தப் பருவம்

பற்றி நேரடி ஆவணங்கள் எதுவும் நமக்குக் கிடைக்கவில்லை. இது வாழ்க்கை வரலாறு எழுதுகிறவருக்கு ஏமாற்றம் தருகிறது. நாட்குறிப்புகள், கடிதங்கள், அச்சேறிய கட்டுரைகள் இல்லை. சில கவிதைகள் மட்டும் கிடைக்கின்றன. அவையும் சிறந்தவை எனக் கொள்ள முடியாது. 1920கள் பற்றிய ஆவணங்களைத் தேடி நான் மெர்ட்டன் கல்லூரிக்குச் சென்றபோது, புதியதாக வந்திருந்த பெண் நூலகர் "முன் அனுமதி பெறாமல் ஏன் வந்தீர்கள்? கல்வி ஆண்டு இறுதியில் தேர்வுகள் நெருங்கிக் கொண்டிருப்பது உங்களுக்குப் புரியாதா?" என்று முறைத்துக் கொண்டு சுட்டிக் காட்டினார். "நீங்கள் ஜெர்மனிக்குத் திரும்பிச் சென்று (அப்போது நான் அங்கே இருந்தேன்) கல்லூரியின் ஆவணங்களுக்குப் பொறுப்பேற்றிருந்தவரும், வரலாற்று ஆய்வில் ஈடுபட்டிருந்தவருமான டாக்டர் ஸ்டீஃபன் கன் என்பவருக்கு மீண்டும் அனுமதி கோரிக் கடிதம் எழுத வேண்டும். அடுத்து எப்போது வரலாம் என்று அவரிடம் கேட்டுத் தேதி தெரிந்து கொள்ள வேண்டும்" என்றும் சொன்னார். நான் கோபத்துடன் வெளியில் வந்தேன். எங்கள் பேச்சைக் கேட்டுக்கொண்டிருந்த ஒரு மாணவன் என்னுடன் வந்தான். வெளியில் வந்ததும் 'நான் உங்களை 'ஸ்டீவ்'வின் அறைக்குக் கூட்டிச் செல்கிறேன் என்றான். ஸ்டீவ் நூலகரைப் போல நடந்துகொள்ளவில்லை. வயதில் மிக இளையவர். பழகுவதற்கு இனியவர். அந்த மாணவன் அவர் தன் 'டியூட்டர்' என்று அறிமுகப்படுத்தினான். நான் வந்த காரியத்தைச் சொன்னேன். மூவரும் கல்லூரியின் ஆவண அறைக்குச் சென்றோம். கல்லூரியின் ஆவணங்கள், கல்லூரி ஆளுனர் நடத்திய கூட்டங்களின் பதிவுகள் மிகப் பெரிய தொகுதிகளாக, அழகாகப் 'பைண்ட்' செய்யப்பட்டிருந்தன. நான் தேடிச் சென்ற, 1915இல் இருந்து 1936 வரையிலான தொகுதிகள் கிடைத்தன. 'டியூட்டரி'ன் அறைக்கு அவற்றை எடுத்து வரும்படி மாணவனிடம் ஸ்டீவ் சொன்னார்.

இதற்கிடையில், ஸ்டீவ் வகுப்பு எடுக்கவேண்டிய நேரம் ஆகிவிட்டது. தன் மேஜையில் என்னை உட்கார வைத்துவிட்டு அவரும் மாணவர்களுடன் இருக்கையில் அமர்ந்துகொண்டார். அவர்கள் 'டுயுடர்' (Tudor) காலத்துப் பஞ்சம் பற்றி விவாதித்துக் கொண்டிருந்தனர், நான் கல்லூரி ஆளுனரின் கூட்டக் குறிப்புகளை படித்துக்கொண்டிருந்தேன். அவற்றில் எல்வின் பெயர் அடிக்கடி தென்பட்டது. பரிசு வாங்கினார், உதவித்தொகை பெற்றார் என்ற தகவல்கள் இருந்தாலும், அவர் என்ன சொன்னார் அல்லது நினைத்தார் என்ற பதிவுகள் இல்லை. அவர் மெர்ட்டனில் சேர்ந்த 1921 ஜூலை மாதத்தில் மாணவர்கள் தங்கிய விடுதியில் வாரக் கூலிக்கு இரண்டு பெண்கள் நியமிக்கப்பட்டனர். சிறிது

காலம் கழிந்த பிறகு, இளங்கலை பயிலும் மாணவர்களுக்கு 'வைன்' (*Wine*) விற்பது பற்றி மாணவர்களால் அமைக்கப்பட்ட குழுவினர் கொடுத்த அறிக்கை ஏற்றுக்கொள்ளப்பட்டது. அவர்கள் விற்பனை கூடாது என்று பரிந்துரைத்திருந்தனர். இவை ஓரளவு உதவியாக இருந்தாலும் நான் தேடிவந்தது இவற்றை அல்ல.

வகுப்பு முடிந்து மாணவர்கள் போனதும் கிடைத்த ஆவணங்கள் எனக்கு உதவாது என்று அவரிடம் சொன்னேன். "நான் டாக்டர் ஹை ஃபீல்டைக் கேட்கிறேன்" என்று சொல்லிவிட்டு, அவருக்கு முன்னால் கல்லூரியில் ஆவணப் பொறுப்பாளராக இருந்தவருடன் தொலைபேசியில் தொடர்புகொண்டார். மற்ற ஆவணங்கள், அவை இருக்கும் இடங்கள் பற்றித் தகவல் கிடைத்தது. நூலகத்துக்குத் திரும்பினோம். நான் யாருடன் வந்திருக்கிறேன் என்பதைக் கண்ட நூலகர் நல்லவிதமாக நடந்து கொண்டார். ஸ்டீவ் அவளிடம் பழைய நூலகத்தின் சாவியைக் கேட்டார். அது பதினான்காம் நூற்றாண்டில் கட்டப்பட்டது. பென் என்பவர் எழுதிய 'ப்ளூ கெய்டு' (*Blue Guide*) என்ற புத்தகத்தில் உள்ளது போல் அது மத்திய காலத்தில் தொடங்கிய, இங்கிலாந்தில் உள்ள மிக நல்ல நூலகம். ஆனால் யாரும் தினந்தோறும் வருவதில்லை. நாங்கள் முதல் பதிப்புப் புத்தகங்கள் அடுக்கிய வரிசைகளைக் கடந்து, தேடி வந்த ஆவணம் இருக்கும் அலமாரியைத் திறந்தோம். அதற்குள் சிறிய ஆனால், முன்பு நான் பார்த்ததைவிட, மோசமாகப் பைண்ட் செய்யப்பட்ட நிறையத் தொகுதிகள் கிடைத்தன. இளங்கலை பயிலும் மாணவர் மன்றங்களின் கூட்டக் குறிப்புகள்.

ஆவணங்களைப் பாதுகாப்பதற்கு ஆங்கிலேயர்கள் தரும் கவனத்திற்கு நன்றி சொல்ல வேண்டும். அங்கே குறுக்கு வழியில் நுழைய இடந்தரும் நடைமுறைகளுக்கும் நன்றி சொல்ல வேண்டும். மெர்ட்டனில் பழைய நூலகத்தில் இருக்கும் ஆவணங்களின் அடிப்படையில் எல்வினுடைய அறிவும் உணர்வுகளும் முதிர்ந்ததைத் தெரிந்துகொள்ளலாம். அவர் மிர்மிடனில் உறுப்பினர் ஆகவில்லை என்பது நமக்குத் தெரியும். அதில் சேரும்தகுதி அவருக்குக் கிடையாது. ஆர்வத்தின் காரணமாக போட்லே கிளப்பில் சேர்ந்தார். அங்கு நடந்த விவாதங்கள், தன் வீட்டில் கேட்ட விஷயங்களுக்கு எதிராக மாறியபோது அதிலிருந்து விலகினார். எஃப்.டபிள்யு. க்ரீன் நடத்திய மூன்றாவது சங்கத்தில் சேர்ந்து அதில் நீடித்தார் என்பதும் தெரிந்தது. அந்தக் கூட்டங்களில் பங்குபெற திருமதி எல்வின் ஆர்வத்துடன் ஒத்துக்கொண்டிருக்கலாம். அதன் பெயர் 'மெர்ட்டன் கல்லூரித் தேவாலய சங்கம்'. அது 1875இல்

தொடங்கப்பட்டது. ஆக்ஸ்போர்டிலேயே உணர்ச்சி மிகுந்த விவாதங்களுக்குப் புகழ் பெற்றது, 1924இல், 600ஆவது கூட்டம் நடத்திக் கொண்டாடியது. ஒவ்வொரு கல்விப் பருவத்திலும் மூன்று, நான்கு முறை, கல்லூரி மதகுருவின் அறையில் கூடியது. இரவு உணவின்போது அது தொடங்கும். மாலைத் தோத்திரத்திற் காக கலையும். மீண்டும் கூடும். உறுபினர்கள் அனைவரும் ஆங்கிலேயத் திருச்சபையின் *(Church of England)* உறுப்பினராக இருக்க வேண்டும். அதன் மரபுகளைப் பின்பற்ற வேண்டும். வேறு எந்தச் சங்கத்திலும் இப்படிப்பட்ட நிபந்தனை கிடையாது.

பட்டப் படிப்பிற்கான இறையியல் பாடத்திட்டம் சலிப்பு தருவது, மரபுவழி வந்தது. விவிலியத்தின் பழைய ஏற்பாடும் புதிய ஏற்பாடும், செயின்ட் அகஸ்டைன் காலம்வரை எழுதப்பட்ட விளக்க உரைகளும் பாடமாக இருந்தன. "கி.மு. 4004இல் தான் உலகம் உண்டானது என்ற ஊகத்தை வைத்துக்கொண்டு, அந்தக் காலத்தில், இறையியலைப் படிக்க முடியாது என்ற நிலை இருந்தாலும் ஆக்ஸ்போர்டில் அதை ஒப்புக்கொண்டு, கி.பி. 461இல் உலகம் அழிந்துவிட்டது என்று வைத்துக்கொள்ள முடியும்" என்று ஒரு நவீன மதகுரு குறிப்பிட்டார். விவிலிய நூல்களும், மிகப் பழைய திருச்சபை வரலாறும் இருந்தன. தத்துவமும், மதங்களை ஒப்பிடும் சமூகவியலும் பாடத் திட்டத்தில் இல்லை. தத்துவமும், ஒப்பீட்டுச் சமூகவியலும் பாடமாக இல்லாத குறையை எஃப்.டபிள்யு. க்ரீன் மெர்ட்டன் கல்லூரித் தேவாலய சங்கத்துக்குப் பேச்சாளர்களை வரவழைப்பதன் மூலம் தீர்த்து வைத்தார். பலவித தலைப்புகளில், பலவித உரைகளைத் தனது மாணவர்கள் கேட்கச் செய்தார். முதன்முதலாக, ஆங்கில இலக்கிய மாணவனாக எல்வின் இருந்தபோது, சாலைகளில் வாழும் வீட்டற்றவர்களுக்குச் சேவை செய்யும் மதகுரு நிகழ்த்திய உரையைக் கேட்டார். இரண்டாவதாகக் கேட்டது 'ஓய்வுகொள்ளும் இடம்' பற்றிய உரை. அது திருச்சபை வாழ்வின் இன்னோரு பக்கம். வீட்டிலோ, டீன் க்ளோஸிலோ விவாதித் திருக்க முடியாது.

எதையும் வெளிப்படையாகப் பேசுபவர் சங்கத்தின் இன்னொரு உறுப்பினரான அல்ஸ்டன் டிக்ஸ். அப்போதிருந்தே கத்தோலிக்க மடத்தில் துறவு பூண ஆர்வம் காட்டத் துவங்கி யிருந்தார். மெர்ட்டனை விட்டுப் போனதும் மடத்தில் சேர்ந்தார். (டிக்ஸ், நாஷ்டம் தேவாலயத்தில் 1926 முதல் டாம் கிரிகொரியாக, வாழ்ந்தார். பின்னர் அங்கு முதல்வர் பதவியும் பெற்றார். அவர் எழுதிய புத்தகங்களில் ஒன்று 'கடவுளின் உருவமும் ஒற்றுமையும்'.) 1923இல் ஒரு மாணவன் 'கிறித்தவமும் கம்யூனிஸமும்' என்ற தலைப்பில் கட்டுரை படித்தபோது, டிக்ஸ் 'முதலாளித்துவம்

கெட்டது. அரசியலில் மூலதனம் ஆதிக்கம் செலுத்தும்வரை சீர்திருத்தங்கள் ஏற்படும் என்ற நம்பிக்கை கிடையாது. திருச்சபை, அரசியல் அதிகாரத்துடன் கைகோர்த்துக்கொள்வதை விடுத்து, கிறித்தவக் கொள்கைகளின்படி ஒரு சமூகத் திட்டத்தை வகுக்க வேண்டும்' என்ற அபிப்பிராயத்தை முன்வைத்தார். இரண்டு மாதங்களுக்குப் பிறகு, படித்த இன்னொரு கட்டுரையில் அவர் 'ஆங்கிலேயத் திருச்சபை அரசாங்கத்திலிருந்து முற்றிலும் விடுபட வேண்டும்' என்று கிறித்தவ மரபில் திளைத்த வார்த்தைகளில் பொழிந்தார். ஆங்கிலேயத் திருச்சபை, விமரிசனம் செய்யும் தனது சுதந்திரத்தைத் தியாகம் செய்துவிட்டு, அரசியலில் நியாயப்படுத்த முடியாத செயல்களில் உடந்தையாக இருந்து, அவற்றில் பங்கேற்கிறது. இத்தொடர்பைத் துண்டிப்பதன் மூலம் தனது சுதந்திரத்தை மீண்டும் அடையும். அதுதான் சாதாரணப் பிரஜையின் மனத்தில் மரியாதையை வளர்க்கும் உண்மையான வளர்ச்சி. அனைவருடனும் சேர்ந்து வாழும் மனப்பான்மையுடன் கத்தோலிக்கராக வேண்டும். கத்தோலிக்க மதத்தைப் பின்பற்றுவது என்பது பழைமையைப் பின்பற்றுவதற்காக அல்ல என டிக்ஸ் தன் வழியில் கத்தோலிக்கப் பிரச்சாரம் செய்தார்.

க்ரீன், டிக்ஸ் இருவருடைய தீவிரப் போக்குகளையும் எல்வின் மறுத்தார். 1922இல் உரையாற்ற வந்த விருந்தினர் ஒருவர், ஆங்கிலேயச் திருச்சபையும் ரோமன் கத்தோலிக்கமும் இணைய வேண்டும் என்று வேண்டினார். எல்வின், சுவிசேஷ ஊழியர்களின் நிலையை ஆதரித்து அவர்களை மறுப்பவர்களை எதிர்த்தார். சியராலியோனில் ஊழியம் செய்ததால் கிடைத்த பலன்களைப் பற்றி ஆர்வத்துடன் உரைத்தார். குடும்பத்தின் மரபுகளை, அவர் இன்னும் மறுக்கத் தயாராகவில்லை. டிக்ஸும், மேக்ஸ் பெடிட்பியர் என்ற வேதியியல் மாணவரும், ஆங்கிலக் கத்தோலிக்கர்களின் பணிக்குத் தலைமை தாங்கினர். இந்த பெடிட்பியர் பின்னாளில் நாஷ்டம் தேவாலயத்தில் துறவி ஆனார். அளவுக்கு மீறிப் புகழ்வதும் மிக அதிகமாக அன்பு காட்டுவதும் அவர்களுடைய ஒரு தந்திரம். டிக்ஸ், வெர்ரியருடன் விவாதித்துக் கொண்டிருக்கும்போது, பெடிட்பியர் முழந்தாளிட்டு அவருடைய இதயத்தை மாற்ற வேண்டும் என்று பிரார்த்தனை செய்வார்.

மெல்ல மெல்ல ஆனால் இயல்பாக மாற்றம் நிகழ்ந்தது. தீவிரப் போக்கின் பாசறையான ஆக்ஸ்போர்டு பல்கலைக்கழக விவிலிய சங்கத்தின் தலைவராக எல்வின் நியமிக்கப்பட்டார். 'விவிலிய சங்கம்', அனைத்துக் கிறித்தவர்களும் ஒன்றாக இருக்க வேண்டும் என்று கருதும் 'மாணவர் கிறித்தவ இயக்க'த்தினரின் தாராளவாதச் சதியிலிருந்து அதுவரை பாதுகாக்கப்பட்டு வந்தது.

'விவிலிய சங்கத்தை' அவர் 'மாணவர் கிறித்தவ இயக்க'த்தில் இணைத்தார். இதற்குள் சிறந்த பேச்சாளராகப் புகழ் பெறத் தொடங்கியிருந்தார். அவரைவிட இரண்டு வருடங்கள் இளையவ ரான பிரையன் பெடி இவ்வாறு நினைவுகூர்ந்தார்: "நடுத்தர உயரம், கலைந்து கிடக்கும் கற்றை முடி, தேடல் மிகுந்த இரண்டு நீலக் கண்கள், செம்மையும் வெண்மையுமான நிறம், பள்ளி மாணவனைப் போலத் துருதுருப்பு, ஆர்வம் அவரிடம் இருந்தன." நடைமுறைகளில் சிரத்தை கொண்ட கிறித்தவனிடம் இருக்கும் எல்லையில்லாத சுறுசுறுப்பும், ஆன்மீகவாதியிடம் இருக்கும் ஆழ்ந்த கல்வியும், ஆட்கொள்ளும் சக்தியும் அவருடைய ஆளுமையில் இருந்தன. அவரிடம் ஆங்கில (புராட்டஸ்டென்ட்) திருச்சபையின் சார்பு, வளர்ந்து வந்த ஆங்கிலக் கத்தோலிக்கச் சார்பு என்ற முரண்பாடு தொடர்ந்தது. இது அவருடைய பேச்சுக்களை இன்னும் அர்த்தமுள்ளதாக்கியது. பேடி இவ்வாறு எழுதுகிறார்:

> ஒரு நடன நிகழ்ச்சிக்குப் போகாமல், ஆக்ஸ்போர்டு பல்கலைக்கழக விவிலிய சங்கத்தின் தலைவர் பேச்சைக் கேட்கப் போகலாம். டெமஸ்தனிஸ் பொறாமைப்படும் அளவுக்கு எல்வின், கவர்ச்சியாகப் பேசும் திறமை பெற்றிருந்தார். அவர் குறிப்புகள் வைத்துக்கொள்ளாமல் பேசினார். பேசும்போது உணர்ச்சிமிக்க அறைகூவலில் இருந்து சோகம்வரை, ரொம்ப அமைதியாக, அமர்ந்து கேட்பவர் இதழ்களிலும் சிரிப்பை வரவழைக்கும் கதைகள், உருவகங்கள் உத்வேகத்தில் செறிவாகத் துள்ளிவரும்.
>
> ஆர்வமுள்ள மதபோதகராக இருந்தார். அவருடன் இருந்தவர்கள் மனத்தளவில் சாதாரணமாக இருக்க, அவர் களைவிட ஞானவானாகத் திகழ்ந்தார். "டன் ஸ்கோடஸின் பிசாசு, கல்லூரி முற்றத்தில் நடந்துபோனதைப் பார்த்தேன், மின் விளக்கை வெகு நேரம் கூர்மையாகப் பார்த்தபடி மோன நிலையை அடைந்துவிட்டேன்" என்றெல்லாம்கூட இருந்தவர்களிடம் சொல்லி அவர்களை அதிர்ச்சியிலாக்கி மகிழ்ச்சி அடைந்தார்.

1923 மே மாதத்தில், கல்லூரி சர்ச் சொசைட்டியில் "காஃபி, சிகரெட் இரண்டும் கூட்டத்தில் பரிமாறக் கூடாது, அதனால் மீதமாகும் பணத்தை லண்டனில் உள்ள சேரிகளுக்கு அனுப்ப வேண்டும்" என்று அவர் ஒரு தீர்மானம் கொண்டுவந்தார். அவர் இந்த சின்ன உந்துதல்கள் மூலம் இன்னும் பெரிய தியாகங் களுக்குத் தன்னைப் பக்குவப்படுத்திக் கொண்டிருந்தார். 'எல்வின் மிஸ்டிசிசத்தை (*Mysticism*) விரும்புகிறார்' என்று சொசைட்டியின்

செயலாளர் குறிப்பு எழுதினார். இன்னும் சில மாதங்கள் கழித்து 'மிஸ்டிக்'களை (*Mystics*) மிகவும் விரும்புகிறார்' என்று குறிப்பிட்டார். 1924ஆம் ஆண்டு மார்ச் 3ஆம் தேதி படித்த கட்டுரையில் எல்வின் 'பிரமாண்டம் அனைத்தும் ஒன்றுதான் என்ற மறைந்து இருக்கும் உண்மையை அறிந்தவன் மிஸ்டிக்' என்று கொண்டாடினார். கனவு உலகில் வாழ்பவர்கள், நடைமுறைக்கு ஒவ்வாதவர்கள் என்று புனிதர்களை இருபதாம் நூற்றாண்டு ஒதுக்கிய போதும், மத்திய கால மிஸ்டிக்களைப் பற்றி அவர் செய்த ஆய்வில் அவர்கள் 'கடவுளின் மீதும், திருச்சபையின் மீதும் எவ்வளவு நேசம் கொண்டவர்கள், வாழ்வின் மீது இயல்பான பார்வை கொண்டவர்கள்' என்பது தெரிந்தது. அதற்குப் பின் காரசாரமான விவாதம், அதைவிட சண்டைதான் அதிகம் நடந்தது. இறையியலில் புகழ் பெற்ற அறிஞரான கில்பர்ட் ஷா வெர்ரியரிடம் சொன்னார் 'மிஸ்டிசிசம்' போலவே இன்றிருக்கும் எல்லா ரகசிய இயக்கங்களுக்கும் தங்களை வெளிப்படுத்த வேண்டும் என்ற விருப்பம்தான் அடிநாதம். எல்வினுடைய ஆதரவாளர் ரிச்சர்ட் ரோலை ஒரு மாணவன் ஒருவன் 'ஒழுக்கங் கெட்டவர்' என்று தாக்கினான். கூட்டத்துக்குத் தலைமை தாங்கிய எஃப்.டபிள்யு.க்ரீன் 'மிஸ்டிசிசம்' என்பது பிரார்த்தனை யில் ஒவ்வாத நடைமுறைகள், துரதிருஷ்டவசமாகப் புரியாத ஒன்றிடம் சரணடைதல் என்று தனது கவலையைச் சொன்னார். எல்வின் தனது கருத்தில் திடமாக இருந்தார். துன்பங்களைத் தாங்கும் மனநிலை, ஆன்மீக இருளிலிருந்து வெளியேறும் தகுதி இவற்றுக்காக மிஸ்டிக்குகளை (*Mystics*) நாம் போற்ற வேண்டும் என்றார்.

1924ஆம் ஆண்டு ஜூன் மாதம் எல்வின் கல்லூரி சர்ச் சொசைட்டியின் தலைவராகத் தேர்ந்தெடுக்கப்பட்டார். அந்த ஆண்டின் பிற்பகுதியில் 'வருடாந்திர சர்ச் காங்கிரஸ்' ஆக்ஸ்போர்டில் நடந்தது. 'இளைஞர்கள் திருச்சபையிடம் என்ன எதிர்பார்க்கிறார்கள்?' என்ற தலைப்பில் நடந்த அமர்வில் எல்வின் ஆக்ஸ்போர்டு சார்பிலும், ஸ்டீஃபன் நீல் கேம்பிரிஜ் சார்பிலும் பேசத் தேர்ந்தெடுக்கப்பட்டனர். நீல் முன்னரே திட்டமிட்டு, எல்வின் எழுதிய உரையைப் பெற்றுக்கொண்டு, அதில் இருந்த கருத்துப் பிழைகளை இடித்துக் காட்டினார். பத்திரிகைகள் இருவரையும் பெரிதும் பாராட்டின. முந்தைய தலைமுறையினர், தம் தலைமுறையினரின் மத நம்பிக்கைகளைக் கருத்தில் கொள்ளுமாறு எல்வின் தன் பேச்சில் அறிவுறித்தினார். இளைஞர்கள் சாப்பாடு, கால்பந்தாட்டம், ஃபெலிக்ஸ் (இது மிக்கி மவுஸ் வருவதற்கு முன்னிருந்த கார்ட்டூன் பாத்திரம்) இவை மூன்றில் தான் ஆர்வம் காட்டுகிறார்கள் என்பது உண்மை அல்ல

என்றார். சர்ச் டைம்ஸ் எல்வின் பற்றி இவ்வாறு எழுதியது: "அனேகமாக இதுவரை 'சர்ச் காங்கிரஸி'ல் பேசியவர்களிலேயே மிகவும் இளைய பேச்சாளர். அவர் உணர்ச்சியுடன், நெஞ்சைத் தொடும் வகையில், இன்றைய சிறந்த இளைஞர்கள் திருச்சபையிட மிருந்து என்ன எதிர்பார்க்கிறார்கள், திருச்சபை அவர்களுக்கு என்ன கொடுக்க வேண்டும்" என்று மிகவும் அருமையாகப் பேசினார். நீல், எல்வின் இருவரும் உயர்ந்த தரத்தில் பேசினர். அவர்களுடைய பேச்சில் நேர்மையும், துடிப்பும் நெஞ்சைத் தொடும் வேண்டுதல்களும் ஒளிவிட்டன.

விவாதத்துக்கு ஆயர் தலைமை தாங்கினார்; மற்ற ஆயர்களும், எல்வினுடைய தாயும், தங்கையும் கூட்டத்தில் இருந்தனர். அவரது முதல் பொதுக் கூட்டமே வெற்றிதான். செய்தித் தாள்களில் பெயர் வந்தது. செயின்ட் பால் தேவாலயத் தின் டீன் புகழ்ந்து எழுதியிருந்தார். அவருடைய பேச்சு, அவர் ஆங்கிலத் திருச்சபையில், இங்கிலாந்தில் மிக நல்ல பதவியில் இருப்பதற்கான முதல் அடி என்று திருமதி எல்வின் நினைத்திருக்கலாம். வெப்ப நாடுகளுக்கு அனுப்பி சின்ன வயதில் இன்னொரு உயிரைப் பலிகொடுக்கும் ஆபத்தை அவர் விலைக்கு வாங்க விரும்பவில்லை. நிறுவனங்களின் மதகுருவாக இருப்பது எல்வினுக்குப் பிடிக்கவில்லை. பணம் அவரை ஈர்க்க வில்லை. வாழ்நாள் முழுவதும் அவர் பணத்தைப் பற்றிக் கவலைப்பட்டதில்லை. அந்தக் குணம் அப்போதே தெரிந்தது. அவரிடம் பணம் எப்போதும் அதிகம் இருந்ததில்லை. 1924 அல்லது 1925ஆம் ஆண்டு ஒருநாள் காலை இளவெயிலில் சில நண்பர்களுடன் படகில் சென்றதைப் பற்றிப் பிரையன் பெடி எழுதுகிறார். முதலிலேயே ஒரு கூடை ஸ்ட்ராபெரி பழங்கள் வாங்கிக்கொண்டனர். படகு வாடகைகொடுக்கப் பணம் இல்லை என்று பின்னால்தான் தெரிந்தது. மகதலின் பாலத்தில் எல்வின் நிற்பதைப் பார்த்து, பெடி கத்தினார்: 'ஏழரைப் பவுண்டுகள் கடன் வேண்டும்.' 'இதோ வருகிறேன்' என்றார் எல்வின். பாலத்தின் கீழே படகு செல்லும்போது பணத்தை வீசினார். பின்னால் பெடி பணத்தைத் திரும்பிக் கொடுத்தபோது, 'ஒரு பணக்கார மாமாவிடமிருந்து, எதிர்பாராமல் வந்த பரிசு' என்று அதை குறிப்பிட்டு எல்வின், பெடிக்குக் கடிதம் எழுதினார்.

கடவுள் ஏழைகள் பக்கம் இருக்கிறார் அல்லது அப்படித்தான் இருக்க வேண்டும் என்ற நம்பிக்கையை எஃப்.டபிள்யு. க்ரீன், அல்ஸ்டன் டிக்ஸ் இவர்களிடமிருந்து எல்வின் புரிந்துகொண்டார். 1925 அக்டோபரில் சர்ச் சொசைட்டியில் ஒரு கட்டுரை படித்தார். அக்கட்டுரையில் மதங்களில் உள்ள மேட்டுக்குடித்தனமான, போலி மரபுகள், உயிரற்ற, திட்டவட்டமான விதிமுறைகள், தாம்

சொல்வதை நியாயப்படுத்தும் வாதங்கள் நிரம்பிய மரபுகள் இவற்றிலிருந்து தாம் விலகிச் செல்வதைக் கோடு காட்டினார். பள்ளிப் படிப்பு மதத்தை அதிகாரம், கட்டாயம், நெறிமுறைகள் என்று சுருக்கிவிட்டது என்று சொன்னார். கலகம் செய்வது அதில் நடக்க முடியாத காரியம். ஆக்ஸ்போர்டில் இருந்த நான்கு ஆண்டுகளில், "கிடைத்ததை வைத்து அல்ல, இழந்ததை வைத்து வாழ்வைக் கணிக்க வேண்டும்" என்று கற்றுக்கொண்டார்.

> வெற்றி பெற்ற 'புத்துயிர்ப்'பின் மகிமை பற்றி இயேசு நம்மிடம் பேசுகிறார். வருத்தங்களின் பாதையில் துயரங்களின் தடைகள் பற்றி அவர் பேசாமல் இருக்கவில்லை. அவரைப் பின் தொடர்வது என்பது வறுமையையும், பிணியையும் ஏற்பதுடன், நண்பர்கள், சமூகத்தில் நமது இடம், புகழ் இவற்றையும் இழப்பதாகும்; அதன் அர்த்தம் தம்மை மற்றவர்கள் தவறாகப் புரிந்து கொள்ளுவதாகும்; வாழ்க்கை நெடுகிலும், இதற்காக மிகுந்த விலை தர வேண்டியிருக்கும். கண்ணுக்குத் தெரியாத எதிர்காலத்தில் அப்படி இருப்பது மட்டும் அல்ல. நாம் ஊழியம் செய்கிறவர்கள் ஆன பிறகு, அல்லது வறியவர்களின் குருவாக ஆன பிறகு, இவற்றைக் கடைப்பிடிக்க வேண்டும் என்பதல்ல. நாம் இப்போதே, இங்கேயே ஆக்ஸ்போர்டில் அப்படி வாழ்வதே அதன் பொருளாகும்.

எல்வினுக்கும் அவருடைய வழிகாட்டிகளுக்கும் இயேசு சரித்திரத்தில் வாழ்பவரல்ல. அவர் இன்றும் நம்மிடையே இருப்பவர். அந்தக் காலத்தில் அவர் எழுதிய கவிதை ஒன்று பிலிப் லார்கின், மற்றும் 'மெஸய்யா' என்ற கவிதையை எழுதிய ஹாண்டல் இவர்களின் பாணியில் இருக்கிறது.

> இன்று மோட்டார் காரேஜில் இயேசு பிறந்தார், இன்றுதான் பிறந்தார்,
> சக்கரங்கள் சுற்றும் விர்'ரெனும் ஒலியுடன், குழலின் ஓசையுடன்,
> இன்று, இன்றுதான் பிறந்தார்,
> ஸ்பான்னர், ப்ளக், போல்ட், டயர்,
> ரோல்ஸ் (ராய்ஸ்) ஃபோர்ட், இன்னும் வாடகை டாக்ஸி,
> மிகுந்த அன்புடன் அவர்கள் கூவுகிறார்கள்,
> குழந்தை இயேசு, ரோடின் ராஜா, மகிமையுள்ள ராஜாதி ராஜா

○ ○ ○

"நான் இளங்கலைப் பட்டம் படித்த வருடங்களை எப்படி வீணாக்கிவிட்டேன். மதம் மிகவும் உணர்ச்சிப்பூர்வமாக இருந்தது. சீட்டாட்டம், குதிரைப் பந்தயம் இவற்றிற்கு மாறாக ஒரு சுவாரஸ்யம் உள்ள விஷயமாகவும் இருந்தது" என்று அவர் நினைவுக் குறிப்புகளில் எழுதுகிறார். தான் ஒரு விளையாட்டு

வீரன் என்ற பாவனையைக் கொஞ்ச நாட்கள் இரண்டாவது கால்பந்துக் குழுவில் இருந்தபின் விட்டுவிட்டார் என்பதை நாம் அறிவோம். அந்தப் பருவத்தில் போட்டியிட்ட ஒவ்வொரு பந்தயத்திலும் பதினைந்துக்கு பூஜ்யம் என்ற கோல் கணக்கில் அவருடைய குழு தோற்றது. கல்லூரிக்கும் பெரிய அடி விழுந்தது. அவருடைய நண்பர்கள் பெரும்பாலும் ஆண் மாணவர்களாக இருந்தனர். டீன் க்ளோஸ், பையன்கள் மட்டும் படிக்கும் பள்ளி. மெர்ட்டனிலும் மாணவிகள் கிடையாது. ஆக்ஸ்போர்டில் மற்ற இடங்களில் மாணவிகள் இருந்தாலும், எல்வின் அறிந்ததெல்லாம் அவர் கல்லூரியில் சேரும்போது வேலைக்குச் சேர்ந்த இரண்டு பெண்களை மட்டுமே. மத நம்பிக்கையின் காரணமாக அல்லது பணமில்லாததன் காரணமாக மட்டும் அவர் மற்ற கல்லூரி மாணவர்களைப்போல் லண்டனுக்குச் சென்று, இரவில் கடைசி ரயிலில் பேடிங்டனிலிருந்து திரும்பியதும் இல்லை. (அந்த ரயில் 'உடல் உறவு ரயில்' என்ற பெயரில் புகழ்பெற்றது.)

அவருடைய படிப்பு, நட்பு, சொந்த வாழ்வு, சமூக உறவு எல்லாம் மதத்தைச் சுற்றியே இருந்தன. இந்த முழுஈடுபாடு, குறுகிய மனப்பான்மையாக இருந்தாலும் இதற்கும் நல்ல பலன்கள் இருந்தன. 1926 கோடையில் அவர் இறையியல் படிப்பில் முதல் வகுப்புப் பெற்றார். அவருடைய ஒரு நண்பர் எழுதியது போல, உலகம் வெர்ரியர் எல்வினுடைய காலடியில் கிடந்தது போல் தோன்றியது. அதுவரை அவரது வளர்ச்சி பிரமாதமாக இருந்தது. வேலையும், விரும்பியது கிடைப்பதற்கான வாய்ப்புக்களும் மிக அதிகமாக இருந்தன. அவர் விரும்பினால் ஆக்ஸ்போர்டில் ஏதாவதொரு கல்லூரியில் மேற்படிப்புக்கான வாய்ப்புக் கிடைத்திருக்கும். அவர் ஆங்கிலத் திருச்சபையில் சேர வேண்டும் என்ற குடும்பத்தினர் வற்புறுத்தினர். அப்பா வேலை பார்த்த வைகிளிஃப் ஹாலில் உதவி முதல்வராக வாய்ப்பு வந்ததும் அதை ஒப்புக்கொள்ள வேண்டும் என்ற நெருக்கடி அதிகம் இருந்தது. கொஞ்ச காலத்தைக் கழிக்கலாம் என்று அதில் அவர் சேர்ந்தார். 'கிறிஸ்ட் சர்ச்' கதீட்ரலில் ஆக்ஸ்போர்டின் ஆயர் அவரைக் குருவாக நியமனம் செய்தார். அதன் மூலம் அம்மாவைத் திருப்திப்படுத்தினார். அம்மாவுக்கும் முதல்வருக்கும் தெரியாமல் ரகசியமாக ஆங்கிலக் கத்தோலிக்கப் பாசறையான 'புசெ' ஹாலில் அவர் தோத்திரக் கூட்டங்களுக்குச் சென்று வந்தார். மெர்ட்டனின் எஃப்.டபிள்யு.கிரீன், 'வைகிளிஃப் ஹாலை'த் தூக்கி எறிந்துவிட்டு லண்டன் அல்லது மான்செஸ்டர் சேரிகளில் பணிபுரிய எல்வினை அழைத்தார். அவருக்கு இன்னொரு உதாரணமும் இருந்தது. அவருடைய நண்பர் டிக்ஸ் ஒரு கிறித்தவத் துறவி மடத்தில் சேர்ந்துவிட்டார்.

ஆகஸ்ட் மாதத்தில் இன்னொரு வாய்ப்புக் கிடைத்தது. எல்வினும் அவருடைய நண்பர்களும் 'ஸ்வான்விக்'கில் நடந்த 'மாணவர்கள் கிறித்தவ இயக்க'த்தின் மாநாட்டில் கலந்துகொண்டனர். அங்கே இந்தியாவிலிருந்து வந்த ஜே.சி. வின்ஸ்லோ தன்னுடன் அழைத்துச்செல்ல இளைஞர்களைத் தேடிக்கொண்டிருந்தார். அவர் எடொன், பல்லிவொல் கல்வி நிலையங்களில் படித்துவிட்டு 'சுவிசேஷ பிரபல்ய சங்கம் *(Society for Propagation of Gospet)* ஊழியம் செய்பவராக 1905இல் இந்தியாவுக்கு சென்றவர். ஆங்கிலேய, இந்திய கிறித்தவர்களுக்கு இடையில் இருந்த தடைகளால் மனம்வெறுத்து, தேசம் மீண்டும் உயர்வடைய வேண்டும் என்ற நோக்கத்தில் காந்தி தொடங்கிய இயக்கத்தால் கவரப்பட்டு, வின்ஸ்லோ தன் மன்றத்தை விட்டுத் தனியாக இருந்தார். அவருக்கு மானசீக வழிகாட்டியாக சார்லஸ் ஃப்ரீயர் ஆண்ட்ரூஸ் இருந்தார். அவர் காந்திக்கு நெருக்கமானவர். கிழக்கத்திய மதங்களில் அனுதாபம் கொண்ட இறையிலாளர்: 'கிறித்து அழிப்பதற்காக இந்தியா வரவில்லை. ஆக்குவதற்காக வந்திருக்கிறார்' என்று அவர் சொன்னார். பெரும் ஆன்மீக கலாச்சாரப் பொக்கிஷங்களைக் கொண்ட இந்து மதத்தை, இயேசுவின் மதம் துடைத்தெறிந்துவிடும் என்று வின்ஸ்லோவும் நம்பவில்லை. இயேசு அதிலிருக்கும் நிரந்தரமான நல்ல விஷயங் களை எடுத்துக்கொள்வார். தான் இல்லாமல் வந்திருக்க முடியாத அளவு, அதை இன்னும் முழுமைப்படுத்துவார்.

கழுத்தில் பட்டை அணிந்த ஆக்ஸ்போர்டு வைக்லிஃப் ஹால் மடத்தில் துணை முதல்வர், 1926

1920இல் வின்ஸ்லோ கிறித்தவ சேவா சங்கம் தொடங்கினார். அது இந்துமரபில் இயங்கும் சிறந்த ஆசிரமங்கள் தந்த உத்வேகத் திலும் ஆசிரமத்துக்குப் புது விளக்கம் கொடுத்த, மத வாழ்வும், மனித சேவையும் கலந்த காந்தியின் சபர்மதி ஆசிரமத்தின் பாதிப்பிலும் இருந்தது. கிறித்தவ சேவா சங்கத்தினர் காந்தியின் வழியில் தாங்களே நெய்த காதி உடை அணிந்தனர்; சைவ உணவு உண்டனர். இந்திய வழக்கப்படி கைகளால் உண்டு, தரையில் படுத்து உறங்கினர். வீட்டிலும் தேவாலயத்திலும் இந்திய மரபுகளைக் கடைப்பிடித்தனர்.

கிறித்தவ சேவா சங்கம் முதலில் தக்காணத்துக் கிராமப் புறத்தில், அஹமத் நகர் அருகில், இருந்தது. தாழ்த்தப்பட்ட மக்கள் வசிக்கும் இடங்களில், பஜன், கீர்த்தன் என்ற மரபான இசை வடிவங்களில் மராத்தி மொழியில் கிறித்துவின் கதையை வின்ஸ்லோவும் அவருடன் இருந்தவர்களும் அளித்தனர். அதிகம் மத மாற்றம் நிகழவில்லை. அதனால், பல்லிவொலில் படித்த இன்னொருவரான, பம்பாய் ஆயர் ஏ.ஜே. பார்மரின் அறிவுரைப்படி, 1925இல் அவர்கள் பூனாவுக்குச் சென்றனர். அங்கே கிறித்தவத்தின் பாதிப்பே இல்லை. அங்கே கல்லூரிகளில் படிக்கும் சிறந்த இளைஞர்களுக்குக் கிறித்தவ மதத்தின் பெருமரபு களையும், சக்தியையும் காட்டலாம் என்று வின்ஸ்லோ நம்பினார்.

வின்ஸ்லோ பெரும் அழகும் கவர்ச்சியும் நிறைந்த மனிதர். இதற்கு முன்னாலிருந்தவர்கள் தோல்வியுற்ற பணியில் ஈடுபட்டு, கிறித்துவை இந்தியாவுக்குக் கொண்டுவந்துவிடும் தோற்றமும் பொலிவும் உடையவர். உயரமான உருவம் கொண்டவர். தாடி வைத்துகொண்டு வெள்ளைக் காதித் துணியில் பாதிரிகள் அணியும் மேலுடையும், இந்தியத் துறவற நிறமான காவித் துணியை இடையிலும் அணிந்தவர். ஆங்கிலத்திலும் மராத்தியிலும் மிக நன்றாகப் பேசுவார், பாடுவார். பேச்சைத் தொடங்கும்போதும் முடிக்கும்போதும் மராத்திப் பக்திப் பாடல்களைப் பாடி மாணவர்கள் மனதை ஆழமாகப் பாதித்தார். அல்ஜி ராபர்ட்சன் என்ற கேம்ப்ரிஜ் மாணவரும், ஆலிவர் ஃபீல்டிங் க்ளார்க் என்ற ஆக்ஸ்போர்டு மாணவரும் அடுத்த ஆண்டு ஆசிரமத்தில் சேருவதாக உறுதி அளித்தனர். மூன்றாவதான, எல்வின் மிகவும் கவரப்பட்டார், ஆனால் சேருவதற்கு வாக்குக் கொடுக்கவில்லை.

வின்ஸ்லோவைச் சந்தித்த நேரத்தில், எல்வின் கிழக்கு நாடுகள் மீது கவனம் செலுத்த ஆரம்பித்திருந்தார். அவருடைய குடும்பத்தில் ஆங்கில ஆட்சியுடன் தொடர்பு இருந்தது. ஜீஸஸ் கல்லூரியில் அவர் பட்டப்படிப்புப் படிக்கும்போது, கூட இருந்த பெர்னார்ட் அலுவிஹாரே என்ற மாணவர் இந்தியாவைப்

பற்றிய இன்னொரு கோணத்தைக் காட்டினார். (அவர் பின்னாளில் சுதந்திர நாடான – அப்போதைய – சிலோனில் சட்ட அமைச்சரானார்) தீவிரமாகக் காலனிய ஆட்சியை எதிர்த்த அவர் தாகூர், காந்தி இவர்களின் எழுத்துகளை எல்வினுக்கு அறிமுகப்படுத்தினார். ஆக்ஸ்போர்டில், கிழக்கத்திய மதங்கள் துறையின் பேராசிரியராகப் பின்னால் நியமிக்கப்பட இருந்த சர்வபள்ளி ராதாகிருஷ்ணனை அறிமுகப்படுத்தி வைத்தார். 1926 கோடையில், ராதாகிருஷ்ணன், எல்வின், பெர்னார்ட் மூவரும் படகில் போய்க்கொண்டே, மதங்களிடைய வேற்றுமை ஒற்றுமை பற்றி விவாதித்தனர். ராதாகிருஷ்ணன் படிக்க வேண்டிய புத்தகங்களின் பட்டியல் ஒன்றைக் கொடுத்திருக்கலாம். அந்த வருட முடிவில், ஒரு கிழக்கத்திய நூல் தந்த தூண்டுதலில் ஆன்மீக வாழ்வின் தனிமை பற்றி ஒரு கவிதை வெளியிட்டார்:

லாந்தர் விளக்கு (பகவத் கீதையைப் பின்பற்றி)

அமைதியான ஆத்மா பாதுகாக்கப்பட்ட தீச்சுடர் என
காற்றில்லா இடத்தில் அசையாதிருக்கும்
தன்னொளியைக் கடவுளுக்கு அர்ப்பணிக்கும்.
அதன் அறியா பெயரை நெருப்புத் தேவதைகள் இசைக்கும்.

அதைச் சுற்றி ஆசையின் வணிகக் காற்றுகள் வீசும்;
பேராசைகளின் மென்காற்றும்
பயம் என்னும் திடீர்க் காற்றும் வீசும்
ஆனால் தீயின் சுடரைச் சிறு (மூச்சுக்) காற்றும் தொடாது

இழப்புக்களால் அசைவுறும் ஓ நெஞ்சே,
மௌனத்தின் கோயில் துயரத்தின் வலியில் கட்டப்பட்டது
சிலுவையின் பீடத்தில் புனிதச் சுடரைப் பெற
லாந்தர் விளக்குகளை ஏற்றுகிறோம்.

இந்தியாவும் அதன் மதங்களும் பற்றிக் கல்லூரி சர்ச் சொசைடியில் ஒரு கூட்டம் நடந்தது. பல்கலைக்கழகக் கல்லூரியின் தலைவர் சர் மைகேல் சால்டர் 'புராதன இந்து மரபுகளும் கிறித்தவமும்' என்ற கட்டுரை படித்தார். அவர் கொஞ்ச காலம் முன்பு சாந்திநிகேதன் பல்கலைக்கழகத்தில் ரவீந்திரநாத் தாகூரைச் சந்தித்து வந்திருந்தார். இக்கட்டுரையில் இந்துமதத்தின் லட்சியமான 'சாந்தி'யையும், கிறித்தவ லட்சியமான முனைப்பான சேவையையும் இணைக்கவேண்டும் என்ற கருத்து முன்வைக்கப்பட்டது. இந்த இணைப்பைக் கிறித்தவ சேவா சங்கம் செயலாக்க உழைத்தது. இதை மெர்ட்டனில், வெரியர் எல்வின் அழைப்பின்படி 1926இல் வின்ஸ்லோ பேசும்போது விளக்கினார். வின்ஸ்லோ சொன்னார்: "நிறைய இந்துக்கள் இயேசுவை விரும்புகிறார்கள் ஆனால் ஆங்கிலேயரின் சடங்குகள், பழக்கவழக்கங்கள் இவற்றை வெறுக்கிறார்கள்." சீக்கிய – கிறித்தவ

சாமியாரான சாது சுந்தர் சிங் கொடுத்த எச்சரிக்கையைக் கிறித்தவர் சேவா சங்கம் புரிந்துகொண்டது. அவர் சொன்னார்: "வாழ்வென்னும் தண்ணீர் மேற்கத்திய கோப்பையில் வழங்கப் பட்டால், இந்தியா அதைக் குடிக்காது."

கிழக்கு நாடுகளிலிருந்து மெர்ட்டனுக்கு அறிஞர்களும் வந்தார்கள். அவர்களில் ஒருவர், டபிள்யு.ஈ.எஸ். ஹாலண்ட். அவர் அலகாபாத் ஒய்.எம்.சி.ஏ.வைச் சேர்ந்தவர், காந்தியை நேசித்தவர், அவருடைய இயக்கத்தின் அனுதாபி. 'இந்திய தேசியமும் கிறித்தவமும்' என்னும் தலைப்பில் பேசும்போது அவர் இவ்வாறு சொன்னார் 'திருச்சபையின் பிரச்சனைகள் பெரும்பாலும் அதுதானே உண்டாக்கிக் கொண்டவை. இந்தியர்கள் எப்போதும் தங்களை ஒரே ஒரு கேள்விதான் கேட்டுக்கொள்கிறார்கள். இந்த மனிதன் நமக்காக இங்கே இருக்கிறானா? அல்லது தனக்காகவா? பெரும்பாலும் அவன் கண்ட உண்மை இந்த மனிதன் தனக்காகத்தான் இங்கே இருக்கிறான் என்பதே. அதனால் இந்தியர்கள் அவனைப் பற்றியும் அவன் சொன்னதைப் பற்றியும் கவலைப்படுவதில்லை." அந்த விஷயம் வின்ஸ்லோவுக்குப் புரிந்தது. அடுத்த மாதம், க்ரீன்'னின் மாணவர்களிடம் ஆங்கிலத் திருச்சபையின் முதல் இந்திய இந்திய ஆயரான, டோர்னகல்லைச் சேர்ந்த அசரியா உரையாற்றினார். தனது திருச்சபையில் இருக்கும் புதிய உணர்வையும், பணிவையும் பற்றிப் பேசினார். திருச்சபையை இந்தியப் பழக்க வழக்கங்கள், வழிபாட்டு முறைகள் இவற்றுடன் பொருந்திவரத் தான் செய்த முயற்சிகளைப் பற்றிச் சொன்னார்.

அல்ஜி ராபர்ட்சனும் ஆலிவர் ஃபீல்டிங்கும் செப்டம்பரில் புனே செல்ல டிக்கெட் எடுத்தனர். எல்வின் இன்னும் கிளம்பத் தயாராகவில்லை. வைக்கிளிஃப் ஹாலை விட்டுப் போய்விடுவோம் என்று அவருக்குத் தெரியும். ஆனால் சொந்த ஊரிலேயே தங்கி யிருக்க மனம் விரும்பியது. அம்மாவின் மனம் கோணாமல் பக்தி வழியில் செல்ல விரும்பினார். 'என் மனது ஆக்ஸ்போர்டில் நிலைகொண்டுவிட்டது. 'முன்பின் அறியாத கடலில் குதி' என ஆத்மா சொன்னது. கடல் பெரும் சகதியாக, புதைமணலாக இருக்கலாம்'. ராபர்ட்சன், ஃபீல்டிங் இருவரும் அவரை ஏரிகளில் சுற்றுப் பயணம் கூட்டிச் சென்றனர். அவர் மனதை மாற்றினர். கேபல் கியுரிகில் உள்ள ராயல் ஹோட்டல் மைதானத்தில் ஏரியையும் அதற்கு அப்பால் ஸ்னொடன் சிகரத்தையும் பார்த்துக் கொண்டிருக்கும்போது 'இந்தியாவுக்கு வா என்று அழைப்பு' வந்ததாக அவருடைய தங்கை சொல்லுகிறார். க்ரீனும் டிக்ஸ்ஸுேம் சென்ற நன்கு பரிச்சயமான, மதிப்புக்குரிய பாதையை

விட்டு, ஒன்றும் தெரியாத, வின்ஸ்லோவின் வழியை அவர் ஏன் தேர்ந்தெடுத்தார்? அவருடைய நினைவுகளில் அவரே சொன்னபடி, இந்தியாவைத் தேர்ந்தெடுத்ததற்கான காரணம்,

பரிகாரம் செய்ய வேண்டும், என் குடும்பத்தில் இருந்து யாராவது இந்தியா சென்று (அங்கிருந்து) பெறுவதற்குப் பதில், கொடுக்க வேண்டும். ஏழைகள் மீது அதிகாரம் செலுத்துவதற்குப் பதிலாக அவர்களுக்குச் சேவை செய்ய வேண்டும். நம் உதவியால் வென்று அடக்கிய நாட்டினருடன் நாம் ஒன்றாக இணையவேண்டும். ஆக்ஸ்போர்டில் இருந்த வேலையை விட்டுச் செல்லும் அளவுக்கு இந்த எண்ணம் முக்கியமாகப்பட்டது. இந்தியாவில் பல கஷ்டங்களுக் கிடையில் நான் வாழ்ந்தபோதும் என்னை உந்திய சக்தி இதுதான்.

முப்பது வருடங்கள் கழித்து அவர் சொன்ன விளக்கம் இது: 1927ஆம் ஆண்டு க்ரீன்னுக்கு எழுதிய கடிதத்தில் அவர் எழுதியதுடன் இதை ஒப்பிட்டுப் பார்க்கலாம். அந்தக் கடிதத்தில் அவர் குறிப்பிட்ட, காரணங்கள் இவை:

(1) வீட்டில் நிலைமை பெருமளவில் சரியாகிவிடும். அம்மா மிகச் சிறந்தவள். ஆனால் அவ்வப்போது மோசமான நிகழ்ச்சிகள் நடந்தன. அவற்றால் அம்மா மிகவும் மனச் சங்கடப்பட்டாள்.

(2) ஒரு ஊழியம் செய்பவனாகவும், மதகுருவாகவும் இருந்தால் எப்படி இருப்பேன் என்று நான் அறிந்து கொள்வேன். இரண்டு வருடங்களுக்கு மேல் அங்கே தொடர மாட்டேன்.

(3) கொஞ்சம் கண்டிப்புக் குறைந்த கத்தோலிக்கச் சூழ்நிலையில் நான் இருக்க அது உதவும். ஒரு உறுதியான முடிவுக்கு நான் வரவில்லை. எனக்கு வெளிப்பூச்சுக்கள் பிடிக்காது. நான் இங்கிலாந்தில் இருந்தால் ஒருவேளை நான் நிறுவன மதத்திலிருந்து விலகிவிடலாம் அல்லது அதிகாரத்துக்கு அடங்கி இருக்கலாம். நான் ஆங்கிலத் திருச்சபையின் அதிகாரத் துக்கு அடங்கி இருக்க முடியும் என்று எனக்குத் தோன்றவில்லை.

(4) புனேவில் ஒழுக்கத்துடன் நாங்கள் வாழ முடியும்: எங்களை மேற்பார்வை செய்ய கௌலி அருட்தந்தையர் இருப்பர்.

(5) அங்கு இந்தியர்களைப் போல வாழ்வோம். பெரும் அனுதாபத்துடன் அணுகுவது, அவர்களுடன் எங்களை இணைத்துக்கொள்வது, பழைமை எதிர்ப்பாக இல்லாமல், கிறித்துவை ஒரு முழுமையானவராகக் காட்டுவது இவைதான் எங்கள் கொள்கைகள்.

(6) நாங்கள் பிராத்தனை செய்துகொண்டே, கற்றுக் கொள்வோம். அதே சமயம் உபயோகமான உடல் உழைப்புச் செய்வோம்.

(7) ஆக்ஸ்போர்டின் ஆயர் இதை ஆமோதித்தார். லண்டன் மறைமாவட்டத்தில் நான் இருப்பதை அவர் விரும்பவில்லை. டாக்டர்கள் போகலாம் என்றனர். அம்மாவும் சரி என்றாள். என் மனதிலிருக்கும் பெரும் அமைதி நான் சரியானதைத் தேர்ந்தெடுத்திருக்கிறேன் என்று எனக்கு நம்பிக்கை தருகிறது.

என்னால் எப்போதுமே ஒப்புக்கொள்ள முடியாத விஷயங் களைச் செய்யவேண்டும் என்று சொன்னீர்கள். இந்தியா வுக்குச் செல்லும் திட்டத்தை, நீங்கள் ஆமோதிப்பீர்கள் என்று நம்புகிறேன்.

புனே சென்ற காரணம் பரிகாரம் செய்வது மட்டும் அல்ல வேறு எண்ணங்களும் இருந்தன என்று தோன்றுகிறது. வின்ஸ்லோ வின் ஆளுமையும், குறைந்த கட்டுப்பாடுகளைக் கடைப்பிடிக்கும் அவருடைய கத்தோலிக்க நம்பிக்கைகளும் கண்டிப்பாக அவரை ஈர்த்திருக்க வேண்டும். ஏழைகளுக்கான மதகுருவாக, துறவியாக இருப்பது அவர் செய்த புதிய பரிசோதனை. இவற்றைவிட, ஆக்ஸ்போர்டிலிருந்து இந்தியா பெரும் தொலைவில் இருந்தது, வீட்டிலில் நடக்கும் சண்டைகளிலிருந்து 'தப்பிக்கும் வழியாக' இருந்தது. கிறித்தவ மதத்துடன் தொடர்ந்து சண்டையிடாமல், தன் நம்பிக்கைகளின்படி வேலை செய்ய ஒரு வாய்ப்பை நல்கியது.

இயல் 3

கிறித்துவுக்கும் காங்கிரஸுக்கும் இடையில்

கடைசியாக, இந்தியாவில் ஆங்கிலேயர் ஆட்சி பற்றி – அது எப்படித் தொடங்கியது எங்கே போகிறது என்பதோடு மட்டுமல்ல – நான் பேசியே தீர வேண்டும். அது வரலாற்றில் பெருமிதத்துடன், தன்னிகரில்லாமல், சிறப்பான இடம் வகிக்கிறது. ஒரு அருங்கலைப் பொருளாக, உலக அரசியல் அரங்கில் வெல்வெட் துணியில் வைத்துப் பாதுகாக்க வேண்டிய கருவூலமாக நிற்கிறது. அது ஆங்கிலேய ஆட்சி என்பதில் பெரும் மகிழ்ச்சி அடைகிறேன். ஹக்ஸ்லி அல்லது டொன்பி போன்றவர்கள் ஷேக்ஸ்பியரின் கவிதையைப் விமரிசிப்பது போல் அல்லது பிரபலமான புல்வெளியைப் காண்பதுபோல் ஒரு குழப்பமான பார்வையில் இந்தியாவை அணுக முடியும். இந்த நினைவுச் சின்னத்தைப் பார்த்து மகிழ்ச்சி அடைவதற்குத் தேச பக்தி தேவையில்லை. ஒரு மாபெரும் இனம், தன் பெரும் பலத்தைக் காட்டக் கிடைத்த வாய்ப்பைக் காண்பதும், அது வேறு எந்த இனமும் அடைந்திராத அளவு முழுச் சிறப்புடன் மாபெரும் அரசாட்சி நடத்தும் கலையைக் காண்பதும், ஒரு மாபெரும் கலைஞனின் படைப்பில் மட்டுமே கிடைக்கக் கூடிய உன்னதமான மகிழ்ச்சியாகும்.

ராபர்ட் பைரன்
'இந்தியாவைப் பற்றிய கட்டுரை' (1931) என்ற நூலில்

இந்திய நாகரிகத்தின் அருமையைப் புரிந்துகொள்வதற்கு, மேற்கத்திய நாடுகள் எல்லாவற்றையும் விடத் தகுதி குறைந்த நாடு இங்கிலாந்து. குற்றங்கள் காண்பதில் மட்டும் மிகவும் தேர்ந்த நாடு. இந்தியாவை வென்ற மற்றவர்கள் அங்கே குடியேறி வாழ்ந்தனர். இந்தியச் சூழலுடன் கலந்துவிட்டனர். மற்ற இனங்களைப் போலன்றி, ஆங்கிலேயர்கள் மட்டுமே கலந்துவிட

முடியாதவர்களாக இருந்தனர். தங்கள் பழக்கவழக்கங்களையும், வாழ்க்கை முறைகளையும் இந்தியாவுக்குக் கொண்டு சென்றனர்; ராணுவப் பாசறைகளில், இருபது இருபத்தைந்து வருடங்கள் அகதிகள் போல வாழ்ந்தனர்; தாயகம் திரும்பினர்; தங்களைப் போலவே ஆங்கிலேயப் பழக்கங்கள், இலட்சியங்களைக் கொண்ட இந்தியாவுடன் ஒன்றிப்போக முடியாத மற்றவர்களைத் தங்களுக்குப் பதிலாக அனுப்பினர்.

கோல்ட்ஸ்வொர்தி லொ(வ்)ஸ் டிகின்ஸன்
'இந்தியா, சீனா, ஜப்பான் பற்றிய கட்டுரை' (1913) என்ற நூலில்

1927ஆம் ஆண்டு அக்டோபர் மாதம் பதினெட்டாம் தேதி இந்தியாவுக்குக் கிளம்பிய ஐந்து ஆங்கிலேயர்களுக்கு லண்டனில் வழியனுப்பு விழா சிறப்பாக நடந்தது. வெஸ்ட்மின்ஸ்டரில் செயின்ட் மேத்யூஸ் பேராலயத்தில் குடும்பத்தினரும், நண்பர்களும் கலந்துகொண்ட பிரிவுபசார விழாத் தோத்திரம் நடந்தது. திருச்சபை ஆயர்கள் அணியும் நீண்ட தொப்பி, தங்கச் சரிகையிட்ட மேலணி இவற்றுடன் புகழ்பெற்ற ஆயர் 'கோர்' தன் அறிவுரைகளை, அருளாசிகளை, தேவனின் அருளை வழங்க வந்திருந்தார். 'கிறித்தவ சேவா சங்கம்' ஒரு புதிய பரிசோதனை என்று ஆயர் சொன்னார். மிகச் சிக்கலான பெரிய பரிசோதனை என்று சொல்லுவேன் என்றார். 'இது போலவே ஐம்பது ஆண்டுகளுக்கு முன் நடந்தது ஞாபகம் வருகிறது. அப்போது உங்களைப் போலவே நான்கு மதகுருக்கள் கல்கத்தாவில் இருக்கும் ஆக்ஸ்போர்டு ஊழிய மையத்துக்குக் கிளம்பினார்கள். ஒரு வருடத்திற்குள் அதிலொருவர் ரோமன் கத்தோலிக்கப் பிரிவில் சேர்ந்தார், இன்னொருவருக்குப் பைத்தியம் பிடித்துவிட்டது, ஒருவர் கல்லறைக்குள் சென்றார்' என்று சொன்னார்.

அவருக்கே உரியது அந்தக் கிண்டல்: அதற்கு முன்னர் அவர்களைத் தனியாக சந்தித்தபோது வாழ்த்துகள் வழங்கினார். அப்போது சொன்னார் "நீங்கள் ஐந்து ஆண்டுகளுக்கு மேல் 'கிறித்தவ சேவா சங்கத்'தில் பணியாற்ற வேண்டி இருக்காது". திருச்சபையின் அதிகாரிகள் இந்த தன்னார்வத் தொண்டர்கள் மீது மிகுந்த அக்கறை காட்டினார்கள். கோரைத் தவிர, சாலிஸ்பரியின் ஆயர், கென்சிங்டன் மறைமாவட்டத்தின் ஆயர் இருவரும் விடைகொடுக்கும் கூட்டத்தில் பங்குகொண்டனர். இரண்டு நூற்றாண்டுகளாக ஆங்கிலேய ஆட்சி நடந்தாலும் பெரும்பான்மை இந்தியர்கள் தங்கள் மத நம்பிக்கைகளில் உறுதியுடன் இருந்தனர். இதற்கு முன்னர் ஏராளமானவர்கள் தோல்வி அடைந்தபோதும், கிறித்தவத்தைப் பரப்ப, கீழைத்தேய நடைமுறைகளைப் பின்பற்றுகிற இந்தப் புதிய முயற்சி வெற்றி பெறக்கூடும். இந்த போதகர்கள் ஆக்ஸ்போர்டு – கேம்ப்ரிட்ஜ் பல்கலைக்கழகங்களின்

ஆறு பட்டங்கள் வாங்கியவர்கள் என்பதைக் குறிப்பிட வேண்டும். வெஸ்ட்மின்ஸ்டரில் நடந்த பிரார்த்தனை பற்றி *சர்ச் டைம்ஸ்* இவ்வாறு எழுதியது: 'அக்டோபர் மாத இருள்கவியும் மாலைப் பொழுதில் செயின்ட் மேத்யூஸ் ஆலயத்தின் தங்கப் பீடத்தின் முன் முழந்தாளிட்ட ஐவரில் நால்வர் மதகுருக்கள். அவர்கள் புறப்படும் முன்னர், கடைசி முறையாக இங்கிலாந்தில் தோத்திரம் செய்தனர். அவர்கள் இந்தியா செல்கின்றனர். ஞானத்திலும், தவமேன்மையிலும், இயேசு கிறித்து கிழக்கத்திய ஞானிகளுக்கு எவ்வளவு நெருங்கியவர் என்று அவர்கள் காட்டுவார்கள். இயேசு கிறித்து ஞானம் தருவதைவிட, சேவை செய்வதில் மிகுந்த ஆர்வம் உள்ளவர், சிந்திக்காமல் கூச்சல் போடும் மேற்கத்திய சகோதரனை விட அவர்களுக்கு நெருங்கியவர் என்றெல்லாம் அவர்களுக்குக் காட்டப் போகிறார்கள்".

அடுத்தநாள் காலை எல்வினும் மற்றவர்களும் கப்பலில் ஏறிப் பாரிஸ் போனார்கள். அங்கே ரோம் செல்ல ரயிலில் ஏறுவதற்கு முன்னால், கொஞ்ச நேரம் 'ரஷ்ய ஆர்த்தடாக்ஸ் அகாதமி'யில் கழித்தார்கள். வாட்டிகனையும், செயின்ட் பீட்டர்ஸ் பேராலயத்தையும் சுற்றிப் பார்த்தார்கள். ஒருநாள் காலையில் ஒரு முக்கிய இயேசுசபை தேவாலயத்தில், வேலைக்குச் செல்லும் முன்னர் சாதாரண மக்கள் வரிசையாக வந்து திருப்பலியைப் பெற்றுப் போவதைப் பார்த்து எல்வின் மனம் நெகிழ்ந்தார். இத்தாலிய மொழியில் அங்கே பலிபீடத்தின் மேல் பதிந்திருந்த "ரோமின் ட்ராம்–வே தொழிலாளிகளிலிருந்து திருஇருதயத்திற்காக" என்ற வாக்கியம் அவரை மிகவும் பாதித்தது; "செயின்ட் பால் ஆலயத்தில் லண்டன் நகரசபையின் ட்ராம்–ஓட்டுனர்கள், கண்டக்டர்கள் சார்பில் பலிபீடம் அமைக்கப் படுவதைப் பார்க்க முடிகின்ற நாளே நல்ல நாள்" என்று அவர் நினைத்தார்.

அடுத்து அசிசி நகர் சென்றனர். அங்கே தங்கியிருந்த விடுதியின் மொட்டை மாடியிலிருந்து புனிதர் ஃப்ரான்ஸிஸ், முழுவதுமாகச் சுற்றிய அலைந்த நாட்டை வியப்புடன் பார்த்துக் கொண்டே வழிபாடு செய்தார்கள். நேபிள்ஸ் வழியாக தரைவழிப் பயணம் செய்து ஜெனோவாவில் எஸ்.எஸ். ஒரொன்செ என்ற கப்பலில் அக்டோபர் மாதம் 23ஆம் தேதி ஏறினார்கள். கப்பலில் மூன்றாம் வகுப்பில் 1100 பேரோடு தங்கி முடிந்தவரை வசதியாக இருந்தார்கள். அங்கே ஃபீல்டிங் கிளார்க் சமூக நடவடிக்கைகளுக்குப் பொறுப்பாளராகத் தேர்ந்தெடுக்கப்பட்டார். மணியடித்து அனைவரையும் அழைத்து செஸ் விளையாடவும் பாட்டுகள் பாடவும் வைத்தார். மதகுருவாக நெடுங்காலம் பணியாற்றிய அல்ஜி ராபர்ட்ஸன் சின்னப் பையன்கள் முழுக்

கிறித்தவர்களாகத் தகுதி பெறுவதற்காக வகுப்புகள் நடத்தினார். கப்பல் பயணம் எல்வினுக்கு மிகுந்த மகிழ்ச்சியைத் தந்தது. செய்த் துறைமுகத்தில் இறங்கிச் சுற்றிப் பார்த்தது, சூயஸ் கால்வாயில் நிலவிய அமைதி, சூயஸ் வளைகுடாவின் அழகான காட்சிகள், இலங்கையை நெருங்கும்போது கடலில் வீசிய இதமான காற்று இவை மறக்க முடியாத நினைவுகள் ஆயின.

நவம்பர் 5ஆம் தேதி குழுவினர் கொழும்பு அடைந்தனர். அவர்கள் இலங்கை ஆயருடைய, கண்டி செயின்ட் தாமஸ் கல்லூரி முதல்வருடைய விருந்தினராக இருந்தனர். வெர்ரியர் எல்வின் கல்லூரி மாணவர்களிடையே உரையாற்றினார். அல்ஜியும், பெர்னார்ட்டும் அருகிலிருந்த தேவாலயங்களில் போதனை செய்தனர். பின்னர் அவர்கள் டெருபுல்லாவில் கற்கோயிலுக்கும், கண்டியில் பற்(ல்)கோயிலுக்கும் சென்றனர். நவம்பர் 10 ஆம் தேதி, திருச்சபையின் வழிகாட்டலில் பயணத்தின் கடைசிப் பகுதியாக தென்னிந்தியா சென்றனர். வெர்ரியர் எல்வின் அதற்கு முன் இங்கிலாந்தை விட்டுச் சென்றதில்லை. கடந்த பல வாரங்களில் வியப்பூட்டும் பல்வேறு வகையான நிலப்பகுதிகளை, கிறித்தவப் பிரிவுகளைக் காண நேர்ந்தது. கிறித்தவப் பிரிவில் பழையதான 'மலபார் சிரிய கிறித்தவப்' பிரிவினரைத் தெரிந்துகொண்டார். அவர்களுடைய மரபுகளின்படி, கிறித்துவின் தூதர் செயின்ட் தாமஸ் கிறித்தவ சகாப்தத்தின் முதல் நூற்றாண்டில் அவர்களைக் கிறித்தவர்கள் ஆக்கினார். அவர்கள் கிறித்தவத் தலைவர்கள் பலரைச் சந்தித்தனர். ஒருநாள் வேணாடு மலையில் ஏறிச் சென்று, ஃப்ரான்ஸிஸ்கன் வழியில் சிரியன் கிறித்தவர்கள் நடத்தும் மடத்தைக் காணச் சென்றனர். மழை பெய்தபின் மலபார் மிக அழகாகவும் பசுமையாகவும் இருந்தது. மக்கள் நன்கு சாப்பிட்டு, நல்ல வீடுகளில் குடியிருந்தார்கள். ஆயிரக்கணக்கில் சிறுவர்களும் சிறுமிகளும் பள்ளிகளுக்குச் சென்றார்கள். இந்தியத் துணைக் கண்டத்தில் வெர்ரியர் எல்வின் பார்த்த முதல் காட்சிகளில் வறுமை, அழுக்குகள், நோய்கள் இல்லை. பிற்காலத்தில் இவை ஏராளமாக இருந்தன.

மலபாரிலிருந்து இரவு பேருந்தைப் பிடித்து பெங்களூர் சென்றனர். அங்கே பிஷப் காட்டன் பள்ளியில் தங்கி, ஆங்கிலோ – இந்தியர்களின் பிரச்சனைகளை அறிந்துகொண்டனர். பிறகு அவர்கள் ரயிலில் தக்காணத்தைக் கடந்து, கடைசியில் நவம்பர் 20ஆம் தேதி, பயணம் தொடங்கி ஐந்து வாரங்கள் கழிந்து, புனே அடைந்தனர். வின்ஸ்லோவும் மூன்று இந்திய சகோதரர்களும் ரயிலடியில் சந்தித்து பூமாலைகளை அணிவித்தனர். ஆசிரமத் திற்குக் குதிரை பூட்டிய சாரட்டு வண்டியில் சென்றனர். அவர் தன் அம்மாவுக்கு எழுதியது போல, 'அங்கே தேவாலயத்துக்குச்

சொந்தமான நிலங்களின் ஒப்பந்தக்காரர்கள் அவர்களுக்கு மிக அருமையான வரவேற்பு அளித்தனர். ஆறு ஏழு பூமாலைகள் எங்கள் கழுத்தில் இடப்பட்டன; மணிக்கட்டைச் சுற்றி சிறு பூமாலை கட்டினர்; ஒருவர் நீண்ட உரை ஆற்றினார்; இன்னொருவர் அந்த நிகழ்ச்சிக்காக எழுதப்பட்ட கவிதையை வாசித்தார். பூக்கள் மிக மிக அருமையாக இருந்தன, கொள்ளை கொள்ளையாய் பூக்கள். நாங்கள் நகரக்கூட முடியாத அளவு பாரமாக இருந்தது.

புனே நகருக்குச் சற்று வெளியில், சிவாஜி பேட் விவசாயக் கல்லூரிக்கு அடுத்ததாக, 'கிறித்தவ சேவா சங்கம்' கட்டப்பட்டு வந்தது. பதினெட்டாம் நூற்றாண்டில், புனே பேஷ்வாக்களின் தலைநகராக இருந்தது. மொகலாயர்களுக்குப் பின்னால் வந்த அந்தப் பரம்பரை ஒரு காலத்தில் மத்திய இந்தியாவையும் மேற்கு இந்தியாவின் பெரும் நிலப்பரப்பையும் ஆண்டு வந்தது. பரம்பரை ஞானத்திற்குப் பேர் பெற்ற அந்த ஊரில் சமீப காலமாக, சாதிக்கு எதிரான சமூக சீர்திருத்த இயக்கங்கள், பெண்கள் முன்னேற்றத்திற்குப் பாடுபடும் இயக்கங்கள் செயல்பட்டு வந்தன. தேசியவாதத்தின் பிரச்சாரக் கேந்திரமாக அது திகழ்ந்தது. காந்திக்கு முன்பிருந்த மாபெரும் காங்கிரஸ்காரர்களான, பால கங்காதர திலகர், கோபால கிருஷ்ண கோகலே இருவரும் வேலை செய்த, வாழ்ந்த ஊர். வின்ஸ்லோவின் ஆசிரமத்திற்குச் சென்ற நேரத்தில் அந்த ஊர்க்காரர்கள் சைமன் கமிஷனின் வருகை பற்றி வருத்தத்துடன் சிந்தித்துக்கொண்டிருந்தனர். இந்தியாவின் எதிர்காலத்தைத் தீர்மானிக்க சைமன் கமிஷன் அப்போதுதான் நியமிக்கப்பட்டிருந்தது. குழுவில் எல்லோரும் வெள்ளைக்காரர்களாய் இருந்ததாலும், அதனுடைய பணி நிரலில் 'விடுதலை வழங்குவது' இல்லாததாலும் தேசியவாதிகள் அதை எதிர்த்தனர். இவ்வளவுக்கும் இடையில் புனே ஒரு இந்துக்களின் ஊராக, பிராமணர்களின் ஊராக இருந்தது. 'வேலைத் தந்திரத்தின்படி, பம்பா'யைவிட புனே மிக முக்கியமானது' என்று ஃப்ரீ சர்ச் ஆஃப் ஸ்காட்லண்ட்' (Free Church of Scotland) தனது 1918ஆம் ஆண்டறிக்கையில் குறிப்பிட்டது. கிறித்துவுக்கு ஊழியம் செய்பவர்களின் பார்வையில், அங்கே விரைவான, புத்திசாலித்தனமான சீர்திருத்தத்துக்கும், மாற்றத்துக்கும், ஓய்வில்லாத ஏக்கம் இருந்து வந்தது. இந்த ஏக்கம், கிறித்துவின் தலைமையை, ஊக்கத்தை புரிந்துகொள்ள வைக்கவேண்டும்.

செய்ய வேண்டிய வேலை இருந்தது. ஆனால் முதலில் ஆசிரமம் கட்ட வேண்டும். நவம்பர் 1927இல், சி.எஸ்.எஸ். இன்னும் தற்காலிகக் கூடாரங்களில் இருந்தது. அதன் உறுப்பினர்கள், கட்டடம் கட்டக் கூடைகளில் மண்ணைச் சுமந்து கூலிகளுடன்

வேலை பார்த்தனர். வின்ஸ்லோவின் கருத்துப்படி, இந்தியத் திருச்சபை'களின் தோல்வி, தோற்றத்தில் மட்டும் அல்ல, அதன் கொள்கையிலும் இருந்தது. வெள்ளைக்காரச் சுவிசேஷ ஊழியர்கள் (காபி, தேயிலைத்) தோட்ட முதலாளிகளின் வாழ்க்கை முறையையே பின்பற்றினர். கடுமையான துறவு வாழ்க்கை வாழ்வதன் மூலம் மட்டுமே இந்துக்களை மதம் மாற்ற முடியும். குவேக்கரும், மகாத்மா காந்தியின் நண்பருமான முரியல் லெஸ்டெர் சொற்படி "கிறித்தவ ஆசிரமத்தின் குறிக்கோள் புதிய ஐரோப்பியக் கட்டடக்கலை, பழைய தேவாலயங்களின் தனியிடங்கள் இவற்றை ஒதுக்கி வைத்துவிட்டு, உயர்ந்த இருக்கைகள் இல்லாமல், தரையில் உட்கார வசதியாகவும், போகிற வருகிறவர்கள், விசாரிப்பவர்கள், தன்னார்வம் உள்ளவர்கள், தனிமையில் நின்று, எல்லாவற்றையும் பார்க்கவும், கேட்கவும் வசதியாகவும் நீண்டகன்ற வராண்டாக்களுடன் இருக்கவேண்டும்." ஊழியம் செய்பவர்கள் வாழ்க்கையும் காந்தி அடிகளின் வாழ்க்கை போல திறந்த புத்தகமாக இருக்கவேண்டும் என்பது குறிக்கோள். கிறித்துவுக்காகச் சேவை செய்யும் மகிழ்ச்சியில், இனம், ஜாதி என்ற வேறுபாடுகள் மறைந்துவிடும்.

புனே ஆசிரமத்தில் மதகுருக்கள், இந்தியச் சகோதரர்களுடன் தரையில் அமர்ந்து உண்டு, உறங்கி, பிரார்த்தனை செய்து வந்தனர். தேவாலயத்தின் கட்டிட அமைப்பில், கிறித்துவின் காட்சி அமைப்பில், பூசை முறைகளில் இந்திய மரபுகளைப் பின்பற்றினர். வாழ்க்கை மிக எளிமையாக இருந்தது. எட்டுக்கு நான்கு என்ற அளவில் சாக்குத்துணிகளைக் கம்பியில் தொங்கவிட்டுப் பிரித்த அறைகளில் சகோதரர்கள் இருந்தனர். தரைவிரிப்பும், திறந்த புத்தக அலமாரியும் மட்டுமே அவர்களிடம் இருந்தன. ஒருதடவை வின்ஸ்லோ எங்கோ போயிருந்தபோது, ஆயரின் உதவியாளர் அவர்களுக்குக் கட்டில்களைப் போட்டார். ஆயர் திரும்பியதும் அவை நீக்கப்பட்டன.

கிறித்தவ சேவா சங்கம் பின்பற்றிய நேர்மையையும் எளிமையையும் பலர் பாராட்டினர். "வின்ஸ்லோவும் அவருடைய ஆட்களும் கிறித்தவத் திருச்சபையின் பழைய காலத்துத் துறவி களின் சாயலில் இருந்தனர்" என்று புகழ்பெற்ற சோஷலிஸ்ட் கமலா தேவி சட்டோபாத்யாயா நினைவுகூர்ந்தார். "சி.எஸ்.எஸ் ஒரு விதி விலக்கு. பொதுவாகத் திருச்சபையின் உறுப்பினர்கள் இந்தியாவின் வரலாற்றையும் பண்பாட்டையும் சற்றும் அறியாத பழமைவாதிகள், மாற்றத்துக்கு எதிரானவர்கள். அது தவிர, மற்ற மதங்களைப் பின்பற்றுகிறவர்களின் பாவங்களையும் தோல்வி களையும் சுட்டிக் காட்டுவதில் ஆர்வமுள்ளவர்கள். அதற்கு மாற்றாக, புனேவின் கிறித்தவ சேவா சங்கத்தில் மிக நல்ல

ஆங்கிலேயர்கள் இருக்கிறார்கள். தாம் உயர்ந்தவர்கள் என்ற எண்ணம் இல்லாமல் மத நம்பிக்கைகளைப் புரிந்துகொள்வதற்கும், சேவை செய்வதற்கும் அது வழிகாட்டுகிறது" என்று ஆசிரமத்தைப் பார்க்கவந்த ஜவஹர்லால் நேரு சொன்னார்.

கிறித்தவ சேவா சங்கத்தின் ஆசிரமம் சிவாஜி பேட்டில் இன்றும் இருக்கிறது. அதைச் சுற்றி நாற்புறமும் நகரம் வளர்ந்துவிட்டது. இளவயது ஆங்கிலேயர்களைவிட வயதான ஆங்கிலேயர்கள் அங்கே இருக்கிறார்கள். நூலகத்தில் பழைய ஆவணங்களைத் தேடி வருபவர்களை மரியாதையுடன் கூட்டிச் செல்கின்றனர். அந்த அறையும், மற்ற அறைகளும் 1927இல் இருந்ததைப் போலவே இருக்கின்றன. உணவும் அதுபோல ஆசிரம உணவாக, எளிமையாக இருக்கிறது. உப்புக் குறைந்த பருப்பு, மசாலா இல்லாத தொடுகறி இவைதான். அங்கு வாழ்பவர்களின் பின்னணி நிச்சயமாக மாறிவிட்டது. நான் 'ஆஷ்ரம் ரிவ்யூ'வின் பழைய இதழ்களைத் தேடும்போது அருகிலிருந்த மேஜையில் ஒரு இளம் பெண் சட்டத் தேர்வுகளுக்குப் படித்துக்கொண்டிருந்தாள். அவள் கேரளாவிலிருந்து வந்த கிறித்தவப் பெண். அவளுடைய அம்மா ஆசிரமத்தில் இருந்தாள். அவர்கள் இருவரும் அங்கிருந்த எழுபது வயதுக்கு மேலான மூன்று ஐரோப்பியப் பெண்களுக்குத் துணையாக இருந்தனர்.

கிறித்து சேவா சங்கத்திற்கு இன்று போனால், இந்தியாவில் நிறுவனங்கள் சிதைவடைந்து வருவதை ஞாபகப்படுத்தும். நன்றாகச் செயல்படும் நிறுவனங்களின் சராசரி ஆயுள் இருபது வருடங்கள். நிறுவனத்தைத் தொடங்கியவர் மறைந்தபின் அவை சரியாகச் செயல்படுவதில்லை. காந்தி தொடங்கிய சபர்மதி, சேவாகிராமம் ஆசிரமங்கள் குறிக்கோள் இல்லாமல், பலவீனமாக இன்றும் செயல்படுகின்றன. அவர்களுடைய செல்வாக்கு மட்டும் இல்லை என்றால், அவை எப்போதோ இல்லாது போயிருக்கும். வின்ஸ்லோவின் ஆசிரமம் மட்டும் எப்படி வேறுமாதிரி இருக்கும்? ஒரு காலத்தில் அது எப்படி இருந்தது என்று சிரமப்பட்டு யோசித்துப் பார்க்க வேண்டியிருக்கிறது. தீவிர இறையியல் பணி செய்யும் இடமாக, ஆங்கிலக் கிறித்தவ உலகிற்கும், மெல்ல மெல்ல உரிமையைக் கோரும் இந்திய தேசியத்திற்கும் இடையில் பாலமாக இருந்த இடம் அது.

இன்றைய நிலை எவ்வாறு இருந்த போதிலும், 1927இல் ஆங்கிலேயர்களின் குழுவினர் புனே அடைந்த காலத்தில் கிறித்தவ சேவா சங்கம் ஊக்கத்துடன், சக்தியுடன் திகழ்ந்தது. வின்ஸ்லோ நம்பியது போலவே, ஆங்கிலேயத் துரைகளுக்குச் சேவை செய்து, அவர்களைப் போலவே பங்களாக்களில் வாழ்ந்த

மதகுருக்களுக்குச் சவால் விட்டுக்கொண்டிருந்தது. ஆக்ஸ்போர்டிலிருந்து வந்த எல்வினுடைய கடந்த கால அனுபவத்திற்கு நேர் எதிரான, வரவேற்கத்தக்க அனுபவமாக இருந்தது. புனே வந்து மூன்று வாரங்களுக்குப் பிறகு, நிம்மதியுடன், களிப்புடன் எஃப். டபிள்யு. க்ரீன்னுக்குக் கடிதம் எழுதினார்:

> என் வாழ்வில் முதல் முறையாக வெற்றி பெற்ற மாணவனாக நடத்தப்படாமல் இருக்கிறேன். ஒவ்வொரு வாரமும் புகழ்ச்சியைக் கேட்காமல், கவனத்தை ஈர்க்காமல் இருக்கிறேன். எப்போதும் ஒரே உணவை, பெரும்பாலும் இந்திய உணவை, அதுவும் சுவையற்ற உணவை உண்கிறேன். செருப்பு அணிவது, வெள்ளை உடை அணிவது, தரையில் உறங்குவது, கைகளில் உண்பது, மண்ணைத் தோண்டி வண்டியில் வைத்துத் தள்ளுவது, உடல் முழுவதும் கொசுக்கடிபடுவது, (மராத்தியில் ஒரு வரி எழுதி) இப்படி இருக்கும் ஒரு மொழியைக் கற்றுக் கொள்வது. எல்லாம் ரொம்ப விந்தையாக, மிக நன்றாக இருக்கிறது. நான் யோகா கற்றுக்கொள்கிறேன்; இந்து மடங்களுக்குப் போவேன், துறவிகளைப் பார்ப்பேன். விரைவில் காந்தியைப் பார்க்கப் போவேன். திருவதாங்கூரில் யாக்கோபுச் (Jacobite) சாமியார்களுடன் நல்ல நேரம் கழித்தேன். இரண்டு 'கார்மலைட்களுடன் (Carmelites) சுவராஸ்யமாகப் பேசிக் கொண்டிருந்தேன். வரும் வழியில் இருந்த ரோம் நகரம் என்னை முற்றிலும் மாற்றிவிட்டது.

1928ஆம் ஆண்டு ஜனவரி மாதம் அகமதாபாத்தில் சபர்மதி நதிக்கரையில் இருக்கும் காந்தியின் ஆசிரமத்தில் மதங்களைப் பற்றி நடந்த சர்வதேச மாநாட்டில், சி.எஸ்.எஸ். சார்பில் எல்வினை அனுப்பி வைத்தனர். புனேவில் இருந்து சபர்மதி செல்ல, ரயிலில் ஓரிரவு பயணம் செய்ய வேண்டும். மகாத்மா காந்தி உரையாற்றும்போது சொன்னார்: 'எல்லா மதங்களும் உண்மை. எல்லா மதங்களிலும் தவறுகள் இருக்கின்றன.' இதிலிருந்து தெரிவது என்னவென்றால், "நாம் இந்து அல்லது முஸ்லிம் ஆக இருந்தால் பிரார்த்தனை செய்ய வேண்டும். இந்து அல்லது கிறித்தவர், முஸ்லிம் ஆக வேண்டும் என்பதற்காகப் பிரார்த்திக்கக் கூடாது. யாரையாவது மதம் மாற்றவேண்டும் என்று ரகசியமாகக் கூட பிரார்த்திக்கக் கூடாது. ஒரு இந்து நல்ல இந்துவாக, ஒரு கிறித்தவன் நல்ல கிறித்தவனாக, ஒரு முஸ்லிம் நல்ல முஸ்லிம் ஆக வேண்டும் என்பதே நமது பிரார்த்தனையாக இருக்க வேண்டும். நாம் எல்லோரும் ஒன்றாகத் தோழமையாக இருப்பதன் பொருள் இதுதான்".

சபர்மதி ஆசிரமத்தில் காந்தியுடன் எல்வின், 1931
கடமையே கருத்தான மீராபென் அவர்களின் பின்னால் செல்கிறார்

எல்லா மதங்களும் உண்மை. அதுபோல எல்லா மதங்களும் பொய். இந்த வாதத்தை எல்வின் இதுவரை கேட்டதில்லை. முதலில் இது அவருக்குப் புரியவில்லை. ஒருநாள் மாலையில் மகாத்மா காந்தி எல்வினைத் தனியாக அழைத்து சென்று, அவர்களுடைய அமைப்பைப் பற்றி ஆர்வத்துடன் கேள்விகள் கேட்டார். சி.எஸ்.எஸ். அமைப்பினர் கதர் உடுத்துவது கண்டு மகிழ்ந்தார். 'அது தேசம் தன்னைப் புதுப்பித்துக்கொள்வதற்கான அடையாளம்.' அவர்கள் சைமன் கமிஷன் இந்தியாவுக்கு வந்திறங்கிய நாளில் 'மௌன விரதம்' கடைப்பிடித்தனர். (ஆன்மிக ஹர்த்தால் என்று அதை எல்வின் அழைத்தார்). இயற்கைக்கு மேலான சக்தியின் நம்பிக்கை வைத்து, எளிமை, கடும் உழைப்பு, தொண்டு செய்யும் அர்ப்பணிப்பு போன்ற சபர்மதி ஆசிரமத்தின் இந்த நடைமுறைகளே தொண்டு செய்வதற்கு முன்மாதிரியாக இருக்கலாம் என்பதைப் புரிந்துகொண்டார். இது ஆரிய நாட்டின் இதயமானால் இது வரை எந்த நாட்டிலும் இதைவிடப் புனிதமான பேரார்வத்தில், அன்பில் இதயம் துடித்ததில்லை. அவரை அழைத்தவர்களுக்கும் அவர் மேல் நல்லெண்ணம் ஏற்பட்டது. காந்தியின் உதவியாளர் மகாதேவ

தேசாய் மாநாட்டைப் பற்றி அறிக்கை எழுதும்போது எல்வினைத் தனியாக இவ்வாறு குறிப்பிட்டார்: "தன் நாட்டுக்காரர்கள் இந்தியாவை சங்கிலியில் பிணைத்து வைத்திருக்கும் பாவத்துக்குப் பரிகாரம் தேட வந்ததாக ஆக்ஸ்போர்டிலிருந்து வந்த, சமீபத்தில் பதின்ம வயதைத் தாண்டிய இளைஞர் சொன்னார்".

சபர்மதி ஆசிரமத்தில் இருந்த ஒரு வார காலம், தன்னை இன்னொரு பயணி என்ற நிலையிலிருந்து இந்திய தேசிய இயக்கத்தின் 'உண்மையான சீடனாக' மாற்றிவிட்டது என்று பல ஆண்டுகள் கழித்து எழுதினார். இந்தியனாக, இந்திய மண்ணில் திடீரென்று மீண்டும் பிறந்துவிட்டதாக உணர்ந்தேன். அந்தக் காலத்தில் அவர் அரசியலில் காந்தியைப் பின்பற்ற விரும்பியது போல் தோன்றியது. ஆனால், கடவுளைப் பற்றிய, மதம் பற்றிய அவருடைய கொள்கையை இன்னும் விமரிசன பூர்வமாக அணுகினார். புனேவுக்குத் திரும்பியதும் காந்தியின் எழுத்துக்களில் மூழ்கினார். கிறித்தவர்களுடன் தென்னாப்பிரிக்காவில் எழுந்த விவாதங்களை ஆர்வத்துடன், எரிச்சலடையாமல் படித்தார். ஒரு ஆங்கிலேய நண்பர் கருத்துக் கேட்டு எழுதியபோது அவரால் சரியான முடிவுக்கு வர முடியவில்லை. ஒரு புனிதராகக் காந்தி தன்னைப் பாதித்தது நிச்சயம் என்று பதில் எழுதினார்.

காந்தியிடம் புனிதர்களுக்கே உரிய துணிவு, அவர்கள் கொண்டிருக்கும் பெருமகிழ்ச்சி, பேரன்பு, அறிவைப் பொறுத்தவரை ஒரு பைத்தியகாரத்தனம் இருந்தது. அவருடைய அணுகுமுறை நுண்ணறிவின் அடிப்படையில் இல்லாதது குறிப்பிடத்தக்கது. தலைமை தாங்கி நடத்த என்றே பிறந்தவர், சிந்திக்கப் பிறந்தவர் அல்ல. மதம் பற்றிய அவரது கருத்துகள் எனக்குப் பெரும் அதிருப்தி அளித்தன (நான் பொதுவாக இந்துமதத்தை ஒப்புக்கொள்வதில் எவ்வளவு பெருமிதம் கொண்டவன் என்று உனக்குத் தெரியும். அதை மிகவும் மதிக்கிறேன்). காந்தியின் உலக நோக்கு (உதாரணமாக எல்லா மதங்களும் உண்மை) இயல்பான கிழக்கத்திய அல்லது இந்துக் கோட்பாடாக எனக்குத் தோன்றவில்லை. அது உண்மையில் மிக நவீனமானதும் (அதன் மிக உயர்ந்த அர்த்தத்தில்) அல்ல. அது ரஸ்கின், டால்ஸ்டாய், எமர்ஸன் கும்பலைச் சேர்ந்தது. அவர்களை நான் புரிந்துகொண்டதே இல்லை. விரும்பியதும் இல்லை. பாபுவைப் (அவரை அப்படித்தான் அழைக்கிறோம்) பற்றி நினைக்கும்போது அவருடைய வாழ்வின் ஒளி, பண்புநயம், பெருமகிழ்ச்சி, ஈர்ப்பு, பக்திமயம், சுய கட்டுப்பாடு, அமைதி, தன் அருமையான தொண்டர்கள் மீது அவர் கொண்டிருக்கும் செல்வாக்கு இதையெல்லாம்

கண்டு என்னால் தலைகுனிந்து வணங்கத்தான் முடியும். தலையை மட்டும் மாற்றிவிட்டால் அவரைக் கிறித்து என்றே நான் கருதுவேன். அவருடைய சிந்தனை அவருடைய வாழ்க்கையைவிட மிகவும் பின் தங்கியது ...

காந்தியைப் போல நடந்துகொள்ள வேண்டும். அவருடைய சிந்தனையைப் பின்பற்றக் கூடாது. தொடக்கத்தில் காந்தியை எல்வினால் இப்படிப் பிரித்துப் பார்க்க முடிந்தது. ஆனால் அவருடைய வழிகாட்டியான காந்தி, நிபந்தனை இல்லாத விசுவாசத்தை வேண்டி நின்றார். அதற்கான பொறுப்புகள் அதிகம் இருந்தன. ஒரு பக்கம் வின்ஸ்லோ எல்வினுடைய சொந்த சுவிசேஷ தத்துவப் போதனைகளை விட்டு விலக்கி, எஃப். டபிள்யு. க்ரீனைப் பின்பற்றி எல்வினை மிக ஆழமான, விரிந்த, உபயோகமான சிந்தனைத் தளத்திற்குக் கொண்டு சென்றார். புராட்டெஸ்டண்டிஸம் இங்கே இந்தியாவில் எவ்வளவு போதாதாகத் தோன்றுகிறது. அது இயற்கைக்கு மிகவும் அப்பாற்பட்ட நம்பிக்கையின் மீது காரண – காரிய முறையில் நியாயப்படுத்தப்பட்ட மதம்; தாறுமாறாக, ஒழுங்குபடுத்தாத பிரார்த்தனை வாழ்வுக்கு முன்னால், மாட்சிமை மிக்க, கம்பீரமான முறையான யோகா இருந்து... போற்றுதலுக்குரிய மதத்தின் மீது மழைக் காளான்களின் வளர்ச்சி போன்றிருந்தது ... இதனுடன் பார்க்கையில் ரோம் காலத்தால் சமீபமானது'.

வின்ஸ்லோவின் கத்தோலிக்க நம்பிக்கைகளில் பிரச்சனை இல்லை. ஆனால் பிரச்சனை உடலைத் துன்புறுத்தும் விதத்தில் இருந்தது. ஆசிரமத்தின் விதிகள் ஏழையாய் இருக்க உத்தரவிட்டன. கடுமை, இறுக்கம், வசதியின்மை, சலிப்புத்தட்டும் ஒழுக்கம், இவை விரும்பக் கூடியதாக, ஒப்புக்கொள்ளப்பட்டதாக, அன்பு செலுத்தப்பட வேண்டியதாக, கடவுளுக்குத் தரவேண்டியதாக இருந்தன. எதுவுமே எளிதாக இல்லாத பிரம்மச்சரியம். வின்ஸ்லோவின் கருத்துப்படி பெண்மையை மறுக்காமல், தன் பாலினத்தின் மீதும் ஈர்ப்பு இல்லாத பிரம்மச்சரியம். அது மண வாழ்க்கையின் பெருமையையும், பெருமகிழ்வையும் மெல்லிய மரியாதையுடன் அங்கீகரிப்பதாகும். தன் வாழ்வை திட்டமிட்டு ஆத்மாக்களின் நலனுக்காக ஒதுக்கி வைத்து பலியிடுவதாகும்'.

புனேவில் ஏழையாக, பிரம்மச்சாரியாக இருப்பது எப்போதும் ஒரு போராட்டமாக முன்வைக்கப்பட்டது. 1928ஆம் ஆண்டின் தொடக்கத்தில் இரண்டு ஆசைகள் எல்வினை இழுத்தன. ஆக்ஸ்போர்டில் மெர்ட்டனில் தலைமை குருவுக்கு உதவியாளராகப் பணிபுரியும் வாய்ப்பு வந்தது. அந்தப் பணியிலிருந்த க்ரீன், நார்விச்சில் இன்னொரு உயர்பணியில்

சேர்ந்திருந்தார். இரண்டாவது ஆசை, நிச்சயமாக அதிகம் பயமுறுத்தியது. ஓர் அழகான, புனிதமான பெண்ணின் மேல் ஏற்பட்ட கவர்ச்சி. அவள், ஆன்மீகத்தில் ஈடுபட்டவள். 'கடவுளின் சக்தியால் நான் என்னைக் காப்பாற்றிக்கொண்டால் எதையெல்லாம் துறந்துவிட வேண்டுமோ அது எல்லாமாக அவள் இருந்தாள்'.

அவள் எந்த இனம் என்று தெரியவில்லை, பெயரும் குறிப்பிடவில்லை; இந்த மேலோட்டமான குறிப்பு ஒன்றுதான் எல்வின் முதல் முதலாகப் பெண்களிடம் கொண்ட நேரடித் தொடர்பு பற்றியது. சங்கத்தின் விதிகள் பெண் ஆத்மாக்களிடம் ஆசை கொள்ளத் தடை செய்தன. அந்தச் சந்தர்ப்பத்தில் சங்கம் வென்றது. 'நான் இந்த ஆசைகளின் பாதிப்பை என் வாழ்க்கை முழுவதும் உணர்ந்திருக்கிறேன். அவை மிகவும் சங்கடப்படுத்தின, நம்ப முடியாத அளவு கடினமாக இருந்தது, மிகுந்த மனத்துயரும் ஏற்பட்டது, அடக்கமாக என்னை உணர வைத்தது. இந்த மாபெரும் புனித வாழ்வை எளிதாகக் கருதப்படும் வாழ்க்கையின் பல்வேறு கட்டங்கள் மீது என் அணுகுமுறையைச் சரிசெய்ய, பலப்படுத்த அந்த ஆசைகள் தேவையாகக்கூட இருந்தன.

வின்ஸ்லோவின் குறிக்கோள்களுக்காக எல்வின் தன்னை அர்ப்பணித்தார். அவருடன் இருந்தவர் நினைவு கூர்ந்தது போல் அளவுக்கு அதிகமாக, அவ்வளவு விவேகம் இல்லாமல் தன்னைச் துன்புறுத்திக் கொண்டார். தன் நினைவுக் குறிப்புகளில் என்ன ஆசைகள் என்று எழுதாமல், அவற்றை எப்படி அடக்கத் திட்டமிட்டு ஒதுக்க என்னைத் துன்புறுத்திக்கொண்டேன் என்றெழுதினார். 1928ஆம் ஆண்டு முழுவதும் என் உடல் நலத்துடன் விளையாடிக்கொண்டிருந்தேன் என்று நிச்சயமாகச் சொல்லலாம். தரையில் தூங்கியதோடு நில்லாமல், சாக்குத்துணி விரித்து வேறு எதுவும் இல்லாமல் தூங்கினேன். ஒழுக்கத்தை கடைப்பிடிக்கும் தீவிரத்தில் ஜமக்காளம், தலையணை இரண்டையும் விட்டேன். வெறுங்காலுடன் நடந்தேன், எது கொடுத்தாலும் சாப்பிட்டேன்.

நூலகத்துக்குப் பொறுப்பாளராக எல்வினை ஆக்கினார், வின்ஸ்லோ. புத்தகங்களை அங்கிருந்த எலி இரையாக்கியது. எலியின் ருசி பல்வகைப்பட்டதாக மரபில் இருந்தது. 'ஹிப்பர்ட் ஜர்னல் தொடங்கி, 'கோபெக்கின்' பல தொகுதிகளை விழுங்கியது. பின் ஆன்மிக மனநிலையில் 'குர் – ஆனையும்', *Folly of the Cross* என்ற நூலையும் ஒரே இரவில் தின்றது. அந்த எலி, தியாசபிஸ்ட் *(Theosophist)* ஆக இருக்கும் என்று கற்பனை செய்து கொண்டோம்.' ஓர் இந்தியப் பூச்சி அவர் புத்தகங்களைப்

பயமுறுத்திய காலத்தில் கூட்டங் கூட்டமாக இன்னொரு பூச்சி அவர் வயிற்றில் குடிபுகுந்தது. ஒழுங்கில்லாத சாப்பாடு, முறையற்ற தூக்கம் வெயில் காலம் தொடங்கி மழைக்காலம்வரை தொடர்ந்தன. இதனால் வயிற்றுப் போக்கு ஏற்பட்டது. அவர் சஸ்ஸூன் மருத்துவமனையில் சேர்க்கப்பட்டார். சில வாரங்கள் உயிர் ஊசலாடியது. தென்னிந்தியாவில் சுற்றுப் பயணம் சென்ற வின்ஸ்லோ அதை ரத்து செய்துவிட்டு, தன் அதிபுத்திசாலி சீடனுடன் இருந்தார். தினமும் அவரைப் பார்த்தார். 'மிகவும் அருமையான, இதம் தரும், புரிந்துகொள்ளும் ஆத்மா' என்று அவரை எல்வின் குறிப்பிட்டார். பம்பாயின் ஆயர் பால்மர் வந்தார். இறுதிச் சடங்குகள் செய்வதற்காக வந்திருக்கிறார் என்று சிலர் நினைத்தனர். மாறாக, ஆக்ஸ்போர்டின் கலவையான லட்சியவாதம், நடைமுறை அறிவு இரண்டும் வெளிப்பட, நோயாளிக்கு மூன்று பாட்டில்கள் ஷாம்பெயின் வழங்கினார்.

ஷாம்பெயின் உதவியது. ஆனால் கடைசியில் டாக்டர் மேஜர் ப்ளம்ட்ரி, நர்ஸ் சகோதரி ஹில்சம் (இவர் மகாத்மா காந்திக்கும் சேவை செய்தவர்) என்ற இருவருடைய அர்ப்பணிப்பும் உழைப்பும் எல்வினுடைய உயிரைக் காப்பாற்றின. டாக்டர் எல்வின், ஒரு வருடம் ஆக்ஸ்போர்டு செல்ல வேண்டும். பிறகு மீண்டும் பரிசோதனை செய்து உடலும், மற்ற அனைத்தும் சரியானதும் இந்தியா திரும்புவதா, துறவு வாழ்க்கை மேற்கொள்வதா என்பது பற்றி மீண்டும் யோசிக்கலாம் என்று அறிவுரை கூறினார்.

○ ○ ○

அக்டோபர் 1928இல் எல்வின் ஆக்ஸ்போர்டில் இருக்கும் தன்னுடைய அம்மா வீட்டுக்குத் திரும்பினார். ஓய்வு எடுத்தாலும் ஆய்வு செய்வதை நிறுத்தவில்லை. நாளின் பெரும்பகுதியை, போட்லே கிளப்பில் கழித்தார். மாணவராக இருந்த காலத்தில் பழைய பாடத்திட்டம் அவரைக் கட்டுப்படுத்தியது. இப்போது இறையியல் படிப்பின் களம் மிகவும் விரிவாக இருந்தது. தன் பிறந்த நாட்டையும், வரித்துக்கொண்ட நாட்டையும் தொடர்பு படுத்தும் விஷயங்களைப் படித்தார்: முக்கியமாக மத்தியகால கிறித்தவ மற்றும் இந்து ஞான மரபுகளின் ஒரே மாதிரியான போக்குகளைக் கற்றார்.

ஆறு மாதங்களில் எல்வின் இரண்டு புத்தகங்களை எழுதினார். அந்த இரண்டு நூல்களும் மதங்களுக்கு இடையிலான விவாதங்கள் என்று இப்போது சொல்லப்படும் பொருளுக்கு மிகச் சிறந்த உதாரணங்கள். முதல் ஆய்வு, பதினான்காம் நூற்றாண்டின் பெயர் தெரியாத கிறித்தவ ஞானி எழுதிய ஒரு புத்தகம் பற்றியது. கிறித்தவ ஞானமரபு இந்தியர்களுக்குப் புரியும்படி எழுதப்பட்டது.

The Cloud of Unknowing சாஸ்திரங்களை, புனித நூல்களை, மாபெரும் மராத்தி பக்திக் கவிஞர்கள் துக்காராம், ராம்தாஸ் இவர்களின் வழியில் மக்களின் மொழியில் விளக்கியது. லத்தின், சம்ஸ்கிருத மொழிகள் தெரியாதவர்களுக்கு விளங்கும் வகையில் மதம் இன்னும் ஜனநாயகமயமாக்கப்பட்டது. அந்தப் புத்தகம் பக்தி மற்றும் ஞான மார்க்கங்களுக்கு இடையில் நடந்த பழைய இந்திய விவாதங்களைப் பற்றி விமரிசனம் செய்தது. ஞான மார்க்கம் யோகிகளின் பாதை. 'மேகம்' கிறித்தவ மதத்தின் 'யோகா'வைக் குறிக்கிறது என்று சொல்லலாம். ஆனால் ஒரு வித்தியாசம், அது ஆத்மாவைக் கடவுளுக்கு அருகில் கொண்டு செல்லும் இயற்கைக்கு அப்பால் உள்ள சக்தியின் செயல் என்று கூறப்பட்டது.

அன்னிய மதத்துக்கும், இந்திய மண்ணில் விளைந்த ஆன்மீக மரபுகளுக்கும் ஒற்றுமைகளைத் தேடிக்கொண்டிருந்த இந்தியக் கிறித்தவர்கள் அந்த நூலை விரும்பிப் படித்தனர். இந்த வாதங்கள் ரிச்சர்ட் ரோல் என்ற இறையிலாளர் பற்றி எல்வின் எழுதிய ஆய்வு நூலில் இன்னும் விரிவாக எழுதப்பட்டன. ரிச்சர்ட் ரோல் பதினைந்தாம் நூற்றாண்டு இங்கிலாந்தில் பக்தி இயக்கத்தின் தலைவர் என்று உணர்ச்சியுடன் எல்வின் ஒப்பிட்டார். பக்திக் கவிஞர்கள் போல, இசையும் பாட்டும் கடவுளிடம் உள்ள உறவை வெளிப்படுத்தும் சிறந்த சாதனங்கள். பாடல்களை நேசிப்பதில் ரிச்சர்ட் ரோல் கீழைத்தேய மரபில் வந்தவர்: பிரபஞ்சத்தின் லயத்தை சைதன்யர், கபீர் மாதிரி உணர்ந்தவர்: என்.வி.திலக்குடன் சேர்ந்து இயேசுவின் புகழைப் பாடுவார், பேச மாட்டார். ரிச்சர்ட் ரோலுக்கும் அவரைத் பின்பற்றும் ஞானிகளுக்கும் மதம் இயற்கையானது, பகட்டானது அல்ல. அது இதயத்தில் பெருமகிழ்ச்சியில் எழும் பாடல். அது நேசிப்பவரின் நாமத்தை நாவில் உச்சரிப்பது, ஆத்மா சுயமாக விண்ணுலகை நோக்கிச் செல்லும் பயணம் அது. அவர்களுடைய பெருமகிழ்ச்சி, பக்தியின் உணர்ச்சியுடன் ஒப்பிடப்பட்டது. இந்த ஞானிகள் இந்தியாவில் மிக இயல்பாக வாழ்ந்திருக்கக் கூடும். ரிச்சர்ட் ரோல் துக்காராமை எவ்வளவு நன்றாகப் புரிந்துகொண்டிருப்பார், ஜுலியன் எவ்வளவு முழுமையாக மீராபாயைப் புரிந்துகொண்டிருப்பார்'.

தவஞானத்தை ஒதுக்குகிற, வேற்று மதங்களை அறிய மறுக்கிற, ஆங்கிலத் திருச்சபையின் நற்செய்தி ஊழியத்தின் மீது அவருக்கு ஏற்பட்ட மனமுறிவை இந்தப் புத்தகங்கள் காட்டுகின்றன. எல்வின் தானறிந்த ஆங்கிலத் திருச்சபையை மிகக் கடுமையாக விமரிசித்தார். ரிச்சர்ட் ரோலுக்கும் அவருடைய தொண்டர்களுக்கும், திருச்சபை எல்லாவற்றையும் ஒரே அச்சுக்குள்

கொண்டுவர முனையும் ஒரு சர்வாதிகாரியாகத் தோன்றவில்லை. அவர்களைப் பொறுத்தவரை அது வீட்டில் இருக்கும் அம்மா. அவளின் அணைப்பில் தங்களைப் பலமுள்ளவர்களாக, பாதுகாப்பாக உணர்ந்தனர். இந்தப் புத்தகங்கள் எழுதும்போது, கிறித்தவத்தை இந்துச் சிந்தனைகளுடன் இணைக்க நினைத்த ஜாக் வின்ஸ்லோவும், கிறித்தவத்தின் கூறுகளை வைத்து இந்து மதத்தை உயிர்ப்பிக்க எண்ணிய மகாத்மா காந்தியும் எல்வினுக்கு முன் உதாரணமாக இருந்தனர். தன்னுடைய யோசனைகளைச் செயலாக்க, மார்ச் மாதம் இந்தியாவுக்குத் திரும்பத் தயாரானார். ஆனால் டாக்டர்கள் அவரைப் போக விடவில்லை. ஆங்கிலத் திருச்சபை, ரஷ்ய ஆர்த்தடாக்ஸ் (புராதன) சபைகளின் மதகுருக் களின் மூன்றாவது மாநாட்டில் தலைமை தாங்கினார். எல்லாப் பிரிவுகள், உட்பிரிவுகள், மதங்கள் இவற்றிடையே தொடர்பு வேண்டும் என்ற கிறித்தவ சேவா சங்கத்தின் வழியில் 'அமைதியை உண்டாக்குவது' என்று இதைப் பார்த்தார். லண்டன் பல்கலைக் கழகத்தில் இந்திய மாணவர்களிடையே உரையாற்றினார். அவர்களின் உணர்வுகள் மதநம்பிக்கைகளுக்கு அப்பால் இருப்ப தறிந்து ஏமாற்றம் அடைந்தார்.

1929ஆம் ஆண்டு ஜூன் மாதம் டாக்டர்கள் அவர் உடல் நலம் இன்னும் மூன்று மாதங்களில் பயணம் செய்யும் அளவுக்குத் தேறிவிடும் என்று சொன்னார்கள். 'நான் நேசிக்கிற நாட்டுக்கு கிளம்பும்வரை நாட்களை எண்ணிக்கொண்டிருந்தேன்'. கடைசி யாக செப்டம்பர் 29ஆம் தேதி கிறித்தவ சேவா சங்கத்துக்குக் கிளம்பிய லியனார்ட் ஸ்கிஃப் என்னும் முன்னாள் ஆக்ஸ்போர்டு மாணவருடன் கிளம்பினார். வழியில் (ரஷ்ய) ஆர்த்தடாக்ஸ் மையத்தில் சில நாட்கள் கழித்தார். கடவுள் நம்பிக்கை அற்ற போல்ஷ்விக்குகளால் துரத்தப்பட்டு அகதிகளான ரஷ்யர்களிடம் விருந்தினராக இருந்தபோது அவர்களிடமிருந்த தாய்நாட்டுப் பற்றை மனதில் கொண்டார். அதில் அவர் ஒன்றைக் கற்றுக் கொண்டார். இந்தியாவுக்காக உழைக்க வேண்டும் ஆனால் மதத்தில், இனத்தில் இந்தியராகக் கூடாது. அங்கிருந்து உம்ப்ரியா சென்றார். எரெமொ ஃப்ரான்ஸிஸ்கோ'வில் இருந்த அவருடைய பேனா நண்பர்களான கன்னிகாஸ்திரிகளுடன் கொஞ்ச நாட்கள் இருந்தார். அவர்கள் அவரைப் போலவே மகாத்மா காந்தியால் ஈர்க்கப்பட்டவர்கள். மதத்தில் தீராக் காதல் கொண்டிருந்தாலும் தேசப்பற்றுடன், தங்கள் பண்பாட்டில் மூழ்கி இருக்கும் 'பிரெஞ்ச், ரஷ்யர்களைப் போல ஒரு கிறித்தவ மதகுரு இந்தியாவின் சீடனாக இருக்க முடியும் என்பதை நிச்சயமாக நம்புகிறேன்' என்று கன்னிகாஸ்திரி நண்பர்களுக்கு எழுதினார். இந்தியாவில் எல்லா மதங்களிலும் இருக்கும் நல்ல விஷயங்களை எடுத்துக்கொண்டு இந்திய மத வரலாற்றைக்

கிறித்தவம் நிறைவு செய்யும் என்று தன்னுடைய சமீபத்திய ஆய்வுகளின் அடிப்படையில் சொன்னார். கிழக்கு நாடுகளில் கடவுள்

> எண்ணில்லாத மொழிகளில் பேசினார். இந்திய ஞானிகளின், கவிஞர்களின் மூலம் கடவுள் அவதாரம் அறிவிக்கப் படுகிறது. பெருமைமிகும் கலைகளில் பாடல்களின் ஒலியில், அமைதியாகச் சொல்லப்படுகிறது. காடுகள், நதிகள் மலைகள் இவற்றின் பேரழகில் படைத்தவன் இருக்கிறான். இந்தியாவில் கடவுளைப் பற்றிய சிந்தனைகள் நிறைந்திருக்கின்றன. கடவுளின் சாட்சிகள் நிறைய இருப்பதால் பேரொளி வீசும் இந்தியா மதங்களின் தாயாகி விட்டது. இங்கே பாதை பன்மையிலிருந்து ஒருமையாக, வேற்றுமையிலிருந்து ஒற்றுமையாக, இயேசு கிறித்துவின் முன்னால் ஒரே மொழியாக, கடவுளின் உண்மை இருக்கிறது. ஆனாலும் அந்த ஒன்று மற்றொன்றை மறுப்பது அல்ல, பல வேற்றுமைகளின் மீது வைக்கப்பட்ட மகுடம். நீங்கள் மற்றவற்றை விலக்குவதன் மூலம் மட்டும் அல்ல சேர்த்துக் கொள்வதன் மூலம் அதை அடைவீர்கள்.

இந்தத் தடவை புனித ஊர்களான பெத்தலஹேம், ஜெருசலம் வழியே பயணம் செய்தார். இரண்டு ஊர்களையும் பார்த்துவிட்டு மலைகளில் இருக்கும் மடங்களுக்குச் சென்றார். அவற்றில் ஒன்று ஜோர்டன் சமவெளியின் பார்வையில் ஹை மவுண்டன் ஆஃப் டெம்ப்டேஷன் மீது *(High Mountain of temptation)* அமைந்திருந்தது. அதன் உறுப்பினர்கள் எல்லா வேலைகளையும் தாங்களே செய்தார்கள். குகைத் தேவாலயத்தில் தோத்திரம் செய்தார்கள். செட்ரான் பள்ளத்தாக்கில் இருந்த மார்சபா என்ற மடம் ஆயிரத்து ஐநூறு ஆண்டுகள் பழமையானது. அங்குள்ள துறவிகள் பாறைகளில் குடைந்து அமைக்கப்பட்ட அறைகளில் வாழ்ந்தார்கள். வெர்ரியரிடம் அது நல்லெண்ணத்தை ஏற்படுத்தியது. அவர் இவ்வாறு குறிப்பிட்டார்:

> இந்தப் பாலைவனத்தில், மனிதர்களுக்கு வீடில்லை. கடவுள் மட்டுமே வீட்டில் இருக்கிறார். இந்தத் துறவு, இந்த வீரமிக்க புனிதப் பயணம், இந்த எளிமை, வாழ்வின் தனிமை, பிரார்த்தனையின் தைரியம், உலகம் வெறுக்கும் அதீத நிலைகளைத் தாங்கிக்கொள்ளும் குணம் இந்த உலகில் நிலை பெறவேண்டும். இறைவனின் அடியார்கள் காட்டும் துணிவு நம்மைக் கடவுள் மீது அன்பு கொள்ள வைக்கும். நாம் அரைமனதோடு செயல்படுவதை எண்ணி வியப்படைய வைக்கும்.

❍ ❍ ❍

எல்வின் நவம்பர் மாதம் புனே சென்றதும் ஆசிரமத்தில் முழு ஈடுபாடு இருக்கிறதா இல்லையா என்பது அரசியல் ரீதியில் கணிக்கப்படுகிறது என்று கண்டார். நாடும் நகரமும் கொந்தளித்துக்கொண்டிருந்தன. அவர் கிறித்து சேவா சங்கத்தில் சேர்ந்த முதல் பருவத்தில் மேற்கு இந்தியாவின் விவசாயிகள் நிலவரிக்கு எதிராக நீண்ட போராட்டம் தொடங்கி இருந்தனர். அவர் ஆக்ஸ்போர்டின் நூலகங்களில் ஆய்வு மேற்கொண்டிருந்த நேரம் நடந்த காங்கிரஸ் ஆண்டு மாநாட்டில் 'பூர்ண சுதந்திரம்' ஒரு வருடத்திற்குள் வழங்க வேண்டும் என்று தீர்மானம் நிறைவேறியது. இதனிடையில் எல்லா இடங்களிலும் சைமன் கமிஷனுக்கு எதிராகக் கறுப்புக் கொடி காட்டப்பட்டது. போலீஸ் முழுப் பலத்துடன் இறங்கியது. லக்னோவில் நடந்த மோதலில் பஞ்சாப் சிங்கம் லாலா லஜ்பத் ராய்க்கு விழுந்த அடியால் அவர் மரணமடைய நேரிட்டது. வைஸ்ராய் இர்வின் பிரபு ஆலோசனை நடத்த லண்டனுக்கு விரைந்தார். திரும்பியதும் டொமினியன் அந்தஸ்து வழங்கப்படுவது குறித்து மாநாடு நடத்த உறுதிமொழி அளித்தார். அது காங்கிரஸின் கோரிக்கையை எட்டவில்லை. காங்கிரஸிலிருந்த தீவிரவாதிகளான ஜவஹர்லால் நேரு, சுபாஷ் சந்திர போஸ் போன்றவர்கள் காந்தி ஆசிரமத்தை விட்டு வெளியே வந்து ஒத்துழையாமை இயக்கத்தை மீண்டும் தொடங்க வேண்டும் என்று வற்புறுத்தினர்.

இந்தியாவின் சுதந்திரப் போராட்டத்தில் முக்கிய நிகழ்ச்சிகள் நடக்கிற காலம் நெருங்கிவிட்டிருந்தது. 1930ஆம் மார்ச் மாதம் ஆண்டு 2ஆம் தேதி, தனிமனிதர்கள் உப்பு தயாரிப்பதைத் தடைசெய்யும் சட்டத்தை மீறி கடலுக்கு யாத்திரை நடக்கும் என்று இர்வின் பிரபுவுக்குக் காந்தி செய்தி விடுத்தார். இர்வின் பதில் எதுவும் தரவில்லை. 12ஆம் தேதி மகாத்மா தனது எண்பது தொண்டர்களுடன் கடலை நோக்கி (தண்டி) யாத்திரை தொடங்கினார். சபர்மதியிலிருந்து தண்டி வரை 200 மைல்களை 24 நாட்களில் மெதுவாகக் கடந்தனர். அவர்கள் வைத்த ஒவ்வொரு அடியைப் பற்றியும் சர்வதேசப் பத்திரிகைகள் எழுதின. ஏப்ரல் மாதம் ஐந்தாம் தேதி காந்தி தண்டி கிராமத்தை அடைந்தார். அடுத்தநாள் காலையில் கடலை நோக்கி நடந்தார். கை நிறைய உப்பை எடுத்துக்கொண்டு "இதை வைத்துக்கொண்டு ஆங்கிலேயப் பேரரசின் அஸ்திவாரத்தை அசைத்துக்கொண்டிருக்கிறேன்" என்று சொன்னார். உடனே அவர் கைது செய்யப்பட்டார். அடுத்த சில வாரங்களில் ஒத்துழையாமை இயக்கம் இந்தியா முழுவதும் பரவியது. வாழ்க்கையைப் பாதிக்கும் அல்லது அநியாயமான உப்புச் சட்டம், காடுகள் சட்டம், மதுபானச் சட்டம், எல்லாம் ஆயிரக்கணக்கான இடங்களில் மீறப்பட்டன. அரசாங்கம் உடனே நடவடிக்கை

எடுத்தது. காங்கிரஸ் தலைவர்கள் தொண்டர்களைச் சிறைகளில் அடைத்து நிரப்பியது.

1930இன் தொடக்கத்தில் நாட்டில் இருபெரும் பிரிவுகள் தோன்றின. சில இந்தியர்கள் ஆங்கிலேய ஆட்சியின் பக்கம் நின்றனர். மற்ற பலர் காங்கிரஸின் பக்கம் நின்று சிறை சென்றனர். கிறித்தவ சேவா சங்கம் மிகப் பரிதாப நிலையில் இருந்தது. அது ஒரு புதிய பரிசோதனை என்பதில் சந்தேகம் இல்லை. ஆனால் அதன் உள்ளார்ந்த பலவீனத்தை உப்புச் சத்தியாகிரகமும், அதன் விளைவுகளும் வெளிச்சத்துக்குக் கொண்டு வந்தன. மண்ணுக்குள் புதைத்து வைத்திருந்த கேள்விகளை நேரடியாகச் சந்திக்க நேர்ந்தது. அது இந்திய ஆசிரமமா? அல்லது மேற்கத்திய பாணி சாமியார் மடமா? அதை, வின்ஸ்லோவின் அதிகாரத்தில் நடத்த வேண்டுமா? அல்லது அனைவரும் ஜனநாயக வழியில் நடத்த வேண்டுமா? தீவிரமாக மதத்தைப் பிரச்சாரம் செய்ய வேண்டுமா? நன்னடைத்தை மூலம் ஓர் உதாரணமாகத் திகழ வேண்டுமா? அது விடுக்கும் நற்செய்திகள் மேல் ஜாதிக்காரர்களுக்கா? அல்லது கீழ் ஜாதிக்காரர்களுக்கா? நசுக்கப்படும் நேரம் வந்தால் ஆசிரமம் கிறித்தவத் திருச்சபையின் பக்கம் நிற்குமா? அல்லது இந்திய தேசிய வாதிகள் பக்கம் நிற்குமா?

அடக்குமுறை தொடங்கியதும் ஆசிரமத்தின் நிறுவனர் விடுமுறையில் சென்றார். மார்ச் மாதம் வின்ஸ்லோ இங்கிலாந்து புறப்பட்டார். பணம் சேகரிப்பதற்கும் புதியவர்களைச் சேர்த்துக் கொள்வதற்கும்தான் அவர் செல்கிறார் என்பது வெளியில் சொல்லப்பட்ட காரணம். தன் ஆதரவு யாருக்கு என்று அவர் தீர்மானிக்க விரும்பவில்லை என்ற முடிவுக்கு நாம் வருவதைத் தவிர்ப்பது கடினம். சங்கத்தின் தற்காலிகத் தலைமை ஆசானாக நியமிக்கப்பட்ட எல்வின் மேல் அந்தப் பாரம் விழுந்தது. அல்ஜி ராபர்ட்சன் என்ற உறுப்பினர் ஆசிரமத்தில் அரசியல் வேண்டாம் ‘சன்யாசி மடமாக’ நடத்துவோம் என்றார். மறுபுறம் லியொனோர்ட் ஸ்கிஃப், ஷோலாபூரைச் சேர்ந்த இந்திய உறுப்பினர் இருவரும் காங்கிரஸுடன் நேரடியாக இணைவோம் என்றனர். ஷோலாபூரைச் சேர்ந்தவர் பெயர் ஷாம்ராவ் ஹிவாலே, கோலாபூர் ராஜாராம் கல்லூரியில் பட்டப் படிப்பை முடித்துவிட்டு 1928இல் சங்கத்தில் சேர்ந்தார். ஷாம்ராவ் பொதுவாழ்வில் ஈடுபட்டுச் சேவை செய்யும் குடும்பத்திலிருந்து வந்தவர். அவருடைய சகோதரர் பி.பி. ஹிவாலே புகழ்பெற்ற கல்வியாளர். முதலில் பம்பாய் வில்சன் கல்லூரியில் இருந்து பின்னர் தக்காணத்தில் அஹமதுநகர் கல்லூரியில் இருந்தார். ஷாம்ராவ் மிகத் துடிப்புள்ள தேசியவாதி, காந்தியின் அரசியலிலும், துக்காராமின் பாடல்களிலும் மிக ஈடுபாடு உள்ளவர்.

குட்டையாகவும், கறுப்பாகவும், சுருள் முடியுடனும், ஒளிரும் கருமைநிறக் கண்களுடன் இருந்த அவர் மிகவும் எளிதாகப் பழகக்கூடியவர். சங்கத்திலிருந்த மற்ற உறுப்பினர்களை விட அவருக்குக் கிறித்தவர்களிலும், கிறித்தவரல்லாதவர்களிலும் நண்பர்கள் அதிகம் இருந்தனர்.

லியனார்ட்டும் ஷாம்ராவும் சீக்கிரம் ஒரு முடிவு எடுக்க வேண்டும் என்று எல்வினை வலியுறுத்தினர். எல்வின் முதலி லிருந்தே அவர்கள் பாதையைப் பின்பற்றுபவர். அவருக்குள் இருந்த கலகக்காரன் அவரைக் காங்கிரஸை நோக்கித் தள்ளினான். (ஆங்கிலேயருடன் ஆன போராட்டத்தில் காங்கிரஸ் வலிமை குறைந்த நிறுவனம்). காந்திக்குத் தொண்டராக இருந்த மனம் அவரைக் காங்கிரஸில் சேரச் சொன்னது. வின்ஸ்லோ, க்ரீன் இருவரையும் தன் வழிகாட்டிகளாக முன்னரே அங்கீகரித்திருந்தார். ஆனால், இருவரையும் விடக் காந்தி பெருந்தலைவராகத் தோன்றினார். மகாத்மா காந்தியின் இறையியல் கொள்கை தெளிவானதாக இல்லை என்பதையும் கருத்தில் கொள்ள வேண்டியிருந்தது உண்மைதான். ஆனால் அந்தக் காலத்தில் அரசியலில் எந்த முடிவையும் எடுக்க முடியாமல் இருந்த தந்தை ஜாக்(வின்ஸ்லோ)வுடன் ஒப்பிட்டால் அது ஒன்றும் பெரிய விஷயமாகத் தோன்றவில்லை.

நேர்மையும், சமாதானத்திற்கான விருப்பமும் கொண்டிருந் தாலும் தன் அரசியல் நிலைப்பாடு எப்போதும் தன்னுடைய இனம், மதம் சார்ந்திருக்கும் வகையில் பார்த்துக்கொண்டார் வின்ஸ்லோ. அவருக்கு மாற்றாக எல்வின் ஏற்கனவே இந்தியா தன் தாய்நாடு என்று பேசியும் சிந்தித்தும் வந்தார். புதிய ஆசிரமத்தின் தலைவராகக் "கிறித்தவ சேவா சங்கம் இந்தியர் களுக்காகவும் இந்தியாவுக்காகவும் வேலை செய்கிறது. காங்கிரஸ் இந்தியர்களையும் இந்தியாவையும் பிரதிநிதித்துவப்படுத்துகிறது. அதனால், கிறித்தவ சேவா சங்கம் காங்கிரஸுக்கும் காந்திக்கும் ஆதரவு அளிக்க வேண்டும்" என்ற புதிய வாதத்தை நடைமுறைப் படுத்தினார்.

காந்தி கைதான பின் பம்பாயில் நடந்த ஒரு சம்பவம், ஆசிரமத்தின் ஆதரவு கலகக்காரர்களுக்கு என்று எல்வினை முடிவெடுக்க வைத்தது. அவர் கிர்காம் பேக் ரோடில் வசித்த சில நண்பர்களைச் சந்திக்கச் சென்றார். அது காங்கிரஸ் தலைமையகமான மணிபவனுக்கு அருகில் இருந்தது. அதிகாரிகள் மணிபவனுக்குச் சீல் வைத்துவிட்டார்கள். காங்கிரஸ் ஆதரவாளர்களின் ஒருகுழுவினர் கட்டிடத்துக்கு அருகில் செல்ல முயன்றுகொண்டிருந்தனர். உலகத்திலே மிகவும் துயருற்ற மனிதன்

துலியா சிறையில் ஜம்னலால் பஜாஜ் மற்றும் பியாரேலால் (கண்ணாடி அணிந்தவர்) ஆகியோருடன் எல்வின், 1932

என்ற உணர்வுடன் உயரமான இடத்திலிருந்து எல்வின் ஜன்னல் வழியே பார்த்துக்கொண்டிருந்தார்.

> அவருடைய நாட்டுக்காரர்கள் அப்பாவிகளை, எதுவும் செய்யாதவர்களை, தெருவில் போகிறவர்களை பிரம்பால் அடித்துக்கொண்டிருந்தார்கள். போராட்டம் எதுவும் இல்லை. கோஷங்கள் எழுப்பவில்லை. சட்டங்களை மீறவில்லை. போக்குவரத்தைப் பாதிக்கும் அளவுகூட கூட்டம் இல்லை; தாங்கள் நேசிக்கும் காங்கிரஸ் பவன் போலீசாரின் கட்டுப்பாட்டில் இருப்பதைப் பார்க்க விரும்பினார்கள். ஒரு அழகான மாணவன் ஆங்கிலேய சார்ஜென்ட்டிடம் சென்று கேள்வி கேட்டான். சார்ஜென்ட் பிரம்பை ஓங்கி அவன் முகத்தில் அடித்தான். நான்கு மாடிக்கு மேலிருந்த நான் அடியின் சத்தத்தைக் கேட்டேன். சார்ஜெண்ட் ஒரு முதியவரைக் கீழே தள்ளினான். ரோட்டில் போய்க்கொண்டிருந்த பையனை விரட்டிப்போய் இரக்கமில்லாமல் அடித்தான். ஒரு மரியாதைக்குரிய வியாபாரியை இடித்துத் தள்ளினான், அவன் கையிலிருந்த செய்தித்தாளை தட்டிவிட்டு அவமரியாதையுடன் அதை ரோட்டில் எத்திச் சென்றான். எத்தனை பேர் அடிவாங்கினார்கள் என்று எண்ணக்கூட முடியவில்லை...

யார் மீதாவது, குறிப்பாக, அப்பாவிகள் மீது பிரம்படி விழுவதை எப்போதாவது பார்த்தவர்கள் கூட, அதை ஒருபோதும் மறந்துவிட முடியாது. அந்தப் பெரிய பிரம்புகள் காற்றில் சுழலும் ஓசை, தலையிலோ தோளிலோ அடிவிழும் ஓசை, அடிப்பவர்களின் நிதானமான அகங்காரம் இயேசுவைப் போல அடிவாங்குபவர்களின் வியப்பூட்டும் பொறுமை.

அரசியல் சச்சரவுச் சூறாவளியில் எல்வின் 'கிறித்தவ சேவா சங்கம்' என்னும் 'நல்ல மிதவையை' அனுதாபம் இல்லாத தனிமை என்னும் பாறையில் மோதாமல் செலுத்துவார் என்று அப்போது லண்டனில் இருந்த ஜாக் வின்ஸ்லோ நம்பினார். தண்டி யாத்திரைக்குப் பிறகு, அதுவும் இந்திய தேசியவாதிகள் பலர் நிறைந்த புனேவில் அதுவும் அங்கிருக்கும் சிறைச்சாலையில் தேசியவாதிகள் இருக்கும்போது, நடுநிலைமை வகிப்பது இயலாது... 'நல்ல மிதவை'யில் மதிப்பிற்குரியவர்களின் பெயர்ப் பட்டியல் *(Roll of honour)* தேவாலயத்தில் வைக்கப்பட்டது. தினமும் காந்தி, நேரு, பட்டேல், பஜாஜ் இன்னும் சிறையிலிருக்கும் பலருக்கும் தோத்திரங்கள் நடத்தப்பட்டன. நீதியும் கிறித்தவ நற்குணங்களும் எந்தப் பக்கத்தில் இருந்தன என்பதில் எல்வினுக்கு எந்தச் சந்தேகமும் கிடையாது. "சிலுவையை வைத்துக்கொண்டு இந்துமதம் இயேசுவைத் தேடும்போது ஆயுதங்களை வைத்துக் கொண்டு, ஆதிக்கம் செலுத்தும் கிறித்தவ மதத்தைப் பார்க்க மிக மிகப் பரிதாபமாயிருக்கிறது?" என்று குறிப்பிட்டார்.

காங்கிரசுக்கு ஆதரவு காட்டும் வகையில், ஆசிரம உறுப்பினர்கள் நூற்கவும், கதர்ப் பிரச்சாரம் செய்யவும் கள்ளுக் கடைகளுக்கு முன்னால் மறியல் செய்யவும் உறுதி எடுத்துக் கொண்டார்கள். போலீஸ்காரர்கள் வன்முறையைப் பயன்படுத்திய சம்பவங்கள் பற்றிய விவரங்களைச் சேகரித்தார்கள். புனேவுக்குச் சற்றுத் தூரத்தில் காந்தியைச் வைத்திருந்த எரவாடா சிறைக்குச் சட்டத்தை மீறிச் சென்ற ஊர்வலத்தில் ஆசிரமத்தைச் சேர்ந்த இரண்டு சகோதரர்கள் கலந்துகொண்டார்கள். ஒருவர் லியனார்ட் ஸ்கிஃப். 'அவரை காந்தியின், காங்கிரஸ்ஸின் வெறிபிடித்த ஆதரவாளார்' என்று மாவட்ட கலெக்டர் உணர்ச்சிவசத்தில் வர்ணித்தார். திருச்சபையில் ஆயருக்கு அடுத்த நிலையில் இருந்த மதகுரு, லியனொர்ட் காந்தி தொப்பி அணிந்துகொண்டு ஊர்வலத்தில் சென்றதைக் குற்றம் சாட்டி, எல்வினுக்குக் கடிதம் எழுதினார். கிறித்தவ சேவா சங்கத்தினர் அதற்குப் பதிலாக, காந்தி தொப்பி அணிந்துகொண்ட லியனார்டைப் பாராட்டித் தீர்மானம் நிறைவேற்றினர்".

காந்தியை எரவாடா சிறையில் காண, சொசைடி ஆஃப் ஃப்ரெண்ட்ஸ் *(Society of Friends)* அனுப்பி வைத்த குவேக்கர்

(*Quaker*—நிறுவனங்கள் மீது நம்பிக்கை வைக்காத கிறித்தவர்கள்) ரெஜினால்ட் ரெனால்ட் ஜூன் மாதம் அஹமதாபாதில் இருந்து ஆசிரமத்துக்கு வந்தார். மகாத்மா இல்லாத வருத்தத்தில் சபர்மதி ஆசிரமம் மூழ்கி இருக்க, இந்த ஆசிரமம் தலைவரின் பின்னால் தைரியமாக நிற்கும் வித்தியாசத்தைக் கண்டார். இதுவரை எல்வினைப் பார்த்திராத அவரை எல்வின் கவர்ந்தார். இருபது வருடம் கழித்து அவர் இப்படி நினைவுகூர்ந்தார்: 'பார்க்க மிக அழகாக இருந்தார். வெள்ளைக் காதியில் சீருடை அணிந்த அவர் தங்கத் தெருவிலிருந்து, முத்து வாசல் வழியாக வந்தவர்போல் தோன்றினார். 'எந்த இந்து மடத்திலும் இவ்வளவு மகிழ்ச்சிச் சிரிப்பு இல்லை.' எல்வினிடம் கண்ட ஒரு குணாம்சத்தை அவர் பதிவு செய்தார். ஒரு லண்டன் எழுத்தாளர் இந்தியாவில் ஆங்கில ஆட்சியின் நன்மைகளை புள்ளி விவரங்களுடன் எழுதினார்; ரெனால்ட் அதிலிருந்த தவறுகளை விமரிசித்தார். அப்போது எல்வின் இவ்வாறு சொன்னார்: 'தந்தை, மகன், புனித ஆவி, மூன்றையும் அவர் ஒதுக்கி, அடிக்குறிப்பாக எழுதியதைக் கண்டு அவர் புள்ளி விவர நிபுணர் அல்ல என்று கருதினேன்".

1930ஆம் ஆண்டு கோடையில் சி.எஸ்.எஸ். மகிழ்ச்சியாக, ஒற்றுமையாக இருந்த சகோதரர்களின் இடமாக இருந்தது. பம்பாயின் ஆயர், வின்ஸ்லோ இல்லாத சங்கத்துக்குத் தலைமை தாங்க எல்வினுக்குத் தகுதி இருக்கிறதா என்று கேள்வி எழுப்பினார். அதற்கு எதிர்வினையாக எல்வின், "சமகால அரசியல் நிலைமைக்கு, விமரிசனங்களுக்கு அப்பால் பணிபுரிவது குறித்து எல்வின் மீது சங்கத்திற்கு முழு நம்பிக்கை இருக்கிறது" என்று சங்கத்தில் ஒருமனதாகத் தீர்மானம் நிறைவேற்றச் செய்தார். இது பம்பாயின் ஆயருக்கு கலகக்காரரின் பதிலாக அமைந்தது. ஜூலை ஏழாம் தேதி நடந்த அதே கூட்டத்தில் 'பம்பாய் தேசிய கிறித்தவ சங்கத்தில் உரையாற்ற எல்வினுக்கு மிக இசைவுடன் அனுமதி வழங்கப்பட்டது. அவருடைய தலைப்பு 'கிறித்துவும் சத்தியாகிரகமும்'. ஆசிரமத்துக்கு வெளியே பணிபுரிய அவர் விரும்புவதை, தலைப்பு சுட்டிக் காட்டியது. மதகுரு நற்செய்தி ஊழியம் செய்பவராக மாறிக்கொண்டிருந்தார். எல்வின் என அழைக்கப்பட்டவர் மரியாதையுடன், அதிகாரம் தொனிக்கும் 'தந்தை எல்வின்' ஆனார்.

எல்வின் பம்பாயில், ப்ளாவட்ஸ்கி அரங்கில், ஜூலை ஒன்பதாம் தேதி பெருங்கூட்டத்தில் ஆற்றிய உரை, மிகத் தைரியமாக, மேற்கத்திய கிறித்தவ மதத்தையும், இந்திய தேசியத்தையும் இணைக்க முயன்றது. 'கிறித்தவ சேவா சங்கத்து உறுப்பினர் என்ற முறையில், ஒரு ஆங்கிலேயன் என்ற முறையில் நான் பேசவில்லை. என்னை இந்தியன் என்று அழைக்க விரும்பும் ஒருவனாக, ஒரு

இந்தியனின் கோணத்தில் விஷயங்களைப் பார்ப்பவனாக, நான் வாழத் தேர்ந்தெடுத்துக் கொண்ட நாட்டினருடன் எல்லா விதங்களிலும் இணைந்துகொள்பவனாகப் பேசுகிறேன்' என்றார். ஆனால் மதகுருவைப் போலவும் பேசினார். தங்களுடைய ஆயரின் கட்டளைகளை மீறிக் காந்தியைப் பின்பற்றும் இந்தியர்களுக்கு இறையியல் மூலம் ஆறுதல் சொன்னார்.

கிறித்தவத்தில் (அரசியல் அதிகாரத்துக்கு) பணிந்து போகும் மரபுகள் இருக்கின்றன என்று பேச்சைத் தொடங்கினார். (சமூகத்தில்) ஏற்கனவே இருக்கும் நிலை பேண வேண்டும் என்று இடப்பட்ட கட்டளைகள், அரசாங்கங்களுக்கு உதவுதல், (சீசருக்கு எது சேர வேண்டுமோ அதைச் சீசருக்கு கொடுத்து விடுவது) அரசுக்குத் எதைத் தரவேண்டும் என்றிருக்கிறதோ அதைச் தருவது, இவைதான் மரபுகள். இவைகளுக்கு நேரெதிரான மரபுகளை அதிகமாக வலியுறுத்தி, நியாயப்படுத்திப் பேசினார். ஆங்கில ஆட்சி சுய அதிகாரம் பறிக்கப்படும்போது, ஆங்கில ஆட்சியில் காடுகள் சட்டம், உப்பு வரி போன்ற நியாயமற்ற சட்டங்களை அரசு நிறைவேற்றும்போது அல்லது இனம், வர்க்கம் என்ற பிரிவுகளை உண்டாக்கி ஆங்கில ஆட்சி மக்களுக்கிடையில் உள்ள ஒற்றுமையைக் குலைக்கும்போது, இந்தியர்கள் கருதியது போல அரசுக்கு எதிரான கலகம் நியாயமானது. இந்தக் கிறித்தவ கலகக்காரர் இயேசுவைப் பற்றியும் சொன்னார். சமகாலத்தில் வாழ்ந்தவர்களால், வாழ்வின் ஒவ்வொரு கோணத்திலும் பயங்கர மான புரட்சிக்காரர் என்றே இயேசு கருதப்பட்டார்.

காந்தியையும் அப்படித்தான் கருதினார்கள் அரசியலில் அஹிம்சையைப் புகுத்தினார், போராட்டத்தைப் பிரார்த்தனை களால் நிரப்பினார், உண்மை, ஒழுக்கம், அடக்கம் பொறுமை, அன்பு இவற்றை வலியுறுத்தினார். காந்தி இறையியலில் பிற்போக்கானவர் என்று இப்போது எல்வின் நினைக்கவில்லை. அதற்கு மாறாக, அங்கீகரிக்கப்படாத, இந்துமதத்தின் இயேசு கிறித்துவாகத் தென்பட்டார். “முழுமையாகப் பார்த்தால், காந்தி தொடங்கிய இந்தப் போராட்டம், உலகில் நடந்த இதுபோன்ற எந்தப் போராட்டத்தை விடவும், வழிமுறையிலும், உள்நோக்கத் திலும், இயேசுவின் எண்ணம் போலவே இருக்கிறது” என்று ப்ளாவாட்ஸ்கி அரங்கில் பேசினார்.

❍ ❍ ❍

தன்னைப் போலவே காந்தியின் மீதும் கிறித்துவின் மீதும் பற்றுக் கொண்ட ஒரு இந்திய நண்பரிடம் எல்வின் தன் பம்பாய் உரையை ‘மிகத் தெளிவானது, ஆனால் நிதானமானது’ என்றார். உண்மையில் அது மிகவும் உணர்ச்சியைத் தூண்டும் வகையில்

இருந்தது. துண்டுப் பிரசுரமாக அச்சான அவ்வுரை 'ஜெயிலில் இருக்கும் எல்லா நண்பர்களுக்கு'ச் சமர்ப்பிக்கப்பட்டது. 'கிறித்துவும் சத்தியாகிரகமும்' ஒரே மாதத்தில் மீண்டும் அச்சானது; 'பாம்பே கிரானிகிள்' என்ற செய்தித்தாளில் மகாத்மா காந்தியைப் பற்றி பக்தியுடன் ஒரு தொடர்கட்டுரை எழுதினார். இந்தியாவுக்காகப் போராடி சிறை செல்ல விரும்பினார், சிறைக்குப் போக வேண்டும் என்று கவலைப்பட்டார். இதற்கிடையில், இங்கிலாந்தில் ஜாக் வின்ஸ்லோ 'இந்தியா அலுவலக'த்துக்கு அழைக்கப்பட்டார். இந்திய அரசின் உள்நாட்டுச் செயலர் லண்டனுக்குக் 'கிறித்துவும் சத்தியாகிரகமும்' கட்டுரையின் பிரதி ஒன்றை அனுப்பியிருந்தார். அதில் விரும்பத்தகாத பகுதிகள் குறிக்கப்பட்டிருந்தன. அதைக் கிறித்தவ சேவா சங்கத்தைத் தொடங்கிய வின்ஸ்லோவிடம் காட்டி, சங்கத்தின் உறுபினர்கள் ஒத்துழையாமை இயக்கத்தைப் பேச்சிலோ, எழுத்திலோ எந்த விதத்திலும் ஆதரிக்கக் கூடாது என்று அழுத்தம் திருத்தமாகச் சொல்லவேண்டும் என்று கேட்டிருந்தார். செப்டம்பர் 29ஆம் தேதி துணைச் செயலர் அவரைப் பேட்டி கண்டார். அவருடைய சங்கம் மதத்தின் போர்வையில் அரசின் தீவிரமான எதிரிகளுக்கு ஆதரவு அளித்து வருகிறது என்று கடுமையாகச் சொன்னார். தந்தை ஜாக் கடினமான நிலையையும், 'கிறித்துவும் சத்தியாகிரகமும்' வெளியிட்டதால் சங்கம் ஒருபுறம் சார்ந்திருந்ததையும் புரிந்து கொண்டார். தன்னுடைய சீடருக்கு அதைப் பற்றிப் பேச உரிமை இருக்கிறது என நினைத்தார். ஆனால் அவருடைய முடிவுகளுடன் நிச்சயமாக மாறுபட்டார். சகோதரர்கள் வெளியிடங்களில் தங்கள் கருத்துக்களை வெளியிடும் சுதந்திரத்தை மட்டுப்படுத்த சி.எஸ்.எஸ்சின் விதிகளைக் கடுமையாக்குவதாக வின்ஸ்லோ ஒத்துக்கொண்டார்.

வின்ஸ்லோ நவம்பர் 23ஆம் தேதி புனே திரும்பினார். தேவனின் அன்பின், புரிந்துகொள்ளும் அனுதாபத்தின் அடிப்படையில், ஒருவரிடம் ஒருவர் சச்சரவு செய்வதற்கும், இழித்துரைப்பதற்கும் பதிலாக சமாதானத்தைத் தேடும்படி வேண்டுகோள் விடுத்தார். இதற்குள் சீடர் எல்லாக் கட்டுப்பாடுகளையும் மீறிச் சென்றுவிட்டார். குஜராத்தில், போலீஸ்காரர்களின் அடாவடியை ஆய்ந்து உண்மையைத் தெரிந்துகொள்ள அமைக்கப்பட்ட உண்மை அறியும் குழுவில் டிசம்பர் மாதம் சேர்ந்தார். அதன் தலைவராக ஏ.வி. தக்கர் என்ற மதிப்பிற்குரிய சமூக சேவகர் இருந்தார். அவரும் எல்வினைப் போலவே காங்கிரஸ் ஆதரவாளர்தான். ஆனால் காங்கிரஸ்காரர் அல்ல.

'அந்தக் குழுவினர் குஜராத்தில் இரண்டு வாரங்கள் இருந்தனர். சுமார் 60 கிராமங்களைச் சுற்றிப் பார்த்தனர்.

கோவில்களில் சில இரவுகளைக் கழித்தனர். பல இரவுகளில் விவசாயிகள் வீட்டிலும் தங்கினர். எல்வின் ஒருநாள் தனியாகத் தண்டி சென்றார். அந்த வருடத்தில் ஏப்ரல் மாதம் காந்தி அங்கே கைதாகி இருந்தார். அங்கே மூங்கில் கழிகள், தென்னை ஓலைகளால் வேய்ந்த ஒரு சின்னக் குடிசையைப் பார்த்தார் இது இந்தியாவை உண்மையாக ஆள்பவரின் மாளிகை. சரியாக உண்ணக்கூட முடியாத லட்சக்கணக்கான மக்களில் பணத்தில் கட்டப்பட்ட வைசிராயின் அரண்மனையிலிருந்து மிகவும் வேறுபட்டது. ஆங்கிலேயரின் ஆட்சியில் அடக்குமுறையை அனுபவித்த விவசாயிகள் தங்கியிருப்பதற்காகப் பரோடா சமஸ்தானத்தில் அமைந்த அகதிகள் முகாமுக்கும் தன் குழுவினருடன் சென்றார். அவருடைய அறிக்கையில் அடித்துத் துன்புறுத்தப்பட்ட ஆண்கள் பெண்கள், சொத்துப் பறிப்பு, வீடுகள் எரிக்கப்பட்டது, காந்தியின் ஆசிரமங்கள் அடைப்பு இவற்றைப் பற்றி விரிவான விவரங்கள் இருந்தன. அவர் போலீஸால் அவமதிக்கப்பட்ட, அடிபட்ட முதியவர்களைப் பார்த்தபோது, தன்னுடைய குழந்தைகளின் எல்லாத் துயரங்களையும் அனுபவித்த, முள்மகுடம் தரித்த இயேசுவின் முகத்தைப் பார்த்ததுபோல் உணர்ந்தார். துன்புறுத்தப்பட்ட விதவைகளுடன் பேசியபோது தன் அம்மாவை நினைத்துப் பார்த்தார். ஆக்ஸ்போர்டில் தன்வீடு உடைக்கப்பட்டு, தாயும் தங்கையும் அடிக்கப்பட்டு, அவமதிக்கப்பட்டால் தனக்கு எப்படி இருக்கும் என்று யோசித்துப் பார்த்தார். இவை இந்திய வேலைக்காரர்கள் செய்த காரியமாக இருக்கலாம். ஆனால் ஆங்கிலேய அதிகாரிகள் இந்தப் பழியை ஏற்காமல் இருக்க முடியாது. மேலிடத்திலிருந்து ஒரு வார்த்தை வந்தால் கூட இந்த அநியாயங்களை நிறுத்திவிடலாம். இந்த அடிகள், அவமரியாதைக் கதைகள் 'கொட்ஸ்வொல்டில்' இருக்கும் கிராமங்களில் வந்தால் நடவடிக்கை எடுக்காமல் விட்டிருப்பார்களா? என்று நம்பிக்கை கொண்டிருந்தார்.

அவரது தேசத்தினர் அவரைக் கைவிட்டு விட்டார்கள். திருச்சபையும் கைகழுவி விட்டது. இந்தியாவில் மட்டும், ஆங்கிலேயச் திருச்சபை *(Church of England)*, பெரும்பாலும் பிரிட்டிஷ் ஏகாதிபத்தியத்தின் பக்கம் நிற்பதாகத் தெரிகிறது' என்று அவர் வருத்தத்துடன் சொன்னார். மனித இனத்துக்குப் பணி செய்வதைக் கடமையாகக் கொண்ட இந்த மதகுரு (அவர் தன்னை இப்படித்தான் அழைத்துக்கொண்டார்) அரசியலில் சுதந்திர இந்தியாவின் பக்கம் நிற்பார், காந்தியின் பக்கம் நிற்பார். ஆங்கிலேயத் திருச்சபை அவரை முதுகில் குத்திவிட்டது. திருச்சபையில் உறுப்பினர்களாக இல்லாத மக்களுக்கு அவருடைய பணி தேவைப்பட்டது. ஏப்ரல் மாதம் பகவான் ராமகிருஷ்ண

பரமஹம்சரின் பிறந்த நாள் கொண்டாட்டத்தில் பேசினார்; புனேவிலிருக்கும் பிரார்த்தனைச் சங்கத்தில் கிறித்தவம் பற்றிப் பேசினார். சிறையிலிருந்து விடுதலை பெற்ற, 'கிறித்தவர் தேசியக் கட்சி'யின் தலைவர்களை வரவேற்க அக்கட்சியினர் நடத்திய கூட்டத்திற்குத் தலைமை தாங்கினார். எல்வின் எங்கு சென்றாலும் அரசாங்கத்தின் ஒற்றன் அவர் பேசுவதை, எழுதிக்கொண்டு அதை இந்திய அரசின் உள்நாட்டு அமைச்சகத்துக்கு அனுப்பிக் கொண்டிருந்தான். இந்த அறிக்கைகளைப் புதுடில்லிக்கு அனுப்பிய போலீஸ் டி.ஐ.ஜி. இவ்வாறு எழுதினார்: "தந்தை எல்வின் வெறுப்பூட்டும் அளவு காந்தியை எக்கச்சக்கமாகப் புகழுகிறார். அவர் ஒருவித தேவதூதர், மாபெரும் சோஷலிஸ்ட், ஏழைகளுக்காக ஏழைகளால் அமைக்கப்படும் ஏழைகள் ராஜியத்தை உருவாக்கப் பாடுபடுகிறார்..." வரிக்கு வரி உண்மை யாக இல்லாவிட்டாலும், ஒற்றனின் அறிக்கைகள் கருத்துக்களை நேர்மையாகப் பிரதிபலித்தன. உதாரணமாக, புனேவில் அவர் பேசியதன் குறிப்பை எடுத்துக்கொள்ளலாம். அதில் அவர் இவ்வாறு பேசியதாக எழுதப்பட்டிருந்தது: "நான் கேம்பிரிட்ஜில் மாணவனாக இருக்கும்போது மகாத்மாவின் கொள்கைகளை முதல் முதலாக அறிந்துகொள்ள முடிந்தது. அந்த நாட்களில் அவருடைய படத்தைத் தினமும் பார்த்து ரசிக்க என் அறையில் வைத்திருந்தேன்."

இத்தனை வருடம் காந்தி வழிபாடு செய்தாலும் ஒரே ஒருமுறை அதுவும் 1928ஆம் ஆண்டு சபர்மதியில் அவரைப் பார்த்திருந்தார். 1931ஆம் ஆண்டில் ஏப்ரல் மாதம் காந்தி ஜெயிலில் இருந்து வெளிவந்து பம்பாயில் ஓய்வெடுத்துக் கொண்டிருந்தார்; தன் ஊரில் அவர் இருப்பதறிந்து, எல்வின், மகாதேவ தேசாயிடம் காந்தியைச் சந்திக்க நேரம் ஒதுக்கித் தரும்படி வேண்டினார். அடுத்த நாள் காலை நாலுமணிக்கு வரலாம் என்று தேசாய் சொன்னார். குறிப்பிட்ட நேரத்தில் வந்த அவர், காந்தி வேப்பங் குச்சியால் பல் விளக்கிக் கொண்டிருப்பதைக் கண்டார். அந்த நேரத்தில்,

> வணக்கமும் மரியாதையும் செய்ய வேண்டும் என்று உணர்ந்தேன். அவர் காலில் முத்தம் இட விரும்பினேன். ஆனால் எனது மேற்கத்திய நகைச்சுவைத் தாகம் இன்னும் தீர்ந்துவிடவில்லை. வாயில் பல் துலக்கும் குச்சியையும், எச்சிலையும் வைத்திருக்கும் நேரத்தில் உலகத்திலேயே மிகப் பெரிய மனிதரின் காலைக்கூடத் தொடமுடியாது. அதனால், நன்றாக வளைந்து முட்டாள்தனமாக வணங்கினேன். பாபு (காந்தி), பல் துலக்கும் குச்சியை எடுத்துவிட்டு, எந்த மனிதனையும் அவருடைய நண்பராக,

தொண்டராக மாற்றிவிடும் முகம் மலர்ந்த புன்னகை செய்தார். இரண்டொரு வார்த்தைகள் சொல்லிவிட்டு, காலைப் பணிகளைத் தொடர்ந்தார். பிரார்த்தனை செய்யும் இடத்தில் அமர்ந்தார். என்னை அவருக்கு ஒருபுறம் உட்காரச் சொன்னார். மறுபுறம் மீராபென் அமர்ந்திருந்தார். ஆங்கிலப் பேரரசின் எதிரி இரண்டு ஆங்கிலேயர்களுக்கு இடையில் இருந்தார். பிறகு, எல்வின் காந்தியுடன் மில் தொழிலாளிகளுடன் கூட்டத்துக்குச் சென்றார். அங்கே இளம் கம்யுனிஸ்ட்கள் சிலர் அவர் பேசும்போது கூக்குரலிட்டுக் கொண்டிருந்தனர். 'வைசிராயுடன் ஒப்பந்தம் செய்த துரோகி, நிதி வழங்கும் முதலாளிகளின் கையாள்'. ஊளைகள் கூச்சல், கேலிச்சிரிப்பு எதையும் பொருட்படுத்தாமல் காந்தி, தென்னாப்பிரிக்காவில் தானும் உழைப்பவர்களுடன் தோள்கொடுத்து அவர்களுடைய நலனுக்காக உழைத்ததை நினைவூட்டினார். ஆனால் வன்முறையைப் பிரயோகிப்பதை ஆதரிக்க மாட்டார். அதைவிடத் தன்னைத்தான் வருத்திக்கொண்டு மில்முதலாளிகளின் கடமை உணர்வைத் தூண்டுவார். இந்த முதலாளி தொழிலாளி உறவு அணுகுமுறை இந்தியா – இங்கிலாந்து உறவுக்கும் பொருந்தும். காந்தியின் ஒரே ஆயுதமான அன்பு, எதிரியைத் தூக்கி எறியாது, கசப்படையச் செய்யாது. ஆனால் அவன் மனதை மாற்றிவிடும்.

பம்பாயில் எல்வின் காங்கிரஸ் தலைவரும், விவசாயிகள் இயக்கத்தின் முக்கிய அமைப்பாளருமான வல்லபாய் படேலைச் சந்தித்தார். போலீஸ் அடாவடித்தனத்தைப் பற்றி மதகுருவின் அறிக்கையினால் மகிழ்ந்து போயிருக்கக் கூடிய பட்டேல், அவரை அன்புடன் தழுவிக் கொண்டார். அவர் ஜவஹர்லால் நேருவையும் பார்த்தார் ஆனால் அவருடன் பேசும் வாய்ப்புக் கிட்டவில்லை. நேருவுக்கு நாற்பத்தி இரண்டு வயது, வழுக்கையும் இருந்தது ஆனால் அவர்தான் இந்திய இளைஞர்களின் கதாநாயகன், காந்திக்கு அடுத்த வாரிசு. அவர் மிக அழகாகவும் இருந்தார். 'ரொம்ப அழகான முகம், கனவுகாணும் லட்சியவாதியின் முகம், ரொம்பவும் அறிவாளி, எளிதில் சளைக்காதவர், துணிவுள்ளவர்' என்று எல்வின் வீட்டுக்குக் கடிதம் எழுதினார்.

எல்வினுக்குத் தான் எந்த இயக்கத்துடனாவது இணைந்து கொள்ள வேண்டும் என்ற பெரும் ஏக்கம் இருந்தது. முன்பு ஆங்கில – கத்தோலிக்கர்களும், பின்னர் கிறித்தவ ஆசிரமவாசிகளும் ஆட்கொண்டதைப் போல இப்போது காங்கிரஸ் அவரை ஆட்கொண்டது. எப்போதும் ஏதோ ஒரு பக்கம் சேர்ந்த பின்னால் அவர் அனைத்தையும் (கறுப்பு அல்லது வெள்ளை என்ற)

இரட்டை நிலையில் பார்த்தார். காந்தியையும், படேலையும் சந்தித்ததற்கு இடையில் பம்பாயின் ஆயரைக் காணச் சென்றார். ஈ.ஜெ. பார்மருக்குப் பதில் ஆர்.டி.ஆக்லாண்ட் வந்திருந்தார். அவர் பழைய சிந்தனைகள் கொண்டவர். புனேவிலிருந்த சகோதரர்கள் மீது எந்தத் தனிப் பாசமும் இல்லாதவர். எல்வின், பம்பாயின் ஆயரையும் அவரது பதவியையும் பற்றிக் கிண்டலடித்து ஒரு கடிதத்தைச் சுற்றுக்குவிட்டார். அதை எழுதியதே பெரும் ஒழுக்க மீறலாக இருந்தது. ஆக்லாண்டின் மாளிகை மலபார் குன்றின் மீது இருந்தது. ஜன்னல்கள் வளைகுடாவை நோக்கி இருந்தன. அதற்கு மறுபுறத்தில், கீழே கூட்டம் மிகுந்த கடைத்தெருக்களும், வெக்கையும், கசகசப்பும் மிகுந்த மூன்றாம் வகுப்பு ரயில் பெட்டிகளும் உள்ள உண்மையான இந்தியா இருந்தது. ஆயர் மலை மேலிருந்த தன் வீட்டை ஒரு குட்டி இங்கிலாந்து போல வைத்திருந்தார். எல்வின் பார்க்க வந்த நேரம் மதிய உணவுக்குப் பின் மெத்தை வைத்த நாற்காலியில் சாய்ந்திருந்தார். சிகரெட் சாம்பலைத் தட்டிக்கொண்டே சொன்னார்: “உனக்கு வயது ரொம்பக் குறைவு. அனுபவம் காணாது. ரொம்ப முட்டாள்தனமாக நடந்துகொள்கிறாய். குஜராத் பற்றிய உனது அறிக்கையால் அரசாங்கத்துக்கு மிகவும் ஆத்திர மூட்டிவிட்டாய். நான் அதிலிருக்கும் ஒரு வார்த்தையைக் கூட நம்பவில்லை. அதிகாரிகள் அத்துமீறலாக நடந்த சம்பவம் ஒன்றுகூட எனக்குத் தெரியாது. அவர்கள் மோசமாக நடந்திருந்தாலும், அப்படி நடக்க வேண்டிய நிர்ப்பந்தம் இருந்தது. அடக்குமுறையின் மூலம் ஆட்சி நடத்தாவிட்டால் நாம் எங்கே இருக்க முடியும்?” எல்வின் உடனே பதில் சொல்லவில்லை. “ஆம் துரையவர்களே, சுதந்திர இந்தியாவில் நமக்கு இடம் ஏது?” என்று யோசித்துக்கொண்டே திரும்பிச் சென்றார்.

புனேவுக்கு வந்ததும் ‘புனித வெள்ளி’ நாள் முழுவதும் நூல் நூற்றுக்கொண்டே கழித்தார். “இதுதான் தன்னைச் தூய்மைப்படுத்தும் உண்மையான அனுபவம்” என்று காந்திக்குக் கடிதம் எழுதினார். ஏழைகளுடனும் கடவுளுடனும் தம்மை இணைக்கும் இரட்டை அடையாளம் ‘இராட்டை’ என்று இப்போது அவருக்குத் தெரிந்தது. நூற்ற நூலை மீராபென்னுக்கு (மகதலீன் ஸ்லேட்) அனுப்பினார். சரியாக நூற்கவில்லை என்று மன்னிப்பும் கேட்டார். மீரா அதைக் காந்தியிடம் காட்டினார். காந்தி மாஸ்டர் அதை 20ஆம் நம்பர் நூலாகக் கொண்டு துணியாக நெய்யலாம். ஆனாலும், இந்தத் தியாகச் செயலின் உள்ளிருக்கும் அன்பு, அர்ப்பணிப்பு இவற்றின் பின்னணியில் நூலின் தரத்தை ஒப்பிட்டால் அவ்வளவு தரமாக இல்லை[50] என்றார். எல்வின் இப்போது தானும் சபர்மதிக்குச் செல்ல

ஏங்கினார். காந்தியிடம் மிக நெருக்கமாக இருந்த ஒரே ஆங்கிலேய ரான மீராபென்னுக்குக் கடிதம் எழுதிக் கேட்டார் "உங்கள் கூட்டத்தில் நான் ஒரு வாரம் தங்கியிருக்கும் வாய்ப்புக் கிடைக்குமா? நான் பாபுவைக் கவனித்துப் பார்த்து, அவரிடமிருந்து கற்றுக்கொள்வதற்காக அங்கே வர விரும்புகிறேன்."[51] காந்தி அப்போது குஜராத் சுற்றுப் பயணத்தில் இருந்தார். விவசாயிகள் இயக்கத்தின்போது நிறுவப்பட்ட பள்ளிகள், ஆசிரமங்கள் இவற்றை ஆய்வு செய்து வந்தார். எல்வின், பர்தோலியில் ஸ்வராஜ் ஆஸ்ரமத்தில் அவரைச் சந்தித்து, அவருடன் ஒரு வாரம் இருந்தார். லட்சக்கணக்கான மக்களின் மனதில் முடிசூடா மன்னராக இருப்பவரின் தற்காலிக அரண்மனையாகப் பர்தோலி திகழ்ந்தது. காந்தி எளிதில் அணுகக் கூடியவராக அவருக்குத் தோன்றியது. தனது புதிய தொண்டர்களுக்கு அவர் எழுதினார்: "நீங்கள் அவரிடம் சென்றால், அந்தக் கொஞ்ச நேரம் முழுவதும் அவர் உங்களுக்கானவர். அந்தச் சில நிமிடங்கள் முழுவதும் உங்களுக்காகவே. அவர் உங்களைப் பற்றிச் சிந்திப்பார். வேறு ஒன்றைச் சிந்திக்க மாட்டார். இந்தக் கண்டத்தின் சிக்கலான பிரச்சனைகளை உணர்ந்த அவர் அந்தச் சமயத்தில் உங்கள் சின்னப் பிரச்சனையை மட்டுமே கவனிப்பார்."

இந்தச் சந்திப்பில் மீராபென் எப்படி என் மகளோ அதே மாதிரி நீயும் என் மகன் என்று காந்தி சொல்லியிருக்க வாய்ப்பிருக் கிறது. மெர்ட்டனின் மதகுரு, கிறித்தவ சேவா சங்கத்தின் தலைமை ஆசான், இவர்களுக்கு அடுத்தபடியாக, எல்வின் ஏற்கனவே காந்தியைத் தன் தந்தையாக வரித்துக் கொண்டிருந்தார். தந்தை–மகன் உறவில் இந்திய வழக்கப்படி, எல்வினுடைய பக்தியும் நிபந்தனையற்றது. பர்தோலியில் இருக்கும் சமயம் எல்வின், காந்தியின் கோமணத்தைத் துவைத்தார், பாத்திரங்களைக் கழுவினார், அவர் உண்ணும் பழங்கள், பருப்புகள் இவற்றைப் பரிமாறினார். இவற்றுக்கிடையில், மகாத்மா இவரிடம் ஆன்மீகம் பற்றி விவாதித்தார்.

பர்தோலி வல்லபாய் பட்டேலின் சொந்த ஊர். அவருக்கு எல்வினுடைய எழுத்துத் திறமை, பேச்சாற்றல் தெரியும். இன்னும் மதகுருவாக இருக்கும் முன்னாள் ஆக்ஸ்போர்டு மாணவர் காங்கிரசுக்கு எவ்வளவு தேவை என்பதும் தெரியும். எல்வினை ஸ்வராஜ் ஆசிரமத்திலிருந்து காங்கிரஸ் சார்பில் பேச கிராமங்களுக்கு அழைத்துச் சென்றார். ஜெயிலில் இருந்து விடுதலையான 42 தொண்டர்களைக் கௌரவிக்கும் வகையில் ராயன்னில் நடந்த கூட்டத்தில் ஜூன் நாலாம் தேதி எல்வின் பேசினார். இரண்டு நாட்கள் கழித்து வரத் என்ற ஊரில் அதே போன்ற கூட்டத்தில் பேசினார். இரண்டு

ஊர்களிலும், போலீஸாரின் பயங்கர நடவடிக்கைகளைக் குறை கூறினார். அரசாங்கத்தின் வன்முறை ஆயுதங்களை, பொய்களை இன்முறை (அஹிம்சையாலும் உண்மையின் துணைகொண்டும் எதிர்கொண்ட) உண்மை கொண்டு சந்தித்த சத்தியாகிரகிகளைப் புகழ்ந்தார். குஜராத்தில் குண்டர்களின் ஆட்சி மாறி காந்தியின் ஆட்சி வருவதைக் கண்டார். எங்கே சென்றாலும் தன் தேசத்தினர் செய்த குற்றங்களை மன்னிக்கும்படி வேண்டினார். அவரைப் போலவே இன்னும் பல பிரிட்டிஷ்காரர்கள் இந்தியா சுதந்திரம் பெறுவதை எதிர்க்கவில்லை என்று நினைவூட்டினார். காந்தி, இங்கிலாந்தில் இருக்கும் நல்லவர்களின் நண்பர், கெட்டவர்களின் எதிரி.

மே மாதம் 1931இல் திருச்சபையின் ஆயர் கோர் அவருக்குக் கொடுத்த ஐந்து வருடக் கெடு முடிய இன்னும் 18 மாதங்கள் இருந்தன. கிறித்தவ சேவா சங்கத்தை விட்டு விலக வேண்டும் என்று எல்வினுக்குத் தெரியும். இந்திய திருச்சபைக்குள் சி.எஸ். எஸ். செய்ய விரும்பிய வேலைகள் காரணமாக எல்வின் அதற்குப் பெரும் தர்ம சங்கடத்தை உண்டாக்கினார். சி.எஸ்.எஸ்ஸுக்கு வெளியே அவர் செய்ய விரும்பிய வேலைகளின் காரணமாக அவருக்கும் பெரும் தர்ம சங்கடமாக இருந்தது. தவவாழ்வை (இந்தியாவில் செய்ய இயலாதது மட்டும் அல்ல அது இங்கு குற்றம்) கை விட்டு, நேரடியாக (சமூக) வேலைகளில் ஈடுபட விழைந்தார். இங்கிலாந்து திரும்பிச் சென்று இரண்டாந்தர ஆராய்ச்சியாளராக வேண்டுமா? அல்லது அவர் இன்னொரு முறை ‘முழுமையான’ மாற்றத்துக்கு உட்பட வேண்டுமா? புனே ஆசிரமத்தில் ஆர்வமூட்டும் பலவற்றைப் பார்த்தார், கவனம் ஈர்க்கும் மனிதர்களைக் கண்டார். ஆனால் அடித்தள மக்களிடமிருந்து, ஒடுக்கப்பட்டவர்களிடம் இருந்து விலகி வாழ்ந்தார். சங்கத்தில் இருக்கும் வரை ‘பாதிரி சாஹிப்’ ஆகத்தான் அவரைக் காண்பார்கள். வெளிநாட்டுத் தொடர்பைத் துண்டித்து விட்டு இந்தியர்களுடன் இன்னும் இணைந்து வேலை செய்ய வேண்டும். முடிந்தால் அவர்களுக்குக் கீழே வேலை செய்ய வேண்டும்.

முழுமையாக ஏழ்மையைக் காண, இந்தியாவுடன் இன்னும் கலந்துவிட, இன்னும் கடினமாக உழைக்க வேண்டும், முழுமை யாகக் கஷ்டப்பட வேண்டும் என்று எல்வினுடைய மனதில் பெரும் தேடல் இருந்தது. ஏழைகளுடன் சேர்ந்து வாழாமல் அவர்களுக்கு உண்மையாக உதவ முடியாது என்று உணர்ந்தார். இந்தியாவில் இதற்கு அர்த்தம் ஏதோ ஒரு கிராமத்தில் தீண்டத்தகாதவர்கள் வாழும் சேரியில் சின்னக் குடிசையில், ஏழை மனிதனாக வாழ வேண்டும் என்பதுதான். தன்னுடன் ஒத்த

கருத்தைக் கொண்ட, உம்ப்ரியாவில் இருக்கும் நண்பர்களுக்கு இவ்வாறு எழுதினார்:

> இது நடுஇரவில், இருளில் வைக்கும் காலடி. என்னிடம் பொருளோ பணமோ இல்லை. யாராவது என்னுடன் இருப்பார்களா என்பது எனக்குத் தெரியவில்லை. எதிர்காலத்தில் என்ன நடக்கும் என்றும் தெரியாது. செய்ய வேண்டிய சின்ன வேலை இருக்கிறது என்று நிறைந்திருக்கும் தேவனின் அன்பு சொல்கிறது. அதைச் செய்வதற்காக வாழ்வேன்.

அடிக்கடி திருப்பங்கள் நிகழும் அவரது வாழ்வில், கிறித்தவ சேவா சங்கத்தை விட்டு விலகுவது என்பது சந்தேக மின்றி மிக மிகக் கடினமான முடிவு. வின்ஸ்லோவின் சங்கத்திலிருந்து இன்னொரு நண்பர் அவருடன் வெளியேறி இருந்தால் ஒருவேளை அது எளிதாக இருக்கலாம். என்னுடன் வர முடியுமா என்று அப்படி வந்திருக்கக் கூடிய ஒருவரான ஷாம்ராவ் ஹிவாலெவுக்கு எல்வின் கடிதம் எழுதிக் கேட்டார். ஷாம் அச்சமயம் முயிர்ஃபீல்ட் ஆசீர்வாத மடத்தில் பயிற்சி பெற்றுக்கொண்டிருந்தார். அவருடைய பதிலை எதிர்பார்த்துக் கொண்டிருக்கையில், எல்வின் மீண்டும் தன் கல்வியைத் தொடங்கினார். இந்த முறை அவர் சமைப்பது, துணி துவைப்பது, வேகமாக, நன்றாக நூல் நூற்பது என்று ஏழைகளுடன் வாழத் தேவையான அனைத்தையும் அவர்கள் செய்வதைப் போலச் செய்யக் கற்றுக்கொண்டிருந்தார்.

எல்வினும் சி.எஸ்.எஸ்ஸும் சமரசம் செய்து கொண்டபடி, நவம்பர் மாதம் பிரிந்துவிடத் தீர்மானித்தனர். வீடு தேடிக்கொள்ள வும், அதற்குத் தன்னைத் தயார் செய்துகொள்ளவும் ஐந்து மாதங்கள் கிடைத்தன. ஜூன் மாதம் தன்னுடைய ஆசிரமங்களைச் சுற்றிப் பார்க்க வருமாறு அவருக்கு ஏ.வி. தக்கர் அழைப்பு விடுத்தார். அதற்கு முந்தைய வருடம் டிசம்பர் மாதம் குஜராத் விசாரணையில் அவருக்கு தக்கர் அறிமுகம் ஆனார். அவர் ஏழைகளின் நம்பிக்கை பெற்ற, அனுபவம் உள்ள வழிகாட்டியாக இருந்தார். அவர் 1869இல் மகாத்மா காந்திக்கு இரண்டு மாதங்கள் பின்னால், அவர் பிறந்த குஜராத்தில் பிறந்தார். அவர் முதலில் இஞ்சினீயர் ஆனார். 1914இல் பம்பாய் முனிசிபாலிடியில் தான் பார்த்த வேலையை விட்டுவிட்டு கோகலேயால் தொடங்கப்பட்ட சமூக நல நிறுவனமான 'சர்வன்ட்ஸ் ஆஃப் இண்டியா' (Servants of India) என்ற சொசைடியில் சேர்ந்தார். 1921இல் அவர் மகாராஷ்டிரா மாநிலத்தின் கடற்கரை மாவட்டங்களில் பஞ்ச நிவாரண வேலைகளுக்காக அனுப்பப்பட்டார். இது

அவரைப் பில் பழங்குடியினரின் வறுமையைக் கண்ணெதிரே கொண்டு வந்தது. இரண்டு வருடங்கள் கழித்து தகோதில் 'பில் சேவா மண்டல்'ஐ தொடங்கினார். இதுதான் பழங்குடியினரின் நலம்காக்க இந்தியர்களால் நடத்தப்பட்ட முதல் சங்கம். அது பில் பழங்குடியினருக்காகப் பள்ளிகள் மருத்துவமனைகள் நடத்தியது. அவர்களுக்காகக் கடன் கொடுப்பவர்கள், அதிகாரிகளுடன் பேச்சு வார்த்தைகள் நடத்தியது. கதர் உடைகளையும், நடத்தையில் நிதானத்தையும் அவர்களிடையே அறிமுகப்படுத்தியது.

ஒரு தடவை மகாத்மா காந்தியிடம் நீங்கள் ஏன் பழங்குடியினரைக் கவனிப்பதே இல்லை என்று கேட்டார்கள். அவர் சொன்னார் "எங்களுடைய அந்த வேலையை நான் ஏ.வி. தக்கரிடம் கொடுத்திருக்கிறேன்." தக்கர் பாபா என்று அனைவரும் அறிந்த அவர் சந்தேகம் இன்றி நேர்மையானவர், துணிவுள்ளவர், வேலையில் கண்ணும் கருத்துமாக இருப்பவர். அவரை நேசித்த ஒருவர் 1928இல் இவ்வாறு எழுதினார்:

> தீண்டத்தகாதவர்கள் ஏழைகள், பழங்குடியினர் இவர்களின் நண்பர். பெரும் வேதனையின், வருத்தத்தின், சித்திரவதையின் குரல் எந்த மூலையில் இருந்தாலும் அவரை ஈர்க்கும். பஞ்சத்தில், வெள்ளத் துயரில், அதிகாரத்தின் வதையில், கதர் நிறுவனத்தில், தீண்டத்தகாதவர்களுக்காக கிணறுகள் குளங்கள் வெட்டுவதில், அவரது வழிகாட்டும் கரங்களின் அடையாளத்தைக் காணாமல் இருக்க முடியாது. இடம் தெரியாத இடங்களில், அடக்கப்பட்ட, ஒடுக்கப்பட்டவர்கள், காட்டில் வசிக்கும் பழங்குடியினர் இவர்கள் தான் அவரது நடவடிக்கைகளின் தளம்.

தகோத் மற்றும் பில் பழங்குடியினரிடம் செல்லும் முன், டக்கர் எல்வினைப் பம்பாயில் பங்கிகள் (தலித்துகள்) வசிக்கும் சேரிகளுக்குக் கூட்டிச் சென்றார். மிக மோசமான நிலையில் அவர்கள் வசிப்பதைக் கண்டு அவர் அதிர்ச்சி அடைந்தார். அவர்கள் வசிக்கும் இடத்தை இவ்வாறு வர்ணித்தார்:

> நாய்கள் வசிக்கும் கூடங்களைச் சேர்த்து வைத்தது மாதிரி, பழைய மண்ணெண்ணை டின்களை ஆணியடித்துச் சேர்த்து, ஜன்னல் இல்லாமல் அந்த இடங்கள் அமைந்திருந்தன. மழை பெய்தால் தரை சகதியாகி அதிலிருந்து விஷப்புகை வெளிவரும். இங்கு நமது சகோதரர்களும் சகோதரிகளும் வாழ்கிறார்கள். இழிவான சமூக வழக்கங்களால் இந்த ஈனமான வேலைக்குச் சபிக்கப்பட்டிருக்கிறார்கள். இந்திய வறுமையைக் காண்பது, குறிப்பாக நகரங்களில் காண்பது இனிய அனுபவம் அல்ல. மனிதர்கள் நிறைந்த, கசடுகள்

வழியும் இந்தக் குடிசைகளை ஒப்பிட்டால் மிக மோசமான லண்டன் சேரிகள் ஒன்றுமே இல்லை.

அடுத்து பில் பழங்குடியினர் வசிக்கும் இடங்களுக்குச் சென்றார். அவர்களும் வறுமையில் வாடினாலும், இதைவிட நல்ல சூழலில் வாழ்ந்தனர். தக்கரின் ஆசிரமங்கள் இவற்றை ஒட்டி அமைக்கப்பட்டது போல் அவருக்குத் தோன்றியது. அவை சிறியவை. ஐம்பது பையன்கள் அல்லது பெண்கள் தங்கும் வகையில் ஒவ்வொன்றும் குடும்பப் பாங்கில் இருந்தன. அங்கு எழுதப் படிக்கவும், கூடவே சிறுதொழிலும் கற்றார்கள். பில் பழங்குடியினரைப் பார்த்து எல்வின் மகிழ்ந்தார். இழிவுபடுத்தப்பட்டு, கூனிக் குறுகிய தீண்டத்தகாதவர்களைப் போல் இல்லாமல், பில் பழங்குடியினரிடம் நல்ல பண்பாடு பேணப்பட்டது. அவர் இவ்வாறு எழுதினார்:

> அவர்கள் மனதை ஈர்ப்பவர்கள். மிகக் கறுப்பாக, ஆண்கள் நீண்ட முடியுடன், அனேகமாக ஆடையே அணியாமல், பெண்கள் உடலெங்கும் பித்தளை வளையல்களுடன் இருந்தார்கள். பழைய மூட நம்பிக்கைகளை நம்பினார்கள், ஆவிகளுக்கு மண் குதிரைகள், ஜாடிகள், தேன் கூடு மாதிரிப் பாத்திரங்கள் அர்ப்பணித்தார்கள். பேய்கள் பிசாசுகள் பற்றிய பயத்துடன் வாழ்ந்தனர். நிலவையும், குதிரையையும் மிகவும் பக்தியுடன் நோக்கினார்கள். எல்லா மிருகங்களையும் உணவாக உண்டார்கள். சூனியக்காரிகள் பயன்படுத்தும் கோழியினம் மட்டும் விலக்கப்பட்டது. வில்லும் அம்பும் வைத்திருந்தார்கள். அவற்றைக் குறிபார்த்துச் செலுத்துவதில் கெட்டிக்காரர்கள். வீரர்கள், பலசாலிகள். சிறுத்தைகளை, புலிகளை வெறும் கைகளால் கொன்ற முதியவர்களை நீங்கள் பார்க்கலாம்.

மதங்களைப் பற்றிப் பயிலும் இந்த மாணவரைப் பில் பழங்குடியினர் வசீகரித்தனர்; கிழக்கத்திய மதங்கள் பற்றி அவர் போட்லேயில் ஊக்கத்துடன் படித்த, பைண்ட் செய்த தொகுதிகளில், இவர்களின் நம்பிக்கைகள் இல்லாதது அவரை இன்னும் கவர்ந்தது. தக்கருடன் செய்த பயணம் அவருக்கு உத்வேகம் தந்தது. ஆனால் குழப்பத்தையும் உண்டாக்கியது. தீண்டத்தகாதவர்களைப் போலவே பழங்குடியினரும் ஒதுக்கப் பட்டிருந்தனர். இவர்களுடன் தன் வேலையைச் செய்யலாமா? என்ன செய்தாலும், வேலை வாங்குவதற்கும் தன் இயக்கத்தை நடத்துவதற்கும் முதலில் கற்றுக்கொள்ள வேண்டும். தகோத்தில் இருந்து, எல்லா நவீன ஆசிரமங்களுக்கும் முன்னோடியான அஹமதாபாத் ஆசிரமத்துக்குச் சென்றார். சபர்மதியில் ஒருமாதம் காந்தியுடன் குடிசையில் தங்கியிருந்தார். காலையில்

அவருடன் நடக்கச் சென்றார். கொஞ்சம் தயக்கத்துடன், மிகவும் கடுமையான தினமும் பதினேழு மணிநேரம் செய்யும் வேலையில் பிரார்த்தனை, படிப்பு, நூல் நூற்பது, சமையல் செய்வது, துணிதுவைப்பது, (புது)மொழி பயிலுவது, மீண்டும் பிரார்த்தனை செய்வது இவை அனைத்தும் அடங்கும். காந்தி யுடன் செய்த விவாதங்களை ரசித்தார். அவரிடமிருந்து பல விஷயங்களைக் கற்றார். நீங்கள் ஏன் பைபிளுக்கு விளக்க உரை எழுதக்கூடாது என்று அவர் கேட்டதற்குக் காந்தி இவ்வாறு பதில் சொன்னார்: 'என்னுடைய மதத்தின் மீதான எனது விளக்கங்களையே இந்துக்கள் ஏற்றுக்கொள்ளவில்லை. இந்த நிலையில் கிறித்தவர்கள் மீது அந்த மதம் குறித்த எனது விளக்கத்தைத் திணிக்க வேண்டியதில்லை. மத மாற்றத்தின் மூலம் மட்டுமே தன்னுடைய மதத்துக்குச் சிறப்பான சேவை செய்ய வெண்டியதில்லை. நல்ல கிறித்தவனாக, நல்ல இந்துவாக, நல்ல முஸ்லிமாக, நல்ல புத்தமதம் சார்ந்தவனாக இருந்தால் போதும்.' எல்வின் இதை முன்னரே, 1928இல் கேட்டிருந்தார். ஆனால் இப்போது அதை ஒத்துக்கொள்ளும் நிலையில் இருந்தார். இந்தக் கருத்து மிகவும் தாராளமான கிறித்தவ மரபுகளுக்கும் அப்பால் சென்றது. கிறித்தவ மதத்தின் கருத்துக்களில் எங்கோ மிக ஆழமாகப் பதிந்த செய்தி என்னவென்றால் தங்களுடைய விவிலியம் மிக உயர்ந்தது, அதை அறியாதவர்களுக்கு எடுத்துச் சொல்லவேண்டும்.

சபர்மதி ஆசிரமத்தில் எல்வின் புதிய நண்பர்களைச் சந்தித்தார். பழைய நண்பர்களிடம் தொடர்பைப் புதுப்பித்துக் கொண்டார். அவர் மகாதேவ தேசாய், மீராபென், வல்லபாய் பட்டேல் ஆகியவர்களுடன் அதிகம் பேசினார். புதியதாக, ஜே.பி.கிருபளானியைச் சந்தித்தார். 'அவர் ஒரு கலைஞர், தத்துவ ஞானி, கவிஞர், இப்போது நூல் நூற்றுக்கொண்டிருந்தார். மற்றவர்களைப் போல அவரும் தன் பணம், அந்தஸ்து, எதிர் காலம் எல்லாவற்றையும் தூக்கி எறிந்துவிட்டு காந்தியின் இயக்கத்துடன் சேர்ந்தவர். அவரை இவருக்கு உடனே பிடித்து விட்டது. லட்சியம், தியாகம் இவற்றால் அவர் ஊக்கம் பெற்றார். ஆனால், வாழ்க்கை அங்கு ஒரே கோணத்தில் மட்டும் செயல் படுவதைப் பார்க்காமல் இருக்க முடியவில்லை. மணம் ஆனவர்களும் ஆகாதவர்களும் காமத்தைத் தீவிரமாகத் துறந்து வாழ்ந்ததை வியப்புடனும், அதிர்ச்சியோடும் கண்டார். மகாத்மா பெரும்பாலும் இனிமையாக, நியாயமாக நடந்துகொண்டாலும், இந்த ஒழுக்கத்தை மீறுவோர் மீது கடுமையாக நடந்துகொண்டார். அதைச் சரிசெய்ய அவர்கள் உடனடியாக ஆசிரமத்தை விட்டு நீக்கப்பட்டனர். ஆனாலும், உண்மையாகத் திருந்திய பிறகு

மீண்டும் வர வாய்ப்பும் இருந்தது. பண்பாட்டு நடவடிக்கைகள் இல்லாததுதான் குறை. நூலகம் வாரத்தில் ஒருமுறைதான் திறக்கப்பட்டது. கிருபளானியைத் தவிர யாரும் கலையில் ஆர்வம் காட்டவில்லை. இசையையும் இசைக்காக அல்லாமல், காலைப் பிரார்த்தனையில் உபயோகத்துக்காக ரசித்தனர். ஆசிரம வகை என்று சொல்லப்படும் உணவுதான் கிடைத்தது. முட்டாள் சாப்பாட்டு ராமன் பெர்டி வோஸ்ட்ர் என்ன சொல்லி யிருப்பார் என்று கற்பனை செய்து பார்த்தார். மதிய உணவாக வாளியில் பறிமாறப்படும் சூடான 'நரகத்துக் கூழ்' என்று சொல்லியிருக்கலாம். எல்வின் தன் அனுபவமாக கீழ்க்கண்ட வரிகளை எழுதினார்:

ஆசிரம உணவைக் கண்ட சாப்பாட்டு ராமன் எழுதியது
(ஃப்ரான்சிஸ் தாமஸ்ஸைத் தொடர்ந்து)

ஓ உண்ண முடியாத உணவே, உன்னை உண்ணுகிறோம்
ஓ குடிக்க முடியாத பானங்களே உங்களை வாழ்த்துகிறோம்
செரிக்க முடியாத மதிய உணவே உனக்கு அருள்கிறோம்
ஓ கெட்டவார்த்தையே உன்னை(ச் சொல்லாமல்) அடக்குகிறோம்

எதிர்காலம் பற்றி எந்த முடிவும் எடுக்காமல் எல்வின் சபர்மதியை விட்டு வந்தார். அவர் ஒருபுறத்தில் முழுமையாக காந்தியுடன் இணைந்துகொள்ள விரும்பினார். மறுபுறம் அவரால் அது முடியுமா என்று வியந்தார். அது தேவையானதா என்ற கேள்வியும் எழுந்தது. கீழ்க்கண்ட கால அட்டவணையைத் தான் பின்பற்ற விரும்பினாரா, தன் ஆசிரமத்தில் மற்ற அனைவரும் பின்பற்ற வைக்க விரும்பினாரா?

4.00	துயில் எழுப்பும் மணி
4.20	பிரார்த்தனை
6.00	சிற்றுண்டி (ஒரு கப் பால், ஒரு துண்டு பிரெட்)
6.10 – 7.00	படிப்பு
7.00 – 9.00	நூல்நூற்கும் வகுப்பு
9.15	இந்தி வகுப்பு
10.00	குளித்தல், துணிதுவைத்தல் முதலியன
10.45	மதிய உணவு, சப்பாத்தி, வேகவைத்த காய்கறிகள், தயிர்
11.15 – 12.30	ஓய்வு
12.30	துணி நெசவு செய்வதைப் பற்றிய உரை

1.30 – 3.30	துணி நெசவு செய்யும் கொட்டகை
4.00 – 5.00	நூல் நூற்றல்
5.00	நதியில் குளித்தல்
5.30	மாலை உணவு, சப்பாத்தி, வேகவைத்த காய்கறிகள், கொஞ்சம் சாதம், பால், பழம்
6.15	நடை
7.30	பிரார்த்தனை
8.00 – 9.00	பொழுதுபோக்கு
9.00	தூக்கம்

புனேவுக்குத் திரும்பியதும் எல்வினுக்குக் காய்ச்சல் வந்தது. நிச்சயமற்ற தன்மையும், சுய – சந்தேகமும் அதற்குக் காரணமாக இருக்க வேண்டும். ஒரு வாரம் வினோதமான மனிதர்களுடன் அரைமயக்கத்தில் மருத்துவமனையில் இருந்தார். மற்ற நோயாளிகள் நள்ளிரவுவரை சூதாடினர், வார்டுகளில் ஆடுகள் நடமாடின, எதுவும் தடையின்றி எருமை மாடுகள் உள்ளே சுற்றி வந்தன. குணமாகித் திரும்புமுன் ஒரு முடிவுக்கு வந்துவிட்டார். கிறித்தவர்கள் அவரை விரும்பவில்லை என்று நன்றாகத் தெரிந்தது. கடந்த 14 மாதங்களாக அவர் தேவாலயத்தில் பிரசங்கம் செய்யவில்லை. கொஞ்சம் சுதந்திரமாகச் செயல்படும் ஒய்.எம்.சி.ஏ. கூட அவருக்கு விடுத்த அழைப்பைத் திரும்பப் பெற்றுக்கொண்டது. அதன் செயலாளரும், கமிட்டியும் 'தந்தை எல்வின் விரும்பத்தகாதவர். ஏனெனில் அவர் ரொம்பவும் விரிந்த மனப்பான்மையோடு கொண்டவர், ரொம்பவும் இந்தியர் போலவே இருக்கிறார். மறுபுறம் காந்தியவாதிகள் அவரை வரவேற்றனர். அவர்களில் இளைஞர்களும் மிகவும் தனித்தன்மை கொண்டவர்களும் இருந்தனர்.

அவர் சபர்மதியிலிருந்து கிளம்பியதை ஒரு அடையாளமாகவே எடுத்துக்கொண்டார். ரயில்வே ஸ்டேஷனுக்குச் செல்ல குதிரை வண்டியில் ஏறும்போது, அவரைச் சுற்றி மஹாதேவ தேசாயின் மகன் நாராயண், இன்னும் மூன்று சிறுவர்கள், அகில இந்தியப் பசுப் பாதுகாப்பு இயக்கச் செயலாளர் நின்றனர். பையன்கள் மெலிந்த அவர் கால்களிலும் கைகளிலும் தொங்கிக்கொண்டே கத்தினர் "அருட்தந்தை எல்வின் போகாதீர்கள், (அருட்தந்தை) எல்வின் போகாதீர்கள்".

இயல் 4

கிறித்தவத்தைக் கைவிடுதல்

ஒரு விதத்தில் தன்னை முழுக்கட்டுப்பாட்டுக்குள் வைத்திருக் கிற, நற்செய்தி ஊழியத்தில் தீவிர நம்பிக்கை கொண்ட அம்மாவை ஆழ்மனதின் தாக்கத்தினால் எதிர்த்துத் தொடர்ந்து கலகம் செய்வதிலேயே எல்வினுடைய முழுக் கவனமும் இருந்தது. அவரது வாழ்வின் ஒவ்வொரு மாற்றமும் அம்மாவிடமிருந்து விலகிச் செல்லும் இன்னொரு திருப்பமாக இருந்தது. மற்றவர்களைக் கவரும் குணநலம் அவருக்குக் கிடைத்த மாபெரும் கொடை. அதுவே மிகவும் ஆபத்தாகவும் இருந்தது. அது அவருக்கு இயல்பாக அமைந்தது. ஆண்கள் பெண்கள் இருபாலரையும் கவர்ந்தார். அவரிடம் ஓர் ஒளி வீசியது. நகைச்சுவை, மென்மை, ஆழ்ந்த அறிவு, யாரையும் ஈர்த்துவிடும் சிந்தனைத்திறன் அவரிடம் இருந்தன. அவருக்கு ஒரு மிகச் சிறந்த ஆன்மீக வழிகாட்டி கிடைத்திருந்தால் வேறு எப்படியோ இருந்திருப்பார். அப்படி ஒரு வழிகாட்டி அவருக்குக் கிடைக்க வில்லை.

லியொனொர்ட் ஸ்கிஃப் – கிறித்தவ சேவா சங்கத்தின் முன்னாள் உறுப்பினர்

எல்வின் மிகச் சிறந்த கிறித்தவ ஊழியர். மிகவும் நம்பிக்கைக் குரிய இந்தியாவின் நண்பர். உணர்ச்சிவசப்படுபவர். இந்த வகையில் அவர் ஆபத்தான தொந்தரவாகும்.

இயக்குனர், இந்திய அரசின் உளவுத்துறை

மகாத்மா காந்தி, 1931ஆம் ஆண்டு ஆகஸ்டு மாதம் இந்தியாவின் அரசியல் எதிர்காலத்தைப் பற்றி விவாதிப்பதற்காக நடந்த வட்ட மேஜை மாநாட்டில் கலந்துகொள்ளக் கப்பலில் கிளம்பினார். இதற் கிடையில் காங்கிரஸின் கொள்கைகளை

ஆங்கிலேயர்கள் புரிந்து கொள்வதற்காக எல்வின் ஒரு புத்தகம் எழுதி முடித்தார். குறிப்பாகத் தன்னுடைய ஆசானையும் தன்னுடன் சேர்ந்து புத்தகம் எழுத வைத்தார். சச்சரவு செய்துகொண்டிருப்பதை விட மாநாட்டில் கலந்துகொள்வது சமரசத்துக்கு வழிவகுக்கும் என்று தந்தை வின்ஸ்லோவும் நினைத்திருக்கலாம். 'அரையாடைப் பக்கிரி', 'சத்தியாகிரகத்தின் அர்த்தம்' போன்ற உற்சாகமான தலைப்புகளில் எல்வின் கட்டுரைகள் எழுதினார். கவனத்தை ஈர்க்கிற, ஆனால் அரசியலைப் பற்றி எதுவுமே இல்லாத கட்டுரை களை வின்ஸ்லோ தன் பெயரில் எழுதினார். அவற்றில் ஒன்று 'புதிய இந்தியாவில் கிறித்தவத் திருச்சபை'. ஆனால், புத்தகம் இருவர் பெயரில் வெளிவந்தது. முதலில் ஜாக் வின்ஸ்லோவின் பெயர் இருந்தது. "பாவம், வயதான ஃபாதர் சிக்கலுக்குள் மாட்டிக்கொள்வார்' என்று வன்மத்துடன் எல்வின் குறிப்பிட்டார்.

எல்வின் செப்டம்பர் மாதம் கிறித்தவ சேவா சங்கத்திலிருந்து விலகவேண்டும் என்று தீர்மானமாகியது. எல்வினும், கி.சே.ச.வும் இதை வரவேற்றனர். தொந்தரவாக இருந்த சீடன் வெளியேறுவதால் வின்ஸ்லோ மகிழ்ச்சி அடைந்தார். எல்வினும் 'சங்கிலியிலிருந்து விடுபட்ட வேலையாள்' போல மன நிறை வடைந்தார். ஷாம்ராவ் ஹிவாலேயிடமிருந்து 'நீங்கள் எங்கு சென்றாலும் நான் உங்களைத் தொடர்வேன்' என்று கடிதம் வந்தது. அதைப் பார்த்து இன்னும் மகிழ்ந்தார். ஷாம்ராவ் ஹிவாலே காலம் தாழ்த்தியதற்குக் காரணம் இருந்தது. முயிர்ஃபீல்ட் துறவிமடத்தின் முதல்வர், ஷாம்ராவ் விரும்பினால், அவரை ஆங்கிலேயத் திருச்சபையின் (Church of England) கீழ், ஆங்கிலேயர்கள் நிறைந்த மறைமாவட்டத்தில் உதவி மதகுருவாக நியமிக்கிறேன் என்று உறுதி அளித்தார். எதிர்காலத்தில் மதகுருவாக இருப்பதா அல்லது திருச்சபைக்கு வெளியில் இருந்துகொண்டு பணிபுரிவதா என்று அவர் முடிவு எடுக்க வேண்டியிருந்தது. அந்தக் காலத்து இளைஞர்கள் போலவே அவரும் தன்னுடைய பிரச்சனையை மகாத்மா காந்தியிடம் எடுத்துச் சென்றார். ஷாம் லீட்ஸில் இருந்து இரவு ரயிலில் ஏறி காலையில் லண்டன் வந்து, ஈஸ்ட் எண்ட்டில் காந்தி தங்கியிருந்த இடத்துக்குச் சென்றார். காலையில், காந்தி நடைப்பயிற்சி செய்யும் போது அவரைச் சந்தித்தார். அவர் தன்னுடன் இந்தியாவுக்குத் திரும்ப வேண்டும் என்று காந்தி அறிவுறுத்தினார்.

ஷாம் திரும்பி வருகிறார், தனக்கும் ஏழை இந்தியர்களுக்கும் ஒரு பாலமாக இருப்பார் என்று எல்வின் மிகவும் மகிழ்ச்சி அடைந்தார். இந்து, கிறித்தவ, முஸ்லிம் சகோதரர்களை ஒன்று சேர்த்து உண்மையில் பல மதங்கள் இணைந்த அமைப்பை

அவர்கள் ஏற்படுத்துவார்கள். "நான் இறையியல் தத்துவத்தை அதில் ரொம்பத் திணிக்க விரும்பவில்லை. நிறைய அன்பு, தெய்வீகம், இயற்கையைக் கடந்த, புனிதமான கிறித்து காட்டிய அன்பு அதில் இருக்க வேண்டும். அதில் அனைத்து மத வேறுபாடுகளும் மூழ்கிவிடும்."

எல்லா மதப் பிரிவுகளையும் இணைக்க வேண்டும் என்ற இந்தக் கருத்தில், பர்தோலியிலும், சபர்மதியிலும் நிகழ்ந்த விவாதங்களின் பாதிப்பைக் காணலாம். லண்டனில் காந்தி, பழைய கிறித்தவ ஏகாதிபத்தியம் பற்றிப் பேசுவோருக்குத் தனது சீடரை உதாரணம் காட்டினார். தான் மட்டும் ஒரு ஆங்கிலப் பாதிரியாக இருந்தால், எல்வினைப் போல ஏழைகளிடம் செல்வேன் என்று அக்டோபர் எட்டாந் தேதி கிறித்தவ ஊழியர்களிடம் பேசும்போது காந்தி கூறினார். "அவர் தீண்டத் தகாதவர்களுக்காக, ஆசிரமங்கள் அமைத்து, அவர்களுடன் தோத்திரம் செய்ய மண் குடிசையில் தேவாலயம் கட்டுவார். கடவுள் காட்டும் வழியில் அவர்களுடன் வாழ விரும்புகிறார்."

ஆனால் எல்வின் தீண்டத்தகாத மக்களிடமிருந்து விலகிச் செல்லத் தொடங்கியிருந்தார். தீண்டத்தகாதவர்கள் பற்றி எல்வின் கவலைப்பட வேண்டியதில்லை என்று வல்லபாய் பட்டேல் சொன்னார்; அவர்களைச் சமூகத்திலிருந்து தூக்கி எறிந்த ஹிந்துக்கள் தாங்களாக அதற்குப் பரிகாரம் செய்ய வேண்டும். எல்வினுக்குக்கு அது புரிந்தது. பட்டேல் தந்திரம் அறிந்த அரசியல் வாதி. ஒரு கிறித்தவப் புரட்சியாளர் இந்துக்களிடையே உள்ள ஜாதி ஏற்றத் தாழ்வுகளைச் சுட்டிக் காட்டுவதை விரும்பி இருக்க மாட்டார். எது எப்படியாயினும், மதகுரு பழங்குடி மக்களின்பால் அதிகக் கவனம் செலுத்த ஆரம்பித்தார். அவர்கள் காடுகளிலும், மலைகளிலும் வசித்தனர். சீரழிந்த நகரச் சேரிகளிலோ, கிராமத்து எல்லைக்கு வெளியிலோ வாழவில்லை என்பது ஒரு காரணம். 'பில்' *(Bhil)* பழங்குடியினரின் அனுபவத்தை வைத்துப் பார்த்தால், அவர்கள் இன்னும் துடிப்புடன் இருக்கும் சிறந்த பண்பாட்டு மரபுகளை உடையவர்கள் என்பது இன்னொரு காரணம். பள்ளிகள் மருத்துவமனைகள் மூலம் அவர்களுக்கு ஏதாவது உதவி செய்து, நாகரிக உலகுடன் கௌரவமாக சமரசம் செய்து வைக்க வாய்ப்பு இருந்தது.

எல்வின் மத்திய இந்தியாவில் கோண்டு பழங்குடி மக்களிடையே பணியாற்றலாம் என்று இன்னொரு காங்கிரஸ்காரர், ஜாம்னலால் பஜாஜ் யோசனை சொன்னார். பஜாஜ் மிகப்பெரும் வணிகர், காங்கிரஸின் பொருளாளர் பதவியில் இருந்தார். வார்தா நகரம், இந்தியப் புவியியல் வரைபடத்தின் சற்று ஏறக்குறைய

நடுவில் இருக்கிறது. பஜாஜின் அருகாமையும், அவருடைய நிதி உதவியும், 1936ஆம் ஆண்டு காந்தி சபர்மதியிலிருந்து வார்தாவுக்குச் செல்லக் காரணமாக இருந்தன. “தேசியவாதிகளாலும், நற்செய்தி ஊழியர்களாலும் முழுவதுமாகப் புறக்கணிக்கப்பட்ட பழங்குடி மக்களுக்காக, நீங்கள் ஏன் ஏதாவது செய்யக் கூடாது?” என்று பஜாஜ், எல்வினிடம் கேட்டார்.

நவம்பர் முதல் வாரத்தில் எல்வின் பம்பாயிலிருந்து பெய்துல் என்ற சிறிய வாணிக நகருக்குக் கிளம்பினார். அது சத்பூரா பீடபூமியின் உயரமான இடத்தில் இருந்தது. பெய்துலில் இருந்து இரண்டு காங்கிரஸ்காரர்கள் அவருக்குத் துணையாகக் காடுகளுக்கு வந்தனர். பஞ்சரிதால் என்ற ஊருக்குச் சென்றார்கள். அங்கே அதற்கு முந்தைய வருடக் கோடைக் காலத்தில், காட்டில் தங்கள் மீது விதிக்கப்பட்ட தடைகளை எதிர்த்து, பழங்குடி மக்கள் கலகம் செய்திருந்தனர். “பொதுக்கூட்டம் எதுவும் நடைபெறவில்லை, ஆனால் ஏதாவது குறைகள் இருக்கிறதா என்று கோண்டுகளிடம் இந்தக் குழுவினர் கேட்டதாக உளவு அறிக்கை குறிப்பிட்டது. குழுவினர் அடுத்திருந்த சிண்ட்வாரா மாவட்டம் சென்றனர். அவர்கள் பஞ்சமார்ஹி செல்லும் பாதையில் தமியா என்ற கிராமத்துக்குச் சென்றனர். தமியா அழகான ஊர். ஆனால் அதன் அழகு ஏற்கனவே வேறு குழுவின ரின் கவனத்தை ஈர்த்திருந்தது. அங்கே ஸ்வீடனைச் சேர்ந்த கிறித்தவ ஊழியர்களின் தலைமையகமும், ஒரு சேவை மையமும் இருந்ததைக் கண்டு, எல்வின் அவசரமாகப் பின்வாங்கினர்.

கதர் உடையணிந்த ஐரோப்பியரான எல்வின் மத்திய இந்தியாவில் சுற்றி அலைந்ததை, உளவுத் துறையின் விசுவாசம் மிக்க ஆள் கண்காணித்து வந்தார். எல்வின் கடைசியாக வார்தா சென்றார். அங்கே நவம்பர் 15ஆம் தேதி உரையாற்றினார். அவரை நிழல் போல் தொடர்ந்த ஒற்றன் அங்கு எல்வின் ஆற்றிய உரைகளைக் கொஞ்சம் மெருகு கூட்டி மிகையாகப் பதிவு செய்திருந்தான். அதன்படி, பெரும் போரில் பங்கு கொண்ட போது, இந்த மதகுரு வெடிகுண்டுகள், துப்பாக்கிகள் செய்யக் கற்றுக் கொண்டார். பதுங்கு குழிகளில் காந்தியின் உரைகளைப் படித்தார். இந்தியாவுக்கு வந்து இன்னொரு விதமான போரில் ஈடுபடத் துணிந்தார்’. காந்தியிடம் நேரடியாக மன்னிப்புக் கேட்டார். அதற்குப் பிறகு, இந்திய சுதந்திரப் போராட்டத்தில் ஒரு ஒழுக்கமான தொண்டன் என்ற முறையில் கதர் ஆடையையும் சர்க்காவையும் ஏற்றுக்கொண்டார்.

எல்வின் தன்னைப் பற்றி எழுதிய குறிப்புகளில் வெடிகுண்டுகள் செய்வது பற்றி எதுவும் இல்லாமல் இருக்கலாம்.

ஆனால் காந்தியின் மீதும், விடுதலையின் மீதும், அவர் பற்றுக் கொண்டிருந்தார் என்பதில் சந்தேகம் இல்லை. கோண்டுகளுடன் வாழத் தீர்மானித்த பிறகே நாக்பூரின் ஆயர், அலெக்ஸ் வுட்டுடன் தொடர்புகொண்டார் என்பது அவர் கொண்டிருந்த பற்றைக் காட்டியது. மத்திய இந்திய மறை மாவட்டம் நாக்பூர் ஆயரின் கீழ் இருந்தது. திருச்சபையின் அதிகார அமைப்பில் அவர்தான் எல்வினுக்கு மேலே இருந்தார். ஜாம்னலால் பஜாஜின் உதவியுடன், பெய்துலில் நிலம் வாங்கும் திட்டத்தைக் குறிப்பிட்டு, ஆயரின் ஆசியையும் அனுமதியும் வேண்டி, டிசம்பர் 12ஆம் தேதி எல்வின் அவருக்குக் கடிதம் எழுதினார். அலெக்ஸுக்குக் கடைசியாக கடிதம் எழுத வேண்டும், அதாவது கடைசி வேலையிலிருந்து தொடங்க வேண்டும். இந்தியர்களின் கோணத்தில் வேலை செய்ய வேண்டும் என்பது திட்டம்' என்று எல்வின் சொன்னார். அவர் தொடங்கிய ஆசிரமத்தில் எல்லா மதத்தினரும் சேரலாம்; "நற்செய்தி ஊழியம் செய்வது என்ற சாதாரணப் பொருளில் அது செயல்படாது. மக்களுக்கு அது சேவை செய்யும். அன்பு, சேவை என்ற கிறித்துவின் உணர்வை, உறுப்பினர்கள் வெளிப்படுத்த முயலுவார்கள்; அது தான் அவர்களின் போதனை. இந்திய மக்கள் என்னை அழைக்கும் இடங்களுக்கு மட்டுமே செல்லவேண்டும் என்பது என் மனதில் இருந்தது" என்றார் எல்வின்.

உரிய சமயத்தில் வராம ல் கடிதம் தாமதமாக வந்தது, அதன் உள்ளடக்கமும் உகந்ததாக இல்லை. இரண்டுமே ஆயருக்குப் பிடிக்கவில்லை. ஜாம்னலாலின் அழைப்பின் பேரில், கோண்டுகளிடம் பணிபுரிய எல்வின் சென்றதைக் குறித்துக் கோபம் கொண்டு, திருச்சபையில் தன்னுடைய மேலிடத்துக்கு ஆயர் இவ்வாறு கடிதம் எழுதினார். 'இத்தாலியில் ஓர் 'இந்து ஊழிய மையத்தை'த் தொடங்க எனக்கு எந்த அளவு உரிமை இருக்கிறதோ அதே அளவு உரிமைதான் ஒரு கிறித்தவ ஊழிய மையத்தை, கோண்டு மக்களிடையே தொடங்கும் உரிமை பஜாஜுக்கு இருகிறது'. எல்வின் 'ஆத்மாக்களைக் குணப்படுத்த'ப் போவதில்லை என்று அவர் கவலைப்பட்டார். அவருக்கு நன்றாகப் பேசவும் எழுதவும் தெரியும் என்று அறிவார். இந்த இளைஞர், தனது ஆன்மீக வழிகாட்டல் மூலம், கோண்டு மக்களை மதமாற்றம் செய்வார் என்று நிச்சயமாக நம்பியதாக எழுதினார். அதை மனதில் கொண்டு தந்திரமாக வேறொரு இடத்துக்குச் செல்லவேண்டும் என்று ஆலோசனை கூறினார். "மண்ட்லா மாவட்டத்தின் ஒரு பகுதியான கரஞ்சியாவில் கோண்டு மக்கள் தாங்களாகவே உன்னை வரவேற்பார்கள் என்பது நிச்சயம்" என்று அவர் எல்வினுக்குக் கடிதம் எழுதினார். இந்த இடத்தில், ஜெர்மனியைச் சேர்ந்த கிறித்தவ ஊழியர்கள் 1841ஆம் ஆண்டில்

வேலையைத் தொடங்கினர். அந்தக் குழுவினரில் நால்வர் அங்கேயே இறந்து அடக்கம் செய்யப்பட்டனர். அந்த இடம் அவர்களால் புனிதமடைந்துவிட்டது. அவர்கள் வேலையைத் தொடர்ந்து செய்ய யாரும் இல்லை'. கரஞ்சியா முதல் தரமான இடம். அதைச் சுற்றிலும் கோண்டு கிராமங்கள் இருக்கின்றன. பைகா (*Baiga*) பழங்குடியினர் வசிக்கும் இடங்களிலிருந்தும் அது தொலைவில் இல்லை. பைகா பழங்குடியினரிடம் நற்செய்தி ஊழியம் செய்கிற எவரும் இதுவரை போகவில்லை. அந்தக் கிராமம் அமர்கண்டக் என்னும் கோவிலுக்குப் புனிதப் பயணம் செல்லும் வழியில் இருக்கிறது. அமர்கண்டக்கில்தான் நர்மதை நதி தொடங்குகிறது. அந்த இடத்துக்கு வட இந்தியாவின் எல்லாப் பகுதிகளிலிருந்தும் பக்தர்கள் வந்தார்கள்.

பெய்துல், சிண்ட்வாரா, மண்ட்லா இவற்றில் எந்த ஊரென்று இறுதி முடிவு எடுக்க அவருடைய நண்பர் வரவேண்டி இருந்தது. வட்ட மேஜை மாநாட்டுக்குச் சென்ற குழுவினர் ஊர் திரும்பிய எஸ்.எஸ்.பில்ஸ்னா என்ற கப்பலில் ஷாம்ராவ் டிக்கெட் எடுத்திருந்தார். டிசம்பர் 28ஆம் தேதி பில்ஸ்னா கப்பல் பம்பாய் துறைமுகத்தை அடைந்தபோது காந்தியை வரவேற்க அங்குவந்த பெரும் கூட்டத்தில் எல்வினும் இருந்தார். முதல் வரிசையில் காத்திருந்த காங்கிரஸ் காரியக் கமிட்டி உறுப்பினர்கள் காங்கிரசின் அவசரக் கூட்டத்திற்குக் காந்தியை அழைத்துச் சென்றனர். எல்வின் காந்தியைப் பார்த்தார். அவருக்கு வணக்கம் சொல்லக் கூச்சப்பட்டார். அதைப் பற்றி நினைத்துப் பின்னால் வருத்தப்பட்டார். பின்னர், 'அது அப்படித்தான் நடந்திருக்க வேண்டும். மகாத்மா காந்தி மிக முக்கியமான விஷயங்களில் கவனம் செலுத்திக் கொண்டிருந்தார். தனிமனிதனின் பிரச்சனைகளை விட அவை முக்கியமானவை' என்று தன்னை ஆறுதல்படுத்திக் கொண்டார்.

ஷாம்ராவ் ஹிவாலே கப்பலில் இருந்து இறங்கியதும் எல்வினைச் சந்தித்தார். அவர்கள் எதிர்கொள்ள வேண்டிய பிரச்சனைகள் அவர்களுக்கு மட்டுமே முக்கியமானவை. இரு நண்பர்களும் உடனே பம்பாயிலிருந்து 60 மைல்கள் தொலைவில், மேற்குத் தொடர்ச்சி மலையின் உச்சியில் இருந்த மாதேரான் என்னும் அமைதியான ஊருக்குச் சென்றனர். அங்கே அவர்கள் பஜாஜ், அலெக்ஸ் வுட் இருவரின் யோசனைகளை விவாதித்தனர். அவர்கள் விவாதிக்கும்போது சில நேரங்களில் ஒரு பெண்ணும் இருந்தாள். அது பற்றி அவர் இத்தாலிய சகோதரிகளுக்கு எழுதிய கடிதத்தில் மட்டும் ஒரு குறிப்பு காணப்படுகிறது. ஜனவரி இரண்டாம் தேதி அவர் இவ்வாறு எழுதினார்:

அடுத்த வாரம் நாங்கள் போகிறோம். எங்கே என்று தெரியவில்லை. நாங்கள் நிலம் வாங்க அரசாங்கம் தடை போடுகிறது; நாங்கள் வீடில்லாமல் இருக்கலாம்; நாங்கள் கைது செய்யப்படலாம்... இந்தத் தருணத்தில் என் மனது பெரும் வேதனைப்படுகிறது. பல வருடங்களுக்குப் பிறகு இது பெரும் சோதனை. அதை நான் வெளியில் சொல்ல முடியாது. நான் அதைத் துயருற்ற இதயம் அல்லது என் மீது அன்பு கொண்டவரிடம் மட்டுமே சொல்ல முடியும்.

மலைகளும், ஏரிகளும் காடுகள் நடுவில் நீண்டு செல்லும் பாதைகளும் நிறைந்த மாதேரான் காதலுக்கு மிகப் பொருத்த மான இடம். அந்தக் காலத்தில், இரண்டு ஆங்கிலேயத் தனிப் பிறவிகள் இந்திய மலைப்பிரதேசங்களில் காதலில் விழுந்து கொண்டிருந்தார்கள். சிம்லாவில், மால்கம் முக்கரிட்ஜ் இந்திய–ஹங்கேரிய ஓவியரான, அம்ரிதா ஷெர் கில் மீது உணர்ச்சி மிகுந்த காதலில் இருந்தார். அருகிலிருந்த 'குலு'வில் அயான் ஸ்டீஃபன்ஸ் என்ற பத்திரிகையாளர், பெனிலொப் செட்வொட் என்ற இந்திய ராணுவத் தளபதியின் மகளுக்குப் பின்னால் பக்தியுடன் குதிரையில் போய்க்கொண்டிருந்தார். ஒரு காதல், இனம் என்னும் எல்லையை மீறியது. இன்னொன்று சமூகத் தடைகளை மீறியது. இரண்டும் (இதமான) மலைக்காற்றின் உதவி யுடன் நடந்தன. இரண்டுமே ரொம்ப நாள் நீடிக்கவில்லை.

எல்வினின் நேசத்திற்கு உரிய பெண் இவ்வளவு புகழ் பெற்றவரல்ல. பின்னாளில் அவர் ஆலா போச்சா என்ற பார்ஸி டாக்டர் என்பதை எல்வின் குறிப்பிட்டார். புனேவைச் சேர்ந்த ஆலா போச்சா காந்தியுடன் நெருங்கிய வட்டத்தில் உள்ளவர் அல்ல, ஆனால் பழக்கம் உள்ளவர். அவர்கள் சந்தித்துப் பேசிக் கொண்டனர், கைகளைச் கோர்த்துக்கொண்டு உலவினர். ஆனால் இறுதியில் கோண்டுகளுக்காகவும், பிரம்மச்சரிய விரதம் இருப்பதாகத் தான் முன்னர் எடுத்துக்கொண்ட உறுதி மொழிக்காகவும் எல்வின் அவரிடமிருந்து விலகிக்கொண்டார்.

○ ○ ○

மாதேரானில் இருந்த வேளை எல்வினும் ஷாம்ராவும் கரஞ்சியாவில் தங்கி இருப்பதென்று முடிவெடுத்தனர். ஜனவரி மூன்றாம் தேதி காலையில் உடனே கிளம்பி வருமாறு மஹாதேவ தேசாயிடமிருந்து தந்தி வந்தது. லண்டனில் நடந்த மாநாட்டில் தனது கோரிக்கை நிறைவேறாததால் ஒத்துழையாமை இயக்கத்தை மீண்டும் தொடங்குவதாகக் காந்தி அறிவித்தார். ஷாமும் எல்வினும் மணிபவனை அடைந்த சமயம், அதற்கு வெளியில் அமைதியாகப் பெருங்கூட்டம் சேர்ந்திருந்தது. உள்ளே காந்தி

தரையில் அமர்ந்து நூல் நூற்றுக் கொண்டிருந்தார். அன்று அவர் வாரத்தில் ஒருநாள் கடைப்பிடிக்கும் 'பேசா நோன்பு' இருக்கும் நாள். 'மஹாதேவ தேசாய் செய்ய வேண்டியதைப் பற்றிச் சொல்லுவார்' என்று காந்தி குறிப்பு எழுதிக் கொடுத்தார். அவர் காங்கிரஸ் சார்பில் வடமேற்கு எல்லைப்புறப் பிரதேசம் சென்று அங்கிருக்கும் அரசியல் நிலைமை குறித்து அறிக்கை தரவேண்டும் என்று தேசாய் சொன்னார்.

மணிபவனின் மொட்டை மாடியில் ஒரு தற்காலிகக் கொட்டகையில் அவர்களுக்குப் படுக்கை விரித்துத் தரப்பட்டது. ஷாம், எல்வின் இருவரும் மற்ற தொண்டர்களுடன் உறங்கினர். அதிகாலையில் 'போலீஸ் வந்திருக்கிறது' என்ற ரகசியச் செய்தி காதில் விழுந்ததும் அனைவரும் எழுந்தனர். அப்போது, சீருடையணிந்த காவல்துறை ஆணையர் மகாத்மா காந்தியின் தோள்களைத் தட்டிச் சொன்னார் "மிஸ்டர் காந்தி, உங்களைக் கைது செய்ய வேண்டியது என் கடமை". கைதி தயாராக அரை மணிநேரம் கிடைத்தது. ஐந்து நிமிடத்தில் அவர் பல் விளக்கித் துவைத்த வேட்டி அணிந்தார். காந்தி அதன்பின், வைஷ்ணவப் பக்திப் பாடல்களை மற்றவர்களுடன் பாடினார். கடைசி நேரத்தில் எழுத வேண்டிய சில கடிதங்கள் எழுதினார். ஒன்று கட்சிக்காரர்கள் செய்ய வேண்டிய வேலைகள் பற்றியது. இன்னொன்று எல்வினுக்கு அவர் விடுத்த செய்தி:

> என்னருமை எல்வின்,
>
> நீங்கள் வந்ததை அறிந்து மகிழ்ந்தேன். நான் என் தேச மக்களை நேசிக்கும் அதே வேளையில் உங்கள் தேச மக்களையும் நேசிக்கிறேன் என்பதை உங்கள் நாட்டு மக்களுக்கு நீங்கள் சொல்லவேண்டும் என்று விரும்புகிறேன். நான் அவர்கள் மீது வெறுப்போ, கெட்ட எண்ணமோ கொண்டு எதையும் செய்ததில்லை. கடவுள் சித்தம் இருந்தால், இனிமேலும் அப்படி எதுவும் செய்ய மாட்டேன். இதே போன்ற சூழ்நிலையில் என் உறவினர்களுக்கு நான் என்ன செய்வேனோ அதைத்தவிர வேறெதையும் செய்யமாட்டேன்.
>
> அன்புடன்,
உங்கள்,
மோ.க. காந்தி.

இந்தியாவின் வெவ்வேறு இடங்களில் நேரு, பட்டேல், ராஜகோபாலாச்சாரி, பஜாஜ் இன்னும் பலர் கைது செய்யப்பட்டனர். சிறை செல்லாத, அடுத்த நிலையிலிருந்த மற்ற காங்கிரஸார் உடனே வேலையைத் தொடங்கினர். காந்தியின் கடைசி மகன் தேவதாஸ் காந்தி கேட்டுக்கொண்டதால், எல்லைப் பகுதிகளுக்கு

அவர் போகத் தேவையான பணத்தைக் காங்கிரஸ் ஆதரவாளர் களான வணிகர்கள் கொடுத்தனர். அன்று மொட்டை மாடியில் தூங்கிக்கொண்டிருந்த பெர்னார்ட் அலுவிஹாரே, தனது ஆக்ஸ்போர்டு காலத்துச் சூட்'டை நண்பருக்குக் கொடுத்தார்.

எல்வின், வெள்ளைக்காரத் துரைபோல வேஷம் போட்டுக் கொண்டு பயணம் செய்தார். இல்லையெனில், எல்லைப் பகுதிகளுக்குச் செல்ல அனுமதி கிடைத்திருக்காது. அந்தப் பிராந்தியத்தில், துப்பாக்கிகளை வைத்துக்கொண்டு அலையும் பட்டாணியர்களின் நடுவில், மிகவும் குறிப்பிடத்தகுந்த காந்தியின் தொண்டரான கான் அப்துல் கஃபார் கான் அமைதி வழியில் சத்தியாகிரகம் நடத்தி வந்தார். இந்த இயக்கம் 'குதாய் கித்மத்கார்' (இறைவனின் தொண்டர்கள்) என்று அழைக்கப்பட்டது. அந்த இயக்கம் உச்சக்கட்டத்தில் இயங்கியபோது அதில் ஒரு லட்சம் தொண்டர்கள் இருந்தனர். டிசம்பர் மாதம் நடந்த பெரும் அதிரடி நடவடிக்கையில் அந்த இயக்கத்தின் தலைவர்களும் எண்ணற்ற தொண்டர்களும் சிறையில் அடைக்கப்பட்டனர். காங்கிரஸ் தலைவர்களுக்கு அந்தத் தொலைதூரப் பிராந்தியத்திலிருந்து ஒரு தகவலும் இல்லை. பத்திரிகையாளர்களும் அங்கே அனுமதிக்கப் படவில்லை. அதனால்தான் அனுதாபம் உள்ள ஆங்கிலேயர் ஒருவரை வணிக நோக்குடன் பயணம் செல்கிறவர் போல நடிக்க வைத்து, அவருடைய உதவிக்கு இந்தியரான ஷாமையும் அனுப்பி வைத்தனர்.

எல்வினும், ஷாமும் 6ஆம் தேதி ஃப்ராண்டியர் மெயிலில் *(Frontier Mail)* பம்பாயிலிருந்து கிளம்பினர். நடுவில் டில்லியில் கொஞ்ச நாட்கள் இருந்தனர். திருமதி எல்வினின் தோழியைச் சந்தித்தனர். அவர் சர். லான்ஸ்லாட் கிரஹாம் என்ற சட்டச் செயலாளரின் மனைவி. திருமதி கிரஹாமிடம் தாங்கள் கோண்டு பழங்குடியினருடன் வேலை செய்வது பற்றி மத்திய அரசின் கருத்து என்ன என்று எல்வின் கேட்டார். திருமதி கிரஹாம், அவர்களை உள்துறைச் செயலாளர், ஹ. டபிள்யு. எமெர்ஸனைச் சந்திக்க ஏற்பாடு செய்தார். எல்வினுக்கு எமெர்ஸனைப் பிடித்திருந்தது. 'அதிரடியாக, முகத்துக்கு நேராக எதையும் பேசுகிறவர் அவர். அவர் சொன்ன அறிவுரை பயமுறுத்துவதாக இருந்தது. எழுத்திலோ பேச்சிலோ காங்கிரஸை ஆதரிக்க மாட்டேன் என்று உறுதிமொழி எழுதிக் கொடுத்தால் ஒழிய, அவர் கோண்டு பழங்குடியினர் வாழும் பகுதிகளுக்குச் செல்ல அனுமதி கிடைக்காது.

கிரஹாம் குடும்பத்தினருக்கோ, எமெர்ஸனுக்கோ எல்வின் எதற்காக டெல்லி வந்திருக்கிறார் என்பது தெரியாது. எல்வினும்

அவரது உதவிக்கு வந்த ஷாமும் வடக்கு நோக்கிய தங்கள் பயணத்தைத் தொடர்ந்து, ஒன்பதாம் தேதி பெஷாவர் அடைந்தனர். எல்லைப் புற மாகாணத்தில், ஆங்கில ஆட்சி மிகவும் பிற்போக்குத்தனமாக இருந்தது. அங்கே வெள்ளைக்காரர்கள் இந்தியர்களைக் கீழானவர்களாக நடத்தினார்கள். ஷாம் தன் நண்பர் தங்கியிருந்த அறைக்கு வெளியில் வரண்டாவில் தூங்க வேண்டியிருந்தது. கடைசியில் செலவுக் கணக்கைப் பார்த்தால் அதில் விலைகள் இரண்டு விதமாகக் குறிக்கப்பட்டு இருந்தன. ஒன்று 'துரையின் உணவு'க்கான செலவுக் கணக்கு. மற்றொன்று கூட வந்தவருக்கான செலவுக் கணக்கு. அது முந்தையவரின் செலவில் பாதிதான் இருந்தது.

பெஷாவரில் ஊரடங்குச் சட்டம் அமலில் இருந்ததால், எங்கும் போலீஸ் இருந்தது. பகலில் எல்வின் அறையிலேயே இருந்தார். அவருடைய உதவியாளர் வெளியில் கடைத்தெருவுக்குச் சென்று வணிகர்கள், வழக்குரைஞர்கள், மாணவர்கள் இன்னும் பல காங்கிரஸ் ஆதரவாளர்களைத் தொடர்புகொண்டார். இருட்டில் கலகக்காரர்கள் விடுதிக்குள் ரகசியமாக வந்து அவர்கள் கண்ணால் கண்ட இயக்க வேலைகளையும், அவை எவ்வாறு அடக்கப்பட்டன என்பதையும் விவரித்தனர். ஒருநாள் இருவரும் ஒரு வாடகைக் கார் எடுத்துக்கொண்டு மலைப்பகுதிகள் சென்று அஃப்ரிதி பழங்குடியினரைச் சந்தித்தனர். அதற்குப் பிறகு எல்வின் ஒரு தவறு செய்தார். பிரச்சனையின் மறுபக்கத்தை அறிந்துகொள்ள வேண்டும் என்று தான் வந்த காரணத்தைச் சொல்லி, உதவி ஆணையரைச் சந்திக்க அனுமதிகோரி அவருக்குக் கடிதம் எழுதினார். அதற்குப் பதிலாக, அவர் அந்த ஆட்சிப் பகுதியிலிருந்து வெளியேற வேண்டும் என்ற ஆணை கிடைத்தது. அவருடைய அறையையும், சாமான்களையும் சோதனையிட போலீஸ் வந்தது. அந்தப் பயணத்தைப் பற்றிய குறிப்புகள் மேஜை மேல், காலை உணவுக்கான தானியம் வைத்திருந்த பைக்குள் ஒளித்து வைக்கப்பட்டிருந்தன. போலிசார் அதைக் கண்டுபிடிக்கவில்லை. அடுத்த ரயிலில் அவர்கள் பெஷாவரை விட்டுக் கிளம்பினார்கள்.

எல்வின் அளித்த 'எல்லைப்புற அறிக்கை' ராணுவ அணிவகுப்புகள், வானிலிருந்து கண்காணிப்பது, பெருமளவில் (தொண்டர்களைக்) கைது செய்தது, குதாய் கித்மத்கார்'களை அடித்தது என்று அரசின் அடக்குமுறையை அவர்கள் சேகரித்த ஆதாரத்துடன் முன்வைத்தது. பட்டாணியர்கள் சில சமயம் அஹிம்சை வழியிலிருந்து விலகிவிட்டனர் என்பதை ஒப்புக்கொண்டார். ஆனால் அதை வைத்துக்கொண்டு பயங்கர வாதத்தை நியாயப்படுத்த முடியாது என்பது அவரது கருத்து.

எல்லைப்புறத்தில் வாழும் சாதாரண ஆங்கிலேயன், பழைய இந்தியாவின் மிக மோசமான நிலையை உதாரணமாக்கிக் கொண்டு கொஞ்சமும் எண்ணிப் பார்க்காமல் தடித்தனமாக இருப்பதைக் குறிப்பிட்டார். தான் சார்ந்த இயக்கம் கண்டிப்பாக வெற்றி பெறும் என்று நம்பினார். பட்டாணியர்களிடையேயும் மற்ற இடங்களிலும், அமைதிப் புரட்சிக்கான உணர்வை நசுக்க முடியாது. உண்மை, பொறுமை, அன்பு, சுயஹிம்சை வழியில் அது மக்களை வெற்றிக்கு அழைத்துச் செல்லும்.

❍ ❍ ❍

ஜனவரி மாதம் 15ஆம் தேதி எல்வினும் ஷாமும் எல்லைப்புறப் பிராந்தியத்திலிருந்து வெளியேற்றப்பட்டனர்; அதற்கு இரண்டு வாரங்களுக்குள், அவர்கள் முன்பின் பார்த்து அறியாத கிராமத்தில் தங்கள் இல்லத்தை அமைக்கப் போய்க் கொண்டிருந்தனர். எல்வினுக்கும் வயது முப்பது ஆகவில்லை. கடல்கடந்த நாட்டில் நிச்சயமற்ற வாழ்வுக்காக, இங்கிலாந்தில் மிக வசதியான வாழ்வைத் துறந்திருந்தார்; ஆங்கிலத் திருச்சபையின் அணைப்பில் மிகப் பாதுகாப்பாக இருப்பதை விட்டுவிட்டு, வாழப் போராடிக்கொண்டிருக்கும் சிறிய இயக்கத்துடன் சேர்ந்து கொண்டார்; ஆங்கிலப் பேரரசைத் தூக்கி எறியும் குறிக்கோளுடன் இயங்கும் மக்கள் இயக்கத்தின் தொண்டராக, அவ்வப்போது அவர்களை ஊக்குவிப்பவராக இருந்தார். இருந்தாலும் கரஞ்சியாவுக்குச் சென்றது குறிப்பிடத்தக்கது. இந்த நேரத்தில், இந்தியாவில் ஜாக் வின்ஸ்லோ போன்ற ஆங்கிலேயர்கள் இரண்டு பண்பாடுகளுக்கும் இடையில் உண்மையிலேயே உரையாட விரும்பினார்கள்; சி.எஃப். ஆண்ட்ரூஸ் போன்ற சிலரே கிறித்தவ நம்பிக்கையை ஏகாதிபத்திய எதிர்ப்பு இயக்கத்துக்கு ஆதரவாகப் பயன்படுத்த விழைந்தார்கள். ஆனால் யாரும் ஏழை இந்தியர்களுடன் சேர்ந்து வாழும் அளவுக்கு தங்களை அவர்களுடன் இணைத்துக்கொள்ளவில்லை.

மண்ட்லா மாவட்டத்தில் வேலை பார்த்த ஒரு ஆங்கிலேயர், அது நாகரிக உலகத்தின் எல்லையில் இருக்கும் கடைசி இடம். புலிகள், கோண்டு இனமக்கள், பிசாசுகள் இருக்கும் பயங்கரமான இடம் என்று அதை அழைத்தார். அதன் வடக்கு மூலையில் கரஞ்சியா கிராமம் இருந்தது. சால் மரக்காடுகள் நிறைந்த, கரடுமுரடான, மிகவும் அழகான அந்த மாவட்டத்தில் இப்போது குறுக்கும் நெடுக்குமாக நல்ல சாலைகள் இருக்கின்றன. அமர்கண்டக் செல்லும் சாலை கரஞ்சியா வழியாகச் செல்கிறது. ஆனால் 1932இல் ரயிலில் பெண்ட்ரா ரோடு வரை செல்ல வேண்டும். பின்னர் காட்டிலும் மலையிலும் மூன்று நாட்கள்

நடந்து செல்லவேண்டும். மாட்டு வண்டிப் பாதையில் சென்றால் ஐந்து நாட்கள் ஆகும். எல்வினும் ஷாமும் நிறைய புத்தகங்கள், மருந்துகள் உணவுப் பொருட்கள் எடுத்துக் கொண்டு வண்டிப் பாதையில் சென்றனர். கரஞ்சியாவை 30ஆம் தேதி மதியம் அடைந்தனர். கரஞ்சியா சின்னச் சின்னக் குடியிருப்புகளாக காட்டுக்குள் பரந்து இருந்தது. மிகச் சின்னக் குடியிருப்பான 'டிகேரி டோலா' மலை மீது காட்டின் தொடக்கத்தில் இருந்தது. நாலாபக்கமும் அருமையான காட்சிகள் அமைந்த இடத்தில் இருந்தது.

அங்கிருப்பவர்களுக்கு அவர்கள் வருகிறார்கள் என்ற தகவல் இல்லை. எனவே கிராம மக்கள் மிகுந்த பகைமை பாராட்டினர். கரஞ்சியா சென்றடைந்த நேரம் பற்றி எல்வின் பின்னால் இவ்வாறு நினைவு கூர்ந்தார்: 'நாங்கள் எருமை மாட்டு வண்டியில் மூன்று நாட்கள் பயணம் செய்து வந்திருந்தோம்; ரொம்பவும் களைத்திருந்தோம்; கிராமத்தினர் ஒருவர் கூட எங்கள் அருகில் வரவில்லை; ...உதவி கமிஷனர் நாங்கள் மாவட்டத்தை விட்டு வெளியேற வேண்டும் என்று ஆணையிட்டிருந்தார். பெரிய பாறை மீது உட்கார்ந்திருந்தோம். மெர்ட்டன் தேவாலயத்தில் ஞாயிற்றுக் கிழமைகளில் மாலையில் அமர்ந்து, மெழுகுவர்த்தி ஒளியில் அந்த அழகான இடத்தைப் பார்த்துக்கொண்டு, ஆர்கன் இசைகேட்டுக் கொண்டிருந்த பொழுதை அது நினைவு படுத்தியது. அங்கேயே இருந்திருக்கலாம் என்று நினைத்தேன்'.

கடைசியில் ஹைதர் அலி என்ற முஸ்லிம் இருவருக்கும் ஓர் அறையை வாடகைக்கு விட்டார். முஸ்லிம் ஆனதால், அவர் இந்து ஜாதி அமைப்பில் இல்லாதவர். நடத்தை காரணமாக ஜாதியிலிருந்து விலக்கப்பட்ட ஒரு வயதான பெண்ணைத் தவிர, முதலில் யாரும் அவர்களுக்குப் பால், காய்கறிகள் விற்க விரும்ப வில்லை. அவர்களைப் பார்க்க போலீஸ் வந்த போதுதான் இந்த மனிதர்களுக்கு சமூக அந்தஸ்து இருக்கிறது என்று முடிவு செய்து அருகில் வந்தனர். மற்றவர்களிடம் அடிவாங்கிய மனிதர்களுக்கும் ஷாம் சிகிச்சை செய்தது இதற்கு உதவியது. நோயாளிகளுக்கு, தேள் கொட்டியவர்களுக்கு, அவர் அன்புடன் உதவினார். பிப்ரவரியில் எல்வின் கடிதம் எழுதும் போது ஷாம்ராவ் ஏற்கனவே புகழுக்கு உரியவராகி விட்டார். தன் நண்பருக்கு மகிழ்ச்சியூட்டும் தோழராக, உதவியாளராக இருந்தார்.

மண்ட்லா மாவட்ட ஆட்சியரின் ஆணைப்படி போலீஸ் வந்தது. புதுடில்லியிலிருந்து எமெர்சன் மத்திய பிராந்தியங்களின் நிர்வாகத்துக்குச் சொல்லி, அவர்கள் மாவட்ட ஆட்சியருக்குத் தகவல் தெரிவித்திருந்தனர். இப்போது இருக்கின்ற சூழ்நிலையில்

எல்வின் கோண்டுகள் மத்தியில் இருப்பது நிலைமையைக் மோசமாகப் பாதிக்காமல் இருக்காது, தொந்தரவுகள் உருவாகலாம் என்று உள்துறைச் செயலர் நினைத்தார். 'அந்த மதகுரு மிகவும் பித்துப் பிடித்த இளைஞன். தனக்கென இந்தியாவில் ஒரு குறிக்கோள் இருக்கிறது என்று நம்புகிறான்.' (ஆங்கிலேய ஆட்சியின் பார்வையில், ஒருவர் அரசியலில் மாற்றுக் கருத்துக் கொள்வதற்கு அவருக்கு அளவுக்கு மீறிக் கலவரமடைகிற மனநோய் ஏற்பட்டிருப்பதுதான் காரணம்). எமெர்சன் எல்வினைச் சந்தித்தார். மத்திய பிராந்தியங்களின் முக்கியச் செயலர். அதற்கு முன்னர் எல்வினை அவர் சந்தித்ததில்லை. ஆனால், பம்பாயின் ரகசிய அறிக்கைகளைப் படித்தபின், எல்வின், தன் பொறுப்பில் இருக்கும் பகுதியில் இருக்க வேண்டாம் என்று முடிவெடுத்தார். 'எல்வின் புத்திசாலி இளைஞர். தனது நலனைச் சிறிதும் கருதாதவர். நல்லதையே நினைக்கிறார் ஆனால் தான் செய்வது மட்டுமே நல்லது என்றும், தனது பெருமையை ஒத்து ஊதுகிறவர்கள் நல்லவர்கள் என்றும் நினைக்கிறார்' என்று ஜபல்பூரின் ஆணையரை எச்சரிக்கை செய்தார்.

பெஷாவரில் இருந்த அவர்களது தோழர்கள் போலவே கரஞ்சியாவிலும் போலீஸ்காரர்கள் வழக்குத் தொடுப்பதற்கு வேண்டிய ஆவணங்களைக் கண்டுபிடிக்க முடியவில்லை. எல்வின் எழுதிய, 'இந்தியா பற்றிய உண்மை' என்ற நூலின் கையெழுத்துப் படியைத் தேடி அவர்கள் வந்தனர். அதை அவர் கரஞ்சியா வந்த முதல் சில வாரங்களில் எழுதினார். அந்த வருடக் கடைசியில் லண்டனில் அது பிரசுரமானது. ஆங்கிலேயர்கள் பேசும் அறம், அவர்களுடைய நடைமுறையிலிருந்து மிகவும் வேறுபட்டது என்பதை அதன் மூலம் மீண்டும் கவனத்துக்குக் கொண்டு வந்தார். சுதந்திரத்துக்காகப் போராடுபவர்கள் என்று கூறிக்கொள்கிறவர்கள், இந்தியத் துணைக்கண்டத்தை ஒரு மாபெரும் சிறைச்சாலையாக மாற்றிவிட்டனர். 'நமது அன்னியமான, தேவையற்ற, ஆடம்பரமான, பொறுப்பில்லாத ஆட்சியைத் திணிப்பதை விட்டு, ஆங்கிலேயர்கள் நட்பை வேண்டுகிற, நம்பிக்கையைத் தருகிற, காந்தியின் செய்தியைக் கேட்டு, அவர்கள் தூக்கி எறியும் முன்னால் நாம் அங்கிருந்து கிளம்பிவிட வேண்டும்'. ஒரு விமரிசகர் இந்தப் புத்தகம் பற்றி எழுதுகையில் 'எழுதியவர் காங்கிரஸைச் சார்ந்தவர் அல்ல. ஆனால், இதைவிடச் சிறப்பாகக் காங்கிரஸின் வாதத்தை எடுத்துச் சொல்ல முடியாது' என்று குறிப்பிட்டார்.

எல்வின் எழுதிக்கொண்டிருக்கையில், ஷாம்ராவ் ஆசிரமத்தைக் கட்டும் பணியில் இறங்கினார். இடம் டிகேரி டோலாவின் மீது இருந்தது; உள்ளூரில் இருந்த ஆட்கள் கட்டிட

வேலை செய்தனர்; மூங்கில், மண், புல் போன்றவைதான் கட்டிடச் சாமான்கள். மார்ச் மாதத்தில் கட்டிடம் முடிந்துவிட்டது. முன்பக்கம் ஐந்து சிறிய அறைகளுடன் சிறிய வீடு. பின்புறத்தில் ஒரு சிறிய தேவாலயம். இரண்டையும் சுற்றி ஒரு மண்சுவர். நடுவில் இடைவெளி. புலிகள், யானைகள் மற்ற மிருகங்களின் படங்களுடன் மண்சுவர் கோண்டு பாணியில் அமைந்திருந்தது; மிருகங்கள் தொடர்பான மூட நம்பிக்கைகளை இது வளர்க்கும் என்ற ஷாமின் ஆட்சேபணையை மறுத்து 'செயின்ட் ஃப்ரான்ஸிஸ் பெயரால் அமைந்த இந்த ஆசிரமம் ஒரு புது மிருகக் காட்சி சாலை' எல்வின் சொன்னார். ஆசிரமத்தில் காவிக் கொடி பறந்தது. அதற்கு மேல் ஒரு சிலுவை. கோயில் போல ஏறுவதற்குப் பல படிகள் அமைக்கப்பட்டிருந்தன. எல்லாம் சேர்த்து நூறு ரூபாய் அல்லது ஏழு பவுண்டுகள் செலவானது.

சுற்றுப்புறப் பகுதிகளை நன்கு அறிந்துகொள்ள, இரு நண்பர்களும் அமர்கண்டக்கில் இருக்கும் நர்மதை நதி தொடங்கும் இடத்தைப் பார்க்கச் சென்றனர். இந்து யாத்திரிகர்களுடன் நதியைச் சுற்றி வரும்போது, ஷாம்ராவின் மனதில் ஒரு அருமை யான உள்ளுணர்வு ஏற்பட்டது. (ஜெருசலத்திற்கு) புனித யாத்திரைக்குச் சென்றால், இது போன்று ஏதாவது நடக்கும் என்று முன்னரே கனவு கண்டிருந்தார். இறைவனின் வழிகள் வினோத மானவை. பல நூற்றாண்டுகளாக, ஆயிரக்கணக்கான மனிதர்கள் வெவ்வேறு கடவுள்களைத் தேடிய அந்த இடத்தில் அவருடைய ஆத்மாவையும் கடவுள் ஆசீர்வதித்தார். அனைவருக்கும் உண்மையான சகோதரனாகிவிட்டதால், காவி உடை அணிய எண்ணிக்கொண்டிருந்தார்.

ஷாம்ராவைப் பொறுத்தவரை, அரசியல் கூச்சல், குழப்பம் இவற்றிலிருந்து தள்ளி நின்று, உண்மை நிலையை அறிந்துகொள்ள வேண்டும். இதற்காகத்தான் நன்கு யோசித்து காட்டில் உட்பகுதி களுக்குச் செல்ல அவர்கள் முயற்சி செய்தனர். ஆனால் பாவம், எல்வின், சமூக சேவை செய்வதா? அரசியலில் ஈடுபடுவதா? அமைதியான சேவை செய்வதா? தியாக மரணம் அடைவதா? என்று ஊசலாடிக்கொண்டிருந்தார். ஒருபுறம், 'ஆத்மாவின் அமைதிக்கு, அரசியல் பரபரப்பு பொருத்தமான இடம் அல்ல' என்ற ஷாம்ராவின் கருத்தை ஆமோதித்தார். மறுபுறம், தான் 'எப்போதும் காங்கிரஸ் சார்பில் விசாரணைகள் நடத்தத் தயாராக இருப்பேன். நான் நிச்சயமாகக் கைது செய்யப்படுவேன்' என்று மீரா பென்னுக்குக் கடிதம் எழுதினார். கடற்படைத் தளபதியின் மகளான, மகதலீன் ஸ்லேட், காந்தியின் இயக்கத்தில் ஈடுபட்டுப் பலமுறை சிறை செல்ல முடியும் என்றால், ஒரு

ஆயரின் மகன் ஏன் அதைச் செய்ய முடியாது? மீரா பென் மீது கொண்ட சின்னப் பொறாமையும் இதில் வெளிப்படுகிறது. நான் இந்தியாவை எவ்வளவு நேசிக்கிறேன் என்று காட்ட, சிறை செல்ல எவ்வளவு ஏங்குகிறேன் என்பது தெரியுமா?' என்று எழுதினார். அவர் கனவுகளில்கூட இது ஒளிர்ந்தது; ஒருகனவில், கடைசி இந்தியக் குழந்தை விடுதலை பெறும்வரையில், பாவ மன்னிப்புப் பெறாத காரணத்தால் மகாராணி விக்டோரியா சொர்க்கத்துக்குச் செல்லாமல் கிடந்தார்.

ஒவ்வொரு வாரமும் போலிஸார் வந்தனர். மாவட்ட ஆட்சியரிடமிருந்து ஒரு கடிதம் வந்தது. "உங்கள் முந்தைய அரசியல் நடவடிக்கை காரணமாக நீங்கள் இங்கே இருப்பதை நாங்கள் விரும்பவில்லை." இவை, இருவரும் கைது செய்யப்படக்கூடும் என்பதைக் குறிப்பாக உணர்த்தின. அவர் மீது அரசியல் அதிகார வர்க்கம் நடவடிக்கை எடுக்கவில்லை; கிறித்தவத் திருச்சபையின் அதிகாரவர்க்கம்தான் நடவடிக்கை எடுத்தது. 'பேரரசருக்கு விசுவாசமாக இருப்பதாகவும், கிறித்தவ சட்டங்களுக்கு அடங்கி நடப்பதாகவும் உறுதிமொழி தந்தால் மட்டுமே மதகுருவாகச் செயல்பட அனுமதி கிடைக்கும்' என்று நாக்பூரின் ஆயர் கடிதம் எழுதினார். அரசியல் சட்டத்தை மீறி, சட்டவிரோத நடவடிக்கைகளில் ஈடுபடும் சட்டத்துக்குப் புறம்பான அமைப்பு, என்று அறிவிக்கப்பட்ட காங்கிரஸிடமிருந்து ஒரேயடியாக அவரைப் பிரிக்க இதுதான் வழி என்று ஆயர் நம்பினார். காரசாரமான விவாதம் தொடர்ந்தது. காங்கிரஸ் இந்திய மக்களின் பிரதிநிதி, அதன் குரல் இந்தியர்களின் குரல், காந்தி மிகவும் மேன்மையானவர், இன்று பூமியில் கிறித்துவைப் போல வாழும் ஒருவர் என்றும் எல்வின் வாதிட்டார். அவரைவிட மேற்பதவியில் இருப்பவர்களுக்கு இறையியல் பாடம் நடத்தினார். புனித அகஸ்டினின் வார்த்தைகளில் 'எல்லா வகைப் பழங்குடி மக்களையும் கூவியழைக்கும் நகரம் கிறித்தவச் திருச்சபை; சமகாலச் சூழ்நிலையில் திருச்சபை இந்தியாவில் இருக்கும் ஐரோப்பிய சங்கத்தின் உறுப்பினரில் தொடங்கி, பண்டித ஜவஹர்லால் நேருவை மிகத் தீவிரமாகப் பின்பற்றும் தொண்டர்வரை அன்புக் கரங்களால் அணைத்துக் கொள்ளவேண்டும் என்பதே இதற்கு அர்த்தம்.'இன்றைய நிலையில் யாரும் அரசியலையும் மதத்தையும் பிரித்து நோக்குவது இல்லை, அது தத்துவ ஞானத்திற்கும், இறையியல் நம்பிகைகளுக்கும் எதிரானது. அப்படிச் செய்வது என்னுடைய மொத்தச் சிந்தனைகளுக்கும் எதிரானது.

எல்வின் நடத்திய பாடத்தைக் கேட்டு ஆயர் வுட் கோபம் அடையவில்லை. ஆனால், வருத்தத்துடன் இவ்வாறு

பதிலளித்தார். 'காந்தி அவருடைய கட்சி ஆட்சிக்கு வந்தால், ஒருவகையான வேத காலக் கலாச்சாரத்தை, மதத்தை மீண்டும் நிறுவ விரும்புகிறார். கிறித்துவுக்கும் அவருக்கும் ரொம்பத் தூரம்'. அதற்கு மாறாக, எல்வினிடம் 'இயல்பாக உள்ள திறமையை, கடவுளின் சேவையில் பயன்படுத்தினால் ஆண்டவருடைய ராஜியத்தைப் பரப்ப முடியும்'. எல்வின் தான் பேசுவதை எல்லாம் நம்புகிறார் என்று வுட் நினைக்கவில்லை. 'அவருடன் தனியாகப் பேசிப் பார்ப்பதற்காகக் கரஞ்சியாவுக்குச் செல்வேன். அனைவருக்கும் தங்கள் தரப்பு வாதங்களை வைக்கப் போதிய அளவு வாய்ப்புத் தரவேண்டும் என்பதில் நம்பிக்கை உள்ளவன் நான்' என்று எழுதினார்.

வுட் ஏப்ரல் எட்டாந்தேதி கரஞ்சியா வந்தார். அவருடன் இரு மதகுருக்கள் வந்தனர். அவர்களில் ஒருவர் உல்ஸ்டர்மேன் என்ற ஏகாதிபத்திய வெறியர். அடுத்த நாள் ஆயர் பேச்சின் விவரங்களைத் தனக்கு மேலிருக்கும் குருவுக்கு நீண்ட கடிதமாக எழுதினார். நேர்காணல் மகிழ்ச்சி தந்தாலும், அதிருப்தியாக இருந்தது. எல்வின் எப்போதும் போல் துடிப்போடும் கவர்ச்சியாக இருக்கிறார், ஷாம்ராவ் அவருடைய ஆதரவில் இருக்கிறார். இதற்கு முன்னர் அவர்களைப் பார்த்த காலத்தில் இருவரும் கிறித்தவ சேவா சங்க முறைப்படி கதர்த்துணியில் பாதிரி உடை அணிந்திருந்தனர். இப்போது ஜிப்பாவும் வேட்டியும் அணிந்து கொண்டிருந்தனர். எல்வின், தலையை மூடாமல், காலணி அணியாமல், கறுப்புக் குடை வைத்திருந்தார். 'மதகுருவுக்கான எந்த அடையாளமும் இல்லை. தான் இந்துவாக மாறிவிட்டதாக நினைக்கிற நமது பேராசிரியர் பியர் சே போலத் தோன்றினார்'. ஆயர் ஆசிரமத்தைக் கண்டும் மகிழ்ச்சி அடையவில்லை. இது மலையின் மீது மிக அழகான, அருமையான இடத்தில் இருக்கிறது ஆனால் தற்காலிகமானது என்று பார்த்தாலே தெரிகிறது. மேற்கூரை ஓலைத்தட்டியால் வேய்ந்தது; கனமாகப் பருவ மழை பெய்தால் எல்லாம் காணாமல் போய்விடும் என்று நினைத்தார். அறையில் நாற்காலி, மேஜை எதுவும் இல்லை. தரையில் உட்கார ஜமக்காளம் விரிக்கப்பட்டிருந்தது. தேவாலயத்தில், திருப்பலி பீடத்தில் சிலுவையும் மெழுகுவர்த்திகளும் இருந்தன. இடதுபுறம், சிறையில் இருப்போர் பட்டியல் தொங்கவிடப்பட்டிருந்தது. அவர்களுக்காகப் பிரார்த்தனை செய்யவேண்டும். பட்டியலில் முதல் பெயர் மகாத்மா காந்தி. வலதுபுறம் அவருக்கினிய பெயர்ப் பட்டியல் தொங்கியது. அதில், கரஞ்சியாவில் புதைக்கப்பட்ட ஜெர்மனியைச் சேர்ந்த கிறித்தவ ஊழியர்களின் பெயர்கள் இருந்தன.

முறையான பேட்டி தொடங்கியது. 'சாதாரணமாகக் கிறித்தவ ஊழியம் செய்கிற இடம் மாதிரி இந்த ஆசிரமம் இருக்காது. யாருடைய மத நம்பிக்கையிலும் தலையிடாது' என்று எல்வின் சொன்னார். ஆயர், ஒரு கேள்வி கேட்டார் "செல், போதனை செய், திருமுழுக்குச் செய்' என்று இறைவன் சொன்னார். காந்தியோ செல், போதனை செய், ஆனால், திருமுழுக்குச் செய்யாதே' என்கிறார். நீ யாரைப் பின்பற்றுவாய்?". வெ. எல்வின் வருத்தமுற்றார். "போதிப்பது எங்கள் வேலை, ஆனால் யாரையும் கிறித்தவனாக நிச்சயமாக மாற்ற மாட்டோம்" என்று பதில் அளித்தார். அதற்கு வுட் 'கிறித்தவ நிறுவனங்களின் எல்லா வசதிகளையும் அனுபவித்துக் கொண்டு, மத மாற்றத்தில் மட்டும் ஈடுபடாத, ஒய்.எம்.சி.ஏவின் கருத்து இது' என்று தூக்கி எறிந்து பேசினார்.

பின்னர் அரசியல் நிலைமை குறித்து விவாதித்தனர். 'அப்போது, முதல் உலகப் போரில் மதகுருவாகப் பணியாற்றி, மற்றவர்களைக் கொலை செய்வதையே பணியாகக் கொண்டிருந் தவர்களுக்கு வுட் தார்மீக ஆதரவு கொடுத்தார்' என்று எல்வின் அவருக்கு நினைவூட்டினார். அந்த விவாதத்தை, மூன்று ஆண்டு களுக்குப் பிறகு எல்வின் பதிவு செய்திருக்கிறார். 'நானும் உண்மை அஹிம்சை என்னும் ஆயுதங்களை வைத்துக்கொண்டு ஹிம்சை ராணுவத்துடன், போரில் பணியாற்றினேன்.' விவாதத்தில் வென்றதாக ஆயர் தன்னுடைய குறிப்புகளில் நினைவுகூர்ந்தார். "எல்வின் ரொம்பவும் உணர்ச்சிவசப்பட்டுப் பேசினார். இந்திய அரசாங்கத்தின் பெரும் எதிரியாக இருப்பதுதான் பேரரசருக்குச் செய்யும் சிறந்த சேவை' என்று அவர் எழுதினார். வுட் அதை இவ்வாறு மறுத்தார் '1895, 96, 97, 1899 – 1900 ஆண்டுகளில் இருந்த பெரும் பஞ்ச காலத்தில் அரசாங்கம் மட்டும் இல்லையென்றால், அதன் அதிகாரிகள் தியாகம் செய்யாமல் இருந்திருந்தால், இன்று சாத்தானின் அரசாங்கம் என்று சாபமிட்டுக் கொண்டிருக்கும் பல காங்கிரஸ்காரர்கள் உயிரோடு இருந்திருக்க மாட்டார்கள். ஷாம்ராவ்கூட பஞ்ச காலத்தின் பிள்ளைதான்" என்று உள்ளார்த்தத்துடன் குறிப்பிட்டார்.

"திருச்சபையுடன் எந்த மாதிரித் தொடர்பு வைத்துக்கொள்ள விரும்புகிறாய்? என்று எல்வினிடம் கடைசியாகக் கேட்டார். சி.எஃப். ஆண்ட்ரூஸ் போல தன் மதகுரு வேலையை நிராகரித்து விட்டு மதத் துரோகம் செய்வாரா? 'மதகுரு பணியை விட மாட்டேன்' என்று எல்வின் சொன்னார். லண்டன் ஆயர் ஒருவரை எல்வின் உதாரணம் காட்டினார். லண்டனின் ஆயர் போல்ஷ்விக் ஒருவரை மதகுருவாக்கினார். அந்த மதகுரு

அரிவாள் – சுத்தியல் பதித்த கொடியை தன் ஆலயத்தின் மீதிருந்த சிலுவையில் பறக்கவிட்டார். (அனேகமாக அப்படிச் செய்தவர் கிறித்தவ சேவா சங்கத்தில் அவருடன் இருந்த ஆலிவர் ஃபீல்டிங்–கிளார்க் ஆக இருக்கலாம்). அவருடைய பிரிவின் மதகுருக்கள் தேவாலயத்தின் மீது இங்கிலாந்தின் கொடியைப் பறக்க விடுகிறார்கள் என்பதைச் சுட்டிக் காட்டினார். அது தன்னுடைய அனுமதியின்றி நடந்தது என்றார் ஆயர். செஞ்சிலுவைச் சங்கத்தின் கொடியை மட்டும் பறக்கவிட அனுமதி தந்ததாகச் சொன்னார். அதுவரை அமைதியாக இருந்த ஷாம்ராவ் அப்போது சொன்னார் 'ரத்தக் கறை படிந்த செஞ்சிலுவைச் சங்கம்'. ஆயருடன் வந்தவர்களும் விவாதத்தில் இறங்கினர். எல்வின் ஆங்கிலப் பேரரசையும் அதன் கொடியையும் அவமதித்துவிட்டார் என்று உல்ஸ்டர்மேன் கொதிப்படைந்தார். துரோகி, ஓடுகாலி என்று இன்னும் பல பெயர்களில் அழைத்தார். அத்துடன் பேட்டி முடிந்தது. வந்தவர்கள் தேநீர்கூட அருந்தாமல் கிளம்பிவிட்டனர்.

'எல்வினுடைய கருத்துகள் நஞ்சாக இருந்தபோதிலும் அவரை ரசிக்காமல் இருக்க முடியவில்லை இப்போது, அவருடைய இந்த மனநிலையில், மதகுருவாகப் பணிபுரிய அனுமதி தர முடியாது. ஆனால் கிறித்துவின் ராஜ்யத்தை விரிவாக்க, தன்னுடைய அசாதாரண சக்தியை அர்ப்பணிக்கும் நிலைக்கு வருவார்' என்று நம்பிக்கை தெரிவித்தார். காங்கிரசையும், கதராடையையும் விட கிறித்துவுக்கு முதலிடம் கொடுத்தால், மிகச்சிறந்த, முழுமையான கிறித்துவின் ஊழியராக வருவார். எனக்கு அவரைப் பிடிக்கும். ஆனால் ஷாம்ராவைப் பிடிக்காது. எல்வினை அந்த இடத்தில் பிடித்து வைத்திருக்கத்தான் அவர் இருக்கிறார். அவர் முரட்டு முட்டாள் மராத்தியர். அவர்கள் இந்திய இனங்களிலேயே அதிகம் பிடிவாதம் உடையவர்கள்.'

இது ஷாமைப் பற்றி நேர்மையற்ற விமரிசனம். அவர் எல்வினுடைய தொண்டராக அவரைப் பின்தொடர்ந்து சென்றார். அவரை வழிநடத்தவில்லை. உண்மையில் இருவரும் ஆயருடன் நடந்த உரையாடலில் ஆயருடைய மனோநிலை கண்டு அதிர்ச்சி அடைந்திருந்தனர். வுட்டைவிடத் திருச்சபையில் உயர்பதவி வகிப்பவருக்கு அவர் எழுதினார் 'வுட் தனக்கு அனுமதி தரவில்லையெனில் நாங்கள் ஒன்றும் முணுமுணுக்கப் போவதில்லை. எங்கள் பக்கம் இளமை இருக்கிறது. எங்கள் வேலையை அங்கிகரிக்கப் பத்து, இருபது ஆண்டுகள் எங்களால் காத்திருக்க முடியும். என்ன நடந்தாலும், எனக்குத் திருமுழுக்கு செய்த, மதகுருவாக்கிய திருச்சபை மீது இருக்கும் விசுவாசத்தை அசைக்க முடியாது.' மகாத்மா காந்தியிடமிருந்து மிகுந்த புரித லுடன் வந்த நெஞ்சைத்தொடும் கடிதம் அவருக்கு இன்னும்

உறுதி தந்தது. (இந்து) மதத்தின் ஆயர்களுடன் பல சண்டைகளின் களம் கண்ட அனுபவசாலியான காந்தி இவ்வாறு எழுதினார் "ஆயர் சொன்னதை மனதில் வைத்துக்கொள்ள வேண்டாம் என்று கோருகிறேன். உலகம் முழுவதும் உனது பிரசங்க மேடை. நீல வானம் உனது தேவாலயத்தின் கூரை.' 'ரோமன் திருச்சபையோ, ஆங்கிலத் திருச்சபையோ, ஹை சர்ச்சோ (High Church) அல்லது லோ சர்ச்சோ (Low Church) அங்கே முக்கியமாகக் கிறித்துவின் செய்தியை மறுக்கிறார்கள். ஆயர் அவரைத் திருச்சபையை விட்டு விலக்கி வைப்பது ஒன்றே உண்மை உன்னிடம் இருக்கிறது என்பதற்கான அடையாளம்' என்று காந்தி நினைத்தார். நிறையச் சம்பளம் வாங்கும் அவருடைய தொண்டர்களுக்குக் கிறித்து சொந்தமில்லை என்று காட்ட, முன்பொருமுறை எல்வின் சொன்ன யோசனையைக் காந்தி ஏற்றுக்கொண்டார். அதன்படி ஒவ்வொரு வெள்ளியும் கிறித்தவப் பாடலான "வழிகாட்டும் தயைமிகு ஒளியே' என்ற பாடலின் குஜராத்தி மொழிபெயர்ப்பை வெள்ளிக் கிழமை 7.30 மணிக்குப் பாடுகிறோம். நீங்கள் விரும்பினால் அதே நேரத்தில் எங்கிருந்தும் அதைப் பாடலாம் என்று எழுதினார்.

எல்வின் செயின்ட் ஃப்ரான்ஸிஸின் வாழ்விலிருந்து மனத் தைரியம் கொண்டார். இந்தியக் கிறித்தவ இலக்கியச் சங்கம் சார்பில் அவரைப் பற்றி ஆய்வு செய்ய, அவருடைய பல வாழ்க்கை வரலாற்று நூல்களைப் படித்துக்கொண்டிருந்தார். ஏழைகளிடம் அன்பு செலுத்துவதில், அன்பு வழியில் நடப்பதில், புனிதர் ஃப்ரான்ஸிஸ் காந்தியைப் போலவே நடந்துகொண்டார். ஆனால் மகாத்மாவின் உணவு முறைகளைப் பற்றிக் கவலைப்பட மாட்டார்; அல்லது அரசியல் விவகாரங்களில் ஆர்வம் காட்டமாட்டார். அவருடைய வாழ்வு மராத்திப் பக்திக் கவிஞரான துக்காராமின் வாழ்க்கையைப் போல இருந்தது. அவரைப் போலவே நல்ல வசதியான குடும்பத்தில் பிறந்தவர், ஏழ்மையின் மீது அன்பு கொண்டு, கடவுள் பக்தியில், தேசாந்தரியாகப் பாடல்கள் பாடிக் கொண்டு அலைந்து திரிந்தார். துக்காராம், ஃப்ரான்ஸிஸ் இருவரும் விலங்குகளையும் நேசித்தனர்; இருவரிடமும் தன்னடக்கம் மிக அதிகம். எல்லாத் தடைகளையும் மீறிச் செல்லும் பேரானந்தம் கொண்டவர்கள். மரபுக்கு முற்றிலும் எதிரானவர்கள். அன்பில் மூழ்கியவர்கள். 1932இல் அந்தப் புத்தகம் எழுதும்போது தனக்கும் ஃப்ரான்ஸிஸுக்கும் ஒப்புமை இருப்பதை அதிக வியப்பின்றி எல்வின் கண்டுகொண்டார். அசிசியின் புனித ஃப்ரான்ஸிஸ் திருச்சபையின் உறுப்பினராக இருந்தாலும், சுதந்திரமாக இருந்ததால், அவருடைய ஆயர் ஃப்ரான்ஸிஸை பணி செய்ய அனுமதிக்கவில்லை என்று எல்வின் தெரிந்துகொண்டார்.

ஃப்ரான்ஸிஸ் திருச்சபையின் உறுப்பினராக இருந்தது, பின்னர் மலர்ந்த அவருடைய சுதந்திரத்தைத் தடைசெய்யவில்லை. ஆயருடன் தொடர்பில்லாமல் ஃப்ரான்ஸிஸ் தன் பிரிவை நிறுவினார். சாதாரண மனிதனாக இருக்கும் போதே (எந்தத் திருச்சபையின் கட்டுப்பாடும் இன்றி,) சுதந்திரமாக நற்செய்தி ஊழியம் செய்தார். மத்திய காலத்தில் திருச்சபை ஒரு இரும்புச் சட்டகமாக, மிகக் கட்டுப்பாடக இருந்தது என்பது தற்காலத்தில் பகுத்தறிவுடன் செய்யப்படும் கற்பனை. இந்த மாதிரி விதிவிலக்குகள் இதை சுட்டிக் காட்டுகின்றன.

ஆயருடன் சண்டையிட்டுக்கொண்டும் செயின்ட். ஃப்ரான்ஸிஸ் பற்றி எழுதிக்கொண்டும் இருந்த எல்வின் ஆசிரமத்தின் வளர்ச்சிக்கு ஒரு வேலையும் செய்யவில்லை. இதனிடையில் தன் மகனை மூன்று வருடங்களாக பார்க்காத திருமதி எல்வின், கோடை விடுமுறைக்கு வீட்டுக்கு வருமாறு கடிதம் எழுதினார். இந்தியாவை விட்டுச் சென்றால் மீண்டும் தன்னை வர விட மாட்டார்கள் என்று கவலைப்பட்டார் எல்வின். ஜுலை மாதம் அவரது பாஸ்போர்ட் காலாவதி ஆகிவிடும். முன்னெச்சரிக்கையாக அவர் பம்பாயிலிருக்கும் பாஸ்போர்ட் அதிகாரியைச் சந்தித்தார். சில சட்டச் சிக்கல்களால் இங்கே அதைப் புதுப்பிக்க முடியாதென்றும், லண்டன் சென்றதும் அதைப் புதுப்பிக்க எந்தக் கஷ்டமும் இல்லை என்றும் அந்த அதிகாரி சொன்னார். பதிலால் திருப்தியுற்று, இங்கிலாந்தில் நான்கு மாதங்கள் தங்கியிருக்கத் திட்டமிட்டார். அம்மாவைப் பார்க்க வேண்டும், ஆசிரமத்துக்கு நிதி திரட்ட வேண்டும், கடைசியாக, இந்தியாவில் என்ன நடக்கிறது என்பதைச் சொல்லி நண்பர்களின் மனச்சாட்சியைத் தூண்ட வேண்டும். ஐரோப்பாவில் தன்னுடன் ஒத்த கருத்துடையவர்கள் இருக்கக்கூடும். தன்னைக் காணவும், தன்னுடன் விவாதிக்கவும் தயாராக இருக்கும் கிறித்தவர்களைச் சந்திக்க வேண்டும். எல்வின் இங்கிலாந்து சென்றிருக்கும் சமயத்தில், ஷாம்ராவ் தக்கர் பாபாவின் பில் சேவா மண்டல், தென்னிந்தியாவில் திருப்பத்தூரில் இருக்கும் ஒரு கிறித்தவ ஆசிரமம் இரண்டிலும் தங்கி ஆசிரமம் எப்படி நடத்த வேண்டும் என்று கற்றுக்கொள்ள வேண்டும்.

❍ ❍ ❍

லண்டன் கிளம்புவதற்கு முந்திய நாள் எல்வின் ஒரு அறிக்கை வெளியிட்டார். கோண்டுகளிடம் பணி செய்யச் சென்றதால், காங்கிரஸ்மீது தான் நம்பிக்கை இழந்துவிட்டதாக வரும் வதந்திகளை மறுத்தார். காங்கிரஸ் ஒன்றுதான் இந்திய

மக்களைப் பிரதிநிதித்துவப்படுத்தும் ஒரே அரசியல் அமைப்பு. இருபதாம் நூற்றாண்டில் நடந்த மிக முக்கியமான அரசியல் நிகழ்ச்சி காந்திய லட்சியவாதம் எழுந்ததாகும். எல்வின் காட்டி லிருந்து வெளியில் வந்து மிகுந்த மகிழ்ச்சியுடன் அரசியல் சூறாவளியில் தற்காலிகமாக மூழ்கினார். ஐரோப்பாவில் தங்கி இத்தாலி, ஃப்ரான்ஸ், ஸ்விட்சர்லாந்து இங்கெல்லாம் இருக்கும் இந்திய ஆதரவாளர்களைச் சந்தித்தார். மகாத்மா காந்தியின் மிகப் புகழ்பெற்ற வரலாற்றை எழுதிய ரோமன் ரோலண்டை வில்லென்வியரில் அவர் இல்லத்தில் சந்தித்தார். லண்டனை அடைந்ததும் தன் குடும்பத்தினரைச் சந்தித்தார். அவரைச் சந்திக்க உலகறிந்த குவேக்கர்களான அகதா ஹாரிஸன், பேராசிரியர் ஹொரேஸ் அலெக்ஸாண்டர் இருவரும் வந்தனர். இருவரும் காந்தியின்பால் ஈர்க்கப்பட்டவர்கள். லண்டனில் ஈஸ்ட் எண்ட்டில் அன்று மாலையில் அவரது முதல் பொதுக் கூட்டம் ஏற்பாடு செய்யப்பட்டிருந்தது: 'பாபு அதை விரும்பியிருப்பார்' என்று அவர் நினைத்தார். கூட்டத்துக்குத் தலைமை தாங்கியவர், பிரிட்டிஷ் பாராளுமன்றத்தின், ஹவுஸ் ஆஃப் காமன்ஸ் (பொதுமக்கள் சபை)இல் தொழிலாளர் கட்சியைச் சார்ந்த எதிர்க்கட்சித் தலைவர், ஜார்ஜ் லான்ஸ்பரி. அடுத்த நாள், யுஸ்டனில், ஃப்ரெண்ட்ஸ் ஹவுஸ் என்ற குவேக்கர்களின் தலைமையகத்தில், இந்திய சமாதானக் குழு, இந்தியா லீக், ஃப்ரெண்ட்ஸ் ஆஃப் இந்தியா ஆகியவை ஏற்பாடு செய்த கூட்டத்தில் பேசினார்.

அங்கும் இங்கும் ஓடியாடி நண்பர்களைச் சந்தித்து, கூட்டங்களில் பேசும் வேலைகளுக்கிடையில், ஆக்ஸ்போர்டில் இருக்கும் தன்னுடைய வீட்டிலும் நேரம் கழித்தார். மதம் பற்றிய அவருடைய கருத்துக்களால் அவருடைய அம்மா மிகவும் மனத்துயர் அடைந்திருந்ததைக் கண்டார். அம்மா இந்தியாவைப் பற்றிய கருத்துக்களில் நம்முடன் இருக்கிறார், ஆனால் மதத்தைப் பொறுத்த அளவில் அவர் மிகவும் வித்தியாசமாகப் பேசுகிறார். (காந்தியும் மகாதேவ தேசாயும் முந்திய ஆண்டில் அம்மாவைச் சந்தித்து அவருடைய அரசியல் கருத்துக்களை மாற்றி இருந்தார்கள்). தன் நண்பர்களை அம்மாவுக்காகப் பிரார்த்திக்கச் சொன்னார். 'அவளுடைய புராட்டஸ்டெண்ட் நம்பிக்கை பெரும் தடையாக இருக்கிறது. வெறி போன்ற நம்பிக்கை. அவருடைய பழைய இயக்குனர் எஃப். டபிள்யு. க்ரீன் 'ஆயர் அனுமதி தர மறுத்தாலும் அவர் ஆராதனை செய்யலாம்' என்று சொன்னதும் ஏ.பி.ஆர். ஹவுஸில் இருந்த ஆலயத்துக்கு ஓடினார். ஆனால் ஒரு கத்தோலிக்கர் போல் உடையணிந்து மதச் சடங்குகளை நடத்தியதால், அம்மா அவர் மூலம் திருப்பலி பெற மறுத்தார்.

ஜூலை மாதக் கடைசியில் எல்வின் புது பாஸ்போர்ட் பெற விண்ணப்பித்தார். ஜார்ஜ் லான்ஸ்பரி அதில் பரிந்துரைத்து ஒப்பம் இட்டிருந்தார். மற்ற எல்லாக் காரணங்களையும் சேர்த்து அதுதான் கோபமூட்டுவதற்கான தலையாய காரணமாக இருந்தது. பம்பாய் பாஸ்போர்ட் அதிகாரி பொய் சொல்லியிருக்கிறார் என்று அப்போதுதான் தெரியவந்தது. புதுப்பிக்கும் அதிகாரம் அவருக்கும் இருந்தது. ஆனால் அப்படிச் செய்ய வேண்டாம் என்று அவர் அறிவுறுத்தப்பட்டிருந்தார். ரோம், பாரிஸ், நேபிள்ஸ், லியொன்ஸ் என்று வழியில் எங்கேல்லாம் தூதரகங்களுக்குப் போக வாய்ப்பு இருந்ததோ அங்கேல்லாம் அவர் விண்ணப்பத்தை ஏற்கக் கூடாது என்று தந்தியில் எச்சரிக்கை செய்திருந்தார்கள். இந்திய அரசாங்கம் லண்டனில் உள்துறைச் செயலருக்கும், 'இந்தத் தொந்தரவு' இந்தியாவை விட்டு வெளியேறினால் நல்லது என்று செய்தி அனுப்பி இருந்தது. உள்துறைச் செயலருக்கும், இதே கருத்து இருந்தது. அவர் இங்கிலாந்தில் வந்திறங்கிய வாரத்தில் அங்கிருந்து வெளிவரும் இந்திய ஆதரவாளர்களால் நடத்தப்படும் ஒரு பத்திரிகை, அவர் எழுதிய ஒரு கட்டுரையைப் பிரசுரித்திருந்தது. அதில் அவர் அழகான பறவை மீது காலால் மிதிக்கும் மிகப்பெரிய உருவங்கொண்ட கோபக்காரனாக ஆங்கில ஆட்சியை வர்ணித்திருந்தார். அந்த உருவகம் உள்துறைச் செயலருக்கும் அவருடைய ஆட்களுக்கும் சினமூட்டியது: இது போன்ற எழுத்துக்கள் இந்திய இளைஞர்கள் ஆங்கிலேயரைக் கொலைசெய்யத் தூண்டுவதாகச் சொன்னார்கள்.[35]

புது பாஸ்போர்ட் கிடைக்கும் என்றும் ஆனால் 'அது இந்தியாவில் செல்லாது' என்று முத்திரை குத்தப்படும் என்றும் எல்வினுக்கு ஜூலை 29ஆம் தேதி கடிதம் வந்தது. அவர் உலகத்தில் எங்கும் அல்லது ஆங்கிலப் பேரரசில் எங்கும் போகலாம் (ஏறக்குறைய இரண்டும் ஒன்றுதான்). ஆனால் ரொம்பவும் போக விரும்பிய இடத்துக்குச் செல்ல முடியாது. எல்வின் மனம் உடைந்து போனார். தான் கோண்டு மக்களுக்குச் செய்யும் பணி அரசியலுக்கு முற்றிலும் அப்பாற்பட்டது என்று உள்துறைச் செயலருக்கு விளக்கிக் கடிதம் எழுதினார். எப்படி இருந்தாலும், செயின்ட் ஃப்ரான்ஸிஸின் கொள்கையைப் பின்பற்றும் ஒருவர், கிறித்துவுக்காகத் தொலைதூரக் காடுகளில் மத்திய பிராந்தியத்தில் செய்யும் வேலை இந்தியாவில் சட்டம் ஒழுங்குப் பிரச்சனையாக எப்படி ஆகும்? என்று அவருக்குத் தெரியவில்லை. அவர் பம்பாய் அதிகாரியின் பொய்த்தந்திரம் பற்றிப் புகார் செய்தார்; இப்படித் தெரிந்திருந்தால், பயணத்தை ரத்து செய்திருந்திருப்பார். ஏனெனில்,

உடல் நலக்குறைவு ஏற்பட்டாலும், இந்தியாவிலிருந்து வெளியேற்றப்படும் ஆபத்துக்கான வாய்ப்பை ஏற்படுத்தி யிருக்கவே மாட்டேன். என் வீடு இந்தியாவில் இருக்கிறது, என் வேலை, என் புத்தகங்கள், என் எழுத்துக்கள், எல்லாம் இந்தியாவில் இருக்கின்றன. என்னை நம்பி, ஏழைகளுக்காக வேலை செய்ய எல்லாவற்றையும் விட்டு விட்டு, தங்களை அர்ப்பணித்த இந்திய கிறித்தவக் குழுவினர் இருக்கிறார்கள். அவர்களுக்கு நான் பொறுப்பு. என்னால் இங்கிலாந்தில் வாழ முடியாது. இங்கிலாந்தில் நான் எதுவும் செய்வதற்கு இல்லை.'

நேரடியாகப் பேசினால் எதுவும் நடக்காதென்று ஆங்கிலேய ஆட்சியை நன்கறிந்த எல்வினுக்குத் தெரியும். சர்வதேச நற்செய்தி ஊழியர் மன்றத்தின் *(International Missionary Council)* செயலர், வில்லியம் பேட்டனைத் *(William Paton)* தொடர்பு கொண்டார். சுதந்திர மனப்பான்மை கொண்ட அவருக்கு இந்தியாவைப் பற்றி விரிவான அனுபவங்கள் இருந்தன. பலமுறை புனே ஆசிரமத்திற்கு வந்திருக்கிறார்; இங்கிலாந்தி லிருக்கும் இன்னும் சொல்லப்போனால், 'இந்தியா அலுவலகம்' 1931இல் சி.எஸ்.எஸ் சகோதரர்களின் நடவடிக்கைகள் பற்றி அறிக்கை தருமாறு அவரைக் கேட்டுக்கொண்டது. 'எல்வின் ஆட்களைக் கவரும் ஆளுமை உள்ளவர், குறிப்பிடத்தக்க அறிஞர், அவர் கொஞ்சம் நிதானமாக நடந்துகொள்ள வேண்டும் என்று அறிவுறுத்த முயற்சி செய்வேன்' என்று அந்த நேரத்தில் பேட்டன் எழுதியிருந்தார். இந்தியாவில் வேலை செய்யும் ஆங்கிலேய மதகுருக்கள் இனத்தின் அடிப்படையில் பிரிவுகள் ஏற்படுத்தியதைக் கண்டு பேட்டன் மனம் வருந்தினார். 'எல்வினும், லியனார்ட் ஸ்கிஃப்ஃபும் சில விஷயங்களில் முட்டாள்தனமாகப் பேசியும் செயல்பட்டும் வந்தாலும், பல தொந்தரவுகளை ஏற்றுக்கொண்டு இனப் பிரிவினைகளைக் கடந்து பணியாற்ற முயன்றார்கள். தங்களை இந்தியர்களுடன் இணைத்துக்கொண்டார்கள். அதில் அவர்கள் வெற்றிபெறும் அளவில், உண்மையான நன்னம்பிக்கை தரும் கருவிகளாகிறார்கள்.'

இந்தத் தடவை பேட்டனிடம் உதவி நாடியது அதிகார வர்க்கம் அல்ல, கலகக்காரர். எல்வின் அவரிடம் 'என்னை இந்தியா சென்று கோண்டுகளுடன் இருக்க அனுமதித்தால், அரசியலில் ஈடுபடமாட்டேன் என்று நான் உறுதிமொழி கொடுக்கத் தயார்' என்று சொன்னார். இதை இந்தியா அலுவலகத் துக்குத் தெரிவித்தார். 'இப்படித் தன்னலமற்ற, கிறித்தவனாக இருக்கும் ஒருவர், தொலைநோக்கில் பார்த்தால், நல்லதைத்

தவிர வேறெதையும் செய்ய முடியாது. ஏனெனில், அவரால் இந்தியர்களை இன்னும் நல்ல மனிதர்கள் ஆக்க முடியும், இன உணர்வை தகர்க்க முடியும்.

எல்வின், இன்னும் சில தந்திரங்கள் செய்தார். தன் நண்பர்களில் செல்வாக்கு மிகுந்த இன்னொருவரை அணுகினார். தற்காலிகமாக இங்கிலாந்து வந்திருந்த திருமதி கிரஹாமுக்கு 31ஆம் தேதி ஜூலையில் கடிதம் எழுதினார். அவருடைய கணவர் அதற்கு முன்னர் சிந்து மாகாண கவர்னராக நியமனம் பெற்றிருந்தார். திருமதி கிரஹாம் கணவருடன் சிந்து மாகாணம் செல்ல ஏற்பாடுகள் செய்துகொண்டிருந்தார். எல்வின் உறுதிமொழி தருவது பற்றி எழுதினார். 'கரஞ்சியாவில் அழகாகத் தொடங்கிய வேலையைத் தொடரவே அங்கு செல்ல விரும்புகிறேன். ஆனால் நான் இங்கிலாந்தில் இருக்க வேண்டிய நிர்ப்பந்தம் ஏற்பட்டால், எல்லா விதமான அரசியல் நடவடிக்கைகளிலும் இறங்க வேண்டியிருக்கும்' என்றும் குறிப்பிட்டார்.

அரசாங்கத்தின் பார்வையில், எல்வின் மிகவும் நியாயமற்ற, இரக்கமற்ற எதிரியாக இருப்பதாக, திருமதி கிரஹாம் கடிதம் எழுதினார். எல்வின் அதற்குப் பதில் அளிக்கையில், 'நான் அனைத்தையும் கீழே இருந்து பார்க்கிறேன் நீங்கள் மேலே இருந்து பார்க்கிறீர்கள். மிகவும் வேறு மாதிரியாகத் தெரியும். எது எப்படி இருந்தாலும், அது கடந்துபோன காலம், கடவுள் இப்போது என்னைக் கோண்டுகளிடம் போகச் சொல்லுகிறார். தங்கள் கணவர் அரசாங்கத்திடம் சொல்லி என்னிடம் ஒரு 'கௌரவமான' உறுதிமொழி கேட்கும்படி செய்ய முடியாதா?' இப்போது அவர் விடுத்த அச்சுறுத்தல் மிகவும் வன்மையாக இருந்தது. தான் போகவில்லை என்றால், அவருடன் பணிபுரிந்தவர்கள் திருச்சபையை விட்டு விலகிச் சென்றுவிடுவார்கள், தங்களுக்கு மிகவும் நெருக்கமான புனிதச் சடங்குகளிலிருந்தும் ஒதுங்கிவிடுவார்கள். அவர்கள் புனிதச் சடங்குகளைத் தொடரவேண்டும் என்பதற்காகவும் அவர்களுக்காகவும் எந்த நிபந்தனையையும் ஏற்றுக்கொள்ளத் தயாராக இருக்கிறேன்.'

ஜாடையாகச் சொல்வது, மிகைப்படுத்துவது, தந்திரமாகப் பயமுறுத்துவது எல்லாம் தனது நேயர்களை அறிந்த, அவர்களை எப்படி மடக்கலாம் என்று புரிந்த எழுத்தாளரின் அடையாளம். சர் லான்ஸ்லொட் கிரஹாம், உறுதிமொழியில் எல்வின் கையெழுத்திட்டால் அதைக் காப்பாற்றுவார் என்ற தனது பரிந்துரையுடன் 'இந்தியா அலுவலக'த்திற்கு கடிதங்கள்

எழுதினார். லண்டன், இந்திய அரசாங்கத்திடம் கருத்துக் கேட்டது. இந்திய அரசாங்கம் விட்டுக் கொடுக்கத் தயாராக இல்லை. என்னதான் உறுதிமொழி தந்தாலும் 'அவரால் கெடுதல் வராது' என்று சாதாரணமாக நாம் எடுத்துக்கொள்ள முடியாது என்று மத்தியப் பிராந்தியத்தின் தலைமைச் செயலர் குறிப்பிட்டார். அவரது கடந்த கால நடத்தையைப் பார்த்தால் அவர் மனம் ஒரு நிலையில் நில்லாதது. அவர் இந்தியாவை விட்டுச் சென்று, திரும்பிவரவில்லை என்றால், இந்திய அரசாங்கத்துக்கு நல்லது என்பதில் சந்தேகம் இல்லை. ஒன்று மட்டும் தெளிவு. குழம்பிய குட்டையில் மீன் பிடிப்பதற்காக மட்டும் அவர் இந்தியா வரவில்லை. அதற்கு மேலும் ஏதோ இருக்கிறது என்று ஒரு உள்துறை அதிகாரி எழுதினார். எந்த வகையிலும் அவரை நம்பிவிட முடியாது. அவர் கொடுக்கும் உறுதிமொழியை அப்படியே எடுத்துக்கொள்ளவதும் நடக்கக் கூடியதாக இல்லை.

உள்துறைச் செயலர் எம்.ஜி. ஹால்லெட்டுக்கு இந்தக் கருத்துக்கள் அனுப்பப்பட்டன. ஆகஸ்ட் 23ஆம் தேதி, ஹால்லெட் எல்வினை, அவருடைய நலன் கருதியும், அரசின் நலம் கருதியும் திரும்ப அனுமதிக்க வேண்டாம் என்று எழுதினார். தன்முன் இருக்கும் சான்றுகளை வைத்துப் பார்க்கும்போது, மதகுரு உண்மையிலேயே காங்கிரஸிலிருந்து தொடர்பைத் துண்டித்துக்கொள்வார் என்பது சந்தேகம் என்று எண்ணினார். மறுநாள் அவரைச் சந்திக்க சர் லான்ஸ்லொட் கிரஹாம் வந்தார். அவருடைய மனைவிக்கும், எல்வினுக்கும் நடந்த கடிதப் பரிமாற்றங்களையும், அதற்கு ஆதரவாகத் தன்னுடைய பரிந்துரையும் கொண்டு வந்தார். தன்னுடன் வேலை பார்க்கும் கிரஹாமின் சொந்த சிபாரிசையும் தனக்குக் கீழ் வேலை பார்ப்பவர்களின் குறிப்புகளையும் நோக்கிய ஹால்லெட் மனம் மாறினார். கோண்டுகள் வசிக்கும் காடுகளில் எல்வின் தொந்தரவு தராமல் இருப்பார். தன் வாழ்வின் குறிகோளில் இருந்து ஒரு மனிதனை விலக்கி வைப்பது கடினம் என்று கிரஹாம் அவரை ஒப்புக்கொள்ள வைத்தார். அவரைத் திரும்பிச் செல்ல அனுமதிக்கும் முடிவைத் துணிந்து எடுக்கலாம் என்று ஹால்லெட் கருதினார். பின்பற்றுவதைத் தவிர வேறு வழியில்லாத ஒரு உறுதிமொழியைத் தானே தயாரிப்பதாகவும், அரசியலில் எல்வின் இறங்குவதை அது கட்டுப்படுத்தும் என்றும் எண்ணினார்.

இந்திய அரசு அலுவலகத்தால் ஒப்புக்கொள்ளப்பட்ட, அந்த உறுதிமொழியின்படி வெ.எல்வின்

(1) கோண்டுகள் மத்தியில் நற்செய்தி ஊழியம் செய்வதுடன் நடவடிக்கைகளைக் கட்டுப்படுத்திக்கொள்ள வேண்டும்

(2) ஒத்துழையாமை இயக்கத்திலோ அல்லது வேறு எந்த அரசியல் இயக்கத்திலோ பங்குபெறக் கூடாது.

(3) அரசியல் போராட்டங்களில் ஈடுபடுவோருடன் தொடர்பு கொள்வதை முடிந்தவரை தவிர்க்க வேண்டும்.

(4) அரசாங்கத்துக்கு எதிராகக் கட்டுரைகள் எழுதக் கூடாது.

வினோதமாக, அதே நாளில், ஆகஸ்ட் 26ஆம் தேதி, ஹால்லெட் மனதை மீண்டும் மாற்றிக்கொண்டபோது. எல்வினுக்கும் அரசியலில் இருந்து விலகி இருப்பது என்ற நிபந்தனையில் ஆட்சேபம் இருந்தது. மீராபென் மீண்டும் கைது செய்யப்பட்டதாக இந்தியாவிலிருந்து செய்தி வந்தது. 'அவர் எவ்வளவு துணிவுடன் இருக்கிறார்? நான் எவ்வளவு கோழையாக இருக்கிறேன்' என்று நினைத்தார். ஆனால் ஒருமாதம் கழித்து உறுதிமொழியின் முன்வரைவு அவரை அடைந்த நேரம் கையெழுத்துப் போடத் தயாராக இருந்தார். அறிஞரானதால், அதில் சில திருத்தங்கள் செய்தார். 'முதல் நிபந்தனையில் உள்ள 'நற்செய்தி ஊழியம்' என்ற வார்த்தைகளை 'மதம் மற்றும் சமூக' என்ற வார்த்தைகளாக தயவுசெய்து 'இந்தியா அலுவலகம்' மாற்ற முடியுமா? இதனால், உள்ளடக்கத்தில் எந்த மாற்றமும் நேரவில்லை. ஆனால் இது ஒரு நுணுக்கமான இறையியல் விஷயம். என்னுடைய வேலையில் நான் 'கிறித்தவ ஊழியம்' என்ற வார்த்தையை உபயோகிக்க விரும்பவில்லை. ஏனெனில் அது மத ஒப்பீடு பற்றிய பிரச்சனைகளை மறைமுகமாகக் குறிக்கிறது. அது என்னுடைய கருத்தல்ல' என்று எழுதினார்.

அவர் செய்த மாறுதல் ஒப்புக்கொள்ளப்பட்டது. அக்டோபர் நாலாம் தேதி எல்வின் அதில் கையெழுத்திட்டார். அதற்குப் பின்னர் அவருக்கு பாஸ்போர்ட் கிடைத்தது. இங்கிலாந்தில் இருக்கும்வரை, உறுதிமொழி தன்னைக் கட்டுப்படுத்தாது என்று நினைத்தார். மீதமுள்ள நாட்களில் அதிகமாக வேலை செய்தார். முதலில் 'மகாத்மா காந்தியின் மதத் தத்துவம்' என்ற தலைப்பில், நிறையப் பேர் கூடியிருந்த எஸ்.சி.எம். ஹவுஸில் உரையாற்றினார். பல கைதட்டல்களும், சில கூச்சல்களும் எழுந்தன. கூட்டத்தில் 'சில லெனினிய நீக்ரோக்கள், ஒரு பக்தி சிரத்தையுள்ள ஸ்வீடன்காரர், இரண்டு இந்திய கம்யுனிஸ்ட்கள்' இருந்தனர். ஃப்ரெண்ட்ஸ் ஹவுஸில் அந்த உரையைத் திரும்பவும் நிகழ்த்தினார். இந்த முறை மத்தியப் பிராந்தியத்தின் முன்னாள் துணை ஆணையர்,

குடித்துவிட்டு வந்து தாக்கினார். தனிமையிலோ, கூட்டத்திலோ எப்போதெல்லாம் இயலுமோ, அப்போதெல்லாம் காங்கிரஸின் நிலைமையை எல்வின் பரிந்துரைத்தார். யார்க்கின் பேராயருடன் தேனீர் அருந்தினார். இந்தியர்களையும், ஆங்கிலேயர்களையும் ஒன்றாக இணைப்பதில் திருச்சபை பங்காற்ற வேண்டும் என்று அவரிடம் வேண்டினார். ராய்ட்டர்ஸ் செய்தி நிறுவனத்தின் செய்தி ஆசிரியருடன் உணவருந்தினார். இந்திய நிகழ்ச்சிகளைச் சரியாக, பாரபட்சமில்லாமல் சொல்ல வேண்டும் என்று அவரிடம் கேட்டுக்கொண்டார். "செய்தியின் மதிப்பின்படி நாங்கள் நிகழ்ச்சிகளை மதிப்பீடு செய்கிறோம். காந்தி எப்போதுமே செய்தி என்ற அளவில் மதிப்பு உள்ளவர். ஆனால், அவர் லண்டனுக்கு வந்து, ஆங்கில அரசுடன் பேச்சுவார்த்தை நடத்தியதும் அமெரிக்காவில் அவர் செய்தி – மதிப்புக் குறைந்துவிட்டது' என்று ராய்ட்டரின் ஆசிரியர் பதில் சொன்னார்.

எல்வின் இர்வின் பிரபுவை அவருடைய ஏட்டன் சதுக்க மாளிகையில், மிக அழகான ஒரு குட்டி நாய் அருகில் கவனித்துக் கொண்டிருக்க, இருபது நிமிடங்கள் சந்தித்தார். பழைய இந்திய வைசிராய், இந்திய அரசு உங்களைப் பற்றி மிகவும் தாழ்வான அபிப்பிராயம் கொண்டிருக்கிறது என்றார். அவருக்கு அடுத்த வைசிராய், வெலிங்டன், காந்திக்கும் அவரது 'நேரடி நடவடிக்கை'க்கும் ஒரேயடியாக முட்டுக்கட்டை போடுவேன் என்று வெளிப்படையாகச் சொல்லி இருந்தார். இர்வின், வெலிங்டன் பிரபுவை விமரிசிக்க மறுத்தார்.

டில்லியில் இந்திய அரசு இன்னும் முடிவெடுக்கத் தயங்கியது. எல்வினுடைய தொந்தரவுகளை அதிகம் அனுபவித்த பம்பாய் பிராந்திய அரசு தான் இடைமறித்த இரண்டு கடிதங்களை மத்திய அரசுக்கு அனுப்பியது: சபர்மதி ஆசிரமத்தில் இருக்கும் நண்பர்களுக்கு எழுதிய அக்கடிதங்களின் உள்ளடக்கத்திலிருந்து அவர் தொடர்ந்து ஒத்துழையாமை இயக்கத்துக்கு ஆதரவு தருகிறார் என்பது சந்தேகம் இன்றி தெரிந்தது. சுங்கத்துறையால் பறிக்கப்பட்ட 'இந்தியாவைப் பற்றிய உண்மை' புத்தகத்தின் பிரதியையும் அனுப்பிவைத்தது. இந்த மனிதரின் காங்கிரஸ் சார்புக்கும், தலைமறைவு நடவடிக்கைகளுக்கும் இது சான்று. எம்.ஜி. ஹால்லெட், மீண்டும் தர்ம சங்கடமான நிலையில் இருந்தார். புத்தகத்தைத் தடை செய்ய ஒப்புக்கொண்டாலும் அவரை இந்தியாவுக்குச் செல்ல அனுமதிக்கலாம் என்று நினைத்தார். அவருடைய மதிப்பீட்டின்படி, 'எல்வின் கோண்டு மக்களிடையே அர்ப்பணிப்புடன் பணியாற்றத் தயாராக இருந்தார். ஆனால் அவருடைய மேலதிகாரியான உள்துறை உறுப்பினர் இதை ஒப்புக்கொள்ளவே இல்லை.

எல்வின், எதிர்காலத்தில் தனது நன்னடத்தை பற்றி நமக்கு எக்கச்சக்கமாக உறுதி அளித்துக்கொண்டிருக்கும் சமயத்தில், இங்கிலாந்தில் காங்கிரஸ் இயக்கத்துடன் தன்னை முழுவதும் இணைத்துக்கொண்டிருப்பதால், அவருடைய நேர்மையையும் மன உறுதியையும் சந்தேகப்பட எனக்கு அனுமதி தர வேண்டும்' என்று குறிப்பிட்டார்.'

உள்துறை உறுப்பினரின் கருத்து ஒத்துக்கொள்ளப்பட்டது. 1932ஆம் ஆண்டு அக்டோபர் 11ஆம் தேதி, எல்வின் மீதான நன்னம்பிக்கையில் தீவிர ஐயம் கொள்வதாகவும், உறுதி மொழி எடுக்கும் வாய்ப்பை அவருக்குத் தர வேண்டாம் என்றும் இந்திய அரசு லண்டனுக்குத் தந்தி அனுப்பியது. துரதிர்ஷ்டமாக இந்த முடிவு மிகவும் காலங் கடந்தது என்று லண்டனில் இருக்கும் உள்துறைச் செயலர் பதில் தந்தி அனுப்பினார். ஏனெனில் மதகுரு பாஸ்போர்ட் வாங்கிக்கொண்டு இந்தியா திரும்ப எஸ்.எஸ். விக்டோரியா கப்பலில் டிக்கட் எடுத்துவிட்டார்.

அவருடைய கோப்பில் முன்னமே முடிவு எடுத்திருந்தால் அல்லது சில தந்திகள் சரியான நேரத்தில் அனுப்பியிருந்தால், எல்வின் இந்தியாவுக்கு ஒருநாளும் திரும்பி வந்திருக்கவே முடியாது. இதுபற்றி அவருக்குக் கடைசிவரை ஒன்றுமே தெரியாது என்று அறியும்போது நமக்குக் கலக்கம் ஏற்படுகிறது.

இயல் 5

எல்வின் நிறுவிய ஆசிரமம்

உனக்கு இந்தக் கிராமம் நிலவைப் போல நேசமானது பெரும் நகரத்திலிருந்து என்னை இழுத்து வந்திருக்கிறாய்
இங்கே உனக்குக் காகிதம் வேண்டுமெனில் நீ உன் உடைகளைத்தான் கிழிக்க வேண்டும்
எழுத மை வேண்டுமெனில் உன் கண் மையைத்தான் எடுக்க வேண்டும்
இருந்தாலும், உனக்கு இந்தச் சின்னக் கிராமம் நிலவைப் போல நேசமானது

கோண்டு நாட்டார் பாடல்

ஆசிரமத்தில் இருக்கும் எங்கள் தொழிலாளர் குழுவில் உண்மையில் எல்லா விதமான மனிதர்களும் இருக்கிறார்கள். கிறித்தவர்கள், இந்துக்கள், ஒரு பிராமணன், ஒரு முஸ்லிம், கோண்டுகள்; பலதார மணம் செய்தவர்கள், ஹினொகேமிஸ்ட்ஸ் *(Henogamists)* – சொத்துப்பிரிந்துவிடாமல் இருக்க, குடும்பத்தில் ஒருவர் மட்டும் மணம்புரிந்து கொண்டவர்கள் –, ஒருதார மணம் செய்தவர்கள், பிரம்மச்சாரிகள், பலதெய்வங்களை வழிபடுவோர், ஹீனொதெய்ஸ்ட்ஸ் *(Henotheists)* – ஒரு தெய்வம் மட்டுமே மேலானது என்று நம்புவோர் – ஒருதெய்வம் வழிபடுவோர் *(monotheists)*, ஆத்திகர்கள், அனிமிஸ்ட்ஸ் *(Animists)*, கடவுள் இயற்கையில் எல்லாவற்றிலும் இருக்கிறார் என்று நம்புவோர், ஏகாந்தவாதிகள், காய்கனி மட்டும் உண்போர், முட்டை உண்போர், எலி உண்போர், மாட்டுக்கறி உண்போர், மாட்டின் சாணம் கூட புனிதம் என்று கருதுவோர், பன்றிக்கறி உண்போர், பன்றியின் நாற்றத்தைக் கூட வெறுப்போர், எல்லாம் இணைந்திருந்தோம். இது எவ்வளவு நன்றாக இருக்கிறது.

வெ. எல்வின், அக்டோபர் 20, 1934ஆம் தேதி எழுதிய தினப்படிக் குறிப்பு

அருட்தந்தை எல்வின் இந்தியா திரும்பிவிட்டார் என்று 1932ஆம் ஆண்டு நவம்பர் நாலாந் தேதி 'பாம்பே கிரானிகிள்' முதல் பக்கத்தில் செய்தி வெளியிட்டது. அந்தச் செய்தித்தாளின் நிருபர், எல்வினை துறைமுகத்தில் சந்தித்தபோது அவருடைய கையில் 'பாடம்' செய்யப்பட்ட கீரிப்பிள்ளையும், செயின்ட் ஃப்ரான்ஸிஸ் உருவமும் இருந்தன. அவருடைய நம்பிக்கைகளும் முன் போலவே இருந்தன. ஒத்துழையாமை இயக்கத்தைப் பற்றிக் கருத்துக் கேட்டு நிர்பந்தப்படுத்தப்பட்டபோது தேர்தலில் வகுப்புவாரி ஒதுக்கீட்டுக்கு எதிராக மகாத்மா காந்தி செப்டம்பர் மாதம் நடத்திய உண்ணாவிரதம் ஆங்கிலேயர்கள் மனதில் மிக ஆழமான பாதிப்பை ஏற்படுத்தி உள்ளது என்று மட்டும் சொன்னார். உடனே அவரசமாக, 'அரசியல் பற்றி அறிக்கை தருவதற்கு எனக்குச் சுதந்திரம் இல்லை என்றார். வேண்டிய அளவு பேசியாகிவிட்டது; பாதிரியார் இன்னும் காங்கிரஸ் ஆதரவாளராகத்தான் இருக்கிறார் என்று உறுதிப்படுத்திக்கொண்டு, நிருபர் புறப்பட்டார். மீண்டும் தேசியவாதம் பற்றி எழுதும் உரிமையைப் பயன்படுத்துவார் என சிலர் நம்பினர். எல்வினை வரவேற்று ஜாம்னலால் பஜாஜ் இவ்வாறு எழுதினார் "கட்டாயத்தால் நீங்கள் கைவிட்ட கொள்கை மீது உங்களுக்கு எவ்வளவு பேரன்பு உண்டென்பதை யாரும் சந்தேகிக்க முடியாது. கொஞ்ச காலத்துக்கு மட்டுமே இப்படி இருக்கும் என்று நம்புவோம்".

எல்வினும் இப்படித்தான் நம்பினார். அரசியலில் மகாத்மாவைப் பின்பற்றக் கூடாது என்று கொடுத்த உறுதி மொழிக்குக் கட்டுப்பட்ட போதிலும், ஆசிரமத்தை நடத்துவதில் அவருடைய கொள்கைகளைப் பின்பற்றுவதற்கு எந்தத் தடையும் இல்லை. கட்டிடங்கள் கட்டி, பத்து கோண்டு குழந்தைகள் படிக்க மழலையர் பள்ளி தொடங்கிய பிறகு, தனது குருவுக்குக் எழுதிய கடிதத்தில் 'நானும், ஷாம்ராவும், ஆயிரம் மைல்களுக்கு அப்பால் இருந்தாலும் சபர்மதி, வார்தா ஆசிரமங்களுடன் இணைந்தே இருப்பது போல உணர்கிறோம்' என்று எழுதினார்.

இந்த வார்த்தைகளுக்கு உடனே சோதனை வந்தது. முதல் முதலாக, செயின்ட். ஃப்ரான்ஸிஸ் ஆசிரமத்தைப் பார்வையிட கிறித்தவ சேவா சங்க உறுப்பினர் மேரி கில்லெட் வந்தார். ரொஹம்டன்னில் ஆசிரியர் பயிற்சி பெற்ற மேரி, இந்தியர்களோடு சம்பந்தப்பட்ட எல்லாவற்றின் மீதும், குறிப்பாக சுதந்திரப் போராட்டத்தில் மிகவும் ஆர்வம் காட்டினார். இங்கிலாந்தில் 1929இல் எல்வினை முதலில் சந்தித்த அவர், எல்வின் மூலமாக கிறித்தவ சேவா சங்கத்தில் சேர புனே வந்தார். சோஷலிசத்தில் தீவிர நம்பிக்கை உடையவர். பெரும்பான்மையான கிறித்தவர்கள், மதத்தைச் சொந்த விவகாரங்களுக்காக மட்டும் கடைப்பிடிக்

கின்றனர். மேற்கத்திய நாகரிகம் கொஞ்சம் கொஞ்சமாகச் சரிந்து வீழ்ச்சி அடைய அதுதான் காரணம் என்று கருதினார். அடிமை நாடுகளின் பக்கம் நின்று பேரரசுகளை எதிர்க்கவும், அடிமைகளின் பக்கம் நின்று எஜமானர்களை எதிர்க்கவும், இந்தியாவில் கிறித்தவ வேதத்தின் சமூகக் கோட்பாடுகளை மீண்டும் உறுதிப்படுத்த வேண்டும், புத்துயிர் அளிக்க வேண்டும் என்று விரும்பினார். புனே வந்த உடனேயே தீண்டாமைக்கு எதிராகக் காந்திய இயக்கத்தால் உந்தப்பட்டுத் தாழ்த்தப்பட்ட இனக் குழந்தைகளுக்காக விளையாட்டு மையம் ஒன்று தொடங்கினார். அவருக்கு இளவயது. புதுமை விரும்பியாக, ஒளிவு மறைவு இல்லாதவராக இருந்தார். சி.எஸ்.எஸில் இருந்த மற்றவர்கள் செய்யத் தகாதவை என்று கருதிய செயல்களை எல்லாம் செய்தார். உதாரணமாக, சேலை அணிந்துகொண்டு செந்நிற முடி காற்றில் பறக்க, சைக்கிள் ஓட்டினார்.

1931இல் எல்வினும் ஷாம்ராவும் சி.எஸ்.எஸை விட்டு விலகியபோது, மேரி மிகுந்த மன உளைச்சலுக்கு ஆளானார். அவர்கள் இருவரும் போன பிறகு புனே ஆசிரமத்துக்குப் பொறுப்பேற்ற ஆங்கிலேயர்கள் அதைத் துறவிகள் மடம் போல மிகக் கடுமையான ஒழுக்க விதிகளின்படி நடத்த ஆரம்பித்தனர். மேரி, அப்போது எதிர்காலத்தைப் பற்றி நினைத்துக் கலங்கினார். நான் செய்ய வேண்டிய கடமையும், செய்ய விரும்பியதும் ஒன்றுதானா என்ற சந்தேகம் அவருக்கு இருந்தது. எல்வினுடன் சேர்ந்துகொள்ள வேண்டும் என்பது அவர் விருப்பம். 1933இல் கரஞ்சியாவுக்கு வந்த மேரி இவ்வாறு எழுதினார்:

> நான் இருந்த எல்லா இடங்களையும் விட இந்த ஆசிரமம் தான் செயின்ட் ஃப்ரான்ஸிஸ்ஸின் லட்சியத்திற்கு மிகவும் நெருங்கியது. மலைகளும் பள்ளத்தாக்குகளும், நீல வானமும் விவசாயிகளின் பாடல்களும் நிறைந்த இந்த இடம் முழுவதும் இத்தாலி நாட்டைப் போல இருக்கிறது. சின்னக் குன்றின் மீது ஆசிரமம் இருக்கிறது. அதற்குக் கீழே கிராமம். காலையில் வானில் சூரிய ஒளியின் பிரகாசம் வளரும் நேரம் அல்லது நிலவு சென்று மறையும் போது மலை உச்சியில் பிரார்த்தனை செய்ய அமர்வது எனக்கு மிகவும் பிடிக்கும். அந்த நேரத்தில் வானில் தெற்கில் தோன்றும் சிலுவை போல் தோன்றும் விண்மீன் கூட்டம் மலைக்கு மேல் எங்களுக்குத் தெரியும்.
>
> இவ்வளவுதான் சிறியதாகக் கற்பனை செய்ய முடியும் என்ற அளவுக்கு இந்தத் தேவாலயம் மிகவும் சிறியது. நாங்கள் நால்வர் உள்ளே சென்றால் இடம் நிறைந்துவிடும். சிறிய

> அளவும் அதன் மண் சுவர்களும் எனக்குப் பிடித்திருந்தது. அங்கே இருப்பது என்பது சுற்றி இருக்கும் இந்த அழகான பூமியுடன் ஒன்றி இருப்பதற்குச் சமம். இந்த ஆசிரமத்தில் எனக்குப் பிடித்தது என்னவென்றால், கிராமத்தைச் சேர்ந்த யாரும் எப்போது விரும்பினாலும் அவர்கள் சொந்த இடம் போல – அது அவர்களுக்குச் சொந்தமானதுதான் – உள்ளே வரலாம். காட்டு விலங்குச் சகோதரர்கள் அவ்வள வாக வரவேற்கப்படவில்லை என்றாலும், இந்த இடம் அவைகளுக்குத் தெரியாமல் இல்லை.

இந்த உணர்ச்சியைத் தூண்டும் மொழியில், ஆசிரமத்தின் தலையாய வசீகரமான எல்வின் பற்றி எதுவும் எழுதவில்லை. மேரி எல்வினை மனதார விரும்பினார். எல்வின் தொடக்கத்தில் அதை ஒப்புக்கொள்ள மறுத்தார். எல்லா மரபுகளையும் மீறி அவர்களுடன் சேர்ந்துகொள்ள விரும்பினார். அடர்ந்த காட்டின் உள்ளே அந்த ஆங்கிலப் பெண் தனியாக ஆண்களுடன் இருக்க விரும்பினார். சி.எஸ்.எஸ். ரிவ்யு அவ்வளவு நாகரிகம் இல்லாமல் எழுதியது மாதிரி 'தன்னிடமிருந்த அனைத்தையும் ஃபாதர் எல்வினுக்கும் கோண்டுகளுக்கும் வழங்க விரும்பினார்'. பெண்களை ஆசிரமத்தில் அனுமதித்தால், அவர்கள் 'வீரர்கள்' என்ற பெயர் பறிபோய்விடும் என்று எல்வினை எச்சரித்திருந்தனர். மேரி குறிபிட்டத்தகுந்த அளவு தொடர்ந்து முயற்சி செய்து வந்தார். அடுத்தடுத்து நிகழ்ச்சிகள் விறுவிறுப்பாக நடந்தன. ஜனவரி 25ஆம்தேதி, அவர் அங்கு வந்து இரண்டு வாரங்கள் கழிந்த பிறகு மேரி, 'சகோதரர் மேரி'யாக ஆசிரமத்தில் சேர்ந்தார். மீரா பென் பாபு(காந்தி) மற்றும் சகோதரர்களுடன் வாழ்வது போல தானும் எல்வின், ஷாம்ராவ் இவர்களுடன், தூய தெய்வீகக் காதலுடன் வாழ்வேன் என்றார். அடுத்த இரண்டு வாரங்களில் எல்வினும் மேரியும் ஈஸ்டருக்குப் பின்னர், மண்ணால் கட்டப் பட்ட செயின்ட் ஃப்ரான்ஸிஸ் தேவாலயத்தில், திருமணம் செய்துகொள்ளப் போகிறோம் என்று நண்பர்களுக்குக் கடிதங்கள் எழுதினர். அந்த மாவட்டத்தின் காடுகளுக்குள் இருக்கும் கிராமங்கள் வழியாக மாட்டு வண்டியில் சுற்றுலாச் சென்று தேனிலவைக் கொண்டாடுவோம். இந்தத் திருமணம் அவர்கள் இருவரையும்

> இந்தியாவின் மீதும், கிறித்துவின் மீதும் கொண்ட அன்பின் மூலம் இணைக்கும். ஆசிரமத்தையும், செயின்ட் ஃப்ரான்ஸிஸ் மீது கொண்ட நேசத்தையும் இணைக்கும். ஏழ்மையில் வாழ்வதையும் ஏழைகள் மீது கொண்ட அன்பையும் இணைக்கும். எங்கள் திருமணத்தால் நாங்கள் வாழும் முறையில் எந்த விதமாற்றமும் நிகழாது. இந்தியாவின்

ஏழைகளுக்காக, இந்தியாவின் சுதந்திரத்திற்காக எங்கள் வாழ்வை அர்ப்பணிக்க விரும்புகிறோம். ஆசிரமத்தில் கடைக்கோடி மனிதர்களாகத் தொடர்ந்து வாழ்வோம். திருமணம் ஆனவர்களும் ஆகாதவர்களும், இங்கே ஆசிரமத்தில் வாழலாம் என்றே கருதி வந்தோம். இந்திய ஆசிரமங்களில் இது சர்வசாதாரணம்.

கடைசி வாக்கியம் நம்ப முடியாதது. கடிதத்துடன் ஒரு புகைப்படம் இணைக்கப்பட்டிருந்தது. அதில் மேரி ஆசிரமத்தின் முற்றத்தில் மாமரத்தின் அடியில், கயிற்றுக் கட்டிலில் அமர்ந் திருந்தார். வெள்ளைச் சேலை அணிந்திருந்தார். அது அவருக்குப் பழக்கமான உடைபோல் தெரிந்தது. முன்னால் ராட்டை இருந்தது. அவர் முகம் எல்வினிடமிருந்த கேமராவைப் பார்த்தபடி இருக்கிறது. சுருள்முடி, திமிர்ந்த உருவம்: நல்ல குணம், ரொம்பவும் அழகான முகம் என்று சொல்ல முடியாவிட்டாலும் இனிமையான தோற்றம். இயேசுவின் மீதும் ஏழைகள் மீதும் கொண்ட நேசம் தவிர வேறு எவை எவையோ அவர்களை ஒன்று சேர்த்திருக்க வேண்டும் என்பதில் சந்தேகம் இல்லை. இருவரும் ஒருவரை ஒருவர் மிகவும் விரும்பினர். சாதாரணமாக ஆசிரமங்களில் நடைமுறையில் இல்லாத, மணவாழ்க்கை நடத்த வேண்டும் என்பதில் உறுதியுடன் இருந்தனர். இந்திய ஆசிரமங்களில் கணவன் மனைவி இருவரும் இருந்தாலும் பிரம்மச்சரியத்தைக் கடைப்பிடிக்க வேண்டும் என்பதுதான் நடைமுறை.

ஷாம்ராவ் முதன்முதலில் அதற்கு எதிர்ப்புத் தெரிவித்தார். தன் நண்பரை இழக்கக்கூடும் என்று அவர் நினைத்தார். எல்வின் அவரிடம் எப்போதும் நீ என்னுடைய சகோதரன், என் துணைவன், என் அருமையான நண்பன் ஆக இருப்பாய் என்று உறுதி சொன்னார். அவர் பொறாமைப்படுவதை அத்துடன் நிறுத்திக்கொண்டார். மற்றவர்களிடமிருந்து அதிக எதிர்ப்புவரும் என்று இருவருக்கும் தெரியும். இந்த முடிவால் நான் நேசிக்கும் நிறையப் பேர் மிகவும் ஏமாற்றமும் துயரமும் அடைவர் என்று மேரி குறிப்பிட்டார். இத்தாலியச் சகோதரிகளுக்கு எல்வின் இவ்வாறு எழுதினார்:

நான் இத்துடன் இணைத்திருக்கும் (திருமணச்) செய்தி உங்களுக்கு மிகவும் ஏமாற்றம் தருமா? எங்களுக்கு ஆதரவு தருவீர்களா? எங்கள் மீது விமரிசனம் அதிகமாக இருக்கும். நாங்கள் பல ஆதரவாளர்களை இழக்க நேரும். நாங்கள் இருவரும் மிகவும் ஏழ்மையான எதிர்காலத்தை நோக்கிக் கொண்டிருக்கிறோம். நாங்கள் அதை விரும்பியவர்கள்

தான்... செய்கிற காரியத்துக்காக மன்னிப்புக் கேட்கவில்லை. இந்த அன்பான, கடினமான வேலையில் எனக்கு மிகப் பொறுத்தமான துணை, நண்பர் கிடைத்திருக்கிறார்.

பலமுறை எழுதிப் பார்த்த பிறகு கடைசியில் மேல் முறையீட்டு நீதிமன்றத்துக்கு, அதாவது சபர்மதிக்கு, கடிதம் அனுப்பப்பட்டது. காந்தியிடமிருந்து அவர்கள் செயலுக்கு எதிர்ப்பு வரும் என்று ஊகித்து, தானும் மேரியும் லௌகிகத்தில் ஈடுபடாமல் இதுவரை வாழ்ந்தாலும், பிரம்மச்சரிய விரதம் இருப்போம் என்று உறுதி எடுத்துக் கொள்ளவில்லை என்று எழுதினார். நாங்கள் எங்கள் நிலைமையை நன்றாக யோசித்துவிட்டோம். இந்தியா எங்கள் வீடு: எங்கள் திருமணம் இரு ஏழைகளுக்கு நடக்கும் திருமணம். எங்கள் குழந்தைகள் ஏழைகளின் குழந்தைகள். அவர் இன்னும் கீழ்க்கண்டவாறு எழுதினார்:

> திருமணத்திற்குப் பின்பு எங்களால் பிரம்மச்சரியத்தைக் கடைப்பிடிக்க முடியாது என்று இப்போது நாங்கள் நினைப்பது உங்களுக்கு ஏமாற்றமாக இருக்கும். இதற்குக் காரணம் மிருக உணர்ச்சி அல்ல என்று என்னால் உண்மையாகச் சொல்ல முடியும். உண்மையைச் சொல்வதென்றால், பிரம்மச்சரியத்தின் உடனடித் தேவை பற்றி, அதைக் கடைப்பிடிக்கும் அளவுக்கு, எங்களிடம் அறிவுபூர்வமான நம்பிக்கைகள் இல்லை அல்லது எங்களிடம் அதைக் கடைப்பிடிக்கும் அளவுக்கு ஞானம் இல்லை. நான் முதலில் ஒரு துறவி ஆக நினைத்தேன். ஆனால் என்னுடைய உடல் ரீதியான வரம்புகள் பற்றி நான் உணர்ந்துகொள்ள வேண்டும் என்று நீங்கள்தான் எச்சரித்தீர்கள்.

உண்மையைச் சொல்வதானால், மிருக உணர்ச்சிக்கு அடிமையாகி இருந்தால், காந்தி மிக எளிதாகப் புரிந்துகொண்டிருப்பார். ஆனால், பிரமச்சரியக் கொள்கை பற்றித் தன்னுடைய தொண்டர்களில் ஒருவர் கருத்து வேறுபாடு கொள்வதை அவரால் புரிந்துகொள்ள முடியாது. அவருடைய கொள்கையில் ஆசையை வெல்வது என்பது, தீண்டாமை ஒழிப்பு மற்றும் இராட்டை நூற்பது இரண்டுக்கும் நிகரானது. இந்த விஷயத்தில், 'சத்திய சோதனை'யில் எழுதியபடி, அவர் தனக்குள் மிகக் கடுமையான போராட்டங்களை, நீண்ட நாட்கள் நடத்த வேண்டியிருந்தது; இந்த வகையில் ஆசிரமத்தில் அவரும் தொண்டர்களும் எண்ணம், செயல், உடல், இவற்றில் உன்னதமான தூய்மையுடன் வாழ்வு நடத்தத் தொடர்ந்து சவால்களை எதிர்கொள்ள வேண்டியிருந்தது. கணவனும் மனைவியும் சகோதர சகோதரி போலச் சேர்ந்து வாழ்ந்தனர். பாலுணர்வு அத்துமீறல்களுக்குக் மிகக் கடுமையான

முறையில் தீர்வு காணப்பட்டது. இந்த மனப்பான்மை அளவுக்கு மீறி இருந்தது. எல்வின் ஒருமுறை, பம்பாயில் கடற்கரையோரத்து வீடொன்றில் காந்தியவாதிகள் சிலருடன் தங்கியிருந்தார். மதிய உணவு முடிந்ததும் மீராபென் ஜன்னல்களை மூடினார். சூடு மிகுந்த நாளில் அப்படிச் செய்வதை எல்வின் எதிர்த்தார், ஆனால் மீராபென் கடுமையாகச் சொன்னார் "எல்வின் கடற்காற்றுடன் உப்புத்துகள்களும் வரும். அவை உணவில் விழும். உங்களுடைய ஆசைகளைக் கட்டுப்படுத்துவதற்கு இன்னும் கஷ்டப்பட வேண்டியிருக்கும்".

காந்தி எழுதிய பதிலில் மிகத் தெளிவாக தன்னைக் கைவிட்டுவிட்ட உணர்வைத் தெரிவித்திருந்தார். அவர்களது அந்த முடிவால் ரொம்ப ஒன்றும் அவர் ஏமாற்றம் அடையவில்லை. ஆனால் வருத்தமுற்றார். "துறவு வாழ்வை நடத்த முடியவில்லை என்றால் அதை அடக்கத்துடன் ஒத்துக்கொள்ள வேண்டும். உங்கள் தோல்வியில் உண்மை என்னும் கடவுள் வெற்றி பெறுவார். கடவுளின் சோதனைச் சாலையில் பயன் இல்லாதவை என ஒன்றும் கிடையாது" என்று அவர் எழுதினார்.

காந்தியின் ஆசிரமத்தில் இருந்த இளம் பெண் டாக்டர், ஆலாபோச்சா கண்ணீர் வடியக் காந்தியிடம் 'எல்வின் என்னைத் திருமணம் செய்துகொள்வதாக உறுதி அளித்திருந்தார். எப்படி இதைப் பொறுத்துக்கொள்வேன்?' என்று அழுதார். 'திருமணம் முடிக்காமல் தனியாகவே இருப்போம். அப்படி இருக்க முடிய வில்லை என்றால் ஒருவரை ஒருவர் மணம் செய்வோம் என்று இருவரும் பேசி வைத்துக்கொண்டோம். இதனால் காந்தியின் எண்ணத்துக்கு வலு கிடைத்தது. இருவருக்கும் இடையில் என்ன பேச்சு நடந்தது என்று எல்வினிடம் காந்தி கேட்டார்.' ஆலா கற்பனை செய்துகொள்வது போல நீங்கள் அவளுக்கு வாக்குக் கொடுக்கவில்லை என்றால், உங்களுக்கும் மேரிக்கும் என் ஆசிகள் உண்டு. ஆனால், கொடுத்த வாக்கை மீறுவதற்கான சாத்தியம் கொஞ்சமேனும் இருக்குமானால், நீங்களும் மேரியும், மிகவும் பாரமான சிலுவையைச் சுமக்க வேண்டியிருக்கும். கடவுளின் முன்னால், அதாவது உண்மையின் திருப்பலி பீடத்தின் முன்னால் உங்களுடைய மனதில் போற்றும் நம்பிக்கையைத் தியாகம் செய்ய வேண்டும். வாக்கு மீறல் நிகழ்ந்ததற்கான சந்தேகம் சிறிதளவேனும் இருக்கும் என்றால் நிச்சயமாக நீங்கள் தனியாளாகத்தான் வாழ வேண்டும். உண்மையின் மீது உங்களுக்கு எவ்வளவு பற்று இருக்கிறதாக நான் நம்புகிறேனோ அதே அளவில் மேரிக்கும் ஆலாவுக்கும் உண்மையின் மீது பற்று இருந்தால், அவர்களும், திருமணம் ஆகாமல்தான் வாழவேண்டும். நீங்கள் இருந்தாலும் இல்லாவிட்டாலும் இப்படித்தான் நடக்கவேண்டும்.

காந்தியின் மறுப்பைக் கண்ட எல்வினுடைய அறிவார்ந்த உறுதி தளர்ந்தது. ஆலாவுடன் ஏற்பட்ட காதலை ஒத்துக் கொண்டார். ஆனால் திருமணம் செய்வதாக உறுதி தரவில்லை என்றார். 1931இல் மதெரெனில் கொஞ்சநாள் காதலித்தோம். ஒருவரை ஒருவர் தழுவிக்கொண்டோம் ஆனால் உடலுறவு கொள்ளவில்லை. இது முற்றிலும் தவறுதான். ஆனால் நாங்கள் உணர்ச்சி வசப்பட்டோம். நான் அதற்காகப் பாவ மன்னிப்புக் கேட்டேன், மிகவும் வருத்தப்பட்டேன். அப்போதே 'எங்களுக்குள் திருமணம் பற்றிய எந்தப் பேச்சும் இனி இருக்காது, எந்தத் தொடர்போ இணைப்போ இருக்காது' என்று எங்களுக்குள் தெளிவாக்கிக் கொண்டோம். அதற்கு அப்புறமும் அவர் அவளைச் சந்தித்திருக்கிறார். பின்னர் இருந்த நட்பு, அவரைப் பொறுத்தவரை, உடல் கவர்ச்சியின்றி முற்றிலும் வேறானதாக இருந்தது. அது எப்படி இருந்தாலும், ஆலா வேறு யாரையோ திருமணம் செய்யப் போகிறார் என்று சென்ற ஆண்டில் இரண்டு முறை பரவலாகப் பேச்சு அடிபட்டது. மகாத்மா எப்படி ஆலா சொல்வதை ஏற்றுக்கொள்ள முடியும்?' ஆனாலும் எல்வின் தான் எதாவது தவறு செய்திருந்தால் அதற்கு வருந்துவதாகத் தெரிவித்தார், மன்னிப்பும் கேட்டார். 'உங்களுக்குத் தெரியும், நான் இங்கு வாழ்வதே பிராயசித்தம் செய்யத்தான். அதை ஏற்றுக்கொள்ள வேண்டும் என்று கடவுளைப் பிரார்த்திக்கிறேன்.'

காந்தியின் அறிவுரைப்படி, இந்தக் கடிதப் பரிமாற்றம் மேரிக்குத் தெரியாமல் நடந்தது. ஆனால் திருமணம் செய்யும் திட்டம் கைவிடப்பட்டது. முன்னர் செய்த தவறுக்காகப் பதில் சொல்ல வேண்டிய சீடர், தன் ஆசிரியரிடம் சமாதானம் செய்து கொள்ளும் ஒரே வழியாக இது ஒன்றுதான் இருந்தது. இருவரும் ஒன்றாக இணைவதை எதிர்பார்த்து மிகப் புனிதமான மகிழ்ச்சியில் திளைத்ததாக எல்வின் காந்திக்குக் கடிதம் எழுதினார். 'ஆனால் அந்த வழியில் செல்வது, உன்னதமான லட்சியத்திலிருந்து கீழிறங்குவதாகும் என்று இப்போது புரிந்தது; ஏழ்மையைக் கடைப்பிடிப்பதை அது மிகவும் கடினமாக்கும்; என்னைப் பொறுத்தவரை சந்தேகம் இல்லாமல் உடல் நலம் பெருகும்; குழந்தைகள் பெற்றுக் கொள்வது நாங்கள் இந்தியாவுக்குச் சேவை செய்வதைக் குறைத்துவிடும்; அது நாங்கள் உலகத்துக்குக் காட்டவேண்டிய அன்பை ஒருவர் மீது ஒருவர் குவித்துவிடச் செய்யும். செயின்ட் ஃப்ரான்ஸிஸின் லட்சியமான ஏழ்மையும், உங்கள் லட்சியமான பிரம்மச்சரியமும் எங்கள் திருமணக் கனவின் மீது போர்தொடுத்து வெற்றியும் பெற்றன.'

காந்தியிடம் தனது நெருக்கம் இன்னும் கொஞ்சம் அதிகமாகிவிட்டதாக எல்வின் நினைத்தார். ஆனால் அது

தந்தையாக வரித்துக்கொண்டவருடைய ஆதிக்கத்தினால் தடுக்கப்பட்ட கலகம். போராடிய பின் விட்டுக் கொடுத்தார். இறுதியில் இனிமையான திருமணக் கனவை விட எல்லாம் வெளிப்படையாக இருக்கும் துறவு நிலையைத் தேர்ந்தெடுத்தார். மேரி அவ்வளவு எளிதாகச் சமாதானம் அடையவில்லை. இந்த வலிக்கு முன்னால், கிறித்தவ சேவா சங்கத்தை விட்டு விலகியது ஒரு வலியே இல்லை. இன்னும் ஆபத்துக்கள் நிறைந்த மலைகள் போல் சோதனைகள் என் முன் வரும் என்று தன் நண்பருக்கு எழுதினார். காந்திக்கு இது பெரும் நிம்மதியாக இருந்தது. “நான் திருமணத்துக்கு ஆசிதர தயாராக இருந்தேன். ஆனால் மாற்றத்தை இன்னும் அதிகமாக ஆசீர்வதிக்கிறேன் என்பதைச் சொல்லாமல் இருக்க முடியவில்லை” என்று காந்தி, சி.எஃப். ஆண்ட்ரூஸிடம் சொன்னார். திருமணம் வேண்டாம் என்ற முடிவை மேரி ஏற்றுக்கொள்ள விரும்பவில்லை என்பதைக் காந்தி புரிந்துகொண்டார். “அவளுக்குப் புரிய வேண்டும். கடவுளின் முன்னால் காமம் இல்லை அல்லது கடவுள் முன்னால் நாம் எல்லோரும் பெண்கள் – அவரிடமிருந்து பிரிக்க முடியாதபடி மணம் புரிந்துகொண்டவர்கள். என்றென்றும் நிலையான அந்தத் திருமணத்தின் அழகை அவள் உணர்ந்தால், மனிதர்கள் செய்து கொள்ளும் திருமணத்தின் கட்டுப்பாட்டிலிருந்து விடுதலை அடைந்ததை நினைத்து ஆனந்தக் கூத்தாடுவாள். நமது தசைகளில் வலு இல்லை என்றால் திருமணம் நல்லது, தேவையானது. ஆனால் உடல் உரம் பெற்றிருந்தால், மனிதர்களுக்குச் சேவை செய்வதற்கென்றே வாழும் மேரியைப் போன்றவர்களுக்கு அது நிச்சயமாக ஒரு தடையாக இருக்கும்” என்று எல்வினுக்கு எழுதினார்.

எல்வினும் மேரியும் மீண்டும் அண்ணன் தங்கை போல வாழத் தொடங்கினர். அவர்கள் ஆசையால் மீண்டும் தூண்டப்படுவார்கள் என்று காந்தி நினைத்தார். இருவரும் அப்போதைக்குத் தனியாக வாழ்ந்து தங்களைச் சோதித்துக் கொள்ள வேண்டும் என்று அறிவுரை கூறினார். ‘நீங்கள் இருவரும் ஒருவரை ஒருவர் மட்டுமே நேசிப்பதை விட்டுவிட்டால், சேர்ந்திருந்தாலும் பிரிந்திருந்தாலும் நீங்கள் மகிழ்ச்சியாக இருக்க வேண்டும்.’ மேரி தன்னுடைய ஆசிரமங்களில் ஏதாவதொன்றிற்கு வந்து தீண்டத்தகாதவர்களுக்குச் சேவை செய்ய வேண்டும் என்று காந்தி நினைத்தார். ஆனால் மேரி தனக்கும் காந்திக்கும் இடையில் தூரம் அதிகமாக வேண்டும் என்று நினைப்பது போல் இருந்தது. எல்வினை விட்டு விலக வேண்டிய நிலை வந்தபோது, ஐரோப்பாவில், உம்ப்ரியாவில் ‘எரிமோஃப்ரான்ஸிஸ்கானோ’வைப் பார்க்கச் சென்றார்.

அங்கிருந்து அவருடைய நண்பர்கள் இருந்த ஆஸ்திரியாவில் ஏதாவது வேலை பார்க்க முடிவுசெய்தார்.

மேரி, நிரந்தரமாகத் தங்கிவிடலாம் என்று எண்ணிக் கரஞ்சியாவிற்கு வந்த ஆறு மாதங்களுக்குப் பிறகு அங்கிருந்து கிளம்பினார். தான் நேசித்த மலைகளை விட்டுக் கீழிறங்கி, காய்ந்து போன சமவெளிகளில் தனியான பாதையில் சென்றார். பம்பாயில் அவர் கப்பலில் ஏறும்வரை ஷாம்ராவ் அவருடன் சென்றார். எல்வின் புனேவில் காந்தியைப் பார்க்கச் சென்றார். பழைய பேஷ்வாக்களின் நகரத்தை, காந்தி தனது தற்காலிகத் தலைமையகம் ஆக்கி இருந்தார்; எல்வினுடைய திருமணப் பிரச்சனையை முடித்து கொஞ்சநாள் கழித்து, மிக வசதியான தொழில்அதிபருடைய ஒரு மாளிகையில் தீண்டாமைக்கு எதிராக உண்ணா நோன்பைத் துவங்கினார். எல்வின் வரும்போது உண்ணாவிரதம் முடிந்துவிட்டது. ஆனால் மாளிகையைப் பார்த்ததும் எல்வின் திடுக்கிட்டார். “பளிங்கு மாளிகையில் காந்தி சாகும்வரை உண்ணாவிரதம் இருப்பது, இயேசுகிறித்து சிலுவையில் அறையப்படுவதற்காக ரோல்ஸ் ராய்ஸ் காரில் போவது போல் இருக்கிறது” என்று எல்வின் பத்திரிகையாளர் ஃப்ராங்க் மொரேஸிடம் சொன்னார். அவர் காந்தி இருந்த மாளிகையை வெளியிலிருந்துதான் கண்டார். வீட்டின் எஜமானி தாக்கர்செ ஒரு கிறித்தவரை வீட்டில் தங்க அனுமதிக்கவில்லை. அவர் சர்வண்ட்ஸ் ஆப் இந்தியா சொசைடிக்குச் சென்றார். அங்கே அவரைப் போன்ற தீண்டத்தகாதவர்கள் எப்போதும் வரவேற்கப்பட்டார்கள். அங்கே அவர் சரோஜினி நாயுடுவைச் சந்தித்தார். தாழ்த்தப்பட்ட இந்துக்களுக்கும் பளிங்கு மாளிகையில் செல்ல அனுமதி மறுக்கப்பட்டது. எங்களை அனுமதித்தாலும்கூட நாங்கள் உபயோகித்த மண பாத்திரங்களை எல்லாம் எஜமானி உடைத்து நொறுக்கிவிடுவார். நாங்கள் போன பிறகு தனியாக தீட்டுக் கழிக்கும் சடங்குகள் செய்வார் என்று சரோஜினிநாயுடு சொன்னார்.

இந்தச் சம்பவம் பற்றிச் சொல்லும்போது எல்வின் “நான் என் வாழ்வின் இறுதிவரை பாபுவிடம் விசுவாசமாக இருப்பேன். ஆனால் அவருடைய தொண்டர்கள் சிலர் விசுவாசமாக இருப்பதைக் கடினமாக்குகிறார்கள்.” இந்த எதிர்ப்பில் மனஉறுதியில்லை. புனேவில் பொதுவாக, காந்தியின் தலைமை மீது அதிருப்தி நிலவியதை எல்வின் கண்டார். புதிய வைஸ்ராய் வெலிங்டன் பிரபு, தன்னைச் சந்திக்க மறுத்தபோது காந்தி அடுத்த கட்டப் போராட்டத்துக்குத் தயார் செய்யத் தொடங்கினார். அவருடைய தோழர்கள் இன்னொருமுறை ஜெயிலுக்குப் போக வேண்டியிருக்கும் என்று எண்ணிப்

பயந்தனர். மிகவும் முட்டாள்த்தனமான, பயன் இல்லாத, செயல் அது என்று கருதினாலும், அவர்கள் மீது மகாத்மா கொண்டிருந்த முழுக் கட்டுப்பாட்டின் காரணமாக வேறு வழியின்றி அவரைப் பின்பற்றாமல் இருக்க முடியவில்லை. தொடர்ந்தனர். எங்கும் வருத்தமான மௌனம் பரவி இருந்தது. உண்மையில் மகிழ்ச்சியாக இருந்தவர்கள் புதிதாக மணம் முடித்த தேவதாஸும் மணப்பெண் லட்சுமியும்தான். அவர்கள் பேரானந்தத்தில் திளைத்திருந்தனர். ஜெயிலுக்குக் போகக்கூடாது என்பதில் மிக உறுதியாக இருந்தனர்.

தேவதாஸ், காந்தியின் கடைசி மகன். அவருடைய திருமணத்தில் பிரம்மச்சரியம் கடைப்பிடிக்கப்படவில்லை. எல்வின், இந்த வெளிப்படையான போலித்தனத்தைப் பற்றி எதுவும் சொல்லவில்லை—சொந்த மகனுக்கு ஒரு சட்டம், தத்து எடுத்த மகனுக்கு இன்னொரு சட்டம். இதற்குள் துறவி போல வாழ்வதற்கு எல்வின் தன்னைத் தயார்செய்து கொண்டுவிட்டார் என்று தெரிந்தது. மேரிக்கு விடைகொடுக்க, புனேவிலிருந்து பம்பாய் சென்றார். அவரது உடல்நலம் கெட்டு மலேரியா காய்ச்சல் ஏற்பட்டது. தன் ஆசிரமத்துக்கு வருமாறு காந்தி செய்தி அனுப்பினார்; புனேவில் நடந்த நிகழ்ச்சிகளைக் குறித்துச் சமாதானம் செய்துகொள்ள அவர் விரும்பினார். எல்வின் காய்ச்சலோடு படுக்கையிலிருந்து எழுந்து இரவு ரயிலைப் பிடித்து ஷாம்ராவுடன் அஹமதாபாத் போனார். மகாத்மா, மிகவும் அருமையானவர், மனிதர்களை வசிகரிப்பவர். அவர்கள் இருவரையும் தன் 'குடியிருப்பில்' தங்க வைத்தார், இரவில் அவர்கள் உறங்க, தன்னருகில் படுக்கை கொடுத்தார். அவர்கள் நடத்திய ஆசிரமம் பற்றிச் சிறிதும் ஆர்வம் காட்டவில்லை. எல்வின் எடுத்துக்கொண்ட உறுதிமொழியை மீறி, இங்கிலாந்துக்குத் திரும்ப வேண்டும், காங்கிரஸுக்கு ஆதரவாக அங்கே வேலை செய்ய வேண்டும் என்பது தனது விருப்பம் என்று காந்தி தெளிவு படுத்தினார். எல்வின் ஏமாற்றம் அடைந்தார். 'ஆனால் காந்தியும் நான் சந்தித்த மற்ற காங்கிரஸார் போலவே நினைத்தார் — அவர்கள் எல்லோரும் நான் ஆசிரமம் நடத்துவது பயனற்ற செயல் என்று கருதினார்கள், தங்கள் சார்பில் கூட்டங்களில் பேசுவது நன்றாக இருக்கும் என்றும் நினைத்தனர்.'

அஹமதாபாதில் இருந்து எல்வின் பம்பாயில் கே.ஈ.எம். மருத்துவமனைக்குச் சென்றார். இரண்டாவதுமுறை மலேரியா பீடித்துக் குணமான பிறகு, மஞ்சள் காமாலை நோய் ஏற்பட்டது. இதற்கெல்லாம் மேலாக, அவர் என்ன படித்துக்கொண்டிருந்தார், யார்யார் அவரைப் பார்க்க வருகிறார்கள் என்று கண்காணிக்கப் போலீஸ் அதிகாரிகள்

தினமும் வந்தார்கள். தினமும் பால், பழச்சாறு, குளூகோஸ் மட்டும்தான் உண்டார். இரண்டுமுறை 'எனிமா' கொடுத்தார்கள், மூன்று தடவை விளக்கெண்ணையும் சாப்பிட்டார். அப்போது அவருக்கு உம்பிரியாவிலில் இருந்து கடிதம் வந்தது. 'மேரியைக் கன்னிகாஸ்திரியாக சேர்த்துக்கொள்ளவா?' என்று அவருடைய நண்பர்கள் கேட்டார்கள். கடந்த பல மாதங்களாக அனுபவித்துக் கொண்டிருந்த வலியையும் மறந்து எல்வின் பதில் எழுதினார். அவர் கோபத்தில் எழுதிய பதிலில்

> மேரி மிகுந்த விடுதலை உணர்வு கொண்டவர். இயக்கங்களில் மிக அதிகமாகத் தன்னை இணைத்துக் கொள்ளுபவர். அதனால் கடவுளுக்குத் தன் ஆத்மாவை முழுவதுமாக உரித்தாக்குவது மற்ற எல்லாவற்றையும் விட முக்கியமானது என்று கருதமாட்டார்.
>
> அவர் முன்பு செய்த கல்விப் பணியைச் செய்ய வேண்டும், அவருக்கு நேசமான கொள்கைகளுக்காகப் போராட வேண்டும், திருமணம் செய்துகொள்ள வேண்டும் என்று நான் நினைக்கிறேன். கடைசி முறையாக அவர் தன் வேலை சமயப்பணி செய்வது என்பதை மனத்திலிருந்து நீக்கிவிட வேண்டும். அவர் மூன்று இடங்களில் சமயப்பணி செய்து பார்த்துவிட்டார். வறுமையையும் ஏழைகளையும் நேசித்தாலும், அது அவருக்கு ஒத்துவரவில்லை. அவர் வறுமையை விரும்புகிறார் ஆனால் கீழ்ப்படிந்து வேலை செய்ய விரும்பவில்லை.

○ ○ ○

1933 நவம்பரில் உடல்நலம் பெற்றதும் எல்வின் கராஞ்சியா திரும்பினார். சொந்த வாழ்வில் தூய்மையைக் கடைப்பிடிக்க மிருக ஆசையை அடக்க வேண்டும் என்று ஆசிரம விதிகள் மாற்றம் செய்யப்பட்டிருந்தன. இவ்வாறு சமீபத்திய அனுபவங்களையும், காந்தியின் விருப்பத்தையும் கணக்கில் எடுத்துக்கொண்டு, எல்வினும் ஷாம்ராவும் கோண்டு சேவா மண்டல்லின் செயல் திட்டங்களில் கவனம் செலுத்தினர்.

செயின்ட் ஃப்ரான்ஸிஸ் ஆசிரமத்தில் ஒரு தேவாலயம், ஒரு விருந்தினர் விடுதி, மருந்து வழங்கும் இடம், பிரார்த்தனை செய்ய ஒரு அறை, குழந்தைகள் விடுதி எல்லாம் இருந்தன. ஷாம்ராவுக்கும் எல்வினுக்கும் தனித்தனியாக சிறு அறைகள் இருந்தன. தேவாலயத்தில் ஒரு இந்தியக் கலைஞர் படங்கள் வரைந்தார். முன்புறம் துறவின் சின்னமான காவிக் கொடி பறந்தது. ஒரு துளசிச் செடியும் இருந்தது. அதைத் தொடங்கியவர்கள் தவிர

டிக்ரிடொலாவில் செயின்ட் பிரான்சிஸ்
ஆசிரமத்தின் முற்றத்தில் மேரி கில்லட், 1933

யாரும் அங்கே பிரார்த்தனை செய்யவில்லை. கோண்டு சேவா மண்டல், மதமாற்றத்தைத் தீவிரமாக எதிர்த்தது. விவிலியத்தைக் கோண்டுகளிடம் எடுத்துச் செல்லாதது குறித்து சி.எஃப். ஆண்ட்ரூஸ் அவரைக் கண்டித்துக் கடிதம் எழுதினார். "நான் ஒரு காலகட்டத்தில் இந்து மதத்தை அளவுக்கு அதிகமான லட்சியமாகக் கருதியது போல், அவரும் பழங்குடியினரையும் அவர்களது நம்பிக்கைகளையும் தற்போதைய லட்சியமாக ஆக்கக் கூடாது" என்று நவம்பர் 12ஆம் தேதி கடிதம் எழுதினார். "மிகப் புராதன வாழ்க்கை பல நேரங்களில் வர்ணிக்க முடியாத பெருங் கொடூரமாக இருக்கிறது. இந்தப் புராதன பயங்கரச் செயல்களில் இருந்து நாம் பெற்ற விடுதலையை மிகைப்படுத்த முடியாது. இவற்றிலிருந்து இயேசு கிறித்து நம்மை விடுவித்தார். நானே இந்த விஷயத்தில் பலவீனத்தின் எல்லைவரை சென்றிருக்கிறேன். என்னால் முடிந்தவரை அனுபவித்திருக்கிறேன். அதே ஆபத்தை உன்னிடமும் காண்கிறேன்".

இது போலவே நாக்பூரின் ஆயரும் எல்வினைக் கண்டித்தார். எல்வின் ஆண்ட்ரூஸ் மீது மரியாதை வைத்திருந்தாலும் தன் நிலையை மாற்றிக்கொள்ளவில்லை. எல்வின் அதற்குப் பிறகு எழுதி வெளியிட்ட கட்டுரை இதை உறுதிப்படுத்தியது. கோண்டு சேவா மண்டல் உறுப்பினர்கள், காந்திய வழியில், மற்றவர்கள் பின்பற்றும் மதங்களை மதித்து, அதன் மூலம் தங்களுடைய மதத்தை நன்றாகப் புரிந்துகொள்ள வேண்டும் என்று உற்சாகம்

ஊட்டப்படும். இன்று இந்தியாவில் ஒவ்வொரு மதத்தையும் சிறப்பாக வெளிப்படுத்த முடியும். மதம்மாற விரும்புகிறவர்களை நோக்கிப் போட்டி போட்டு ஓடுவதாலோ அல்லது மற்ற மதங்களிலிருந்து தம்மைக் காத்துக்கொள்ள சுவர்களை எழுப்புவ தாலோ அல்ல. அடக்கமான சேவை மனப்பான்மையுடன், மற்றவர்களுடைய அன்பான ஒத்துழைப்புடன் அதைச் செய்யலாம்.

எல்வினும் ஷாம்ராவும் கராஞ்சியாவிலிருந்து கொண்டு, கோண்டுகள் வசிக்கும் பகுதிகளில் பல சின்னச் சின்ன ஆசிரமங் களைக் கட்டி விரிவுபடுத்தலாம் என்று நம்பினர். எல்வின் அழகாக இருக்கும் இடங்களைத் தேர்ந்தெடுத்தார்: முதலில் கண்வா நதிக்கரையில், சிவப்புப் பாறை விளிம்புகள் ஒருபுறமும், மெல்ல உயர்ந்து செல்லும் மலைக்காடுகள் மறுபுறமும் இருக்கும் 'போண்டார்' என்ற இடத்தில் ஆசிரமம் அமைந்தது. இரண்டாவது ஆசிரமம் ஹராதொலா என்ற கிராமத்தின் அருகில், நர்மதை நதி வளைந்து ஒரு குன்றைச் சுற்றிக் கீழிறங்கி அருவியாக விழும் இடத்தில் அமைந்தது. மூன்றாவது கடுகு விளையும் மஞ்சள் பூத்த வயல்களை நோக்கிய இடத்தில், விரிந்த காடுகளும் புல்வெளிகளும் பார்வையில் படும்படி பிர்பாஸ்பூரில் அமைந்தது.

அவர்கள் நடத்திய பள்ளிகளில் பெரும்பாலும் கோண்டு பழங்குடியினரின் குழந்தைகள் படித்தனர். பொதுவாகப் படித்த இந்துக்களும் முஸ்லிம்களும் ஆசிரியர்களாக இருந்தார்கள். மாண்டேசெரி முறையில் பாடத்திட்டம் அமைந்தாலும், இந்திய தேசியவாதம் அதில் கலந்திருந்தது. மாணவர்களுக்குச் சுத்தமாக இருக்க வேண்டியதற்கான வழிகள், சிறையிலிருந்து ஜவஹர்லால் நேரு மகளுக்கு எழுதிய கடிதங்கள், காந்தியின் போதனைகள் பாடமாக சொல்லித்தரப்பட்டது. சேவா மண்டல் கொடுத்த காதிச் சீருடைகளை அணிந்து ரவீந்திரநாத் தாகூரின் பாடல்களை, பக்திக் கவிஞர்களின் பாடல்களைக் குழந்தைகள் பாடி வந்தனர். கல்வியின் குறிக்கோள் சுயவெளிப்பாட்டின் மூலம் ஆத்ம விடுதலையை அடைவதுதான் என்பதால், பரிசுகளோ, தண்டனைகளோ தரப்படவில்லை.

மருத்துவ உதவி செய்யும் வேலை ஷாம்ராவின் பொறுப்பில் இருந்தது. முப்பது மைல் சுற்றளவில் உள்ள கிராம மக்கள் அவரிடம் மருந்து வாங்குவதற்காகத் திரண்டு வந்தனர். வெட்டைநோய், மேகநோய், குஷ்டம், பூச்சிக்கடி, விலங்குகளின் கடி, அடிபட்ட காயங்கள் இவற்றுக்கு அவரிடம் மருத்துவ உதவி கிடைத்தது. இயற்கை வைத்தியத்தில் தேர்ந்த டாக்டர் ஷாம்ராவ் மிக விரைவில் பழங்குடியினரின் நம்பிக்கையைப்

பெற்றார். கிராமத்தில் காலரா வந்த போது, சூனிய வேலை என்று கோண்டுகள் பயந்தனர். ஷாம்ராவ் அருகிலிருந்த டிண்டொரி நகரிலிருந்து தடுப்பு மருந்து வாங்கி வந்து அனைவருக்கும் கொடுத்தார். அந்தத் தொற்று நோய் மறைந்தது.

உடல் உபாதைகளுக்கு மட்டுமின்றி மற்ற காயங்களுக்கும் ஷாம்ராவ் சிகிச்சை அளித்தார். சட்டபூர்வமான அதிகாரம் இல்லாமலேயே கராஞ்சியாவில் நிலத்தகராறுகளை, பெண்கள் விவகாரங்களில் ஏற்பட்ட சண்டைகளை, மத்தியஸ்தம் பேசித் தீர்த்து வைத்தார். சில மாதங்களில் ஐம்பது வழக்குகள் வரை இவ்வாறு தீர்த்து வைத்தார். சட்டபூர்வமானதாக இல்லா விட்டாலும், அவருடைய தீர்ப்புக்களை மக்கள் மதித்தனர். தனிமையிலும், உடல்நலக் குறைவாலும் சங்கடப்பட்ட எல்வினுக்கு விசுவாசமுள்ள, நெருங்கிய, நண்பராக ஷாம்ராவ் இருந்தார். எப்போதும் அவரிடமிருந்த நகைச்சுவையுடன் மகிழ்ச்சியாக இருந்தார்.

ஆனால் எல்வின் கொள்கைப்பிடிப்பு உள்ளவர்: ஒரு பிரிட்டிஷ் செய்தித்தாள் இவ்வாறு எழுதியது ‘பழங்குடி மக்களுக்கு நமது நாகரிகத்தின் சிறப்பு அம்சங்களைக் கற்றுத் தருவதே அவரது குறிக்கோள்’: இன்னொன்று சுருக்கமான தலைப்பில் எழுதியது ‘இந்தியாவின் நடுவில், ஒரு கிறித்தவ ஆயரின் மகன், காந்திக்கு ஒரு கோயில் கட்டுகிறார்’. எல்வின் இவற்றைக் கொஞ்சம் அடக்கமாகச் சொல்லி இருப்பார். ஆனால் இந்த மதிப்பீடுகள் சரியாகத்தான் இருந்தன. ப்யூரிடன் *(Puritan)*, இம்ப்ருவர் *(Improver)* போன்ற கிறித்தவ மதப் பிரிவுகளின் நம்பிக்கைகளைப் பின்பற்றிக் கடவுளை எளிமையாக வழிபடுவதில் நம்பிக்கை உள்ள அவர், தொடக்கத்தில் பழங்குடியினரின் மதிப்பீடுகளில் பாராட்டத் தகுந்தது எதையும் காணவில்லை. ‘கோண்டுகள் புதிய விஷயங்களில் இறங்கத் துணிந்தவர்கள் அல்ல. தோட்டங்கள் போட்டு தங்கள் நிலையை அவர்கள் மேம்படுத்த முடியும். அது பற்றி அவர்கள் கவலைப்படுவதில்லை’ என்று குறை கூறினார். பழங்குடியினர் நாடோடி வாழ்க்கை நடத்துவதன் காரணமாக திட்டமிட்டுக் குடியிருப்புக்கள் கட்டி நடத்துவது மிகவும் கடினம். கிராமத்தில் ஒரு சங்கம் உருவாக்க விரும்பினார். ‘அதில் குழந்தைகளைப் பள்ளிக்கு அனுப்புகிறவர்கள், குடியைக் குறைத்துக்கொள்வதாக, தடுப்பு மருந்துகள் எடுத்துக்கொள்வதாக உறுதி எடுப்பவர்கள், உரக்குழிகள், சுத்தம், சுகாதாரம் இவற்றில் மும்முரம் காட்டுபவர்கள், பயனற்ற ஆடம்பரமான நகைகள், திருமணங்கள் இவற்றைத் தவிர்ப்பவர்கள், உறுப்பினராகலாம்’ என்று நம்பினார்.

1934 ஆண்டு நவம்பர் மாதம் ஏ.வி. தக்கர் எல்வினையும் ஷாமையும் காண வந்தார். பில் பழங்குடியினரிடையில் அவர் ஆற்றும் பணிதான் ஆரம்பத்தில் இருவருக்கும் உந்துதலாக இருந்தது. தக்கர், பள்ளிகளை, மருத்துவமனைகளைச் சுற்றிப் பார்த்தார். பிறகு மகாத்மா காந்தி நடத்திய *ஹரிஜன்* பத்திரிகையில் அதைப் புகழ்ந்து இப்படி மதிப்புரை எழுதினார்:

> தந்தை எல்வின் உண்மையான கிறித்தவராக இருந்தாலும், மதமாற்றம் செய்வதாக இல்லை. கோண்டுகளை அவர் மதமாற்றம் செய்யவில்லை, அவர்களுக்குச் சேவை செய்கிறார். மனித நேயத்தின் அடிப்படையில் மிகவும் சிறப்பான, கபடமில்லாத வகையில் சேவை செய்வதைத் தவிர வேறொரு குறிக்கோளும் அவருக்குக் கிடையாது. இந்த மாதிரியான சேவைகள் செய்வதற்கு இந்துக்களோ கிறித்தவர்களோ அவருக்கு நன்றி சொல்வது கிடையாது. சனாதன முறையைப் பின்பற்றாத காரணத்தால் இந்துக் களுக்கு அவரைப் பிடிக்காது. மத மாற்றத்தை ஒதுக்கும் கிறித்தவரைக் கற்பனைகூடச் செய்ய முடியாததால் கிறித்தவர்களுக்கு அவர் மீது நம்பிக்கை இல்லை...

> இந்தச் சுயநலமற்ற சேவைக்குக் கிறித்தவர்களோ இந்துக்களோ நன்றி சொல்லவில்லை; கோண்டுகளும் நன்றி சொல்லவில்லை. ஏனெனில், முன்னேற்றத்துக்கான செயல் திட்டத்தில் இருந்த கள்ளுண்ணாமை, கடும் உழைப்பு, இன்னும் பல விஷயங்கள் அவர்களுக்குப் பிடிக்கவில்லை. எல்வின், சிக்கனம், தடுப்புமருந்துகள், பொலிகாளை இவற்றைப் பற்றிய விளக்கச் சுவரொட்டிகளை வரவழைத்தார். கோண்டுகள் அதைப் பார்வைக்கு வைத்து உபயோகப்படுத்துவது பற்றிக் கவலைப்படவில்லை. வளர்ச்சிக்குப் பாடுபடும் சமூக சேவகருக் கும், பழைமையில் ஊறிய கோண்டுகளுக்கும் இருந்த பெரிய வேறுபாடுகளால் எப்போதும் கருத்து வேற்றுமைதான் நிலவியது. சேவாமண்டல், பள்ளியில் தையல் பயிற்சி வகுப்புகளைத் தொடங்கிய சமயம், எல்லாப் பெண் குழந்தைகளும் பள்ளிக்கு வருவதை நிறுத்திவிட்டனர். ஏனெனில், தையல் வேலை செய்வதனால், தங்களுடைய கருப்பைகளையும் தைத்துவிடு வார்கள், பின்னர் முதற்குழந்தையின் பேறுகாலத்தில் சிக்கல் ஏற்படும் என்று பெற்றோர்கள் நினைத்தனர். ரயில்வேயில் வேலை செய்யும் ஒரு தீவிர இந்து ஸ்டேஷன் மாஸ்டர், ஊர் ஊராகச் சென்று "ஆங்கிலேயர்கள் தங்கள் பேரரசுக்காக வேலை செய்யவே இங்கே இருக்கிறார்கள், உங்களுக்காக வேலை செய்ய அல்ல" என்று முழங்கி வந்தார். குழந்தைகளைக் கூட்டிக்கொண்டு அவர்கள் மாவட்டத்திலேயே உயரமான

மலைக்கு ஒருநாள் சுற்றுலா சென்றபோது, ஒரு நிலச்சுவான்தார், இந்தக் கிறித்தவர்களின் புதுவழிகளைக் குறித்து கூடியிருந்த எல்லோரையும் எச்சரித்தார். அவர்களுடைய எதிரிகள் கராஞ்சியாவை 'இயேசுவின் சேரி' என்று கேலியாக அழைத்தனர்.

மாவட்டப் போலீஸ் அதிகாரிகளும் எதிர்ப்புத் தெரிவிப்பதில் மிகவும் சுறுசுறுப்பாகச் செயல்பட்டனர். ஒரு சப்–இன்ஸ்பெக்டர் ஒவ்வொரு வாரமும் வந்து, வீட்டைச் சுற்றி வேவு பார்ப்பார். கலகம் பற்றிய எழுத்துக்கள் எதுவும் இருக்கிறதா என்று அவர்களிடம் காட்டச் சொல்வார். அவை ஒன்றும் கிடைக்காத போது, மற்ற இந்திய போலீஸ்காரர்கள் செய்வது போல, தோட்டத்துக்குச் சென்று மலர்கள், காய்கனிகளைத் தனக்குத் தானே எடுத்துக்கொள்வார். போலீஸ்காரனின் மனதில் அடக்கி வைக்கப்பட்ட தேசியவாதம் என்னும் விஷத்தைத் தனியாக இருக்கும் பாதுகாப்பில்லாத வெள்ளைக்காரன் மீது காட்டுகிறான் என்று எல்வின் எரிச்சலுடன் நினைத்தார். அனேகமாக, அவனுக்கு, அவர் காங்கிரஸ் ஆதரவாளர் என்பது தெரியும். அவருக்குத் தொந்தரவு கொடுப்பதன் மூலம் தன்னுடைய மேலதிகாரிகளை மகிழ்ச்சிப்படுத்தலாம் என்று நம்பினான். ஒருதடவை, ஷாம்ராவைக் கடைத்தெருவில் வைத்து ஒரு போலீஸ்காரன் ஒரு காரணமும் இல்லாமல் அடித்து நொறுக்கிவிட்டான். இதனால் கோண்டுகள் ஒன்று சேர்ந்து விட்டனர். போலீஸ் ஸ்டேஷனை அவர்கள் தாக்காமல் இருக்க அவர்களைச் சமாதானம் செய்ய வேண்டியிருந்தது.

கரஞ்சியாவில் எல்வின் நடத்திய வாழ்க்கையின் ஆவணமாக இருக்கும் 'காட்டிருந்து இலைகள்' என்ற புத்தகத்தில், அவர்களது சேவை பற்றிக் கோண்டு மக்கள் கண்டுகொள்ளாமல் இருப்பதால் ஏற்பட்ட எரிச்சலும், பழங்குடியினரின் வாழ்வை அனுதாபத்துடன் புரிந்துகொள்ளுவதும் மாறி மாறி எல்வினை அலைக்கழித்தது பதிவாகி இருக்கிறது. அவனுடைய பிரதேசத்தில் எங்குமே பருத்தி விளையாதபோது அவன் ஏன் இராட்டையில் நூற்க வேண்டும்? என்று அவன் கேட்கிறான். மிகச் சிறந்த மதுவை வடிகட்ட அந்தப் பிரதேசமெங்கும் மஹுவா மரங்கள் இருக்கும் போது, அது தரும் விடுதலை உணர்வை அனுபவிக்காமல் அவன் ஏன் மதுவிலக்கைக் கடைப்பிடிக்க வேண்டும்? 'உன்னைப் பொறுத்தவரை எது நரகம்?' என்று ஒரு கோண்டைக் கேட்டதற்கு அவன் சொன்னான்: 'மஹுவா மரங்கள் இல்லாத பெருங்காடு உள்ள இடம்'. இன்னொருவன் 'இறந்து போனால் என்னை மஹுவா மரத்தடியில் புதைக்க வேண்டும். இறந்த பின்னும் அதன் வேர்களிலிருந்து இன்பத்தை உறிஞ்ச வேண்டும்' என்று சொன்னான். எதற்காக ஷாம்ராவும் எல்வினும் காவி உடை

அணிய வேண்டும், நான்கு முறை பிரார்த்திக்க வேண்டும்? கடவுளுக்கு லஞ்சம் கொடுத்துப் பெரிய பணக்காரன் ஆகத்தான் அவர்கள் இதையெல்லாம் செய்கிறார்கள் என்று கோண்டுகள் நினைத்தார்கள்.

காந்தியின் கொள்கைகளில், இராட்டையில் நூல்நூற்பது, சிக்கனமாக வாழ்வது, கள் உண்ணாமல் இருப்பது இவைகளை எல்லாம் ஒதுக்கிவிட்டால், பின் பிரம்மச்சரியம் மட்டுமே மிஞ்சியது. இதையும் கோண்டுகள் ரொம்பவும் மதிக்கவில்லை. அவர்களுடைய பாடலில் மீண்டும் மீண்டும் வெளிப்பட்டது போல, நீ சாப்பிடலாம், நீ குடிக்கலாம், ஆனால் மனைவி இல்லாத வாழ்க்கை வீண் என்பது அவர்களுடைய கருத்து. கோண்டு பெண்கள் ஆண்களைக் கவரும் கலையில் மிகத் தேர்ந்தவர்கள்; பாதுகாக்கப்பட்ட, தங்கள் நடத்தையில் மிகவும் கவனமாக இருக்கும் இந்துப் பெண்களைப் போல் இல்லாமல், காடுகளிலும், வயல்களிலும், எந்தக் கவலையும் இல்லாமல், தங்களை விரும்புகிறவர்களை உற்சாகப்படுத்தினர். ஆண்களைப் பொறுத்தவரை வேறெதையும் விட ஆண்மையற்ற நிலைபற்றி அதிகம் கவலைப்பட்டனர்: ஷாமின் மருத்துவச் சாலையில் 'அதற்கு' மருந்து இல்லை என்று வருத்தப்பட்டனர். திருமணத்துக்கு முந்தைய உறவுகள் அதிகம் நடந்தன, அங்கீகரிக்கப்படாத உறவுகள் அதைவிட அதிகம். எல்வின் கணக்குப்படி அந்த கிராமத்தில் மட்டும் ஒரு வருடத்தில் பத்தொன்பது ஜோடிகள் ஓடிப் போயினர். மணவிலக்கு மிகவும் எளிமையான சடங்காக இருந்தது. அதை ஹாலிவுட்டில் நடைமுறைப்படுத்தினால் அதிகம் பயனுள்ளதாக இருக்கும். கணவனும் மனைவியும் பெரியவர்கள் முன்னிலையில் வந்து ஒரு பானையை உடைத்தனர், ஒரு காய்ந்த புல்லை/தட்டையை இரண்டாக முறித்தனர், அத்துடன் இருவரும் பிரிந்தனர்.

எல்வின் மண்ட்லாவில் மத மாற்றம் செய்வதற்காக வரவில்லை. ஆனால், கொஞ்ச நாட்களிலேயே கோண்டுகள் அவரை மாற்றிவிட்டனர். அவர்கள் தந்த உற்சாகத்தில் ஒன்றொன்றாக அவர் தன்னுடைய 'புனித' (Puritan) ஆளுமையை களையத் தொடங்கினார். 1933இல் மழைக்காலத்தில், மீண்டும் மலேரியா நோய் வந்த நேரம், பீர் மேலிருந்த ஆசையை டைரியில் எழுதி ஒத்துக்கொண்டார். அவர்கள் காந்தியக் கொள்கைகளை பின்பற்றிய தவறு காரணமாக ஒருவேளை அதைச் சேர்த்து வைத்துக்கொள்ளவில்லை. ஆனால் ரொம்ப நாட்கள் ஆவதற்குள் திருமணங்களிலும், பண்டிகைகளிலும் கோண்டுகளுடன் சேர்ந்து அதிகப் போதைதரும் உள்ளூர்ச் சாராயத்தைக் குடிக்க ஆரம்பித்தார். கோண்டுகள் நூல் நூற்பதில்

ஆர்வம் காட்டவில்லை. அதனால், காந்தி அடிக்கடி கடிதம் எழுதி வேண்டிக்கொண்ட போதும், அவரும் நூற்பதை நிறுத்தினார். மகாத்மா எழுதிய கடிதங்களில் 'நூற்பது ஒருவகைத் தவம், அல்லது துறவியின் ஒழுக்கம்' என்று நினைவூட்டினார். அது கோண்டுகளுக்குச் சரியான வேலை அல்ல என்றும் அதைவிட அரிசி குத்துவதை ஒருதடவை முயன்று பார்க்கலாம் என்று எல்வின் பதிலளித்தார். செப்டம்பர் 1934இல், பம்பாய் சென்றுவர ஆங்கிலேய உடைகளை எடுத்துவைக்கும் அளவுக்குச் சென்றார். கரஞ்சியாவில் ஏழைகளுடன் நெருங்கி இருக்க சட்டையையும் வேட்டியும் அணிந்துகொண்டார். ஆனால் நகரத்தில் கோமணம் கட்டிக் கொண்டிருப்பதில் எந்தப் பயனும் இல்லை என்று கண்டார். 'சபர்மதியில் கிறுக்குப் பிடித்த காந்தியின் சீடர்கள், வேட்டிகள் அணிந்து வெளியில் தெரியவேண்டியதைவிட அதிகமாகக் காட்டிக்கொண்டிருப்பதை, பெண்கள் அணிந்த சேலை காற்றில் பறக்க வெள்ளை உடல்களை காட்டிக்கொண்டிருப்பதைப் பார்த்த பிறகு, இந்திய உடைகளை அணிய எனக்குக் கூச்சமாக இருந்தது. எது எவ்வாறாயினும், தோற்றம் முக்கியம் அல்ல, இந்தியர்கள் இதயத்தைப் பார்க்கிறார்கள், உடைகளை அல்ல. இது *கல்கத்தா மெயில்* (பத்திரிகையில்) கிராமத்து மதகுருவின் மகளை, நாடோடி ஒருவன் மயக்கும் 'வெர்ஜீன் அண்ட் த ஜிப்ஸி' (கன்னியும் நாடோடியும்) என்ற டி.எச். லாரன்ஸின் கதையைப் படித்ததன் விளைவு. பிரம்மச்சரியம் என்பது மனிதனின் ஆசைகளை அடக்க முயலுகிற, வெற்றி பெற முடியாத போலியான வெளிவேஷம். பிரம்மச்சரியத்தைப் பற்றியும் சிந்திக்க ஆரம்பித்தார். கிறித்து சேவா சங்கத்தில், புதிதாக 'பிரம்மச்சாரிகள் பிரிவை'த் தொடங்கியதாக வின்ஸ்லோ எழுதியபோது எல்வின் நக்கலாகக் குறிப்பிட்டார்,

புனிதக் கற்பில் பல நிலைகள் உண்டு
கட்டுப்பாடில்லாத கற்பு,
தற்காலிகக் கற்பு,
(வெள்ளை) வீரனின் கற்பு,
கன்னியின் கற்பு.

இன்னும் பல. அவற்றில் ஒன்று வழிநடத்தப்படும் கற்பு, அதாவது, நீங்கள் வழிநடத்தப்படும் வரை கற்புடன் இருப்பது.

காந்தியம் அவருக்குச் சலிப்புத் தந்தாலும், கிறித்தவ மதத்திலும் எல்வினுக்கு ஆறுதல் கிடைக்கவில்லை. திருச்சபை அவரை ஒதுக்கி வைத்தது. நாசிக்கின் ஆயர், எந்த மதகுருவும் எல்வினுடைய ஆசிரமத்துக்குச் செல்லக் கூடாது என்று தடை செய்தார். புனேவுக்கு ஒருமுறை சென்றபோது, தேசிய கிறித்தவ

கவுன்ஸில், விவிலியத்தின் முதல் அத்தியாயம் (உலகத்தின் தோற்றம்) பற்றி புதிய கருத்துக்களைக் கொண்டவர் என்ற சந்தேகத்தில் பிஷப்பின் உதவி குருவை, பிஷப்பின் மனைவி பார்ப்பதுபோல் அவரைக் கவனித்தது. அவருடைய விஷயத்தில் அது சரிதான். அவர் 'தன் மக்களுடன்' (வெள்ளையருடன்) அதிகமாகப் பழகவில்லை என்று அம்மா குறை கூறினார். 'எத்தனை பேர் என்னைப் பார்க்க விரும்புகிறார்களோ அவர்களை நான் பார்க்கிறேன்' என்று எல்வின் எரிச்சலுடன் பதிலளித்தார். உம்பிரியாவில், அவருடைய நண்பர்கள் நடத்தும் 'எரிமோ ஃப்ரான்ஸிஸ்கானொ' என்ற சிற்றோடை, கிறித்தவம் என்னும் பெருநதியில் கலக்கிறது. அந்த ஓடையில் மட்டுமே ஷாம்ராவும் அவரும் நீர் அருந்த அனுமதிக்கப்படுகிறார்கள். மற்ற நீரோடைகளில், நதிகளில், அறிவிப்புகள் அவர்களுடைய பார்வையில் படாமல் வைக்கப்பட்டு உள்ளன. எது எப்படி இருந்தாலும் இத்தனை ஆண்டுகளுக்குப் பிறகும், இந்தியர்களிட மிருந்து உறுதியாக விலகி நிற்கும் திருச்சபையை அவர் விரும்புவதற்கு ஒரு காரணமும் தோன்றவில்லை. திருச்சபை அவ்வப்போது மாளிகைகளிலிருந்து வெளியே வந்து, சரியான இலக்குகள் இல்லாத 'கிராம முன்னேற்ற'த் திட்டங்களை நடத்து கிறது. அவருடைய தங்கை நீலகிரியில் ஒரு கிறித்தவ ஊழிய மையத்துக்கு வரலாமா என்று யோசித்துக்கொண்டிருந்தார். எல்வின் அவளை வீட்டிலேயே இருக்கச் சொன்னார். ஏனெனில் 'நான் எதை எதிர்த்து என் வாழ்க்கை முழுவதும் போராடிக் கொண்டிருக்கிறேனோ அந்த வாழ்வை இந்தியாவில் நீ நடத்த வேண்டிய நிர்ப்பந்தம் ஏற்படும்.'

அவருடன் பள்ளியில் படித்த ஸ்டீஃபன் நீல் தென்னிந்தியா வில் வளர்ந்துவரும் நற்செய்தி ஊழியராக இருந்தார். அவர் எழுதிய ஒரு புத்தகம் பற்றி எல்வின் எழுதிய விமரிசனத்தில் எல்வினுடைய எதிர்ப்பு எல்லோருக்கும் தெரியவந்தது. இந்தியத் திருச்சபை ஆற்றும் ஊழியத்தைப் பற்றிய அந்தப் புத்தகம், 'வேறொரு யுகத்திலிருந்து கடன் வாங்கப்பட்ட பொருத்தமற்ற மொழியில் எழுதப்பட்டது'; நீல் கருப்பு மேலங்கி அணிந்து இன்னும் போதனை செய்துகொண்டிருக்கிறார் என்றார் எல்வின். அப்புத்தகத்தில், விமரிசனத்துக்கு உரிய வாக்கியங்களைச் சுட்டிக் காட்டினார். அவர் குறிப்பிட்ட ஒவ்வொரு வார்த்தையும் அவருக்கும், மிகச் சிறந்த கிறித்தவ ஊழியக்காரர்களுக்கும் உள்ள இடைவெளியைக் காட்டியது. அவர் இவ்வாறு குறிப்பிட்டார்:

> கேம்பிரிட்ஜ், ட்ரினிடி கல்லூரியின் முன்னாள் மாணவர், உறுப்பினர்களுக்குச் சீலத்தைக் கற்றுத் தருகிறது என்று சொல்லிக் கொள்ளும் 'மாணவர் கிறித்தவ அமைப்பின்'

முன்னாள் தலைவர், இந்தியாவில் கிறித்தவர்கள் – அல்லாதவர்களை, காட்டுமிராண்டிகள் என்று அழைப்பது அல்லது "கன்னி நிலங்களில் ஒரு தலைமுறை வரை அறுவடை இன்றி வேலை செய்ய வேண்டியிருக்கும்", 'வருடம் முழுவதும் சராசரியாக ஐந்து நிமிடத்துக்கு ஒருவர் வீதம் மதம் மாறியவர் ஞானஸ்நானம் பெறுகிறார்', 'ஒவ்வொரு நகரமும் கிறித்துவின் பேரால் கண்காணிக்கப்பட்டு, "முன்னேறும் படையணியின் முன்வரிசையில்", 'தங்கள் நாட்டுக்காகச் செய்கிறோம் என்று தாங்கள் நம்புகிற வேலைக்காக' ஒத்துழையாமை இயக்கத்தில் பெண்கள் பங்கெடுத்துச் சிறை சென்றிருக்கிறார்கள், 'நற்செய்தியைப் பரப்புவது' என்றெல்லாம் எழுதுவதையும், கிராமத்துக் குழந்தைகளைப் பற்றி எழுதும்போது, சரியாக வளர்க்கப்படாத, கூனிக் குறுகும் உயிர்களைப் 'பிடிக்க வேண்டும், அடக்க வேண்டும்' என்றெல்லாம் எழுதுவதையும் நாம் எதிர்பார்க்கவில்லை'.

என்று எல்வின் எழுதினார்.

எல்வின் முதன் முதலாக கராஞ்சியா வந்த சமயம், 'காங்கிரஸ் ஆதரவுக் கிறித்தவர்' என்று தன்னைத்தானே வர்ணித்திருக்கக்கூடும். அந்த இரண்டு முத்திரைகளும் இப்போது பொருந்தவில்லை: ஒரு கோண்டு சிறுவன் காந்தியின் புகைப்படத்தைப் பார்த்துவிட்டு, "யானைக் காதுகளுடன் இருக்கும் பைத்தியக்காரக் கிழட்டுக் கரடி" என்று வர்ணித்ததையும், கிராமத்தில் எதிரியின் அம்மாவை, சகோதரியைத் திட்டிவிட்டு, அவனுடைய அற உணர்வையும், அறிவையும் பற்றி சந்தேகத்தை எழுப்பிய கெட்ட வார்த்தைகளைப் பறிமாறிக்கொள்ளும்போது, வசையின் உச்சகட்டமாக, அவனைக் 'கிறித்தவன்' என்று திட்டுவதையும், எல்வின் உள்நோக்கத்துடன், மகிழ்ச்சியுடன் பதிவு செய்கிறார்.

1936ஆம் ஆண்டு ஜனவரி மாதம் சுற்றுக்கு விட்ட ஒரு கடிதத்தில், தனது இரண்டு ஏமாற்றங்களையும் இன்னும் கடுமையான வார்த்தைகளில் பதிவு செய்கிறார். முந்தைய வருடத்தில் நவம்பர் மாதம் வார்தா சென்றிருந்தபோது, காந்தியின் சீடர்கள், அவரை ஓய்ந்து போகும்வரை சலிப்படையச் செய்ததைக் கண்டிருந்தார். இப்படி சலிப்படையச் செய்பவர்களில் சிலர் மேற்கத்தியத் தொண்டர்கள். 'அவர்களிடமிருந்து சட்டம் போட்டுத்தான் காந்தியைக் காப்பாற்ற வேண்டும். நாட்டின் மிகத் தீர்க்கமான அறிவாளிகளில் ஒருவர் மேற்கத்திய புதுமைப் பெண்களுடைய மணவாழ்வின் சண்டைகளைத் தீர்ப்பதற்குத் தன் அறிவை ஏன் வீணாக்க வேண்டும் என்பதுதான் மர்மம்'.

காந்தியின் மீது மட்டும் அல்ல சமகாலத்தின் மீதும் அவருக்கு மிகுந்த வெறுப்பு ஏற்பட்டது; எல்வின் இப்போது கிறுக்குப் பிடித்த சீடர் அல்ல, எந்த வகையிலும் சீடரே அல்ல. இனிமேலும் காந்திக்கு எல்வினுடைய திருமணத்தினால் ஏற்பட்ட துன்பங்களைத் தீர்க்க அனுமதி கிடைக்காது. அடுத்ததாகக் கடிதத்தில் அவருக்கும் ஆங்கிலத் திருச்சபைக்கும் இடையில் ஏற்பட்ட உறவின் சிக்கல்கள் பதிவாகி இருந்தன. சூழ்நிலையின் தவிர்க்க இயலாத போக்கால் அவர் எப்படி, எதற்காகத் திருச்சபையை விட்டு விலகும் நிர்ப்பந்தம் ஏற்பட்டது என்று கடிதம் விவரித்தது. மதகுருவாக இருந்த தொடக்க காலத்தில் அவருக்குக் கிடைத்த ஆசீர்வாதத்தையும், மகிழ்ச்சியையும் மறக்க முடியவில்லை. ஆனால் இப்போது அவருக்கும் திருச்சபை நிர்வாகத்துக்கும் ஏற்பட்டுவிட்ட இடைவெளி மிகப் பெரியது. நாக்பூரின் ஆயர், 'அவர்கள் பிசாசின் வேலையைச் செய்கிறார்கள்' என்று சொன்னார்; இன்னொரு (பம்பாய்) ஆயர் அவர் ஏழை இந்தியர்களுடன் வாழ்வதாலும், அவர்களின் கோணத்தில் உலகத்தைப் பார்ப்பதாலும் அவரது உலகப் பார்வை சாத்தானின் பார்வை என்று அழைத்தார். ஆனால், புரோட்டஸண்ட், கத்தோலிக்கத் திருச்சபைகளோ அல்லது சனாதனமோ எல்லாமே தவிர்க்க முடியாமல் இனவெறியின் ஆதிக்கத்தில் இருக்கின்றன என்றே இந்தியர்கள் கண்டார்கள்: அவர்கள் ஆங்கிலேயர்களைப் பார்க்கையில், லியொபொல்டு அரசனைக் காங்கோவை, அபிசினியாவின் முஸோலினியை, அமிர்தசரஸின் ஜெனரல் டையரை, சீனாவில் மேற்கத்திய ராணுவங்களை, அமெரிக்காவில் நீக்ரோக்களை அடித்து நொறுக்குவதை நினைவுகூர்கிறார்கள்: இந்தச் செயல்களையோ, அவற்றைச் செய்தவர்களையோ திருச்சபை கண்டுகொள்ளாமல் இருந்தது அல்லது அவர்களுக்கு ஆதரவு கொடுத்தது. இந்தக் கலகக்கார மதகுரு கேட்டார் 'நமக்கு என்ன உரிமை இருக்கிறது? நமக்குப் பின்னால் பீரங்கிகள் அலற, நமது நினைவுகளில் எண்ணில்லாத குரூரங்களும் ஒடுக்குமுறைகளும் ஒளிந்திருக்கின்றன. இந்த ஆழ்ந்த, அமைதியை விரும்பும் இந்தியர்களுக்குப் போதனை செய்ய நமக்கு என்ன உரிமை இருக்கிறது?' திருச்சபை பணபலம், அரசியல் பலம் இரண்டிலும் இருந்தும் விலகிக்கொள்ள வேண்டும் என்று அவர் நினைத்தார்.

> (தாங்கள் செய்த) பாவத்துக்கு நூறாண்டுகள் பரிகாரம் செய்யவேண்டும். அப்படிச் செய்தால், அதில் மூன்றில் இரண்டு பங்கு ஆண்டுகள் முடிவதற்குள் இந்தியா கிறித்துவின் காலடியில் கிடக்கும். ஆயர்களின் தலைமையில் இந்தியாவில் இருக்கும் ஒவ்வொரு கிறித்தவனும்,

உரிமைகளைத் தூக்கி எறிந்துவிட்டு, செல்வத்தை இழந்துவிட்டு, கற்றவர்களையும் வசதியானவர்களையும் துரத்திச் செல்வதைத் தவிர்த்துவிட்டு, அடக்கத்துடன் மன்னிப்புக் கேட்க வேண்டும். அடுத்தவர்களுக்குப் போதிப்பதற்குப் பதில் தங்களைச் தூய்மையாக்கிக் கொண்டு, பரம ஏழைகளுக்கும், எல்லோரும் கைவிட்ட தீண்டத்தகாதவர்களுக்கும் சேவை செய்து, கிறித்துவின் மீதுள்ள அன்பின் காரணமாக அவர்களை நேசித்துப் பாதுகாக்க வேண்டும். மதமாற்றுவதற்கு முயற்சி செய்யாமல் இருந்தால், மனம்வருந்தித் தாங்கள் வடிக்கும் கண்ணீரால் அவர்களுடைய கால்களைக் கழுவி, அன்பெனும் வாசனைத் திரவியத்தை அவர்களுக்குப் பூச வேண்டும். ஒருவேளை அவர்கள் அப்படிச் செய்திருந்தால் அது ஒன்றும் பெரிய சாதனை ஆகாது. அது சாதாரணமாகச் செய்ய வேண்டிய கடைமையாக இருந்திருக்கும்.

சரியான தருணத்தில் இந்தியாவில் அதுவும் கரஞ்சியாவில் பரிகாரம் செய்ய எல்வின் வந்தார். ஆனால் மற்ற மதகுருக்களிடம் அந்த எண்ணம் எடுபடவில்லை. 1932இல் அனுமதி மறுக்கப்பட்ட பின்னர், இன்னும் திருச்சபையில் தொடர்ந்து இருப்பது தன் நேர்மைக்கு அழகல்ல என்று எண்ணினார். 1935ஆம் ஆண்டு நவம்பர் இரண்டாம் தேதி, திருச்சபையில் தான் மதகுருவாகவோ, சாதாரண உறுப்பினராகவோ இருக்க விரும்பவில்லை என்ற முடிவைக் கல்கத்தாவில் இருந்த ஆங்கிலத் திருச்சபையின் *(Church of England)* இந்தியத் தலைமையகத்துக்குத் தெரிவித்தார். திரும்பிக்கூடப் பாராமல் எல்வின் திருச்சபையை விட்டு வெளியேறினார். ஆனால் அவருடைய விலகல் கடிதம் இங்கிலாந்தில் பெரும் பரபரப்பை ஏற்படுத்தியது அவருக்குத் தெரியாது. எந்த எதிர்பார்ப்புக்களோடு அவர்கள் 1927இல் எல்வினையும் மற்றவர்களையும் அனுப்பினார்கள் என்பதை நினைவுகூர்ந்து, ஹை சர்ச்சின் *(High Church)* மேலிடம் இந்திய தலைமைக் குருவுக்கு *(Metropolitan of India)* எழுதி அவரை மீண்டும் திருச்சபைக்குள் கொண்டுவர முயற்சி செய்யச் சொன்னது. அவர்களில் ஒருவர் எல்வினை நேசித்தவரும், அவருடைய புத்தகங்களுக்கு முன்னுரைகள் எழுதியவருமான, யார்க்கின் பேராயர், வில்லியம் டெம்பிள். டெம்பிளுக்குப் பதில் எழுதுமாறு கேட்டுக்கொள்ளப்பட்ட நாக்பூர் ஆயர், கருத்து வேறுபாடு கொண்டிருந்த மதகுருவுடன் தனக்கு ஏற்பட்ட அனுபவங்களை எழுதி அனுப்பினார். ‘எல்வின் என்னை மிகவும் கவர்ந்தார், அவரிடம் இருக்கும் இலக்கிய அறிவு, பக்தி இரண்டையும் நான் நேசிக்கிறேன். ஆனால் மதம் பற்றி

எல்வின் கொண்டிருக்கும் அணுகுமுறையுடன் என்னால் ஒத்துப்போக முடியாது'. ஈஸ்ட்போர்னில் இருந்து வில்லியம் கேரி என்ற ஆயரும், திருச்சபையின் இந்தியத் தலைமைக்குக் கடிதம் எழுதினார். எல்வின் நோய்வாய்ப்பட்டிருப்பதாகவும், விரைவில் அவர் மரணம் அடையக்கூடும் என்று தனக்குத் தகவல் வந்ததாகவும் எழுதினார். கேரியிடம், ஈ.டபிள்யு. எஸ். ஹொல்லண்ட் உட்பட பல நண்பர்கள், தாங்கள் சந்தித்ததிலேயே மிகச் சிறந்த புனிதர் எல்வின் என்று சொல்லியிருந்தார்கள். 'அவர் இறப்பதற்கு முன்னால், அன்பும் அதிகாரமும் உள்ள ஒருவர் அவரை, மதகுருவாக மீண்டும் மாற வேண்டும் என்று தூண்ட முடியாதா?' என்று எல்வினை அணுகுமாறு இயேசுவின் பெயரால் திருச்சபையின் இந்தியத் தலைமையை அவர் கேட்டுக் கொண்டார். அவருடைய கருத்துப்படி, திருச்சபையை விட்டு வெளியேற்றப்பட்ட மிகச்சிறந்த மனிதர்களுள் எல்வின் ஒருவர். 'அவர் இறந்து போனால், ஆங்கிலேயச் திருச்சபை (சர்ச் ஆஃப் இங்கிலாந்து), வெஸ்லே, நியுமென், எல்வின் போன்றவர்களைத் தன்னிடம் வைத்துக்கொள்ள முடியவில்லை என நான் வேதனையில் தலைகுனிவேன்' என்று கேரி முடித்தார்.

தன் மகன் அவ்வளவு விரைவில் இறந்துவிட மாட்டான் என்று திருமதி எல்வினுக்குத் தெரியும். ஆனால் எல்வின் எடுத்த முடிவால் அவருடைய அம்மா அடைந்த வேதனை கொஞ்சமல்ல. தாயின் அன்பு, கண்மூடித்தனமான நம்பிக்கை இரண்டின் காரணமாகத் திருச்சபையின் ஆயர்கள் தான் இதற்குப் பொறுப்பு என்று கருதினார். 'என் மகனும் பிறரைப் போலவே, எல்லோருக்கும் எல்லாமாக இருந்து, சூழ்நிலை யுடன் சமரசம் செய்துகொண்டிருந்தால், நிறையச் சம்பளம் வாங்கிக்கொண்டு, புகழ் பெற்ற போதகராக வசதியாக வாழ்ந்து கொண்டிருந்திருப்பான். அதற்குப் பதிலாக, இயேசுவைத் தான் புரிந்துகொண்டபடி பின்பற்றினான். ஒதுக்கப்பட்ட, மோசமான நிலையில் வாழும் கோண்டுகள் மத்தியில் முழு அர்ப்பணிப்புடன் வாழ்ந்தான். தொழுநோய் பீடித்த, பக்கத்தில் செல்ல முடியாத நோயாளிகளுக்குத் தன் கைகளால் சேவை செய்தான். இதையெல்லாம் பம்பாயின் துரைகள் பார்த்திருக்கவே முடியாது' என்று கோபத்துடன், திருச்சபையின் இந்திய தலைமைக்கு எழுதினார். தன் கடிதத்துடன், ஒரு இந்தியர் எழுதிய கடிதத்தையும் இணைத்திருந்தார். "உங்கள் மகன் போன்ற ஒளிவு மறைவில்லாத, நேர்மையான மனிதர்கள் தன்னலமற்ற அன்பின், உண்மையின் உருவமாக இருக்கிறார்கள். அதன் மூலமாக நாங்கள் இயேசுவின் மீது அன்பு செலுத்த, அவரை வணங்கச் செய்கிறார்கள். மதத்தை வெறுமனே போதிக்கக் கூடாது, வாழ்ந்து

காட்ட வேண்டும் என்று முன் எப்போதையும்விட இப்போது உணர்கிறோம்...” நிறையக் கடிதங்களில் இந்தக் கடிதம் ஒரு எடுத்துக்காட்டு. “பம்பாய், நாக்பூர் மறைமாவட்டங்களில், இப்படிப்பட்ட மனிதர்களுக்கு எந்த இடமும் இல்லையா?” என்று கடிதம் கேள்வி எழுப்பியது.

திருச்சபையால் எல்வினுக்கு எந்தப் பயனும் இல்லையோ என்று திருமதி எல்வின், உண்மையைத் தலைகீழாகப் புரிந்து கொண்டார். உண்மையைச் சொன்னால், எல்வினால் திருச்சபைக்கு எந்தப் பயனும் கிடையாது.

○ ○ ○

திருச்சபையை விட்டு விலகியதால், முன் எப்போதும் கனவு காண முடிந்திராத அறிவுச் சுதந்திரம் கிட்டியதாக பல ஆண்டுகள் கழித்து, எல்வின் கூறினார்; அதனால் பல உணர்வுச் சிக்கல்களும் மனத்தடைகளும் சரியாகிவிட்டன. அது என்னை ஆட்கொண்ட புது வாழ்வு, இந்த மத மாற்றம் தலைகீழானது. அறிவுச் சுதந்திரத்தோடு அது காதல் சுதந்திரத்தையும் தந்தது. ‘ஒரு மிகச் சிறந்த குறிக்கோளுக்காக, மனிதன் தன்னிடம் இருப்பவைகளில் மிகவும் உன்னதமானதைக் கடவுளுக்கு அர்ப்பணிப்பது’ என்று பிரம்மச்சரியம் பற்றி எல்வின் எழுதியிருந்தார். பிரம்மச்சாரி, இயேசுகிறித்துவில் மட்டுமே பெருமகிழ்ச்சி அடைகிறான்: அவருடைய ராஜியத்தின் மேலான, உயர்ந்த, அவசரத் தேவைகளுக்காக மட்டுமே தன்னை அர்ப்பணித்துக் கொள்ளுவதற்காக, மற்றவைகளின் மீது பற்றை விட்டுவிடுகிறான். இந்தக் கிறித்தவத் துறவிக்கு இயேசுகிறித்து மட்டுமே நேசமானவராக இருந்தார்: அடக்கப்பட்ட எல்லா ஆசைகளும் அவர் மீது குவிக்கப்பட்டன. கடந்த காலத்தில் அவரை ஆசைகள் தூண்டியபோது – மேரி, ஆலா, பெயர் தெரியாத இன்னொரு பெண் – அவைகளிலிருந்து மீண்டு இயேசுவிடம் மூழ்கினார். கடைசியாக, மத நம்பிக்கை தகர்ந்தபோது, அதன் நேரடி விளைவாகத் தன்னைப் புதுப்பித்துக்கொண்டு காமம் எழுந்தது.

1935 – 36இல் எல்வினிடம் மலர்ந்த காதல் பற்றிய தகவல்கள் மிக அரிதாகக் கிடைக்கின்றன. அவருடைய ஆங்கிலேய நண்பர் எழுதிய குறிப்புகள், 1960களில், மண்ட்லாவில் வேலை செய்த ஒரு அரசு அலுவலர் நடத்திய விசாரணைகள் இவற்றில் இருந்து கிடைக்கின்றன. இருவரும் ஒரே முடிவுக்கு வந்தனர். அவர் கோண்டு பண்பாட்டைத் தழுவினார், அது காந்தியை, செயின்ட் பிரான்ஸிஸை மறுப்பதாக அமைந்தது. கோண்டு நாடோடிகள், ‘கன்னி’ மதகுருவை மயக்கிவிட்டனர். விசாரணை நடத்திய

மத்திய வர்க்கத்தைச் சேர்ந்த இந்தியர், அவருக்காக மன்னிப்புக் கேட்கும் தொனியில், கண்டிக்கும் வகையில் இவ்வாறு எழுதினார்: 'எல்வினும் ஷாம்ராவும், மண்ட்லாவில் காதலில் விடுதலை உணர்வைக் கடைப்பிடிக்கும் சமூகத்தை உருவாக்கவில்லை. அப்படிப்பட்ட சமூகம் அங்கே ஏற்கனவே இருந்தது. தங்களைச் சுற்றி இரும்புத் திரையை அவர்களால் எழுப்ப முடியவில்லை. அந்தப் பண்பாட்டில் சிக்கிக்கொண்டனர்.'

எல்வின் வேறு விதமாகச் சொன்னார். கோண்டுகளைப் பொறுத்தவரை, உடலுறவு, இரண்டு நண்பர்களுக்கு இடையிலான ஒரு சமிக்ஞைப் பரிமாற்றம். இருவரும் அதில் ஓரேயடியாக மூழ்குவதில்லை, இருவரும் முழுவதுமாக நேசிப்பதும் இல்லை. இருவரும் விரும்புவதுதான் அதன் அடிப்படை. காதலிப்பது அல்ல. உறவுகள் இயல்பாகத் தொடங்கின. ஒருமுறை ஷாம்ராவை கடைத்தெருவில் இரு கோண்டு பெண்கள் சந்தித்தனர். அவருடன் வருவோம் என்று வற்புறுத்தினர். அவர்கள் எல்வினிடம், ஷாம்ராவிடம் பணத்துக்காக வரவில்லை. பணம் பெற்றுக் கொள்ளவில்லை. சுயவிருப்பத்தால் வந்தனர். ஒருதார மணம், ஒன்றன்பின் ஒன்றாக இருந்தாலும் சரி, வேறாக இருந்தாலும் சரி, நற்குணமாக சித்தரிக்க வேண்டியதில்லை. ஷாம்ராவ், பின்னர் மிகச் சுருக்கமாகச் சொன்னார் "நாம் நம் சாக்ஸை மாற்றிய பின் பழைய சாக்ஸை மறந்துவிடுவது போல பெண்கள் தங்கள் கணவர்களை மாற்றிக்கொண்டனர்".

சர்வாசப்பர் என்ற கிராமத்திலுள்ள சிங்காரொ என்ற ஒரு கோண்டு மீது எல்வினுக்கு முதல்முதலாகக் காதல் ஏற்பட்டது. 'மிக நீண்ட முகம், சாதாரணமான உடலமைப்பு, இனிய தோற்றம்' என்று சிங்காரொவைப் பார்த்த இன்னொரு ஆங்கிலேயர் வர்ணித்தார். 'காட்டிலிருந்து இலைகள்' என்ற நூலில் அவளைப் பற்றிய சிறு குறிப்பு வருகிறது. 1935இல் மே மாதம் நடந்த ஃபாக் பண்டிகையில் எல்வின் மீது வண்ணம் கலந்த நீரை ஊற்ற அவள் வரிசையில் நின்றிருந்தாள். சிங்காரொ விரைவில் அசாம் தேயிலைத் தோட்டங்களுக்குச் சென்றாள், அங்கிருந்த குமாஸ்தாவைக் காதலித்து, மேக நோயுடன் திரும்பி வந்தாள். எல்வின் அவளைத் திருமணம் செய்யாததற்கு வருத்தப்பட்டார். ஆனால் அந்த நேரத்தில் அவர் திருமணம் செய்துகொள்ளத் தயாராக இல்லை.

எல்வினுடைய காதல் லீலைகள் கோண்டுகளுக்குத் தெரியும், அதை இயல்பாக எடுத்துக்கொண்டார்கள், ஏன், அதற்கு உற்சாகமும் கொடுத்தார்கள். வெளி உலகத்திற்கு அவை மறைத்து வைக்கப்பட்டன: இங்கிலாந்தில் இருந்த அவரது

குடும்பத்தினருக்கோ, கோண்டு சேவா மண்டலில் இருந்த நண்பர்களுக்கோ, வார்தாவில் 'பாலுறவே' நிகழாத ஆசிரமத்தில் இருந்த காந்திக்கோ தெரியாது. ஷாம்ராவ் 'அவர் மகாத்மாவிடம் சென்று உண்மையின் வழியில் பாவமன்னிப்புக் கோர வேண்டும்' என்று கிண்டலடித்தபோது எல்வின் சொன்னார் "நான் எப்படி அவரிடம் போய் என் காதலிகளைப் பற்றிச் சொல்ல முடியும்?"

❍ ❍ ❍

சிலர் பழங்குடியினரின் வாழ்வை மாற்றவும் மேம்படுத்தவும் விரும்புவார்கள்; ஆனால் அவர்களை அறிந்துகொள்வது அதைவிட முக்கியமானது. பண்டா பாபா என்று கோண்டு மந்திரவாதி எல்வினுக்குத் தகவல் தருபவனாகவும், முதல் பழங்குடி நண்பனாகவும் இருந்தான். கராஞ்சியாவிலிருந்து இரண்டு மைல் தொலைவில் போண்டர் என்ற கிராமத்தில் வசித்து வந்தான். அவருடைய வீடு குதிரை முடி, கூர்மையான தடிகள், செவ்வந்திப் பூக்கள், மயில் இறகுகள் போன்ற, அவரது தொழிலுடன் தொடர்புள்ள சின்னங்களால் அழகு செய்யப் பட்டிருந்தது. எல்வினுக்கும், ஷாமுக்கும் சத்தீஸ்கரி (மொழி) கற்றுத் தருவதற்காக அவனை நியமித்திருந்தனர். அதற்கப்புறம் அவன் தொழிலுக்குப் போகும்போது கூடச் சென்றார்கள். விதைப்பதற்கு முன்னால் 'பிடா' என்ற சடங்கை நடத்த, கோழியைப் பலியிட்டு நோய்கள் தரும் கெட்ட ஆவிகளைக் கிராமத்திலிருந்து விரட்ட அவனுடன் சென்றனர். அந்த மந்திரவாதிக்குக் கோண்டு பழங்கதைகள் எல்லாம் நன்றாகத் தெரியும். சொந்த ஊரிலுள்ள பிசாசுகளையும் நன்கு அறிவான். கிராமத்தில் அவன் ஒருவன்தான், இந்தச் சின்ன உலகத்தின் அனைத்தையும் நடத்தும் உள்ளூர்க் கடவுளான போலீஸ் உதவி ஆய்வாளரைக் கண்டு பயப்படாதவன்.

1934ஆம் ஆண்டு பிப்ரவரி மாதம் முதல் வாரத்தில், பண்டா பாபா எல்வினுடன் பைகா பழங்குடியினர் வசிக்கும் காடுகளுக்குள், மாவட்டத்தின் உட்பகுதிகளுக்கு அழைத்துச் சென்றான். மாட்டு வண்டியில் மெல்ல சவுகரியமாகச் சென்றனர். எல்வின் எழுதினார்:

> ஒவ்வொரு நாளும், விரிந்து பரந்த காட்டுப் பகுதிகளின் தனிமையில் மூழ்கினோம்: முதலில் உயிரினங்கள் அதிகம் வாழும் பகுதிகளுக்குச் சென்றோம். அங்கே பறவைகள் இருந்தன, புலியைத் தொந்தரவு செய்யும் குரங்கைக் கண்டோம், சாலையில் மனிதர்களைச் சந்திக்க முடிந்தது. ஆனால் பின்னர் பைகா மக்களின் நிலங்களை, காடுகளை அடைந்தோம். இயல்புக்கு மீறிய அந்த அமைதியில்,

இலைகளில் சலசலப்பை உண்டாக்கும் பறவைகள்கூட இல்லை. அங்கே ஒரு ஆளைக்கூடப் பார்க்காமல், பத்து மைல் தூரம் போக முடியும். முடிவே இல்லாத மரக் காடுகள் உங்கள் மேலையும் உங்களைச் சுற்றிலும் இருக்கின்றன, பிறகு வரும் தீயால் எரிந்துபோன வெட்ட வெளி வந்தது, சில மரங்கள் மிக மிக உயரமாக இருந்தன. சில மரங்கள் பனி உறைந்ததால், இலைகள் எல்லாம் உதிர்ந்து மிகவும் குட்டையாக இருந்தன.

பைகா மக்களைப் பார்த்தபோது இன்னும் திகில் குறைய வில்லை. ஆண்கள் கோமணத்தை விடக் குறைவான உடையில், மிகக் கவர்ச்சியுடன், மெலிந்த, வடிவான உடல், மிக அழகான சுருள் சுருளாக முடி இவற்றுடன் காட்சியளித்தனர். பெண்கள் கொஞ்சம் குண்டாக, கவர்ச்சி குறைந்து இருந்தனர். ஆனால், கைகளிலும் கால்களிலும் அழகழகான வடிவங்களைப் பச்சை குத்தி இருந்தனர். பண்டா பாபா உற்சாகம் ஊட்டியதும் அவர்கள் நடனம் ஆடிக் காட்டினர். பிறகு, குளிர்ந்த நிலவில், தீயைச் சுற்றி அமர்ந்து, அவர்களுக்கு மிக இருண்ட யுகமாக அமைந்த கலியுகத்தில் தாங்கள் வீழ்ச்சி அடைந்த கதையை உரைத்தனர். ஒரு காலத்தில் காடுகளை ஆள்பவர்களாக, வேட்டையாடவும், மீன் பிடிக்கவும் சுதந்திரம் உள்ளவர்களாக, ‘பேவார்’ முறைப்படி, காடுகளை எரித்து வயல்களை உண்டாக்கி விவசாயம் செய்து வந்தனர். வனத்துறையினர் அவர்களின் அம்புகளையும் வில்களையும் பிடுங்கிக்கொண்டு, ஓரே இடத்தில் நிலையான விவசாயம் செய்யக் கட்டாயப்படுத்தினர். அவர்களின் போற்றுதலுக்கு உரிய மூதாதையான ‘நங்கா பைகா’, பூமித் தாயின் மார்புகளை ஒருபோதும் (உழுது) புண்ணாக்கக் கூடாது என்று உத்தரவு இட்டிருந்தார். ஆனால் இப்போது, பசியால், கலியுகத்தின் விதியால், அவள் மீது ஏரோட்டி அவளை அவமதிக்க வேண்டியிருக்கிறது. பழைய காலத்தில் காட்டின் செல்வங்களான வேட்டையாடிய விலங்குகளும், கொட்டைகளும் பழங்களுமே பெரும்பாலும் உணவாக இருந்தன. வனத்துறை யின் காவலர்கள் வந்த பிறகு அவர்களிடம் மிச்சம் இருப்பது, கொஞ்சம் தானியமும், நோய்களும், மரணமும் மட்டுமே’.

பைகா பழங்குடியினர் எல்வினை மிகவும் கவர்ந்தனர். அவர்களுடைய நிலைமையைப் பார்த்து, எல்வின் உருகினார். இரண்டு வருடங்கள் கோண்டுகளுடன் இருந்த அனுபவத்தின் அடிப்படையில், வெளிஉலகின் கேடுகளில் இருந்து, கோண்டுகள் பாதுகாக்கப்பட வேண்டும் என்று அவருக்குத் தோன்றியது: அதாவது சின்ன வியாபாரிகளின் சுரண்டலில் இருந்து, குட்டி அலுவலர்களின் கொடுமையிலிருந்து, சின்ன நகரங்களின்

ஒரு பைகா முதியவர்

சீர்கெட்ட நாகரிகத்தின் மோசமான விளைவுகளில் இருந்து அவர்களைப் பாதுகாக்க வேண்டும். இவற்றின் பாதிப்பில் கோண்டுகள் விரைவாக மாறிக் கொண்டிருந்தார்கள். ஆனால், பைகாமக்கள் மலைகளின் உட்பகுதிகளில் தனித்து வாழ்வதால் அவர்களைக் காக்க முடியும்.

காங்கிரஸ் நண்பர்களுக்குக் கடிதங்கள் எழுதினார், அவர்களிடம் பேசிப் பார்த்தார். அவர்களது ஆர்வத்தைத் தூண்ட முயன்றாலும், சுதந்திரம் அடைவதைப் பற்றி உரக்கப் பேசும் அரசியல்வாதிகள், நாட்டின் மிகப் பழைமையான குடிகளின் தேவைகள் பற்றிச் சிறிதும் அக்கறை காட்டவில்லை என்று மனம் நொந்தார். "இந்தப் பகுதிகளில் இருக்கும் ஒரு காங்கிரஸ்காரர் கூட எங்களுக்கு உதவும் வகையில் ஒரு விரலைக்கூட அசைத்த தில்லை. எங்கள் வேலையில் பொது மக்களில் ஒருவரும் சின்ன உதவியும் செய்ததில்லை" என்று 1934 ஏப்ரல் மாதம் அவர் எழுதினார். இதற்கு மாற்றாக, ஒரே வெளிஆள், ஐ.சி.எஸ். அதிகாரி மட்டும் விதிவிலக்காக இந்த விஷயத்தில் ஆர்வம் காட்டினார். மாண்ட்லாவின் துணை ஆணையராக இருந்த அவருக்குப் பைகா மக்களின் சார்பில் முதல் கோரிக்கையை எல்வின் அனுப்பினார். பிறகு பல விண்ணப்பங்களை இன்னும் பலருக்கும் அனுப்பினார். காடுகளை எரித்து அதில் பயிரிடும் 'பேவார்' முறையை மீண்டும் அமல்படுத்த வேண்டும், அதற்கு

வனத்துறையினரை ஒப்புக்கொள்ள முயற்சிக்க வேண்டும் என்று கேட்டுக்கொண்டார்.

காடுகள் பாதுகாக்கப்பட வேண்டும் என்பது சரி என்றாலும், பேவார் முறைக்கு அனுமதி தராவிட்டால், அவர்கள் இந்துக்களிடம் சரணடைவார்கள் என்று அஞ்சுகிறேன். பேவார் முறைதான் அவர்களை ஒன்றிணைக்கும் புள்ளி, அது அந்தப் பழங்குடியினரின் தனித்தன்மை; அவர்களை மற்றவர்களிடமிருந்து வேறுபடுத்தும் அனைத்தும் அதிலிருந்தே தொடங்குகின்றன. பேவார் இல்லாமல், வேட்டையாடும் உரிமை இல்லாமல், (தனித்தன்மை இழந்து) சாதாரணமாக ஆகிவிடுவார்கள். இந்துமதத்தைப் பரப்புகிறவர்களுக்கு எளிதாக இரையாகி விடுவார்கள்.

எல்வின் பைகா மக்களைப் பற்றிச் சிறிய புத்தகம் ஒன்றை எழுதத் தீர்மானித்தார். அவர்களுடைய பழக்கங்களை அதில் பதிவுசெய்து, காடுகளின் உரிமையை அவர்கள் இழந்துவிட்ட நிலையை, அனைவரின் கவனத்திற்கும் கொண்டுவர விரும்பினார். சுந்தர்லால், குலாப்தாஸ் என்ற இரண்டு பழங்குடி இளைஞர்களை தேர்ந்தெடுத்து, பைகாகளிடம் இருந்து அவர்களின் பழங்குடிக் கதைகளை, நம்பிக்கைகளைச் சேகரித்து, எழுத்தில் வடிக்கச் சொன்னார். ஒடுக்கப்பட்டவர்களின் காவலருக்கு ஒரு புது விஷயம் கிடைத்துவிட்டது. இந்த மக்கள், இருப்பதிலேயே எந்த வசதிகளும் அற்ற, யார் கண்ணிலும் படாத, ஏழைகள். அனைத்து மக்களையும் பிரதிநிதித்துவப் படுத்துகிறோம் என்று கூறிக்கொள்ளும் தேசிய இயக்கத்தாலும் இவர்கள் கவனிக்கப் படவில்லை. தேசியவாதிகளால் நடத்தப்பட்ட *மாடர்ன் ரிவ்யூ* பத்திரிகையில் 'மலைகளில், காடுகளில் வாழும் பழங்குடியினரை அனைவரும் வெறுக்கிறார்கள், ஒதுக்கிவிட்டார்கள்' என்று எழுதினார். அவர்கள் பிரச்சனை அவசரமானது, தீண்டத்தகாதவர் பிரச்சனை போன்றது: சமூகம் அவர்களுக்கு மிகக் கடுமையான கொடுமைகளை இழைத்திருக்கிறது, ஆனாலும்,

அவற்றில் ஒன்று அகில இந்திய முக்கியத்துவம் உள்ள பிரச்சனையாகிவிட்டது: இன்னொன்று மண்ணில் புதைந்து காணாமல் போய்விட்டது. இந்திய தேசியவாதத்தைப் பின்பற்றும் தொண்டர்களும், சீர்திருத்தவாதிகளும் சிறிதும் வெட்கமில்லாமல், பழங்குடியினரை ஒதுக்கி வைத்து விட்டனர். பில் சேவா மண்டலுடன் தொடர்புள்ள உறுதிமிக்க சிறு குழுவினர்தான் இதற்கு விதிவிலக்கு. காங்கிரஸும் அவர்களைப் புறக்கணித்தது. தாராளவாதி களும் புறக்கணித்தனர். கதர் இயக்கத் தொண்டர்களும் புறக்கணித்தனர்.

இந்தியாவில் காடுகளில் வசிக்கும் மக்கள் எதற்கும் பயனற்றவர்கள் என்று காலனி அரசும், தேசியவாதம் பேசும் அறிவாளிகளும் எண்ணியது போல இருந்தது. இதை மாற்ற வேண்டும் என்ற உறுதியுடன், மண்ட்லா பழங்குடியினரின் ஏராளமான நாட்டார் பாடல்களைச் சேகரிக்கவும், பதிப்பிக்கவும் எல்வின் முயற்சித்தார். கோண்டுகளின் பெருநடனத்துடன் இணைந்த 'கர்மா' 'தாதரியா' பாடல்கள் காதலைப் பேசின. மிகவும் அருமையான, காதலை நேரடியாகச் சொல்லும் அந்தக் கவிதைகள், எல்வினுக்கு எலிசபெத் காலக் காதல் கவிதைகளை நினைவுபடுத்தின. இவற்றில் சில காதல் கவிதைகள், வேலை, இயற்கை பற்றிய இன்னும் சில கவிதைகளைச் சேர்த்து ஷாம்ராவும் எல்வினும் 'காட்டின் பாடல்கள்' என்ற தலைப்பில் புத்தகமாக வெளியிட்டனர். எல்லாவற்றையும் பிடுங்கிக்கொள்ளும் நிலஉடமையாளர்கள், அடைய முடியாத பெண்களைப் பற்றிய கவிதைகள் பழங்குடியினரின் வறுமை பற்றிய பாடல்களும் உண்டு. இரண்டு உதாரணங்கள் இதோ: ஒன்று பர்தான் பெண்கள் பாடியது, இரண்டாவது கோண்டு ஆண்கள் பாடியது:

வீட்டுக்கு வெளியே பார்த்துக் கொண்டிருக்கிறேன்,
சூரியன் மலைக்கு மேலே மூங்கில் தண்டின் உயரத்தில் இருக்கிறான்.
இவ்வளவு தாமதமான பிறகு
நீ எங்கே போக முடியும்?
என்னை இதயத்தில் பிணித்துக் கொண்ட என் காதலா,
காற்றில் காய்ந்து அசையும் வாழை இலை போல,
நீ எப்போதும் காற்றில் விலகி விடுகிறாய், மீண்டும் நெருங்குகிறாய்
இவ்வளவு தாமதமான பிறகு
நீ எங்கே போக முடியும்?

தேர்ந்தெடுக்கப்பட்ட கற்களால், ஓர் அரண்மனை
உருவாகியிருக்கிறது
கதவுகளும் கற்களால் அமைக்கப்பட்டிருக்கின்றன
ஒவ்வொரு மூலையிலும் விளக்குகள் ஒளிவிடுகின்றன
ஆனால் ஒரு பெண் இல்லாமல், உள்ளே எங்கும் இருள்
புதிய பாதையின் மீது வேகமாக உருளும் சக்கரங்கள்,
அது மாதிரி என்னால் உன்னை என் இதயத்திற்குள் இழுக்க முடியுமா?
உள்ளே, ஒரு பெண் இல்லாமல், வீடு இருண்டிருக்கிறது.

இவை அச்சேறினால், பழங்குடியினரை 'உண்மையான மனிதர்கள், தங்களைப் போன்றே உண்மையானவர்கள்' என்றும், அனுதாபம், பரிதாபம் இவற்றிற்கு உரியவர்கள் அல்ல என்று தோழமை உணர்வுடன், நகரத்தின் படிப்பாளிகள் அணுகுவார்கள் என்று எல்வின் நம்பினார். ஊசிகள் போடுவதை விட, பள்ளிகள் நடத்துவதைவிட, அவருக்கு இயல்பாகவே எழுதும் திறமை

அமைந்திருந்தது. கவிதைகளை எழுத்தில் பதிவது, அவற்றை மொழிபெயர்ப்பது இவற்றுடன் அவர் ஒரு நாவல் எழுதினார். நாவலின் பெயர் 'மறைந்துவிடும் விஷயம் அல்ல' (*No mortal business*). அது சி.எஃப். ஆண்ட்ரூஸ், எட்கார் வாலேஸ் பாணியில், கிறித்தவ முலாம் பூசிய துப்பறியும் கதை.

இந்த மிகச் சுருக்கமான விஷயத்திற்கு எல்வின் எழுதிச் சுற்றுக்கு விட்ட கடிதமே சான்று. நாவலின் கையெழுத்துப் படி தொலைந்துவிட்டது அல்லது அழிக்கப்பட்டது. போதகர்கள் மதகுருக்களில் இருந்து, யூத மனவியல் அறிஞர்கள், ஜெர்மன் கம்யூனிஸ்ட்களிலிருந்து, இந்திய நிர்வாகிகள் வரை, ஹாங்காங்கில் இருக்கும் நம்பிக்கையற்றவர்களிடம் இருந்து லீவார்ட் தீவுகளின் ஆங்கிலக் கத்தோலிக்க மதகுருவரை, திருச்சபையின் பேராயரில் இருந்து எதெல் மேனின் வரை கடிதங்கள் பலவிதமான மனிதர் களுக்கும் அனுப்பப்பட்டன. அவர்களில் கடிதங்களைப் படிப்பதில் ஆர்வம் காட்டியவர்களில் ஒருவர் லாரன்ஸ் ஹவுஸ்மேன். இந்திய விடுதலைக்காக, 1932இல் இங்கிலாந்தில் எல்வின் இயக்கம் நடத்தியபோது, நண்பரானவர். அவர் 'மறைந்துவிடும் விஷயம் அல்ல' நாவலின் கையெழுத்துப் பிரதியை பார்த்துவிட்டு, அதில் நாவலின் உத்தி இல்லை. தொடரும் பல நிகழ்ச்சிகளின் பின்னணியில் வாழ்க்கையின், ஒரு பாத்திரத்தின் வெளிப்பாடுகளின் ஆய்வு என்று எண்ணினார். அதை விட்டுவிட்டு, கடிதங்களை இன்னும் மெருகேற்றி எழுத வேண்டும் என்று கேட்டுக்கொண்டார். கடிதங்களே அவருடைய இலக்கியப் பணியாக இருக்கலாம். வெளியிடுபவரின் கோணத்தில், முதல் நாவலைவிட 'காட்டிலிருந்து வந்த கடிதங்கள்' அதிகம் பயனுள்ளவை என்று கருதினார்.

'காட்டிலிருந்து இலைகள்' (*Leaves from the Jungle*) ஹவுஸ்மேனுடைய உதவியுடன் 1936இல் ஜான் முர்ரேயால் வெளியிடப்பட்டது. முன்னுரையில், கோண்டு பழங்கதைகளின், மந்திரங்களின் பொக்கிஷமான பண்டா பாபா, வலிப்பு நோய் உள்ள டுட்டா போன்ற மூன்று பழங்குடியினர் பற்றிக் குறிப்புகள் இருந்தன: ஏழ்மையின் சின்னமான அவருக்கு ஒரு பாக்கெட் சுருட்டும், ஏதாவது மலிவு விலைச் சாராயமும், துணைக்கு ஒரு பெண்ணும் இருந்தால் திருப்தி; இன்னொருத்தி, புல்மத், அரசகுமாரி போன்ற பொலிவும், கௌரவமும் உள்ள அழகி, காட்டில் காதலை நினைவூட்டும் சிறந்த நடனக்காரி. கோண்டு வாழ்வின் இந்த மூன்று முகங்களை அறிமுகப்படுத்திய பிறகு, அவர்களின் நான்கு வருடக் கிராம வாழ்வை ஒரு நாட்குறிப்பின் பாணியில் கூறிச் செல்கிறது.

‘காட்டிலிருந்து இலைகள்’, எழுத்தாளரை மையமாகக் கொண்டது. ஆனால், அவரைப் பற்றியது மட்டுமல்ல. கோண்டு சேவா மண்டல் ஒரு சுயதரிசனமாக விரிகிறது. எழுதுகிறவன் தன்னைப் பற்றி மேலும் தெரிந்துகொள்வதோடு கோண்டுகளைப் பற்றி இன்னும் தெரிந்துகொள்கிறான். புத்தகம் இன்னும் பல புதுமைகளை, முரண்பாடுகளை, நகைச்சுவை மூலம் வெளிப்படுத்துகிறது. அவர் காந்தியை, கிறித்துவை நிராகரிப்பதை எடுத்துரைக்கிறது: உதாரணமாக, கதர் கொசுவலையின் வர்ணனை. அது தேசபக்தியின் அடையாளம், நன்றாக கொசுவைத் தடுக்கிறது. ஆனால் கொஞ்சம்கூடக் காற்றை உள்ளே வர விடுவதில்லை என்ற வரி ஒரு உதாரணம், அவர் ஓய்வு நாளில் மனம் திருத்தும் பைபிள் வசனங்களைப் படிப்பது பொருத்தம் என்று தெரிந்தும் அகதா கிறிஸ்டி கதையைப் படித்துக் நேரத்தைக் கழித்தது பற்றிய ஒரு குறிப்பு இன்னொரு உதாரணம். ஒரு சமூக சேவகரின் முன்னேற்றத் திட்டங்களை, மானிடவியல் அறிஞரின் கட்டிக்காக்கும் உள்ளுணர்வு ஆக்கிரமித்துக்கொண்டது. கோண்டுகளின் எளிமை, விடுதலை உணர்வு, குழந்தைகள் மீது அவர்கள் கொண்ட பாசம், பெண்களின் நிலை, தளைகள் அற்ற மனஉற்சாகம், பல கிழக்கத்திய மனத்தடைகள் அற்ற நிலை, போன்ற ‘கோண்டு’களின் அற உணர்வின் பல அம்சங்களை நாம் பாதுகாக்க வேண்டியிருக்கிறது. சொத்துக்களைச் சேர்ப்பதாலும், அன்பு இல்லாமல் வாழ்வதாலும் சீரழிவை நோக்கி நகரும் நாகரிகம் அடைந்த புதிய உலகத்துக்கு பழங்குடியினர் சொல்லும் உண்மையான செய்தி இதுதான்.

இது ஒன்றுதான் புத்தகத்திலேயே அறிவுரை சொல்லும் ஒரே பகுதி; இதைத் தவிர, பழங்குடியினரின் வாழ்வு, எளிய நடையிலும், மெல்லிய நகைச்சுவையுடனும் நியாயப்படுத்தப்படுகிறது. எல்வின் எழுதிய புத்தகங்களில் ‘காட்டிலிருந்து இலைகள்’ வாசிப்பதற்கு மிக நல்ல புத்தகம். எதையும் மதிக்காத, அடக்கிவைக்க முடியாத கோண்டுகளின் மகிழ்வையும், எழுதியவரின் பேரானந்தத்தையும் கொண்டாடும் வகையில் இருக்கும் ‘மகிழ்ச்சிதரும் மானிடவியல்’ பதிவு அது. அதற்கு நல்ல வரவேற்புக் கிடைத்தது: *டைம்ஸ் இலக்கிய மலர்* இவ்வாறு எழுதியது “ரபெல்லாய்ஸ்’ மாதிரி நேரடியாகவும், சார்லஸ் டிக்கன்ஸ் எழுதிய பிக்விக்கின் நடையில் வாழ்வின் வசதிகளைத் தேடும் ஆர்வத்துடனும், எழுதியிருக்கிறார். இந்த இன்பங்களை எல்லாம் அவர் தன் கற்பனையில் மட்டுமே அனுபவித்திருக்க முடியும்.” *மார்னிங் போஸ்ட்* என்ற பத்திரிகை, ‘இது ஒரு குறிப்பிடத்தகுந்த புத்தகம், ஆர்வத்தையும், அனுதாபத்தையும் சிரிப்பையும் தூண்டும் விதத்தில் எழுதப்பட்டிருக்கிறது’ என்றும், *நியூ ஸ்டேட்ஸ்மென்*

'பழங்குடியினரைப் பற்றி எழுதப்பட்ட எந்தப் புத்தகத்தைவிடவும் மிக விரிவாக, மிக நெருக்கமாக நாம் கோண்டுகளைப் பற்றி இந்த டைரியின் மூலம் அறிய முடிகிறது' என்றும் குறிப்பிட்டது; 'ஆர்.எல். ஸ்டீவன்ஸன் தவிர எந்த ஐரோப்பியரும் காக்கித் தோல் பற்றியும், கருப்பர்கள் பற்றியும் இவ்வளவு நன்றாக எழுதியதில்லை' என்று டைம்ஸ் எழுதியது.

○ ○ ○

'காட்டிலிருந்து இலைகள்' என்ற அவரது நூல் அடைந்த வெற்றி அவரது தொழில் மாறிக்கொண்டிருப்பதை உறுதிப் படுத்தியது. கல்வி கற்பிப்பதும், மருத்துவ உதவி செய்வதும் அவருக்கு உகந்ததல்ல – அவற்றை ஷாம்ராவிடம் விட்டுவிடுவது நல்லது. ஆனால் எல்வின் பழங்குடியினர் பற்றி எழுதலாம்; அவர்களைப் பற்றி எழுதுவதன் மூலம் அவர்களுக்கு உதவி செய்யலாம். 'காட்டிலிருந்து இலைகள்' வெளிவரும் காலத்தில், கோண்டு சேவா மண்டலின் தலைமையகம், கரஞ்சியாவிலிருந்து இன்னும் இருபது மைல்கள் காட்டுக்குள் இருக்கும் சர்வாச்சப்பர் என்ற கிராமத்துக்கு மாறிவிட்டது. வீட்டுச் சொந்தக்காரன் தொந்தரவு செய்தான். தன்னிடம் வாடகைக்கு இருப்பவர்கள் தன் விருப்பப்படி நடக்க வேண்டும் என்று எதிர்பார்த்தான்; எல்வினும் பெருங்காடுகளின் அருகில் இருக்கும் பைகா பழங்குடி மக்களை நெருங்கி வாழ விரும்பினார். அவர்களுடைய புது மையத்தில் தொழுநோயாளிகள் தங்கும் இடம், மருந்துச் சாலை, பள்ளி இருந்தன. ஆனால் தேவாலயம் இல்லை.

1936ஆம் ஆண்டு ஜூனில் சர்வாச்சப்பரில் இருந்து அவர் எழுதிய முதல் கடிதத்தில், தான் புதிய வாழ்க்கை முறைக்கு மாறிவிட்டதாக எல்வின் எழுதினார். 'திருச்சபை சம்பந்தப் பட்ட விஷயங்களில், என் நிலைமை எவ்வளவு இருண்டும், புரியாமாலும் இருந்தபோதிலும், மானிடவியலில் புரோனிஸ்லா மாலினோவ்ஸ்கியின் மானிடவியல் கொள்கையை மிகவும் திடமாக, ஏன் வெறிபோல நம்புகிறேன்.' ஆனால் போலந்து நாட்டு மானிடவியலாளரைப் பின்பற்றும் எல்வின், தன் மக்களின் மீது வெறும் விஞ்ஞான ஆர்வம் காட்டுவதோடு நின்றுவிட வில்லை. ஏனெனில்,

> மானிடவியல், தன்னளவிலேயே பழங்குடியினருக்கு உதவி செய்யும் சக்தியுள்ள கருவி. அவர்களைப் பற்றி நிறையப் பேர் அறியச் செய்தால், அவர்களை அதிகம் பேர் நேசிக்க வைக்கலாம். அரசு அலுவலர்கள், வியாபாரிகள், காண்ட்ராக்டர்கள் முதலியோர் அவர்கள் தினமும் பழகும்

கிராமத்தினரின் வாழ்க்கை, பண்பாடு பற்றி அறிந்துகொள்ள ஆர்வம் ஊட்டினால், அவர்களை நன்றாக நடத்துவார்கள், அவர்களுடைய நலத்தைப் பேண முயற்சிப்பார்கள்.

இந்தப் புதிய இடத்திற்கு முதலில் வந்தவர்களில் ஒரு சிற்பி, மார்கிரெட் மில்வார்ட். அவர் புதிய கண்காணாத, ஆர்வமூட்டும் விஷயங்களைத் தேடி இந்தியாவில் சுற்றுப் பயணம் செய்துகொண்டு இருந்தார். சர்வாச்சப்பருக்கு மார்கிரெட் மில்வார்ட் வந்த நேரம் மிகச் சிறப்பான வரவேற்பு அளிக்கப் பட்டது; ஐம்பது கோண்டுகள், செவ்வந்திப் பூமாலைகளை அவர் கழுத்தில் அணிவித்தனர். அவர் தன்னை ஒரு அப்ரஸைப் போல உணர வைத்துவிட்டார். அடுத்தநாள் தனக்காக 'மாடல்'களைத் தேட ஆரம்பித்தார். கோண்டு ஆண்களைச் சரியாக அவரால் வித்தியாசம் காண முடியவில்லை. பெண்களைப் பார்த்து மயங்கி னார். எல்வின் உதவியுடன் கவர்ச்சியான, பலமுறை திருமணமான இரண்டு கோண்டு பெண்களைத் தேர்ந்தெடுத்தார். இருவரும் அடுத்த மண முறிவின் சிக்கலில் இருந்தனர். மற்ற இந்துப் பெண்களைப் போல் இல்லாமல், தைரியமாக, ஆர்வத்துடன் சிலை வடிக்க 'வடிவ மாதிரியாக' (மாடல்) இருந்தனர்.

மிஸ் மில்வார்டை அவர்கள் பைகா மக்கள் வாழும் பகுதிகளுக்கும் கூட்டிச் சென்றனர். முன்னர் கிறித்தவ சேவா சங்கத்தில் இருந்த ஆலிவெர் ஃபீல்டிங் - கிளார்க், கோண்டு சேவா மண்டலுக்கு ஒரு கார் பரிசாக அளித்திருந்தார். ஆட்களும் சாமான்களும் நிறைந்த கார், மழையில் சீர்கெட்டுப்போன, கரடு முரடான காட்டுப் பாதையில், மிக மெதுவாகச் சென்றது. பைகா மேட்டு நிலங்கள் தொடங்கும் இடத்தில், காரைக் கைவிட வேண்டியதாயிற்று. மிஸ் மில்வார்டை இரண்டு கோண்டு ஆட்கள் 'தண்டி' (Dandi)யில் உட்கார வைத்துத் தூக்கிச் சென்றனர்.

மில்வார்ட்டை நன்றாகக் கவனிக்கும்படி எல்வின் பைகா மக்களிடம் முன்னரே சொல்லி இருந்தார். மிகச் சிறப்பாக வரவேற்பு அளித்தனர். நான்கு கிராமங்களிலிருந்து வந்த மக்கள் அனைவரும் ஒன்று கூடி இரவு நெடு நேரம் வரை பெரும் நடன நிகழ்ச்சியை நடத்தினர். சின்னச் சின்ன இலைக் கிண்ணங்களில் மது பரிமாறப்பட்டது. ஷாமும் எல்வினும் எல்லோரும் பாராட்ட, ஆடிக் களித்தனர். தலைகளில் இறகுகள், கழுத்தில் வண்ண வண்ண மணிகள், காதுகளில் வளையங்களுடன் இருந்த பைகா மக்கள் அந்தச் சிற்பிக்கு இத்தாலியின் நாடோடிக் கூத்தாடிகள் போல் இருந்தனர். பொதுவாக, மகிழ்ச்சி ஆவேசம் தாண்டவ மாடியது; எல்லோரும் கொஞ்சம் குடித்திருந்தனர், மகிழ்ச்சியில் திளைத்தனர்.

பழங்குடியினருடன் வெர்ரியர் எல்வின்

பாட்டும் கூத்தும் மட்டும் பழங்குடியினரின் வாழ்வு அல்ல. அதன் மறுபக்கத்தை, ஏழ்மையையும் நோய்களையும் மிஸ். மில்வொர்ட் பார்க்க நேர்ந்தது. ஷாம் நடத்தும் குஷ்டரோகிகள் இல்லத்தில் கொஞ்சநேரத்தைக் கழித்தார். ஆணும் பெண்ணும் தங்களின் கொடுமையான தலைவிதியைப் பொறுமையுடன் சகித்துக்கொண்டு மகிழ்ச்சியுடன் திருப்தியுடன் இருப்பதைக் கண்டு உருகினார். ஒருநாள் பதினைந்து வயதுடைய திருமணமான சிறுமி ஒருத்தி இறந்துவிட்டாள் என்ற செய்தி கேட்டு நடனம் நிறுத்தப்பட்டது. எந்த நோயினால் இறந்தாள் என்பது யாருக்கும் புரியவில்லை. எல்வினும், ஷாமும் சவ ஊர்வலத்தின் முன்னால் சென்றனர். காட்டின் நடுவில் கடப்பாரையால் ஒரு குழி தோண்டப்பட்டு, கெட்ட ஆவிகளை விரட்டிய பிறகு சடலம் குழியில் இறக்கப்பட்டது.

மிஸ்.மில்வொர்ட் விருந்தளித்தவர்களின் வீடுகளைப் பற்றிய நல்ல பல நினைவுகளுடன் சர்வாச்சப்பரை விட்டுச் சென்றார்; காட்டின் நடுவில் குடிசை, மேற்கே சூரியன் அஸ்தமிப்பதைப் பார்க்கும்படியாக, சமவெளியை நோக்கி அமைந்திருந்தது; அகலமான வராண்டா, ஒரு நீளமான அறை, அதன் முன்புறம்

வெட்டவெளி. நடுவில் பெரிய மேசை. அதன் மீது அடுக்கி வைக்கப்பட்ட பைகா மக்கள் பற்றிய நூலின் உயரமான கையெழுத்துப் பிரதி (ஒரு சின்ன கட்டுரையாக ஆரம்பித்தது இப்படி வளர்ந்திருந்தது). எல்வின் கிராமத்தில் இருக்கும்போது குடிசையில் இருந்து வேலை செய்தார். ஷாம்ராவ் பெரும்பாலும் வெளி வேலைகளைச் செய்தார். கோண்டுகளின் அந்த இரண்டு நண்பர்களை, படாபாய், சோட்டாபாய் (அண்ணன், தம்பி) என்று ஊரார் அழைத்தனர் என்பதைச் சிற்பி கண்டார். அச்சொற்கள் அவர்களின் சரீர வேறுபாட்டையும், அவர்களின் வேலைகளையும், மிகச் அழகாக வர்ணித்தன. எல்வின் உயர மானவர், வெண்மை நிறம், அகன்ற தோள்கள். ஷாம் குட்டையாக, குண்டாகக் கறுப்பாக இருந்தார். பழங்குடிக் குடும்பத்தில் ஷாம் தம்பி, எப்போதும் அருகில் இருந்து, சின்னச் சின்ன வேலைகளை, உதவிகளைச் செய்வார்; எல்வின் அண்ணன், பாசத்துடன் இருப்பார்; ஆனால் கொஞ்சம் இடைவெளி இருக்கும். வீட்டுக்காரன், கடன்காரன், அதிகாரிகள் என்ற மூன்று துர்தேவதைகளைத் தூர நிறுத்திவைக்க எல்வினுடைய உதவியை பழங்குடியினர் நாடினர்.

இயல் 6

பழங்குடி மக்களின் பாதுகாவலர்

வட அமெரிக்காவில் வாழும் பெருந்தன்மை மிக்க காட்டுமிராண்டி மனிதன், ஏழ்மையில் வாடும் மத்திய இந்திய கோண்டை விட குணத்தால் மிகவும் வேறுபட்டவன். லாங் ஃபெல்லோ, ஃபெனிமோர் கூபர் போன்ற ஞானிகள் கூட உணர்ச்சிப் பெருக்கில் கோண்டு'கள் மீதும், அவர்களின் சூழ்நிலையின் மீதும் ஒளிவட்டத்தை வரைந்துவிட முடியாது.

ஜேம்ஸ் ஃபோர்செய்த்,
***மத்திய இந்தியாவின் மலைப்பகுதிகளில்* (1871)**

ஏழை மக்ககளுக்காக நான் போராடும்போது என் முக்கிய ஆயுதம் பேனா.

வெர்ரியர் எல்வின் 1938 ஜூலையில் ஒரு கடிதத்தில்

1936 அக்டோபரில், எல்வின் இரண்டு மாத விடுமுறையில் இங்கிலாந்து சென்றார். அவர் டிக்கெட் வாங்கிய சமயம், கோண்டு சேவா மண்டலின் வங்கிக் கணக்கில், இருபது பவுண்டுகள்தான் மிச்சம் இருந்தது. இப்படிப் பொறுப்பில்லாத நிலை ஏற்பட்டதை நிதிவழங்கும் புரவலர்கள் கண்டித்தனர். திருச்சபையில் நற்செய்தி ஊழியம் செய்பவர்கள் சில வருடங்களுக்கு ஒருமுறை விடுமுறை எடுத்துக்கொள்ளும்போது, தான் தனியாகச் செயல்படுகின்றேன் என்ற காரணத்துக்காக மட்டும், 'ஊழியம் செய்பவர்களுக்கு'க் கிடைக்கும் வசதிகள் எனக்கு ஏன் மறுக்கப்பட வேண்டும்? என்று எல்வின் எதிர்க்கேள்வி கேட்டார்.

இங்கிலாந்தில் இருந்த நேரத்தில், மண்டலுக்காக சந்தா சேர்த்தார், அம்மாவுடன் நேரம் கழித்தார்.

முன்னரே திட்ட மிட்டபடி 'காட்டிலிருந்து இலைகள்' என்ற அவருடைய மிகவும் பிரபலமான புத்தகத்தைச் சமீபத்தில் அச்சடித்து வெளியிட்ட ஜான் முர்ரேயின் அலுவலகத்துக்கு முதலாவதாகச் சென்றார். அது அல்பர்மார்லே தெருவில் இருந்தது. கவிஞர் பைரனின் கடிதங்கள் எரிக்கப்பட்ட தணல் அடுப்பின் அருகில் அமர்ந்து வரலாற்றின் ஒரு பகுதியாகத் தன்னை உணர்ந்துகொள்வதற்காகவும், முர்ரே பதிப்பகத்துடன் தொடர்புடைய எழுத்தாளர்களைச் சந்திக்கவும், அந்த நிறுவனத்தின் (உரிமையாளார்களில்) இளையவரான ஜான் கிரே முர்ரேயுடன் நட்பை வளர்த்துக்கொள்ளவும், இன்னும் தான் எழுதப் போகும் புத்தகங்களைப் பற்றி விவாதிப்பதற்காகவும் அங்கே பல தடவைகள் சென்றார்.

புனித யாத்திரையில் இரண்டாவதாக 'லண்டன் ஸ்கூல்ஆப் எகனாமிக்'ஸில் புரோனிஸ்லா மாலினோவ்ஸ்கி வியாழக்கிழமை தோறும் நடத்தும் புகழ் பெற்ற கூட்டங்களில் பங்கெடுக்க ஆர்வம் கொண்டிருந்தார். எல்வின் முதலில் எப்போது சந்திக்கலாம் என்று கேட்டு அந்த மானிடவியல் அறிஞருக்குப் பின்வருமாறு கடிதம் எழுதினார்: 'பல காலங்களாக நீங்கள் என்னுடைய வழிகாட்டியாக, தூண்டுகோலாக இருக்கிறீர்கள். ஒருநாள் என்னிடம் இருந்த, 'காட்டுமிராண்டிச் சமூகத்தில் உடலுறவும் அடக்குமுறையும்' என்ற நீங்கள் எழுதிய புத்தகத்தை நான் வளர்த்த குரங்கு உண்டுவிட்டது. நாவுக்கு இனிமையாக இருந்தாலும் வயிறு கோளாறாகி, அது என்னை மிகவும் கோபத்துடன் தாக்கி யது. கதையில் நீதி ஒன்றும் இல்லை. ஆனால் அது எனக்கும் உங்களுக்கும் ஒரு தொடர்பை ஏற்படுத்துவதாக நினைக்கிறேன்.'

அந்த மகத்தான மனிதர் அப்படி நினைக்கவில்லை. வியாழக்கிழமைக் கூட்டத்திற்கு எல்வின் சென்றார். கூட்டம் முடிந்ததும் அவரிடம் புத்தகம், குரங்கு இரண்டின் கதையை மீண்டும் சொன்னார். அந்த போலந்துக்காரர் தன்னுடைய ஆய்வுத் துறையை, விஞ்ஞானத் தர்க்கத்தின் அடிப்படையில் நிறுவுவதற்கு மிகவும் கடுமையாக உழைத்துக் கொண்டிருந்தார். அதனால், மேலோட்டமான விஷயங்களைப் பேச அவருக்கு நேரம் இல்லை. அதை அவர் தவறாகப் புரிந்துகொண்டார். அந்தக் கதையைச் சொல்லி முடித்ததும், எல்வின் அந்த ஆசானையும் அவரது சீடர்களையும் எதிர்பார்ப்புக்களுடன் நோக்கினார். ஒரு விளைவும் இல்லை. அமைதியான சமூகவியல் முகங்களே தெரிந்தன. விருட்டென்று வெளியேறினார்.

மூன்றாவதாக, இந்தியாவுக்கான உள்துறைச் செயலரைச் சந்தித்தார். அது கடினமான வேலை. ஆங்கிலேய அரசுடன்

சமாதானம் செய்துகொள்வதற்குச் சரியான சமயம் இது என்று கருதினார். மத்திய பிராந்தியத்தில் உள்ள பெரும்பாலன அதிகாரிகள், மேலதிகாரிகள், அவர்களின் கீழ் வேலை செய்யும் அதிகாரிகள் உட்பட, அனைவரும் அவரை வேண்டாத ஆளாகவே பார்த்தனர்; அவரை இன்னும் காங்கிரஸ் ஆதரவாளராகவே நினைத்தனர். காந்தியுடனும், காந்தியவாதிகளுடனும் அவருக்குப் இணக்கமின்மை தோன்றியது அவர்களுக்குத் தெரியாது. அங்குள்ள நிலஉடமையாளர்கள் இந்தக் கிறித்தவச் சமூக சேவகருக்கு எதிராகப் பிரச்சாரத்தைத் தொடர்ந்து நடத்தினர். எல்வின் இப்போது அப்படி இல்லை என்பது அவர்களுக்குத் தெரியாது. இவ்வாறு தனிமைப்பட்டு, எல்லோராலும் கைவிடப்பட்டு, கிறித்தவ மதத்தின் ஆதரவோ, காந்தியவாதிகளின் ஆதரவோ இல்லாமல், எல்வின் தன்னுடைய எழுத்துப் பணியை மட்டும் தொடர்ந்து நடத்தவும் ஷாம்ராவ், எந்த இடையூறும் இல்லாமல் மருத்துவமனையையும், பள்ளிகளையும் நடத்தவும் அனுமதி பெற விரும்பினார்.

இந்தியாவை ஆள்கிறவர்களுடன் உறவைப் புதுப்பித்துக் கொள்ள, எல்வின் வில்லியம் பேட்டன் என்ற திருச்சபை ஊழியக் காரரின் உதவியை நாடினார். பேட்டனின் வேண்டுகோளின்படி, காங்கிரஸ் சார்பான தன் கருத்துக்களை மாற்றிக்கொண்டதையும், எந்தக் காங்கிரஸ் இயக்கத்துக்காக ஒரு கேள்வியும் கேட்காமல் ஒரு காலத்தில் போராடினாரோ அந்த இயக்கத்திலிருந்து எந்த வகையில் இப்போது மாறுபட்டார் என்பதையும் விளக்கமாக எழுதிக் கொடுத்தார். தான் கோண்டுகள் மத்தியில் வேலையைத் தொடங்கிய பிறகு,

> உடனடியாகவோ பின்னரோ இந்தியத் தேசியவாதிகளுக்கு மாறான நிலைப்பாட்டை நான் எடுக்க வேண்டியிருக்கும் என்பது முன்னரே தெரிந்தது. ஒருகாலத்தில் நான் ஆதரித்த காங்கிரஸ் கட்சியுடன் எனக்கிருந்த கருத்து வேறுபாடு கடந்த மூன்று ஆண்டுகளாக வளர்ந்து வந்தது.
>
> உதாரணமாக, 'பழங்குடியினரை இந்துப் பண்பாட்டுக்குள் கொண்டுவந்து, பின்னர் அவர்களுக்கு எந்தத் தனி உரிமை களும் தேவையில்லை' என்பதே காங்கிரஸ் அரசியல் வாதி களின் குறிக்கோளாகத் தெரிந்தது; (பழங்குடியினரைக் காக்க, பிரிட்டிஷ் அரசு அமைத்த) பழங்குடியினருக்கென்றே தனியாக ஒதுக்கப்பட்ட, அல்லது சில உரிமைகளுடன் ஒதுக்கப்பட்ட நிலப்பகுதிகளை உருவாக்குவதைக் காங்கிரஸ்காரர்கள் எதிர்த்தனர்; இந்தப் பகுதிகளில் மானிடவியல் கொள்கைகளின் அடிப்படையில் ஆட்சி

நடத்தப்படும் என்று எண்ணி மிரளுகின்றனர். காட்டில் வசிக்கும் சுதந்திர உணர்வு கொண்ட பழங்குடி மக்களின் மீது இந்தப் புலால் உண்ணாத, மது அருந்தாத பூர்ஷ்வா மற்றும் தூய்மைவாதிகள், தங்கள் கொள்கைகளைத் திணிக்க விரும்புகின்றனர்.

இதற்கு மாறாக, பழங்குடி மக்கள் இந்துக்களுக்கும் முந்தையவர்கள் என்று கருதுகிறேன். அவர்கள் இந்துமதத்தை பின்பற்றி நடந்தால், மிக மோசமான விளைவுகள் ஏற்படும். அவர்கள் வாழ்வதற்குத் தனி நிலப்பகுதிகள் ஒதுக்கப்படுவதை வரவேற்கிறேன். இன்னும் நிறையப் பகுதிகள் அவர்களுக்காக ஒதுக்கப்பட வேண்டும் என்று விரும்புகிறேன்; பழங்குடி மக்கள் பகுதிகளில் ஆட்சி செய்ய மானிடவியல் விஞ்ஞானம் வழிகாட்ட வேண்டும், ஒழுங்குபடுத்த வேண்டும் என்று கருதுகிறேன்; அவர்களுக்கு மட்டுமே ஏற்படும் பிரச்சனைகளைச் சற்றும் அறியாத, தேர்தலில் வெற்றி பெற்ற அரசியல்வாதிகளின் கையில் அவர்கள் சிக்கக் கூடாது. காங்கிரஸின் அறவியல், சமூகவியல் பார்வை, பழங்குடி மக்களின் வலிமையை, வேரை அறுத்துவிடும் என்று நினைக்கிறேன் ...

எனக்கு இன்னும் பல நண்பர்கள் அந்தக் கட்சியில் இருந்தாலும், இப்போது நான் இந்திய தேசியக் காங்கிரஸின் ஆதரவாளனாக இல்லை என்பதைத் தெளிவாக்க விரும்பு கிறேன். பழங்குடியினர் நலத்துக்காக எனது வேலையை, அங்குள்ள பிரிட்டிஷ் அரசு அதிகாரிகளின் நெருங்கிய ஒத்துழைப்புடன் தொடர விரும்புகிறேன் ...

இதன் காரணமாக, என் நிலையைப் புரிந்துகொள்வது நலமாக இருக்கும் என்று நினைக்கிறேன். அரசியல் ரீதியில் சந்தேகத்துக்கு உட்பட்ட ஆளாக இப்போது என்னைக் கருதுவதற்கு எந்தக் காரணமும் இல்லை என்று எண்ணு கிறேன்; மாறாக, மனிதநேயத்தின் அடிப்படையிலும், மானிடவியல் நோக்கிலும் என் வேலைக்கு ஆதரவு தரக் காரணங்கள் நிறைய இருக்கின்றன. தேவையின்றி நான் அவமானப்படாமல் இருக்க, சில நடவடிக்கைகள் எடுக்க வேண்டிய அவசியம் எனக்கு இருக்கிறது. அங்கே இருக்கும் அதிகாரிகளும் என் வேலையில் இனிமேலும் வேண்டுமென்றே தடங்கல்களை ஏற்படுத்தக் கூடாது என்று நினைக்கிறேன்.

இதை எழுதுவது எளிதாக இல்லை. ஏனெனில், தவறு செய்து விட்டேன் என்று ஒத்துக்கொள்வது மிக இனியது அல்ல.

என்னுடைய கிராம மக்களுக்காக நான் எதையும் செய்யத் தயார். அதற்காக அரசுடன் சமாதானம் செய்துகொள்வது அவசியம்.

இப்படித் தன் நிலையில் இருந்து பின்வாங்கியது அசாதாரண மானது. அரசியலில் ஈடுபட மாட்டேன் என்று 1932இல் அரசு அவரிடமிருந்து வாங்கிய உறுதிமொழி மாதிரி இல்லாமல், தானாகவே இப்படிச் செய்தார். அதனால் இன்னும் முக்கிய மானது. அந்த அறிக்கையை இந்தியா அலுவலகத்துக்கு அனுப்பி வைக்கும்போது, வில்லியம் பேட்டன் இவ்வாறு குறிப்பிட்டார்: "எல்வினுடைய ஆன்மீக உணர்வு அவர் பாதை தடுமாறிச் செல்லத் தூண்டியது. ஆனால் அவர் சுயநலம் அற்றவர். இப்போது கோண்டு மக்களின் நலனில் மட்டும் கண்ணும் கருத்துமாய் இருக்கிறார். சில வருடங்களாகக் காட்டுக்குள் தொடர்ந்து சேவை செய்தது அவரை எந்த அளவு மாற்றியிருக்கிறது என்று புரிந்துகொள்வது எளிதல்ல. அது பற்றி எனக்குச் சந்தேகம் இல்லை. உலகத்திலேயே உற்சாகமூட்டுகிற, ஆட்களைக் கவருகிற மிகச் சிறந்த மனிதர்களில் எல்வினும் ஒருவர்: முதல் தரமான மனம் கொண்ட, உண்மையான ஞானி, மொத்தமாகப் பார்த்தால் மிகமிகச் சிறந்த மனிதர். இந்தியாவில் அதிகமாக உழைத்து உழைத்தே இறந்துவிடுவார் என்று நினைக்கிறேன். அவருக்கு வழிகாட்டவும் உதவி செய்யவும் நான் ஏதாவது செய்ய வேண்டும் என்று நினைக்கிறேன். இது உண்மையான மாற்றம், எல்வின் உண்மையிலேயே மனிதர்களுக்குச் சேவை செய்ய விரும்புகிறவர், அவர் அரசாங்கத்துடன் உறவைச் சரி செய்துகொள்ள விரும்பு கிறார் என்று இந்திய விவகாரங்கள் துறையும் ஒத்துக்கொண்டது. அவரைத் தொந்தரவு செய்ய வேண்டாம் என்று எத்தனை அதிகாரிகளைத் தடுக்க முடியும்?. இல்லையென்றால் அவர் முதுகில், இந்த மனிதர் அரசாங்கத்தின் அங்கீகாரம் பெற்றவர் என்று எழுதி வைக்கத்தான் வேண்டியிருக்கும்."

எல்வினுக்கு இதை விட ஒரு நல்ல வழி தெரியும். நவம்பர் 25ஆம் தேதி அவர் ஆர்.டி. பீல் என்பவரை இந்தியா அலுவலகத்தில் சந்தித்தார். ஏதாவதொரு அரசுப் பதவியில் தன்னை நியமித்து, கௌரவ மாஜிஸ்டிரேட் ஆக்கினால், கஷ்டங்கள் எல்லாம் உடனடியாகத் தீர்ந்துவிடும் என்று சொன்னார். இதனால் போலீஸ்காரர்கள் பழங்குடியினரை நெருங்க மாட்டார்கள். தற்போது வழக்குகளை, வெகு தூரத்தில், மண்ட்லாவில் வக்கீல் களிடமும், ஏஜண்ட்களிடமும் தரவேண்டிய நிலையில் இருக்கும் பழங்குடி மக்களுக்கு இது மிகவும் உதவியாக இருக்கும்.

'நான் விரும்பியபடி, அவர் தன்னுடைய பழைய கருத்துக்களை முற்றிலும் மாற்றிக்கொண்டார் என்பதை இது காட்டுகிறது'

என்று பீல் மகிழ்ந்தார். அவருடைய அலுவலக நண்பர்களும் ஏறக் குறைய அதை ஆமோதித்தனர். அப்போது இந்தியா அலுவலகத்தில் இருந்த, ஆர்.ஏ.பட்லர் என்ற பாராளுமன்ற உறுப்பினர், ஒரு மாஜிஸ்டிரேட்டின் பாணியில் இவ்வாறு முடிவுரை எழுதினார்: 'என் அப்பாவின் காலத்தில் தந்தை எல்வின் பெருந்தொந்தரவாக இருந்தார். ஆனால் திரு. பீலின் அறிக்கை தீர்க்கமானது. அரசியலில் செயல்படுவதை விடத் தந்தை எல்வின் சமூக சேவையில் சிறந்து விளங்குவார். பழங்குடி மக்கள் பற்றி அவர் பேரட்டுக்கு அளித்த குறிப்புகள் அடங்கிய தொகுப்பு நடைமுறைக்குச் சாத்தியமற்றது. இருந்தாலும், ஆர்வத்தைத் தூண்டியது.'

பேரட் என்று பட்லர் குறிப்பிட்டவரின் உண்மைப் பெயர், ஆர்.ஆர். மாரெட். அவர் ஆக்ஸ்போர்டில் இருந்த மானிடவியலாளர். 1936இல் அந்தத் தொகுப்பு அவரிடம் வந்தது. பின்னாளில் டிரினிடி கல்லூரியின் 'மாஸ்டர்' ஆன அவர் அதைப் படிக்கவில்லை. அதில் எல்வின் எழுதிய ஒரு கட்டுரையும் இல்லை. பட்லர் எழுதிய குறிப்பு எல்வினை எட்டவில்லை. அதிலிருந்த இன்னொரு தவறை அவரால் சரி செய்ய முடிந்தது. 1932ஆம் ஆண்டில் இந்தியா அலுவலகம் செய்த நுணுக்கமான, தவறு ஒன்றைச் சரி செய்தார். 'நான் இன்னும் 'தந்தை' எல்வின் அல்ல. நான் இப்போது திருச்சபையின் உறுப்பினர் அல்ல என்று சொன்னார். அது ஒரு அடையாளம்தான். பல வகைகளில் "தந்தை" எல்வின் "இறந்து"விட்டார்' என்று கருதலாம்.

அவருடைய கோப்பு மத்திய பிராந்தியத்தின் ஆளுநரை அடைந்ததும் அவர் எல்வினை, பழங்குடியினரின் வழக்குகளைப் பரிசீலிக்கவும் தீர்க்கவும் அதிகாரம் கொண்ட கௌரவ மாஜிஸ்டிரேட்டாக நியமிக்க நடவடிக்கைகளை எடுத்தார். எல்வினுடைய பழைய நடத்தைக்காக அவருடைய அலுவலகம் எந்த வன்மமும் கொண்டிருக்கவில்லை; 'இந்த மனம் திருந்திய பாவி' இப்போது 'தன்னலமற்ற தியாகத்துடன் உண்மையிலேயே நல்ல சேவை செய்துகொண்டிருக்கிறார்'. ஆனால், அப்போது உள்துறைச் செயலராக இருந்த ஆர்.எம்.மேக்ஸ்வெல் அவ்வளவு எளிதாக அதை நம்பவில்லை. பம்பாய் அரசாங்கத்தின் ஆணைப்படி, 1930 முதல் 1932 வரை காங்கிரஸுக்காக எல்வின் செய்யும் வேலைகளை கண்காணித்து வந்தவர் அவர். "இவர் ஒரு நிதானமான மனிதர் அல்ல. அவருடைய பழைய நண்பர்களுக்கும் அரசாங்கத்துக்கும் முரண்பாடு வரும்போது அவர்களுக்கு அனுதாபம் காட்டினால் நான் ஆச்சரியப்பட மாட்டேன்" என்று எச்சரிக்கை செய்தார்.

❍ ❍ ❍

அப்சர்வர் பத்திரிகை சார்பில், இங்கிலாந்தில் இருந்து கிளம்புவதற்கு முன்பு கோண்டு மக்களிடையே அவர் புரியும் சேவைகளைப் பற்றி அவரைப் பேட்டி கண்டனர். 'பழங்குடியினர் இன்று சிறுபான்மையில் உள்ளனர், அவர்களிடையே எழுத்தாளர் களோ அரசியல்வாதிகளோ கிடையாது. அவர்களைப் பற்றிய விஷயங்களில் வல்லுனராக முயன்று கொண்டிருக்கிறேன். அப்படி ஆனபின் அவர்கள் நலனுக்காகப் போராட முடியும். இல்லையெனில், சமூகத்தின் மோசமான அநாகரிகம் அவர்களைச் மூழ்கடித்துவிடும். இந்துக்கள் அல்லது இஸ்லாமியர்களின் நல்ல விஷயங்கள் அவர்களைப் பாதிக்காது. ஆனால், சுற்றி இருக்கும் ஊர்களில் இருந்து, மற்றவர்களைச் சுரண்டும் பேராசை அவர்களைப் பீடிக்கும். கோண்டுகள் பழங்குடி வாழ்வைப் புதியதாகத் தொடங்குவர். அதில் சூன்யம், மந்திர – தந்திரம் போன்ற தடைகள் இருக்காது. புத்துயிர் பெற்ற பழங்குடி வாழ்வு மலரும்' என்று நம்புவதாகத் தெரிவித்தார்.

அந்தப் பேட்டியில் கோண்டுகளுக்காக எல்வின் ஆற்றும் பணியில் புதிய நோக்கம் வெளிப்பட்டது; மற்றவர்கள் தூண்டுதல் இன்றி, கோண்டுகள், அவர்கள் தங்களைத் தாங்களே புதுப்பித்துக் கொள்ள வேண்டும். எல்வின் 1936இன் கடைசி வாரத்தில் சர்வாசாப்பருக்குத் திரும்பியபோது, அவர்கள் வாடகைக்கு இருந்த ஒரு வீட்டின் சொந்தக்காரர் அவர்களை வெளியேற்றி இருந்தார். பழங்குடி மக்களுக்குக் 'கோண்டு சேவா மண்டல்' எழுதப் படிக்கவும், கணக்கு வழக்குகள் வைத்துக்கொள்ளவும் சொல்லித் தந்தது அவருக்குத் தவறாகப்பட்டிருக்க வேண்டும். அது மகிழ்ச்சிதரும் அறிகுறி அல்ல. விரைவில், பழங்குடி மக்களை மீண்டும் இந்து மதத்துக்குள் கொண்டுவரும் இயக்கம் சர்வாசப்பரிலும் சுற்றுவட்டாரத்திலும் பரவியது. கோண்டு மக்கள் பூணூல் அணியவேண்டும், மது அருந்தக் கூடாது, இசையை, நடனத்தை விட்டுவிட வேண்டும், பன்றிகளையும், கோழிகளையும் வளர்க்கக் கூடாது, பசுக்களை வைத்து நிலத்தை உழக் கூடாது, பெண்கள் முகத்திரை அணியவேண்டும் என்று அங்கிருந்த சீர்திருத்தவாதிகள் வேண்டினர். அதனால்,

> கோண்டு பண்பாட்டின் தனிச் சிறப்பான அம்சங்களான பாட்டும் நடனமும், எங்கள் மாவட்டத்தில் இருந்து மறைந்துவிட்டன. கோழிகள், பன்றிகளுக்கு மட்டுமே வரி கிடையாது. மதத்தின் பேரால், அரசாங்கத்தின் பேரால் அவைகளைக் கொன்றுவிடும்படி கட்டாயப்படுத்தினர். அது பொருளாதார ரீதியில் அவர்களுக்குப் பெரும் நட்டம்.

குட்டிபோட்டுப் பால்தரும் பருவத்தைத் தாண்டிவிட்ட பசுக்களை ஏழை கோண்டு மக்கள் உழவுக்குப் பயன் படுத்தினர். இப்போது அதற்கு அனுமதி மறுக்கப்பட்டது...

மலேரியாவில் வாடும் கோண்டுக்கு சாராயம் தான் ஒரே டானிக். ஒன்றும் இல்லாத அவன் வாழ்வில் அது ஒன்றுதான் கிளர்ச்சியூட்டும், உவகைதரும் ஒரே அம்சம். அவனிடமிருந்து அதைப் பறித்தனர். அதற்குப் பதிலாக ஒன்றும் கிடைக்கவில்லை.

பெண்களை அவர்கள் மரியாதையாக நடத்திய விதமும், எந்த மனிதனையும் தீண்டத்தகாதவனாக நடத்தாததும் கோண்டு வாழ்க்கையின் மிகச் சிறப்பான அம்சங்கள். இந்த விஷயங்களில் இந்துக்களின் மனப்பான்மையைப் பின்பற்றும்படி அவர்களைக் கட்டாயப்படுத்தினர்.

கெட்டுப் போன சாராயம்போல, கோண்டுகள் சுவையற்றுப் போய்விட்டதைக் கண்டார் எல்வின். இது மாதிரி வாழத் தொடங்கினால், அவர்கள் மீது கடவுள் சினம் கொள்வார், வரிவிதிப்பதும் அதிகமாகும், கோடைகாலம் முழுவதும் மழை தொடர்ந்து பெய்யும் என்று தனது பழங்குடி நண்பர்களை எச்சரித்தார். ஷாம்ராவ் நேரடியாக விஷயத்துக்கு வந்தார். உடலுறவில் நன்றாக ஈடுபடுவதற்கு முட்டை உண்பது அவசியம். ஆதலால், கோழிகளைக் கொன்றுவிட்டால், ஆண்மைக் குறைவு நோய்போல பரவிவிடும் என்று ஆண்களிடம் சொன்னார். சீர்திருத்தக்காரர்களின் முயற்சிகளை மீறி, கோண்டு சேவா மண்டல், நடனப் போட்டிகளை வரிசையாக நடத்தியது. ஒவ்வொரு போட்டியிலும் ஐம்பது ரூபாய் பரிசும் கொடுத்தது. 1937இல் நடந்த முதல் போட்டியில் ஐந்து கிராமங்கள் பங்கேற்றன. சீர்திருத்த வெறி ஓய்ந்தபின், இரண்டு மாதங்கள் கழிந்து ஐம்பது குழுக்கள் நடனம் ஆட முன்வந்தன.

1937இல் காங்கிரஸ் தேர்தலில் வெற்றி பெற்று ஆட்சிக்கு வந்த அதே நேரத்தில், 'ராஜ் கோண்டு' என்ற இயக்கம் எழுந்தது. எல்வினைப் பொறுத்தவரை இரண்டும் ஒன்றுக்கொன்று முற்றிலும் தொடர்பு அற்றவை அல்ல. பழங்குடியின மக்களின் பிரச்சனைகளைக் காந்தியின் முன் வைக்க, ஆகஸ்ட் மாதம் வார்தாவில் காந்தி தொடங்கிய புதிய ஆசிரமத்தில் எல்வின் அவரைச் சந்தித்தார். சுயராஜ்யத்தில் காந்திக்கு நிறைய ஆர்வம் இருந்தாலும், இந்தியாவின் மிகப் பழைய குடிகளுக்குத் தனி உரிமைகள் ஏதும் தேவை என்று அவர் நினைப்பதாகத் தெரியவில்லை. ஒரு புறம் அரசியல் இயக்கங்களில் பழங்குடி

மக்களைப் பயன்படுத்திக்கொள்ள விரும்பிய காங்கிரஸ், மறுபுறம் கள்ளுண்ணாமை, புலால் உண்ணாமை, ஒரே நிலத்தில் நிலையாகப் பயிர் செய்யும் விவசாயம், இவற்றை அவர்கள் கடைப்பிடிக்க வேண்டும் என்று விரும்பியது. எங்கு பார்த்தாலும் காங்கிரஸின், இந்துக்களின் சின்னமான ஏர் பழங்குடி மக்கள் வசிக்கும் அனைத்து இடங்களிலும் பரவிவிட்டது. இத்துடன் அவரது சொந்தக் குறை ஒன்றும் சேர்ந்துகொண்டது. இதைவிட அவசரமாகக் கவனிக்க வேண்டிய பல சீர்திருத்தங்கள் இருந்த போதிலும், காங்கிரஸ் அரசு முதல் வேலையாகக் கௌரவ மாஜிஸ்ட்ரேட் பதவிகளை (அவருடையதையும் சேர்த்து) ஒழித்தது. காங்கிரஸ்காரர்களின் ஜாதி, போலித்தனம், மதுவிலக்கு இவற்றைக் கண்டு, பர்மா, இலங்கை போன்ற புத்தமதம் பரவிய நாடுகளுக்குப் போய்விடலாமா என்று கூட சில நேரங்களில் நினைத்தார். பம்பாயில் ஒருமுறை நேருவுடன் மதிய உணவு அருந்திய பிறகு அம்மாவுக்கு இவ்வாறு கடிதம் எழுதினார் "அவர் எப்பேர்ப்பட்ட இளவரசன். மிகவும் கண்ணியமானவர், மிக மிக நாகரிகமானவர். "ஆனால் காங்கிரஸார் பொதுவாக மற்றவர்கள் விஷயத்தில் மூக்கை நுழைக்கும், பழைய பஞ்சாங்கப் பேர்வழிகளாக இருந்தனர். எல்வின் ஒருமுறை மதம் பற்றி இரண்டு அமைச்சர்கள் பேசிக்கொண்டதைக் கேட்டார். ஒருவர் இந்துமதப் பிரச்சாரம் செய்பவர், இன்னொருவர் நவீனமனம் உடையவர். இந்துமதவாதி பவித்திரமாகச் சொன்னார் "தினமும் ஒருமணி நேரமாவது பிரார்த்தனையும் தியானமும் செய்யாமல் நான் நாளைத் தொடங்குவதில்லை." நவீனவாதி சொன்னார் "அந்த ஒருமணி நேரத்தை கோப்புக்களைப் (ஃபைல்கள்) பார்க்க நீங்கள் செலவிட்டால், நன்றாக இருக்கும்".

புனேவில் இருந்த நாட்களில், ஏழைகள் உட்பட எல்லா இந்தியர்களுக்கும் விடுதலை அளிக்கும் சக்தி காங்கிரஸ் என்று எல்வின் நினைத்தார்; ஆனால் இப்போது மண்ட்லாவில் காங்கிரஸின் அசிரத்தையையும், மத்திய பிராந்தியத்தின் அரசு உயரதிகாரிகள் பழங்குடி மக்களிடம் காட்டும் கருணையையும் அனுதாபத்தையும், பழங்குடியின மக்கள் வாழும் பகுதிகள் மீது அவர்கள் காட்டும் ஆர்வத்தையும் ஒப்பிட்டுப் பார்த்தார். பழங்குடி மக்களின் பிரச்சனையில் எல்வினின் அணுகுமுறையை, மத்தியப் பிராந்தியங்களின் ஆளுநர் சர் ஃப்ரான்ஸிஸ் வைலி, அனுதாபத்துடன் கேட்டார் – ஆங்கிலப் பேரரசின் முன்னாள் எதிரி நாக்பூரில் உள்ள அரசு இல்லத்திற்கு அடிக்கடி சென்றார், அங்கு விருந்தினர் விடுதியில் சில நாட்கள் தங்கினார். இந்திய மானிடவியலின் தந்தை, வழக்கறிஞர் சரத் சந்திர ராய்க்கு எல்வின் இவ்வாறு கடிதம் எழுதினார்: "நாம் ஆர்வம் காட்டும்

விஷயத்தில், அதாவது பழங்குடி மக்கள் பற்றி, ஆளுநர் ஆர்வம் காட்டுகிறார். சமயம் வரும்போது ஆளுநர் பழங்குடி மக்கள் வசிக்கும் கிராமங்களுக்கு வருகை தருவார்."

மற்ற பழங்குடி மக்களுக்காகவும், மற்ற ஜாதிகளுக்காகவும் வேலை செய்கிறார்கள் என்பதைப் பிரதிபலிக்கும் வகையில், 1938இல் 'கோண்டு சேவா மண்டல்' என்ற பெயர் 'பூமிஜன் சேவா மண்டல்' என்று மாற்றப்பட்டது. உண்மை எதுவாக இருந்தாலும் அதுதான் வெளியில் சொல்லப்பட்ட காரணம். 'ராஜ் கோண்டு மண்டல்' இயக்கத்தின் மீது கொண்ட எரிச்சல் உண்மை யான காரணமாக இருக்கலாம். சீர்திருத்தவாதிகள் செய்த நெருக்கடி காரணமாக எல்வினும் ஷாமும் தலைமையகத்தை வேறு இடத்திற்கு மாற்றினர். சர்வாச்சப்பருக்கு வடக்கில் ஒன்பது மைல்கள் தொலைவில், அமர்கண்டக் – டிண்டோரி சாலையிலிருந்து சற்று விலகிய, மேட்டு நிலத்தில் அமைந்த பதன்கார் என்ற கிராமத்திற்கு ஜுன் மாதம் இடம் மாறினர். குன்றின் ஓரத்தில், அரசமரத்தின் அடியில், தாகுர் தியோவின் கோயில் இருந்தது. எல்வினும் ஷாமும் முதலில் அந்தக் கோயிலைச் சுற்றித் தங்கள் வீட்டைக் கட்ட விரும்பியதாகக் கிராமத்தினர் பேசிக்கொண்டனர். வீட்டு வேலை நடந்துகொண்டிருக்கும்போது எல்வின் ஒரு கனவு கண்டார். அதில் அந்தத் தெய்வம் தன் இடத்துக்குள் அவர்கள் அத்துமீறுவதற்காக கோபம் கொண்டது. வேலிகளும் சுவர்களும் உடனடியாக இடிக்கப்பட்டன. அந்த இடத்திலிருந்து நூறு மீட்டர் கிழக்கில் புதிய கட்டிட வேலை தொடங்கியது.

புதிய ஆசிரமத்தில் கட்டப்பட்ட அறைகள் குட்டையான மண்சுவர்கள் வைத்து, ஓலைக் கூரைகள் வேய்ந்து கட்டப்பட்டன. நடுவில் மலர்கள் நிரம்பிய ஒரு திறந்தவெளி முற்றம், அதன் நடுவில் ஒரு வேப்ப மரம்; அதில் ஒரு குரங்கு இருந்தது. அந்த இடத்தில் இரண்டு அரச மரங்கள் ஏற்கனவே இருந்தன: அவற்றில் ஒன்றைச் சுற்றிக் கூட்டம் நடத்த வசதியாக ஒரு மேடை கட்டப்பட்டது, இன்னொரு மரத்தின் அருகில் ஷாம் தன்னுடைய 'தர்பாரை' நடத்தினார். அந்த இடத்திலிருந்து பார்த்தால் நாற்புறமும் கண்கொள்ளாக் காட்சிகள். அரைமைல் தூரத்தில் நர்மதை நதியின் மினுங்கும் தண்ணீர், இன்னொருபுறம் ஒன்றின்மேல் ஒன்றாக மடிப்பு மடிப்பாக அமைந்த மைகால் மலைத்தொடர்கள். 'அடிக்கடி வண்ணங்கள் மாறும் பெரும் நிலப்பரப்பு கண்ணுக்கு எப்போதும் விருந்தாக இருந்தது' என்று ஒரு விருந்தினர் குறிப்பிட்டார். கிராமவாசிகள் குதூகலமும், இதமும், நேசமும் கொண்டவர்கள்; கோண்டுகள் வாழ்வில் மெருகூட்ட பர்தான் என்ற பழங்குடி இசைக்கலைஞர்கள்

கணிசமாக, கோண்டு மக்களுடன் சேர்ந்து வாழ்ந்தனர். கோண்டுகளின் 'புனிதம்' காக்கும் இயக்கம் இங்கே எடுபட வில்லை' என்று எல்வின் கூறினார். சர்வாச்சப்பாரிலிருந்து பதன்கார் வந்தது 'கிறித்துவின் இரண்டாவது வருகையை நம்பும் சனாதனக் கிறித்தவ இயக்கத்தின் கூட்டத்தில் இருந்து நேராகக் 'குடிகாரர்களின் கொண்டாட்டத்துக்கு' வந்தது போல் இருந்தது.

1938ஆம் ஆண்டின் இறுதியில் எடித் எல்வின் மூன்று மாதம் தங்கி இருக்க வேண்டும் என்ற முடிவுடன் அங்கே வந்தார். 'தனது அண்ணன், எல்வின் இனிமையாக மகிழ்ச்சியாக, குதூகலமாக, எழுதிக்கொண்டும், தோட்டத்தில் வேலை ஏவிக்கொண்டும், சின்னப் பையன்கள், பெண்களுடன் கைகோர்த்து விளையாடிக் கொண்டும் நடுநடுவில் மானிடவியலைப் பயின்றுகொண்டே நாட்களைக் கழிப்பத்தைக் கண்டார். சுவர்களில் கட்டப்பட்ட புத்தக அலமாரிகள் உள்ள நூலகத்தில் பெரும்பாலும் காலை நேரத்தைக் கழித்தார். அறையின் நடுவில் நாற்புறமும் குட்டியான மண் தூண்கள் மீது வைத்த மரப் பலகைதான் அங்கிருந்த பெரிய மேஜை. அதன் மீது புத்தகங்களும், எழுதிவைத்த குறிப்புகளும் நிரம்பி வழிந்தன. கீழே தரையில், *டைம்ஸ்* (இலக்கிய மலர்), *நியு ஸ்டேட்ஸ்மென், டைடு, பஞ்ச்* போன்ற ஆங்கிலப் பத்திரிகைகள் கிடந்தன. எல்வின் எழுதிக் கொண்டும், படித்துக்கொண்டும் இருக்கும்போது எடித் எல்வின், ஷாமுக்கு ஊசிகள் போடுவதில் உதவி செய்தார். பள்ளியில் ஆங்கிலம் கற்றுக் கொடுக்க முயன்றார். இரு நண்பர்களையும் அனைவரும் நேசித்தனர்: 'கிறித்தவம் பற்றி அவர்கள் இப்போது உரக்கப் பேசவில்லை என்றாலும், அதன்படி வாழ்ந்து வந்தனர்' என்று எடித் தன் அம்மாவுக்கு ஆறுதல் தரும் வகையில் கடிதம் எழுதினார்.

எல்வின் தன் பெருமைகளைக் காட்டத் தங்கையை நாக்பூருக்குக் கூட்டிச் சென்றார். அவர்கள் அரசு மாளிகையில் தங்கினர். தலைமை நீதிபதி, உள்துறை உறுப்பினர், இன்னும் பல செயலர்கள், பெரிய ராணுவ அதிகாரிகள் இவர்களுடன் உரையாடினர், கூட்டங்களில் கலந்துகொண்டனர். எடித் சர் ஃப்ரான்ஸிஸ் வைலியுடன் கிரிக்கெட் மேட்ச் பார்க்கச் சென்றார்: காவலாளிகள், கொடிபறக்கும் கார், பல்கலைக்கழகத் துணைவேந்தரின் வணக்கம், தனியான இருக்கைகள் எல்லாம் அரச பரம்பரை போலத் தோன்றியது. சர் ஃப்ரான்ஸிஸ் அவளுடைய அண்ணனுடன் நெடு நேரம் பேசிக்கொண்டே நடப்பதை விரும்பினார். ஒருவருடன் ஒருவர் பேசுவதை அவர்கள் மிகவும் விரும்புவது வெளிப்படையாகத் தெரிந்தது. எல்வின் அதிகார வர்க்கம் சாராத அறிவுஜீவியாக இருந்ததால், அவருடன் ஆளுநர் பெருந்தகை மனம் விட்டுப் பேச முடிந்தது.

எல்லா ஆடம்பரக் கொண்டாட்டங்களுக்கு நடுவில் இருந்தாலும், இந்தியாவில் ஆங்கிலேயர்கள் இருப்பதைப் பற்றி எடித்துக்கு எந்தக் கருத்தும் இல்லை . அரசு மாளிகையில் இருந்து அவர் ஆர்வத்துடன் எழுதிய கடிதங்களில், கொண்டாட்டங்கள், பெரியமனிதர்கள் பற்றி நிறைய எழுதினாலும், நடுவில் இதையும் குறிப்பிட்டார்: "சில நேரங்களில் இது எனக்குப் பிடித்திருக்கிறது. மற்ற நேரங்களில் சுத்தமாகப் பிடிக்கவில்லை." அவருடைய சகோதரனின் நிலைமை இன்னும் சிக்கலாக இருந்தது. (ஆங்கிலேய) ஆளுநரையும், அதே சமயம் காங்கிரஸ் அரசையும் திருப்திப்படுத்த வேண்டும். தேசியவாதிகள் அடிக்கும் கூத்தையும் காட்டினார். ஜபல்பூருக்கு அருகில் நடந்த அந்த ஆண்டுக் காங்கிரஸ் மாநாட்டுக்குத் தங்கையை அவர் கூட்டிச் சென்றார். இந்த மாநாட்டில் ஐந்தாயிரம் பேருக்கு முன்னால் மிகச் சிறப்பான தங்கள் நடனத்தைக் காட்ட 'கோண்டு சேவா மண்டல்' பழங்குடிப் பையன்களின் குழு ஒன்றைக் கூட்டி வந்தது. பழங்குடியினரின் பண்பாட்டை மற்றவர்கள் நன்கு புரிந்து கொள்ள இது உதவும் என்று எல்வினும் ஷாமும் நம்பினர். அந்தப் பகுதியில் உள்ள பள்ளிகளில் இந்த நடனத்தைப் பாடமாகக் கற்பிக்க இது வழிவகுக்கலாம்.

பழங்குடி மக்களின் நடனம் அந்த ஆண்டு நடந்த காங்கிரஸ் மாநாட்டில் ஒரு சின்ன நிகழ்ச்சி. அவ்வளவுதான். மாநாட்டில், காங்கிரஸ் அமைப்பைக் கைப்பற்ற மகாத்மா காந்திக்கும், 'வங்காளப் புலி' சுபாஷ் சந்திர போஸுக்கும் இடையே எல்லோரும் அறிந்த போட்டி நடக்க இருந்தது. காந்தி முதலில் இறப்பாரா அல்லது சுபாஷ் சந்திர போஸ் முதலில் இறப்பாரா என்று பலர் ஊகம் செய்வதை எடித் கண்டார். வரவேற்புக் குழுவில் உறுப்பினராக இருந்த உடல் பெருத்த ஒரு பெண் டாக்டர் எல்வின் எழுதிய புத்தகங்களில் மூழ்கியவர் என்பதால் எல்வினைப் பற்றி ஓயாமல் பேசிக்கொண்டே இருந்தார். 1938இல் மத்தியப் பிராந்தியத்தில் இருந்த எந்த ஆங்கில ஏகாதிபத்தியவாதியும் இந்திய தேசியவாதியிடம் பேச மாட்டார். பழங்குடி மக்களுக்காக எல்வின் தேசியவாதிகளிடமும் ஏகாதிபத்தியவாதிகளுடனும் பேசுவார். இருதரப்பினர் பற்றியும் எழுதுவார்.

○ ○ ○

சர்வாசப்பரில் பழமைவாதிகளுடன் போராடிக்கொண்டிருந்த காலத்தில், கிடைத்த நேரத்தில் இரண்டு நாவல்களை எழுதி முடித்தார். முதல் நாவலின் பெயர் 'ஃபுல்மத் என்னும் மலைமகள்'. அதை 1937இல் ஜான் முர்ரே வெளியிட்டார். அவள் ஒரு

இனிமையான பர்தான் பெண். நன்றாக நடனமாடுவாள். கிராமத்தினர் அவளை மிகவும் நேசித்தனர். தொழுநோய் பீடித்ததால் அவளுடைய காதலன் அவளை விட்டுச் சென்று விடுகிறான். வருத்தத்தில் அவள் திசை அறியாமல் பயணத்தைத் தொடங்குகிறாள். வெகுநாள், கடினமான பயணம் செய்த பிறகு, தன்னைப் பற்றி யாரும் அறியாத ஒரு தூரத்துக் கிராமம் ஒன்றில் ஒரு வெற்றிலை – பாக்கு – சிகரெட் கடை நடத்துகிறாள். தன் காதலனை எண்ணிக் கொண்டே மீதி நாட்களைக் கடத்துகிறாள்.

'ஃபுல்மத்' நாவலின் கதைசொல்லும் பாணியில், பாத்திரங்கள் கவிதைகளும், புதிர்களும் கதைகளும் பேசுகின்றன. அதில் நேரடியான உரையாடலும் உண்டு. கலைநுணுக்கத்துடன் கதை சொல்வது, நல்ல இசை, சிறந்த நடனம், பழங்குடி மக்களின் பண்பாட்டுக் களஞ்சியத்தில் இருக்கும் இவை அனைத்திலும் ஃபுல்மத் சிறந்து விளங்குகிறாள். ஆனால் எல்வின் கண்ட பழங்குடி மக்கள் காட்டுமிராண்டிகளாக இல்லாவிட்டாலும், அவர்களிடம் சாதாரண மனிதர்களிடம் காணப்படும் பேராசை, பொறாமை போன்ற குணங்கள் உண்டு: காதலர்களைத் தனக்கு உரியவர்களாக மட்டும் கருதுவது, மறுக்கப்பட்ட காதலர்களின் பொறாமை, எதிரிகள் மீது சூனியம் வைத்தல் போன்றவை இவற்றில் அடக்கம். 'காட்டிலிருந்து இலைகள்' புத்தகத்தில் குனியா என்ற கோண்டு ஆக வரும் பண்டா பாபா, இந்த நாவலிலும் சின்னப் பாத்திரமாக வருகிறார். இதில் அவருடைய வாடிக்கையாளர்களை, இன்னொரு பைகா மந்திரவாதி அபகரித்துக்கொள்கிறான்.

இனவரைவியல் நோக்கில் ஃபுல்மத் சுவாரஸ்யமான கதை. அதன் முக்கிய பாத்திரத்தின் வாழ்க்கைப் போக்கின் மீது கவனத்தைக் குவிப்பதில் நாவல் முழுமையடைகிறது. ஹெச். ஈ. பேட்ஸ் என்ற விமரிசகர் "உணர்ச்சிக்கு நிறைய இடம் கொடுத்த நல்ல படைப்பு, அதே சமயம் மிகை உணர்ச்சி கிடையாது, பலவித (வாழ்க்கை) வண்ணங்கள் சிறந்து விளங்கினாலும் உண்மையின் அடிப்படையில் ... யதார்த்தமாக, மாப்பாசான் பாணியில் நேரடியாகக் காதலைக் காட்டுகிறது ..." என்று எழுதினார்.

'கொடூர மிருகம் போலிருக்கும் மேகம்' என்ற நாவலை அடுத்த வருடம் முர்ரே வெளியிட்டார். அதன் கதைப்போக்கு அவ்வளவு சரியாக அமையவில்லை. அது பழங்குடிகள் சூன்யம் வைப்பதன் அடிப்படையில் எழுந்த துப்பறியும் கதை. ஒவ்வொரு அத்தியாயத்திலும் மத்தியகால ஐரோப்பாவில் சூனியக்காரிகளாக கருதப்பட்டவர்கள் துன்புறுத்தப்பட்டதை நினைவூட்டும் வகையில்

புதிர்கள் இருந்தன. வாசகர்களும் அப்படிப்பட்ட குருட்டு நம்பிக்கைகளைக் கொண்டவர்கள் என்று அவை நினைவூட்டின. சிதல்பானி கிராமத்தில் மனிதர்களும், வளர்ப்பு மிருகங்களும் ஒன்றுக்குப்பின் ஒன்று மர்மமான முறையில் இறக்கின்றனர். அது ஒரு சூனியக்காரியின் வேலை என்று கிராம மக்கள் நம்புகின்றனர். ஒருவர் மாற்றி ஒருவர் மீது சந்தேகம் எழுகிறது. கடைசியில் 'மோடியாரி' என்ற அழகான கோண்டு பெண் தான் அந்தச் சூனியக்காரி என்று முடிவு செய்கின்றனர். ஆனால், கோண்டு குனியாவாக வரும் பண்டா பாபா ஐம்பது மைல்கள் தொலைவில் இருக்கும் தன் கிராமத்தில் இருந்து திடீரென்று மாயமாகத் தோன்றுகிறார். தனது தர்க்கங்கள், யூகங்கள் மூலம் உண்மையான கொலைகாரனைக் கண்டுபிடிக்கிறார். அது லாமு என்ற பர்தான் இளைஞன். மோடியாரியின் அப்பா, இன்னொரு கிராமத்தில் லாமுவின் அம்மாவைச் சூனியக்காரி ஆக்கியதால் அவள் கொல்லப்படுகிறாள். பழிவாங்குவேன் என்று சபதம் எடுத்து, லாமு வளர்ந்த பின்னர் அம்மாவைக் கொன்றவனைக் கொன்றுவிட்டு, அவருடைய மகளையும் கொல்லும் முனைப்புடன் இருக்கிறான். பண்டா பாபா துப்புத் துலக்கியதும், அவன் தற்கொலை செய்துகொள்கிறான்.

ஃபுல்மத் நாவல் வெளியானதைப் பற்றி நண்பர்களுக்கு எழுதிய கடிதத்தில், அந்தப் புத்தகம் சீராக இல்லாமல், கரடுமுரடாக, யதார்த்தமாக இருக்கும் என்று எச்சரித்தார். அது அப்படித்தான் இருக்கிறது. ஒரு புராதனக் கிராமத்தை, நகரத்தில் இருக்கும் வரவேற்பு அறையை விவரிப்பது போல் வர்ணிப்பது சரியல்ல. 'கோண்டு, பைகா மக்களின் பேச்சில் உணவும் உடலுறவும் மிக முக்கியமான இரண்டு அம்சங்கள். அவர்களுடைய உரையாடல்கள் ஷேக்ஸ்பியரின் நாடகங்களில் வரும் உரைநடைப் பகுதிகள் போல் இருக்கும். 'மலைகளில் வாழும் 'ஃபுல்மத்', உடலுறவை நுணுக்கமாக விவரிக்கவில்லை. அவர்கள் வாழ்வின் காட்சிகளைப் புகைப்படம் போல் காட்டுகிறது என்பதை நீங்கள் உணர வேண்டும்' என்று சொன்னார்.

நாவலில் வரும் பழங்குடி மக்கள் காலுறைகளை மாற்றுவது போல் தங்கள் காதலர்களை மாற்றினாலும், நாவலாசிரியர் உடலுறவைக் குறிப்புகளாலும், மறைமுகமாகவும் உணர்த்துகிறார். உடலுறவு கொள்வது குறிப்பிடப்படுகிறது, வர்ணிக்கப்படவில்லை, பெண்களின் அழகு மறைபொருளாகச் சொல்லப்படுகிறது, உறுப்புகளின் வர்ணனை இல்லை. இந்த நாவலைவிட மிக வெளிப்படையாகப் பைகா மக்களைப் பற்றிய, வெகுவாக எதிர்பார்க்கப்பட்ட, இனவரைவியல் புத்தகத்தில் உடலுறவும், பெண்களின் அழகும் விரிவாகப் பேசப்படுகின்றன. 1937இல் இந்தப்

புத்தகத்தின் முன்வரைவை வெளியீட்டாளருக்கு அனுப்பினார். ஜான் மூர்ரே அதில் இருந்த உடலுறவு பற்றிய வெளிப்படையான விவாதங்கள் குறித்துக் கவலைப்பட்டார். சாதாரணப் பெண் வாசகர்கள் படிக்கத் தகுதியற்ற பகுதிகளைக் குறித்துவைத்தார். இது மாதிரிப் பகுதிகள் தங்களது மரபுகளுக்கு ஒத்து வராது என்றார். அவர் புரிந்துகொண்ட வகையில் விஞ்ஞானத்தின் தேவைகளுக்கு ஏற்ப, பல பகுதிகளை முடிந்தவரை மாற்றியும், விலக்கியும், குறைத்தும் மீண்டும் எழுதிக் கொடுத்தார். மூர்ரே இன்னும் பல பகுதிகளால் தொந்தரவு வரும் என்று நினைத்தால், யாரிடமாவது அதைக் கொடுத்து அந்தப் பகுதிகளை லத்தீன் மொழியில் எழுதிவிடுமாறு அவர்களுக்கு அறிவுறுத்தினார். கடைசியில் ஒரு சமரசம் ஏற்பட்டது. உடலுறவு பற்றிய முக்கிய அத்தியாயம் புத்தகத்தின் நடுவில் வைக்கப்படும். எல்வின் தன் முன்னுரையில், பைகா மக்களின் உடலுறவுத் தத்துவத்தையோ நடைமுறையில் அதைக் கடைப்பிடிப்பதையோ வழிமொழிய வில்லை என்று தெளிவாகக் குறிப்பிடவேண்டும்'.

அதுவரை வெளிவந்த இந்தியப் பழங்குடி மக்களின் வாழ்க்கையைப் பற்றிய புத்தகங்களில், 550 பக்கங்களில் நெருக்க மாக அச்சிடப்பட்ட 'த பைகா' (பைகா மக்கள்) என்ற புத்தகம் ஒன்றுதான் முழுமையானது. செய்ய வேண்டிய செயல்களை நிறையக் குறிப்பிட்டு, மிகுந்த ஆதாரங்களுடன், பேரார்வத்துடன் உணர்ச்சி பூர்வமாக எழுதப்பட்டிருந்தது. ஒன்றுக்கொன்று தொடர்புடைய சமூக நிறுவனங்களின் செயல்பாட்டில் உருவாகிற மானிடவியல் மரபில், சமூக அமைப்பு, திருமண விதிகள் பற்றிய முழு விவரங்கள், பிறப்பு இறப்புச் சடங்குகள், உணவுப் பொருட்களின் உற்பத்தி, உண்ணும் முறை, சட்டங்களின் அணுகுமுறை, செயல்முறைகள், மந்திர – தந்திர முறைகள், நடனங்கள் இவை அனைத்தையும் முழு விவரங்களுடன் புத்தகம் விளக்கியது. பைகா மக்கள் வாழ்க்கையின் இரண்டு முக்கிய அம்சங்களை மிகச் சிறப்பாக முன்வைத்தது: ஒன்று உடலுறவுப் பழக்கங்கள், இரண்டாவது பேவார் (ஒவ்வொரு முறையும் நிலம் மாற்றி மாற்றிப் பயிர்செய்யும் விவசாய முறை) வழக்கம்.

பைகா மக்களைப் பற்றிய இனவரைவியல் ஆய்வை எல்வின் வெளியிட முன்வந்தபோது, இரண்டு முன்னுதாரணங்கள் இருந்தன. ஒன்று மலினோவ்ஸ்கி எழுதிய 'காட்டுமிராண்டிச் சமூகத்தில் உடலுறவும் அடக்குமுறையும்' (1927). இன்னொன்று 'காட்டுமிராண்டிகளின் உடலுறவு வாழ்க்கை' (1929). மலினோவ்ஸ்கி யின் ஆய்வுகள் எல்வினுடைய ஆய்வுகளுக்கு விஞ்ஞானத் தகுதி அளித்தன, மதிக்கத்தக்க முன்னுதாரங்களைக் கொடுத்தன. தகாத உறவுப் பழக்கங்கள், தாயுரிமை பற்றிய ஆழ்மனச் சிந்தனைகள்,

இனக்குழுக் குறியீடுகளின் அடிப்படையில் குழுக்களின் அமைப்புகள், சிக்கனம் கருதி மனைவிகளை ஒருவருக்கொருவர் மாற்றிக்கொள்ளும் பழக்கம் இவை பற்றிய ஆய்வுகளில் மிகத் துல்லியமான தொழில் நுட்பம் போன்ற முறையைக் கையாண்டார் மலினோவ்ஸ்கி. அவருடைய புத்தகங்களில் உடலுறவு பற்றிய ஆய்வுகள் குறிப்பிட்ட மனிதர்களையோ செயல்களையோ பற்றியோ இல்லாமல், பொதுவான விவாதங்களாக இருந்தன. சமூக அமைப்பின் வலையில் தனிமனிதன் ஒரு கண்ணியாக இருந்தான். இதற்கு முற்றிலும் மாறாக, எல்வினுடைய எழுத்துக்கள் உணர்ச்சி பூர்வமானவை. கதாபாத்திரங்கள் மூலம், பழங்குடி மனிதனுக்கு முக்கியமான, அவருக்கும் ஆர்வம் ஊட்டக்கூடிய விஷயங்களை உதாரணம் காட்டி விளக்கினார்.

முதல் சில அத்தியாயங்களில் பதினைந்து பைகா மனிதர்களின் வாழ்க்கை வரலாறு விவரிக்கப்படுகிறது. இது மனைவிகள், காதலர்கள், நோய்கள் மரணங்கள், அதிகாரிகளின் இடையீடுகள், அதிகாரிகளின் சுரண்டல் போன்ற பலருக்கும் பொதுவான விஷயங்களைச் சுற்றி தனிமனிதர்களின் நினைவுகளின் வழியே, பொதுப்படையாகச் சித்திரங்களைத் தீட்டுகிறது. கண்முன் இருக்கும் ஏழ்மைச் சூழலையும், மிக ஆழமான காதல் அனுபவங்களின் நினைவுகளையும் முரண்பாடாகக் காட்டி, எல்வின், அவர்கள் வாழ்வைப் புரிந்துகொள்ள முயல்கிறார். கிழிந்த போர்வையை மூடிக்கொண்டிருந்த லஹாகத் கிழவன், தனது 25ஆவது வயதிற்குள் ஐம்பது பெண்களை வென்றிருக்கிறான்; பைஹார் என்ற களைத்துப் போன முதியவள் ஒருகாலத்தில் புகழ்பெற்ற அழகி. பல ஆண்களை அழ வைத்தவள். அவளை ஒரு வனக் காவலன், ஒரு மந்திரவாதி, அவளுடைய சொந்தச் சகோதரன் என்று ஒருவர் பின் ஒருவராக மயக்கிவிட்டனர்; ராவண் என்ற தேர்ந்த வேட்டைக்காரன், நதிக்கரை வரை பெண்களைத் தொடர்ந்து சென்று குறிவைத்துத் தன் அம்பால் பெண்களின் மண்பானைகளை உடைத்து, அந்த இடத்திலேயே அவர்களுடன் காதல் செய்வான். யோகி தேவார் என்ற ஆனந்தமான நூறுவயது தாண்டிய ஒருவர் இருந்தார். அவர் 1857 கலகத்தை மிகவிரிவாக, ஆச்சரியப்படும் விதத்தில் நினைவு வைத்திருந்தார். அவருக்கு ஆறு மனைவிகள் மூலம் இருபத்தைந்து குழந்தைகள். அவனுடைய பேத்தியே அவனுடைய ஆறாவது மனைவி.

புராதன இந்தியாவில் காமம் பற்றி நிறைய எழுதி வைத்திருந்தனர். பொதுவாக, புனிதவாதிகளின் கருத்துக்களால் மிக அதிகம் பாதிக்கப்பட்டு சமகாலத்து எழுத்தாளர்கள் அதைப் பற்றிச் சுதந்திரமாக எழுத முடியாமல் போய்விட்டது என்றார் எல்வின்.

விஞ்ஞானம், அந்த சமூகத் தளையை உடைக்க வேண்டும் என்று அவருக்கு உணர்த்தியது. பைகா மக்களை வனத்துறையின் காவலர்களோ போலீஸ்காரர்களோ ஆளவில்லை. பெருந்தீயாக எரிந்துகொண்டிருக்கும் காமம்தான் அவர்களை முழுவதுமாக ஆட்கொண்டிருந்தது. பிரம்மச்சரியத்தை அவர்கள் கேள்விப்பட்டதில்லை. காதலை விலக்கி வைத்ததும் இல்லை. அவர்களுடைய குழந்தைகளும் காம உறுப்புகளைப் பற்றி மிக நன்றாகத் தெரிந்திருந்தனர் என்று புரிந்துகொள்ள முடியும். பைகா மக்கள் ஒருவர் மற்றொருவருடைய உடலை மிக விவரமாக, மிக நுணுக்கமாக அறிந்துகொண்டிருந்தனர்: உதாரணமாக ஆண்கள் பெண்களுடைய மார்பகத்தை பன்னிரண்டு வகையாக பிரித்துச் சொல்ல முடிந்தது. கவர்ச்சியின் அடிப்படையில் அவைகளைத் தர வரிசைப்படுத்தினர். பைகா மக்கள் வசைபாடுவதில் கூட உடலுறவு பற்றிய குறிப்புகள் அதிகம்.

பைகா மக்களின் உடலுறவு சுதந்திரமானது, இதமானது, இயல்பானது. பழங்குடி மக்களின் நலவாழ்வுக்கு அது முக்கியப் பின்னணியாக இருந்தது. அது 'பேவார்' முறையைச் சுற்றி இருந்தது. கோடரி கொண்டு செய்யும் இப்பயிர்முறையுடன் அவர்கள் வாழ்வு பின்னிப் பிணைந்தது. கடவுள் அவர்களுக்குப் பேவார் முறையைக் கற்றுக் கொடுத்துவிட்டு இவ்வாறு எச்சரித்தார்: "இந்துக்கள் போலவோ கோண்டுகள் போலவோ நீங்கள் பூமித் தாயின் மார்பகங்களை, ஏரோட்டி உழுது கிழிக்கக் கூடாது." இந்த நம்பிக்கைகளை ஆட்சி தொடங்கிய காலத்திலிருந்து ஆங்கிலேயர்கள் கண்டுகொள்ளாமல் விட்டனர். பேவார் முறையைத் திட்டமிட்டு அழித்தனர். எல்லாவற்றிலும் முன்னேற்றம் காண வேண்டும் என்ற கொள்கைதான் அவர்கள் பேவார் முறையை எதிர்க்கக் காரணம். (ஓரிடத்தில் இருந்து உழுது விவசாயம் செய்வதே நாகரிகம். பழங்குடி மக்களை அதன் மூலம் மனம்போனபடி வாழ்வதிலிருந்து மாற்றி நாகரிகப்படுத்தி விடலாம்). அத்துடன் வணிகத்துக்காக மரங்களை வெட்டும் பகுதிகளில் இருந்து பைகா மக்களை அப்புறப்படுத்த வேண்டும் போன்ற காரணங்களும் இருந்தன. விரைவில் ஏறக்குறைய மத்தியப் பிராந்தியத்தின் எல்லா மாவட்டங்களிலும் பேவார் முறை தடை செய்யப்பட்டது. அதன்பிறகு, மண்ட்லா மாவட்டத்தில், ராம்கார் வட்டத்தில், காட்டின் ஒரு பகுதியில், 24,000 ஏக்கர் பரப்பில் மட்டும் பேவார் முறை விவசாயம் அனுமதிக்கப்பட்டது. அந்தப் பகுதி 'பைகா ரிசர்வ்' என அழைக்கப்பட்டது.

பைகா மக்களுக்கென்று நிலங்கள் ஒதுக்கப்பட்டதும், அந்த நிலப்பகுதிக்கு வெளியில் வாழ்ந்த பைகா மக்களிடமிருந்து நிறையக் கோரிக்கைகள் வந்தன. உதோர் என்ற ஊரைச் சேர்ந்த

டோலி பைகா 1892இல், எழுதினார்: பேவார் பயிர்முறை நிறுத்தப்பட்ட பிறகு,

எங்களிடம் உணவுத் தானியங்கள் இல்லை. அதனால், நாங்கள் தினமும் பட்டினி கிடக்கிறோம். கோடரிதான் எங்களுடைய ஒரே சொத்து. உடலை மூடிக்கொள்ளத் துணி இல்லை, இரவில் தீயை மூட்டி அதில் குளிர்காய்கிறோம். உணவு கிடைக்காமல் சாகிறோம். ஆங்கில அரசாங்கம் எல்லா இடங்களிலும் இருப்பதால் நாங்கள் வேறு எங்கும் போக முடியாது. அரசாங்கம் எங்களைக் கவனிப்பதில்லை. நாங்கள் என்ன தவறு செய்தோம்? சிறையில் இருப்பவர்களுக்குக் கூட அரசாங்கம் வேண்டிய அளவு உணவு தருகிறது. நிலத்தை உழுது பயிரிடுபவனிடமிருந்து நிலம் பறிக்கப்படுவதில்லை. அரசாங்கம் பல தலைமுறைகளாக இங்கு வாழும் எங்களுக்கு உரிமைகளைத் தர மறுக்கிறது.

நாற்பது ஆண்டுகள் கழித்து எல்வின் மீண்டும் பைகா மக்கள் வசிக்கும் பகுதிகளுக்கு வந்தபோது, அவர்களால் 'பேவார்' முறை விவசாயத்தின் மீது விதிக்கப்பட்ட தடைகளை இன்னும் ஏற்றுக் கொள்ள முடியவில்லை. 'நிலத்தை உழுவதற்கென்று ஏரைக் கையில் எடுத்த எந்த பைகாவும் பாவ பூமியில் நிற்கிறோம் என்பதை அறிவான்' என்று எல்வின் குறிப்பிட்டார். 'பேவார்' நிறுத்தப்பட்டதும், தாங்கள் முதல்முதலாக ஏரைத் தொட்டதும் ஒவ்வொரு வீட்டிலும் ஒரு சாவு நிகழ்ந்தது என்று ஒருவன் நினைவு கூர்ந்தான். வனத்துறை அவர்களைச் அடிமைகளாக மாற்றுவதற்கு முன்னால் பைகாவின் ஆண்குறி மற்றவர்களுடைய ஆண்குறியை விட ஐந்து மடங்கு நீளமாக இருந்தது என்று இன்னொருவன் சொன்னான். பேவார் முறை, வேட்டையாடுதல் இரண்டும் தடைசெய்யப்பட்டதும், பழங்குடி மக்களை நொறுக்கிவிட்டது என்று எல்வின் கருதினார். அவர்களுடைய பொருளீட்டும் முறையை ஒழித்தது அவர்களுடைய புராணக் கதைகளின் பல பக்கங்களைக் கிழித்துவிட்டது. அவர்களுடைய மரபுக்கும் விருப்பத்துக்கும் ஒத்துவராத வாழ்க்கைமுறைக்கு அவர்களைத் தள்ளியது. இவ்வாறு செய்த அரசாங்கம் அவர்களுடைய சுதந்திர உணர்ச்சிகளுக்குப் பெரும் தீங்கு இழைத்துவிட்டது.

என்ன செய்ய முடியும்? தங்களுடைய ஒரு மன்னனின் கீழ் புதிய பைகா அரசை நிர்மாணிக்க பைகா கனவு கண்டான். அதில் பேவார் மீண்டும் நடைமுறைக்கு வரும். வேட்டையாடவும், மீன் பிடிக்கவும் எந்தத் தடையும் இருக்காது. ஆங்கிலேயர்கள் எல்லோருக்கும் சுயராஜ்யம் கொடுக்கிறார்கள், எங்களுக்கு மட்டும் பேவார் சுயராஜ்யம் ஏன் கொடுக்கக் கூடாது? எளிதில்

அணுகமுடியாத இடங்களைச் சேர்த்து, மண்ட்லாவைச் சுற்றிலும், பெரும் காட்டு நிலப்பகுதியை, ஒரு தேசியப் பூங்காவாக அமைப்பதுதான் இதற்குத் தீர்வாக இருக்கும் என்று எல்வின் கருதினார். பழங்குடி மக்கள் தவிர மற்றவர்களும், கிறித்தவ, இந்து பிரச்சாரகர்களும் அதிலிருந்து வெளியேற்றப்படுவார்கள். இந்திய பீனல் கோடு (இந்தியத் தண்டனைச் சட்டம்) அங்கு செல்லாது. பைகா மக்கள் கடைப்பிடிக்கும் சட்டங்கள் மட்டும் செல்லுபடியாகும். எல்லாவற்றுக்கும் மேலாக, அவர்களுக்குக் காட்டின் மீது முழு உரிமை, சுதந்திரம் கிடைக்கும். வனத்துறையின் காவலர்கள் அவர்களை அடிக்கும் ஒவ்வொரு அடியைக் கண்டும் ஒரு காலத்தில் கம்பீரமாக இருந்த அவர்களுடைய கோமணம் நடுங்க வேண்டியதில்லை. இந்தியாவின் மற்ற பாகங்களில் பழங்குடியின மக்களை 'உயர்த்தவும்' 'நாகரிகப்படுத்தவும்' அவசர அவசரமாக, எந்த ஒழுங்கும் இல்லாமல் செய்யப்பட்ட மாறுதல்கள் அவர்களைப் பாதிக்காத வகையில் பைகா மக்களைக் காப்பாற்றலாம்.

'பைகா மக்கள்' (*The Baiga*) மானிடவியல் ஆய்வில் தற்செயலாக நுழைந்துவிட்ட நாவலாசிரியனின் படைப்பு. மானிடவியல் அறிஞர்கள், தங்களுடைய புத்தகங்களின் முன்னுரையில் பேராசிரியர்களுக்கும் பழஞ்சுவடிக் காப்பகங்களின் இயக்குனர் களுக்கும், வரலாற்றுக் காட்சியகங்களின் பொறுப்பாளர்களுக்கும் நன்றி சொல்வது வழக்கம். ஆனால் எல்வின் தன்னுடைய முன்னுரையில்,

> "இந்தப் புத்தகத்தை நான் எழுதக் காரணம் என் பைகா நண்பர்கள்தான். வாழ்விலேயே மிக மிக மகிழ்ச்சியான சில தருணங்களை நான் அவர்களுடன் கழித்தேன். எல்லோ ருடைய பெயர்களையும் நான் குறிப்பிட முடியாது. ஆனால் என் மகாபிரசாத் மஹாதோவை மறக்க முடியாது. (அவர் என் குடும்பத்தின் மந்திரவாதி, அவரது காதல் கலையில் குறையிருந்தாலும், சகலகலா வல்லவர்) அவருடைய மகன்கள், மிது, ஜண்ட்ரி; பொஹியில் வாழ்ந்த ஜீது, என்னைக் கவர்ந்த பன்க்கு, சர்க்கா என்ற இரு பையன்கள்; தலியபானியில் எனக்குச் சிறப்பாக விருந்தளித்த ஹொது, ஹிராப்பூரில் என்னைக் கவனித்துக்கொண்ட, பஹதூர்; என்னுடைய கிராமத்திற்குத் தங்களுடைய மந்திரங்களால் பல மர்மமான நன்மைகளை அடிக்கடி செய்த தான் சிங், தாக்குர்; ஜோலாரில் காட்டுமிராண்டி பச்லு; பிலாஸ்பூரில் சிறந்த வேட்டைக்காரனான ராவண்; அமடோப்பில் இருந்த டான் ஜுவான், லஹாகத்; ஆச்சரியமான கனவுகளைக் காணும் தசேரு; மென்மையான, அமைதியான கேது;

நான் பார்க்கும் போதேல்லாம் அரைமயக்கத்தில் இருந்த, 1857 கலகத்தில் பங்கெடுத்த யோகி தேவார்; மாஹி என்ற அசல் நாட்டுப்புறப் பெண். அவள் முரடு ஆனால் கவர்ச்சி மிக்கவள், பல கணவர்களுடன் வாழ்ந்த பைசாகின் என்ற வயதான ஆனால் அறிவுள்ள பெண், கொஞ்சம் பொறாமை கொண்ட அவளுடைய சக்களத்தி மல்ஹொ; அவர்களுடைய குழந்தைகள், ஃபாக்னி, கோண்டின், மங்லி, பாயிரி, கோரு ஜிங்ரா.

ஜே.சி.ஸ்குயிர் என்ற நாவலாசிரியர்தான் மிக மகிழ்ச்சியுடன் இந்த முன்னுரை விஞ்ஞான அடிப்படையில் அமையவில்லை என்பதை முதலில் சுட்டிக் காட்டியவர். இந்தப் புத்தகம் விஞ்ஞானமாகவோ, இலக்கியமாகவோ வரையறுக்க முடியாத வகையில் இருக்கிறது என்றார் ஆலன் வாட்ஸ் என்ற தத்துவஞானி. புத்தகத்தை வெளியிடுபவருக்கு எழுதிய அறிக்கையில் அதை,

> இது ஒரு வினோதமான கலவை, ஒருபுறம் மிகவும் உபயோகமான, ஆழமான ஆதாரபூர்வமான ஆய்வு, மறுபுறம் இயல்புகளுக்கு எதிரான, இன்பத்தைத் தூண்டும், ஆபாசக் கதைகளின் தொகுப்பு. சொல்லும் பொருளுக்கு ஏற்ப எழுத்தாளர் நடையை அடிக்கடி மாற்றுகிறார். ஒரு நேரத்தில் மிக உணர்ச்சியற்ற, வரையறுக்கப்பட்ட விஞ்ஞான மொழியில் எழுதுகிறார். மற்ற நேரங்களில் சாதாரண, மகிழ்வூட்டும் தொனியில் எழுதுகிறார். அப்படி எழுதும்போது படிக்க நன்றாக இருக்கிறது. இருந்தாலும் பெரும்பாலான இடங்களில் பழக்கத்தில் இருக்கும் நெறிமுறைகளுக்கு எதிராக இருக்கிறது.

மானிடவியல் கட்டுரையாக இருந்தாலும், உற்று நோக்கினால், அடிப்படையில் மனித நேயத்துடன் எழுதப்பட்ட, அருமை யான புத்தகம். சோதனைச் சாலையின் 'எலிகளாகப் பைகா மக்களை ஆசிரியர் பார்க்கவில்லை; அவர்களை மதிக்கிறார், நேசிக்கிறார் என்பது வெளிப்படை. தன்னுடைய உணர்வுகளை வாசகர்களுடன் பகிர்ந்துகொள்வதில் வெற்றியும் பெறுகிறார். நேயம், அனுதாபம் மென்மையான அணுகுமுறை இவற்றால் இந்தப் படைப்பின் விஞ்ஞானத் தரம் உயர்கிறது.

'பைகா மக்கள்' புத்தகத்தைப் பற்றி முதலில் வெளிவந்த மதிப்புரைகள் இதமாக இருந்தன. *டைம்ஸ் இலக்கிய மலர்* இவ்வாறு எழுதியது "நூலாசிரியர் தொழில்முறையில் மானிடவியல் அறிஞர் அல்ல. தன் கருணையினால் மானிடவியலாளர் ஆனவர். ஆக்ஸ்போர்டில் எவ்வளவு தெளிவாகச் சிந்திக்கக் கற்றாரோ அவ்வளவு சிறப்பாகச் செய்திருக்கிறார். "எல்வின்

பழங்குடியினரின் கோணத்தில் அனைத்தையும் பார்க்கிறார். இத்துறையில் ஒரு சிறப்பான பங்களிப்புச் செய்திருக்கிறார்" என்று கேம்ப்ரிஜின் சமூக மானிடவியல் பேராசிரியர் ஜெ.ஹெச். ஹட்டன் நினைத்தார். 'மனங்கவரும் தகவல்கள் நிறைந்த தகவல் களஞ்சியம். சிறப்பாகப் பாராட்டப்பட வேண்டியது' என்று *நியு ஸ்டேட்ஸ்மென்* இல் 'பெரில் தெ ஜூட்' எழுதினார். "மானிடவியல் நோக்கில் அருமையான நூல். மிகவும் உபயோக மானது. தங்களை விட மிகவும் பின்தங்கிய நிலையில் வாழும் சக-மனிதர்களைப் பெரும்பான்மை இந்துக்களுக்குக் காட்டுகிறது. எக்காலத்திலும் முக்கியமாகக் இருக்கும், பழங்குடி மக்களின் பல பண்பாட்டுக் கூறுகளையும் விழுமியங்களையும் சுட்டுகிறது.

பெரும்பான்மை இந்துக்களின், காந்தியவாதிகளின் கருத்துக்கள் பதிவாகவில்லை. ஆனாலும் ஒருவேளை அவர்கள் படிக்கும் அளவு ஆர்வம் கொண்டிருந்தால், என்ன எழுதி யிருப்பார்கள் என்பதைச் *சர்வதேச ஊழியத் திருச்சபைகளின் கணிப்பு* (International Review of Missions) என்ற பத்திரிகையில் ஒரு கிறித்தவர் எழுதிய குறிப்பிலிருந்து யூகிக்கலாம். அவர் கோபமாக இவ்வாறு எழுதினார் "காமத்தைப் பற்றிய பகுதிகள் விஞ்ஞான அணுகுமுறைக்கு ஒத்துவராத, அன்னியமான ஆனந்தமான நடையில் இருக்கிறது. விஞ்ஞானத்தின் பெயரில் பைகா மக்களை மூடியிருந்த கிழிந்த பழந்துணி கிழிக்கப்பட்டிருக்கிறது. அதைக் காண உலக மக்களுக்கு அது அழைப்புவிடுக்கிறது. சர்க்கஸ்களில், மிருகக் காட்சி சாலைகளில் மனிதக் குரங்குகள் தங்கள் பிணைகளுடன் நெருக்கமாக இருக்கும் நேரங்களில் அவை பார்வையாளர்களில் கண்களில் படாமல் இருக்க, திரையிட்டு மறைக்கப்படுகிறது. எல்வினுடைய நண்பர்களும், தோழர்களும் கூண்டிலடைக்கப்பட்ட சிம்பன்ஸிக் குரங்குகளைவிட மோசமான நிலையில் இருக்கிறார்கள்'.

❍ ❍ ❍

'பைகா மக்கள்' *(The Baiga)* என்ற நூல், செப்டம்பர் 1939இல் ஐரோப்பாவில் இரண்டாம் உலகப்போர் தொடங்குவதற்குச் சிலநாட்கள் முன்னால் வெளிவந்தது. பதன்காரில் இருந்த எல்வின் முதல் பிரதியைப் பார்த்ததும் 'பாவம் இந்தப் புத்தகம். சண்டைக் காலத்தில் இதை யார் வாங்குவார்கள்?' என்று குறிப்பிட்டார். ஏதேச்சாதிகாரத்தை எதிர்த்து, ஐரோப்பாவில் நடந்த மக்களாட்சிக்கான போராட்டத்தை அவர் உற்சாகமாக ஆதரிக்காமல் இருந்ததற்கு வேறு காரணங்கள் இருந்தன. போர்க் கால இங்கிலாந்தில் ஏற்படும் துன்பங்கள் பற்றி அவருடைய அம்மா எழுதினார். நாட்டுப்பற்று என்ற வெறி அம்மாவின் கடிதங்களில்

தொனிப்பதை எல்வின் கண்டார். 'இந்த இடம் பாதுகாப்பாக, அமைதியாக இருக்கிறது என்று நீங்கள் சொல்வது எங்களுக்கு ஆச்சரியமாக இருக்கிறது. பதுங்கு குழியில் இருக்கும் ஆங்கிலேய வீரர்களுக்கும், எங்கள் மக்களுக்கும், தங்கள் இடங்களை மாற்றிக் கொள்ள வாய்ப்புக் கொடுத்தால், இங்கிருக்கும் ஒருவர் கூட அதை மறுக்க மாட்டார் என்று நினைக்கிறேன். மாகினொட் போர்முனையை விட இங்கே உயிர்வாழும் எதிர்பார்ப்புக்கள் குறைவு. குண்டுகளை விட பயங்கரமான தொழுநோய், மலேரியா, மேகநோய் இன்னும் பல நோய்களால் சாவுகள் நிகழ்கின்றன' என்று நவம்பர் மாதம் முதல் வாரத்தில் எழுதினார். மூன்று வாரங்கள் கழித்து 'ராயல் ஆந்த்ரபொலாஜிகல் இன்ஸ்டிடியுட்' *(Royal Anthropological Institute)* கொடுக்கும் 'வெல்கம் பதக்கம்' *(Welcome Medal)* பெற விண்ணப்பத்துடன், பழங்குடி மக்கள் கொள்கை பற்றி எழுதிய கட்டுரையை அனுப்பினார். அப்போது குறிப்பிட்டார் 'மனிதர்களைக் கொல்வதற்கு எல்லோரும் 'பதக்கங்கள்' பெறும்போது, அவர்களை வாழவைக்கும் வழிகளைக் கூறி நான் ஏன் பதக்கம் பெற முயற்சி செய்யக்கூடாது?'.

தாயும் அவரும் எழுதிக்கொண்ட கடிதங்களில் அவருடைய கடிதங்கள் மட்டும் கிடைக்கின்றன. ஜனவரி 1940இல் அவர் சுற்றுக்கு விட்ட காரசாரமான கடிதத்தின் பின்னணியில் இந்தக் கடிதங்கள் எழுதப்பட்டன. இந்தியாவுக்கும், பழங்குடி மக்களுக்கும் நீதி வழங்குவதும் போரின் குறிக்கோள்களில் ஒன்றாக இங்கிலாந்து கருதவேண்டும். இந்தியாவின் ஆதிப் பழங்குடி மக்களுக்கு அடிப்படை மனித உரிமைகள் வழங்குவதும் இந்திய தேசியக் காங்கிரஸின் 'போர்க் குறிக்கோள்'களின் ஒன்றாக இருக்கவேண்டும். கோண்டு சேவா மண்டலைக் கைவிட வேண்டாம் என்று அதன் புரவலர்களைக் கேட்டுக்கொண்டார். ஏனெனில், மண்ட்லாவில் இருக்கும் பழங்குடி மக்கள் சண்டையில் பங்கெடுக்காமல் இல்லை. அவர்கள்,

> எப்போதும் போரின் சூழ்நிலையில் வாழ்ந்துகொண்டிருக் கிறார்கள். தினமும் கிராமத்தில் (போரில் நடப்பது போல) 'இருட்டடிப்பு' நிகழ்கிறது. தினமும் மாலையில், ஜெர்மன் போர்விமானங்களைவிட பயங்கரமாகக் கொசுக்களின் படைஎடுப்பு நடக்கிறது. கொசுக்கள் நோய்க்கிருமிகளைக் கொண்டு வருகின்றன. வருடத்தில் இதனால் முப்பது லட்சம் பேர் சாகிறார்கள். நாங்கள் எப்போதும் உணவுப் பொருட்களை, 'ரேஷன்' போல அளவோடுதான் வாங்கு கிறோம். கிராமத்தினருக்கு ஒருபோதும் உணவு தேவையான அளவு கிடைப்பதில்லை. வருடத்தில் நான்கு மாதங்கள் மழைச் சகதியால் (போர்) முற்றுகை போல் கிராமத்துக்கும்

வெளி உலகுக்கும் தொடர்பு இல்லாமல் போய்விடுகிறது. ஜெர்மானிய யூதர்கள், போலந்துக்காரர்கள் போலவே கோண்டு மக்களும் அடித்தட்டில் இருப்பவர்கள், ஒடுக்கப்பட்டவர்கள். பல ஆண்டுகளுக்கு முன்னர், அவர்களுடைய நாடும் சொத்துக்களும் அவர்களிடமிருந்து வென்றெடுக்கப்பட்டன அல்லது ஏமாற்றிப் பறிக்கப்பட்டன. காடுகளின் சொந்தக்காரர்களான பைகா மக்களிடமிருந்து பரம்பரை வீடுகள் கொள்ளை அடிக்கப்பட்டன. மனித உரிமைகள் பறிக்கப்பட்டன. அவர்கள் மீது வரி விதிக்கப் பட்டது, அவர்கள் ஒடுக்கப்பட்டனர், வாழ்க்கை சீரழியும் வகையில் ஒடுக்கப்பட்டது. இன்று சின்ன நாடுகளின் ஒருமைப்பாடு சிதையாமல் இருக்கவே பாடுபடுகிறோம் என்று சொல்கிறவர்கள் இந்த மாதிரி நடந்து கொண்டார்கள். ஏறக்குறைய செக் நாட்டு மக்களுக்கும் போலந்து மக்களுக்கும் இழைக்கப்பட்ட தவறுகளைப் பழங்குடியினரும் அனுபவிக் கின்றனர்.

போரின் காரணமாக, கோண்டு சேவா மண்டல் சில ஆதரவாளர்களை இழந்தது. ஆனால் 'த பைகா' நூல் வெளிவந்ததும் பல புதிய ஆதரவாளர்கள் சேர்ந்தனர். அவர்களில் ஒருவர், இந்திய சிவில் சர்வீஸில் இருந்த டபிள்யு.ஜி.பில் ஆர்ச்சர். அவர் புதுமைவிரும்பி, மற்ற இந்திய சிவில் சர்விஸ் உறுப்பினர்கள் போன்றவர் அல்ல. பீகாரில் இருந்தார். கேம்பிரிஜில் படித்த மிகவும் புத்திசாலியான சரித்திர அறிஞர். அவரும் அவருடைய மனைவி மில்ரெட்டும், மிகவும் இறுக்கமான உயர் அதிகாரிகளின் வட்டத்தில் இருந்து தனித்து நின்றனர். இந்தியர்களுடனும், குறிப்பாகப்பழங்குடி மக்களுடனும் இயல்பாகப் பழகிவந்தனர். காடுகளில் அருகில் இருந்த ராஞ்சியில் வேலை செய்த காலத்தில் ஆர்ச்சர் சோட்டா நாக்பூரில் நாட்டார் பாடல்களைச் சேகரிக்கத் தொடங்கினார். உராவோன் என்ற இடத்தின் நாட்டார் பாடல் களைச் சொந்தச் செலவில் புத்தகமாக வெளியிடும் வேலை முடியும் தருவாயில், 'த பைகா' நூல் வெளிவந்தது. உடனடியாக எல்வினுக்கு ஒரு 'ரசிகர் கடிதம்' எழுதினார். பீகாருக்கு வரும்படி அழைப்பு விடுத்தார்.

ஆர்ச்சர் குடும்பத்தினர், எல்வினுடைய பெயரை ரொம்ப நாட்களாகக் கேள்விப்பட்டிருந்தனர். அவரது எழுத்துக்களை நேசித்தனர், மரபுகளை மீறிய அவருடைய வாழ்க்கை முறையால் ஈர்க்கப்பட்டிருந்தனர். அவர் 1940இல் அவர்களுடைய இல்லத்திற்கு வந்தபோது, எதிர்பார்ப்புகள் வீணாகவில்லை. பொதுப்பணித்துறை எஞ்ஜினீயர், மாவட்டப் போலீஸ் சூப்பரெண்டெண்ட், அலுப்பூட்டும் மாவட்டச் சூழல்,

மலைப்பிரதேசம் இவற்றைச் சுற்றிவந்த அவர்களது உலகத்திலிருந்து எல்வின் வெகு தூரத்தில் இருந்தார். பாட்னாவுக்கு அவரைக் அழைத்துச் சென்றபோது அரசு இல்லத்தைச் சுற்றிவந்தபோது, அங்கு பதிவேட்டில் கையெழுத்திட, அரைக் காற்சட்டை, செருப்பு, நீல நிற சட்டை அணிந்துகொண்டுதான் செல்வேன் என்று எல்வின் வற்புறுத்தினார். அன்று பொறுப்பில் இருந்த அதிகாரி கைகால்கள் நடுங்கப் படபடப்பில் தவித்தார். ஆனால் அவரை அழைத்தவர்கள் மகிழ்ந்தனர். ஆர்ச்சர் குடும்பத்தினர், ஒருவகையில் மரபுகளைப் பின்பற்றாதவர்கள்தான், இருவருக்கும் ஒருவரை ஒருவர் பிடித்திருந்தது. பில் ஆர்ச்சர் ஒரு கவிஞர், கலாரசிகர், அரசு அதிகாரிக்கு வேண்டிய இறுக்கம், ஆணவம் இல்லாதவர், மில்ரெட் ஒரு எழுத்தாளர், தொழிற்கட்சியைச் சேர்ந்த இடதுசாரிப் பெண், மாண்புமிகு அம்மையார் அல்ல.

இரு ஆங்கிலேயர்களும் ராஞ்சியில் வாழ்ந்து வந்த வக்கீலும், மானிடவியலாளருமான சி.எஸ்.ராயை சந்தித்தனர். வெள்ளைக் காரர்களை விட அவருக்குப் பழங்குடி மக்களிடையே களஆய்வு செய்வதில் பல சாதகங்கள் இருந்தன. “நாங்கள் இருவரும் குட்டையாக, கறுப்பாக இருந்திருக்க வேண்டும் என்று விரும்பு கிறேன். எந்தக் கவனத்தையும் ஈர்க்காமல் ஒரு கிராமத்தில் சென்று குடியிருக்க அது வசதியாக இருந்திருக்கும்” என்று எல்வின் புன்னகைத்தார். “அதுதான் என்னுடைய ஒரே பிரார்த்தனை. நான் அடுத்த பிறவியில் குட்டையாக, கறுப்பாக, ரொம்ப ரொம்ப தந்திரக்காரராகப் பிறக்கவேண்டும். அப்போதுதான் ஏதாவது உருப்படியாகச் செய்யமுடியும்”.

எல்வின் பதன்காருக்குத் திரும்பியபோது, அவருக்காகக் கத்தை கத்தையாகக் கடிதங்கள் வந்திருந்தன. அவற்றில் ஒன்று மஹாதேவ தேசாயிடமிருந்தும் இன்னொன்று சர் ஃப்ரான்ஸிஸ் வைலியிடமிருந்தும் வந்தவை. இருவரும் அங்கே வர விரும்பினர். இருவரும் ஒரே நேரத்தில் வந்துவிட்டால் என்ன செய்வது? அது உண்மையில் கத்தரிக்கோலின் நடுவில் மாட்டிக்கொண்டது போலாகிவிடும். ஆனால் இருவருமே வரவில்லை. அதனால் முன்புபோல் தன் வேலையில் ஈடுபட்டார். ஆர்ச்சர் குடும்பத்தினருடன் சென்ற பயணம் தந்த உற்சாகத்தில், தான் ஒதுக்கி வைத்த பணியை மீண்டும் செய்யத் தொடங்கினார். கரஞ்சியாவில் இருந்தபோது அகாரியா பழங்குடிக் கொல்லர்களின் இரும்பு உலையின் துருத்தி ஏற்படுத்தும் சத்தம் கேட்டு ஒவ்வொரு நாளும் அவரது உறக்கம் கலையும். பீகார் சென்றிருந்தபோது, சோட்டா நாக்பூர் பீடபூமியில் வாழ்ந்துவந்த அசுர் பழங்குடியினரின் பகுதிக்குச் சென்றார். அவர்கள் கொல்லர்கள், மண்ட்லாவின் அகரியா

கல்கத்தா வீட்டு மாடியில் இந்திய மானிடவியல் நிறுவனத்தின் இணை இயக்குனர் எல்வின், 1949

பழங்குடியினரின் தூரத்து உறவினர்கள். அகரியா பழங்குடியினர் பற்றிய குறிப்புகளை மீண்டும் சரி பார்த்தார். அவர்களைப் பற்றிய புத்தகத்தை 1940இல் எழுதி முடித்தார். ஆனால் ஹிட்லர் தொடங்கிய போரின் விளைவாக இரண்டாண்டுகள் கழித்தே அதை வெளியிட முடிந்தது.

'த அகாரியா' (அகாரியா பழங்குடிகள்) நூலில், புராதனக் கைத்தொழில்கள் அரசாங்கத்தின் ஆதரவு இல்லாததாலும், சந்தைப் போட்டியாலும் வீழ்ச்சி அடைந்துவரும் சோகமான கதையைச் சொல்லுகிறது. ஒவ்வொரு கொல்லர் உலையின் மீதும் ஒரு ஆண்டில் கிடைக்கும் வருமானமான 30 ரூபாய்களுக்கு 25 சதவீதம், அதாவது எட்டு ரூபாய்கள் வரி விதிக்கப்பட்டது. வனத்துறையின் புதிய சட்டங்கள் மரக்கட்டைகளைச் சேகரிப்பதையும், அவற்றிலிருந்து (அடுப்புக்)கரி தயாரிப்பதையும் தடைசெய்தன. அகாரியா மக்கள் திருட்டுத்தனமாகக் காட்டுக்குப்

போவதை நிறுத்தவில்லை. ஆனால் இப்போது குற்ற உணர்ச்சியுடன் காட்டுக்குள் போக வேண்டியிருந்தது. அவர்களுடைய கனவுகளில் கூட வனத்துறையின் காவலர்கள் திடீரென வந்தார்கள். தொழிற்சாலையில் தயாரிக்கப்பட்ட இரும்பு, ஆங்கிலேய அரசு அறிமுகப்படுத்திய ரயில் வாயிலாகச் சந்தையில் குவிந்தது. வனத்துறையின் சட்டங்களை மீறி, வரிகள் குறைவாக இருக்கும் மாவட்டங்களுக்குக் குடிபெயர்ந்து சென்றனர். தங்கள் உலையில் தயாரான ஏர் நன்றாக உழும் என்று சொல்லி விவசாயிகளின் மனதை மாற்ற முயன்றனர். வாழ்வதே பெரும் போராட்டம் ஆனது. 1909இல் இருந்து 1938க்குள் கொல்லர் உலைகளின் எண்ணிக்கை 510இல் இருந்து 336 ஆகக் குறைந்தது. பொருளாதார நிலை எல்லா இடங்களிலும் சீர்கெட்டதால், சோம்பேறித்தனமும் மந்த நிலையும் ஏற்பட்டது. அவர்கள் உற்சாகம் இழந்தனர், தவறான வழிகளில் செல்ல ஆரம்பித்தனர், பட்டினி கிடந்தனர். இரும்பு உலைகள் மூடப்பட்ட இடங்களில், இரும்பின் கடவுளான 'லோகாசுர்'ஐச் சுற்றி எழுந்த கற்பனைகளும், பழங்கதைகளும், மதச் சடங்குகளும் மறைந்துவிட்டன.

ஆக்ஸ்போர்டு பல்கலைக்கழகப் பதிப்பகத்தின் இந்தியக் கிளை வெளியிட்ட எல்வினின் முதல் புத்தகம் 'த அகாரியா'. ஜான் முர்ரேயின் பதிப்பகம் போர்க்காலத்தில் அந்த நூலை வெளியிட விரும்பவில்லை. ஆக்ஸ்போர்டு பல்கலைக்கழகப் பதிப்பகம் வெளியிட விரும்பியது, ஆனால் மானியமாக ஒரு தொகை கேட்டது. பெரும் எஃகுத் தொழிற்சாலை நடத்தும் டாடா நிறுவனத்திலிருந்து மானியத் தொகை கிடைத்தது. அதன் தலைவர், ஜே.ஆர்.டி. டாடா, ஏற்கனவே விஞ்ஞானம் மற்றும் அறிவுத் துறைகளின் புரவலராகப் புகழ் பெற்றிருந்தார். அவரும் அவருடைய நிறுவனத்தில் எவரும் உண்மையிலேயே புத்தகத்தைப் படித்தார்களா என்பது எனது சந்தேகம். சொந்த நாட்டுக் கைத்தொழிலை ஆதரித்தும், அதே சமயம், ஆலையில் தயாரிக்கப்பட்ட இரும்பைக் குறைகூறியும் புத்தகம் எழுதப்பட்டிருந்தது. எழுதிய முறையும் அதன் உள்ளடக்கமும் காந்திய வாதிகள் விரும்பும் வகையில் இருந்தன. 'த பைகா' (பைகா மக்கள்) புத்தகத்தின் கருத்துகள் காந்தியவாதிகளிடம் இருந்து விலகி நின்றன. அதே அளவு 'த அகாரியா' அவர்களின் கருத்துடன் ஒன்றி இருந்தது. அது கருத்துக்களை அவர் உறுதியாக மாற்றிக் கொண்டுவிட்டார் என்பதைக் காட்டியது.

காந்தியவாதிகள் நூலை வாங்குவார்கள். ஆக்ஸ்போர்டு பதிப்பகம் அவர்களை அணுகலாம் என்று எல்வின் யோசனை சொன்னார். துறவு வாழ்க்கையின் கவர்ச்சியில் இருந்து விடுபட்டு, பழங்குடி மக்கள் வழியில் இன்பம் நாடுகிற வாழ்க்கை முறையை

விரும்பிய எல்வினுடைய மாற்றம் முழுமையானது என்பது இது காட்டியது. தனது பதிப்பாசிரியருக்கு இவ்வாறு எழுதினார்: "காந்தியவாதிகள் இந்தப் புத்தகத்தை வாங்க விரும்புவார்களா? உள்நாட்டுக் கிராமத் தொழில்களைக் காப்பதில் காங்கிரஸ் மிகவும் கவனம் செலுத்துவதாகச் சொல்லப்படுகிறது. அதைப் பற்றிய புத்தகம் இது. அவர்களுடன் எனக்குக் கொஞ்சம் கூடத் தொடர்பு இல்லாததால் இந்த விஷயத்தில் யாரை அணுக வேண்டும் என்று தெரியவில்லை. ஆனால் நீங்கள் அதை அறிந்து கொள்ள முடியும் என்று நினைக்கிறேன்.

'த அகாரியா' நூலின் உள்ளடக்கத்தை மிகத் தெளிவாகச் சுட்டிக்காட்டிய மதிப்புரை *அமெரிக்கன் ஆந்த்ரொபொலொஜிஸ்ட்* பத்திரிகையில் வெளிவந்தது. அதை எழுதியவர், ஜார்ஜ் டெவெரெ *(Georoge Devereux)* என்ற பிரஞ்சு – ஹங்கேரிய அறிஞர். 'புத்தகத்தில் உள்ள தகவல்கள் மிக ஆழமானவை, அதில் ஏகப்பட்ட விவரங்கள், ஆதாரங்கள் பதிவாகி இருந்தன. ஆனால், முறையான பகுப்பாய்வோ, கருதுகோளோ இல்லை. தகவல்களை அட்டையில் குறித்து வைத்து எழுதுதல் ஃப்ரேசர் பாணியில் ஒப்பீடுகள், தேவைகளுக்கு ஏற்ப வாழ்க்கை அமைவதைக் காட்டும் ஆய்வுகள், மனோதத்துவம் போன்ற எந்த ஒரு ஆய்வுமுறையின் அடிப்படையும் இல்லாத காரணத்தால், ஆய்வுமுறைகளை அடிக்கடி மாற்றுகிறார். அகவயமோ அல்லது புறவயமோ எந்தக் கோணத்தில் புத்தகம் இருக்கிறது என்று தெரிவதில்லை. இந்த அறிகுறிகளுக்குப் பின்னால் ஒரு ஆழமான காரணம் இருக்கிறது. எல்வின் களஆய்வில் தேவைக்கு அதிகமான நேரத்தைச் செலவிட்டிருப்பது தெளிவாகிறது. இத்தருணத்தில், 'லண்டன் ஸ்கூல் ஆஃப் எகனாமிக்ஸ்' ஸிலோ அமெரிக்காவில் மிகவும் முன்னிலையில் இருக்கும் மானிடவியல் ஆய்வுத்துறைகளில் ஒன்றிலோ, கொஞ்சகாலம் மூழ்கித் தன்னைப் புதுப்பித்துக் கொள்ள வேண்டிய தேவை அவருக்கு உள்ளது. விஞ்ஞானத்தின் முன்னேற்றத்துக்காக, களப்பணியில் சிறந்து விளங்கும் இந்த அறிஞரைப் பயிற்றுவிக்கும் பொறுப்பை ஏதாவதொரு அறக்கட்டளை, ஏற்றுக்கொள்ளும் என நம்புகிறேன்.

இந்தக் கடைசிக் குறிப்பு, மானிடவியல் ஆய்வாளருக்கு மூன்று பிறப்புகள் உண்டு என்ற எம்.என்.சீனிவாஸின் கருத்தை நினைவுபடுத்துகிறது. சீனிவாஸைப் பொறுத்தவரை ஓர் ஆய்வாளன் தன் களப்பணிக்குச் செல்லும்போது, திடீரென்று தானறியாத உலகில் திணிக்கப்படும்போது முதல்முறையாகப் பிறக்கிறான். ஆய்வு செய்யும் சமூகத்தில் அவர்களுடன் கொஞ்ச நாட்கள் வாழ்ந்தபின், அவர்களுடைய பார்வையில் உலகை நோக்கும்போது இரண்டாவது முறையாகப் பிறக்கிறான். இந்த

இரண்டாவது பிறப்பு, புத்தமதத்தில் கூறப்படும், ஆழ்மனத்தின் எழுச்சி. பல வருடங்கள் கற்கும் கல்வியோ அல்லது தான் கொண்டிருக்கும் மொழிப்புலமையோ அதைத் தரமுடியாது. தன் களப்பணி முடிந்தபின், மீண்டும் அவன் பல்கலைக்கழகம் செல்லும்போது உண்மையிலேயே ஒரு மானிடவியலாளன் மூன்றாவது முறையாகப் பிறக்கிறான். இங்கே அவன் தான் சேகரித்த தகவல்களை மறுஆய்வு செய்கிறான், தத்துவத் தளத்தில் அதை வைத்துப் பார்க்கிறான். அதே சமயம், சமூகங்களில் களப்பணி செய்துவிட்டுத் திரும்பிய தன்னைப் போன்ற ஆய்வாளர்கள் கொண்ட கருத்துகளை அறிந்துகொள்கிறான். தான் பணி செய்த பழங்குடி மக்கள் மீது கொண்ட நேசத்தை அவர் ஒருபோதும் முழுவதுமாக விட்டுவிட இயலாது. ஆனால் கொஞ்சமேனும் புறவயப் பார்வையை மேற்கொள்ளும் நம்பிக்கையை அவனது மூன்றாவது பிறப்பு தருகிறது. ஒரு அறிஞனை இந்தப் புறவயப் பார்வைதான் ஒரு கொள்கைப் பிரசாரம் செய்யும் மனிதனில் இருந்து வேறுபடுத்துகிறது.

எல்வின் தன்னுடைய வழியில் இந்தக் கருத்தை வந்தடைகிறார். மானிடவியலாளனின் இரண்டாவது பிறப்பைப் பற்றி ஒரு புத்தகத்தில் மிக அழகாக விவரிக்கிறார். தான் சார்ந்திராத ஒரு சமூகத்தை ஒருவன் ஆய்வு செய்யும்போது, பல மாதங்கள், வருடங்கள், சலிப்பு ஏற்படும் வரையில் சரி பார்த்து, பொறுமை யுடன் உண்மைகளை, விவரங்களைச் சேகரித்தபின், திடீரென்று ஒரு கணத்தில் பேரொளி தெரிகிறது. அப்போது, எல்லாத் தகவல் களும் தரவுகளும் அதனதன் இடத்தில் சரியாக அமைகின்றன. வண்ணங்கள் வடிவங்கள் தெளிவாகத் தெரிகின்றன. அலங்கார வேலைப்பாடு முழுமையாகப் பார்வையில் படுகிறது. அவன் அப்போது தன்னை ஒரு அன்னியனாக, வெளியாளாகக் காண்ப தில்லை. தானும் அவர்களில் ஒருவனாக உணர்கிறான்.

எல்வின் ஒரு விஞ்ஞானியோ மானிடவியல் அறிஞரோ அல்ல என்ற குற்றச்சாட்டு அவருக்கு ஒன்றும் புதியதல்ல. சலிப்பேற்றும் வரை அவர் அதைக் கேட்டிருக்கிறார். மானிடவியலைப் பாடமாகக் கொண்டு, அதைப் புறவயமாக அணுகுவதாகப் பெருமிதம் கொண்டவர்களைப் பொறுத்தவரை எல்வின் இரண்டாவது பிறப்பிலேயே நின்று விடுகிறார். எப்போதும், தவிர்க்க இயலாமல், தான் ஆய்வு செய்த, தன்னை இணைத்துக் கொண்ட சமூகத்தின் கோணத்தில் காண்கிறார். மூன்றாவது முறையாகப் பிறப்பெடுக்க, ஆய்வாளர்களின் ஊற்றுக் கண்ணான, 'லண்டன் ஸ்கூல் ஆஃப் எகனோமிக்ஸ்' இல் பயில வேண்டிய தேவை இருந்தது. இதை அவர் செய்ய விரும்பவில்லை. நிதி உதவி செய்ய எந்த அறக்கட்டளையும் முன்வரவில்லை என்பது

காரணமல்ல. அவர் பல்கலைக்கழக ஆய்வாளர் அல்ல. மீண்டும் பல்கலைக்கழகத்துக்குச் செல்ல வேண்டும் என்ற எண்ணத்துடன் அவர் களஆய்வுகளில் இறங்கவில்லை.

மறுபுறத்தில், களஆய்வில் நீண்ட நாட்கள் இருந்ததாலேயே, ஆய்வு செய்த சமூகத்தை உள்ளிருந்து காணும் வாய்ப்பு எல்வினுக்கு இருந்தது. இது விஞ்ஞானபூர்வமான மானிடவியல் அறிஞர்களுக்குக் கிடைக்காது. அவர்களுக்குப் பழங்குடி மக்களும், கிராமமும், அவ்வப்போது தங்கள் தத்துவத்துக்குத் துணையாக அடிக்கடி உதாரணம் காட்ட வேண்டிய உண்மைகள். அவர்களின் பதவி உயர்வுக்கான வாகனம். எல்வின், தன் ஆய்வுக்களத்தின் மீது அப்படி எந்தச் சுமையையும் சுமத்தவில்லை. அது அவர் குடியிருக்கும் இடம். அதனால்தான், 'த அகாரியா' நூலிலும், 'த பைகா' நூலிலும், வழக்கத்துக்கு மாறாக, பழங்குடி மக்களின் வாழ்வை உள்ளிருந்து காண முடிந்தது. இவை இரண்டும் 'மக்களை மீட்டெடுக்கும் இனவரைவியல் ஆய்வுகள்' எனலாம். கடைசியாக, பழங்குடி மக்கள், முன்னேற்றம் என்னும் நீரலையில் மூழ்குவதற்கு முன்னால், அனுதாபத்துடன் அவர்களது வாழ்வை விவரிப்பது ஆகும். வரலாற்றிலேயே மிக மிகக் காட்டுமிராண்டித்தனமாக உலகப் போர் நடந்த காலத்தில், சாவைக் குறிவைத்து, லட்சக்கணக்கான டன்கள் இரும்புத் (தளவாடங்களைப்) போர் முனையில் பயன்படுத்துவதையும், மத்திய இந்தியாவில் மண்ணால் கட்டப்பட்ட இரும்பு உலைகளில், ஆண்டுக்குச் சில ஆயிரம் டன்கள் இரும்பை உருக்கி, ஏர் முனைகள் செய்து, மண்ணைச் சமன்படுத்தி மைகால் குன்றுகளில் பயிர் செய்வதையும் ஒப்பிட்டு அவற்றிடையே உள்ள முரண்பாடுகளைக் காட்டினார். இந்தப் புராதன மக்கள் தயாரித்த இரும்பு, காட்டுக்குள் வளத்தைக் கொண்டு வந்தது. நவீன நாகரிகம் தயார் செய்த இரும்பு, வளமான நாட்டுக்குள் காட்டு தர்பாரைக் கொண்டு வந்தது. அதனால், (சமூகம்) தொழில்மயமாவதை மறைமுகமாக கண்டனம் செய்வதே அகாரியாவின் தலைவிதி. பைகா மக்கள் படும்பாடு, அவர்களை அகதிகளாக்கிய விஞ்ஞானம், குறுகிய நோக்கம் கொண்ட வணிகமயமாகிவிட்ட வனப் பாதுகாப்புத் திட்டங்கள் ஆகியனவற்றிற்கு எதிரான குற்றப் பத்திரிகையாகும்.

"பைகா மக்களுக்கு நாகரிக உலகத்தைப் பற்றித் தெரியாது. அதைப் பற்றி அவர்கள் சிந்திப்பதில்லை" என்று தன்னுடைய அருமையான புத்தகத்தில் எல்வின் குறிப்பிடுகிறார். நாகரிகச் சமூகம் பற்றி அவருக்கு நிறையத் தெரியும். ஆனாலும் அதைப்பற்றி சிந்தித்ததில்லை. இந்த அர்த்தத்தில், அவர், ஏ.ஓ. லவ்ஜொய்யும், ஜார்ஜ் போஸ்ஸும் வரையறுத்த 'கலாச்சாரப் புராதனம்' *(Cultural Primitivism)* என்ற கொள்கையைப் பிரதிபலிப்பதாகக்

கொள்ளலாம். இதை அவர்கள் இருவரும் நாகரிகத்தின் மீது நாகரிகமானவர்களுக்கு ஏற்படும் வெறுப்பு என்றும் அல்லது அதன் மிக வெளிப்படையாகத் தெரியும் ஒரு குணாம்சத்தின் மீது அவர்களுக்கு ஏற்படும் வெறுப்பு என்றும் வரையறுக்கிறார்கள்.[39] 'புராதனத்' தத்துவம் (*Primitivism*) ஐரோப்பியச் சிந்தனை மரபில் நீண்ட காலமாகத் தொடர்ந்துவரும் இழையாக இருக்கிறது; ட்சேவடன் டொடொரொவ் (*Tzvetan Todorov*) என்ற சமீபத்திய விமரிசகரின் கருத்துப்படி 'அது யதார்த்தத்தின் விவரிப்பு என்பதைவிட லட்சியத்தின் வாய்ப்பாடு'.

'கலாச்சாரப் புராதனத்தை' (கடந்தகாலமே சிறந்தது என்னும் நம்பிக்கை) ஆதரிப்பதை எல்வின் கண்டுபிடிக்கவில்லை. கோண்டு, பைகா, அகாரியா மக்கள் அனைவருமே கடந்தகாலம் நிகழ்காலத்தைவிடச் சிறந்தது என்று நம்பினர். அது ஒரு பொற்காலம். அக்காலத்தில் அவர்களின் அரசர்கள் ஆண்டனர். அவர்களுடைய மந்திரத்தின் சக்தியை, மருத்துவம் செய்யும் சக்தியை யாரும் கெடுக்கவில்லை. பேவார் விவசாய முறையும், இரும்பை உருக்கும் தொழிலும் சுதந்திரமாக நடந்தன. நாகரிகத்தின் மீது எல்வின் தொடுத்த போர் மிகச் சரியான சமயத்தில் நடந்தது. போரிடும் ஐரோப்பிய நாடுகள் எங்கும் நாஜிகளின் கொள்கை நீண்ட இருளாகப் பரவியிருந்தது. புராதனக் கலாச்சாரத்தை விரும்பும் ஒருவர் 'நாகரிகத்திற்குச் சவால் விட முடிந்தது. ஏனெனில் மனித நாகரிகம் பற்றிய கருத்துக்களில், வனங்களில் வாழும் காட்டுமிராண்டிகள் எல்லோருக்கும் கீழ் இருந்தனர். ஐரோப்பிய சமூகங்கள் அதன் உச்சியில் இருந்தன.

புராதனப் பண்பாடு சிறந்தது என்று நம்பும் மற்றவர்களிட மிருந்து எல்வினைத் தனித்துக் காட்டும் சிறப்பு என்னவெனில் அவர் கொண்டாடிய பழங்குடிக் கலாச்சாரத்தில், அவர்களுடைய சமூகத்தில் ஒரு அங்கமாக வாழ்ந்தார். பழங்குடி மக்களின் புராதனக் கொண்டாட்டங்களை விவரிப்பவர்களுக்கு ஒரு வாய்ப்பு இருக்கிறது. அவர்களுடைய ஆய்வுப் பயணத்தின் முடிவில் எந்த நாடுகளில் இருந்து வந்தார்களோ, அந்த நாகரிக நாடுகளுக்குத் திரும்பிவிடலாம். அந்த வாய்ப்பை அவர்கள் நழுவ விடுவதில்லை. வெஸ்புக்கியிலிருந்து, சாடெபிரையண்டி லிருந்து, இருபதாம் நூற்றாண்டின் மானிடவியல் அறிஞர்கள் வரை, அற்புதங்களைத் தேடிவரும் ஐரோப்பியப் பயணிகள் தங்கள் நாடுகளுக்குத் திரும்பிவிடுகிறார்கள். வெளியிடப்படாத சுயசரிதையின் ஒரு பகுதியில் தன்னையும் பழங்குடி வாழ்வைப் புகழும் பிறரையும் எது வேறுபடுத்துகிறது என்று எல்வின் குறிப்பிட்டார். இயற்கையிடம் திரும்பிச் செல்லவேண்டும் என்று அழகாக எழுதுகிறவர்களில் பலர், அந்தப் பயணத்தைத்

தாங்கள் செய்யத் தயாராக இல்லை. அப்படிச் செய்தாலும், அவர்களுக்குத் (தங்கள் ஊருக்குத்) திரும்பிச் செல்லும் டிக்கெட் தேவைப்படுகிறது.

எல்வின் பழங்குடி மக்களுடன் வாழ்ந்தார், அவர்களுடன் சேர்ந்து காதல் புரிந்தார், அவர்களுக்காகப் போராடினார். இதற்குப் பின்னால் கசப்பான, தீரமான தர்க்கம் இருக்கிறது. அதுதான் பல்கலைக்கழக மானிடவியல் அறிஞர்களிடமிருந்து எல்வினைப் பின்பற்றும் மானிடவியல் போராளிகளை வேறுபடுத்துகிறது. "பைகா மக்கள் கடந்த எழுபது வருடங்களாகத் தங்களை யாரும் சமமாக நடத்தவில்லை என்று தொடர்ந்து, கடுமையாக விமரிசித்து வருகிறார்கள். அவர்களுக்காகப் போராடும் தலைவர்கள் இல்லை. அவர்களுக்காகக் குரல் கொடுக்கவோ, குறைகளை எடுத்துரைக்கவோ ஆட்கள் இல்லை'. மற்ற கிராமக் கைத்தொழில்களின் ஒன்றான இரும்பு உருக்கும் தொழிலும் தொழிற்புரட்சியால் நசித்து வருகிறது. ஆனால் இதுவரை எந்த மகாத்மாவும் அதை மீட்க எழுந்து வரவில்லை. போராளி, குரல் கொடுப்பவர், மகாத்மா இப்படித்தான் எல்வின் தன்னைக் கருதிக் கொண்டார். உடலுறவை வைத்துக் காந்தியையும், மானிடவியலை வைத்து ஆயர்களையும் (*Bishops*) வெற்றி கண்ட, காங்கிரஸுக்கு ஆதரவாளரான இந்தக் கிறித்தவர் இப்போது பழங்குடி மக்களின் பாதுகாவலர் ஆனார்.

இயல் 7

கோண்டு ஆக மாறிவிட்டார்

வெர்ரியர் எல்வின், வெற்றிகளைப் பெறத் தகுதி படைத்தவர். நம்மைவிடச் சிறந்த விழுமியங்களைப் பின்பற்றும் மக்களைப் பற்றி எழுதி, படைப்புலகில் புகழ்பெறக் கூடும்.

1940இல் ஒரு பம்பாய் பத்திரிகையாளர்

எல்வின்? தன் ஆய்வுக் களத்தையே மணமுடித்துக் கொண்ட அந்த மானிடவியல் அறிஞர்தானே?

1990இல் டில்லிப் பல்கலைக்கழகத்தின்
சமூகவியல் பேராசிரியர் ஒருவர்

எல்வின் அங்கே வாழ்ந்த காலத்தில், நர்மதை நதிப் பள்ளத்தாக்கின் மேற்குப் பகுதிகளில் கிராமங்கள் எளிதில் அணுக முடியாத, உட்பகுதி களில் இருந்தன. இன்றும் அதுதான் நிலைமை. 1998இல் ஒரு நண்பருடன் நான் அங்கு சென்றபோது, முதலில் புதுடில்லியில் இருந்து உத்கல் எக்ஸ்பிரஸில் ஏறினோம். ரொம்பவும் மோசமான நிலையில் ரயில்வண்டி இருந்தது. ஆயுள் முடிந்த, வலுவற்ற ஒரு பழைய டீசல் எஞ்சின் இருபத்தி இரண்டு பெட்டிகளை இழுக்க முடியாமல் இழுத்துச் சென்றது. அதனுடைய நிலையைக் கண்டே அது போகும் இடங்களை அறிந்துகொள்ளலாம். கிழக்கு உத்தரப் பிரதேசம், ராஜஸ்தான், மத்தியப் பிரதேசம், பிஹார், ஒரிஸா. இவை இந்தியாவிலேயே மிகவும் ஏழ்மை நிறைந்த பகுதிகள். கல்வியறிவு பெறாத, அரைப்பட்டினி கிடக்கும் மனிதர்களால், அவர்களின் சலிப்பில்லாத உழைப்பால், லட்சக்கணக்கான ஏக்கர் விளைநிலங்களில் எப்போதாவது பெய்யும் மழையில் பயிர்கள் விளையும்.

ஒரு பகலும், ஓர் இரவும் பயணம் செய்து நாங்கள் அனுப்பூரில் இறங்கினோம். அது மத்தியப் பிரதேசத்தில் ஷா(ஹ்)தோல் மாவட்டத்தில் மைகால் மலைத்தொடர்களின் அடிவாரத்தில் இருக்கிறது. அங்கிருந்து மலைப்பாதையில் அமர்கண்டக் செல்ல ஒரு ஜீப்பை வாடகைக்கு அமர்த்தினோம். இரண்டுமணி நேரப் பயணம். செல்லும் பாதையை மரங்கள் கூரைபோல் மூடியிருந்தன. ஏகப்பட்ட 'சால்' மரங்கள், அவற்றின் இடையிடையே 'பைன்', யூகாலிப்டஸ் மரங்களும் இருந்தன. வழியில் பாதையோரத்தில் நிறுத்தப்பட்ட ஒரு லாரிக்கு முன்னால், கோண்டு பெண்கள் நடனம் ஆடிக்கொண்டிருந்தார்கள். அவர்கள் பளிச்சிடும் பாலியஸ்டர் சேலைகள் கட்டியிருந்தனர். அன்று அறுவடையைக் கொண்டாடும், மகர சங்கராந்திப் பண்டிகை நாள். பெண்கள் லாரி ஓட்டுனரிடம் 'சந்தா' கேட்டுக்கொண்டிருந்தனர். நாங்கள் இப்போது பழங்குடி மக்கள் வாழும் பகுதிகளில் இருக்கிறோம் என்று தெரிந்தது. மரங்கள் நிறைந்த அடர்ந்த காடுகள். அந்த நிலப்பகுதியில் வளரும் சால் மரங்கள் வெளிநாடுகளில் இருந்து கொண்டுவரப்பட்ட மரங்களுக்கு நடுவில் தாக்குப் பிடித்துக்கொண்டிருந்தன. கிரார் மலைப்பகுதியில், கீழே சோன் பள்ளத்தாக்கைப் பார்ப்பதற்காக ஓட்டுநர் வண்டியை நிறுத்தினார்.

கபீன் சாபுத்திராவில் ஓய்வகத்தில் நாங்கள் செய்திருந்த முன்பதிவை உறுதிப்படுத்த, அமர்கண்டக்கில் வண்டியைக் கொஞ்சம் நிறுத்தினோம். காட்டுக்குள் ஆறு மைல்கள் தள்ளி, ஒதுக்குப்புறமான அழகான இடத்தில், பெரும் பள்ளத்தை நோக்கி கபீர் சாபுத்திரா இருந்தது. பொதுப்பணித்துறை 1913இல் அந்த பங்களாவைக் கட்டியது. 25 வருடங்கள் கழித்து, மத்தியப் பிராந்தியத்தின் கவர்னர் 1937இல் எல்வினைப் பார்க்க வந்தபோது அதில்தான் தங்கினார். என்னுடன் வந்தவர், மத்திய அரசின் பெரிய பதவியில் இருப்பவர். தன் பதவியை வெளிக்காட்டாமல், என்னுடன் வந்தார். சர் ஃப்ரான்ஸிஸ் வைலி வந்து சென்ற பின்னால் அங்கு வந்த பெரிய அரசு அதிகாரி அவர்தான் என்பேன்.

கோண்டு சேவா மண்டல் இயங்கிவந்த கிராமங்கள் கபீர் சாபுத்திராவிற்கு அருகில் இருந்தன. வைலி நடந்து சென்று எல்வினைப் பார்த்திருக்கலாம், அல்லது மனிதர்கள் சுமக்கும் நாற்காலியில் அமர்ந்து சென்றிருக்கலாம். நாங்கள் மிக வசதியாக ஜீப்பில் சென்றோம். கால காலமாக வளர்ந்த கிடந்த காடுகளுக்குள் பாதை வளைந்து வளைந்து சென்றது. மரங்களில் கிளைவிட்டுக் கிளை தாவும் அனுமான் லங்கூர் (கருங்)குரங்குகள் லாரிகள் செல்வதைப் பார்த்துக்கொண்டிருந்தன. ரோட்டின் இருபுறமும் ஒட்டப்பட்ட சுவரொட்டிகளில் எழுதி இருந்தபடி,

காட்டில் இன்னும் பல மிருகங்கள் இருந்தன. காட்டுத்தீயைத் தடுக்கவேண்டும் என்று அறிவிப்பு வைக்கப்பட்டிருந்தது. அதில், புலிகளும் யானைகளும் தீயிலிருந்து தப்பி ஓடுவது போல் படமும் இருந்தது. வனங்களில் காட்டுத்தீ பரவாமல் காத்திடுங்கள், வனங்களைக் காப்பது உங்கள் கடமை என்றும் அறிவிப்புக்கள் இருந்தது. கபீர் சாபுத்திராவிலிருந்து கரஞ்சியா விற்குச் செல்லும் எட்டு மைல் பாதையில் மத்திய பிரதேச அரசின் விளம்பரங்களும் அறிவிப்புக்களும் காணப்பட்டன. சுவரொட்டிகள் பலவிதங்களில், பல இடங்களில் இருந்தன. தங்களுடன் தொடர்புகொள்ள விரும்பும் அரசின் முயற்சிகளைப் பழங்குடி மக்கள் எளிதில் ஏற்றுக்கொள்வது போல் தெரியவில்லை. 'உங்களுடைய அரசு விவசாயிகளின் அரசு' என்றது இன்னொரு அறிவிப்பு. அதன் பின்புறத்தில் 'எச்சரிக்கை' என்றிருந்தது. மோசமான வண்டியோட்டிகளுக்கான இந்த எச்சரிக்கை, அதற்குப் பின்னாலிருந்த அரசின் விளம்பரத்தை உண்மையாக எடுத்துக்கொள்ள வேண்டாம் என்று கோண்டு மக்களுக்குச் சொல்வதாகவும் எடுத்துக்கொள்ளலாம். இன்னும் ஒரு சுவரொட்டி பெண்ணியவாதிகளுக்கு எரிச்சல் ஊட்டுவதற்காகவே எழுதப் பட்டது போலிருந்தது: 'பெண்கள் சமையல் செய்யலாம், துணி துவைக்கலாம், வீட்டைச் சுத்தம் செய்யலாம் ஆனாலும் கல்வி கற்க வேண்டும்'. இன்னொரு சுவரொட்டி எல்வினுக்கு எரிச்சல் தந்திருக்கும்: அது பழங்குடி மக்களுக்கு உயிரான மதுவின் மீதான காந்தியவாத விமர்சனத்தை இவ்வாறு முன் வைத்தது: "போதையால் சாவது நிச்சயம், இன்று நீங்கள், நாளை உங்கள் குடும்பம், நாளை மறுநாள் உங்கள் தேசம்."

கரஞ்சியா ரோட்டின் இருபுறமும் பரந்து விரிந்த பெரிய கிராமம். அங்கே பெரிய போலீஸ் ஸ்டேஷன் உண்டு. பள்ளிக்கூடச் சுவர்களில் போஸ், காந்தி இன்னும் பல தேசிய வாதிகளின் படங்கள் மாட்டப்பட்டிருந்தன. பள்ளியில் இருந்து குழந்தைகள் சளசளத்துக்கொண்டிருக்கும் ஓசை கேட்டது. ஒரு பெரிய மரத்தொட்டி இருந்தது. வண்டுகள் துளைத்த சால் மரக்கட்டைகள் கிடந்தன. ஒப்பந்தக்காரர்கள் ஆனந்தமாக வெட்டிச் சேர்த்தவை. எல்வின் காலத்தில் இருந்தது போலவே கோண்டு மக்கள் அதிகம் இருந்தனர். மற்ற பங்கா (Panka), பைகா (Baiga), பனியா (Bania), அஹிர் (Ahir) மக்கள் கொஞ்சம் கொஞ்சம் இருந்தனர். எல்லோருக்கும் எல்வின் பெயர் தெரிந்திருந்தது. அவர் நடத்திய பள்ளியில் பயின்ற பகேல் கிராமத்தைச் சேர்ந்த இரண்டு பழைய கோண்டுகளுக்கு மட்டும் அவருடைய முகம் நினைவில் இருந்தது. டிக்ரி டோலாவிற்கு மேலே இருந்த குன்றில் அண்ணனும் தம்பியும் (எல்வினும்

ஷாம்ராவும்) வாழ்ந்த இடத்திற்கு எங்களைக் கூட்டிச் சென்றவர் மாடு மேய்க்கும் ஒரு அஹிர். எல்வினுக்கு அழகிய காட்சிகள் பிடிக்கும். செயின்ட் ஃப்ரான்ஸிஸ் ஆசிரமத்திலிருந்து பார்த்தால் வயல் வெளிகளும், அமர்கண்டக்கின் குன்றுகளும் தெரியும். அந்த இடம் மிக அழகானது, மேரி கில்லட்டின் வார்த்தைகள் என் மனதில் ஒலித்தன: 'மலைகளும், பள்ளத்தாக்குகளும், நீல வானமும் விவசாயிகளின் பாடல்களும்.' மேரி வசித்திருந்த கட்டிடம் இருந்ததற்கான அறிகுறி ஏதும் இல்லை என்பதில் வருத்தம் உண்டு. எல்வினும் ஷாம்ராவும் கீழே பள்ளத்தாக்கில், சர்வாச்சப்பருக்குச் சென்ற பின்னர் ஒவ்வொரு ஆண்டும் பெய்த பருவமழையில் அடித்துச் செல்லப்பட்டு கட்டிடத்தின் சுவர்கள் மண்ணோடு மண்ணாகிவிட்டன. ஒரு அரசமரம் இருந்தது. அவர்கள் நட்டு வைத்ததாக இருக்க வேண்டும். உறுதியான, கல் பதித்த ஒரு கிணறு, அவர்கள் வசதிக்காகத் தோண்டி இருக்க வேண்டும். அவ்வளவுதான்.

கரஞ்சியாவில் எப்போதாவது பேச்சுவாக்கில் எல்வின் பெயர் அடிபடுவதைக் கண்டோம். எங்கள் பயணத்தில் அடுத்த ஊர், மூன்று மைல்கள் தள்ளி இருந்த ரயத்வார். அவருடைய நினைவு அங்கே தொடர்ந்து வாழ்ந்துகொண்டிருக்கும் என்று நம்பினோம். ரயத்வாருக்குச் செல்லும் மண்பாதை மோசமாக இருந்தது. இருபுறமும் கடுகுச்செடி பயிரிடப்பட்டிருந்தது. நிலம் கொஞ்சம் கொஞ்சமாக நர்மதை நதிவரை நீண்டது. அந்தப் பெரும் நதியில் கலக்கும் ஒரு சிற்றோடையைக் கடந்து நாங்கள் குக்கிராமத்தை அடைந்தோம். ஓரிடத்தில், ஹர்ரா மரத்தடியில் கோண்டு ஆண்கள் உட்கார்ந்துகொண்டிருந்தனர். அங்கே ஜீப்பை நிறுத்தினோம். ரொம்பத் தயங்கிக்கொண்டே அவர்களிடம் "எல்வின் வசித்த வீடு எது?" என்று கேட்டேன். சுமார் நூறு மீட்டர் தூரத்தில் இருந்த இளஞ்சிவப்பு நிறத்திலிருந்த பள்ளிக் கட்டிடத்தைக் காட்டினர். அதன் அருகில் குட்டையான கோண்டு வீடு இருந்தது. வெள்ளையடித்த மண்சுவர்கள், ஓடு போட்ட கூரை, சின்னத் தோட்டம், அதைச்சுற்றி ஆங்கிலேயப் பாணியில் அமைந்த முள்வேலி. அதன் முற்றத்தில், மங்கலான கோடு பார்டர் போட்ட வெள்ளைப் புடவை கட்டி, தலையைச் சேலையால் மூடியபடி ஒரு வயதான மூதாட்டி நின்றிருந்தாள். அது சாயங்கால நேரம். மேய்ச்சலுக்குப் பிறகு பசுமாடுகள் வீடு திரும்பும் நேரம். இந்தியாவில், அதிகமாக வர்ணனை செய்யப்பட்ட நேரம், மாலை நேரம். "நீங்கள்தான் கோசியா?" நாங்கள் கேட்டோம். "ஆமாம், நானேதான்." அந்தக் கணம் மீண்டும் வராது. அதனால் ஒரு புகைப்படம் எடுத்துக்கொள்ளலாமா என்று கேட்டேன். சரியென்று அவர் தலையாட்டிவிட்டு, புடவையையும், தலை

கோஸி எல்வின், 1940

முடியையும் சீராக்கிவிட்டு, முந்தானையை தலையைச் சுற்றி நன்றாக இழுத்து விட்டுக்கொண்டார். எளிமையுடனும், அழகுடனும் இயல்பாகவும் அவர் நடந்து கொண்டவிதம் கண்டு மிகவும் ஆச்சரியப்பட்டேன். அரை நூற்றாண்டுக் காலம் அவர் காமிரா முன்னால் நின்றிருக்கமாட்டார் என்று நினைத்தேன்.

ஆனால் முன்னொரு காலத்தில், நிறையப் பேர், அவரை நிறையப் புகைப்படங்கள் எடுத்தனர். ஏனெனில், இவர்தான், கோஸி எல்வின், ஒரு காலத்தில் வெர்ரியர் எல்வினுடைய மனைவி.

o o o

ரயத்வாரில், அந்தப் பொன்மாலைப் பொழுதில், முற்றத்தில் நின்றிருந்த அந்தப் பெண்மணியின் பெயர் கோஸி அர்மு. அறுபது ஆண்டுகளுக்கு முன்னர் ஜபல்பூரில் ஒரு மாஜிஸ்டிரேட் முன்னிலையில், எல்வின் என்ற பெயரைச் சேர்த்துக்கொண்டார். எல்வினும் கோஸியும் 1940 ஏப்ரல் நாலாம் தேதி மணம் செய்து கொண்டனர். பத்தாண்டுகள் கழித்து அது விவாகரத்தில் முடிந்தது. கோஸியுடன் அவர் வாழ்ந்த பத்து வருடங்களை, சுயசரிதையில் இரண்டு பத்திகளில் எல்வின் முடித்துவிட்டார். அந்த அளவுக்கு, அந்த நினைவுகள் எல்வின் மனதை மிகவும் புண்ணாக்கிவிட்டன. ‘மனதில் ஏற்பட்ட ஆழமான வலி, என் தோல்விகள் பற்றி வருந்தாமல் அந்தக் காலத்தை இப்போதுகூட திரும்பிப் பார்க்க என்னால் முடியவில்லை. உண்மையைச் சொன்னால் அதை எழுதும் சக்தி எனக்கில்லை’.

குடும்பத்தை நேசிக்கும், குட்டி பூர்ஷ்வா இந்தியர்களுக்காக 1960களில் எழுதப்பட்ட ‘வெர்ரியர் எல்வினுடைய பழங்குடி மக்கள்’ நூலை சுயசரிதை என்று சொல்ல முடியாது. கோஸி பற்றி இரண்டு பத்திகள் இருக்கின்றன. அவர் காதலித்த மேரி, ஆலா போச்சா, சிங்காரோ என்ற மற்றவர்கள் பற்றி எதுவும் இல்லை. அவருடைய வாழ்க்கை வரலாற்றை எழுதுகிறவனுக்கு எல்வின் சொல்ல விரும்பாத விஷயங்கள் ஒரு சவாலாக அமைகின்றன. புகழ் பாடுகிறவர்கள் அவரது சுவடுகளை நன்றாக மறைத்து வைத்திருக்கின்றனர். அவருடைய இலக்கிய ஏஜண்ட் அந்தக் காலம் பற்றிய எல்வினுடைய நாட்குறிப்புகளைக் காட்ட மறுத்தார். அவற்றில் கோஸி பற்றிய தகவல்கள் இருப்பதுதான் காரணம். பெருந்தன்மையுடன் எல்வின் எழுதிய கடிதங்களை இந்தியா அலுவலக நூலகத்துக்குக் கொடுத்த, அவரது குடும்பத்தினரும், மிகுந்த கவனத்துடன் அந்தத் திருமணம் பற்றிய தகவல்களை அகற்றிவிட்டனர். 1927 செப்டம்பரில் அவர் இந்தியா வந்ததில் இருந்து முப்பத்தி ஆறு ஆண்டுகள் கழித்து இறக்கும்வரை, வீட்டுக்கு வாராவாரம் எழுதிய கடிதங்கள் அனைத்தையும் நாம் பார்க்க முடியும். ஆனால் கோஸியைப் பற்றி எழுதிய கடிதங்களை மட்டும் காண முடியாது. அவர் எப்படித் தன் முதல் மனைவியைக் கண்டார் என்றோ, எப்போது திருமணம் முடிப்பது பற்றிக் குடும்பத்தினரிடம் சொன்னார் என்றோ ஒரு தகவலும் கிடைக்காது. எல்வினுடைய தாயாருக்கு, மத்திய பிராந்தியத்தின் கவர்னர், சர் ஃப்ரான்ஸிஸ் வைலி எழுதிய ஒரே ஒரு கடிதம் மட்டும் கிடைக்கிறது. அதில், எல்வின் கோஸியுடன் திருமணம் செய்துகொள்வதைத் தன்னால் தடுக்க முடியவில்லை என்ற தகவல் உள்ளது. பெரிய மனிதரின் எச்சரிக்கையை மதிக்காவிட்டால், துயரம்தான் என்பதைக் காட்டுவதற்காகக் கூட. வைலியின் கடிதம் பாதுகாப்பாக வைக்கப்பட்டிருக்கலாம்.

எல்வினுடைய குடும்பத்தினரும், ஏஜண்ட்டுகளும் எல்வினும் கூட்டுச் சேர்ந்து ஸ்டாலின் பாணியில் கோஸி எல்வின் பற்றிய உண்மைகளை அழித்துவிட்டனர். அவரது வாழ்க்கை வரலாற்றை எழுதுகிறவர், நண்பர்களுக்கு எழுதிய கடிதங்களை வைத்துக்கொண்டு எழுத வேண்டும். தாங்கள் பாதுகாத்து வைத்திருந்த கடிதங்களை, வெளியிடாமல் இருக்க எந்தக் காரணமும் இல்லாததால், எல்வினுடைய நண்பர்களுடைய குடும்பத்தினர் அதற்கு அனுமதி தந்தனர். 1940இல் எல்வின் மக்களிடையே புகழ் பெற்றுவிட்டது நமக்கு ஒரு அதிர்ஷ்டம். பழங்குடிப் பெண்ணுடன் அவர் செய்த திருமணம் பத்திரிகை களின், பத்திரிகையாளர்களின் கவனத்தை ஈர்த்தது. தனிப்பட்ட கடிதங்கள், வெளிவந்த செய்திகள் இவற்றின் அடிப்படையில் ஒன்றை ஊகிக்கலாம். திருமணத்தின் போதும், அதற்குப் பல ஆண்டுகள் கழித்தும், எல்வின் கோஸியை மிகவும் நேசித்தார். அவருடைய மிகச் சிறந்த, பிரபலமான புத்தகங்கள் வெளிவர, அவர்களுடைய உறவு முக்கியக் காரணமாக அமைந்தது. பழங்குடி மக்களின் பண்பாடு பற்றி உணர்ச்சிபூர்வமாக அவர் எழுதிய, 'பழங்குடி மக்கள்' (1943), 'முரியாவும் அவர்களின் கோட்டுலும்' (1946) நூல்களில் காதலும் கடமையும், சொந்த விஷயங்களும், பொது விஷயங்களும் சேர்ந்தே இருந்தன.

தொழில்முறை வரலாற்று ஆசிரியன் கேட்கத் தகாத கேள்விகளாகக் கருதப்படும் கேள்விகளைக் கேட்பதன் மூலம் எல்வின் மீது பிற்காலத்தில் கோஸி ஏற்படுத்திய பாதிப்பை எளிதாகப் புரிந்துகொள்ளலாம். ஒருவேளை மகாத்மா காந்தி சொன்னதைக் கேட்காமல் மேரி கில்லடை எல்வின் மணம் புரிந்திருந்தால் என்ன நடந்திருக்கும்? கோண்டு மக்களுக்காகச் சேவை செய்திருப்பார்கள், ஆனால் கோண்டு மக்களிடையே வாழ்ந்திருக்க மாட்டார்கள். அவர்களுடைய குழந்தைகளும், மற்ற ஆங்கிலேயக் குழந்தைகளைப் போலவே இங்கிலாந்தில் கல்வி கற்றிருப்பார்கள். ஒரு வெள்ளைக்காரத் தம்பதியினர், தனியாக வாழும் வெள்ளைக்காரரைவிட, கோண்டு மக்கள் மத்தியில், இன, பண்பாட்டு ரீதியில், தனிமைப்பட்டிருப்பார்கள். மேரியை மணந்திருந்தால், சந்தேகம் இல்லாமல், எல்வின் வாழ்வு சேவையிலும், தியாகத்திலும் கழிந்திருக்கும். ஆனால், பல வித வண்ணங்கள் நிறைந்ததாக, விவாதத்துக்குரியதாக இருந்திருக்காது என்று நினைக்கிறேன்.

1939 ஆகஸ்ட் மாதம் 'எல்வின் திருமணம் செய்துகொள்ள வேண்டும் என்று விரும்புகிறேன். நவம்பர் மாதம் பம்பாய் சென்றால் அங்கே ஒரு நல்ல பெண்ணைச் சந்திக்க முடியும்' என்று ஷாம்ராவ் திருமதி எல்வினுக்கு எழுதினார். நகரத்துப்

பெண்ணை அல்ல, நகரத்துக்குக் கூட்டிச் செல்ல ஏற்ற வகையில் ஒரு பெண்ணை எல்வின் தேடிக்கொண்டிருந்தார். அவருடைய அம்மாவிடம் நாசூக்காக அதைச் சொல்ல முயன்றார். அவருக்கு நிரந்தரமான உறவு வேண்டியிருந்தது. அவர் பில் ஆர்ச்சரிடம் 'மணம் முடிக்காமல் ஒரு பெண்ணுடன் உறவு வைத்துக் கொள்வதற்குத் தயங்குகிறேன்' என்று சொன்னார். அதைத் திருட்டுத்தனமாகச் செய்ய வேண்டியிருக்கும். கிராமத்துக்கு வெளியே, சமூக உறவுகளில் அது சிக்கலை உண்டாக்கும். அவருக்குக் கோஸியின் மீது ஒரு கண் இருந்தது. பதன்காரைச் சுற்றியிருந்த ஊர்களில் அவள் மிக அழகானவள், நிச்சயமாக ஒரு புத்திசாலிப் பெண். எல்வின் கரஞ்சியாவில் இருந்தபோது அவர்கள் சந்தித்திருக்க வேண்டும். கோண்டு சேவா மண்டல் நடத்திய பள்ளியில் கொஞ்ச நாட்கள் படித்ததைக் கோஸி நினைவில் வைத்திருந்தார். அனேகமாக 1934 அல்லது 1935 ஆக இருக்க வேண்டும். கொஞ்ச நாட்கள் கழித்து அவள் பெரிய மனுஷி ஆனதும் மீண்டும் பழக ஆரம்பித்து, தொடர்பு ஆழமாகி இருக்க வேண்டும். இத்தனை வருடங்கள் கழித்து, கோஸியின் நினைவுகள் அவ்வளவு தெளிவாக இல்லாததைப் புரிந்துகொள்ள முடியும்: அவர் தன்னுடைய பழைய கணவரைப் பற்றி அவ்வளவு எளிதாகப் பேசவில்லை. எடித் எல்வின் 1938இல் அங்கு வந்ததை மிக நன்றாக நினைவில் வைத்திருந்தார். அப்படியானால், அவர் அந்தக் காலத்தில் அடிக்கடி பதன்காருக்குச் சென்று வந்திருக்க வேண்டும். அவருடைய சொந்த ஊரான ரயத்வாரில் இருந்து நான்கு மணிநேரம் நடந்துதான் அங்கே செல்ல முடியும். எடித் வந்த சமயத்தில், கோஸியும் எல்வினும், ஒரே வீட்டில் காதலர்களாக வாழ்ந்திருக்க வேண்டும். எடித் அதை அங்கீகரித்தாரா இல்லையா என்று நாம் சொல்ல முடியாது. எப்படியாயினும், எல்வின் ஒரு வருடத்துக்கு மேலாகக் காத்திருந்த பின்னர்தான் அடுத்துச் செய்ய வேண்டியதைத் தீர்மானித்திருக்க வேண்டும். 1939 ஆகஸ்டில் ஷாம்ராவ் எழுதிய கடிதம், அம்மா என்ன நினைக்கிறார் என்று அறிந்துகொள்ள எழுதியது ஆகும். அம்மா எல்வின் திருமணம் செய்துகொள்ளலாம் என்று ஒத்துக்கொண்ட பின்னர் மெல்ல மெல்ல உண்மை நிலையை அவரிடம் சொல்லலாம். மருமகள் இந்தியராக இருக்கலாம் என்று குறிப்பாகத் தெரிவித்தாலும், அது நகரத்தில் வாழும், ஆங்கிலம் பேசும் மருமகளாக, அவர் ஆமோதிக்கும் வகையில் இருப்பது போல் காட்டினர். அவள் பழங்குடி இனப் பெண் என்பதை மணம் முடிந்த பின்னர் தெரிவித்தனர்.

தன் மருமகள் ஒரு காட்டுமிராண்டி என்றே திருமதி எல்வின் கருதி இருக்கலாம். ஆனால் கோஸி தன்னை, பழங்குடி

மக்களில் ஆளும் வர்க்கத்தைச் சேர்ந்த, மத்திய காலத்தில் சத்தீஸ்காரை ஆண்ட மன்னர்கள் வம்சம், ராஜ் கோண்டு என்று சொல்லி இருப்பார். கோஸியின் குடும்பம் வறியது. ஆனால் மிகவும் கௌரவமானது, பரம்பரைப் பெருமை கொண்டது என்று பி.ஜி. வுட்ஹவுஸ் கதையில் வரும் சீரழிந்த பிரபுக்கள் குடும்பத்துப் பெண்கள் போல, எல்வின் வர்ணித்தார். கோஸியின் பெற்றோர் மகள் ஜாதியை மீறித் திருமணம் செய்வதை அங்கீகரிக்க மாட்டார்கள். அதனால் எல்வின் அவரைக் கூட்டிக்கொண்டு 'ஓடிப் போய்' திருமணம் செய்துகொண்டார். கோஸியை அழைத்துக்கொண்டு, ஜபல்பூர் சென்று, இது போன்ற கலப்புத் திருமணங்களுக்கென்று இயற்றப்பட்ட, தனித் திருமணச் சட்டத்தின்படி மணம் புரிந்தார். திருமணம் முடிந்த பிறகு, மணமகள் குடும்பத்தினரைச் சரிக்கட்ட, விருந்து அளிக்கப் பட்டது. கோண்டு மக்கள் வழக்கப்படி மீண்டும் திருமணம் நடத்தவும் உறுதி தரப்பட்டது.

பழங்குடி மக்கள் வழக்கப்படி திருமணம் நான்கு நாட்கள் நடந்தது. எல்வின் "நான் ஒரு கோண்டு பெண்ணை மணந்தேன்" என்ற அருமையான கட்டுரையில் அதை விவரித்திருக்கிறார். முதல் நாள் மரத்தாலும் மூங்கில் கழிகளாலும் மணப்பந்தல் அமைத்தனர். பிறகு பரம்பரை வழக்கப்படி மணமக்களைத் தயார் செய்தனர். அடுத்த நாள் காலை மணமகன், மணமகள் இருவரையும் தனித்தனியாக எண்ணெய், மஞ்சள் பூசிக் குளிப்பாட்டி ஆடை உடுத்தினர். அவருக்கு மஞ்சள் வேட்டியும், ஒரு மேலங்கியும் அணிவித்தனர். தலையில் வண்ணக் காகிதத்தால் கிரீடமும் வைத்தனர். மணப்பெண்ணின் குழுவும், மணமகனின் குழுவும் கம்புகள், ஈட்டிகள் வைத்து விளையாட்டாகச் சண்டையிட்டனர். வெற்றி மணமகனின் பக்கம் என்பது முன்பே நிச்சயிக்கப்பட்டிருந்தது. ஏனெனில், கோண்டு திருமண விழாக்களில் மணமகன் தான் காயம்படாதவன், கதாநாயகன். அந்த விளையாட்டில் அவர்தான் புண்படாத ஒரே தலைவன்'. கடைசியாக, மாலையில் எல்வினும், கோஸியும் திருமணக் கம்பத்தை மூன்றுமுறை சுற்றி வந்தனர். அத்துடன் திருமணம் இறுதியானது.

மூன்றாவது நாள் எல்வின் கோஸியுடன் தன் சொந்தக் கிராமத்துக்குத் திரும்பினார். இருவரும் பதன்காரில் வாழ்ந்து வந்ததால், அது சர்வாச்சப்பராக இருக்க வேண்டும். அது பதன்காரில் இருந்து பத்து மைல்கள் தொலைவில் இருந்தது. அந்த இடத்தில் பூமிஜன் சேவா மண்டல் நடத்தும் ஒரு தொழுநோயாளிகள் இல்லம் இன்றும் இருக்கிறது. சர்வாச்சப்ப ரிலும் திருமணக் கம்பத்தைச் சுற்றி மூன்று முறை வலம் வந்தனர்.

பிறகு, திருமணம் பற்றிய பிரசங்கம் கேட்க அமர்ந்தனர். கோண்டு பூசாரி, பழங்குடிப் பெண் ஒரு ஆங்கிலேயரை மணக்கும் அதிசய சூழ்நிலைக்கு ஏற்றாற் போல் பேசினார்.

'மாடுகளை ஏரில் பூட்டுவது போல', இன்று நீங்கள் இருவரும் பூட்டப்பட்டு இருக்கிறீர்கள். தம்பி, கேள், அவள் முட்டாள் தனமாக நடக்கும்போது, அவள் காட்டுவாசிதானே என்று அவளை வெறுக்காதே. ஒரு போதும் அவளிடம் குறை காணாதே. அவளைப் பார்த்து முனகாதே. ஏ, பெண்ணே, ஒரு போதும் அவன் கெட்டவன், என்னை மறந்துவிடுகிறான், என்னை நேசிப்பதில்லை என்று சொல்லாதே. அவனை விட்டுச் செல்லாதே. அவன் ஒரு ஆங்கிலேயன். நம்மை நேசித்து, இன்னொரு தேசத்திலிருந்து வந்தவன். விதியால் இழுக்கப்பட்டு, நீயும் அவனும் நிலம், கடல், மலை, காடு கடந்து ஒன்றாகச் சேர்ந்தீர்கள். உனக்கு அவன் ராஜா. அவனுக்கு நீ ராணி. நீங்கள் இருவரும் ராஜ குடும்பம், அதனால் நாம் அனைவரும் ராஜ பரம்பரை. மீண்டும் கேள் தம்பி, இன்று நீ அவளது மெல்லிய சதையை உண்கிறாய். நாளை அவள் மெலிந்து போனதும் அவளது எலும்புகளைக் கண்டு வெறுக்காதே. ஒரு போதும் இந்த நாட்டையோ அவளையோ விட்டுப் போகாதே, அவளும் உன்னுடையவள் நாடும் உன்னுடையது. எல்லாப் பொருட்களும் பழுத்தால் இனிக்கும். பெண்கள் அப்படி அல்ல. அவளை எப்போதும் கவனிக்க வேண்டும். அவளுடைய முதுமையிலும் அவள் உனக்கு இனிக்க வேண்டும். தம்பீ, அவளுடைய காதலுக்காக எங்களை மறந்துவிடாதே. பெண்ணின் காதல் ஒரு மனிதன் எல்லாவற்றையும் மறக்க வைக்கிறது. மனதை வேறு பக்கம் திருப்புகிறது.

இப்போது இந்தப் பெண்ணை எடுத்துக்கொள். நாங்கள் தங்கத்தால் ஆன இந்த முறத்தை உனக்குக் கொடுக்கிறோம். சரியாகப் பயன்படுத்திக்கொள். நன்றாக உண்டு மகிழ்ச்சியாக வாழ்க்கை நடத்து. காலங் காலமாக வாழ்ந்திரு. கடவுளின் அருளால் ஒன்றல்ல, இருபத்தி ஒன்றும் கிடைக்கட்டும்.

திருமணம் பற்றி எழுதும்போது, அதில் நடந்த சடங்குகள், உண்ணுவது, நடனமாடுவது, பாடுவது இவற்றை உன்னிப்பாகக் கவனித்து எழுதுகிறார். விஞ்ஞான முறைப்படி உண்மைகளைச் சொல்லுகையில், முரண்பாடுகள், தன்னைத்தானே கிண்டல் செய்வது இவற்றையும் கலந்து எழுதுகிறார். விஞ்ஞான பூர்வமான நடை மணவிழாவின் இறுதிக் கட்டத்தை விவரிக்கும்போது விடைபெற்றுவிடுகிறது. இதன்படி நான்காம் நாள் காலையில்

இலைகளால் செய்யப்பட்ட மான் மீது மணமகன் குறிபார்த்து அம்பு விடவேண்டும். பெரிய கூட்டத்தின் முன்னால் நிகழும் இந்தச் சடங்கில் உடலுறவு பற்றிய குறிப்பு மறைந்திருக்கிறது. எல்வின் இதைப் பற்றித் தனிமையில் பேசும்போது பயங்கரமான சோதனை என்று குறிப்பிட்டார். அதில் அவர் குறி தப்பியிருந்தால் அவர் ஆண்மையற்றவர் என்று கருதி இருப்பார்கள். கோஸி அந்தக் குறையை அலட்சியம் செய்யும் பெண் இல்லை. இது 'யானையைச் சுடுதல்' என்ற ஜார்ஜ் ஆர்வெல்லின் கட்டுரையை நினைவுபடுத்துகிறது. குறி தவறாமல் இருப்பது, ஆள்வதற்கான தகுதியாக இல்லாமல், திருமணம் செய்யும் தகுதியைக் காட்டுகிறது. எல்வின் ஆறு முறைகள் முயன்றும் மானை வீழ்த்த முடிய வில்லை. ஏழாவது முறை அம்பு அதன் இதயம் இருக்கும் இடத்தைத் துளைத்தது. பழங்குடியைச் சேர்ந்த பையன்கள் வெற்றிக் கூக்குரலிட்டுக் கொண்டே அதை எடுத்துச் சென்றனர். பெரிய நிம்மதியாக இருந்தது. ஆக்ஸ்போர்டு ஒன்றும் அப்படிச் சோடையான இடம் அல்ல.

தன் திருமண நிகழ்ச்சிகளை எல்வின் விரிவாக எழுதினார். அது மானிடவியல் அறிஞர்கள் நிகழ்ச்சிகளில் பங்கெடுத்துக் கொண்டே அவற்றை நோக்குவது (*Participant Observer* – பங்கேற்பு உற்றுநோக்கல்) என்பதற்குப் புதிய விளக்கமாக அமைந்தது. விஞ்ஞானத்தின் மீதுள்ள ஆர்வத்தால் அவர் கோஸியைத் திருமணம் செய்துகொண்டார் என்று சிலர் அப்போது நினைத்தனர். இன்றும் அப்படி நினைப்பவர்கள் உண்டு. எடித்தும் அவருடைய அம்மாவும், விஸ்கி குடித்ததால் வந்த சபலம் என்று ஆறுதல் அடைந்தனர். ஆனால் பக்திமானாக இருந்த அவருடைய சந்தேகக்கார மாமா அது அப்படிதான் நடக்க வேண்டும் என்பது தலையெழுத்து என்பதால் எல்வினும் கோஸியும் திருமணம் முடித்தனர் என்றார். எப்படியாக இருந்தாலும், குடும்பத்தினரின், நண்பர்களின் முதல் எதிர்வினை அதிர்ச்சியாக நிராகரிப்பாக இருந்தது. வெளியிடங்களில் இருந்து மணமக்களுக்கு மூன்று பரிசுகள் மட்டும் வந்தன (ஒன்று பில், மில்ரெட் ஆர்ச்சரிடம் இருந்து வந்தது). பம்பாயில் இருந்த அமெரிக்கப் பெண்கள் கிளப்' உட்பட, தொழுநோயாளிகள் இல்லத்திற்கும், பள்ளிகளுக்கும் நன்கொடை வழங்கிய பலர் அவற்றை நிறுத்திக்கொண்டனர். எல்வின் ஒரு நாகரிகமற்ற பெண்ணைத் திருமணம் செய்துகொண்டதுதான் அதற்குக் காரணம்.

திருமணத்தின்போது அவருக்கு வயது முப்பத்தி ஏழு. அவர் இந்தியா வந்து 12 ஆண்டுகள் ஆகி இருந்தன. அவர், தான் சேவை செய்ய வந்த கோண்டு மக்களைப் போலவே, உணவு

அருந்தினார், வாழ்ந்தார். ஆனாலும் அவருடைய சூழலில் இருந்து அவருடைய கல்வியும், தனிப்பார்வையும் மிகவும் தெளிவாக அவரைப் பிரித்தே காட்டின. அவர் சத்தீஸ்கரி மொழியின் ஒரு வகையைப் பேசினார். வேறெந்த இந்திய மொழியும் தெரியாது. ஆங்கிலத்தில் மட்டும் மிக அருமையாகப் பேசினார். சொல்லப் போனால், சில கோணங்களில் பார்த்தால், அவர் தன்னை ஆக்ஸ்போர்டு மனிதராகவே கண்டார். 1940களில், மனிதநேய வேலைகளை விட, இலக்கிய, விஞ்ஞான வேலைக்களில் அவருக்கு ஆர்வம் மிகுந்துவிட்டது.

எல்வின் திருமணம் செய்துகொள்வதற்கு ஒரு வருடம் முன்னால் அவரைச் சந்தித்த பம்பாய் பத்திரிகையாளர் இவ்வாறு அருமையாக வர்ணித்தார்: "உடல் வலுமிகுந்து, எல்லோரும் விரும்புகிற வகையில் மகிழ்ச்சியாக இருந்தார். அறிஞர்கள் போல் உடல் சிறிது முன் வளைந்து இருந்தது, கைகளில் இருந்த காகிதச் சுருள்களில் புத்தகங்களின் திருத்தப்பட்ட முன்வரைவுகள் இருந்தன. முகத்தில் இருந்த புன்னகை. காட்டு வழிகளில் ஒளிவீசும் என்று நினைத்தேன்."

எல்வின் நல்ல உயரம், வெள்ளை நிறம். மணமகள் கருப்பு, குட்டை. அந்தக் காலத்துப் புகைப்படம் ஒன்று இருக்கிறது. அதில் அழகான இளம்பெண், இருபது வயதிருக்கும், சுறுசுறுப்பும், குதூகலமும் மிளிரும் தோற்றம். அழகான சீரான பற்கள், மேற்கத்திய பாணியில் குட்டையான கூந்தல். எதையும் தன்னை முன்னிறுத்திச் செய்யும் உணர்வு இருந்த மாதிரித் தெரியவில்லை. புகைப்படக் கருவியைக் கண்டால் மற்றவர்களிடம் கூச்சம், பயம் மேலோங்கி இருந்ததாக எல்வின் எழுதுகிறார். கோஸியிடமிருந்த நிதானம் மற்ற பழங்குடி மனிதர்களிடம் இல்லை. அந்தப் பெட்டி ஏதோ மனிதர்களை அளக்கும் கருவி என்று நினைத்தனர். அதைக் கொண்டு அளவெடுத்து, ராணுவத்தில் ஆட்களைச் சேர்க்கப் போகிறேன் என்று பயந்தனர். பதன்காருக்கு அருகில் ஒரு கிராமத்தில் பிறந்த கோஸிக்கு ஆங்கிலத்தில் ஒரு வார்த்தை கூடத் தெரியாது. ('கெட்அவுட்' என்ற வார்த்தை மட்டும் தெரியும். அது தெரியாமல் இருக்க வழியில்லை). ரயிலைக் கண்டதில்லை, திரைப்படம் பார்த்ததில்லை, ரேடியோ கேட்டதில்லை. உற்சாக மானவர், நல்ல பாடகி, நன்றாக நடனம் ஆடுவார், கருத்துக்களின், பாடல்களின் சுரங்கம். பில் ஆர்ச்சர் சொன்னது போல கோஸி ஒரு உற்சாகம் கொப்பளித்துத் திரிந்த பெண். கணவரைக் கண்டு மிரளுபவர் அல்ல'.

அவருடைய நண்பர்கள் தயக்கம் காட்டியதற்கு அடிப்படை இல்லாமல் இல்லை. அவர் தன் இனத்தையும் வர்க்கத்தையும்

சேர்ந்த ஒருத்தியைத் திருமணம் செய்துகொள்ள வேண்டும் என்று அவருடைய குடும்பத்தினர் தெளிவாகச் சொல்லியிருந்தனர். இந்த விமரிசனங்கள், ஆழ்மனதில் காயமாகப் பதிந்துவிட்டன: நாட்குறிப்பில் தான் கண்ட ஒரு கனவை விவரித்திருந்தார். தனக்குத் தெரிந்தவரான, மார்கிரெட் மூரை இரண்டாம் தாரமாக மணந்து, அதிலிருந்து எப்படித் தப்புவது என்று பல மணிநேரங்கள் யோசித்துக்கொண்டிருப்பதாக இருந்தது அந்தக் கனவு. திருமணத்தைப் பகிங்கரப்படுத்தி, பிரம்மச்சரியத்தைக் கைவிட்டதை முதன்முறையாக வெளிப்படையாக அறிவித்தார். நிறைய விஷயங்களை விளக்க வேண்டியிருந்தது. நிறையக் கேள்விகளுக்குப் பதில் சொல்ல வேண்டியிருந்தது. தன் இயல்பின்படி, விமரிசனம் செய்தவர்களுக்கு அகந்தையுடன் பதில் அளித்தார். எல்வினும் ஷாம்ராவும் வாழ்நாள் முழுவதும் பிரம்மச்சரியத்தைக் கடைப்பிடிக்க உறுதி எடுத்துக் கொண்டதாக நினைத்துக் கொண்டிருந்தவர்களுக்கு இவ்வாறு பதிலளித்தார் 'பிரம்மச்சரியத்தைக் கோண்டு மக்கள், ஒரு குறையாக, ஏதோ ஒரு கெட்ட விஷயமாகப் பார்த்தார்கள். அவர்களுடைய நாட்டுப்புறக் கதைகளில், பிரம்மச்சாரிகளான இந்து சாதுக்கள், பேராசைக்காரர்களாக, காமுகர்களாக, போக்கிரிகளாக வருகிறார்கள். கிராமத்தில் வாழ்வதனால், ஆங்கிலேயப் பெண்ணை மணம்முடிப்பது இயலாததாகி விட்டது. இந்நிலையில் பழங்குடிப் இனப் பெண்ணை மணந்துகொள்வதே, தர்க்கபூர்வமாக, புத்திசாலித்தனமாக இருந்தது. திறமையான, நகைச்சுவை உணர்வுள்ள ஒரு கோண்டு பெண்ணைத் திருமணம் செய்ததால் அவர் அந்த மக்களுடன் பழகவும், அவர்களுடன் இணைந்து அவர்களுக்காக முழுமூச்சுடன் வேலை செய்யவும் வழிகோலியது. சொல்லப் போனால், கோஸியை நேசிப்பதன் மூலம் ஒரு அழகிய, திறமைசாலியை மட்டும் நேசிக்கவில்லை, பழங்குடிச் சமூகம் முழுவதையும் நேசித்தார். அவருடைய சில நண்பர்கள் அந்தப் புராதனக் குடிகள் கீழானவர்கள் என்று கருதியதால் திருமணத்தை ஒத்துக்கொள்ளவில்லை. ஆனால், ஏமாற்றத்துடனும் நகைச்சுவையுடனும் அவர் குறிப்பிட்டது போல 'கோஸியின் குடும்பத்தினர் அந்தத் திருமணத்தைப் பற்றி நன்றாக நினைத்தாலும், அவள் தன் நிலையை விடக் கீழே இருப்பவரை மணந்துகொண்டதாகக் கருதினர். 'கிறிஸ்மஸை ஒட்டி அவர் எழுதிச் சுற்றுக்கு விட்ட கடிதத்தில் திருமணத்தை எதிர்ப்பவர்களுக்குப் பதில் சொன்னார். "என் மனைவியின் மக்கள், என் மக்கள்; காதல், உண்மை, பற்றின்மை என்ற வாழ்வின் ரகசியங்களை அறிந்தவர்கள். இவை தான் கிறிஸ்மஸின் ரகசியம். ஐரோப்பாவில் போரிடும் நாடுகள் இதை அறிந்திருக்கவில்லை.

பல கலப்புத் திருமணங்கள் நடந்த பம்பாய் நகரில் இருவருக்கும் கொடுக்கப்பட்ட விருந்துகளில் கோஸிக்குத் தரப் பட்ட முக்கியத்துவத்துவம் கண்டு எல்வின் மிகவும் மகிழ்ந்தார். ஜூலை மாதக் கடைசியில் கோஸியைப் பம்பாய் கூட்டிச் சென்றபோது இரண்டு வாரங்கள் எல்லா இடங்களிலும் விருந்துகள் கிடைத்தன. 'என் திருமணம் முடிந்ததால் சமூகத்தில் எங்களுக்குத் தொடர்பு அறுந்துவிடும் என்ற மோசமான தீர்க்க தரிசனங்கள் பொய்யாகிவிட்டன. கோஸியின் தைரியத்தை அனைவரும் பாராட்டினர்: பத்திரிகையாளர்கள் சுற்றிச் சுற்றி வந்தனர், கோஸி தாஜ் ஹோட்டல் விருந்தில் முக்கிய விருந்தாளியாக இருந்தாள், வில்லிங்டன் கிளப்'பில் வரவேற்பு நடந்தது, டாடாவுடன், வாடியா, கட்டாவ் குடும்பத்தினருடன் இரவு விருந்து உண்டோம்" என்று பில் ஆர்ச்சருக்கு எல்வின் எழுதினார். வில்லிங்டன் கிளப்பில் ஜவஹர்லால் நேருவின் தங்கை கிருஷ்ணா ஹதீசிங்கின் அருகில் கோஸி அமர்ந்திருந்தார். கோஸி பூப்போட்ட பருத்திப் புடவை அணிந்திருந்தார். காதில் வெள்ளிக் காதணிகள், கைகளில் வளைகள், சிற்றிடையில் ஒரு இடையணி அணிந்திருந்தார். அவ்வப்போது, யாராவது ஏதோ அதிசயத்தைப் கண்டது போல் அவரை நோக்கினர். அவரிடம் பேசினால், புன்னகையுடன் முகமலர்ச்சியுடன் பதில் சொன்னார். நிதி திரட்டுவதற்காக எல்வின் வில்லிங்டன் கிளப்பில் பேசினார். ஆனால் கோஸிக்கும் தன் திறமையைக் காட்ட வாய்ப்புக் கிடைத்தது. அவருடைய கணவர் அகில இந்திய வானொலியில் 'மைகால் மலைகளின் நாட்டுப் பாடல்கள்' என்ற தலைப்பில் பேசினார். இடையிடையே கோண்டு மக்களின் 'தாதரியா' பாடல்களைக் கோஸி தெளிவான, இயல்பான குரலில் அழகாகப் பாடினார். அந்த நிகழ்ச்சி, அந்த வாரத்தில் ஒலிபரப்பான நிகழ்ச்சிகளில் சிறப்பான நிகழ்ச்சி என்று ஒரு விமரிசகர் எழுதினார்.

பம்பாயைப் பற்றிக் கோஸி என்ன நினைத்தார் என்பது பதிவு செய்யப்படாமல் இல்லை. அவர் பல திரைப்படங்கள் பார்த்தார். 'மிகப்பல கணவர்கள்' என்ற படத்தைப் பார்த்து அவர் மிகவும் மகிழ்ச்சி அடைந்தார். *இல்லஸ்டிரேடட் வீக்லி* பத்திரிகைக்குக் கொடுத்த பேட்டியில் பல உருவகங்களுடன் கோஸி அந்நகரத்தை வர்ணித்தார். மெரைன் ட்ரைவில் வரிசையாகச் செல்லும் கார்களைப் பார்த்தால், திறந்த வெளியில் வரிசையாகக் காக்கைகள் அமர்ந்திருந்தது போல் இருந்தது. கடலின் இரைச்சல் இருண்ட இரவில் காட்டு மரங்களின் இடையே காற்று புகுந்து செல்லும் ஒலியை நினைவுபடுத்தியது. இதுவரை சின்ன மண்குடிசையில் தொலைதூரக் கிராமத்தில்

வாழ்ந்த கோஸி, நகரத்தில் புதிய அனுபவங்களை அமைதியாக, கௌரவமாக எதிர்கொண்டார். அவரைக் கௌரவிக்கும் வகையில் நடத்தப்பட்ட விருந்துகளில், மிக ஆடம்பரமான சடங்குகளில் எந்தத் தயக்கமோ கூச்சமோ இல்லாமல் கலந்து கொண்டார் என்று ஒரு பத்திரிகையாளர் வியந்து எழுதினார். பெண்ணியவாதிகள் பொறாமைப்படும் அளவுக்குக் கோண்டு, பைகா மக்கள் பண்பாட்டில் பெண்களுக்கு மிக உயர்ந்த இடம் அளிக்கப்பட்டிருந்தது என்று பத்திரிகையாளரிடம் கோஸி சொன்னார். 'ஸ்த்ரியா ராஜ்' என்ற பண்டிகையின் போது, பெண்களுக்கு, வெளிப்படையாகப் பழிவாங்கும் உரிமை இருந்தது. மனைவிகள் அப்போது நாங்கள் நாட்டை ஆளப் போகிறோம் என்று பாடிக்கொண்டே, மந்திரம் போட்டுக் கணவர்களைக் கட்டுப்படுத்தினர், மிரட்டினர். பழங்குடிப் பெண்கள் மிகவும் மகிழ்ச்சியாக குடும்பம் நடத்துகின்றனர், ஆண் பெண் இருவரும் ஒருவரை ஒருவர் புரிந்துகொண்டு, பொறுத்துக்கொண்டு வாழ்கின்றனர். அது நாகரிகம் அடைந்த மற்ற சமூகங்களில் கிடையாது.

அந்த வார்த்தைகள் எல்வினுடைய கட்டுரை ஒன்றிலிருந்து எடுத்தாளப்பட்டவையாக இருக்கலாம். அது அவருடைய வார்த்தைகள் என்றே நான் சந்தேகப்படுகிறேன். மனைவி சத்தீஸ்கரி மொழியில் சொன்னதை அவர் பத்திரிகையாளருக்காக ஆங்கிலத்தில் மொழிபெயர்க்கும்போது அவராகவே சேர்த்துக் கொண்டதாக இருக்கலாம். ஆனால் கோஸி எல்வின் தனக்கென்று தனி ஆளுமை உடையவர்: சுதந்திரமானவர், புத்திசாலி, தன் விருப்பப்படி நடப்பவர். பல விஷயங்களில் கணவரைவிடப் பெரும் அனுபவம் உடையவர். உடலுறவைப் பொறுத்தவரை அது தன் உரிமை என்று கருதினார்: அவர் கத்துவார், சினங் கொள்ளுவார், இறுக்கமாக இருப்பார், தன்னுடைய காதலர்களைப் பற்றிப் பெருமை பேசுவார், எல்வினின் திறமை பற்றிக் குறை பேசுவார், இரவில் உணர்ச்சிமிகுந்த காதலை எதிர்பார்ப்பார். அவர் பிடிபடாமல் நழுவுவதை, வியப்பூட்டுவதை எல்வின் கண்டார். ஆங்கிலேயப் பெண்ணை மணந்த பில் ஆர்ச்சரிடம் கோஸியின் திறமைகள் பற்றி எல்வின் பெருமையாகப் பேசுவார். "உங்களுடைய உராவொன் (பழங்குடி மக்கள்) படுக்கையில் ஒருவருக்கொருவர் பாட்டுப் பாடுவார்களா என்று வியக்கிறேன். அது மிகவும் அருமையானது. அவர்களைப் பொறுத்தவரை இயல்பானது. கோஸி அதைச் சிறப்பாகச் செய்வார்" என்று எழுதினார்.

கிண்டலாக இதை எழுதினார். உராவொன் (பழங்குடி) மக்களைப் பற்றி எழுதிய பில் ஆர்ச்சருக்கு அவர்கள் படுக்கை

வரை சென்று ஆய்வு செய்ய முடியவில்லை. கோஸியின் மூலம் எல்வின் பழங்குடி மக்களுடன் மிக நெருங்கிய உறவு கொண்டதைப் பற்றிப் பெருமையாக எழுத முடிந்தது. 1941ஆம் ஆண்டு அக்டோபரில் கோஸி ஒரு மகனைப் பெற்றெடுத்தாள் அவனுக்கு ஜவஹர் என்று பெயரிட்டனர். அது சரங்கார் என்ற ஊரில் இருந்த கோண்டு ராஜாவின் பெயர். ஜவஹர்லால் நேருவின் பெயரும் கூட. அதனால் அப்பெயரை வைத்தார் (அந்தப் பையனைக் குமார் என்று அழைத்தனர்). தந்தையானதும் எல்வின் கோஸியின் மீது கொண்ட காதல் உறுதிப்பட்டது. பையனுக்குப் பிரிட்டிஷ் பிரதமரின் சாயல் இருக்கிறது என்று ஒரு நண்பர் சொன்னதைக் கேட்டு எல்வின் மிகவும் மகிழ்ச்சி அடைந்தார். ஒரு ஜவஹர்லால் சர்ச்சில் போன்ற முகவெட்டுடன் இருப்பது எவ்வளவு பொருத்தம். குமாருக்கு ஒரு வயது ஆனதும், 'நல்ல பையன், மிகவும் தெளிவு; தலை பின்புறம் சாய்ந்து இருக்கிறது. அவன் தலையில் அறிவு பிரகாசிக்கிறது' என்று வாழ்த்தினார்.

எல்வின் திருமணம் செய்துகொண்டதால் அவருடைய நண்பர் ஷாமும் திருமணம் செய்துகொண்டார். 'ஷாம்ராவ் சீக்கிரம் திருமணம் முடிக்க வேண்டும் என்று எனக்குக் கவலையாக இருக்கிறது. தம்பியாக இருப்பதால் திருமணம் முடிக்காமல் இருப்பது நல்லதல்ல. (அவன் கோஸியின் காதலுக்குப் போட்டியாக வரலாம்). 'ஷாம்ராவ் முதலில் ஒரு பர்தான் பெண்ணை விரும்பினார். ஆனால் எல்வின் போல அல்ல. ஒரு கன்னிப் பெண்ணை மணக்க விரும்பினார். அவருடைய குடும்பத்தினர் ஒப்புக்கொள்ளவில்லை. 1941இல் குடும்பத்தினர் விரும்பியபடி, புனேவைச் சேர்ந்த குசும் என்ற கிறித்தவப் பெண்ணை மணந்தான். பதன்காரில் இரு குடும்பத்தினரும் ஒரே வீட்டில் இருந்தனர். கணவர்கள் காட்டிய வழியில் வாழ்ந்தனர். குசும், கோஸி இருவரும் விருந்துகள் நடக்கும்போது உரையாடல் களில் பங்கு பெறுவதற்காக, ஆங்கிலம் கற்றனர்.

○ ○ ○

மூன்று முறை திருமணம் செய்துகொண்ட மாபெரும் சூழலியல் அறிஞரான ஜி. ஈவ்லின் ஹட்சின்சன் இவ்வாறு சொன்னார்: "உடலுறவு என்பது வாழ்வின் நடைமுறைகளில் ஒன்று. அது மனிதர்களிடமும், சந்தேகம் இல்லாமல், சில முதுகெலும்புள்ள மிருகங்களிடமும், அது காதலைச் சார்ந்தே இருக்கிறது." இதை எல்வினும் வழிமொழிந்திருப்பார். செயின்ட் ஃப்ரான்ஸிஸ், மகாத்மா காந்தி இருவரின் வழியில் சென்ற நாட்களில் இதற்கு முற்றிலும் மாறான கொள்கையைக் கடைப் பிடிக்க தீவிரமாக முயற்சி செய்தார். அவர் கோஸியை மணம்

முடித்தது இந்த இரு மரபுகளை மறுத்துவிட்டதன் கடைசி அடையாளம். இதற்குப் பின், வாழ்நாள் முழுவதும் உடல் இச்சையை பெருமகிழ்ச்சியுடன் கொண்டாடினார். அதுதான் பெரும்பாலும் காதல் என்று கண்டார். கோண்டு பைகா மக்களைப் போலவே, மனதின் ஆசைகளை உடல் மூலமாகவே வெளிப்படுத்த வேண்டும் என்று நம்பினார்.

எல்வின் ஆய்வு செய்த சமூகங்களிடையே அவர் தன்னை இணைத்துக்கொள்ளக் கோஸி உதவி செய்தார் என்பதுதான் உண்மை. கோஸியுடன் அவர் செய்த திருமணம் விஞ்ஞானத்தின் நலனுக்காக நடந்தது என்று எல்வினுடைய பழைய மெர்ட்டன் கல்லூரி வார்டன் ஒரு சமயம் சொன்னார். கோஸி சார்ந்திருந்த பழங்குடி இனத்தின் மர்மங்களை அறிந்துகொள்ள அதுதான் ஒரே வழி. அடுத்து வார்டனாக வந்தவர் எல்வினையும் அவருடைய பழங்குடி மனைவியையும் விருந்துக்கு அழைக்க வேண்டிய நிலைமை வந்ததும் எல்வினுக்கு மெர்ட்டன் கல்லூரி அளித்த நிதி உதவியை நிறுத்த வேண்டும் என்று சொன்னார். அதற்குப் பதிலாகத்தான் பழைய வார்டன் மேலே குறிப்பிட்டதைச் சொன்னார். எல்வின் கோஸியைத் திருமணம் செய்துகொண்டது விஞ்ஞானத்திற்கு எதிர்பாராத வகையிலும் நல்லதாக அமைந்தது. அவர் கோஸியைக் காதலித்ததால், மணம்முடித்தார்.

மத்திய பிராந்தியத்தின் அருகில் பஸ்தார் என்ற பகுதி இருக்கிறது. அங்கு முன்னொரு காலத்தில் குறுநில மன்னராட்சி நடந்தது. அங்கு பழங்குடி மக்கள் பெருமளவில் வாழ்ந்து வந்தனர். அங்கு எல்வின் நடத்திய விஞ்ஞான ஆய்வுகளுக்குக் கோஸி உதவினார். அடர்ந்த காடுகள் இருந்த பஸ்தாரில் மரம், கனிமப் பொருட்கள் அதிகம் கிடைத்தன. ஆங்கிலேய வியாபாரிகளுக்கும் முதலாளிகளுக்கும் அவை மிகவும் பயன்பட்டன. அரசாங்கம் மரக் கம்பெனிகளுக்கு ஆதரவாக, பழங்குடி மக்களின் உரிமை களைப் பறிக்கும் வகையில் எடுத்த நடவடிக்கைகளுக்கு எதிராக 1910ஆம் ஆண்டு பெரிய கலகம் வெடித்தது. அதை அடக்க ஒரு ஆங்கிலேய பட்டாலியன் வரவழைக்கப்பட்டது. அதன் பிறகு அரசு நிர்வாகம் கவனமாக இருந்தது. பஸ்தாரில் 1920 – 1930களில் திவானாக இருந்த, டபிள்யு. வி கிரிக்சன் என்ற இந்திய சிவில் சர்விஸ் அதிகாரி 'பழங்குடியின மக்களை அவர்கள் இஷ்டப்படி விட்டுவிடலாம்' என்ற கொள்கையைப் பின்பற்றினார்.

கிரிக்சன், பெரும் புத்திசாலி. நீண்ட கால நோக்கும், பழங்குடி மக்கள் மீது மிகுந்த பற்றும் கொண்டவர். அவர் 1938இல் வெளியிட்ட 'பஸ்தாரில் இருக்கும் மரியா கோண்டு மக்கள்' என்ற புத்தகத்தைப் பார்த்து, அந்த மாநிலத்தில் இன வரைவியல் ஆய்வுக்கான மிகச்சிறந்த வாய்ப்புகள் இருப்பதை

எல்வின் உணர்ந்தார். புதிய புதிய பழங்குடி மக்களைப் பற்றி எழுதத் துடித்த எல்வினுக்கு, கேடுகெட்ட வக்கீல்கள், நில உடைமையாளர்கள் நிறைய இருந்த மண்ட்லா மாவட்டத்தை விட பஸ்தார் நல்ல இடமாகத் தெரிந்தது. மண்ட்லாவில் அதிகார வர்க்கத்தின் பாதிப்பு அதிகம் இருந்தது. அது ரொம்ப நாகரிகமான இடம். பஸ்தார் அப்படி இல்லை. கிரிக்சன், தனக்கு அப்புறம் திவானாக வந்த இ.எஸ்.ஹைடு என்பவரை எல்வினுக்கு அறிமுகப்படுத்தினார். எல்வின் ஆய்வுகள் செய்ய ஹைடு ஏற்பாடுகள் செய்தார். எல்வினைப் பஸ்தார் மாநிலத்தின் கௌரவ இனவரைவியலாளராகவும், மக்கள் தொகைக் கணக்கெடுப்பு அதிகாரியாகவும் நியமித்தார். இதனால் அவர் அந்த மாநிலம் முழுவதும் மனம்விரும்பியபடி சுற்றி அலைய முடிந்தது. பஸ்தாரின் மகராணி அவருக்கு ஒரு யானையைப் பரிசாக அளித்தார். அது ஒன்றுதான் அந்தப் பகுதியில் எந்தப் பருவத்திலும் பயணம் செய்ய வசதியான வாகனம்.

1940 இளவேனில் காலத்தில் எல்வினும் கோஸியும் பஸ்தாரில் இருந்த புதிய வீட்டுக்குக் குடிபெயர்ந்தனர். அது தலைநகரான ஜக்தால்பூருக்கு அருகில், மலைகளுக்குப் பக்கத்தில் இருந்தது. முன்னூறு ரூபாய் செலவில் உயரமான சுவர்களையும், நீண்ட, குட்டையான ஜன்னல்களையும் கொண்ட வீடொன்றைக் கட்டினார். ஜன்னலில் இருந்து பார்த்தால், சித்ரகூடத்து அருவிகள், இந்திராவதி நதி போன்ற அருமையான காட்சிகள் தெரிந்தன. ஷாம்ராவ் சொன்னது போல அனேகமாக, எல்வின் வாழ்க்கையின் மிக மகிழ்ச்சியான வருடங்கள் அவை. கோஸியின் அன்பும் துணையும் மகன் குமாரும் அதற்குக் காரணம்; அந்தப் பகுதியில் பழங்குடி மக்கள் கௌரவத்துடனும், சுதந்திரத்துடனும் வாழ்ந்தது இன்னொரு காரணம். அந்தப் பகுதி முழுவதும் நம்பமுடியாத அளவுக்கு அமைதியாக இருந்தது என்று அம்மாவுக்கு எல்வின் எழுதினார்; அங்கிருந்த மக்கள் பெருந்தன்மை, கனிவு மிக்கவர்கள், இனிமையாகப் பழகுவார்கள், சொத்துக்கோ, அதிகாரத்துக்கோ ஆசைப்படாதவர்கள். பஸ்தாரின் பழங்குடி மக்களையும் போரிட்டுக் கொண்டிருக்கும் ஐரோப்பியர்களையும் ஒப்பிட்டு வேறுபாடுகளைச் சுட்டிக் காட்டினார். இந்தச் சமயத்தில் பழங்குடி மக்கள் உலகத்துக்கு ஒரு பாடம். பேரரசுகளுக்கும், செல்வத்துக்கும் மனிதர்கள் ஆசைப்படும் வரைக்கும் இப்போது நடப்பது மாதிரிப் பெரும் நாசம் நிகழ்ந்தே தீரும்.

கிரிக்சனுக்குப் பின்வந்த திவான்களின் ஆட்சியில் பஸ்தாரில் பழங்குடி மக்களுக்கு சுயாட்சியும் சுதந்திரமும் உறுதியாகி, அவர்கள் அடைந்த வெற்றி எல்வினைக் கவர்ந்தது. பழங்குடி

மக்கள் பெருமகிழ்ச்சியும் மனநிறைவும் பெற்றிருந்தனர். அவர்களுடைய வழிபாட்டு முறைகள், பண்பாட்டு அமைப்புக்கள் செழித்திருந்தன. கைத்தொழில்கள் ஒழிக்கப்படவில்லை. அழகுணர்ச்சி அதிகமாக இருந்தது. அவர்கள் வாழ்வைத் துய்க்கும் விதம் சிறப்பானது. சுருக்கமாகச் சொன்னால், அவர்கள் கண்ணியமானவர்கள், மேன்மையானவர்கள். அனுதாபமுள்ள நிர்வாகம் எச்சரிக்கையாகவும், நிலைமையைச் சீராக்கவும் நடவடிக்கைகள் எடுத்த காரணத்தால், நிலங்கள் மீது பழங்குடி மக்களின் உரிமைகளும், கிராம அமைப்புக்கள்/நிறுவனங்களும் பாதுகாக்கப்பட்டன. கேள்விக்கு இடமின்றி, (இந்தியப்) பழங்குடி இனங்களிலேயே பஸ்தாரில் இருந்த பழங்குடி மக்களின் நிலைமைதான் ஒளிவீசியது. அது காங்கிரஸைச் சேர்ந்தவர்களும், ஆங்கிலேய நிர்வாகமும் படித்து அறிந்துகொள்ள வேண்டிய உதாரணம். குறிப்பாக, இரண்டாம் உலகப் போர் முடிந்ததும் ஆட்சியைப் பிடிக்க அவரசப்பட்ட காங்கிரஸ்காரர்கள் தெரிந்துகொள்ள வேண்டிய உதாரணம். காங்கிரஸ்காரர்கள் பழங்குடி மக்களைப் பற்றிச் சிந்திக்கவே மாட்டார்கள் என்பது எல்வினுக்குத் தெரியும். 'ஜவஹர்லால் நேருவைச் சுற்றி இருக்கும் சில மேதைகளை மட்டுமே நம்பி இருக்கிறேன். அவருடைய 'தேசியத் திட்டக் குழு' பழங்குடி மக்களின் பிரச்சனைகளை மானிடவியல் நோக்கில் அணுகவேண்டும் என்பதைக் கருத்தில் கொள்ளத் தயாராக உள்ளது'.

எல்வின், தான் எழுதிய கடிதங்களிலும், வெளியிட்ட கட்டுரைகளிலும் மத்திய பிராந்தியத்திலும், பஸ்தாரிலும் வாழ்ந்த பழங்குடி மக்களின் நிலையை ஒப்பிட்டார். மத்தியப் பிராந்தியத்தில், வேட்டையாடுவது பல ஆண்டுகளாகத் தடைசெய்யப்பட்டிருக்கிறது. சாகஸச் செயல்களைச் சட்டம் ஒழுங்கு பிரச்சனையாக்கி அழித்துவிட்டனர். நோயாலும், பசியாலும் அவர்களின் சாதனைகள் நொறுக்கப்பட்டன. நிலவுடமையாளர்களும், வட்டிக்கடைக்காரர்களும், பழங்குடி மக்களை நசுக்கினர். அரசு அதிகாரிகள் சுரண்டினர். ஆனால் பஸ்தாரில் நிலங்களும், காடுகளும் பழங்குடி மக்களின் கட்டுப்பாட்டில் இருந்தன. பழங்குடி மக்களின் தேவைகளுக்கு ஏற்ப நடந்த நிர்வாகம், சதிகார அரசியல்வாதிகள், ஊழல் செய்யும் அதிகாரிகளிடமிருந்து அவர்களைக் காத்தது. பஸ்தாரில் உற்சாகம், உடல்நலம் மிக்க பழங்குடிச் சமூகம் மற்ற இடங்களில் இருந்த சீரழிந்த, சக்தியற்ற பழங்குடிச் சமூகங்களுக்கு நேர் எதிராக இருந்தது. சீர்திருத்தத்துக்கு ஆளான, வறண்ட, மத்தியப் பிராந்தியத்திலிருந்து பஸ்தாருக்குச் சென்றது அவருக்குப் புத்துணர்ச்சியைத் தந்தது. ஆங்கிலேயர் ஆட்சி நடந்த பகுதிகளில்

இருந்து பஸ்தார் மாநிலத்துக்குள் ஒவ்வொரு முறை நுழையும் போதும் அங்கே மகிழ்ச்சி ததும்புவதைக் காண முடிந்தது[31].

மண்ட்லா வந்ததில் இருந்து அவருக்கு இந்து மதத்தின் மீது வெறுப்பு வளர்ந்தது. வட்டிக்கடைக்காரர்கள், நிலவுடமை யாளர்கள், அதிகாரிகள் எல்லோரும் இந்துக்கள். அவர்கள்தான் பைகா, கோண்டு மக்களைத் துன்புறுத்தினர். ஆனால் பஸ்தாரில் இருந்த இந்து மத நம்பிக்கைகளுக்கும், பழங்குடி மக்களின் எண்ணங்களுக்கும் அதிக வேறுபாடுகள் இல்லை. மக்கள் அரசனைத் துர்க்கையம்மனின் தூதனாகக் கருதி வழிபட்டனர். அவர்களது சமூக வாழ்வில் தசரா பண்டிகை மிக முக்கியமானது. பழங்குடி மக்கள் ஆயிரக்கணக்கில் மலைகளில் இருந்து ஜகதால்பூருக்கு இறங்கி வந்து அரசனுக்குப் பரிசுகள் வழங்கி மரியாதை செலுத்தினர். பஸ்தாரின் பழங்குடி மக்கள் பின்பற்றும் மதம் இந்துக்களின் 'சைவ சமயத்துக்கு' மிகவும் நெருங்கியது என்ற முடிவுக்கு எல்வின் வந்தார். உணர்ச்சிகளும், தொனிகளும் வேறுபட்டன. கத்தோலிக்கமும், புராட்டஸ்டண்ட் மதமும் இப்படித்தான் வேறுபடுகின்றன.

புத்த, சமண மதங்களைப் போலப் பழங்குடியினரின் நம்பிக்கைகளும் இந்துப் பாரம்பரியத்தைச் சேர்ந்தவை. ஆதி மதத்தைவிட அதிலிருந்து கிளைத்த மதங்கள் மிகவும் கவர்ச்சி யானவை. இந்துப் பாரம்பரியத்துடன் மறுக்க முடியாத தொடர்பு இருந்தாலும் பழங்குடி மக்களின் நம்பிக்கைகளில் சுதந்திரமும், நீக்குப் போக்கும் இருந்தது. பஸ்தாரில் மதம் காலத்திற்கேற்ப மாறிக்கொண்டிருந்தது. பழங்கதைகளும் கிராமத்துக்குக் கிராமம் வேறுபட்டன. புனித நூல் என்று ஒன்று இல்லை, புனிதச் சட்டங்கள் இல்லை, பொது அங்கீகாரம் பெற்ற நம்பிக்கைகளின் பெட்டகமாக எந்தத் தெய்வமும் இல்லை. வழிபாடு நடத்தும் முறைகளும் வரையறுக்கப்படவில்லை. இவைதான் அந்தப் பழைய மதகுருவுக்கு மிகவும் பிடித்திருந்தன.

○ ○ ○

பஸ்தாரில் முரியா *(Muria)* பழங்குடி இனமும், அவர்களுடைய கோட்டுல் *(Ghotul)* என்ற சமூக நிறுவனமும் எல்வினுடைய ஆய்வுப் பொருளாக அமைந்தன. கோட்டுல், ஒரு இளையவர் களுக்கான விடுதி. அதில் இருந்துகொண்டு அவர்கள் பாலுறவின் மர்மங்களை, அதிசயங்களை அறிந்துகொண்டனர். காலங் கடந்த நேரத்தில், இந்த மானிடவியல் அறிஞர், இந்த மர்மங்களை, அதிசயங்களை அறிய முற்பட்டார். பஸ்தாருக்கு வந்த சில மாதங்களிலேயே இதைப்பற்றி ஒரு பெரிய நூல் எழுத வேண்டும்; அது மிக நன்றாக விற்பனையாகும் என்று உறுதியுடன் இருந்தார்.

பல கோட்டுல்களில் நூறு இரவுகளுக்கு மேல் தங்கினார். அவருடைய உதவியாளர்கள், இன்னும் பல இளைஞர் விடுதிகளில் தங்கி இருந்து தகவல்களைச் சேர்த்தனர். அவருடைய மனைவியின் துணை மிகவும் உதவியது. கோஸி பெரிய கோண்டு குடும்பத்தில் இருந்து வந்ததால், முரியாவுடன் சொந்தம் கொண்டாட முடிந்தது. சென்ற கிராமங்களில் எல்லாம், அவரது அழகால் ஈர்க்கப்பட்டு, இளைஞர்கள் சுற்றிச் சுற்றி வந்தனர். இது எல்வினுக்கு எரிச்சலை உண்டு பண்ணியது. கோஸி பெண்களுடன் இருக்க வேண்டும் என்று அவர் விரும்பியதற்குப் பல காரணங்கள் இருந்தன. கோஸி இருப்பதனால்தான் முரியா பெண்கள் தயங்காமல் நெருங்கி வந்தனர். அவர்களுடைய வாழ்வின் பல பாதுகாக்கப்பட்ட ரகஸிய அம்சங்கள் அதனால்தான் எல்வினுக்குத் தெரியவந்தன என்று அவர்களுடன் சென்ற சுருக்கெழுத்தாளர் நினைவுகூர்ந்தார். ஆய்வுக் களத்தில், பழங்குடி மக்களுக்கு இருந்த தயக்கத்தையும் இறுக்கத்தையும் குறைப்பதற்காகக் கிராமபோனை இயக்கி இசைக்க விட்டார், முரியாப் பெண்களுடன் நடனம் ஆடுவது. அந்தப் பெண்களின் கனவுகளைப் பதிவுசெய்வது என்று கோஸிக்குப் பல வேலைகள் கிடைத்தன. எல்வின் கோஸிக்கு ஒரு கேமிராவை இயக்கவும் சொல்லிக் கொடுத்தார். அதை வைத்துக் கோஸி முரியாக்களின் தனிச் சிறப்பான உடைகளை, ரகஸியமாகப் படம் பிடித்தார். உதாரணமாக, முடாங் என்ற இடையில் அணியும் வார் போன்ற ஆடை அதை மற்ற பெண்கள் அல்லது கணவன் தவிர யாரும் பார்த்திருக்க முடியாது. கோஸி என்ற பெயர் முரியா மக்களில் சாதாரணமாக இருந்தது. எல்வின் கோஸியை மற்றக் கோஸிகளுடன் நிற்கவைத்துப் படம் பிடித்தார். அவர்களுடைய குழந்தை கூடவே இருந்ததும் முரியா மக்களுடன் பழக வசதியாக இருந்தது. ஒருவர் மாற்றி ஒருவர் குழந்தையை வாங்கிச் சீராட்டினர்.

கோட்டுல் என்பது பகலெல்லாம் வயலில் வேலை செய்த பிறகு இரவில் கூடும் இடம் என்று விவரித்தார். அது இசை, விளையாட்டு, நடனம் இவற்றின் பின்னணியில் பெண்ணும் ஆணும் சந்தித்து ஆழமான உறவை, காதலை, நட்பை வளர்த்துக் கொள்ளும் இடம். அந்த விடுதியில் கடைப்பிடிக்க வேண்டிய நெறிமுறைகள் உண்டு. ஆணும் பெண்ணும் தினமும் வரவேண்டும், விடுதியைச் சுத்தமாக வைத்திருக்க வேண்டும், அனைவரும் வேலைகளில் பங்கெடுக்க வேண்டும், சண்டையிடக் கூடாது. இன்னொருவருடைய காதலருடன், காதலியுடன் தூங்கக் கூடாது. அதற்குத் தண்டனை உண்டு. நெறிமுறைகளை வயதில் மூத்த ஆண்களும் பெண்களும் நடைமுறைப்படுத்தினர். ஒரு முரியா சொன்னது போல 'அரசாங்கத்தின் சட்டத்தைப் பின்பற்றுவதை விட எங்கள் கோட்டுல்லின் விதிகளை மீறாமல் பின்பற்றுவோம்.

கோட்டுலுக்கு வெளியே முரியா செலிக் மற்றும் மோதியாரி

ஏனெனில் நாங்கள்தான் அந்த விதிகளை வகுத்தோம்.' கோட்டுல் விடுதிகளில் கதவுகள் இருந்தாலும், வெளியிலிருந்து அவற்றைத் தாழிட முடியாது. 'ஒரு போதும் கோட்டுலைப் பூட்ட மாட்டோம். அது ஒரு கோயில், அதிலிருந்து யாரும் திருட மாட்டார்கள்.'

கோட்டுலில் இளம் வயதினருக்கு, பாலியல் கலையிலும், சமூக நடைமுறைகளிலும் பயிற்சி கிடைத்தது. அங்கே கலைத் திறன்களைக் காட்டத் தூண்டுதல் கிடைத்தது. அதன் சுவர்களில் பெண்கள், புலிகள் படங்கள் வரையப்பட்டிருக்கும். அதன் தூண்களில் சண்டையிடும் மிருகங்கள், பழங்குடியினர் நடனம் செதுக்கப்பட்டிருக்கும். பெண்கள், வண்ண வண்ண தலையணிகள், நிறையக் கழுத்தணிகள், கொட்டை முத்துக்கள் கோர்த்த கழுத்தணிகள் அணிந்திருப்பார்கள். அனைத்தும் கைகளால் செய்தவை. தலைவாருதல், சீப்புச் செய்தல் இரண்டையும் சிறப்பாகச் செய்தனர். ஆண் தன் பெண்ணுக்காக பல வடிவங்களில் சீப்புக்கள் செதுக்குவான். அவை தலைவாரிக் கொள்ளவும், கைகள், முதுகு இவற்றில் உணர்ச்சியைத் தூண்டவும் பயன்பட்டன. ஒரு பெண்ணிடம் நிறைய சீப்புகள் இருந்தால், அவளை மிகவும் நேசிக்கும் காதலன் இருக்கிறான் என்று பொருள்.

எல்வின் தன் ஆய்வின் மூலம், திருமணத்துக்கு முன்னர் நிகழும் பாலுறவை மிக உணர்ச்சியுடன் விரிவாக, நேரடியாக எழுதினார். தொடுதல், நுகர்தல் இவை காதலரைத் தூண்டுவதைப் பற்றி, விரும்பாத காதலரைக் காதல் கலையால் கவர்வதைப் பற்றி எழுதினார். பாலுறவு களியாட்டமாக இருந்தது. கோட்டுலின் சிறந்த விளையாட்டுக்கள் ... பிறப்பு உறுப்புக்களின் நடனம், களிப்பின் உச்சத்தில் காதலரின் கைகளில் ஊஞ்சல் ஆடுவது ... இன்னும் பல விளையாட்டுக்கள் நடந்தன. பழங்குடி மக்களிடம், அதிலும் குறிப்பாக முரியாக்களிடம், இச்சையின் வெறியாலோ, தனக்கு மட்டுமே என்று உரிமை கொண்டாடுவதாலோ, பொறாமையாலோ பாலுறவு பாழாகவில்லை. அது மிகப் புராதன வழக்கமான நெறி பிறழ்ந்த பாலுறவும் அல்ல. சொல்லப்போனால், அந்த மரபின்படி, தன் இணையுடன் பழகும் கோட்டுலில் ஒரு ஆணும் பெண்ணும் ஐந்து, ஆறு ஆண்டுகளுக்கும் மேலாக, இருவரும் கோட்டுல்லை விட்டுப் போகும்வரை, உறவைத் தொடர்ந்து பேண முடியும். 1941ஆம் ஆண்டு, டிசம்பர் 12ஆம் தேதி எழுதிய நாட்குறிப்பில், "பொறாமை சிறிதும் இல்லாமல், இந்தக் கோட்டுல்களில் சுதந்திர உணர்வு இருப்பது அதிசயம்" என்று எல்வின் குறிப்பிட்டார்.

கோட்டுல் நடைமுறை மீதான நாகரிக உலகின் கடுமையான விமரிசனங்கள் தவறானவை என்றும், அதற்குச் சான்றாக, முரியா மக்களிடம் பால்வினை நோய்கள் இல்லை என்பதையும் எல்வின் சுட்டிக் காட்டினார். அங்கே முன்னேறிய சமூகங்களில் காணப்படும் விபச்சாரம், கற்பழிப்பு, குழந்தைத் திருமணம் எதுவும் இல்லை. குறிப்பிடத் தகுந்த அம்சம் என்னவென்றால், கோட்டுல் விடுதிகளில் பாலுறவில் சுதந்திரமாக அனுபவித்த பின்னர், மணவாழ்வை எந்தச் சலசலப்புக்களும் இல்லாமல், உறுதியாக, அமைதியாக மகிழ்ச்சியாகக் கழித்தனர். வளர்ச்சியின், மாற்றத்தின் ஒரு பகுதியாகத் திருமணத்துக்கு முன்னர் கிடைத்த பாலுறவுச் சுதந்திரம், அவர்களை நிலையான உறவுக்கு, பாதுகாப்புக்கு ஏங்க வைத்தது. திருமணத்திற்கு முன்னரே பாலுறவில் ஈடுபட்டிராத கணவனோ மனைவியோ யாரும் இல்லை: ஆனால் ஒருவருக்கொருவர் புதியவர்கள். கணவனும் மனைவியும் மிகக் கவனமாக உடலுறவுக் கலையில் பயிற்சி பெற்றவர்கள். முரியா மக்களின் மணவாழ்வின் பந்தம் மிக உறுதியானது என்பதை புள்ளி விவரங்கள் மெய்ப்பிக்கின்றன. எல்வின் அளித்த விவரங்களின்படி பஸ்தாரின் முரியா மக்களிடையே திருமண முறிவு மூன்று சதவீதத்துக்கும் குறைவு. ஆனால் பதன்காரில் வாழும் கோண்டு மக்களிடையே திருமண முறிவு நாற்பது சதவீதத்துக்கும் அதிகம். திருமணத்துக்கு முன்னும்

பின்னும் முரியா மக்களின் இல்லற வாழ்வு உலகத்துக்கே உதாரணமாக இருக்கிறது.

'முரியா மக்களும் அவர்களின் கோட்டுலும்' புத்தகம் கையடக்கமான ஒரு போர்க்கப்பல் என்று எல்வின் குறிப்பிட்டார். அப்புத்தகம், எழு நூற்று முப்பது பக்கங்கள் கொண்டது. 'பைகா மக்கள்' என்ற புத்தகத்தை விட இருநூறு அதிக பக்கங்கள் இருந்தன. நூற்றி ஐம்பது புகைப்படங்கள், அதே எண்ணிக்கையில் கோட்டு ஓவியங்கள் இருந்தன. அந்தப் புத்தகம் பழங்குடி மக்களின் வேலைகள் விளையாட்டுக்கள் இவற்றின் விவரமாக மட்டும் இல்லை. அந்தப் புத்தகத்தை, காதல், பாலுறவு, திருமணம் பற்றிய எல்வினுடைய அணுகுமுறையின் பதிவாகப் படிக்கலாம். பழங்குடி மக்களின் நம்பிக்கையின்படி, பிரம்மச்சரியத்தைக் கடைப்பிடிக்கும் ஆண்களும் பெண்களும் அமைதியில்லாதவர்கள், இயலாமையில் தவிப்பவர்கள், இறந்து போன பின்னால், மண்ணில் வாழ்கிறவர்களைப் (பேயாகப்) பிடித்துத் துன்புறுத்துவார்கள் என்று பதிவுசெய்கிறார். பழங்குடி மக்களின் கருத்தில், துறவறம் என்பது சோம்பேறித்தனம், பிச்சையெடுத்தல் என்பவற்றுடன் தொடர்புள்ளது அவர்கள் துறவறத்தைக் கற்புடன் அல்லது தூய்மையுடன் தொடர்பு படுத்துவதில்லை. துறவறம் தூய்மையானது என்ற காந்திய, இந்து லட்சியதிற்கு மாறாக, எல்வின் 'உடலுறவு நல்லது, ஆரோக்கிய மானது. அழகானது, உற்சாகம் ஊட்டுவது, காதலின் முடிவாக, உச்சமாக இருப்பது' என்று வலியுறுத்தினார்.

முரியா மக்களின் கோட்டுலையும், தூய்மைவாதம் நுழைவதற்கு முன்னால் இந்தியாவில் இந்துக்கள் உடலையும் அதன் இன்பங்களையும் சீர்படுத்தித் துய்ப்பதையும் பழகினர், பதிவும் செய்தனர் என்பதையும் நூலின் கடைசிப் பக்கங்களில், ஒப்பிட்டுக் காட்டினார். கோட்டுலின் மூலம் நாம் தெரிந்து கொள்வது என்னவென்றால்,

> இளமையில் துய்க்க வேண்டும், சுதந்திரமும் மகிழ்ச்சியும் எந்தப் பொருளாதார வசதிகளையும் விட சேமிக்க வேண்டிய செல்வங்கள், தோழமையும் அனுதாபமும் விருந்தோம்பலும் ஒற்றுமையும் முதலில் பேணப்பட வேண்டியவை. எல்லாவற்றுக்கும் மேலாக மனிதனின் காதலும், உடல் மூலம் அதன் வெளிப்பாடும் மிக அழகானவை, தூய்மையானவை, விலைமதிக்க முடியாதவை. இது இந்தியர்களுக்கென்றே உரியது. கோட்டுல் இந்தியாவில் ஆஸ்ட்ரோ – ஆசிய நெறிகளுக்கு அன்னியமானதல்ல. இந்தியச் சூழ்நிலையில் இது பழைய மரபுகளிலேயே மிகவும்

சிறந்தது; கொஞ்சமாக இருந்தாலும், அஜந்தா ஓவியங்களில் தீட்டப்பட்ட வாழ்வின் சில பகுதிகள்; கிருஷ்ணனின் கதைகளில் காட்டப்பட்ட இந்த லீலைகள் இப்போது மனித இயல்பாகத் தோன்றுகின்றன. அவற்றின் உச்சகட்ட முக்கியத்துவமாக இருக்கின்றன.

பொது மக்களிடம் இதைச் சொல்லும்போது ஏற்படும் எதிர்ப்பைச் சமாளிக்க, ஜவஹர்லால் நேருவின் உதவியைப் பெறும் நம்பிக்கை எல்வினுக்கு இருந்தது. முரியா மக்களின் பண்பாட்டை அனுதாபத்துடன் அணுகக் கூடிய ஒரே நவீன இந்து நேரு மட்டுமே. அச்சுக்குப் புத்தகத்தை அனுப்பும் சமயம் நேருவிடம் முன்னுரை எழுதிப் பெறவேண்டும் என்று கேட்டுக்கொண்டார். முன்னுரை, புத்திசாலித்தனமாக, கல்வி போதிக்கும் கோணத்தில் இருக்க வேண்டும் ஆனால் அது முடியுமா என்பது சந்தேகம் என்று எழுதினார். நேருவின் புத்திசாலித்தனம் பற்றிச் சந்தேகம் இல்லை, அவரை அணுக முடியுமா என்பது சந்தேகம். நேரு அப்போது அஹமத் நகர் சிறையில் இருந்தார். நூலாசிரியரோ வெளியீட்டாளரோ தொடர்புகொள்ள இயலவில்லை. கடைசியில் நேருவின் முத்திரை இல்லாமல் புத்தகம் வெளிவந்தது.

'முரியா மக்களும் அவர்களின் கோட்டுலும்' 1943இல் எழுதி முடிக்கப்பட்டாலும், நான்கு வருடங்கள் கழித்தே வெளியிடப்பட்டது. இதற்குக் காரணம், போர்க் காலத்தில் ஏற்பட்ட காகிதத் தட்டுப்பாடு. மெர்ட்டனிலிருந்து 200 பவுண்டுகள் கொடையும் கிடைத்தது. எல்வினுடைய பம்பாய் நண்பர்கள், பார்ஸி தொழிலதிபர் ஜே.ஆர். டிடாடாவும், ஜஹாங்கீர்பட்டேலும் 8000 ரூபாய்கள் சேர்த்தனர். அதற்குப் பின்னரே ஆக்ஸ்போர்டு பல்கலைக்கழக பதிப்பகம் நூலை அச்சுக்கு அனுப்ப முடிவெடுத்தது. நூல் வெளிவருவதற்கு முன்னால், அதன் உள்ளடக்கம் பற்றிப் பெரும் வதந்திகள் உலவின. நூலை வெளியிடும் முன்னால் தேர்ந்தெடுக்கப்பட்ட பகுதிகளையும், புகைப்படங்களையும், அத்துடன் எல்வினுடன் ஒரு பேட்டியையும் வெளியிட *லைஃப் (Life)* பத்திரிகையின் ஹென்றி லூஸ் தனிஉரிமை கோரினார். பில் ஃபிஷர் என்ற *லைஃப்* பத்திரிகையின் எழுத்தாளர் அதை எழுதுவதாக இருந்தது. அவர் ஏற்கனவே எல்வினை ஆய்வுக் களத்தில் சந்தித்திருந்தார்.

படங்களுடன் வெளிவரும் பத்திரிகைகளின் கவனத்தை ஈர்ப்பது ஒதுக்க வேண்டிய விஷயமல்ல. நூலாசிரியனுக்குப் பாராட்டுக்கள் தேவை என்றாலும் நடைமுறை யதார்த்தத்தைக் கவனத்தில் கொள்ளவேண்டிய தேவையும் இருந்தது. தேசிய

வாதிகளின், இந்துப் புனிதவாதிகளின் வட்டத்தில் ஏற்படும் விளைவுகளைச் சமாளிக்க வேண்டும். பஸ்தார் பழங்குடி மக்கள் பற்றி 'இல்லஸ்டிரேடட் வீக்லி ஆஃப் இந்தியா'வில் படங்களுடன் வெளிவந்துகொண்டிருக்கும் அவருடைய தொடர்கட்டுரைகள் பலரது கவனத்தை ஈர்த்தன. அரைகுறை ஆடைகளுடன், நகைகளுடன் தெரியும் பழங்குடி மக்களைப் பார்த்து, வெளிநாட்டினர் பார்வையில் இந்தியாவைப் பற்றிப் பாதகமான எண்ணங்கள் ஏற்படும் என்ற கவலையுடன் பல வாசகர்கள் கடிதங்களை அனுப்பினர். இப்போது இன்னும் அதைவிட நிர்வாணப் புகைப்படங்களை அவருடைய பெயரில், அதுவும் அமெரிக்கப் பத்திரிகையில் வெளியிடத் திட்டமிட்ட ஆக்ஸ்போர்டு பதிப்பகத்தின் ஆர்.ஈ. ஹாக்கின்ஸ்ஸுக்கு, எல்வின் இவ்வாறு எழுதினார்:

> ஆண்களும் பெண்களும் ஒருவரை நெருக்கிக்கொண்டிருப்பதைப் பற்றி, என்னைப் பற்றி, *லைஃப்* பத்திரிகையில், வெளியிடுவது விவேகமான செயல் அல்ல. இந்தியாவில் அதன் எதிர்வினைகள் துரதிருஷ்டமானதாக இருக்கலாம். கோட்டுலில் திருமணத்துக்கு முந்திய சுதந்திரம் பற்றி ஒரு பெரிய, ஆழமான முழுப்புத்தகம் எழுதுவது என்பது ஒன்று. அதையே பிரபல பத்திரிகையில் அங்கும் இங்குமாக பிய்த்துப் போட்டு, அமெரிக்க மக்களுக்கு அறிமுகப் படுத்துகிறோம் என்ற பெயரில் வெளியிடுவது இன்னொன்று. அதனால் அமெரிக்காவில் விற்பனை அதிகரிக்கலாம். என்னை இரண்டாவதாக வந்த 'மிஸ் மாயோ' என்று கருதத் தொடங்கினால் இந்தியாவில் அதன் விற்பனை அதிகரிக்காது.
>
> வெளியிடும் புகைப்படங்களை மிகுந்த கவனத்துடன் தேர்ந்தெடுக்க வேண்டும். பில் ஃபிஷர் மார்பளவிலான அல்லது மார்பகங்களின் படங்களை வெளியிட விரும்புகிறார். அவற்றைத் தவிர்க்க வேண்டும். நாகரிகக் குறைவான படங்களை நாம் தரக்கூடாது. இது விளம்பரத்திற்கு மிக அருமையான வாய்ப்புத்தான். இந்தியாவில் மோசமான விளைவுகளை ஏற்படுத்தும் எந்த வேலையையும் நாம் அமெரிக்காவில் செய்யக்கூடாது என்று உறுதியாக நம்புகிறேன்.

லைஃப் பத்திரிகை 'மார்பளவுப் படங்கள்' கூடாது என்ற நிபந்தனையை ஒத்துக்கொள்ளத் தயாராக இல்லை. அவர்கள் அந்தக் கட்டுரையை வெளியிடவில்லை. ஆனால் கின்ஸெ அறிக்கை மூலமாக முரியா மக்களின் கோட்டுல் பற்றிய

விவரங்கள் அமெரிக்க மக்களின் மனதில் பதிந்தன. அந்த அறிக்கையில், சமஸ்கிருத 'காமசூத்ரா'வை விட எல்வின் பெயர் அதிகம் மேற்கோள் காட்டப்பட்டது. என்னுடைய கருத்துப்படி எல்வின் எழுதிய மானிடவியல் நூல்களில் 'முரியா மக்களும் அவர்களின் கோட்டுலும்' சிறந்த நூல் அல்ல. ஆனால், சந்தேகம் இல்லாமல் மிகவும் பிரபலமான புத்தகம். அது பல மொழிகளில் மொழிபெயர்க்கப்பட்டு இருக்கிறது. 'இளையவர்களின் அரசு' என்று கவர்ச்சிகரமான தலைப்பில், சுருக்கப்பட்ட பதிப்பிலும் வெளிவந்தது. பின்னால் வந்த மானிடவியல் அறிஞர்கள் கோட்டுலைப் பற்றிப் பலமுறை ஆய்வு செய்திருக்கிறார்கள். பி.பி.சி. கோட்டுல் பற்றி ஒரு ஆவணப் படமும் தயாரித்தது.

டபிள்யு.ஜி. ஆர்ச்சர், *லிஸ்னர்* இதழில் மிகத் தெளிவாக, அழகாக எழுதப்பட்ட பல்கலைக் களஞ்சியம் என்றும், இந்தியப் பழங்குடி மக்களின் வாழ்வும், காதலும் பற்றிய மறக்க முடியாத சித்திரம் என்றும் எழுதினார். மனிதன் *(MAN)* என்ற, அதை விட ஆழமான கருத்துக்கள் வெளிவரும் பத்திரிகையில், எட்மண்ட் லீச் என்ற வளர்ந்து வரும் மானிடவியல் அறிஞர் இதைவிட நடுநிலையான மதிப்புரை எழுதினார். 'இது மிக அருமையாகத் தயாரிக்கப்பட்ட நூல். நூலாசிரியர், நேர்மையான இனவரைவியல் அறிஞராக மட்டும் இல்லாமல், மிகத் திறமையான, மிகுந்த அழகியல் உணர்வுள்ள எழுத்தாளர் என்று இந்தப் புத்தகம் காட்டுகிறது. அவரது புகழை நிலை நாட்டுகிறது. கொள்கை ரீதியில் மிக எளிமையாக, பழைய வழியில் இருக்கிறது என்று இனவரைவியல் அறிஞர்கள் ஒரு குறை சொல்லலாம். கோட்டுலில் நடைமுறைகளை அனுதாபத்துடன், நெருக்கத்துடன், ஆனால், விலகி இருந்து விவரிப்பது எல்வினுடைய சாதனை. புத்தகத்தின் இந்தப் பகுதி, ஹேவ்லாக் எல்லிஸின் 'பாலுறவின் உளவியல் ஆய்வுகள்' நூலின் ஒரு துணைநூலாக இருந்திருந்தால், பொருத்தமாக இருந்திருக்கும். தன்னளவில் இது மிகவும் சிறந்த ஆய்வு நூல்.

நாற்பதுகளின் தொடக்கத்தில், மனிதர்கள் உடலுறவில் ஈடுபடும் விதம் எல்வினுடைய மிக முக்கிய ஆய்வுத்துறையாக இருந்தது. 'ஆன்மீகத்தின் முதன்மை உண்மை பற்றிய மகாத்மா காந்தியின் கொள்கை' என்று பத்தாண்டுகள் முன்னர் கட்டுரைகள் எழுதியவர், இப்போது, ஆராய்ச்சி இதழ்களில் 'மைகால் குன்றுகளில் வாழும் பழங்குடி மக்களின் உடலுறவு பற்றிய கொள்கையும் நடைமுறையும்', 'ஆண்மைக் குறைவு பற்றி இந்தியப் பழங்குடி மக்களின் அணுகுமுறை' என்ற கட்டுரைகளை வெளியிட்டு வந்தார். முரியா மக்களும் அவர்களின் கோட்டுலும்'

இந்த ஆர்வத்தை ஒருங்கிணைத்து ஆழப்படுத்தியது. அந்தத் தூண்டுதலில், அவருடைய பம்பாய் நண்பர் (அவருடைய வீட்டில்தான் கடைசி முன்வரைவு எழுதப்பட்டது) ஈவ்லின் வுட், மானிடவியலும், மனச்சிகிச்சை முறையும் ஒன்று சேர்வது பற்றி மூன்று அடிப்பா எழுதினார்:

எல்லிஸிலிருந்து எல்வின்வரை, உடலுறவில் பல வண்ணங்கள்
மனித ஒளிக்கற்றையில் பல ஒளியலைகள்
அதன் பச்சை இதயத்தில், எல்லிஸை எல்வினுடன் சேர்க்கும்
உடலுறவின் வண்ணங்கள்'
உங்கள் காமமும் பந்தமும் ரொம்பநாள் குழப்பலாம்
உண்மைகளை வெறுக்கிறவர்கள் புனிதப் போலிகளை நேசிக்கலாம்
மனித ஒளிக்கற்றையில் பலவண்ணங்கள்.

காந்தி என்ற தந்தையுடன் எல்வின் தொடர்ந்து நடத்திய கருத்துமோதலில் 'முரியாவும் அவர்களது கோட்டுலும்' என்ற நூல் கடைசிக் காட்சி எனலாம். மகாத்மாவிடமிருந்து எல்வின் விலகத் தொடங்கிவிட்ட போதிலும் அவருடைய செயலாளர் மகாதேவ தேசாயுடன் உறவைத் தொடர்ந்து பேணி வந்தார். மகாதேவ தேசாய் குஜராத்தி, ஆங்கில இலக்கியங்களைக் கற்ற அறிஞர். அவரிடமிருந்த நகைச்சுவை உணர்வு ரசிக்கத் தகுந்தது. எல்வினை அது ஈர்த்தது. 'சொர்க்கத்தில் ஒரு முனிவருடன் வசிப்பது பெருமகிழ்வு, பெரும்பேறு. பூமியில் ஒரு முனிவருடன் வசித்தால் அதன் கதைவேறு' என்று ஒரு பத்திரிகையாளரிடம் தேசாய் ஒரு முறை குறிப்பிட்டார்.

1938ஆம் ஆண்டில் கொள்கைப் பிடிவாதம் (அல்லது அறியாமையின்) காரணமாக, சில காந்தியவாதிகள் எல்வினை 'தந்தை எல்வின்' என்றே எழுதினர். அதற்கு எதிர்ப்புத் தெரிவித்து, 'நான் ஒரு பழங்குடி மனிதனைக்கூட மத மாற்றம் செய்யவில்லை. காந்தியின் அறைகூவலை ஏற்று ஆங்கிலத் திருச்சபையின் பதவியிலிருந்து விலகிய ஒரே துறவி நான்தான்' என்று தேசாய்க்கு எல்வின் எழுதினார். இரண்டாண்டுகள் கழித்து, பழங்குடி மக்களுக்காகப் பணம் வசூலிக்க நடந்த ஒரு நிகழ்ச்சியில் மது அருந்தியதற்கு நியாயம் கற்பித்து, இவ்வாறு எழுதினார்: "கிறித்தவர்கள் என்னை விலக்கி வைத்துவிட்டனர். காங்கிரஸ்காரர்களுக்கும் தேவைப்படவில்லை. என்னுடைய பணிக்கு ஆதரவு திரட்ட குடிகாரர்களிடம் கூடச் செல்வேன்". மகாதேவ தேசாய் தன்னுடைய பதிலில் "போகிற பாதையும் முக்கியமானது" (அந்தப் பணத்தினால் என்ன ஆகும்? அதன் பாரம் உங்களையும் உங்கள் பணியையும் நசுக்கிவிடும்) என்று வருத்தத்துடன் நினைவூட்டினார். மேலும் வார்தாவுக்கு வந்து தன்னுடன் பேசவும் உரையாடவும் அழைப்பு விடுத்தார்.

1942ஆம் ஆண்டு ஆகஸ்ட் 15ஆம் நாள் மகாதேவதேசாய் சிறையில் காலமானார். இரண்டு வருடங்கள் கழித்து மகாத்மா வின் 75ஆவது பிறந்தநாள் மலருக்குக் கட்டுரை எழுதித் தரும்படி எல்வினைக் கேட்டுக்கொண்டனர். அவர் 'முரியா' இனம்பற்றி ஆய்வு செய்துகொண்டிருந்தார். அந்த ஆய்விலிருந்து எதையும் எடுத்து எழுத முடியவில்லை. காந்தியைப் பற்றியும் எழுத விரும்ப வில்லை. இறுதியில் அதற்குப் பதிலாக மகாதேவ தேசாய்க்கு ஒரு அஞ்சலிக் கட்டுரை எழுதினார்.

மகாதேவ தேசாய் பற்றிய கட்டுரை ஒரு ரத்தினக்கல். அது ஒரு நல்ல மனிதனுக்கு, எழுத்தாளனுக்கு அஞ்சலி. சிறுமையே தெரியாத பெரிய மனிதர், சீரிய பண்புகள் நிறைந்தவர், கலையிலும் இலக்கியத்திலும் ஆர்வமுள்ளவர். காந்திக்கு ஒரு பாஸ்வெல், சாக்ரடீஸுக்குக் கிடைத்த பிளேட்டோவாகவும் இருக்கலாம். உலகத்துக்குக் காந்தியின் செய்திகளை உள்ளபடியே தெளிவாக விளக்கியவர். காந்தியைக் கொஞ்சம் குறைத்துக் காட்ட வேண்டும் என்று எண்ணியிருக்கலாம். மலரில் நேரு, ஐன்ஸ்டீன் உட்படப் பலர் காந்தியைப் பற்றியே எழுதியிருந்தனர்.

1944ஆம் ஆண்டின் இறுதியில் எல்வினிடமிருந்து காந்திக்கு ஒரு கடிதம் வந்தது. அதன் உள்ளடக்கம் காந்தியை வருத்தியது. அவருடைய உணர்வுகளை ஜஹாங்கீர் பட்டேல் எல்வினுக்குத் தெரிவித்தார். 'நான் தெரியாமல் செய்த தவறு. மன்னிக்க வேண்டும் என்று உடனேயே எல்வின் காந்திக்கு எழுதினார். அப்போது ஒரிஸாவின் மலைப்பகுதிகளில் பயணம் செய்துகொண்டிருந்தார். 'இலைகளாலான குடிசைகளில் தங்கியிருந்து மக்கள் வறுமையில் வாடுவதை, ஒடுக்கப்படுவதைத் தெரிந்துகொண்டேன். மீண்டும் ஒருமுறை மன்னிக்க வேண்டும். கோஸியும் நானும் எங்களது அன்பு வணக்கங்களைத் தெரிவித்துக்கொள்கிறோம்' என்று எழுதினார்.

இரக்கம் காட்டும் தொனியில் காந்தி பதில் எழுதினார். "உங்களுடைய வார்த்தைகள் என்னைப் புண்படுத்தாது. நான் உங்களை மிகவும் நேசிக்கிறேன். என்னுடைய மகன் ஹரிதாஸின் வார்த்தைகளைப் போலவே உங்கள் மொழி என்னைப் பாதிக்காது. உங்கள் மீது எனது நம்பிக்கை குறைந்துவிட்டது. அதுவே எனக்கு வலிக்கிறது" என்றார் காந்தி. காந்தியை விட எளிமையாக வாழும் தக்கர் பாபா எல்வினுடைய ஞானம் அதிகம் என்றாலும் உண்மையின் மீது அவருக்குள்ள பற்று சந்தேகத்துக்குரியது என்று சொல்லியிருந்தார். ஒரு தொண்டரை இழந்த காந்தி எல்வினுக்கு இவ்வாறு எழுதினார்: "நாம் கடவுளின் பெயரைச் சொல்வது வீண். பொய்மை உங்களிடத்தில் புகுந்துவிட வாய்ப்புக்கள் இருக்கிறதா? பாபா அப்படித்தான் சூளுரைக்கிறார்."

தொடர்பு இப்போது முழுவதுமாக அறுந்துவிட்டது. தன் புதல்வர் ஹரிலாலைப் போலவே எல்வினையும் காந்தி விலக்கி வைத்தார். 1946ஆம் ஆண்டு செப்டம்பர் மாதத்தில் ஆர்ச்சரிடமிருந்து ஒரு கடிதம் வந்தது. அப்போது அவர் இதெல் மானினின் எழுதிய 'தனிஉரிமைகள் கொண்ட பார்வையாளர்' *(Privilged Spectator) (1936)* என்ற நூலை ஆர்வத்துடன் படித்துக் கொண்டிருந்தார். அந்நூலில் எல்வின் மகாத்மா காந்தியின் குறிப்பிடத்தக்க தொண்டர் என்று எழுதியிருந்தார். 'பில்லும் மில்ரெட்டும் அந்தப் பகுதிகளைப் படித்துவிட்டு வயிறு வலிக்கச் சிரித்திருப்பார்கள். காந்தியையும் என்னையும் பற்றியும் கெட்ட ஜோக்குகள் அடித்திருப்பார்கள் என்று கற்பனை செய்து கொண்டேன்' என்று எல்வின் பதில் எழுதினார். 'புனிதரான காந்தி எப்போதாவது அதைப் படித்துவிட்டுத் தன்னையும் என்னைப் போல ஒரு குடிகாரப் பயலையும் தொடர்புபடுத்தி எழுதியதால் என் மீது சினம் கொண்டிருப்பதாக கற்பனை செய்வதுதான் எனக்கு மனநிறைவு தரும் விஷயம்.

'தனிஉரிமைகள் கொண்ட பார்வையாளர்' அல்லது முரியா மக்களும் அவர்களின் கோட்டுலும்' நூல்களைத் தான் படிக்க வேண்டிய நூல்களின் பட்டியலில் காந்தி வைத்திருக்க வாய்ப்பில்லை. காந்தியின் நெருங்கிய வட்டத்தில் இருந்த ஒருவரிடம் எல்வினைப் பற்றிக் கேட்டபோது, சினத்தில் அவர் "அந்த ஆள், காந்தியின் தொண்டரா? இடுப்புக்குக் கீழ் கொஞ்சம் கூட ஒழுக்கம் இல்லாதவர்" என்று பதில் அளித்தார்.

○ ○ ○

'முரியா மக்களும் அவர்களின் கோட்டுலும்' புத்தகத்துக்குக் கிடைத்த மிக அதிக கவனத்தை அதற்கு அடுத்து பஸ்தாரைப் பற்றி அவர் எழுதிய புத்தகம் பெறவில்லை. இது 'காட்டு எருமைக் கொம்புகளுடன் அலையும் மரியா' *(Bison horn Maria)* மக்களிடையே நிகழும் கொலைகள், தற்கொலைகள் பற்றிய ஆய்வு நூல். இந்தப் பழங்குடி மக்கள் முரடர்கள். அவர்களுக்குள் நிகழும் கொலைகளின் எண்ணிக்கைதான் பஸ்தாரிலேயே மிக அதிகம். தற்கொலை செய்துகொள்ளும் மனப்பான்மையும் அவர்களிடம் அதிகம் காணப்பட்டது.

இந்த நூலில் எல்வின் வன்முறை எழுவதன் காரணத்தை, அதன் பின்னணியுடன் புரிந்துகொள்ள முயற்சித்தார். இதற்காக, நூறு கொலைகள், ஐம்பது தற்கொலைகள், அவை பற்றிய நீதிமன்ற ஆவணங்கள் இவற்றை வைத்துக்கொண்டு ஆய்வுசெய்தார். குற்றம் நடந்த கிராமங்களுக்கும் நேரடியாகச் சென்று விசாரித்தார்.

பொதுவாக எல்லோரும் நம்புவது போல கொலைகளுக்கும் மது அருந்துவதற்கும் நேரடித் தொடர்பில்லை. அதிகமாக மது அருந்தும் விழாக் காலங்களிலோ, திருமணங்களிலோ கொலைகள் மிக அரிதாகவே நடந்தன. பண ஆதாயத்துக்காகவும் கொலைகள் நடக்கவில்லை. கொலைகளுக்கான ஒரு காரணம் சூனியம் வைப்பதில் உள்ள நம்பிக்கை. பழங்குடி மக்கள் அது உண்மை என்று நம்பினார்கள். மந்திரத்தாலும் சூனியத்தாலும் சமூகத்தின் ஒழுங்கைக் கெடுக்கும் மந்திரவாதிகளை, சூனியக்காரிகளை கொல்வது சரி என்று நினைத்தனர். அறியாமையினால் மரியா மக்கள் சூனியக்காரிகளைக் கொன்றார்களே தவிர 'கொலைவெறி' கொண்டதால் அல்ல. இருநூறு வருடங்கள் முன்னால் ஐரோப்பாவின் மிகச் சிறந்த அறிஞர்களும் இப்படி நம்பினார்கள், அதற்கேற்றாற் போலவே நடந்துகொண்டார்கள் என்று எல்வின் சுட்டிக் காட்டினார்.

'கள்ளக் காதலும்' கொலைகளுக்கு ஒரு முக்கியக் காரணமாக இருந்தது. மரியா ஆண்கள் சந்தேகம் கொண்ட, கடுமையான கணவர்கள். பொறாமை கொண்டவர்கள், தமக்குரியவற்றைத் வேறு யாரும் தொடக்கூடாது என்று நினைப்பவர்கள். தங்களிடம் நேர்மையாக நடந்து கொள்ளாத மனைவியைக் கொல்வது சரி என்று கருதுகிறவர்கள். இதற்கு நேர்மாறாக, முரியா மக்கள் எதையும் தமக்கு மட்டும் சொந்தம் கொண்டாட மாட்டார்கள். முரியா மக்களிடம் இருந்த 'கோட்டுல்' பண்பாடு இளமையிலேயே பொறாமைப்படுவது சரியில்லை என்று உணர வைத்தது. மரியா இனமக்களிடம் அந்த வழக்கம் கிடையாது.

சிறப்பான வாதங்களை முன்வைத்த இந்தச் சின்னப் புத்தகத்தில், எல்வின் பழங்குடி மக்களின் குற்றங்களின் பின்னணியை விளக்க முயன்றார், அதன் மூலம் இந்தக் கொலைகள் அவ்வளவு கொடூரம் அல்ல என்று சொல்ல விழைந்தார். மரியா மக்களின் இந்தக் குறையை மட்டும் ஒதுக்கிவிட்டால், இந்தியப் பழங்குடி மக்கள் பொதுவாகவே அமைதியை விரும்புகிறவர்கள், இரக்கம் உள்ளவர்கள் என்ற பெருமை உடையவர்கள். எது எப்படியானாலும், ஐரோப்பாவில் நடக்கும் வஞ்சம் மிக்க, சிக்கலான, கொடூரமான பல கொலைகளுடன் ஒப்பிட்டுப் பார்த்தால், மரியா மக்களிடையே நடக்கும் கொலைகள் அந்தக் கணத்தில் எழும் உணர்ச்சியின் வேகத்தில் நடந்தன; திட்டமிட்டு நடக்கும் கொலைகள் மிகவும் குறைவு. அவையும் கள்ளம் கபடம் இல்லாத காரணத்தால் நிகழ்ந்தன. எல்வின் இவ்வாறு எழுதினார்:

இந்தப் பழங்குடி மக்கள், ஏய்ப்பதில்லை, ஏழைகளையும் எளியர்களையும் சுரண்டுவதில்லை. அவர்களுக்கு ஜாதிப் பிரிவினையும், இனவெறியும் தெரியாது. பெண்களை விபச்சாரத்தில் ஈடுபடுத்துவதில்லை, முட்டாள்தனமான பழக்கங்களாலோ, சட்டங்கள் இயற்றியோ பெண்களை இழிவு படுத்துவதில்லை. ராணுவத்தை அமைத்துக்கொண்டு இரசாயனங்களால் ஒருவரை ஒருவர் அழித்துக்கொள்வ தில்லை. வானொலியில் அலங்காரமான பொய்களைச் சொல்லுவதில்லை. அவர்களுடைய கொடுமையான பாவங்கள் கூட அறியாமையால் நடந்தவை. அவர்களில் சிலர் கொடூரமானவர்கள், நாகரிகம் அற்றவர்கள். ஆனால் பெரும்பான்மை மக்கள் இரக்கம் உள்ளவர்கள், அன்பானவர்கள், வீட்டை நேசிப்பவர்கள், தங்கள் பழங்குடி இனத்துக்கு விசுவாசமாக இருப்பவர்கள், ஆண்மை மிகுந்தவர்கள், சுதந்திரமானவர்கள், மதிக்கத் தகுந்தவர்கள்.

'மரியா மக்களிடையே கொலைகளும் தற்கொலைகளும்' நூலைப் படிக்கும் நீதிபதிகள் அந்த மக்களைப் புரிந்துகொண்டு தீர்ப்பு அளிப்பார்கள் என்று எல்வின் நம்பினார். ஜகதால்பூர் சிறையில், மரியா கைதிகள் படும்பாடு, அங்கே அவர்கள் தனிமையில் வாடுவது, அவர்களின் இழப்புகள் இவற்றைப் பற்றிய விவரங்களுடன் புத்தகம் முடிகிறது. மரண தண்டனை விதிக்கப்பட்ட குற்றவாளிகள், தண்டனை நிறைவேற்றப்படும் முன்னர், பஸ்தாரின் தேவதையான தாண்டேஷ்வரி கோவிலுக்குச் செல்ல அனுமதி வழங்கப்படலாம் என்று அந்த மானிடவியல் அறிஞர் பரிந்துரை செய்தார். புதுமையான இன்னொரு வேண்டுகோளைத் தைரியமாக முன்வைத்தார் "பழங்குடி மக்களுக்காகத் தனிச் சிறைச்சாலை அமைக்கவேண்டும். அங்கே பாட்டும், நடனமும் நடக்க வேண்டும். தண்டனை முடிந்து விடுதலையாகும்போது பயன்பெறும் வகையில் கைதிகளுக்குக் கைத்தொழில்களைக் கற்றுத் தர வேண்டும். சிறையாக இல்லாமல் தற்காலிகத் தங்குமிடமாக இருக்க வேண்டும். அது பழங்குடி மக்களின் மனம் புது எழுச்சி பெறும் வகையில் இருக்க வேண்டும், மனதைச் சிதைத்துவிடக் கூடாது.

◯ ◯ ◯

பஸ்தார் மாநிலத்திற்கு வரும்போது, எல்வின் அதன் நிர்வாக அதிகாரிக்கு இவ்வாறு எழுதினார்: 'நாங்கள் 'சமூக' சேவை செய்வோம் என்று நான் நம்பவில்லை. ஏதோ கொஞ்சம் மருந்துகள் கொடுத்து மக்களுக்கு உதவுவோம்'. மூன்று ஆண்டு களுக்குப் பின் அங்கே தனது வேலை முடியும் தருவாயில்,

ஒரு நேரத்தில் சமூக சேவகராகத் தன்னைக் கருதிய அவர் தன்னை மானிடவியலாளர் என்றே அழைப்பதை விரும்பினார். இதற்கிடையில், மானிடவியலில் தன்னை உயர்த்திக்கொள்ள, *இந்தியாவில் மனிதன் (Man in India)* என்ற காலாண்டு இதழை வாங்கவும், அதை நடத்தவும் பில் ஆர்ச்சருக்கு உதவினார். அந்த இதழை, 1921இல் இந்திய மானிடவியலின் தந்தை என்று சொல்லப்படும் சரத் சந்திர ராய் என்னும் வழக்கறிஞர் நடத்தி வந்தார். எல்வின், ராயின் மீது மிகவும் அன்பு கொண்டிருந்தார். அவர் கனிவும், நல்ல மனமும் கொண்டவர். அவருடைய முயற்சி இல்லாமல், இந்தியாவில் மானிடவியல் ஆய்வுகள் தொடங்கி யிருக்க முடியாது என்று எல்வின் நம்பினார்... 1941இல் ராய் இறந்ததும், ஆர்ச்சரும், எல்வினும் அந்த இதழின் பொறுப்பை அவருடைய குடும்பத்திடமிருந்து பெற்றுக்கொண்டனர். இதழைக் கைப்பற்றியதில், எல்வினுக்கும் ராய்க்கும் இருந்த நட்பும், பிஹார் அரசில் ஆர்ச்சர் வகித்த உயர்ந்த பதவியும் உதவியாக இருந்தன.

அப்போது, எல்வினுடைய ஆய்வுக்களம் ஓரிஸாவின் கிழக்குப் பகுதியாக மாறிவிட்டது. *இந்தியாவில் மனிதன்* இதழில் அவர் எழுதிய கட்டுரைகள் அதைக் காட்டுகின்றன. விஞ்ஞானத்துக்குத் தெரியாத பல பழங்குடி மக்கள் வாழும் ஓரிஸா, பஸ்தார் மாநிலத்தைவிட புதிய ஆய்வுக்களமாக இருந்தது. முன்னால் பஸ்தாரில் நிர்வாகத்தைக் கவனித்து வந்த நொர்வால் மிட்சல், மன்னராட்சி நடக்கும் ஓரிஸா மாநிலத்தில் ஆங்கில அரசின் ஏஜண்ட் ஆக பொறுப்பு ஏற்றுக்கொண்டிருந்தார். அவர் எல்வின் அங்கு வருவதற்கான ஏற்பாடுகளைச் செய்தார். 1942இல் எல்வின் அந்த பிராந்தியத்துக்குப் போனார். கியோஞ்சார் மாவட்டத்தின் மேட்டு நிலங்களில் அவர் முதலில் ஜுயாங் (Juang) என்ற பழங்குடி மக்களைச் சந்தித்தார். அவர் அதுவரை கண்டதிலேயே மிகவும் காட்டுமிராண்டிகளாக, விந்தையான மனிதர்களாக இருந்தனர். அவர்கள் பயிரிட்ட நிலங்களை எரித்துவிட்டு, பிறகு வேறு இடங்களில் காடுகளை வெட்டிப் புதிய பயிர்களை நட்டு விவசாயம் செய்பவர்கள். இலைகளை ஆடையாக அணிந்தவர்கள். ஜுயாங் மக்கள், கூச்சம் உள்ளவர்கள், மனிதத் தொடர்பு அதிகம் இல்லாதவர்கள், யாருக்கும் எந்த உதவியும் செய்ய மனமில்லாதவர்கள். யாரும் தங்களைக் காண வருவதை அவர்கள் விரும்பவில்லை. அதை முகத்தில் அடித்தாற்போல் சொல்லவும் தயங்க மாட்டார்கள். சரியான பாதைகளைக் கேட்டால் சொல்ல மாட்டார்கள். தவறான வழியை வேண்டும் என்றே சொல்கிறவர்கள். அவருடைய பயணத்தில், மிக மிகத் தவறான, கற்பனையான வழிகளைச் சொல்லி இழுத்தடித்தவர்கள். யானையில் ஏறிச் சென்றாலும்,

நெடுந்தொலைவு செல்ல வேண்டியிருந்தது. பாதைகளும் மிகக் கடினமாக இருந்தன. பஸ்தாரைப் போல இந்தக் கிராமங்களில் விருந்தோம்பும் மரபுகளும் கிடையாது.

1871ஆம் ஆண்டில் நிகழ்ந்த சம்பவங்கள் தான் ஜுயாங் மக்களுக்கு மற்றவர்கள் மீது சந்தேகம் வரக் காரணம். ஒரு வெறிபிடித்த ஆங்கில அதிகாரி இலைகளால் ஆன அவர்களுடைய உடைகளை மாற்றி நாகரிக உடைகள் அணிவிக்க வேண்டும் என்று ஒரு இயக்கத்தைத் தொடங்கினார். இலைஆடை அவர்களுடைய தட்பவெப்ப நிலைக்கு ஏற்ற உடை. இந்த இயக்கத்தின் முடிவில், ஒரு மாபெரும் கூட்டம் நடந்தது. அதில் இரண்டாயிரம் துணி ஆடைகள் பெண்களுக்கு வழங்கப்பட்டன. பிறகு அவர்கள் அணிந்திருந்த இலை ஆடைகள் அமைதியாக எரிக்கப்பட்டன.

ஒரு அடிமை நாடு, தான் போரில் தோல்வி அடைந்த நாளைத் திரும்பிப் பார்ப்பது போல, ஜுயாங் மக்களும் அந்த நாளை நினைவு கூர்ந்தார்கள். உட்பகுதிகளில் சில கிராமங்களில் மட்டுமே இலைஆடைகள் அப்போது புழக்கத்தில் இருந்தாலும், அந்தப் பழங்குடி மக்கள் மனத்தில், நம்பிக்கை களில் ஏற்பட்ட அதிர்ச்சியிலிருந்து அவர்கள் மீளவே இல்லை. கடந்த நூறாண்டுகளில், மருத்துவமனைகள், பள்ளிகள் மாதிரி எந்த வசதிகளையும் செய்து தராத நாகரிகம், விவசாயத்தை, தொழில்களைக் கற்றுத் தராத இந்த நாகரிகம், இலை ஆடை களைக் கட்டாயப்படுத்தி மாற்றித் தன்னுடைய கடனைச் செலுத்திவிட்டது என்று எரிச்சலுடன் எழுதினார்.

பைகா மக்களைப் போலவே, ஜுயாங் பழங்குடி மக்களால் வசீகரிக்கப்பட்டாலும், எல்வின் அவர்களுடைய விதியை எண்ணி நொந்தார். 'இலைஆடை உடுத்திய அழகிய பெண்ணைப் பார்த்தால் கடவுளைப் பார்ப்பது போல்தான். நான் வண்ண ஃபிலிம்களில் மனம்விரும்பியபடி படம் எடுத்து இருக்கிறேன்' என்று ஆர்ச்சருக்கு எழுதினார். வனத்துறையின் விரிவாக்கத்தால், ஜுயாங் மக்கள் பாதிக்கப்பட்டனர். இந்தப் புத்தகம் அவர்களைக் காப்பாற்ற உதவி செய்யலாம் என்று நம்பினார். சக்தி குறைந்த இந்த நடு வயதில் வனத்துறையினருடன் போட வேண்டிய சண்டைக்காகப் பூனையைப் போல் முனகிக்கொண்டிருக்கிறேன்'.

இரண்டு அறிக்கைகள் தரவேண்டும் என்று அரசாங்கம் அவரைக் கேட்டுக் கொண்டது. வனத்துறையுடன் அவருடைய விவாதம் அந்த அறிக்கைகளில் நடந்தது. மூன்று குறுநிலப் பகுதிகள் பற்றி ஓர் அறிக்கையும், ஆங்கில அரசின் நேரடி நிர்வாகத்தில் இருந்த மற்ற பகுதிகள் பற்றி இன்னொரு அறிக்கையும் எழுதினார். பயிரிட்ட நிலத்தைத் தீயிட்டு எரித்துவிட்டு, இன்னொரு இடத்தில்

விவசாயம் செய்யும் முறையை மாற்றவேண்டும். ஆனால் அதற்கு மக்களிடமிருந்து எதிர்ப்பும் வரக்கூடாது. இதை நடைமுறைப் படுத்தும் வழிகளை அவர் பரிந்துரை செய்ய வேண்டும். இதைச் செய்ய வேண்டும் என்றே அவரும் விரும்பினார். 'பைகா மக்கள்' என்ற புத்தகத்தில் அவர் சிறப்பாக எடுத்துரைத்த வாதங்களை மீண்டும் வலியுறுத்தினார்.

ஒவ்வொரு முறையும் வெவ்வேறு இடத்தில் பயிர் செய்யும் பழங்குடி மக்களின் பழக்கத்தால், காடுகள் அழிகின்றன, வெள்ளம் ஏற்படுகிறது என்ற வனத்துறை அதிகாரிகள், அந்தப் பழக்கத்தை மாற்றும் வழிகளைத் தேட வேண்டும் என்று அரசுக்குப் பரிந்துரை செய்தனர். அதை ஏற்றுக் கொண்ட ஓரிஸா அரசு, அந்தப் பழக்கத்திலிருந்து ஜுயாங் மக்களை விடுவிக்கும் வழியை மட்டும் பரிந்துரை செய்யவேண்டும் என்று எல்வினைக் கேட்டுக்கொண்டது. இடம்மாற்றிப் பயிரிடும் முறையை ஒழிக்க வேண்டும் என்ற கருத்தைத் தனது அறிக்கைகளில் எல்வின், மறைமுகமாக ஆனால் தொடர்ந்து எதிர்த்து வந்தார். கோடரி வைத்து நிலத்தைச் சீராக்கி, கம்புகளை வைத்து மண்கட்டிகளைத் தட்டிவிட்டு, ஒவ்வொரு விளைச்சலுக்கும் நீண்ட கால இடைவெளி விட்டால் தரிசாகப் போட்ட நிலங்களில் கூட காடுகள் புதிதாக வளரும். ஏர்வைத்து உழுத நிலங்களில் மட்டும் மண் அரிப்பும், காடுகள் அழிவதும் பெரும் பிரச்சனையாக இருந்தன. பைகா மக்களைப் போலவே, ஓரிஸாவின் பழங்குடி மக்களும் பல நூற்றாண்டுகளாகத் தமக்கு வாழ்வளித்த நடைமுறைகளை மாற்றிக்கொள்ளத் தயாராக இல்லை. இதற்கு முன்னால் ஆட்சி செய்தவர்கள் அவர்களின் வாழ்வாதாரத்தை ஒடுக்க முயன்றதில்லை.

இடம் மாற்றி மாற்றிப் பயிர் செய்யும் முறை ஒவ்வொரு பகுதியிலும் வேறு விதமாக இருந்த்து என்று கண்டார். அது போலவே, அவற்றைப் பின்பற்றிய பழங்குடி மக்களிடையேயும் வேறுபாடுகள் இருந்தன. மற்ற இடங்களில் உள்ள பொருளாதார அமைப்புக்கள், சமூகங்கள் இவற்றுடன் சில பழங்குடிச் சமூகங்களுக்கு நெருங்கிய தொடர்பு இருந்தது. அவற்றுக்குத் தகுந்தாற்போல் அவர்களால் மாறிக் கொள்ள முடிந்தது. அங்கே ஒரே நிலத்தில் தொடர்ந்து விவசாயம் செய்வதை ஊக்குவிக்க முடியும். அதற்கு வட்டிக்குப் பணம் கொடுப்பவர்களிடம் இருந்து, நில உடைமையாளர்களிடம் இருந்து, பழங்குடி மக்களைக் காக்க வேண்டும். பள்ளிகள், மருத்துவமனைகள் தொடங்கி, நவீன உலகத்தில் அவர்கள் வாழ உதவ வேண்டும். பள்ளத்தாக்குகளில் தனிமையில் வாழும் மிகப் புராதனப் பழங்குடி மக்கள் தாங்கள் குடியிருக்கும் நிலத்தின் மீது பற்று உள்ளவர்கள். காடுகளும்,

மலைகளும் பொதுச் சொத்து என்று கருதியவர்கள். இங்கு இடம் மாற்றி மாற்றிப் பயிரிடும் விவசாயம் தடை செய்யப்பட்டால், அவர்களுக்கு மனோதத்துவ ரீதியில் இடர்ப்பாடு நேரும். அதனால், நீண்ட நாட்கள் வரை அரசாங்கத்தின் மீது வெறுப்பு ஆழமாக இருக்கும். எப்போதும் எடுத்துக்காட்டுக்களைத் தயாராகச் சொல்லும் எல்வின் இவ்வாறு எழுதினார் 'ஐரோப்பாவின் சிறுபான்மை மக்களின் சுதந்திரத்தையும் நிலங்களையும் பறித்துக்கொண்டிருக்கும் நாஜிகளை உலகத்தின் மனச்சாட்சி தீவிரமாக கண்டனம் செய்யும் இந்த நேரத்தில் பழங்குடி மக்களின் நிலங்களை, காடுகளைப் பறித்துக்கொண்டால், வரலாறு கனிவுடன் தீர்ப்பெழுதாது. காடுகள் மீதுள்ள பழங்குடிச் சமூகங்களின் உரிமைகளை ஒரிஸா அரசு மீண்டும் அவர்களிடம் அளிக்க வேண்டும். இடம் மாற்றிப் பயிரிடும் முறையை மூன்று இடங்களில் தடையின்றி அனுமதிக்கலாம். அந்தப் பழங்குடிச் சமூகங்கள் வாழும் இடங்களையும் குறிப்பிட்டார். ஒவ்வொரு குடும்பத்துக்கும் இருபது ஏக்கர் காடுகளைப் பிரித்துக் கொடுத்து அதை அவர்கள் கட்டுப்பாட்டில் விட்டுவிடலாம். நில உடமையாளர்கள், வட்டிக்குப் பணம் கொடுப்பவர்கள், நற்செய்தி ஊழியம் செய்பவர்கள் அனைவரையும் இந்தப் பகுதிகளில் இருந்து விரட்ட வேண்டும்.

பஸ்தாரில், எல்வின் பார்த்த எல்லா இடங்களிலும், மத்திய பிராந்தியத்திலும், ஒரிஸாவிலும் வெளி உலகுடன் அதிகம் தொடர்பு இல்லாத பழங்குடி மக்களுக்கும், வெளியுலகத் தொடர்புகளால் முழுமையாகப் பாதிக்கப்பட்ட பழங்குடி மக்களுக்கும் இடையில் பெரும் வேறுபாடுகள் நிலவியதைக் கண்டார். ஒரிஸாவில் கஞ்சம், கோரபுட் மாவட்டங்களில் பழங்குடி மக்களின் ஓர் இனத்தைக் கண்டார். அவர்கள் ஏழைகள், மோசமான நிலையில் வாழ்பவர்கள், நோயுற்றவர்கள். நல்ல நிலையிலிருந்து சீரழிந்தவர்கள். அவர்களுக்கென்று ஒழுங்குப் படுத்தப்பட்ட அழகான, கௌரவமான பண்பாட்டுப் பின்புலம் இல்லை. சீரழிந்து வாழ்ந்த அவர்கள் ஓரிடத்தில் நிலையாக வாழ இந்த நவீன உலகம் இதுவரை எதுவும் செய்யவில்லை. மலைகளின் உட்பகுதிகளில் அவர் பயணம் செய்தபோது அவர் கண்டது வேறு விதமாக இருந்தது. இங்கே சில மிகப் மிகப் புராதனமான மக்கள் கட்டற்ற சுதந்திரத்துடன், புராதனமான, அவர்களுக்கே உரிய சமூக நிறுவனங்களுடன் மகிழ்ச்சியுடன் வாழ்கின்றனர். இந்த மக்கள் தங்கள் மன உறுதியை, ஆனந்தமாக வாழும் எண்ணத்தைத் தக்கவைத்துக் கொண்டுள்ளனர். அவர்கள் வாழும் பகுதிகள், பூகோள ரீதியில் ஒதுங்கி இருப்பதால் பாதுகாப்புடன் வாழ்கின்றனர். அப்படி வாழ்வது அவர்களின் நலத்துக்கு உகந்ததாக இருக்கிறது.

பெரும் மலைத்தொடர்களால் பாதுகாக்கப்பட்ட பழங்குடி மனிதன் இயற்கையை நேசிப்பதில், சமூக உணர்வுடன் வாழ்வதில், திறந்த மனதுடன், ஒடுக்கப்படாத உணர்ச்சியுடன் உடலுறவை அணுகுவதில், சமூகத்தில் பெண்களை நடத்துவதில், தனித்தன்மையுடன் விளங்கினான். பைகா இனப் பெண் கணவனைத் தானே தேர்ந்தெடுத்தாள், நினைத்த பொழுதில் அவனை மாற்றினாள்; பொது இடத்தில் நடனமாடுவாள்; தன்னுடைய பொருட்களைக் கடைத்தெருவுக்கு எடுத்துச் செல்லுவாள், அதை வைத்துக் கடையும் திறப்பாள். கணவன் முன்னிலையில் மது அருந்துவாள், புகைபிடிப்பாள். இவையெல் லாம் மேல் ஜாதி இந்துப் பெண்களுக்கு இல்லாத சுதந்திரங்கள். பைகா மக்கள் விதிவிலக்கு அல்ல. ஏனெனில் பெரும்பாலான பழங்குடிச் சமூகங்களில்

> பெண்களுக்கு உயர்ந்த கௌரவமான இடம் இருந்தது. பெருமிதத்துடன் சுதந்திரமாகச் சுற்றி வருவாள். கணவனின் துணையுடன் ஆனந்தமாகக் காட்டிலும், வயலிலும் உழைப்பவள். சிறு வயதிலேயே குழந்தை பெற வேண்டும் என்று யாரும் வற்புறுத்துவது கிடையாது. உடலும் மனமும் முதிர்ந்த பிறகு மணம் முடிப்பாள். திருமணம் தோல்வி அடைந்தால், மணவிலக்குப் பெறுவாள். (இது எப்போதாவது நடந்தது). விதவைகளைத் துன்புறுத்தும் தடைகள் அவளுக்குக் கிடையாது. கணவன் இறந்தால், மீண்டும் மணம் செய்ய அனுமதிக்கப்படுவாள், மறுமணம் செய்யவேண்டும் என்று உற்சாகப்படுத்துவார்கள், தூண்டுவார்கள்; பல இனங்களில் அவளுக்குச் சொத்து உரிமை உண்டு. விடுதலை பெற்ற வாழ்வு அவள் மனதில் கவிதைகளை நிரப்புகிறது. அது நகைச்சுவையைச் சேர்த்துப் பேச்சைக் கூர்மையாக்குகிறது. அவள் நகைச்சுவையை ஆர்வத்தைத் தூண்டும் துணைவி; சிரத்தையுள்ள மனைவி, பிள்ளைகளுக்குப் பணி செய்வதில் வீரத்தாய்.

மலைகளில் ஒதுங்கி வாழ்ந்த பழங்குடி மக்கள் மட்டுமே உண்மையில் 'வாழ்ந்தனர்'. அவர்களுடைய சமயம் தனித்தன்மை யுடன் உயிர்ப்புடன் இருந்தது. எந்தச் சமூகத் தடையும் இல்லாமல் கலை, நடன மரபுகள் தொடர்ந்தன. பழங்கதைகள் இன்னும் முக்கியமாக இருந்தன. 1943இல் வெளிவந்த 'பழங்குடி மக்கள்' என்ற தகவல் அறிக்கையில் எல்வின் இவ்வாறு எழுதினார்: 'மோட்டார் வாகனத்தின் சீட்டி ஒலி பழங்குடி மக்களுக்குச் சாவு மணி அடிக்கும் என்று சொல்லப்பட்டது; இப்போது பெட்ரோல் ரேஷனில் தரப்படுவதால், அது தாமதமாகிறது." பஸ்தாரில் ஒரு பழங்குடி மனிதன் அவரிடம் சொன்னான்:

“மோட்டார் கார்களோ, தார்ச்சாலைகளோ இல்லாத காலத்தில், முரியா மக்கள் நேர்மையாக, உண்மையாக, நல்லவர்களாக இருந்தார்கள்.”

பேருந்துகளில் இருந்து வெளியாகும் கரிப்புகையானது முகங்களில் கறையாகப் படியாத பழங்குடி மக்கள் வாழும் இடங்களில்கூட நாகரிகம் அடைந்த மக்கள் அவர்களைப் பலவழிகளில் துன்புறுத்தினார்கள். சொத்துக்களில் தனிமனிதனுக்கு உரிமை வழங்கும் ஆங்கிலேயப் பொருளாதார கொள்கைகள், நிலங்களை விற்பனை செய்யும் சந்தை, இவற்றின் விளைவாக ஆயிரக்கணக்கான பழங்குடிக் குடும்பங்களுக்குச் சொந்தமான நிலங்கள் பறிக்கப்பட்டன. அவர்கள் வட்டிக்குப் பணம் கொடுப்பவர்களிடம் அடிமையாக்கப்பட்டார்கள். வனத்துறையின் சட்டங்கள், வேட்டையாட விதிக்கப்பட்ட தடைகள், அவர்களுக்குக் கிடைத்து வந்த இயற்கையின் வளங்களைக் குறைத்து வந்தன. உதாரணமாக, இடம் மாற்றி மாற்றிச் செய்யும் விவசாயம் தடை செய்யப்பட்டது. இந்த நடவடிக்கைகள் மூலம் அவர்களுடைய வாழ்வாதாரம் அடியோடு பறிக்கப்பட்டது. வீட்டில் மது தயாரிப்பது ஒடுக்கப்பட்டதால், அரசிடம் லைசென்ஸ் பெற்ற கடைகளில் மது வாங்க வேண்டியிருந்தது. இது அவர்களை மிகக் கேடுகெட்ட அன்னியர்களான சாராயக் காண்டிராக்டர்களுடன் தொடர்புகொள்ள வைத்தது. இந்தியத் தண்டனைச் சட்டம், இந்தியக் காடுகள் சட்டம் இரண்டும், பழங்குடி மக்களின் பண்பாட்டுக்கு எதிராக அமைக்கப்பட்ட நீதிமுறையின் இரு தூண்களாக இருந்தன. வழக்கறிஞர்கள், அவர்களின் திருட்டு எஜண்டுகள், உண்மையறியாத நீதிபதிகள் ஆகியோரின் கைகளில் மாட்டிக்கொண்டு, பழங்குடி மக்கள் எல்லையில்லாத துன்பங்களுக்கு ஆளானார்கள்.

காலனியக் கொள்கைகள் பழங்குடி மக்களை வறுமையில் தள்ளின. ஆனால் இந்துச் சமூகம், பழங்குடிப் பகுதிகளில் எங்கெல்லாம் நுழைந்ததோ அங்கெல்லாம் அவர்களுடைய பண்பாட்டைக் கொடுமையாகத் தாக்கியது. இந்துக்களுடன் ஏற்பட்ட இடைவிடாத தொடர்பு, கலைகள், இசை, நடனம் இவற்றின் மீது அவர்களுக்கிருந்த காதலை நசுக்கியது; அன்னியக் கடவுள்களைத் தொழவும், தங்களுடைய கடவுள்களை வெறுக்கவும் கற்பித்தது. குழந்தை மணம் அறிமுகப்படுத்தப்பட்டது. அவர்களுடைய பெருந்தன்மையான மனங்கள் தீண்டாமை என்னும் வழக்கத்தால் குறுகின. சுதந்திரமான மகிழ்ச்சியான பெண்களின் முகத்தில் திரைகள் போட உற்சாகப்படுத்தினர்.

இந்தச் கூட்டுச் சுரண்டல்கள், அவர்கள் மனதில் கடும் விளைவுகளை ஏற்படுத்தின. அவர்கள் தைரியத்தை இழந்தனர்.

பொருளாதார வீழ்ச்சியையும், அரசின் வெறுப்பையும் கண்டு, அகாரியா, இரும்புக்காக மண்ணைத் தோண்டும்போது கற்கள் கிடைப்பது போல் கனவு கண்டான். தன் மந்திர சக்தி மறைந்ததற்குக் காரணம் ஏர்முனைதான் என்று பைகா நினைத்தான். நம்பிக்கை வறட்சியின் உச்சகட்டமாக, ரயில் வந்தபோது, உணவு கொடுக்கும் தெய்வமான 'அன்னதேவ்' காட்டைவிட்டு ஓடிவிட்டார். அவர் ரயிலில் அமர்ந்து பம்பாய் சென்று நகரத்து மனிதர்களை 'ஊதிப் பெருக்க' வைக்கிறார் என்று மண்ட்லாவில் இருந்த கோண்டு நம்பினான். அந்த உலகில், பழங்குடி மக்களின் வாழ்வாதாரம் பறிக்கப்பட்டது, பண்பாடு நசுக்கப்பட்டது, அந்த உலகில் அவனுடைய கடவுள்கள் கூட அவனுக்கு எதிராக நின்றனர். "இன்றைய உலகம் கருப்பு, நம் சிறுவர்களும் சிறுமிகளும் குரங்குகள், தாழ்த்தப்பட்டவர்கள்" என்று நாராயண்பூரில் உள்ள முரியா சொன்னான். அது பழங்குடி மக்கள் வாழும் பகுதிகளில் நிகழும் பண்பாட்டு மோதல்களைக் காட்டியது. எல்வினுடைய கருத்தும் அதுவே.

மண்ட்லாவில் ஒரு கிராமத்தில் தொடங்கிய எல்வினுடைய குரல், *1940*களின் தொடக்கத்தில், இரண்டு கோடி பழங்குடி மக்களின் குரலாக ஒலித்தது. பைகா புத்தகத்தை எழுதி முடிக்கும்போது, *1938* ஜூலை மாதம் தன்னுடைய இத்தாலிய நண்பர்களுக்கு இவ்வாறு எழுதினார்: 'எனது வறிய மக்களுக்காக, நான் போரிடும்போது எனது ஆயுதம், பேனா.' குரலற்ற பழங்குடி மக்களுக்காக, அந்தப் புத்தகத்தில் தொடங்கி வரிசையாக இனவரைவியல் நூல்கள், கட்டுரைகள் எழுதி, ஏழைகளுக்காகப் போரிட்டார். அவருடைய கொள்கையை 'முரியா மக்களும் அவர்களின் கோட்டுலும்' என்ற நூலின் முன்னுரையில் அருமையாக இவ்வாறு விளக்குகிறார்.

> ஒருநாள் 'த ஷ்ரோப்ஷயர் லேட்' *(The Shropshire Lad)* புத்தகம் போருக்கு எடுத்துச் செல்லப்பட வேண்டும். அது ஒரு வீரனின் இதயத்தை நோக்கி வந்த துப்பாக்கிக் குண்டைத் தடுத்து நிறுத்த வேண்டும் என்பதே ஏ.ஈ. ஹவுஸ்மென்னுடைய இலட்சியம். அது போன்றதுதான் என் ஆசை. பழங்குடி மனிதன் உயிர்வாழ நடத்தும் போரில், நாகரிகம் தொடர்ந்து அவனுடைய இதயத்தைக் குறிவைத்து எறியும் சுரண்டல் என்னும் ஈட்டிகளிலிருந்து, இடையீடுகளில் இருந்து, அடக்குமுறையிலிருந்து எனது மற்ற புத்தகங்கள் அவனைக் காக்க வேண்டும். முரியா பழங்குடி மனிதர்கள், சுதந்திரமாக, கபடம் அறியாமல், இன்று இருப்பது போல் தொடர்ந்து வாழ இந்தப் புத்தகம் உதவி செய்தால் நான் மன நிறைவுகொள்வேன்.

இயல் 8

அலையும் மானிடவியல் அறிஞர்

வெர்ரியர் எல்வினுக்காக

மிக அழகான வெள்ளை மலைகளுக்கு அப்பால்,
அன்னிய நகரங்களைப் போர் சிதைத்துக் கொண்டிருக்கிறது
இறந்தவர்களை வைத்துப் பொம்மைகள் செய்வது
                                                     மேற்கின் பாணி
எளிதில் இடிந்துவிடக்கூடிய சிறிய தேவாலயங்களில்
எதிர்கால மணித்துளிகளுக்காக, உடலுறவு நிகழாத
                                                     வீடுகளுக்காக
பெண்கள் நீண்ட கூந்தலுடன் தோத்திரம் செய்கின்றனர்

எரிந்து கொண்டிருக்கும் உங்கள் மலைகளின் இடையே,
                                         தனித்திருக்கும் காடு
கோடையில் உறுமுகிறது. தரிசு நிலம் ஓய்வெடுக்கிறது
மேகங்கள் போல செய்திகள் வருகின்றன.
அமைதியின் தேவைக்காக நீங்கள் பாடுபடும்போது
மகிழ்ச்சியான காதலர்களின் ஜாடைகளைக் காக்கும்போது
புலியைப் போல விரிந்து பரந்த கவிதைகள்
அழுகிப் போன பள்ளத்தாக்குகளால் அழிவை
                                                     எதிர்நோக்கும்
ஆனால் உங்களுடைய அன்பால், கலையால்
                                         மெல்ல நெருங்கும் துயரும்,
பழங்குடியினரின் சாவும் தாமதிக்கப்படும்.

டபிள்யு.ஜி. ஆர்ச்சர்

இரவும் பகலும் என்னை வருத்தும் துயரம் ஒன்றுதான்.
என்னையும் எல்வினையும் அவர்கள் பிரித்து விடுவார்களா?
இல்லை முடியாது. எல்வின் எங்கு சென்றாலும் நானும்
அங்கு செல்வேன்.

பர்மா வீழ்ந்துவிட்டது என்ற செய்தி கேட்டதும்
ஷாம்ராவ் ஹிவாலே சொன்னது

1940களில் வீட்டிலும் வெளியிலும், பல்வேறு வேலைகளில் எல்வின் மிகவும் சுறுசுறுப்பாக ஈடுபட்டார். ஆனால், அவரது நினைவுக் குறிப்புகளில் அவற்றைத் திரையிட்டு மறைத்துவிட்டார். கோஸியைப் பற்றிய விஷயங்களில் இந்தத் தயக்கம் தெரிகிறது; பழங்குடி மக்களிடையே, அவர்களுக்காகத் தான் செய்த வேலைகள் பெரும் கவனத்தை ஈர்த்ததை மிகச் சுருக்கமாக ஒரே வரியில் முடித்துவிட்டார். 'ஏராளமான மனிதர்களுடைய கவனத்தை அந்த நாட்களில் ஈர்த்தேன். என்னைப் போன்ற சாதாரண மனிதன் செய்த வேலைக்குக் கிடைக்க வேண்டியதை விடப் பன்மடங்கு பத்திரிகைகளில் எழுதப்பட்டது. அவற்றில் சில அளவுக்கு மீறிப் பாராட்டின. சில கசப்பும், வெறுப்பும் நிறைந்தவை'.

எல்வின் அப்படி ஒன்றும் சாதாரண மனிதர் அல்ல. 'எல்வின் என்றால் இந்தியப் பழங்குடி மக்கள், இந்தியப் பழங்குடி மக்கள் என்றால் எல்வின், இரண்டும் ஒரே சமயத்தில் ஞாபகத்துக்கு வரும் வார்த்தைகள்; ஒன்றை விட்டுவிட்டு இன்னொன்றை நினைக்க முடியாது' என்று ஒரு மூத்த அறிஞர் சொன்னார். பம்பாய் நகரம் வணிகத்துக்கும் அரசியல் ரீதியாகவும் மற்ற பலவகைகளிலும் தலைநகராக இருந்தது. அறிவாளிகளும், திட்டங்களை வகுப்பவர்களும் அங்கு இருந்தனர். அங்கே எல்வினுக்குப் பெரும் மரியாதை இருந்தது. அவர் ஆராய்ச்சி செய்வதற்கும், புத்தகங்கள் வெளியிடுவதற்கும் நிதி உதவி செய்த பார்ஸி லட்சாதிபதிகளும், புத்தகங்களை வெளியிட்ட ஆங்கிலேயர்களும், அவரிடமிருந்து வழிகாட்டுதலும், உத்வேகமும் பெற விரும்பிய இந்து, முஸ்லிம் எழுத்தாளர்களும் அவரது ரசிகர்கள் வட்டத்தில் இருந்தனர்.

எல்வின் புகழாரங்களை மகிழ்ச்சியாக ஏற்றுக்கொண்டார். பம்பாயின் உணவை, அங்கு அவருக்குக் கிடைத்த கவனத்தை, ஆடம்பரங்களை, அவருக்குக் கிடைத்த நண்பர்களை, மிகவும் விரும்பினார். தொற்று நோயாகத் தொந்தரவு கொடுக்கும் நகரில் இருந்து காடுகளுக்குத் திரும்பும்போது, மீண்டும் அடுத்த வருடம் செல்ல வேண்டியிருக்கும் என்று அவருக்குத் தெரியும். மழைக்காலங்களில், அவர் பம்பாய்க்கு வரும்போது ரோட்டரி கிளப், ஏஷியாடிக் சொசைடி, முற்போக்குக் குழு இங்கெல்லாம், 'டி.எச். எலியட்டின் கவித்துவம்', 'பழங்குடி மக்களும் மக்கள் தொகைக் கணக்கெடுப்பும்' போன்ற பலவித தலைப்புகளில் உரையாற்றினார். செய்தித்தாள்களில் அவருடைய உரைகள், பேச்சுக்களைப் பற்றி விரிவான செய்திகள் வெளிவந்தன. அவரை ரசித்த ஒரு பத்திரிகையாளர் சொன்னது போல, பம்பாய்ச்

சமூகம் அவரைத் தனது செல்லமான மானிடவியல் அறிஞராக வரித்துக்கொண்டது.

அப்படி எழுதிய பத்திரிகையாளரின் பெயர் டி.எஃப். கராகா (*D.F. Karaka*). அவர் காந்தி, நேரு இருவரின் வாழ்க்கை வரலாற்றை எழுதியவர். அவரைப் போலவே ஆக்ஸ்போர்டில் படித்த இன்னொருவரான, ஃப்ரான்க் மோரேஸுக்கு அடுத்த படியாக, அந்தத் தலைமுறையில், கராகா மிகப் புகழ்பெற்ற பத்திரிகையாளராக விளங்கினார். *பாம்பே கிரானிகிள்* பத்திரிகையில் அவர் எழுதிய தொடரிலும், அவர் எழுதிய புத்தகங் களிலும் மெர்ட்டனில் படித்துவிட்டு, பழங்குடி மக்களுடன் வாழ்ந்துகொண்டிருக்கும் எல்வினுக்கு இருந்த செல்வாக்கையும் அவர் ஏற்படுத்திய விளைவுகளையும் படம்பிடித்துக் காட்டினார். "உரையாடுவதில் சிறந்தவர், பண்பட்டவர், நாகரிகமாகப் பேசுகிறவர், நன்கு படித்த அறிவாளி, நமது தலைமுறையிலேயே நன்றாக உரைநடை எழுதக் கூடியவர். மானிடவியலில் எல்வின் அளித்த பங்களிப்பு, மனிதனைப் பற்றிய மிகச் சிறந்த ஆய்வு களில் வைக்கத் தக்கது." எல்வினுடைய உரைநடையின் தரத்தை, ஆய்வுச் சிறப்பை அறிந்தவர்கள் பலர் இருந்தார்கள். அவருடைய ஆளுமையை, பேச்சுத் திறனை அறிந்துகொள்ள நமக்குக் கிடைத்தது, கராகா வைத்திருந்த ஒரு பேச்சின் எழுத்து வடிவம். ரோட்டரி கிளப்பில், எல்வின் பேசினார்

> "இந்தியாவில் வறுமை நமக்குப் பழக்கப்பட்டுவிட்டது. அதனாலேயே அது என்னவென்று நாம் மறந்து போகிறோம். ஒருநாள் நடந்த நிகழ்ச்சியை நினைத்துப் பார்க்கிறேன். ஒரு குடும்பம் கண்ணீருடன் எங்களிடம் வந்தது. அவர்களுடைய குடிசை தீயில் எரிந்துவிட்டது. அவர்களிடமிருந்த எல்லாப் பொருட்களும் தீக்கிரையாகிவிட்டன. மீண்டும் அவர்கள் சாதாரண வாழ்க்கைக்குத் திரும்ப எவ்வளவு பணம் தேவை என்று கேட்டேன். 'நான்கு ரூபாய்கள்' என்று சொன்னார்கள், *ப்ரேவ் நியு வேர்ல்ட்* நாவலின் ஒரு பிரதி யின் விலை நான்கு ரூபாய்.
>
> அதுதான் வறுமை.
>
> ஒரு தடவை, பஸ்தார் மாநிலத்தில், மரண தண்டனை விதிக்கப்பட்ட ஒரு மரியாவிடம், அவனைத் தூக்கிலிடும் முன்னால் "உன் கடைசி ஆசை என்ன?" என்று கேட்டார்கள். நகரத்துப் பாணியில் செய்யப்பட்ட சில சப்பாத்திகளும், மீன் குழம்பும் வேண்டும் என்று கேட்டான். அவனுக்கு அதைக் கொடுத்தார்கள், அதில் பாதியை அவன் மிகவும் அனுபவித்துச் சாப்பிட்டான். மீதம் உள்ளதை ஒரு இலையில்

சுருட்டி, ஜெயிலரிடம் கொடுத்து, "எனது மகன் சிறைக் கதவுக்கு அந்தப்புறம் காத்திருக்கிறான், அவன் இதுநாள்வரை இப்படிச் சுவையான உணவைச் சாப்பிட்டதில்லை. அவன் இப்போதாவது இதைச் சாப்பிடட்டும்" என்று சொன்னான்.

அதுதான் வறுமை.

உங்கள் சின்னக் குழந்தைகளை அழகின் வடிவமாக இருக்கும் வயதில் சாகக் கொடுப்பது வறுமை. உங்கள் மனைவி சீக்கிரம் கிழவியாகிப் போவதையும், வாழ்க்கையின் பாரம் தாங்காமல் உங்கள் அம்மாவின் முதுகில் கூன் விழுவதைக் காண்பதும்தான் வறுமை. அகங்காரம் பிடித்த அதிகாரியின் முன்னால் பாதுகாப்பின்றி நிற்பது, சுரண்டல் காரர்கள், ஏய்ப்பவர்கள் முன்னால் ஒன்றுமே செய்ய முடியாமல் நிற்பது, அதுதான் வறுமை. நீதிமன்றத்தின் வாசலில் பலமணிநேரம் காத்திருந்தும் உள்ளே நுழைய அனுமதி மறுக்கப்படுவது. அதிகார வர்க்கம் செவிடாக, பெரியவர்களும், வசதி படைத்தவர்களும் குருடாக இருப்பதைக் காண்பது, அதுதான் வறுமை.

எப்போதாவது கிடைக்கும் தீயில் சுட்ட எலிக்காகக் குழந்தைகள் சண்டையிடுவதைப் பார்த்திருக்கிறேன். வயதான பெண்கள், விசிறிப் பனைமரத்தின் தண்டுப் பாகத்தை, களைப்புடன் இடித்து மாவாக்குவதைப் பார்த்திருக்கிறேன். ஆண்கள் மரங்களின் மீது ஏறி, செவ்வெறும்புகளைப் பிடித்து, மிளகாய்க்குப் பதிலாக உண்பதைக் கவனித்திருக்கிறேன்.

பட்டினி, அவநம்பிக்கை, சொந்தங்களை இழப்பது, எதுவும் பயனில்லை என்று உணர்வது. அதுதான் வறுமை. அது ஒன்றும் அழகானதில்லை.

எல்வினுடைய பேச்சு ஆக்ஸ்போர்டு யூனியனில், தொழிலாளர் கட்சி அரசியல்வாதியான, ஜார்ஜ் லான்ஸ்பரியின் பேச்சுக்குப் பிறகு, தான் கேட்ட மிகச் சிறந்த பேச்சு என்று கராகா எழுதினார்.

எல்வின் ஆக்ஸ்போர்டில் படித்தவர். சாதாரண மனிதர்கள் நினைப்பது மாதிரியான ஆக்ஸ்போர்டு அல்ல. அவர்கள் கருத்துக்கு மாற்றாக, நல்ல புகழ் பெற்ற மேதைகளை உருவாக்கிய ஆக்ஸ்போர்டு. அங்கே படித்தவர் பெரும் சாதனைகள் புரிவார். நரிவேட்டை நிபுணர் இருவர் ஆக்ஸ்போர்டில் உருவாயினர். இருவரில் ஒருவர் குடிகாரர், இன்னொருவர் கற்பனாவாதத் தேசபக்தர். எல்வின்

உண்மையான மேதை. அவர் மெர்ட்டனின் கோதிக் பாணி வாசலில் இருந்து, உருளைக் கற்கள் பதிக்கப்பட்ட தெருவில், தன் வழக்கப்படி தோளை உயர்த்தி, பாக்கெட்டில் கையை வைத்துக்கொண்டு, புத்தகங்களைக் கையிடுக்கில் சொருகிக்கொண்டு நடந்து செல்வதைக் கற்பனை செய்து பார்க்கிறேன். அவர் எதைப் பற்றிச் சிந்தித்துக் கொண்டிருக்கிறார்? ஷோபன்ஹோவர் அல்லது ஹக்ஸ்லி பற்றியா அல்லது பீத்தோவனின் சிம்பனி பற்றியா?

கொஞ்சம்கூடத் தன்னலம் கருதாமல், எல்வின் தியாகம் செய்வதைக் கண்டு மற்ற இந்தியர்களைப் போலவே அந்தப் பத்திரிகையாளரும் வியந்தார். மண்ட்லாவில் இருந்த கோண்டு களுக்கும் மெர்ட்டன் கல்லூரியில் பயின்ற மாணவர்களுக்கும் வெகுதூரம். சாதாரணமாக, அவரைப் போன்ற ஒரு ஆங்கிலேயர் மற்ற எல்லோரையும் போல, வரலாற்றுப் போக்கின்படி, ஆக்ஸ்போர்டு கல்லூரியிலோ, ஒரு தேவாலயத்திலோ சேருவதே வழக்கம். அப்படி ஒரு ஆங்கிலேயர், வறுமை என்றால் என்ன என்று சொல்வதை கராகாவைப் போன்ற ஆயிரக்கணக்கான இந்தியர்கள் கேட்டனர். இந்தியாவின் அரசியல் முக்கியத்துவம் வாய்ந்த ஒரு குடும்பத்தில் பிறந்த, கிருஷ்ணா ஹத்தீ சிங் சொல்வதைப் பார்ப்போம்.

வறுமையைப் பற்றி, துயரங்களைப் பற்றிக் கதை கதையாக அவர் சொல்லச் சொல்ல, எனக்கு வாயடைத்து, மரத்துப் போய்விட்டது. அந்த அறையில் என்னைச் சுற்றி இருந்த, செல்வந்தர்கள், அழகிய யுவதிகள், அதிகாரம் உள்ளவர்கள் ஆகியோரைப் பார்த்தேன், இந்த மறக்கப்பட்ட மக்களின் கதைகள் அவர்களுக்குள் என்ன பாதிப்பை ஏற்படுத்துகிறது என்று வியந்தேன். சிலர் அதைப் பற்றிக் கவலைப்படவில்லை. சிலர் புன்னகைத்துக் கொண்டிருந்தனர். இது என்ன நம்ப முடியாத கதையா? அவர்களால் உண்மையிலேயே நம்ப முடியவில்லையா? அதனால்தான் கேலியாகப் புன்னகைக்கிறார்களா? ஒருவேளை, அது உண்மையாக இருந்தாலும், சிலர் ஏழையாக இருப்பதும் சிலர் வசதி படைத்தவர்களாக இருப்பதும் கடவுளின் செயல் என்று அவர்கள் நினைத்தார்களா? என்றெல்லாம் வியந்தேன்.

ஆனால் எல்வின் உச்சரித்த ஒவ்வொரு வார்த்தையையும் கவனித்துக் கொண்டிருந்தவர்களும் இருந்தார்கள். தற்செயலாகக் குனிந்து என் கைகளை, உடைகளைப் பார்த்தேன், எந்தக் கடுமையான வேலையையும் செய்திராத கைகள், நான் அணிந்த உடைகளின் விலையில் பத்து

கோண்டுகளுக்கு அல்லது அதற்கும் அதிகமானவர்களுக்கு உணவு கொடுத்திருக்க முடியும். அந்தப் பணத்தை வைத்து என்ன செய்ய முடியும் என்று தெரியாமல் நேரத்தையும் பணத்தையும் செலவழித்து வாங்கிய உடைகள் அவை. எனக்கு வெட்கமாயிருந்தது. இந்தப் பேச்சைக் கேட்ட பின் இந்த விலையுயர்ந்த உடைகளுடன் எல்வினை நான் பார்க்க முடியாது. என்னைத் துளைக்கும் கண்களில் படாமல் எங்காவது ஒளிந்துகொள்ள விரும்பினேன். அவ்வளவு மோசமாக உணர்ந்தேன்.

○ ○ ○

எல்வினுடைய பேச்சை மிகுந்த அனுதாபத்துடன் கேட்டவர்கள் இருந்தனர். மிகுந்த வெறுப்புடன் அதை நோக்கியவர்களும் உண்டு. பழங்குடி மக்களின் நிலைமையைப் பற்றிய எல்வினுடைய விளக்கங்கள் மிகவும் சர்ச்சைக்கு உரியவையாக இருந்தன. அவருடைய பழைய நண்பரான ஏ.வி. தக்கர் போன்ற காங்கிரஸ் அனுதாபிகளான இந்துக்கள், 'அவர் பழங்குடி மக்களைத் தேசிய இயக்கத்தில் இருந்து தள்ளி வைக்க விரும்புகிறார். அதனால் ஏற்படும் பயன்கள் அவர்களை அடையக் கூடாது என்று நினைக்கிறார்' என்று குறை கூறினர். 'பழங்குடி மக்களை, ஆதிக்கம் செய்ய விரும்புவோரிடம் இருந்தும், அனுதாபம் அற்றவர்களிடம் இருந்தும் காக்க விரும்புகிறேன்' என்று எல்வின் பதில் சொன்னார். ஆனால் அந்தக் குற்றச்சாட்டு தொடர்ந்து சொல்லப்பட்டு வந்தது. தக்கர் பாபாவுடன் இருந்த ஒருவர் "எல்வின் பழங்குடி மக்களின் நிலைமையை விவரிக்கும் மானிடவியல் அறிஞர் அல்லர். தன் கொள்கையைச் முன்வைக்க, பரப்ப விரும்புகிற அரசியல்வாதி" என்று சொன்னார். "முஸ்லிம் லீக் போல இந்தியாவை இனவாரியாகப் பிரித்து, அவர்களுடைய பாகிஸ்தான் போல ஒரு பழங்குடிஸ்தானை, அவரைப் போன்ற இனவரைவியல் அறிஞர்கள் ஆட்சி செய்யும் குட்டி நாடாக விரும்புகிறார்" என்று எல்வினைக் குற்றம் சாட்டினார்.

'பைகா மக்கள்' என்ற அவரது நூலின் இறுதியில், தேசியப் பூங்காக்கள் அமைக்க வேண்டும் என்று அவர் வலியுறுத்தியதை, அவருடைய எதிரிகள் கெட்டியாகப் பிடித்துக்கொண்டனர். அங்கே வேட்டையாட, மீன்பிடிக்க, பேவார் (விவசாய முறையைக்) கடைப்பிடிக்கப் பழங்குடி மக்களுக்குச் சுதந்திரம் உண்டு. பழங்குடி மக்களைத் தவிர மற்றவர்கள் நுழைய அனுமதி கிடையாது. 'தேசியப் பூங்கா' என்ற வார்த்தை சரியானதல்ல. ஏனெனில் அதைப் பிடித்துக்கொண்டு, அவருடைய எதிரிகள், 'அவர் பழங்குடி மக்களை விலங்குக் காட்சிசாலையில் வைக்க

விரும்புகிறார். அதில் அவர் போன்ற மானிடவியல் அறிஞர்களான அன்னியர்கள் மட்டும் போக வர உரிமை உண்டு' என்று குற்றம் சாட்டினர். எல்வினுடைய பங்களிப்பைப் புரிந்துகொள்ள இந்த விமரிசனம் இன்றும் தடையாக இருப்பதால் அதற்கு அவர் சொன்ன பதில் நினைவுகூரத் தக்கது. 1942ஆம் ஆண்டு மார்ச் மாதம் அவர் பூமிஜன் சேவா மண்டல் சார்பாக இவ்வாறு எழுதினார்:

"நாங்கள் பழங்குடி மக்களை விலங்குக் காட்சிசாலையில் வைக்கவிரும்புகிறோம்" என்பது எங்களைப் பற்றிச் சமீபத்தில் சொல்லப்படும் முட்டாள்தனமான விஷயங்களில் ஒன்று. இது கொஞ்சமும் இரக்கமில்லாத குற்றச்சாட்டு. ஒரு விலங்கை விலங்குக் காட்சிசாலையில் வைப்பதென்றால் அதன் பொருள் என்ன? நீங்கள் அதை அதன் இருப்பிடத்தில் இருந்து எடுத்துச் செல்லவேண்டும், சுதந்திரத்தைப் பறிக்க வேண்டும், அதன் இயற்கையான உணவைக் கொடுக்கக் கூடாது, அது இயல்பாக வாழ விடக்கூடாது. ஆனால், என் வாழ்க்கை முழுவதும் பழங்குடி மக்களின் சுதந்திரத்திற்காக, அவர்கள் தங்கள் புராதனக் காடுகளில், மலைகளில் குடியிருப்பதற்காக, அவர்கள் வாழ்வைத் தங்கள் விருப்பப்படி வாழ்வதற்காக, தங்கள் உணவை அவர்கள் உண்பதற்காக, தங்கள் மரபுவழி வந்த பொழுது போக்கு அம்சங்களால் தங்களைப் புதுப்பித்துக்கொள்வதற்காகத் தீவிரமாக போராடி வந்திருக்கிறேன்.

பழங்குடி மக்களை நேசிக்கும் இந்த மனிதர், எது விகாரமானது, எது சாதாரணமானது என்று சிந்தித்தும் வைத்திருந்தார்.

நான் ஒருவேளை மானிடவியல் காட்சிச் சாலையை அமைக்க விரும்பியிருந்தால், அதில் மரியா மக்களை, பைகா மக்களை வைத்து நிரப்ப மாட்டேன். வேறு ஆட்களைத் துணைக்கு வைத்திருப்பேன். சேவா கிராமத்தில் இருக்கும் எல்லோரையும் ஒரு இடத்தில் அடைப்பேன்; நன்றாகக் கட்டிய ஒரு கூண்டில், மகாத்மாவுடன் பேசும் தூரத்தில் முஸ்லிம் லீகின் தலைவரை அடைத்து வைப்பேன். ஒரு ஒதுக்குப் புறமான இடத்தில், பம்பாயில் இருக்கும் புனித வாதிகளின் குழுவின் அலுவலர்கள் எலுமிச்சம் பழச்சாறு அருந்துவதைக் காண ஆர்வமாகப் பார்வையாளர்களை வரவழைப்பேன். இன்னொரு இடத்தில், இந்துப் பழமைவாதிகளையும், இந்திய அரசின் சில அதிகாரிகளையும் கவனத்துடன் தேர்ந்தெடுத்து, சேர்த்து வைப்பேன். இந்த மாதிரி ஆட்கள், டோடோ பறவைகள் போல இன்னும்

கொஞ்ச நாட்களில் அழிந்துவிடுவார்கள், அதனால், சமூகவியல் ஆய்வுக்கு முக்கியமானவர்கள், கண்டிப்பாகக் காக்கப்படவேண்டியவர்கள். ஏழை சந்தால் பழங்குடி மனிதனைவிட, லின்லித்கோ பிரபுவின் மனநிலை மிகவும் ஆர்வத்துக்குரியதாக, இன்னொரு காலத்தைச் சேர்ந்த விஞ்ஞானிகளுக்கு விந்தைதரும் விஷயமாக இருக்கும். இந்திய விவகாரங்களுக்கான உள்துறைச் செயலர் திரு அமெரியையும் என் காட்சிசாலையில் வைக்க விரும்புவேன். ஆனால் அந்த மாதிரிப் பொருட்கள் விலை உயர்ந்ததாக இருக்கும், இங்கிலாந்தில் இருந்து போர்க்காலத்தில் அவரை இங்கு கொண்டு வருவதற்கும் மிகவும் செலவாகும்.

இந்தக் கேலிச் சித்திரம், இந்திய அரசியலைக் குழப்பிக் கொண்டிருக்கும் வெறிபிடித்த, சண்டையிடும் குழுக்களைப் பற்றியது. அதே சமயத்தில், மறைமுகமாகப் பழங்குடி மக்களின் விலங்கு காட்சி சாலை என்று சொல்வது அபத்தம் என்ற தன்னிலை விளக்கமாகவும் இருந்தது. ஆனாலும், எல்வின் பழங்குடி மக்களை அவர்களுக்கென ஒதுக்கப்பட்ட நிலப்பகுதிகளில் தனித்து வைக்க விரும்புகிறார், பொது வாழ்வின் போக்கிலிருந்து விலக்கி வைக்க விரும்புகிறார் என்ற குற்றச்சாட்டு நீங்கவில்லை. ஜி.எஸ். குர்யே என்ற பம்பாய் பலகலைக் கழக சமூகவியல் பேராசிரியர் இதை மிகத் தெளிவாக முன்வைத்தார். குணத்திலும் அறிவிலும் குர்யேவுக்கும் எல்வினுக்கும் இருந்த இடைவெளி மிக அதிகம். குர்யே தன்னுடைய மேஜையை விட்டு அகலாத, புத்தகங்களை மட்டுமே ஆராய்ச்சி செய்யும் அறிஞர். புத்தகப்புழு. கள ஆய்வில் அதிகபட்சமாக மூன்று நாட்களைச் செலவிட்டவர். சமஸ்கிருதத்தில் ஊறிய அந்தணர்; அவர்களுடைய உணவில் வாசனைப் பொருட்களைச் சேர்க்க மனைவியை அனுமதிக்க மாட்டார். கல்லூரியில் பயிலும் தன் மகள் திரைப்படம் பார்க்க அனுமதி தர மாட்டார். உடையிலும், நடத்தையிலும் பழைய மரபுகளைக் தீவிரமாகப் பின்பற்றியவர். மாணவர்கள், உடன் பணிபுரிபவர்கள், குடும்பத்தினர் அனைவரிடமும் மரியாதையை எதிர்பார்த்தவர், அதைப் பெற்றவர்.

1943ஆம் ஆண்டு செப்டம்பரில் குர்யே 'பழங்குடி மக்கள் என்று அழைக்கப்படுகிறவர்களும் அவர்களின் எதிர்காலமும்' *(The Aborigines - So called - and their Future)* என்ற நூலை வெளியிட்டார். இந்தப் புத்தகத்தில், பெயர் குறிப்பிட்டும் குறிப்பிடப்படாமலும் எல்வின் எதிரியாகக் காட்டப்படுகிறார். 'பைகா மக்கள்' நூலை ஆதாரமாக வைத்துக்கொண்டு, எல்வின் 'மாற்றத்தை விரும்பாதவர், பழைமைக்கு உயிர்கொடுக்க விரும்புகிறவர், பழங்குடி மக்கள், வேறு எதைப் பற்றியும் கவலைப்படாமல்,

தங்கள் பழைய வாழ்க்கை முறைகளைப் பின்பற்ற வேண்டும் என்று நினைப்பவர்' என்று தாக்கினார். இந்துக்களுக்குப் பிடித்ததை எல்வின் வெறுப்பார். குர்யே பழங்குடி மக்களின் நம்பிக்கைகள், இந்துக்களின் நம்பிக்கைகள் இரண்டிலும் இருக்கும் ஒற்றுமைகளை நிறைய உதாரணங்கள் மூலம் காட்டினார். பழங்குடி மக்கள் இந்துக்களின் இயக்கங்களிலும் அவர்களுடைய அதிகார அமைப்புகளிலும் பங்கேற்றிருப்பதைச் சுட்டிக் காட்டினார். இந்துச் சமூகத்தில் முழுதாகக் கலந்துவிடாத இந்துக்கள் என்றுதான் அவர்களைச் சரியாகச் சொல்லலாம். மானிடவியலில் 'பழங்குடி மக்கள்' என்று சொல்வதைவிட, 'பிற்பட்ட இந்துக்கள்' என்று அழைக்கலாம்.

பழங்குடி மக்களும், இந்துக்களும் பழகும்போது சில சமயங்களில் துயரம் ஏற்படும் என்று குர்யே ஒத்துக்கொண்டார். ஆனால், பொருளாதார இழப்பைத் தொடர்ந்து மனத்துயரம் நேரும், பயம் தோன்றும் என்பதை ஒத்துக்கொள்ளவில்லை. இந்துக்களுடன் பழகுவது அவர்களுக்கு நலம் பயக்கும். பயிர்செய்வதில் நல்ல முறைகள் அவர்களுக்குத் தெரியவரும், மதுவுக்கு அடிமையாகும் பழக்கம் ஒழியும். இந்துக்களுடன் கலந்து விடுவதால், பழங்குடி மக்கள் அடிமைகள் ஆகிவிடுவார்கள், அவர்களுடைய பண்பாடு சிதைந்துவிடும், பெண்கள் ஒடுக்கப் படுவார்கள் என்பதை எல்லாம் அவர் ஒத்துக்கொள்ளவில்லை. தேசியவாதம் ஓங்கியிருக்கும் இந்தியாவில் சமத்துவம் கோரும் மனநிலை இருக்கிறது. 'இந்துக்களிடையே தீண்டாமைக்கு எதிராக, பெண்களின் முன்னேற்றத்துக்காக நடக்கும் இயக்கங்களின் காரணமாகப் பழங்குடி மக்கள் ஜாதி அடுக்கின் கீழ் வரவோ, அவர்களின் பெண்கள் சுரண்டலுக்கு ஆளாவதோ நடக்காது. அது போலவே நாட்டார் பண்பாட்டில், நாட்டியங்களில் வளர்ந்துவரும் ஆர்வம் காரணமாகப் பழங்குடி மக்களின் பாட்டும் கூத்தும் பாதுகாக்கப்படும்; அது இந்தியப் பண்பாடு என்னும் ஒரு கலவையின் ஒரு பகுதியாக இருக்கும்.' எல்வின் குழந்தை மணத்தை வெறுக்கிறார். ஆனால், குர்யே குழந்தை மண முறையைப் பழங்குடி மக்களிடம் அறிமுகப்படுத்தினால், அது அவர்களுடைய சுதந்திரமான உடலுறவு முறைகளைக் கட்டுப்படுத்தும், பால்வினை நோய்கள் பரவுவதைத் தடுக்கும். மணவாழ்வு நிலையாக இருக்கும் என்றார்.

குர்யேவின் பார்வையில், ஆங்கிலேய ஏகாதிபத்திய ஆட்சிதான் பழங்குடி மக்களின் அதிருப்திக்கு முக்கியக் காரணம். ஆங்கில அரசின் சட்டங்களும், வருவாய்த்துறையும் நுழைந்ததால்தான் பழங்குடி மக்கள் விலகி இருக்க வேண்டிய சூழ்நிலை ஏற்பட்டது. தனிமனிதச் சொத்துரிமைச் சட்டத்தின்

கீழ் நிலங்களைக் கொண்டுவந்ததும், நிலங்களை விற்க, வாங்க ஏற்பட்ட சந்தையும், வனத்துறையின் கடுமையான சட்டங்களும், சுரண்டுகிற வரிவிதிப்புக் கொள்கையும் எல்லாம் சேர்ந்து பழங்குடி மக்களை ஏழ்மையில் மூழ்க வைத்தன. அவர்களை நில உடைமையாளர்கள், வட்டிக் கடைக்காரார்கள், சாராய காண்டிராக்டர்கள் இவர்களின் பிடியில் தள்ளியது. அந்தப் புத்தகத்தின் முன்னுரையில், பொருளாதார நிபுணர், டி.ஆர். காட்கில் உணர்ந்து எழுதியது போல, ஆங்கிலேய ஆதிக்கத்தின் விளைவாக உண்டான சுரண்டலின் அடுத்த கட்டம் தான் இந்துக்கள் பழங்குடி மக்களைச் சுரண்டுவது. ஆங்கில ஆட்சி ஏற்பட்டு, நிலைபெற்றதனால் பழங்குடி மக்களுடன் ஏற்பட்ட தொடர்புகளின் பரிமாணத்தில் ஒரு புரட்சிகர மாற்றம் வந்தது. பழங்குடி மக்களின் ஏழ்மையை, காலனியச் சுரண்டலின் வரலாற்றில் இருந்து பிரிக்க முடியாது. பழங்குடியினரைத் தனிமைப்படுத்த வேண்டும் என்ற எண்ணம் உடைய எல்வின் போன்றவர்களால், இந்தத் தொடர்பைக், காண முடியவில்லை.

அவருடைய புத்தகத்தில் பேராசிரியருடைய சொந்தக் கருத்துக்கள், விழுமியங்கள் வெளிப்படுகின்றன. அவர் மதுவை வெறுப்பவர், அது பழங்குடி மக்களின் சாபக்கேடு என்று நினைப்பவர். அது தடுமாற்றத்தை ஏற்படுத்தும், சக்தியை விரையம் செய்யும், சோம்பேறித்தனத்தை வளர்க்கும். அவருக்கு திருமணத்துக்கு முன் உடலுறவு கொள்ளும் வழக்கம் பிடிக்காது. குர்யே ரொம்பச் சுத்தம் பார்ப்பவர், சீர்திருத்தம் வரவேண்டும் என்ற ஆர்வம் உள்ளவர். தர்க்க ரீதியான அவரது விளக்கங்கள் பழங்குடிகள் – இந்துக்கள் உறவில் சீர்திருத்தம் கொண்டுவர வேண்டும் என்ற ஆர்வத்தைக் காட்டின.

'பழங்குடி மக்கள் என்று அழைக்கப்படுகிறவர்களும் அவர்களின் எதிர்காலமும்' நூல் அச்சில் இருக்கும்போதே ஆக்ஸ்போர்டு பல்கலைக்கழகப் பதிப்பகம் எல்வினுடைய 'பழங்குடி மக்கள்' என்ற நூலை வெளியிட்டது. அதன் மூலம் பழங்குடிகளின் வாழ்வுமுறைகளைக் காக்கவேண்டும் என்ற கருத்து பொதுமக்களின் கவனத்துக்கு வந்தது. இந்தக் குறுநூல், இந்தியப் பிரச்சனைகள் பற்றிய ஆக்ஸ்போர்டு பதிப்பகத்தின் மிகப் பிரபலமான குறுநூல்களின் வரிசையில் 14ஆவதாக வந்தது. காங்கிரஸ் ஆட்சிக்கு வந்தால் மந்திரிகள் ஆக வாய்ப்புள்ள அரசியல்வாதிகள், பொருளாதார அறிஞர்கள் நிதித்துறை, நிலங்கள், மொழிகள், பெண்களின் நிலை, இன்னும் எதிர்கொள்ள இருக்கும் பல விஷயங்கள் பற்றி இந்தக் குறுநூல்கள் எழுதினர். இவை பலராலும் படிக்கப்பட்டன, நிறைய விவாதங்களும் நடந்தன. எல்வினுடைய குறுநூல் இவற்றையெல்லாம்

மிஞ்சியது. பேராசிரியர் குர்யே மிகவும் கோபம் கொண்டார். குர்யேவைப் பொறுத்தவரை, எல்வினுடைய 'பழங்குடி மக்கள்' நூல், தாமதமாக வந்ததால், தன்னுடைய நூலில் அதில் சொல்லப் பட்ட கருத்துக்களை விமரிசிக்க முடியவில்லை. எனவே இந்தப் பணி அவருடைய மிகச் சிறந்த மாணவர், எம்.என். சீனிவாஸிடம் கொடுக்கப்பட்டது. எம்.என். சீனிவாஸ், பம்பாய் பல்கலைக்கழக இதழில், எல்வின் குறிப்பிட்ட 'பதற்றம்' என்பது 'வாதத்துக்கு வசதியான மேலோட்டமான வாசகம்' என்று விமரிசித்தார். மேலினேசியாவில், டபிள்யு.ஹெச்.ரிவர்ஸ் என்ற மானிடவியல் அறிஞர் வகுத்த 'வாழ்வில் அக்கறையின்மை' என்ற கருதுகோளை, இந்திய நிலைக்குத் தவறாகப் பொருத்திப் பார்க்கிறார். மாலினேசியாவில், நோய்கள், பட்டினி, மக்கள் தொகை குறைவது போன்ற சரிபார்க்கக் கூடிய தரவுகள், புள்ளிவிவரங்கள் கிடைத்தன. பழங்குடி மக்கள் பாதுகாக்கப்பட வேண்டும் என்ற எல்வினுடைய கொள்கையின் பின்புலத்தில் விஞ்ஞான ஆதாரம் இருப்பதாகச் சொல்வதை எம் என் சீனிவாஸ் மறுத்தார். பேவார் முறை விவசாயம் செய்யும் பைகாவுக்கு, ஏர் உழவு விவசாயம் மரண அடியாக இருக்கும் என்ற வாதத்தை எதிர்த்து அவர் இவ்வாறு எழுதினார்:

> மானிடவியலுக்குப் புதியதாக வந்த ஒவ்வொருவருக்கும் ஓர் உண்மை தெரியும் என்பதை எல்வின் மறந்துவிட்டார்: பண்பாடு நிலையானதல்ல, மாறிக்கொண்டே இருப்பது. பழைய நடைமுறைகள் தூக்கி எறியப்படும், அல்லது கொஞ்சம் மாறும், புதிய நடைமுறைகள் ஏற்றுக்கொள்ளப்படும். அதுதான் வாழ்க்கை. சில நேரங்களில் புதிய பழக்கங்கள் அந்தக் குழுவுக்கு மோசமான விளைவுகளை ஏற்படுத்தலாம். ஆனால் அதை ஒவ்வொரு விஷயத்திலும் நிரூபிக்க வேண்டியிருக்கும். பைகா மக்கள் உழுது விவசாயம் செய்ய இயலாதவர்கள் என்ற முடிவுக்கு வர ஒரு சான்றும் இல்லை. அதை நடைமுறைப்படுத்துவதில் எச்சரிக்கையுடன், மெதுவாகச் செயல்படவேண்டும். ஆனால் அப்படிச் செய்யவே முடியாது என்று சொல்வது வேறு விஷயம்.

'பழங்குடி மக்கள்' நூலைத் கடுமையாக விமரிசித்து எழுத வேண்டும் என்று தன்னுடைய ஆசிரியர் குறிப்பிட்டுச் சொன்னதாக எனக்கு அளித்த ஒரு பேட்டியில் எம்.என்.சீனிவாஸ் நினைவுகூர்ந்தார். எல்வினை குர்யே வெறுத்தார் என்பதில் சந்தேகம் இல்லை. எல்வினுக்குக் கிடைத்த புகழைக்கண்டு பொறாமைப்பட்டார். அவருடைய சொந்த வாழ்க்கையைக் (எல்வின் எப்படி இருப்பதாகக் கற்பனை செய்துகொண்டாரோ அந்த வாழ்க்கையைக்) குற்றம் கூறினார். தன்னுடைய ஒரு மாணவர்,

துர்கா பாக்வத், கோண்டுகள் மத்தியில் களப்பணி செய்யத் தொடங்கும் முன்னால், எல்வினைக் கண்டு பேசியதற்காக, குர்யே அவரை கடைசிவரை மன்னிக்கவே இல்லை. ஒருமுறை பம்பாயில், ஏஷியாடிக் சொசைடியில், ஒரு கருத்தரங்கில், எல்வினுடன் ஓரே அறையில் இருக்க நேர்ந்தபோது, அவருடைய நண்பரின் காதில் கிசுகிசுத்தார் "அவர் முகத்தைப் பார்த்தாயா? அவருடைய வாய் காம வக்கிரம் கொண்டவனுடைய வாய்."

எல்வின் தன்மீது குர்யே முன்வைத்த கடுமையான விமரிசனத்தை நன்றாக உணர்ந்திருந்தார். ஷாம்ராவ் எழுதிய 'நாடோடி அறிஞர்' என்ற புத்தகத்தில் இரண்டு குறிப்புகள் இருக்கின்றன. அதில் ஒன்று, அந்தப் பம்பாய் அறிஞர் எழுதிய மிகவும் நேர்மையற்ற ஒரு புத்தகத்தைக் குறிப்பிடுகிறது: இன்னொரு புத்தகத்தில் அவரது பெயரைச் சொல்லி, குர்யேவின் ஞானத்தையும், தன் மாணவர்களிடம் ஆராய்ச்சியில் உத்வேகம் ஊட்டும் அவரது சக்தியையும் எல்வின் பாராட்டினார் என்றும் ஆனால், அவருக்கு சமூகத்தை ஆய்வு செய்யும் குண நலங்கள் இல்லை என்பது வருத்தத்துக்கு உரியது என்றும் குறிப்பிடுகிறது. எப்போதும் போல, பில் ஆர்ச்சருக்கு எழுதிய கடிதத்தில் எல்வின் தனது உணர்வை வெளிப்படையாக இவ்வாறு எழுதினார்:

> குர்யேவின் புத்தகம், வெறுப்பைக் கொட்டுவது, மானிடவியல் துரோகியால் எழுதப்பட்டது ... அதைச் சரியாக, முழுவதுமாக மறுக்கவில்லை என்றால், பழங்குடி மக்களுக்கும், நமது லட்சியத்துக்கும் சொல்லொணாத் தீங்கு விளைவிக்கக் கூடியது. இதை நீங்கள் மிகவும் தீவிரமாக எடுத்துக்கொள்ள வேண்டும். குர்யே தாக்குவதற்கு என்னைத் தேர்ந்தெடுத்திருக்கிறார் என்பது முக்கியமல்ல. இந்த விமரிசனத்தால் என்னுடைய புகழுக்குக் களங்கம் நேராது. ஓர் இந்து எழுதிய இந்தப் புத்தகம், பழங்குடி மக்களின் பிரச்சனைகளைக் கவனிக்கும் அரசியல்வாதிகள், நிர்வாகிகள் மனதில் ஏற்படுத்தும் விளைவை எண்ணி மிகவும் கவலைப்படுகிறேன்.

தன்னுடைய புகழையும், தான் செய்யும் வேலையையும் குர்யேவின் புத்தகம் கெடுத்துவிடும் என்று எல்வினுக்குத் தெரியும், அவர் தேவைக்கு அதிகமாக எதிர்ப்புத் தெரிவித்தார் என்று நான் நினைக்கிறேன். *இந்தியாவில் மனிதன் (Man in India)* இதழில் ஒரு இதழ் முழுவதையும் *'பழங்குடி மக்கள் என்று அழைக்கப்படுகிறவர்களும் அவர்களது எதிர்காலமும்'* நூலைப் பற்றி விமரிசனம் செய்ய வேண்டும் என்று எல்வின் விரும்பினார். டபிள்யு.வி. கிரிக்சன், ஐ.சி.எஸ்., இந்திய பழங்குடி

மக்கள் ஆய்வாளர் ஆஸ்திரிய அறிஞர் சி.வொன் ஃப்யுரர் ஹைமெண்டார்ஃப், இந்திய மானிடவியலாளர் பி.எஸ். குஹா போன்றவர்கள் அவருக்கு ஆதரவாக எழுதக் கூடியவர்கள். அவர்களை வைத்துக் கட்டுரைகள் எழுத வைக்க விரும்பினார். ஆனால், ஆர்ச்சரின் ஆலோசனைப்படி, மிகச் சரியாக அரசியல் போக்கைக் கருத்தில் கொண்டு *இந்தியாவில் மனிதன்* இதழ் அந்தப் புத்தகத்தைக் கண்டுகொள்ளவில்லை.

❍ ❍ ❍

குர்யேவின் புத்தகம் எல்வினை மிக ஆழமாகக் காயப்படுத்தி விட்டது. பலவருடங்கள் வரை அவர் எழுதிய எல்லாவற்றிலும் அதன் பாதிப்பு இருந்தது. 1944ஆம் ஆண்டு ஜனவரி மாதம், அகில இந்திய விஞ்ஞான மாநாட்டில் அதன் மானிடவியல் பிரிவில், 'மானிடவியலில் உண்மை' என்ற தலைப்பில் தலைமை உரையாற்றினார். மகாத்மா காந்தி உண்மையின் அடிப்படையில் நம் எல்லோரையும் சிந்திக்க வைத்திருக்கிறார். அந்த உந்துதலில் தலைப்பைத் தேர்ந்தெடுத்ததாக அவர் சொன்னார். அவர் பேச்சின் பெரும்பகுதி தன்னிலை விளக்கமாக இருந்தது. பழங்குடி மக்களின் மதம், அது இந்து மதத்தில் இருந்து எப்படி வேறுபடுகிறது என்று கண்டறியும் சிக்கலான பிரச்சனையை ஆய்ந்துகொண்டிருக்கும் மானிடவியல் ஆய்வாளர்களிடம் (பெயர் சொல்லாவிட்டாலும், அவர் ஆங்கிலேய மானிடவியலாளர்களைக் குறிப்பிடுகிறார் என்பது வெளிப்படையாகத் தெரிந்தது.) இருந்து தன்னை வேறுபடுத்திக் காட்டினார். 'நான் பெயர் சொல்ல விரும்பாத இந்திய எழுத்தாளர்கள், பழங்குடி மக்கள் வசிக்கும் கிராமங்களில் ஒருவாரமோ பதினைந்து நாட்களோ தங்கிவிட்டு, கட்டுரைகள், குறுநூல்கள் எழுதுகிறார்கள். பைகா மக்களுடன் ஏழு ஆண்டுகள் வாழ்ந்துவிட்டு புத்தகத்தை எழுதி வெளியிட்டேன்' என்றார். இந்திய மானிடவியல் பற்றி வரும் புத்தகங்களில் படங்கள், புத்தகம் தயாரிக்கும் தரம் மிகவும் மோசமாக இருக்கின்றன என்று குறை சொன்னார். உண்மை என்னும் பெரும் குடும்பத்தில், கலையும், கவிதையும் விஞ்ஞானத்தின் கூடப் பிறந்தவை. தன்னைப் பொறுத்தவரை மீட்சிக்கான, மதச் சார்பில்லாத ஒரே வழி விஞ்ஞானமே என்று பூடகமான குறிப்புடன் உரையை முடித்தார்:

> அறிஞனின் தேடல் தோல்வியில் முடியக் கூடியது அல்ல. உண்மையைத் தேடும் முயற்சி வீணாவதில்லை. அவன் எதிர்பார்த்த உண்மையைக் காணமுடியாமல் போகலாம். காணவிரும்பிய உண்மையை அவன் காணாமல் போகலாம். ஆனால், அவனைத் தூண்டும் உணர்ச்சிக்கு அவன்

நேர்மையாக இருந்தால், அவனுடைய அறியாமை, மயக்கம் என்னும் திரைகள் கிழிபட்டு, புரிந்துகொள்வதில் உள்ள குறைகள் என்னும் நிழல்கள் அகற்றப்பட்டு, நிலையான உண்மையை அதன் ஒளி வெள்ளத்தில் காண்பான். பிறகு அந்த அறிஞன் தன்னையும் அந்த உண்மையாகவே மாற்றிக்கொள்வான். அதனுடன் கலந்துவிடுவான். மரண மில்லாதவனாகிவிடுவான். அதுதான் ஒருவன் மரணத்தை வெல்லும் தருணம்.

அந்த ஆண்டில் ஆக்ஸ்போர்டு பல்கலைக்கழகம் அவருக்கு டாக்டர் பட்டம் அளித்தது. தனது டாக்டர் பட்டத்துக்கான ஆய்வுக் கட்டுரைக்குப் பதிலாக, 'பைகா மக்கள்' நூலையும் இன்னும் சில கட்டுரைகளையும், மெர்ட்டன் கல்லூரிக்கு அனுப்பி, அவற்றைப் பல்கலைக்கழகத்துக்கு அனுப்பிவைத்த ஆவண செய்ய வேண்டும் என்று கேட்டுக்கொண்டார். டாக்டர் பட்டம் கிடைத்தால், தன்னுடைய வேலைகளுக்கு உரிய மதிப்புக் கிடைக்கும் என்பதைப் புரிந்துகொண்டு, இந்தப் பட்டத்துக்காக அவர் சுறுசுறுப்பாகத் தெரிந்தவர்கள் மூலம் பரிந்துரைகள் செய்யச் சொன்னார். "இது கிடைத்தால், இந்தியாவில் எனக்கு மிக நல்லது நடக்கும். அவர் பெரிய அறிஞராக இருந்தால் ஏன் இன்னும் டாக்டர் பட்டம் பெறவில்லை என்று என்னை விமரிசிப்பவர்கள் கேட்கிறார்கள்" என்று அம்மாவிடம் சொன்னார். எல்வின் சார்பில் அவருடைய அம்மா பட்டத்தைப் பெற்றுக்கொண்டார்.

1944ஆம் ஆண்டின் இறுதியில், ஆக்ஸ்போர்டு பதிப்பகம் எல்வின் எழுதிய இரண்டு நூல்களை வெளியிட்டது. இரண்டிலும் முகப்பில் ஆசிரியர் பெயருடன் டாக்டர் (ஆக்ஸ்போர்டு) என்று எழுதியிருந்தது. இரண்டு புத்தகங்களும், ஒன்றுக்கொன்று இயைந்த கருத்துக்களைக் கொண்டிருந்தன. 'மகாகோஷலின் நாட்டார் கதைகள்' நூலில் மத்திய பிராந்தியத்தில் பல இடங்களில் சேகரிக்கப்பட்ட 150 கதைகள் இருந்தன. டேப் – ரெக்கார்டர் இல்லாத அந்தக் காலத்தில், எல்வின், ஷாம்ராவ், குறிப்பாக அவர்களது இரு உதவியாளர்களான, குலாப்தாஸ், சுந்தர்லால் இவர்களின் கடும் முயற்சியால் அவை எழுத்துருவம் பெற்றன. இந்தக் கதைகளில் மனிதர்கள் காதல் சாகஸங்கள் நிகழ்த்தினர், காதலிகளைத் தேடி மண்ணுலகிலும், அரக்கர்கள் உலகிலும் சென்றனர். காதலனை அரக்கர்களும், பேய்களும் துன்புறுத்தின, மிருகங்கள் அவனுக்கு உதவி செய்தன. சகோதரச் சண்டைகள், செல்லமாக வளர்க்கப்பட்ட தம்பி மீது அண்ணன்மார்கள் பொறாமைப்படுவது, அல்லது ஒரு ராஜாவின் மீது பலராணிகள்

ஆசைகொண்டு சண்டையிடுவது, இளைய ராணிகள் மீது, மூத்தவர்கள் பொறாமையும் வெறுப்பும் கொள்வது பற்றி மற்றக் கதைகள் இருந்தன. எளியவன் மீது இரக்கம் கொள்ளவைக்கும் கதைகள்; பல தடைகளை மீறிக் கடைசித் தம்பிக்கும், மிக இளையவளான ராணிக்கும் வெற்றி கிடைக்கும்.

ராஜாவின் அந்தப்புரத்தில் நடக்கும் சண்டைகள், பலதார மணத்தின் கொடுமைகளையும், ஆபத்துக்களையும் சுட்டிக் காட்டுவன: அது தவிரக் கதைகள் சொல்லும் நீதிகள் கிடையாது. ஆகச் சிறந்த கதைகள் அவருடைய சொந்தக் கிராமங்களான பதன்கார், கரஞ்சியாவில் கிடைத்தன. எல்லாக் கதைகளும் பழங்குடி மக்களிடமிருந்து உருவானவை. ஆனால், அவற்றில் இதிகாசங்களில் இருந்து எடுக்கப்பட்ட மரபுகள் அதிகம் இருந்தன. எல்வின் மிக மென்மையாகச் சொன்னது போல, தொடர்புகளே இல்லாமல் இருக்கும், கூச்சம் மிகுந்த பழங்குடி மக்களிடம் கூடப் பல நூற்றாண்டுகளாகப் பரவிய இந்துக்களின் கதைமரபுகள், மையக்கரு இவற்றின் பாதிப்பு இருந்தது.

'மைகால் குன்றுகளின் நாட்டார் பாடல்கள்' நூலில் எல்வினுடைய நேரடி அனுபவத்தில், அவருடைய ஊரில் இருந்த கோண்டுகள் மற்றும் அவர் அருகில் இருந்தவர்களின் பாடல்களின் தொகுப்பாகும். அவருடைய உள்ளூர் உதவியாளர்கள் மீண்டும் உதவினர். கோஸி எல்வின் பல அழகிய பாடல்களைப் பாடிக் காட்டினார். எல்வின் அவருக்குத் தனியாக நன்றி கூறியிருந்தார். ஷாம் ராவ் அந்த நூலின் இன்னொரு ஆசிரியர். பத்தாண்டுகளுக்கு முன்னால் வந்த, 'காட்டின் பாடல்கள்' என்ற சின்ன நூலைக் கவனத்துடன் விரிவாக 'மைகால் குன்றுகளின் நாட்டார் பாடல்கள்' என்ற தலைப்பில் மீண்டும் பதிப்பித்தார். பல பாடல்கள் கர்மா, சைலா, ததாரியா நடனங்களுடன் பாட வேண்டியவை. நூலில், பாடுவது பற்றிய இசைக் குறிப்புக்களும், நடன முறைகளும் விவாதிக்கப்பட்டிருந்தன.

'மைகால் குன்றுகளின் நாட்டார் பாடல்கள்' நூலில் இருந்த 600 பாடல்களில் பெரும்பாலான பாடல்கள் காதலைப் பற்றியன. அவற்றில் காதலர்களுக்கிடையில் கிளிகள் அடிக்கடி தூது சென்றன. கால நிலைகளைப் பற்றிய பாடல்கள், மாமியாருக்கும் மருமகளுக்கும் இடையில் நிகழும் உறவுச் சிக்கல்களைப் பற்றிய பாடல்கள் இருந்தன. மற்ற பாடல்கள் புதிய அம்சங்கள் பழங்குடிகளின் வாழ்வில் நுழைவதை விமரிசித்தன. நாகரிகம் தம்மை ஒடுக்குவதை மிக வருத்தத்துடன் ஒரு கவிதை படம்பிடித்தது:

இந்த ஆங்கிலேயர் ஆட்சியில், வாழ்வது எவ்வளவு கடினமாக இருக்கிறது?
வளர்ப்பு மிருகங்களுக்கு வரி கட்ட, பசுவை விற்க வேண்டும்
வனத்துறைக்கு வரி கட்ட காளைமாட்டை விற்க வேண்டும்
நிலவரியைக் கட்ட எருமையை விற்க வேண்டும்
நமக்கு வேண்டிய உணவை எப்படி வாங்குவது?

இந்த ஆங்கிலேயர் ஆட்சியில், வாழ்வது எவ்வளவு கடினமாக இருக்கிறது?
கிராமத்தில் நிலக்கிழார் உட்கார்ந்திருக்கிறான்
வாசலில் தண்டல்காரன் இருக்கிறான்
தோட்டத்தில் தலையாரி அமர்ந்திருக்கிறான்
வயலில் அரசாங்கம் அமர்ந்திருக்கிறது.
இந்த ஆங்கிலேயர் ஆட்சியில், வாழ்வது எவ்வளவு கடினமாக இருக்கிறது?

கோண்டை எல்லோரும் தடுக்கிறார்கள். அந்தப் புத்தகத்தின் மொழிபெயர்ப்பாளர் சொன்னது மாதிரி, அடுத்த பக்கத்தில் இருக்கும் இன்னொரு கவிதை இவற்றில் இருந்து நிம்மதி அடையும் ஒரே வழியைச் சொல்கிறது.

மதுவே நீ எங்களை மன்னர்கள் ஆக்குகிறாய்
உலகமே எங்களை மறந்தால் என்ன?
பிராமணன் தன்னுடைய புத்தகத்தால் வாழுகிறான்
பங்கா குலச் சிறுவன், பங்காப் பெண்ணுடன் ஓடி விடுகிறான்
துலியா குலத்தவன் தன்னுடைய கூடையை வைத்துக் கொண்டு மகிழ்கிறான்
அஹிர் தன் பசு வைத்திருக்கிறான்
ஆனால், ஒரு கோண்டு கவர்னர் ஆக மாற ஒரு பாட்டில் போதும்,
காங்கிரஸ் எங்களை மறந்தால் என்ன?

சத்தீஸ்கரின் நாட்டார் பாடல்களும், 1944 கோடையில் பதிப்பிக்கத் தயார் நிலையில் இருந்தன. ஆனால், தொடர்ந்து புத்தகங்கள் எழுதிக்கொண்டே இருக்கும் எழுத்தாளரின் புத்தகங்களை இடைவெளி விட்டு வெளியிட வேண்டும் என்று பதிப்பகத்தார் கருதியதால், அதை அச்சிடுவதை நிறுத்தி வைத்தனர். மண்ட்லாவிற்குக் கிழக்கிலும் தெற்கிலும் (துர்க், ராய்பூர், பிலாஸ்பூர் மாவட்டங்கள்) இந்தப் புத்தகத்தின் களமாக இருந்தன. அங்கே கைவினைஞர்கள், விவசாயிகளாக இருக்கும் இந்துக்களுடன் பழங்குடி மக்கள், மிகவும் நெருக்கமாக வாழ்ந்தனர். அந்த நூல் கவிதைகளைப் பற்றிய குறிப்புகளுடன் அச்சிடப்பட்டிருந்தது. சத்தீஸ்கரின் உருவகங்களுடன், ஆங்கில இலக்கியத்தின் உருவகங்கள் ஒப்பிடப்பட்டன. சில மரபுகள் ஹக்ஸ்லி, டைலன் தாமஸ், லாரன்ஸ் போன்ற ஆங்கிலக் கவிஞர்களை எல்வினுக்கு நினைவூட்டின. ஓரிரண்டு பகுதிகள் புகழ்பெற்ற கற்பனாவாதக் கவிஞரான வெர்ட்ஸ்வொர்த் அல்லது

ப்ளேக்கை, சில பழைய கவிஞர்களான சாஸர், ஷேக்ஸ்பியரை ஞாபகப்படுத்தின. வேண்டிய அளவுக்குக் கார்ஸியா லோர்க்கா, சீன மொழியிலிருந்து ஆங்கிலத்துக்கு மொழிபெயர்த்த ஆர்தர் வேலே இவர்களுடைய பாடல்களுடன் ஒப்பிடப்பட்டன. இவற்றில் சில வேண்டுமென்றே மிகைப்படுத்தப்பட்டன. ஆனாலும், 'புராதன'க் கவிதைகளை, ஐரோப்பிய கவிதைக்கு இணையாக உயர்த்திக் காட்டும் முயற்சியும் இருந்தது என்று நினைக்கிறேன். அடிப்படை உணர்ச்சிகளைக் காட்டும், ஒரே மாதிரியான குழூக்குறிகள், உருவகங்கள் இவற்றின் மூலம் அவை பழங்குடி மனிதனின் மனம், (மனவியல் அறிஞர்) யூங்கின் வழியில், ஒட்டுமொத்த மனித குலத்தின் ஆழ்மனத்தின் ஒரு பகுதி என்று காட்டும் முயற்சியாகும்.

பாடல்களைப் பொறுத்தவரை, பெரும்பாலானவை காதல், திருமணம் பற்றியவை அல்லது கிராமத்தில் பணம் இல்லாமல் வாடுவதைப் பற்றியவை. ஆண்மையின்மைப் பற்றிய பல கோணங்கள் கொண்ட தீவிரமான பாடல்கள் எல்வினுக்குப் பிடித்தவை. நாகரிகம் மிகுந்த சமூகத்தில் மறைத்துப் பேசப்படும் பொருள், முற்றிலும் வெளிப்படையாகக் கிராமத்தில் விவாதிக்கப் பட்டது:

புதிய கதவில் ஒரு பூட்டு இருக்கிறது
என்னுடைய சாவி உடைந்துவிட்டது
நான் என்ன செய்வேன்?
புதிய கோடரி செய்ய ஒரு எரிந்துபோன
கட்டை இருக்கிறது
நான் அதைப் பற்றி எண்ணவில்லை
அதனால்தான் நான் அதைக் கெடுத்துவிட்டேன்

அந்தத் தங்க மோதிரம் உன் காதுகளில்
கவர்ச்சியாக இருக்கிறது
உன் கணவன் ஆண்மையற்றவன்
அதனால், மற்றவர்களுடன் இன்பம் துய்க்கிறாய்

'விடுமுறையில் வந்த ராணுவ வீரன்' என்ற அங்கதக் கவிதை எனக்கு மிகவும் பிடித்தது. அது நாட்டார் பாடல்களில் தொடர்ந்துவரும், புதுமையைக் காட்டுகிறது:

இந்த ஆண்டு அவன் 'ஹோலி' விளையாடுறான்
தலையில் தொப்பி, காலில் பூட்ஸ்கள்,
கால்களைத் தோலாடையால் மூடி,
இடுப்புவரை ஒரு கோட்டு, ஒரு பேண்ட்,
ஐந்து வண்ணத்தில் கழுத்தில் கம்பளித் துண்டு,
ஒரு சிகரெட் பாக்கெட், தீப்பெட்டி,
பிரஷ் வைத்து பல் விளக்கிக் கொள்கிறான்
ஆங்கிலேயர் பாணியில் முடியலங்காரம் செய்திருக்கிறான்,
எண்ணெய் வேண்டாமாம், அத்தர்தானாம்,

பார்க்கப் வங்காளி மாதிரி இருக்கிறான்
வேட்டி பாதம் வரை தொங்குது
வீட்டில், இருப்பவர்களுக்குப் புரியாமல்,
இங்கிலீஸ் பேசுறான், 'வாட்டர்' என்று கேட்கிறான்.
அவர்கள் ரொட்டியைக் கொண்டு வருகையில்,
ஒன்றும் தெரியவில்லை என்று அவர்களைத் திட்டுறான்.
கம்(ஹி)யர் கம்(ஹி)யர் நாம் இஸ்டேஷனுக்குப் போவோம் என்கிறான்
டவுன் சிக்னல் போட்டான், ரயில் விரைவில் வந்துடும்,
கிட்பிட், கிட்பிட் என்று இங்கிலிஷ் பேசுறான்
எவனுக்கும் புரியாது,
'சலாம்' 'ராம் ராம்' வேண்டாம் இனி அவனுக்கு
ஏனென்றால், 'குடா மோரனிங்' சொல்லிவிட்டான்'²¹

O O O

ஆக்ஸ்போர்டில் அவருடைய முன்னோடிகளான கேரோட், நிகோல் ஸ்மித் இருவரும் ஆங்கிலக் கவிதை இலக்கியத்துக்குச் செய்த பணியை நாட்டார் கவிதைகளை, பழங்கதைகளைத் தொகுத்ததன் மூலம் எல்வின் பழங்குடி மக்களுக்குச் செய்தார். அதாவது, குறிப்பிட்ட பகுதியில் வாழும் ஒரு மக்கள் சமூகத்தைப் பற்றிய செவ்வியல் இலக்கியத்தை ஆய்வுத் தொகுப்பாக வழங்கினார். எப்போதும் போல சர்ச்சைக்குரிய ஒரு காரணமும் இருந்தது. இந்தக் கவிதைகளும், கதைகளும் வெளிவந்ததால், புனிதர்கள், சீர்திருத்தவாதிகள், தங்கள் மதத்தைப் பரப்பும் சுவிசேஷ ஊழியர்களின் செயல்களால் பழங்குடி மக்கள் வாழ்க்கை மீது கவிந்த இருளும், துயரத்தின் நிழலும் நீங்க அது உதவும் என்று நம்பினார். பழங்குடி மக்களின் பொழுது போக்கு அம்சங்களை ஆபாசம் என்று காட்டும் புனித வாதிகள், சீர்திருத்தவாதிகளுக்கு இது சவாலாக அமையும். ஒரு பாடலைத் திருடுவது என்பது தங்கத்தைத் திருடுவதை விட மோசமானது என்று எல்வின் எழுதினார். அசாமில் மதம் மாற்றம் செய்யும் அமெரிக்க ஊழியர்களும், ஒரிஸாவில் காந்தியத்தைப் பின்பற்றும் தேசியவாதிகளும், கிராமங்களில் அனைவருக்கும் பொதுவானதாக இருக்கும் கூடங்கள், அனைவரும் சேர்ந்து நடத்தும் விருந்துகள் இவற்றை ஒழிக்க வேண்டும். மதுவிலக்கைப் பழங்குடி மக்கள் வாழும் பகுதிகளில் அமலாக்க வேண்டும் என்ற நோக்கங்களுடன் ஓய்வின்றி வேலை செய்கிறார்கள். ஆனால், எல்வின் சுட்டிக்காட்டியது போல, பழங்குடி மக்கள் வாழ்வைப் பாதுகாக்க, குதூகலமும், காதலும், தேவை. புதிய கட்டுப்பாடுகள் அவர்களின் நடனங்களையும், மத நம்பிக்கைகளையும் அழித்துவிடும். அவர்களின் ஒரு பகுதியினரை அது அதிகமாகப் பாதிக்கும். 'பாடல்களும் கூத்தும் சுதந்திரமாக நடை பெறும்வரை, கிராமத்துப் பெண்களுக்கு நீதி கிடைக்கும். நடனம் செய்யத் தடைவந்தால் அத்துடன் அவர்களுடைய

சுதந்திரம் குறுகிவிடும், அறம்சார்ந்த நம்பிக்கைகள் சிதையும், உரிமைகளை அவர்கள் இழந்துவிடுவார்கள்.' தந்திரோபாயமாக, இந்தியக் கவிஞரும், அரிய பொருட்களைச் சேகரிப்பவருமான தேவேந்திர சத்யார்த்தியை மேற்கோள் காட்டினார்: "நாட்டார் பாடல்களின் முக்கியத்துவத்தை இந்திய தேசிய இயக்கம் இன்னும் புரிந்து கொண்டதாகத் தெரியவில்லை. அது புதியதாகப் பிறக்கும் தேசம் நாட்டார் பாடல்களால், ...விவசாயிகளின் பாடல்களில் இருக்கும் வண்ணங்களால், நெருப்பால், அதிலிருந்து தெறிக்கும் பொறிகளால் உத்வேகம் பெறவேண்டும்.

தன் தொகுப்புகளை அச்சகத்துக்கு அனுப்பியதும், எல்வின், புனிதவாதிகளுக்கு எதிரான போரைத் தொடங்கினார். அவர் பஸ்தாரில் இருந்த காலத்தில், கத்தோலிக்க ஊழியர்கள் மண்ட்லா வில் கோண்டுகள் மத்தியில் கொஞ்சம் கொஞ்சமாக மதத்தைப் பரப்பிவந்தனர். 1944ஆம் ஆண்டில் மண்ட்லா மாவட்டத்தில் 35 டச்சுக் குருமார்கள், பிஹாரில் ராஞ்சியில் பணியாற்றி வந்த குமாஸ்தாக்கள் ஆசிரியர்களுடன் சேர்ந்து கொண்டனர். முதலில் இருந்தே ராஞ்சி சுவிசேஷ ஊழியர்களின் மையமாக இருந்தது. போர் நடந்த காலங்களில் ஊழியர்களின் வேலை மிகவும் அதிகரித்துவிட்டது. அரசாங்கம் ரகசியமாக அளித்த ஏராளமான நிதிஉதவியும் ஒரு காரணம். நூற்றுக்கு மேலாக கத்தோலிக்கப் பள்ளிகள் இயங்கி வந்தன. எல்வின் அதிர்ச்சி அடைந்தார். பள்ளிகள் கல்வி புகட்டும் இடங்களாகத் தெரியவில்லை. மதமாற்றம் நிகழும் மையங்களாக இருந்தன.

எல்வின் தனக்கு ஆதரவு தேடி 1944ஆம் ஆண்டு ஜூன்மாதம் சுற்றுக்கு விட்ட சர்ச்சைக்குரிய அறிக்கையில் கத்தோலிக்க ஊழியம் காலத்துக்கு ஒவ்வாதது என்று விமரிசித்தார்: கத்தோலிக்கத் திருச்சபையின் மூலம் மீட்சி கிடைக்கும் என்று யாரும் இப்போது நம்பவில்லை. ஏனெனில் திருச்சபை என்ற நிறுவனம், மத்திய காலத்தில், ஐரோப்பாவில், 'கொடூர விசாரணைகள்' (Inquisition) என்ற பெயரில் வன்முறைகளை அரங்கேற்றியது. சர்வாதிகாரிகளை ஆதரித்ததில் அதற்கு நீண்ட வரலாறு உண்டு. மக்கள் மத மாற்றம் செய்யப்படுவதைச் சுதந்திர நாடுகள் அனுமதிப்பதில்லை. விடுதலை பெறும் நிலையில் இருக்கும் இந்தியா, காட்டுமிராண்டிகள் நாடல்ல. மத நம்பிக்கைகளால் பண்படாத நாடும் அல்ல. அதனுடைய மத நம்பிக்கைகள், மரபுகள் ஐரோப்பியக் கத்தோலிக்க மதத்தை விடப் பழமை வாய்ந்தவை. இந்தியப் பழங்குடி மக்களுக்குத் தனியான வாழ்க்கை முறை, கலை, பண்பாடு, மதம் இவை உண்டு. அவர்கள் அவற்றைப் பேணிக் காப்பவர்கள். அவற்றை ஒருபோதும் நாம் நிந்திக்க முடியாது. உலகம் எங்கும்,

திருச்சபையின் ஊழியர்கள் செய்த மத மாற்றத்தால், பழங்குடி மக்களின் மரபான அரசியல் நிறுவனங்கள் செயல் இழந்தன, சுய நலத்துக்காக நடந்த சண்டைகள் தீவிரமாயின. மத மாற்றம் போலியான நாகரிகப் பழக்கங்களை பரப்பியது. பாவம் செய்கிறோம் என்ற உணர்வை விதைத்திருக்கிறது. மத மாற்றம் இந்தியாவில், ஆப்பிரிக்காவில் அல்லது மேலனேசியாவில் பழங்குடி மக்களிடையே நிலவிய ஒற்றுமையை அழித்துவிட்டது. பழங்காலத்தில் இருந்து தொடர்ந்து வரும் அற உணர்வை ஒழித்துவிட்டது. தமது நாட்டு மக்களிடமிருந்து அவர்களைப் பிரித்தது. பல வகைகளில் அவர்களைச் சீரழிக்கிறது, அது பரிதாபமானது, வருத்தம் தரக்கூடியது.

டச்சுக்காரர்கள் கோண்டு பண்பாட்டைத் தாக்கியதைக் கண்டு எல்வின் உறைந்து போனார். மணமான பெண் வேறொரு ஆணிடம் சென்றால், அதற்குத் தண்டனை வழங்கச் சட்டம் இயற்ற வேண்டும் என்று மதகுருக்கள் வேண்டினர். பழங்குடி மக்களிடையே மணமுறிவுகள் நடப்பதற்குக் கர்மா நடனத்தின் மீது கோண்டு கொண்டிருக்கும் பெருவிருப்பம்தான் முக்கியக் காரணம் என்று அவர்கள் கூறினர்: பெண்கள் கணவனை விட்டுச் செல்ல முதற்காரணம், உடலுறவு மீது அளவுக்கு மீறிய உணர்ச்சியை ஏற்படுத்தும் கர்மா நடனமும், அதனுடன் வரும் ஆபாசமான பாட்டும், குடியும் இரவு முழுவதும் நடப்பதுதான். நன்றாக நடனமாடும் ஒரு பெண்ணை மணந்த எல்வின் இது போன்று மற்றவர்கள் மீது குறைகூறுவதைக் கடுமையாகச் சாடினார். நடனத்தைத் தடை செய்வதால், மரபுக்கு மீறிய உறவுகள் அதிகரிக்குமே தவிர குறையாது. ஏனெனில் நடனம் இல்லாத வாழ்க்கை பெண்ணுக்குத் தாங்க முடியாத சலிப்பைத் தரக் கூடியது. கோண்டு பண்பாட்டில் 'கர்மா' நடனம் மட்டுமே கடைசியாக மிஞ்சி இருக்கிறது; கோண்டு பெண்களின் சுதந்திரத்துக்கு அது ஒரு அடையாளம்; அது மண்ட்லாவில் வாழ்ந்துகொண்டிருக்கும் கலையின், கவிதையின் ஊற்று. அதில் எழும் இசையும், லயமும் இந்தியாவிலேயே மிகச்சிறந்தவை. 1944 ஜூன் மாதம் 14ஆம் தேதி அவர் 'ஹிந்துஸ்தான் டைம்ஸ்'சில் எழுதிய கட்டுரையில் எல்வின் கத்தோலிக்கர்களைக் கடுமையாகச் சாடினார். அது வெளிவந்த நேரமும், இடமும் முக்கியமானவை. குர்யே அவரைக் காயப்படுத்திச் சில மாதங்களே ஆகி இருந்தன. தேசியவாதிகளால் நடத்தப்படும் செய்தித்தாளில் அது வெளிவந்தது. அவர் கொடுத்த உதாரணமும் இந்து மதத்துடன் சம்பந்தப்பட்டது. அவர் இவ்வாறு சொன்னார்:

> மண்டலாவில் கிறித்தவச் சாமியார்கள், கிறித்தவ ராணுவத்தின் ஐந்தாம் படையாகும். அவர்களோடு

ஒப்பிட்டால், மற்ற கிறித்தவ ஊழியம் செய்பவர்கள் இத்தாலியக் காலாட்படை போன்று இயங்குகிறவர்கள். அங்கே 'தந்தைகள்' ஹாலந்தைச் சேர்ந்தவர்கள். காலகாலமாக எங்கும் வாழ்ந்துகொண்டிருக்கும் தத்துவத்தால் உறுதி பெற்றவர்கள். இறைவன் ஆத்மாக்கள் மீது கொண்டிருக்கும் அன்பால் மட்டும் அல்ல, டச்சு காலனிய விரிவாக்கம் என்னும் தலையாய எண்ணத்தால் ஊக்கம் பெற்றவர்கள். வெகு வேகமாக மண்ட்லாவை ஒரு டச்சுக் காலனியாக மாற்றிக் கொண்டிருக்கிறார்கள். ரிஷிகளின் புராதன இடம், பழைய கோண்டு நாடு, வயல்களை நர்மதை நதி அருள் பாலிக்கும் நாடு, இன்னும் பத்தாண்டுகளில், ஒரு லட்சம் மதம் மாறிய கத்தோலிக்கர்கள் உள்ள டச்சுக் காலனியாக மாறிவிடும்.

மூன்று வாரங்களுக்குப் பின் 'ஆக்கிரமிக்கப்பட்ட' மண்ட்லாவில் மதமாற்றம் வற்புறுத்தலாலும், லஞ்சத்தாலும் நடைபெறுகிறது என்பதை ஆதாரத்துடன் எடுத்துக் காட்டி ஒரு அறிக்கையை அனுப்பினார். ஒப்பிடுவதற்கு மிகக் கவனமாக, கூர்மையான விஷயங்களைத் தேர்ந்தெடுத்தார். காலையிலும் மாலையிலும் பழங்குடி மக்கள் முத்தம் இடுவதற்கென சாமியார்கள் 'பதக்கங்களை' வழங்கினர். அதன் ஒருபுறம் மேரி மாதாவின் உருவம் பொறிக்கப்பட்டிருந்தது. இன்னொரு புறம் அபிசினியாவைச் சீரழிக்கச் சென்றபோது படொக்லியோ என்ற இத்தாலிய ராணுவத் தளபதியை ஆசிர்வதித்த இத்தாலிய ஆட்சியாளரின் படம் மிகவும் கவர்ச்சியான அலங்காரங்களுடன் பொறிக்கப்பட்டிருந்தது. மண்ட்லாவைப் பிடிப்பதற்கு அது ஒரு மோசமான அடையாளம். அந்த மாவட்டத்தில் வாழ்ந்த பழங்குடி மக்களும், இந்துக்களும் எளிமையானவர்கள், தங்களைப் பாதுகாத்துக்கொள்ள முடியாதவர்கள். ஆயுதங்கள் அதிகம் இல்லாத அபிசீனிய மக்களைப் போலவே வெளிநாட்டுப் படையெடுப்பை எதிர்த்து நிற்க இயலாதவர்கள்.

எல்வின் எழுதிய கடும் விமரிசனங்களுக்கு எதிரணியில் இருந்து மிக விரிவாக எதிர்வினைகள் வந்தன. *ஹிந்துஸ்தான் டைம்ஸ்* பத்திரிகைக்கு எழுதிய மூன்று தனித்தனிக் கடிதங்களில் தங்கள் குறிக்கோள் மத மாற்றம்தான் என ஒத்துக்கொண்டனர். ஆனால் கட்டாய மதமாற்றம் இல்லை என்று மறுத்தனர். நாக்பூரில் கத்தோலிக்க நிறுவனம் ஒன்றில் நடந்த ஒரு கூட்டத்தில் நிறையப் பேர் கலந்து கொண்டனர். கிறித்துவின் சுவிசேஷத்தைப் பரப்பத் தங்களுக்கு உள்ள முழுச் சுதந்திரத்துக்கு எதிராக எல்வின் விட்ட சவாலுக்கு, மத்தியப் பிராந்தியத்துக் கிறித்தவர்கள் தங்கள் எதிர்ப்பைக் கூட்டத்தில் பதிவு செய்தனர். ஒரு பேச்சாளர்

இந்துக்களை இவ்வாறு எச்சரித்தார்: "மதத்தைப் பரப்பும் சுதந்திரத்தைக் கட்டுப்படுத்தினால், அதன் விளைவுகள் அதே பலத்துடன் அவர்களை எதிர்த்துத் தாக்கும்".

அந்த விவாதங்களின் எதிரொலி தூரத்தில் இருக்கும் ராஞ்சி வரை கேட்டது. ஒரவொன் (Oraon) இனத்திலிருந்து மதம் மாறிய ஒருவர் ஊழியத்தையும் ஊழியக்காரர்களையும் ஆதரித்து ஒரு சிறு பிரசுரம் வெளியிட்டார். எல்வினைப் போலன்றி, குர்யேவைப் போலவே எழுதினார். மக்களை இன்னும் நாகரிகப் படுத்த வேண்டும், இதுவரை நடந்தது போதாது. "எல்வின் எங்கள் பள்ளிகளைக் கேலி செய்யலாம், அறிவுக்குப் பதிலாக அறியாமையை நாங்கள் விரும்புகிறோம்" என்று சைமன் பாரா எழுதினார். 'புராதன மொழிகளும், போற்றுதலுக்குரிய வழக்கங்களும் மறையட்டும். அது விஞ்ஞானத்தின் இழப்பாக இருக்கட்டும். மனிதகுலத்தின் பொதுவான பண்பாட்டு மரபில் நாங்களும் பங்குகொண்டு பலன் பெறுவோம். மனிதர்களைக் கேவலப்படுத்தும் மூட நம்பிக்கைகள், அளவுக்கு மீறிய குடி இவற்றிலிருந்து பீகாரின் பழங்குடி மக்களைக் கிறித்தவப் பாதிரிகள் காத்தனர். மறைந்து கொண்டும் குறைந்து கொண்டும் இருக்கும் பழங்குடி மக்களை, வீரியம் மிக்க, சுறுசுறுப்பான இனங்களாக மாற்றி முழு நம்பிக்கையோடு, துணிவோடு எதிர்காலத்தை நோக்கச் செய்திருக்கிறார்கள்'.

டச்சுக் கத்தோலிக்கர்கள் லண்டனில் இந்திய விவகாரங் களுக்குச் செயலராக இருந்த, லியே அமெரியைத் தொடர்பு கொண்டார்கள். அவர் தீவிரக் கிறித்தவர், ஏகாதிபத்திய வெறியர். தொடக்கத்தில் (1929 – 32) எல்வின்மீது ஆங்கிலேய அதிகாரிகளின் அணுகுமுறை தீவிர எதிர்ப்பாக இருந்தது. பின்னர் 1933வாக்கில் அவரை எச்சரிக்கையுடன், சந்தேகத்துடன் பார்த்தனர். அவர்கள் எல்லோரும் கிறித்தவ நடைமுறைகளைப் பின்பற்றுகிறவர்கள். அவருடைய புதிய அவதாரத்தை அவர் களால் பொறுக்க முடியவில்லை. 'தந்தை எல்வின் மிகவும் பொறுப்பான மனிதர் அல்ல' என்று லண்டனிலிருந்த ஒரு அதிகாரி சொன்னார். மத்திய பிராந்தியத்தின் கவர்னர் "அவரைப் பற்றிச் சரியாகக் கணிக்க வேண்டும் என்றால், 'யார் யார்' என்ன வேலை செய்கிறார்கள் என்ற விவரங்களைப் பார்க்க வேண்டும். சுருக்கமாகச் சொன்னால், எல்வின் ஒரு தனிப்பிறவி, ஒரு பழங்குடிப் பெண்ணைத் திருமணம் செய்துகொண்ட பிறகு அவர் பழங்குடி மனிதராகவே மாறிவிட்டார். உலகமெங்கும் கிறித்தவ ஊழியம் என்ற கற்சுவர் மீது அவர் தன் தலையை முட்டிக்கொள்ள விட்டுவிட வேண்டும். இதுதான் அரசின் கொள்கையாக இருக்க வேண்டும். கிறித்தவ ஊழியர்கள் புராதன

மக்களிடையே ஊழியம் செய்வதைத் தடை செய்தால் அது மிக மோசமான விளைவுகளை ஏற்படுத்தும். பழங்குடி மக்களை, மனித குலத்தின் மற்றவர்கள் (அதாவது கிறித்தவர்கள்) தரத்துக்கு உயர்த்த உதவி செய்யாமல், தங்களைக் காத்துக்கொள்ள முடியாத அவர்களைச் சுரண்டி, ஊறுகாய் போட்டு, காட்சிசாலையில் வைப்பதில் வெற்றி பெற்றால், அதைச் செய்த குற்றம் மானிடவியல் அறிஞர்களுடையதுதான்' என்று உள்துறை செயலருக்குக் கீழ் வேலைபார்த்த அதிகாரி சொன்னார். பிற்படுத்தப்பட்ட பழங்குடி மக்களை ஒதுக்கப்பட்ட பகுதிகளில் வேலியிட்டுச் சுற்றி வளைத்து, இந்தியாவின் மற்ற பகுதிகளில் இருந்து துண்டித்து வைக்கவேண்டும் என்று வெர்ரியர் எல்வினுடைய சுவிசேஷம் சொல்கிறது என அமெரி கேலி செய்தார். இது நடைமுறைக்கு ஒவ்வாதது. ஆபத்தாகவும் முடியக் கூடும்: அந்த மக்களை அருங்காட்சியகத்தில் வைக்கப்படும் பொருட்களாக மாற்றுவதன் அரசியல் அறம் பற்றி ஒன்று சொல்ல வேண்டியது இல்லை. பழங்குடி மக்கள் வாழும் பகுதிகள் 'பேரரசின் காலனி'யாக, லண்டனின் நேரடி ஆட்சியின் கீழ் வரும் என்று அமெரி நம்பி வந்தார். மாண்புமிகு பேரரசரின் அரசாங்கம், தன் குடிமக்களைக் கலந்தாலோசித்த பிறகு அவர்களை இந்திய அரசின் கீழ் கொண்டு வருவது சரி என்று உணரும் வரை அவர்கள் நேரடி ஆட்சியின் கீழ் இருக்க வேண்டும். இந்தப் பகுதிகள் இன்னும் ஒரு தலைமுறைக்கோ அல்லது அதற்கு மேலாகவோ பேரரசருடைய பிரதிநிதியின் ஆட்சியில் இருக்கலாம்.

பிரிட்டனில் சில பாராளுமன்ற உறுப்பினர்கள் எல்வினை இந்தியாவை விட்டு வெளியேற்ற வேண்டும் என்று உள்துறைச் செயலரைக் கேட்டுக்கொண்டனர். அமெரி மிகுந்த எதிர்பார்ப்புக் களுடன் வைஸ்ராய் வேவல் பிரபுக்கு எழுதினார். ஆனால் வேவல் பிரபு, நிதானமானவர், சரியானதைச் செய்ய வேண்டும் என்று நினைப்பவர். 'எல்வினுக்கும் பாதிரிகளுக்கும் நடக்கும் சச்சரவு அப்படி ஒன்றும் மேலான விஷயத்தைப் பற்றியதல்ல. அதில் தலையிட்டால், பலவேறு சமுதாய மக்களுக்கு இடையிலும், ஆங்கில அரசுக்கு எதிராகவும் சந்தேகம் எழும்' என்று பதில் அளித்தார். எல்வினும் தனக்கு ஆதரவு தேடினார். தொழிலதிபர் புருஷோத்தம்தாஸ் தாகுர்தாஸ், அனுபவம் மிகுந்த காங்கிரஸ் தலைவர் புலாபாய் தேசாய், தனது பழைய வழிகாட்டியும் சமீபத்தில் தனக்கு எதிராகத் திரும்பியவரு மான ஏ.வி. தக்கர் போன்றவர்களுக்குக் கடிதம் எழுதினார். மண்ட்லாவுக்கு ஒருமுறை வந்து பார்த்தபின், டக்கர் தன்னுடன் இருந்த பி.ஜி. வன்னிகாரை ஷாம்ராவுடன் சேர்ந்து கோண்டு சேவக் மண்டல் அமைப்பதற்காக அனுப்பி வைத்தார்.

இந்துக்களுக்குச் சேவை செய்யும் அமைப்பான ஆர்ய தர்ம சேவா சங்கமும் அவர்களுடன் இணைந்துகொண்டது. மிகக் குறுகிய காலத்தில் மூன்று குழுக்களும் சேர்ந்து இருபத்தி ஐந்து மிஷன் பள்ளிகளை மூடும்படிச் செய்தனர். 1946ஆம் ஆண்டின் முடிவில், 'சுவிசேஷ ஊழியம் செய்பவர்களின் கற்சுவர் போன்ற உத்வேகம் உண்மையில் மண்ணால் ஆனது, டச்சுப் பாதிரிகளின் முன்னேற்றம் பாதியில் நிறுத்தப்பட்டுவிட்டது, அவர்களுடைய வேலையும் சுருங்கிவிட்டது' என்று எழுதினார்.

சுவிசேஷ ஊழியக்காரர்களுடன் நடத்திய போராட்டத்தின் காரணமாக, எல்வின் தனது இந்திய அடையாளத்தை உறுதிப்படுத்திக் கொண்டார். தேசியவாத சமூக சேவகர்களுடன், சமூகவியல் அறிஞர்களுடன் தற்காலிக சமரசம் ஏற்பட்டது. கொள்கையளவில் எல்வின் கிறித்தவ மதகுருக்களையும், காங்கிரஸ் கட்சியில் இருக்கும் இந்துமத ஆர்வலர்களையும் எதிர்த்தார். ஆனால், இவற்றில் ஏதோ ஒன்றை தேர்ந்தெடுக்கச் சொன்னால், அவர் எதை விமரிசனம் செய்வார் என்பதில் எந்தச் சந்தேகமும் இல்லை. காங்கிரஸ் இந்த விஷயங்களில் அதிகமாகத் தலையிடாது என்று கண்டார். பழங்குடி மக்களின் இறையியல் நம்பிக்கைகளுக்கும் இந்து மதத்துக்கும் சில ஒற்றுமைகள் இருந்தன. கிறித்தவ மதத்தோடு எந்த ஒற்றுமையும் இல்லை. இன்னொரு விஷயம் என்னவெனில், இந்தியா சுதந்திரம் வரும் வேளை நெருங்குவதால், காங்கிரஸ் வளர்ச்சி அடைந்து வருவதை உன்னிப்பாகக் கவனித்திருந்தார்.

எல்வினுடைய செயல்கள், சாதுர்யமாக, சூழ்நிலைக்குத் தகுந்தாற்போல் இருந்தன. குறுகிய சொந்த நலன்களைப் பேணும் குறுகிய நோக்கத்தில் அதைச் செய்யவில்லை. தேசியவாதிகளுடன் இணைந்துகொள்வதால் பழங்குடி மக்களை இன்னும் நன்றாகப் பேணலாம் என்று எண்ணினார். பழங்குடியினருக்கு செய்ய வேண்டிய கடமையைப் பற்றி இந்துச் சமூகத்திற்கு விழிப்பு ஏற்படுத்துவதுதான் கிறித்தவ ஊழியம் செய்கிறவர்களுக்கு எதிரான இயக்கத்தின் குறிக்கோள். பழங்குடியினர் இந்துக்களின் குடும்பத்தை சேர்ந்தவர்கள் என்று நேரடியாக ஒத்துக்கொள்வதனால் அவர்களுக்கு இன்னும் பல நன்மைகள் நிரந்தரமாக ஏற்படுத்த நம்மால் முடியும். இந்துக்களிடம் 'இது உங்களுடைய வேலை; அதைச் செய்யுங்கள்' என்று சொல்ல வேண்டும். பெரும்பான்மையான பழங்குடி மக்கள் அனைவரும் சத்திரியர்களே என்று அனைத்து இந்து அமைப்புகளும் தீர்மானங்கள் போடவேண்டும் என்றார். அதையேதான் பழங்குடி மக்களும் சொல்கிறார்கள். அவர்களைப் 'பிற்படுத்தப்பட்டவர்கள்' 'ஒடுக்கப்பட்டவர்கள்' என்று சொல்வதை நிறுத்த வேண்டும்.

அவர்களை 'உயர்த்துவோம்' என்பது போன்ற வெறுக்கத்தக்க வார்த்தைகளைச் சொல்லக் கூடாது என்றும் சொன்னார்.

விவாதங்கள் செய்வதிலும், தீவிரமாக முரண்படுவதிலும், எல்வினுக்குப் பெருவிருப்பம் இருந்தது."பரபரப்பான விவாதங்களை நான் மிகவும் விரும்புகிறேன், அது அறிவின் மிகக் கூர்மையான தேர்வுகளில் ஒன்று. ஜெர்மன் அறிஞர்களுடன் சண்டையிடுவதை விரும்பிய மில்டன், 'ஏ.ஈ. ஹவுஸ்மென் போன்ற கவிஞர்களின் உணர்ச்சிகளை என்னால் புரிந்துகொள்ள முடிகிறது." தகுந்த நேரத்தில் பின்வாங்குவதன் காரணத்தை, அதன் பயனை அவர் அறிந்திருந்தார். சுதந்திரம் வாங்கும் தருவாயில் இருந்த இந்தியாவில், இந்து அரசியல்வாதிகளும், தொழில்நுட்பத்தை நவீனமயமாக்கும் அறிஞர்களும் அரசியல் சக்தியாக எழும் நேரத்தில், நாகரிகம் பற்றிய தன்னுடைய விமரிசனங்களின் தீவிரத்தை எப்படி எப்போது குறைத்துக் கொள்வது என்பதையும் அறிந்திருந்தார். 1943ஆம் ஆண்டு ஜூலை மாதத்தில் வெளிவந்த 'பழங்குடி மக்கள்' குறுநூலின் முதல் பதிப்பில் தன் போர்க்குணத்தை அதிகம் வெளிக்காட்டினார்:

> கடைசியாக, ஒரு கசப்பான உண்மையைக் கூசாமல் பார்ப்போம். இன்றைய நிலையில், இந்தியாவிலோ, உலகின் வேறு இடங்களிலோ புராதனப் பண்பாடுகளைப் புதிய நாகரிகமாக மாற்றும் வாய்ப்புக்கள் கிடையாது: புராதனப் பண்பாட்டுக்கு மாற்றாக இருப்பது சீரழிவு மட்டுமே.
>
> நவீன வாழ்வு சீர்திருத்தப்படும்வரை, நாகரிகம் என்று அழைக்கப்படுவதையே நாகரிகப்படுத்தும்வரை, போர் ஐரோப்பாவில் இருந்து ஒழிக்கப்படும்வரை, தீண்டாமை இந்தியாவில் இருந்து விரட்டப்படும்வரை, பழங்குடி மக்களை மட்டும் மாற்ற வேண்டும் என்று முயற்சிப்பதில் நியாயமில்லை.
>
> தற்போதைக்கு அப்படியே விட்டுவிடுவது மிகவும் நல்லது. ஆனால் ஒரேயடியாக அவர்களை விட்டுவிடவும் முடியாது; அது முட்டாள்த்தனமானது. ஒருவேளை இருபது, ஐம்பது, அல்லது நூறாண்டுகள் கழித்து, இந்த அருமையான பழங்குடி மக்களுக்கு எந்தத் தீங்கும் நிகழாமல், அவர்களைச் சமூகத்துடன் ஒன்றிணைக்கத் தகுதியான மனிதர்கள் தோன்றுவார்கள். அப்படிச் செய்யக் கூடிய மனிதர்கள் இன்று இல்லை.
>
> பழங்குடி மக்களைத் தற்காலிகமாகத் தனித்து வைத்துப் பாதுகாக்க வேண்டும், அவர்களுடன் நெருங்கி வாழும்

நாகரிகம் அடைந்த மற்றவர்கள் உடனடியாகச் சீர்த்திருந்த வேண்டும் என்ற கருத்தை நான் வலியுறுத்துகிறேன்.

நீங்கள் பழங்குடி மக்களுக்கு உதவி செய்ய விரும்பினால், அவர்களைச் சீர்திருத்த முயற்சி செய்யாதீர்கள். அவர்களுடன் தினமும் பழகும் வழக்கறிஞர், மருத்துவர், பள்ளி ஆசிரியர், அதிகாரிகள், வியாபாரிகள் இவர்களைச் சீர்திருத்துங்கள். அதைச் செய்யும் வரை, பழங்குடி மக்களை நிம்மதியாக இருக்கவிடுவது மிகவும் நல்லது . . .

1944இல் வெளிவந்த, திருத்திய பதிப்பில் இந்தப் பத்திகள் நீக்கப்பட்டிருந்தன. இதனிடையே, குர்யேயும் மற்றவர்களும் எல்வினைத் கடுமையாக விமரிசித்தார்கள். அவரும் தனது நிலையை மறு பரிசீலனை செய்தார். புதிய பதிப்பில் பழைய பகுதிகளுக்குப் பதிலாக புதிய பகுதிகளைச் சேர்த்தார் அவற்றில் பழங்குடி மக்களை இரண்டு வகையாகத் தெளிவாகப் பிரித்தார்: ஒரு பிரிவில் ஏற்கனவே நாகரிகத்துடன் கொஞ்சம் தொடர்புகள் உள்ள இரண்டு கோடி மக்கள் இருந்தனர், இன்னொரு பிரிவில் இன்னும் நாகரிகத்துடன் தொடர்பே இல்லாத ஐம்பது லட்சம் மக்கள் இருந்தனர். முதல் பிரிவினர் மற்ற மக்களோடு பழகிப் பார்த்துக்கொள்வது தவிர வேறு வழியில்லை; மற்ற ஏழை விவசாயி களுக்கு உள்ள பிரச்சனைகள் தான் அவர்களுக்கும் இருந்தன. தனிப் பிரதிநிதித்துவம், தனிச் சலுகைகள், அரசுப் பதவிகளில் இட ஒதுக்கீடு கோரும் இன்னும் ஒரு சிறுபான்மையினரை உருவாக்குவது வருந்தத்தக்கது. சுதந்திரம், பொருளாதார வளர்ச்சி, அமைதி, நல்ல கல்வி, மருத்துவ வசதிகள், புதிய விவசாய முறைகள், தொழில்மயமாக்கலில் சரியான பங்கு போன்ற இந்தியாவில் இருக்கும் எல்லாக் கிராமங்களின் தேவை தான் இரண்டு கோடிப் பழங்குடி மக்களின் தேவையாக இருக்கிறது. 'என்னைவிட சிறந்த அறிஞர்கள்' வகுத்த திட்டங்கள், வழிமுறைகள் மூலம் இவற்றை நிறைவேற்றலாம்.

மீதமிருக்கும் ஐம்பது லட்சம் பழங்குடியினர்களுக்கு, அரசாங்கத்தின் அரவணைப்புத் தேவைப்படுகிறது. அவர்கள் தனியாக விடப்படவேண்டும். இது வேறு வழியில்லாமல் நிறைவேற்றப்படும் திட்டம். இது தவறாகப் புரிந்துகொள்ளப்படும் வாய்ப்புகள் அதிகம். தவறாகவே பிரச்சாரம் செய்யப்படும் என்று எல்வின் ஒத்துக்கொண்டார். ஏதோ ஒரு தத்துவ நோக்கில் இதைச் செய்யவில்லை. பழங்குடி மக்கள் எப்போதும் புராதன நிலையிலேயே வாழ வேண்டும் என்பது இதன் நோக்கம் அல்ல. 'மிகமிகப் புராதன மலைவாழ் மனிதர்களை நாகரிக உலகத்துக்குள் கொண்டுவரும் காரியத்தைக் கவனமாகச் செய்ய வேண்டுகிறேன்.

அது முடியவில்லை என்றால் மிகச் சிறுபான்மையில் இருக்கும் அவர்களை அப்படியே விட்டுவிடுவதுதான் நல்லது. தற்காலிக மாக எதையாவது செய்வது அவர்களை அழித்துவிடும், அவமானப்படுத்திவிடும்; நிரந்தரமான முன்னேற்றம் ஏற்படுத்த வாழ்நாள் முழுவதும் அன்புடன் உழைக்க வேண்டி இருக்கும். புராதன மலைவாழ் மனிதன் நவ நாகரிகத்தில் மலர்ந்த அருமையான மனிதனைவிட நன்றாக இருக்கிறான் என்று நான் சொல்லவில்லை. என் பரந்த அனுபவத்தின் அடிப்படையில், என்னால் ஒன்று சொல்ல முடியும். சுதந்திரத்துடன், மலைகளின் அழகை, பெருமைகளை அனுபவித்து வாழும் பழங்குடி மக்கள், பாதி நாகரிகம் அடைந்த, சீரழிந்த குமாஸ்தாக்கள், கூலிகளை விடவும் நன்றாக இருக்கிறார்கள். அவர்களது வாழ்க்கை நமது வாழ்வைவிட நன்றாக இருக்கிறது. நாகரிக வளர்ச்சி என்ற பெயரில் இது போன்றவர்களைத்தான் நம்மால் உருவாக்க முடிந்திருக்கிறது.

ஒரு காலத்தில் எல்வினுடைய குருவாக இருந்த காந்தி, 'சமரசம் செய்துகொள்வதன் அழகு' பற்றிப் பேச விரும்புவார். 'பழக்குடி மக்கள்' நூலின் புதிய திருத்தப்பட்ட பதிப்பின் உள்ளடக்கமும் நடையும், பெரும்பான்மை மக்களின் உணர்வு களுக்கு இடம் கொடுத்து எழுதப்பட்டிருந்தது. ஆனால், அடிப்படையான விஷயங்களில் காந்தி பேரம் பேச மாட்டார். எல்வினும் அப்படித்தான் இருந்தார். விவாதத்துக்கு உள்ளான அந்தக் குறுநூல் இரண்டு பதிப்புக்கள் வெளிவந்தது. இரண்டிலும் கடைசிப் பத்திகள் உணர்ச்சியைத் தூண்டும் அறைகூவல்களுடன் நிறைவு பெற்றன: சீர்திருத்தக்காரர்களைச் சீர்திருத்துங்கள், பழங்குடி மக்களை மதியுங்கள்.

> பயத்தில் இருந்து விடுதலை, இல்லாமையில் இருந்து விடுதலை, இடையீடுகளில் இருந்து விடுதலை என்ற மூன்று வகை விடுதலைகளுக்காக நாம் போராடுகிறோம். பழங்குடி மக்களுக்குப் பொருளாதார அடிப்படையில் நியாயம் கிடைக்கச் செய்ய வேண்டும். ஏய்ப்பவர்கள், வேடம் போடுகிறவர்கள், ஒடுக்கும் நில உடமையாளர்கள், வட்டிக்குப் பணம் கொடுப்பவர்கள், ஊழலும் பேராசையும் உள்ள அதிகாரிகள் இவர்களிடமிருந்து அவர்களை விடுவிக்க வேண்டும். கடமையில் அற உணர்வுடன் பணியாற்றும் மருத்துவர்களிடம் அவர்கள் சிகிச்சை பெறச் செய்ய வேண்டும். பள்ளிகள் கட்டினால், அவற்றில் பயன்படாத ஏட்டுப் படிப்பை அளிக்காமல் விவசாயம், மரவேலைகள் போன்ற உபயோகமான கைத்தொழில்களைக் கற்றுத் தர வேண்டும். அவர்களுடன் வாழும் மற்றவர்களின்

பார்வையில் பழங்குடி மக்களைப் பற்றி உயர்வான எண்ணம் ஏற்படும் வகையில் நாம் உழைக்க வேண்டும். அவர்களுடைய பாடல்களை, நடனங்களை, கொண்டாட்டங்களை, சிரிப்புக்களைக் கொள்ளையிட முயல்வோரிடம் இருந்து நாம் அவர்களைக் காக்க வேண்டும்.

தங்களால் சரியாக இயல்பாகக் கலந்துவிட முடியாத சமூகப் பொருளாதாரச் சூழ்நிலைக்கு நாம் அவர்களை "உயர்த்தக்" கூடாது என்பது மிக முக்கியம். அவர்களுடைய ஊர்களில் அவர்கள் முன்பு அனுபவித்த சுதந்திரத்தை மீண்டும் வழங்க வேண்டும்.

கடைசியாக, தாம் செய்வதே சரி, தாங்களே இந்தியர்கள், மற்றவர்களை அன்னியர் என்று பேசுகிற விடுதலை வீரர்களுக்கு ஒன்றை நினைவூட்டினார்:

எதைச் செய்தாலும், எல்லோருக்கும் பொதுவான ஒரு திட்டம் வகுத்தால், அதைச் செய்யும் கடைசி ஆளாக நான் இருப்பேன். மிகக் கவனத்துடன், எல்லாவற்றையும்விட அன்புடன் மரியாதையுடன் திட்டங்களை வகுக்க வேண்டும். பழங்குடி மக்கள் மட்டும்தான் இந்திய மண்ணில் உதித்தவர்கள். அவர்களுடன் ஒப்பிட்டால் மற்றவர்கள் எல்லோரும் அன்னியர்கள். நியாயமாகப் பார்த்தால் இந்த மக்களுக்கு மட்டுமே உண்மையான உரிமை உள்ளது. அந்த உரிமை பல்லாயிரம் ஆண்டுகள் பழமையானது. அவர்கள்தான் இங்கே முதலில் வந்தார்கள், நம்மைப் பொறுத்தவரை எல்லாவற்றிலும் அவர்களுக்குத்தான் முன்னுரிமை தர வேண்டும்.

○ ○ ○

பிரபலமான, பிரபலமாகாத பத்திரிகைகளுக்குத் தீவிரமாக எழுதிக்கொண்டிருந்த வேளையிலும், எல்வின் களத்தில் ஆய்வுப்பணி செய்வதற்கு நேரம் ஒதுக்கிக்கொண்டார். அப்போது வைசிராயக்கு அரசியல் ஆலோசகராக இருந்த சர் ஃப்ரான்ஸிஸ் வைலி கேட்டுக்கொண்டதன் பேரில், எல்வின் ஒரிஸா அரசில் கௌரவ இனவரைவியலாளராக நியமிக்கப்பட்டார். போர்க் காலத்தில், போக்குவரத்து வசதிகளும், அத்தியாவசியப் பொருட்களும் கிடைக்க அரிதாக இருக்கையில், அரசுப் பதவி கிடைத்தது அவர் களஆய்வு செய்வதற்கு எளிதாக இருந்தது. 1943இலிருந்து 1946 வரை வருடாவருடம் ஒரிஸாவில் சுற்றுப் பயணம் செய்தார். பழங்குடி மக்களுடன் கொண்ட பழைய தொடர்புகளைப் புதுப்பித்துக்கொண்டார், பல பழங்குடி இன மக்களை முதல் முறையாகச் சந்தித்தார்.

1943 – 44 குளிர் காலத்தில் பலிகுடா குன்றுகளில் இருந்த 'குட்டியா கோண்டுகளிடையே' *(Kuttia Kondhs)* பயணம் செய்தார். அந்தப் பகுதிகள் காடுகளாக இருந்தாலும் அழகாக இருந்தன என்று சொல்லமுடியாது. அங்கங்கே சில அழகான இடங்கள் இருந்தன. ஆனால் அந்தப் பகுதிகள் வெளி உலகத்தோடு தொடர்பு இல்லாமல் அசாதாரணமாக இருந்தன. பெண்கள் அழகாக இருந்தனர். அவர்களுடைய தலைமுடி இரண்டு புறமும் விரிந்து கிடந்தது. பையன்களும் பெண்களும் ஒருவர் கைகளில் ஒருவர் விழுந்து புரண்டனர். 'சிறந்த பெண் நடனக்காரிகள் மயக்கும் வகை யில், உடலைத் தனிச்சிறப்புடன் வளைத்து ஆடினர்' என்று தனது நாட்குறிப்பில் எழுதினார். குட்டியா கோண்டுகளின் துயரமான வரலாறு, எல்வினை ஈர்த்தது. பத்தொன்பதாம் நூற்றாண்டின் இறுதியில் மனிதப் பலி கொடுக்கும் பழக்கத்தை அடியோடு நிறுத்தியதுதான் அவர்களுடைய வரலாற்றில் சமீபத்தில் நிகழ்ந்த அதிரவைக்கும் சம்பவம். நாகரிகப்படுத்த வேண்டும் என்ற கருத்துக்கு எல்வினுடைய ஆதரவு இருந்தாலும், அதனால் ஏற்பட்ட விளைவுகள் மீது அனைவருடைய கவனத்தையும் ஈர்த்தார். மனிதனைப் பலிகொடுக்கும் வழக்கம் ஏற்பட்டதற்கு, குட்டியா கோண்டுகள் தேவதைகளைக் காரணம் காட்டினாலும், அந்தப் பழக்கம் ஒடுக்கப்பட்ட விதம் மிகவும் வருந்தத்தக்கது என்று நினைத்தார். அவர்களுடைய பூசாரிகள் மனிதப் பலிக்கு உபயோகப்பட்ட ஆயுதங்களை அதாவது, கத்திகள் சங்கிலிகள், பலி இடப்பட்டவரிடமிருந்து வடியும் ரத்தத்தைப் பிடிக்க குடுவைகள் போன்றவற்றை இன்னும் வைத்திருந்தார்கள். அவை இப்போது எருமைகளைப் பலியிட உபயோகப்பட்டன. முழுநிலா ஒளிரும் இரவுகளில், அந்த ஆயுதங்கள், தங்களுக்குக் கிடைக்காத மனித ரத்தத்துக்காக அழுவதை அவர்கள் சில நேரங் களில் கேட்டார்கள். குட்டியா கோண்டுகளின் பாடல்கள் இவ்வாறு இருந்தன: 'ரொம்ப நாட்கள் முன்னர் துரைமார்கள் வந்தனர், குதிரைகள், யானைகள் தந்தோம், அவர்கள் செய்ததெல்லாம், எங்கள் மரபுகளை அழித்ததுதான்.' 1940களின் துரைகளும் அவர்களைச் சும்மா இருக்க விடவில்லை. வனத்துறையினர் இயக்கம் ஒன்றைத் தொடங்கினர். அவர்கள், காடுகளுக்கு எல்லைகள் பிரித்தனர், இடம்மாற்றி மாற்றிப் பயிர் செய்வதைத் தடைசெய்தனர். அவர்களைச் சமவெளிப் பகுதிகளுக்கு அனுப்பி வைத்தனர், நெல்விவசாயம் செய்யக் கட்டாயப்படுத்தினர். 'நாங்கள் துரைக்கு ஆடுகள் கொண்டு சென்றோம், அவனுக்கு என்னுடைய துயரங்களைச் சொன்னோம், இடம்மாற்றிச் செய்யும் விவசாயத்தை ஒதுக்கித் தரப்பட்டுள்ள காடுகளில் செய்வோம் அல்லது நாங்கள் இறந்துவிடுவோம் என்று சொன்னோம். அவர் சொன்னார் "மரங்களை வெட்டாதீர்கள்.

வனத்துறை அதிகாரி உங்களைக் கட்டி வைத்து சிறைக்கு அனுப்பிவிடுவார்." இந்தச் சிறையை விட அது நன்றாக இருக்கும் என்று சொன்னோம். "காடுகளை உருவாக்கியது யார்? அவன் யாருக்காகக் காடுகளை உருவாக்கினான்? அரசாங்கத்துக்காகவா அல்லது மக்களுக்காகவா?" என்று ஒரு குட்டியா கோண்டு பழங்குடி மனிதன் கேட்டான்.

ஒரிஸாவில் கோராபுட் மாவட்டத்தில் மிகவும் உட்பகுதியில், உயரமான பீடபூமியில் வாழ்ந்த, பொண்டோ (Bondo) என்ற ஒரு பழங்குடி மக்களுடன் எல்வின் நன்றாகப் பழகினார். 'அவர்கள் எந்தத் தடைகளும் இன்றி, தன்னியல்புகளுடன், சமத்துவம் உள்ள சமூகமாக வாழ்ந்து வந்தனர். அங்குதான் இந்தியாவிலேயே அதிகமாகக் கொலைக் குற்றங்கள் நிகழ்ந்தன. முதலில் 1943 டிசம்பரிலும், 1945 மார்ச்சிலும் எல்வின் அங்கு சென்றபோது, கிராமத்தினர் யாரும் உதவ முன் வரவில்லை. ஆண்கள் புகையிலை ஓசி கேட்டார்கள். ஆனால், பதிலுக்கு உணவு விற்பனை செய்யவோ அல்லது தங்கியிருக்கும் தற்காலிகக் கொட்டகையை இடம் மாற்றவோ உதவவில்லை. புகைப்படம் எடுக்க அவர் முயன்றபோது அவர்கள் அதைத் தடுத்தனர். காமிரா, உடலில் இருந்து சக்தியை உறிஞ்சி எடுத்துவிடும் என்று நினைத்தனர். துரை ராணுவத்துக்கு ஆளெடுக்க வந்திருக்கிறார், குழந்தைகளைப் பிடித்து அமெரிக்காவுக்கு அனுப்பி அவர்களை கிறித்தவர்கள் ஆக்கிவிடுவார், அதைவிட மோசமாக, மதுவிலக்கை அமல்படுத்துவார் என்று வதந்திகள் பரவின. 1946 ஜனவரியில் அவர் மூன்றாவது தடவையாகச் சென்ற வேளை சந்தேகங்கள் குறைந்திருந்தன. நாங்கள் வந்து சென்ற பின்னால், புலிகள் வந்து அட்டகாசம் செய்யவில்லை, புதிய வரிகள் ஏதும் விதிக்கப்படவில்லை, மதுவிலக்கு வரவில்லை, எந்தப் பெண்ணையும் யாரும் கடத்திச் செல்லவில்லை. அவர்களுடைய வாழ்வின் ஓரங்கமாக ஆகிவிட்டோம். அவர்களில் மிக மோசமான கொலைக் குற்றவாளிகள் கூட எங்கள் நண்பர்கள் ஆகிவிட்டனர் என்று எல்வின் எழுதினார்.

கடைசிமுறையாக அங்கு சென்றபோது, இரண்டு ஆங்கிலேய நண்பர்கள் அவருடன் வந்தனர். ஒருவர் மரக் குத்தகைதாரர், ஹெச்.வி. ப்ளாக்பர்ன், இன்னொருவர் ஹாரி மில்ஹாம் என்ற விமானி. மானிடவியல் அறிஞரின் நடையுடை பாவனைகள் பற்றி மில்ஹாம் எழுதிச் சென்றிருக்கிறார். எல்வின் எப்போதும் போதையில் இருந்தாராம். அவர்கள் அங்கு சென்ற சமயத்தில், பாவோ பரப் என்ற பொண்டோ மக்களின் பண்டிகை நடந்தது. அந்தப் பண்டிகை பௌர்ணமி நாளில் நடக்கும். அதுவரை அதைப் பற்றி யாரும் விவரித்தது கிடையாது. அருகில் இருந்த

ராய்ப்பூர் ரயில் நிலையத்தில் இருந்து மூன்று ஆங்கிலேயர்களும், அப்பகுதிகளை ஆண்ட மன்னர் இருந்த ஜேப்பூருக்கு எட்டு மணிநேரம் மோட்டார் காரில் பயணம் செய்தனர். ஜேப்பூர் கோராபுட் குன்றுகளின் மத்தியில் இருந்தது. சுற்றுலா விடுதியில் ஒரு பாட்டில் ரம்மைக் காலி செய்துகொண்டே தன்னுடன் வந்தவர்களிடம் அவர்கள் தங்கி இருக்கப் போகும் இடத்தின் பழங்குடி மக்கள் பற்றிச் சொன்னார். இந்த மக்கள் உணர்ச்சி வசப்படக் கூடியவர்கள் எப்போது என்ன செய்வார்கள் என்று சொல்ல முடியாது, ஒருவேளை அவர்கள் நம் கதையையும் முடித்துவிடலாம்.

அடுத்த நாள் பொண்டோ மக்கள் வாழும் ஊர்களைச் சுற்றிப் பார்க்கக் கிளம்பினார்கள். அதற்கு முன்னால், அவர்கள் அங்கு செல்வதற்கான ஏற்பாடுகள் செய்ய, எல்வினுடைய விசுவாசத்துக்கு உரிய ஆராய்ச்சி உதவியாளர் சுந்தர்லால் நர்மதா சென்றிருந்தார். ரோடு முடிந்த இடத்தில் இருந்து, பொண்டோ கிராமங்களுக்குச் செல்ல செங்குத்தாக ஏறவேண்டி இருந்தது. போகும் வழியில் எல்வினுடைய கால் விரலில் அடிபட்டது. தனது வழக்கப்படி அவர் வெறுங்காலுடன் மலை ஏறினார். அவர் அப்படி நடப்பது, நீட்டிக்கொண்டிருக்கும் பாறையுடன் வழக்கமாக அவருக்கு நடக்கும் விவாதத்தில் ஈடுபட்டிருப்பது போல் தோன்றியது. கடைசியாக போடொபல்லே என்ற கிராமத்தை அடைந்தனர். அவர்கள் அங்கு சந்தித்த முதல் ஆள் முலியா. அவன் அப்போதுதான் இரட்டைக் கொலைக்காகச் சிறைத் தண்டனை அனுபவித்துவிட்டு விடுதலையாகி வந்திருந் தான். அவன்தான் எல்வினுடைய மிக நெருங்கிய நண்பன்.

தங்கியிருக்கத் தற்காலிகக் கொட்டகை அமைத்த பிறகு, எல்வின், கிராமபோனை இயக்கிவிட்டார், சிகரெட்களை வழங்கினார். பெண்கள் இசையைக் கேட்டு வெளியே வந்தனர். ஆனால், கிராமத்தினர், தங்கள் பண்டிகையைத் தள்ளிப் போட்டுவிட்டதாகப் பின்னால் அறிந்துகொண்டதும் எல்வினுக்குக் கோபம் வந்தது. தானியத்தின் முதல் பயிர் விளைந்து அறுவடையாகவில்லை, அதுதான் காரணம் என்று சொன்னார்கள். வந்தவர்களுக்குச் சந்தேகம் எழுந்தது. அவரைப் போன்ற வெளி ஆட்கள் இருப்பது காரணமாக இருக்கலாம். என்னென்ன செய்ய வேண்டுமோ எல்லாம் செய்த பின்னும், லஞ்சங்கள் கொடுத்த பின்னும் புன்னகை மட்டுமே பதிலாகக் கிடைத்தது. எந்த மாற்றமும் ஏற்படவில்லை. வில்வித்தைப் போட்டி நடத்தினால் உற்சாகம் வந்துவிடும் என்று எல்வின் அதைத் தொடங்கினார். ஐம்பது அடி தூரத்தில் ஒரு சிகரெட் பெட்டியை வைத்து, அதை யார் குறி வைத்துச் சரியாக

அடிக்கிறார்கள் என்று பார்க்கலாம் என்றார். இரண்டுபேர், தொடர்ந்து மூன்று முறைகள் சரியாக அடித்தனர். பிறகு மரக்குத்தகைதாரர், ப்ளாக்பர்ன் 22 துப்பாக்கியை வெளியில் எடுத்தார். தன் குறி தப்பாது என்று காட்டினார். ஒரு புறாவையும், காட்டுக் கோழியையும் சுட்டார். அதை நிறையப் பையன்கள் குதூகலத்துடன் ஓடிப்போய் எடுத்து வந்தனர்.

ஆனாலும் பொண்டோ மக்கள் பண்டிகை கொண்டாட்டத்தைத் தொடங்கவில்லை. எனவே அடுத்திருந்த பொடொபாடா கிராமத்துக்குச் சென்றனர். அந்த ஊர் மிகவும் அழகாக இருந்தது. தென்னங் கூரை வேய்ந்த குடிசைகள், பசுமையான மரங்கள், மூங்கிலால் கட்டப்பட்டு அதில் பூசியிருந்த சுவர்கள், கரும்பச்சை நிறத்தில் இருந்த புகையிலை வயல்கள், இவற்றின் பின்னணியில் மெல்ல மெல்ல இறங்கிவரும் மலைச்சரிவுகளில் இருந்த வயல்கள், இளம் பச்சை நிறத்தில் இருந்த தென்னை மரங்கள், செடிகள் நிறைந்த புதர்கள் எல்லாம் சேர்ந்து அந்த ஊர் ரம்மியமாக இருந்தது.

இங்கேயும் கிராமபோனை இயக்கினார்கள், கிராம மக்களின் கவனத்தை ஈர்ப்பதற்காக, ஓடிப் பிடித்து விளையாடினார்கள், சண்டையிட்டுக் கொண்டார்கள். இதற்கு முன்னால் வந்தவேளை எடுத்த புகைப்படங்களை எல்வின் காட்டினார். பொண்டோக்கள் அவற்றில் தங்களை அடையாளம் கண்டு மகிழ்ந்தனர். மில்ஹாம், நிறைய மதுவைக் குடித்துவிட்டார். எந்தக் கூச்சமும் இல்லாமல் பெண்களைக் கவனித்தார்:

பெண்கள் மிகவும் குறைவாக ஆடை அணிந்திருந்தனர். இடுப்பைச் சுற்றி சுமார் 9 அங்குலம் நீள மரப்பட்டை இழைகளால் ஆன உடையைக் கயிற்றால் கட்டியிருந்தனர். நீண்ட மேலும் கீழுமாக வடிவமைக்கப்பட்டு வண்ணம் தீட்டப்பட்ட உடை, அதிர்ச்சிதரும் விதத்தில் பின்புறத்தின் பெரும்பகுதி தெரியும் வகையில் கிடந்தது. இடது தொடை முழுவதும் வெளியே தெரிந்தது. உடைகள் இடையில் பொருந்தி இருக்கவில்லை. ஆனால் அவற்றின் தேவையை நிறைவேற்றின.

உடலின் மேற்பகுதியிலும் அவர்கள் எதுவும் அணியவில்லை. ஆனால், அழகழகாகக் கோர்க்கப்பட்ட மணிமாலைகள் போட்டிருந்தனர். தூரத்தில் இருந்து பார்த்தால், நல்ல ஆடைகள் அணிந்ததுபோல் தெரிந்தது. கைகளில் உலோகத்தினால் ஆன பல வளையல்கள் அணிந்திருந்தனர். முழுதாக மழிக்கப்பட்ட தலைகளில், நீண்ட மஞ்சள் மூங்கில் தட்டைகள் மணிமுடி போல் இருந்தன. முதல்

கொன்யாக் நாகா இனப் பெண்

பார்வைக்கு அசிங்கமாக இருந்தனர். கொஞ்சம் யோசித்தால், அவர்களில் சிலர் உண்மையிலேயே அழகாக இருந்தனர். எல்லோருடைய கண்களும் மிக அழகாக இருந்தன.

இவற்றையெல்லாம் முதலிலேயே பார்த்திருந்த எல்வின் சோர்வாக இருந்தார். வேண்டுமென்றே கிராம மக்கள் பௌர்ணமி விழாவை நிறுத்தி வைத்திருப்பதாக நினைத்தார். அரிசிமாவும், வேகவைத்த பருப்பும் சேர்த்து அவர்கள் செய்யும் கிரிம்தொர் என்ற உணவுப் பண்டத்தை இன்னும் செய்யவில்லை. அதைப் பண்டிகை நாட்களில் மட்டுமே செய்வார்கள். இரவு ஆனதும் பொண்டோ மக்கள் வீடுகளில் கிரிம்தொர் செய்கிறார்கள் என்ற தகவல் கிடைத்தது. அடுத்தநாள், நண்பகலில் விழா தொடங்கியது. ஊருக்கு நடுவில் இருந்த ஒரு இடத்தைச் சுத்தம் செய்தனர். கொட்டு அடிப்பவர்கள் கூடினர். இசைக்கு ஏற்ப எட்டு வயதுப் பையன்கள் இரண்டு பேர் கம்பெடுத்துச் சிலம்புச் சண்டை செய்தனர். கொட்டின் வேகம் கூடக் கூட, அடிகளும் பலமாக விழுந்தன. பெரியவர் ஒருவர் போதும் என்று சொன்னவரை சண்டை நடந்தது. பையன்கள் இருவரும் ஒருவரை ஒருவர் தழுவிக்கொண்டு, பூசாரியிடம் சென்றனர். இலையில் அவர் கொடுத்த, கிரிம்தொரை வாங்கி, அதைத் தங்கள் பெற்றோரிடம் பெருமையாக அளித்தனர்.

மற்ற பையன்களை வைத்துச் சண்டைகள் தொடர்ந்தன. நேரம் ஆக ஆக வயதானவர்கள் வந்தனர். சண்டைகளும் உக்கிரமாக இருந்தன. பார்வையாளர்கள், கொஞ்சம் கொஞ்ச மாக மஹுவாவைக் குடித்துக்கொண்டிருந்தனர். எல்வின் அந்த இடத்திலேயே அவர்களது மரபு பற்றிய ஒரு கருதுகோளை உருவாக்கினார்: அடித்துச் சண்டையிடுவதன் மூலம் பிரச்சனைக்கு ஒரு தீர்வு கிடைக்கிறது. கொலையை அது தவிர்க்கிறது. இந்தச் சடங்கின் தொடக்கம் இதுவாக இருக்கலாம். அதற்குள் இருட்டி விட்டது. பௌர்ணமியாக இருந்தாலும் அந்த இடத்தில் வெளிச்சத்துக்காகத் தீ மூட்டினர். இசைக்கேற்ப பெண்கள் பாடினர். ஆண்கள் தலையில், மூங்கில் பட்டைகளில் மயில் இறகு வைத்த தலையணியுடன் நடனம் ஆடினர். நெருங்கி நின்று ஆடிய வட்டத்துக்குள் எல்வினையும் இழுத்தனர். அவர்களுடைய ஆட்டத்துக்கு ஈடுகொடுக்க முடியாமல் திண்டாடினார். நள்ளிரவு வரை நடனம் ஆடினார், நடுவில் அவசர அவசரமாக மதுவும் அருந்தினார். இதை முன்னரே கண்டிருந்த சுந்தர்லால் அவரைப் படுக்கைக்குக் கூட்டிச் சென்று தூங்க வைக்க முயன்றான். அவர் கேட்கவில்லை. இசை மீண்டும் ஆரம்பித்ததும் தள்ளாடிக் கொண்டே நடனத்தில் சேர்ந்துகொண்டார்.

மில்ஹாம்மும் ப்ளாக் பர்ன்னும், பக்கத்தில் இருந்து பார்த்துக் கொண்டிருந்தனர். ஒரு சமயத்தில் எல்வினைக் காணவில்லை. சுந்தர்லாலிடம் சொன்னார்கள். அவர் கூட்டத்தின் நடுவில் எல்வின் மயக்கத்தில் மல்லாந்து கிடந்ததைக் கண்டார். அவரை அப்படியே தூக்கிச் சென்று படுக்கையில் போட்டனர். ஆனால் கொஞ்ச நேரம் கழித்து எழுந்து ‘ஐயய்யோ போச்சே’ என்று நடனம் செய்கிறவர்களுடன் சேர்ந்துகொண்டார். அவருக்குப் பலத்த கைதட்டல் கிடைத்தது அப்போது விடியற்காலை மணி நான்கு.

அடுத்த நாள் காலை அவர்கள் ஜேப்பூருக்குக் கிளம்பி னார்கள். கீழே இறங்கி வரும்போது மீண்டும் கால்விரலில் அடிபட்டது. கால் வலியோடு தலைவலியும் ஏற்பட்டது. ‘அவர் யாருடனும் பேசும் நிலையில் இல்லை.’ இரண்டு கைகளாலும் தலையைப் பிடித்துக்கொண்டு பாறையில் உட்கார்ந்திருந்தார். மதுவிலக்குக்காக 1890களில் எடுக்கப்பட்ட புகைப்படங்களுக்குச் சரியான ஆளாக இருந்திருப்பார். குடிப் பேயின் பாதிப்பு வளைந்திருந்த உடம்பின் ஒவ்வொரு அசைவிலும் தெரிந்தது என மில்ஹாம் நினைவுகூர்ந்தார்.

சவுரா (Saora) என்ற இன்னொரு பழங்குடி இனமும் அவரைக் கவர்ந்தது. அவர்கள் வன்முறையில் அவ்வளவு ஈடுபட

மாட்டார்கள். ஆனால், அவர்களுக்கு வெளி ஆட்களைக் கண்டால் பிடிக்காது. சாஹிபொசும் என்ற கடவுளை வழிபட்டார்கள். ஊரின் எல்லையில் மரத்தால் வெள்ளைக்காரனைப் போல் கால்சராய், தொப்பி இவற்றுடன் செய்த உருவத்தில் சாஹிபொசும் செய்து நிறுத்தி இருந்தனர். சுற்றிப் பார்க்கவரும் அதிகாரிகளை அது வரவிடாமல் தடுக்கும். அப்படியும் சாஹிப் வந்துவிட்டால், அதற்குப் பரிகாரமாகச் சுத்திகரிப்புச் சடங்கு நடத்தினார்கள். வனத்துறைக் காவலர் என்றால் ஆடு, போலீஸ் கான்ஸ்டபிள் என்றால் கோழி, மானிடவியல் அறிஞராக இருந்தால், பெரிய கரும்பன்றி என்று பலிப்பொருட்களை வரையறுத்து வைத்திருந்தார்கள்.

கல்பதித்த தளங்கள் அமைத்து, அவற்றில் ஒன்றின் மேல் ஒன்றாக வீடுகள் கட்டி இருந்தனர். வயல்களுக்கு இடையில் வரப்பு இருந்தது. வயல்களை நன்றாகப் பார்த்துக்கொண்டனர். தண்ணீர் பாய்ச்சி நல்ல தரமான அரிசி விளைவித்தனர். விவசாயத்தைப் போலவே, கடவுள், மதம் இவற்றின் கொள்கைகளிலும் முன்னேற்றம் இருந்தது. கடவுள் நம்பிக்கை பலி கொடுப்பதை அடிப்படையாகக் கொண்டது. அதை நடத்த ஒரு சாமியாடி இருந்தார். சவுரா பழங்குடி மக்கள் நல்ல கலைஞர்கள். அவர்கள் வரைந்த படங்களில், அதிசயத் தேவதைகள், பயங்கர மிருகங்கள், அதிகாரிகள் நிறைய இருந்தனர். படங்களைக் குடும்பத்துடன் வாழ்கிறவர்கள் சாமியாடி சொன்னபடி வரைந்தனர். சாமியாடி கோபம் தணிக்க வேண்டிய, கும்பிட வேண்டிய சாமிகளை வரையச் சொன்னான். சவுரா மத நம்பிக்கைகள் பற்றிக் களஆய்வை முடித்த எல்வின், ஆர்ச்சருக்கு இவ்வாறு எழுதினார்: “உடலுறவைப் பற்றி எதுவுமே இல்லை. இது பற்றி எழுதுவது ஓய்வெடுப்பது போல் இருக்கிறது.” எழுதுகிற பொருளின் புதுமை பற்றிப் பழைய புத்தக வெளியீட்டாளருக்கு எழுதினார். கொஞ்ச காலமாக ஜான் முர்ரே அவருடைய புத்தகங்கள் எதையும் வெளியிடவில்லை. போர் நடந்தது இதற்குக் காரணமாக இருக்கலாம். அவர் வெளியிடக் கொடுத்த புத்தகங்களின் தன்மையும் ஒரு காரணமாக இருக்கலாம். “சவுரா மதம் பற்றி எழுதிய நூலை வெளியிட முடியுமா? அந்தப் புத்தகத்தில் எந்த இடத்திலும் பாலுறவு பற்றி ஒரு வார்த்தைகூட இருக்காது” என்று ஜான் முர்ரேவுக்கு எழுதினார்.

❍ ❍ ❍

ஒரிஸா பழங்குடி மக்கள் பற்றி, தொடர்ந்து பல நூல்களை எழுதத் திட்டம் இட்டார்: 1. ‘பொண்டோ – மெகாலிதிக் (*megalithic*) காலப் பண்பாடு, குற்றங்கள், குணங்கள்’; 2. ‘சவுரா – மதம்; 3.

கடாபா–துணிநெய்தல்'; 4. 'கொண்ட்–விவசாயம்'; 5. 'ஜு ஆங்–பழங்கதையின் சமூகப் பயன்பாடு' என்று ஒவ்வொரு நூலும் ஒவ்வொரு பொருளைக் குறித்து இருக்க வேண்டும் என்பது அவர் திட்டம். சமூக சேவகராக இருந்தவர், முழு எழுத்தாளராக, கருத்துப் போராளியாக ஆனார். பயணங்கள் முடிந்து, திரும்ப வந்தடையும் இடமாக, அவருடைய குறிப்புகளைப் பகுப்பதற்கும் விரித்து எழுதுவதற்கும் உரிய இடமாகப் பதன்கார் இருந்தது. ஒரு தடவை இப்படிப் பயணத்தில் இருந்து திரும்பிய உடனே ஒரு புதிய அத்தியாயம் எழுதத் தொடங்கிய வேளையில் "நான் ஒரு மனிதரைத்தான் திருமணம் செய்திருக்கிறேன், டைப் ரைட்டரை அல்ல" என்று கோஸி சொன்னார். உடனே வேலையைத் தொடங்க வேண்டும் என்ற கவலையில் இருந்த அவர் வீட்டில் எல்லோரும் கூச்சல் போடும்போது தன்னால் புத்தகம் எழுத முடியாது என்று சொல்லிவிட்டுச் சர்வாச்சப்பருக்கு ஓடினார். சுயநலத்தில் செய்த இந்தச் செயலை ஷாம்ராவ் கூட மன்னிக்க வில்லை. குமாரும் எல்வின் போலவே வேலையைத் தவிர வாழ்வில் வேறு ஒன்றும் இல்லை என்று மாறிவிடக் கூடாது என்று ஷாம்ராவ் நினைத்தார். கோஸி கோபத்தில் சண்டையிட்டார். அவருடைய புத்தகங்களைச் 'சக்களத்தி' என்று அழைத்தார். அதாவது, எல்வின் தன்னைவிடப் புத்தகங்களை அதிகம் நேசிக்கிறார் என்று உணர்த்தினார்.

எல்வின் ஒருமுறை பில் ஆர்ச்சரிடம் 'தனக்கும் கோஸிக்கும் பலருடன் உறவுகொள்ளும் இயல்பு உண்டு. ஒவ்வொரு முறையும் கோஸி தடம் மாறும்போது என்னை இன்னும் கவர்ந்தார். அப்படி இல்லை என்றால் இரண்டு, மூன்று வருடங்களுக்குள் தான் சலிப்பு அடைந்திருக்கலாம். இந்த இயல்பு இருவருக்கும் இருந்ததால், அவ்வப்போது அவருக்கு மற்ற பெண்களுடன் உறவுகள் ஏற்பட்டன. அதற்கான வாய்ப்புக்களும் இருந்தன, அவை தேவையாகவும் இருந்தன. வாய்ப்புக் கிடைத்ததால் பயன்படுத்திக் கொண்டார்; ஒரு சந்தர்ப்பத்தில் பதன்காரில் பங்கா ஆயாவுடன், இன்னொரு சமயத்தில் பம்பாயில் ஒரு அழகிய யூதப் பெண்ணுடன் என்று பல உறவுகள் அமைந்தன. கோஸியும் கிடைத்த வாய்ப்புக்களைப் பயன்படுத்திக்கொண்டார். ஒரு தடவை பம்பாயில் இருக்கும் ஆங்கிலேய நண்பர் அவளை இணங்க வைத்ததைப் பெருமையுடன் எல்வின் ஆர்ச்சரிடம் சொன்னார். கோஸி படுத்துத் தூங்கிய பிறகு, ஆண்கள் பேசிக் கொண்டே குடித்துக்கொண்டிருந்தார்கள். எல்வின் எப்போதும் போல் முதலில் நினைவிழந்து கிடந்தார். ஒரு ஆள் பாத்ரூம் போக கோஸியின் அறை வழியாகச் செல்ல வேண்டி இருந்தது. ஒருமணி நேரத்தில் நான்கு முறை போக வேண்டியிருந்தது.

முதல் தடவை அவளைப் பார்த்துச் சிரித்தார். இரண்டாம் தடவை கூந்தலைத் தொட்டார், மூன்றாம் தடவை தடவிக் கொடுத்தார், நான்காம் தடவை அவருடன் கலந்தார்.

1944 வாக்கில் எல்வின் புத்தகங்களில் முழுவதுமாக மூழ்கி விட்டார். அவருடைய மணவாழ்வில் சிக்கல்கள் எழுந்தன. தன் அம்மாவுக்குக் கோஸியை ஒரு பூர்ஷ்வாவினுடைய மனைவி போலச் சித்தரித்துக் காட்டினார்: அவள் நன்றாகப் (ஸ்வெட்டர்) பின்னுகிறாள்; கழுத்தைச் சுற்றி அணியும் கம்பளித் துண்டு (Scarf) பின்னித் தொழு நோயாளிகளுக்குக் கொடுக்கிறாள். தொழு நோயாளிகளைப் பற்றி நமக்குத் தெரியாது. ஆனால் வேலையே கதியாகக் கிடக்கும் கணவனைக் கோஸிக்குப் பிடிக்க வில்லை. 1945இல் அவர் ஒரிஸாவில் இருக்கும் சமயம், புதியதாக இன்னொரு ஆணுடன் உறவு வைத்துக்கொண்டார். அது சந்தர்ப்பவசத்தில் நடக்கவில்லை. 1945இன் கடைசி மாதங்களில் அவர் கர்ப்பம் உற்றார்; அதற்குக் காரணம் யார் என்று நமக்குச் சரியாகத் தெரியவில்லை. எல்வின் காரணம் அல்ல என்பது தெரிகிறது. (சாஹித் என்ற முஸ்லிம் கடைக்காரனாக இருக்கலாம்.) குமார் பிறந்தபோது கொண்டாட்டம் இருந்தது. இந்தக் குழந்தை பிறந்தபோது அவர் அதிகமாகப் பேசவில்லை. அவர் ஒரிஸாவில் சுற்றுப் பயணம் செய்யும்போது கோஸி தனது 'இரண்டாவது பதிப்பை' பிரசவிக்கப் பம்பாய் சென்றார். கோராபுட் மாவட்டத்தின் மேட்டு நிலங்களில் இருந்து எல்வின் ஆர்ச்சருக்கு இவ்வாறு எழுதினார்: 'நான் கோஸியையும் குழந்தையையும் காண மே மாதம் 20ஆம் தேதி செல்ல வேண்டும். இனிமேலும் அதைத் தள்ளிப் போட முடியாது.'

1946 ஜூலை மாதத்தில் கூடிப் பேசினர். துணி ஆலை முதலாளியும் பூமி ஜன் சேவா மண்டலின் புரவலருமான ஜஹாங்கீர் பட்டேல், எல்வின் விவாகரத்துப் பெற விண்ணப்பிக்க வேண்டும் என்று கருதினார். எப்போதும் சமாதானமாகப் போகும் ஷாம்ராவ், கோஸியை மன்னிக்க முடியாது என்று வற்புறுத்தினார். கோஸியையும் குழந்தையையும் ஷாம்ராவ் பதன்காருக்குக் கூட்டிச் சென்றார். எல்வின் வழக்கறிஞர்களிடம் ஆலோசனை கேட்டார். கிராமத்துக்குத் திரும்பிய பின்னால், மனைவிக்கு இன்னொரு வாய்ப்புக் கொடுக்க வேண்டும் என்று முடிவுசெய்தார். அப்போதுதான் அவருக்கு இந்திய மானிடவியல் ஆய்வுக் கழகத்தில் வேலை கிடைத்தது; அதன் அலுவலகம் அதுவரை வாரணாசியில் இருந்தது. அதைக் கல்கத்தாவுக்கு விரைவில் இடம் மாற்றவிருந்தனர். பதன்காரில் நடந்தவற்றை மறந்துவிட்டு நகரத்திற்குப் போகலாமே? "கோஸியுடன் புதிய வாழ்வைத் தொடங்கலாம் என்று நம்பித் தொடங்கப் போகிறேன்"

என்று பட்டேலுக்கு எழுதினார். விவாகரத்தை இப்போது ஏன் செய்யப் போவதில்லை என்று தன்னுடைய வக்கீலுக்கு விவரமாக கடிதம் எழுதினார். மனம் மாறியதற்கான காரணங் களை அவர் அடுக்கினார்:

1. எது நடந்த போதும் மனைவி மீது நான் கொண்டிருக்கும் அன்பு மாறவில்லை. அதை அழிக்க அவள் தன்னால் முடிந்த அளவு முயற்சி செய்திருக்கிறாள். ஆனாலும் இந்தச் சோதனைகளைத் தாண்டி இதுவரை மணவாழ்வு தொடர்கிறது என்றால், அதில் ஏதோ ஒன்று இருக்கிறது என்று பொருள்.

2. நான் தொடக்கத்தில் இருந்தே சொல்லி வந்திருப்பது மாதிரி, நடந்த குழப்பத்துக்கெல்லாம் அவள் பொறுப் பேற்க வேண்டும். அதே அளவு நானும் பொறுப்பேற்க வேண்டும். அவளிடம் இருக்கும் சில குறைகளைவிட நான் செய்த குற்றங்கள் மிக அதிகம்.

3. கோஸியின் மீது பழி சுமத்தாததற்கு வேறு ஒரு காரணமும் இருக்கிறது. அவள் மானிடவியல் ஆய்வாளர்கள் சொல்கிற மாதிரி 'மாற்றுப் பண்பாட்டில் இணைதல்' என்ற நிகழ்வில் பலியானவள். நான் அந்தப் பழங்குடிப் பெண்ணை, அவளது அறம், மதம், பண்பாடு, தடைகள் இவற்றின் சூழ்நிலையில் இருந்து வெளியேற்றிவிட்டேன். இப்படி நடக்கும்போது, பழங்குடி மனிதன் தீவிரமான மனமாற்றத்துக்கு உள்ளாகிறான், அவனுடைய நடத்தையும் நாம் 'சாதாரணம்' என்று கருதும் வகையில் இருப்ப தில்லை. நானும் அது போலவே 'மாற்றுப் பண்பாட்டில் இணைதல்' என்ற நிகழ்வுக்குப் பலியானவன். அவள் கிராம வாழ்வில் இருந்து மாறியதைப் போல, நான் சாதாரண வெள்ளைக்காரத் துரையாக இருந்தவன் முழுவதும் மாறிவிட்டேன்.

4. என் மனைவியாகி என்னைக் கௌரவப்படுத்திய ஒருத்தியின் மீது, நீதிமன்றத்தில் மட்டுமல்ல, தனிமை யில் கூடக் குறை கூற என்னால் முடியாது. நானாக அவளை மணவிலக்குச் செய்யாமல், அவள் என்னை மணவிலக்குப் செய்வது போல் ஏற்பாடு செய்ய விரும்பி னேன். ஆனால் அப்படிச் செய்தால் எனது விஞ்ஞான ஆய்வுகள் பழுதுபடும் என்று பயந்தேன் ...

5. நான் அனேகமாக இனி கல்கத்தாவில் வாழ்வேன். தோல்வியான என் மணவாழ்வை வெற்றியாக மாற்ற

இன்னும் ஒரு தடவை முயற்சி செய்ய விரும்புகிறேன். கோஸி அங்கே மகிழ்ச்சியாக இருக்கலாம்; குழந்தைகள் அவளுடன் இருப்பார்கள், எங்களுக்குப் பல நண்பர்கள் இருக்கிறார்கள். முதல் முறையாக அவள் விரும்பிய வசதிகளை என்னால் செய்து தரமுடியும். இருவரும் ஒருவருக்கு ஒருவர் செய்ததை 'மறப்போம், மன்னிப்போம்'. இந்த முயற்சியும் தோல்வி அடைந்தால், மீண்டும் சூழ்நிலையை மாற்ற வேண்டியிருக்கும்.

முஸ்லிம் கடைக்காரனுடன் தொடர்பைத் துண்டித்து விடக் கோஸி ஒப்புக்கொண்டார். அவருடைய புரவலர்களான, ஜஹாங்கீர் பட்டேலும் ஜே.ஆர்.டி. டாடாவும் இந்தச் சமாதான முயற்சியைக் கண்டு மகிழ்ச்சி கொள்ளவில்லை. "இந்த முடிவைக் கண்டு மகிழ்வதா அல்லது வருந்துவதா என்று எனக்குத் தெரியவில்லை. ஆனால், என்ன இருந்தாலும், அவருடைய வாழ்க்கையைப் பற்றி அவர்தான் இறுதி முடிவு எடுக்க வேண்டும். நண்பர்கள் அறிவுரைதான் கூற முடியும் என்று டாடா ஜஹாங்கீர் பட்டேலுக்கு எழுதினார். நண்பர்கள் அதை ரகசியமாக வைத்துக்கொள்ளத்தான் முடியும் என்று அவர்கள் சொல்லி இருக்கலாம். ஏனெனில், பதன்காருக்கு வெளியே இந்த இரு பார்ஸிக்காரர்களுக்கும், பார்ஸி வக்கீலுக்கு மட்டும்தான் இந்தக் கதைகள் தெரியும்.

திருமணத்துக்கு வெளியில் நிகழ்ந்த இந்த உறவுகளை, சட்டத்துக்குப் புறம்பாகப் பிறந்த குழந்தையை, தனது அம்மா, தங்களுக்குப் பணம் கொடுப்பவர்கள், தனது வாசகர்கள், பிற்காலத்தில் பழங்குடி மக்களை ஆளப் போகிறவர்களான புனிதம் காக்கும் அரசியல்வாதிகள் எல்லோரிடமிருந்தும் பல காரணங்களால் எல்வின் மூடி மறைக்க வேண்டியிருந்தது. கோஸியின் இரண்டாவது பையனுக்கு விஜய் என்று பெயர் வைத்தார். அப்போது இந்திய கிரிக்கெட் வீரர் விஜய் மெர்ச்சண்ட் இங்கிலாந்தில் வெற்றிகரமாக விளையாடிக்கொண்டிருந்தார். எல்வின் அவனை 'இடையில் வந்த குழந்தை' என்றே அழைத்தார். அம்மாவுக்கு எழுதிய கடிதங்களைப் படித்தால், இரண்டு பையன்களுக்கும் இடையில் அவர் காட்டிய உணர்வுகளின் வேறுபாட்டை உணரமுடியும்: 'குமாரும் விஜய்யும் நலம். குறிப்பாக குமார் அருமையான பையன், மிகவும் நேசமானவன், பார்த்ததி லேயே மிகவும் மென்மையானவன், ரொம்பப் புத்திசாலி, எதையும் நன்றாகப் புரிந்துகொள்வான், ஆனால் படிப்பில் சுமார்தான்'.

○ ○ ○

வடகிழக்கு எல்லைப்புறத்தில் குமார் எல்வின், 1960

1940களில் எல்வின் அரசாங்க வேலையின் ஒரு பகுதியாக ஆய்வு செய்யவும், பாதுகாக்கவும் புதிய பழங்குடி இன மக்களைத் தேடிக்கொண்டிருந்த சமயத்தில் ஷாம்ராவ் ஹிவாலே மண்ட்லாவில் தங்கி, பூமிஜன் சேவா மண்டலின் வேலைகளைப் பார்த்து வந்தார். தன் நண்பருடைய பாதிப்பில், அவருடைய உதவியுடன், ஷாம்ராவ், பர்தான் பழங்குடிகள் பற்றி ஆராய்ச்சி செய்து முடித்தார். பர்தான்கள் இசைவாணர்கள், கோண்டு மக்களுடன் வாழ்ந்து வந்தனர்.

ஷாம்ராவ் எழுத விரும்பியவரில்லை. எழுதக் கூடியவரும் அல்ல. ஆனாலும் 1946ஆம் ஆண்டு அவர் பெயரில் 'நர்மதைப் பள்ளத்தாக்கில் வாழும் பர்தான்கள்', 'நாடோடி அறிஞர்: வெர்ரியர் எல்வின் பற்றிய ஆய்வு' என்ற இரண்டு புத்தகங்கள் வெளிவந்தன. 'நாடோடி அறிஞர்' நூலில் எல்வின் எழுதிய சுற்றறிக்கைக் கடிதங்கள், அவர் எழுதிய நூல்களின் விமரிசனங்கள், இந்திய ஐரோப்பிய விருந்தினர்களின் புகழுரைகள் அனைத்தையும் தொகுத்து, இணைத்து ஷாம்ராவ் தனது குறிப்புக்களை எழுதி யிருந்தார். அது கிடைப்பதற்கு அரிய நூல். மிகச் சிறந்த

இந்திய நூலகங்களில் கூட இருக்காது. அது வெளிவந்தபோதும் அவ்வளவாகக் கவனம் பெறவில்லை. சுதந்திர இந்தியாவில் வாழவும் பணியாற்றவும் உதவும் வகையில் அவருடைய தகுதிகள், அதுவரை செய்த பணிகள் பற்றிய விவரக் குறிப்பாக அது இருக்கிறது. யூகிக்க முடியும் வகையில், காங்கிரஸுக்கு எல்வின் உழைத்த காலங்களை, திருச்சபையுடன் அவர் நடத்திய கருத்துப் போராட்டங்களை முன்னிறுத்துகிறது. சமூகவியல் அறிஞர்களுடன் ஏற்பட்ட சச்சரவுகளை மறைமுகமாகச் சொல்லு கிறது. ஆனால் மகாத்மா காந்தியுடன் ஏற்பட்ட வேறுபாடுகளைப் பற்றிக் குறிப்பே இல்லை. எல்வின் பாலுறவில் தேவைக்கு அதிகமாகக் கவனம் செலுத்தினார் என்பதை மறுக்க ஒரு புள்ளி விவரம் தரப்பட்டிருந்தது: அவர் எழுதிய *2750* பக்கங்களில், *280* பக்கங்கள் மட்டுமே பாலுறவைப் பற்றி இருந்தன. அவர் பாலுறவில் மூழ்கி இருந்தார் என்று இதை வைத்துச் சொல்ல முடியாது. பழங்குடி மக்களை ஊறுகாய் போட்டு, அருங்காட்சியகத்தில் வைக்க விரும்புகிறார் என்ற குற்றச்சாட்டுக்கு எல்வினுடைய பதில் தரப்படுகிறது.

'நாடோடி அறிஞர்' நூல் தேவையைக் கருதி எழுதப்பட்ட நூல். ஷாம் அதன் எழுத்தாளர், கதைசொல்லி, எல்வினுடைய சாதனைகளைப் பிரச்சாரம் செய்தவர். எல்வின் அதற்குப்

ஷாம்ராவ் ஹிவாலே – 1930களின் மத்தியப் பகுதி

படங்களையும் தேர்ந்தெடுத்தார் என்று சந்தேகப்படுகிறேன். அவர் காந்தியுடன் இருந்த காலங்களில் எடுத்த படங்கள் நிறைய இருந்தன. மீராபென், கிருபளானி இவர்களுடன் எடுத்த புகைப்படங்களும், காந்தி உடல் நலமின்றி இருந்த வேளை அவரருகில் எல்வின் இருந்த படமும் இருந்தன. குமாரின் இரண்டு புகைப்படங்கள் இருந்தன. அதில் பெயர் 'ஜவஹர்லால்' என்று போட்டிருந்தது. விஜயின் படம் இல்லை. ஷாம் செய்த ஓரிரண்டு விமரிசனங்கள் தேவைக்கு ஏற்றதாக இருக்கிறது. எல்வினைப் பற்றி அவர் இவ்வாறு எழுதினார்: 'நான் அவரை நேசமும், விசுவாசமும் உள்ளவராக, மென்மையான நண்பராக, ஒரு கணவராக, தந்தையாக, கவனித்திருக்கிறேன். தன்னுடைய பழங்குடி மக்களின் வாழ்வில் வேண்டுமென்றே தடங்கல் செய்யும் ஆட்களின் மிக உக்கிரமான எதிரியாகவும் பார்த்திருக்கிறேன்.' அவருடைய பக்தியைப் பற்றிச் சொல்லும்போது, 'மதம் பற்றிய எல்வினுடைய அணுகுமுறை மிகப் பெரும் மாற்றம் அடைந்தது. முதன் முதலில் நான் அவரை அறிந்துகொண்டபோது மத வெறியர் போலவே தெரிந்தது. இன்று அவருக்கு மதம் கிடையாது. எல்லாவற்றுக்கும் மேலான சக்தியிலோ மரணத்துக்குப் பிறகுள்ள வாழ்விலோ அவருக்கு நம்பிக்கை கிடையாது. மதத்தின் மீது விஞ்ஞான ரீதியிலான ஆர்வம் உண்டு. இதுவரை எழுதியதிலேயே மிக முக்கியமான 'லாஞ்சியா சவரோக்களின் புராதன மதம்' பற்றிய புத்தகத்தை அவர் எழுதிக்கொண்டிருக்கிறார்.' அவர் எதைத் தூக்கி எறிந்துவிட்டார் என்பதை ஷாம்ராவ் மிக உணர்ச்சி பூர்வமாக இவ்வாறு எழுதினார்:

> அவர் எங்கே தொடங்கினாரோ அங்கேயே தொடர்ந்து இருந்திருந்தால், இன்று அவர் கிறித்தவத் திருச்சபையின் இளவரசராக இருந்திருப்பார் என்பதில் சந்தேகம் இல்லை. டுர்ஹாம் அல்லது வின்செஸ்டர் மாளிகையில் கௌரவத்துடன், மரியாதையுடன் வாழ்ந்திருப்பார். இப்போது தனது சின்ன மேஜையில் வெறுங்காலுடன், கிழிந்த, ஒட்டுத் துணியால் தைத்த உடைகள் அணிந்து, உட்கார்ந்து மலேரியா வராமலிருக்கப் போராடிக் கொண்டிருக்கும் அவரைப் பார்த்தால், அவர் ஆக்ஸ்போர்டை விட்டு வந்தது பெரும் தவறோ? அவருடைய தியாகத்தின் மதிப்பு என்ன? என்றெல்லாம் எண்ணத் தோன்றுகிறது.

ஷாம்ராவைப் பொறுத்தவரை, புத்தகம் எழுதுவது சாதாரணமாக அவரது வேலை அல்ல. எல்வின் சுற்றுப் பயணம் செய்யும் காலங்களில் அவர் ஏழைகளுக்கும், நோயாளிகளுக்கும் பக்தியுடன் சேவை செய்தார். பத்துத் தொடக்கப் பள்ளிகளை மேற்பார்வை இட்டார், மருந்தகத்தைக் கவனித்தார், வாராவாரம்,

சர்வாச்சப்பரில் உள்ள தொழுநோய் இல்லத்திற்குச் சென்றார்; அதாவது பதன்காரில் இருந்து போக எட்டு மைல், வர எட்டுமைல் நடந்தே சென்று வந்தார்: பாதைகள் முழுவதும் மழைக்காலத்தில் பெரும் சகதியாக நடக்கப் பெருந்தொல்லையாக இருந்தன. தொழுநோய் இல்லத்திற்கு வந்த ஒரு அரசு அதிகாரி இவ்வாறு சொன்னார்: 'மனித நேயம் கொண்டவர்கள் என்னென்ன செய்ய முடியுமோ, அதையெல்லாம் இங்கே செய்திருக்கிறார்கள்.'[58] 1943ஆம் ஆண்டில், பன்னிரண்டு ஆண்டுகளுக்கு மேலாகக் கோண்டு மக்களுக்கு ஷாம்ராவ் செய்த சேவையை அங்கிகரித்து அவரைக் கௌரவ மாஜிஸ்டிரேட்டாக நியமித்தனர். இதன் காரணமாகக் கிராம மக்கள், டிண்டோரி(ஊரு)க்குச் செல்வது தவிர்க்கப்பட்டது. பழங்குடி மக்கள் டிண்டோரியில் புத்திசாலி வக்கீல்கள், தந்திரமான அரசு அதிகாரிகள் இவர்களைச் சமாளிக்க வேண்டி இருந்தது. 1937 – 38இல் எல்வின் மாஜிஸ்டிரேட்டாக இருந்தபோது தீர்த்த வழக்குகளைவிட அதிக வழக்குகளைத் ஷாம்ராவ் தீர்த்துவைத்தார். அனேகமாக அவர் எடுத்த எல்லா வழக்குகளும் பரஸ்பர ஒப்புதலுடன் தீர்க்கப்பட்டன.

'ஷாம்ராவ், என்னுடன் எப்போதும் இருக்கும் தோழர், ஆதரவாளர், ஆறுதல் தருகிறவர்' என்று எல்வின் ஒருமுறை குறிப்பிட்டார். பதன்காரில் இருந்த அனைவரும் அவரை இப்படித்தான் கருதினர். அவரிடம் வந்த வழக்குகளிலேயே விந்தையான வழக்கு ஒன்று உண்டு. திருமணமாகி மூன்று குழந்தைகள் பெற்ற ஐம்பது வயதான ஒரு பெண்ணுக்கும், அவளிடம் வயலில் வேலை பார்க்க வந்த பதினேழு வயதான கோண்டு பையனுக்கும் ஏற்பட்ட உறவு பிரச்சனையாகிவிட்டது. வீட்டுக்குத் தகவல் கிடைத்ததும், எல்வின் ஃப்ராய்ட் எழுதிய நூலைக் கையில் எடுத்தார். ஏனெனில் இது அம்மாவின் இடத்தில் வேறொருத்தியை வைத்துப் பார்க்கும் மனநிலை. ஆனால் ஷாம்ராவ் இரு தரப்பினரையும் அழைத்து சமாதான முயற்சியைத் தொடங்கினார். தன் காதலன் மீதுள்ள அன்பை அந்தப் பெண் உரத்த குரலில் தெரிவித்தார். பையனும் அதையே சொன்னான். கணவன் கூனிக் குறுகி மூலையில் உட்கார்ந் திருந்தான். கூடியிருந்த கிராம மக்களுக்குச் சிரிப்பை அடக்க முடியவில்லை. ஷாம்ராவ் அந்தப் பெண்ணைக் கணவனிடம், குடும்பத்திடம் சேர்த்து வைத்தார். கோண்டு பையனை சுன்பூரில், அவர்களுடைய விடுதிகளில் ஒன்றில் வேலை செய்ய அனுப்பினார். அவனிருக்கும் இடமும் மாறிவிட்டது, இப்போது இருப்பதை விட நல்ல வேலையும் கிடைத்தது. ஷாம்ராவ் இலவசமாகத் தீர்த்த இப்பிரச்சனை, ஹார்லி தெருவில் இருக்கும் மனவியல் மருத்துவரிடம் தீர்வுக்காகச் சென்றிருந்தால், பெரிய தொகையை அவர் வசூலித்திருப்பார்.

எல்வின் பனாரஸில் 'இந்திய மானிடவியல் ஆய்வு நிறுவன'த்தில் இயக்குனர் பி.எஸ்.குஹாவுக்கு அடுத்த பதவியில் நியமிக்கப்பட்ட போது, அவரும் ஷாம்ராவும் பிரிய நேர்ந்தது. குஹா ஹார்வேர்ட் பல்கலைக்கழகத்தில் படித்த விஞ்ஞானி. ரத்தப் பிரிவுகளை ஆய்வதில் ஆர்வம் உள்ளவர். பஸ்தாருக்கு வந்து எல்வின் ஆய்வுக் களத்தில் வேலை செய்வதைக் கண்டவர். எல்வினுக்கு அவரைப் பிடித்துவிட்டது. எதையும் முகத்தில் அடித்தாற்போல் பேசுகிறவர், பேச்சில் வல்லவர், தன்னையும் எல்வினையும் தவிர மற்ற மானிடவியல் அறிஞர்களைப் பற்றி மிகத் தாழ்ந்த கருத்துக் கொண்டவர். அந்த நிறுவனம் அரசால், நாட்டுப்புறச் சமூகங்கள் பற்றி ஆய்வு செய்யவும், அவை பற்றி அரசின் நிலைப்பாட்டைப் பரிந்துரை செய்யவும் புதியதாகத் தொடங்கப்பட்டது. மற்ற காரணங்கள் இருந்தாலும் வருமானத்தைப் பெருக்கிக்கொள்ளலாம் என்பதும் ஒரு காரணம். அவர் குடும்பம் பெரிதாகிவிட்டது. அதைக் கவனிக்க வேண்டி யிருந்தது. பூமிஜன் சேவா மண்டலுக்குக் கிடைத்த நன்கொடைப் பணம் போரின் காரணமாகக் குறைந்து விட்டது. மேலும், நேருவின் தலைமையில், இடைக்காலத் தேசிய அரசு பதவி ஏற்றது. விடுதலை பெற்ற இந்தியாவில், பழங்குடி மக்களைப் பற்றிய கொள்கையைத் தீர்மானிப்பதில் பங்கேற்கும் வாய்ப்பு இருந்தது. அந்த நிறுவனத்தில் எல்வின் சேர்ந்த நேரம், நேரு பழங்குடி மக்களைப் பற்றி 'அறிவு சற்றுக் குறைந்த' தன் சகாக்கள் புரிந்துகொள்ளும் வகையில், ஒரு அருமையான அறிக்கை வெளியிட்டார்: 'நவீன உலகத்துக்குப் பழங்குடி மக்களால் ஒரு பிரச்சனையும் கிடையாது. மலினமான தொடக்கப் பள்ளிகளைத் திறப்பதாலும், கெட்ட பழக்கங்களில் இருந்து அவர்களை விலக்கி வைப்பதாலும், அவர்களைப் பீடித்த பிணிகளைக் குணப்படுத்த முடியாது.' பல நூற்றாண்டுகளாகத் தேக்க நிலையில் இருந்த தேசிய உணர்வு கொண்ட இந்தியா இயல்பாகவே மிக விரைவில் முன்னேற விழைந்தது. பழங்குடி மக்களைச் சீர்திருத்தும் அவசரத்தில் செயல்படும்போது, சமூக, பண்பாட்டு அழிவை அவர்கள் மீது திணிக்கும் ஆபத்து இருக்கிறது என்று எல்வின் கண்டார்.

பழங்குடி மக்களின் பிரச்சனைகள் பற்றி அரசுக்குப் பரிந்துரைகள் செய்ய முழு நேர ஆலோசகர் ஒருவரை நியமிக்க வேண்டும் என்று சர் ஃப்ரான்ஸிஸ் வைலிக்கு 1944ஆம் ஆண்டு நவம்பர் மாதம் எல்வின் கடிதம் எழுதியிருந்தார். அரசாங்கம் 'மானிடவியல் ஆய்வு நிறுவனம்' தொடங்க அது தூண்டுதலாக இருந்திருக்கலாம் என்று தோன்றுகிறது. 'இந்திய விஞ்ஞானி ஒருவரை நியமித்தால், அரசாங்கம் கொள்கை வகுப்பது பற்றித்

தீவிரமாக இருக்கிறது என்று மக்களுக்குப் புரியும். பழங்குடி மக்களைப் பற்றிய விஷயங்களை வழிநடத்த வெள்ளைக்காரர்கள் மட்டுமே தகுதியானவர்கள் என்று நாம் நினைக்கவில்லை என்பதற்கான அடையாளமாக இருக்கும். இதற்கு ரொம்பக் காலமாகத் தேவை இருந்தது. அது பழங்குடி மக்களைப் பற்றித் தீவிரமாக சிந்திக்கவும் அவர்களுக்காக உழைக்கவும் இந்தியர் களுக்குத் தூண்டுதலாக இருக்கும் என்று நினைக்கிறேன்' என்று எழுதியிருந்தார். வைலி இந்தக் குறிப்பை வைசிராயிடம் அனுப்பினார். சிறிது காலம் கழிந்த பிறகு, மானிடவியல் ஆய்வு நிறுவனம் தொடங்கப்பட்டது. குஹா அதன் இயக்குநராக நியமனம் பெற்றார். 1946ஆம் ஆண்டு, எல்வின் பதன்காரை விட்டு, (வைக்கிளிஃப் ஹாலில் சேர்ந்து இருபது ஆண்டுகளுக்குப் பிறகு) முதல் தடவையாக முழுநேர வேலையில் சேர்ந்தார். பில் ஆர்ச்சருக்கு இவ்வாறு எழுதினார் "நான் பெரிய ஆள் ஆகிவிட்டேன். இந்திய மானிடவியல் ஆய்வு நிறுவனத்தில், துணை இயக்குநர்.' கடைசியில் ஒரு வழியாக அப்பாவைப் போல டி.டி. (D.D – அப்பா Doctor of Divinity, மகன் Deputy Director) ஆகிவிட்டார்.

பில் ஆர்ச்சர் அந்தச் சமயத்தில், நாகா(லாந்து) மலைகளில் துணை ஆணையராக இருந்தார். கடந்த பல மாதங்களாக மலைபோல் குவிந்த கோப்புகள் நடுவே எல்வின் அமர்ந்திருந்தார். எனவே, அலுவலகத்தை விட்டு வெளியே போகும் வாய்ப்பை எதிர்நோக்கிக் காத்திருந்தார். 1947 ஜூன் மாதம் துணை இயக்குநர், துணை ஆணையரைக் காண, எந்தப் பதவியிலும் இல்லாத ஷாம்ராவையும் அழைத்துக்கொண்டு சென்றார். ஆர்ச்சர் அவர்களை *மாறுங்* விடுதிகளுக்குக் கூட்டிச் சென்றார். (அவை கொன்யாக்கள் தங்கும் விடுதிகள்). அரிதாரம் பூசப்பட்ட பையன்கள், அதிசயப் பிறவிகள், ஆடிக்கொண்டும், பெண்கள் பாடிக்கொண்டும் இருந்தார்கள். நாகா மக்களின் மதம் அவர்களைக் கவரவில்லை. புதிதாக மதம் மாறியவர்களின் தீவிர பக்தி சுவிசேஷ ஊழியம் செய்கிறவர்களின் தகரக் கொட்டகைத் தேவாலயங்களில் வெளிப்பட்டது. மலையில் பைன் மரங்களுக்கு நடுவில் அமைந்த (அப்போதைய) அசாமின் தலைநகர் ஷில்லாங் எல்வினைக் கவர்ந்தது. 'என்ன அருமையான இடம், எவ்வளவு நல்ல மக்கள்' என்று அம்மாவுக்கு எழுதினார். 'இங்கு வருவதற்குப் பதிலாக, இருபது ஆண்டுகளை மத்தியப் பிராந்தியத்தில் சுற்றி வீணாக்கிவிட்டேன் என்று உணர்கிறேன்.' அவரும் ஷாமும் அசாம் மெயிலில் ஏறி, பிரம்மபுத்திராவைக் கடந்து சமவெளிக்குத் திரும்பியபோது மிகவும் வருத்தம் அடைந்தார்கள்.

புதிய பழங்குடி மக்களைத் தேடவும், புதிய பகுதிகளுக்குப் போகவும், வேண்டிய பணமும், பதவியும் துணை இயக்குநரான எல்வினுக்கு இருந்தன. பண்பாட்டு வேறுபாடுகளால் பிரிந்து கிடக்கும் தேசத்தை, ஒருமைப்படுத்தும் இயல்புகளைக் அடையாளம் கண்டு அவற்றை ஒன்றிணைக்கும் பணியை இந்திய மானிடவியல் நிறுவனம் செய்யும் என்று பெரும் நம்பிக்கை கொண்டிருந்தார். தகவல்களைச் சேகரிப்பது விஞ்ஞானத்துக்கு முக்கியமானது மட்டும் அல்ல, நிர்வாகத்தின் நடைமுறைத் தேவைகளுக்கும் உதவும், குடிமக்களிடையே ஒருவருக்கொருவர் புரிதலை, தோழமையை ஏற்படுத்தும். மானிடவியல் ஆய்வுகளில் அவருக்கிருந்த அனுபவம் நடைமுறை யில் அதற்கிருந்த உபயோகத்தை உறுதிப்படுத்தியது. பைகா மக்களைப் பற்றிய அவரது புத்தகம், கொத்தடிமைத் தனத்தில் இருந்து அவர்களை விடுவித்தது, இடம்மாற்றி மாற்றிப் பயிர் செய்யும் வழக்கத்தை ஒழிக்கும் அரசின் திட்டத்தின் தீவிரத்தைக் குறைத்தது. அதிகாரிகளிடம் பழங்குடி மக்களைப் பற்றிய அனுதாபத்தை ஏற்படுத்தியது. அகாரியா மக்களைப் பற்றிய ஆராய்ச்சியால், இரும்பு உலைகள் மீதான வரி பாதியாகக் குறைந்தது. பஸ்தாரிலும், ஒரிஸாவிலும் இருந்த நிர்வாகம் அவருடைய பணியில் ஆர்வம் காட்டியது. இது அவரை மேலும் உற்சாகப்படுத்தியது. அந்த ஆர்வம், பயன்தரும் நடவடிக்கைகளாக மாறும், அதனால் பழங்குடி மக்களின் துயரங்கள் துடைக்கப்படும் என்று நம்பினார்.

எல்வினுடைய பார்வையில், மானிடவியல் என்னும் ஆய்வுத்துறை, பண்பாடுகளைப் புரிந்துகொள்ள உதவியது. ஏழைகள், நலிந்தவர்களைக் கணக்கில் எடுத்துக்கொண்டு, கொள்கைகளை வகுப்பதற்கு விஞ்ஞான அடிப்படையைக் கொடுத்தது. மானிடவியல் அறிஞர்களைப் பொறுத்தவரை அவர்கள் ஒடுக்கப்பட்டவர்களுக்குத் துணை நிற்பவர்கள். அவர் 1947இல் அகில இந்திய வானொலியில் உரையாற்றியபோது சொன்ன மாதிரி,

> உலகத்தின் கவனத்தில் பழங்குடி மக்கள் இருக்கிறார்கள் என்றால் அதில் மானிடவியல் அறிஞர்கள் ஆற்றிய பங்கைக் குறைத்து மதிப்பிட முடியாது. அவர்கள்தான் புதிய அணுகுமுறை வேண்டும் என்று வற்புறுத்தியவர்கள். இந்த விஞ்ஞானிகளை விட ஏழை மக்களுக்கு அதிகமாகப் பணிபுரிபவர்கள் யாரையும் எனக்குத் தெரியாது. ஏழை களுடன் வாழும் ஒரு மானிடவியலாளர் உண்மையில் ஏழைகளின் நண்பர்; அவர்களை மக்களாக மதித்து நேசிக்கிறார். அவர்களை ஒரு 'கும்பலாக' நினைத்து,

> தெளிவில்லாத, பலனற்ற, வெற்று ஆர்வத்தில் அவர்களை 'உயர்த்த வேண்டும்' என்று நினைப்பவர் அல்ல.
>
> உலகமெங்கும், மானிடவியல் அறிஞர்கள், பழங்குடி மக்களின் உரிமைகளுக்காகப் போராடி இருக்கிறார்கள்; மத்திய ஆப்பிரிக்காவில் யதார்த்த நிலையைச் சீர்திருத்தி இருக்கிறார்கள்; இந்தோனேசியாவில், ஆஸ்திரேலியாவில் நாகரிகத்தின் நாசகார விளைவுகளைக் குறைத்திருக்கிறார்கள்; அமெரிக்காவில், ரஷ்யாவில், இனவரைவியல் நிறுவனங்கள் பெரும் நிலப்பரப்புகளை ஒன்றுபடுத்துவதில் மட்டும் அல்ல, அங்கிருக்கும் பழங்குடி மக்களுக்கு நீதி கிடைக்கவும் உதவி செய்திருக்கின்றன.

என்று எல்வின் குறிப்பிட்டார். எல்வின் சொல்லாமல், சொல்ல முடியாமல் விட்டது என்னவென்றால், மற்றவர்களைப் போலவே அவரும் சமூகத்தின் மனச்சாட்சியை உலுக்கிப் பழங்குடி மக்களின்பால் திருப்பியிருக்கிறார். அந்த மக்கள் மீது நாகரிகத்தின் நாசகார விளைவுகளைக் குறைத்தார். விடுதலை கிடைக்கும் தருவாயில் இருந்த நாட்டில், அவர்களுக்கு நியாயம் கிடைக்க முயற்சி செய்தார், கிடைக்கச் செய்தார்.

இந்தியாவில் தங்கிவிடுதல்

சண்டையிட்டுக் கொண்டிருக்கும் இரண்டு பிரிவுகளில் எதிலும் சேராமல், கிழக்கையும் மேற்கையும் இணைக்க முயலும் எந்த ஓர் ஆங்கிலேயனையும் கடவுள் ஏற்கனவே கடுமையாகத் தண்டித்துவிட்டார். பாவத்தைக் கழுவுவதிலேயே அவனுடைய வாழ்வின் பெரும்பகுதி கழிகின்றது; இரண்டு பக்கத்தில் இருந்தும் கல்லடிபடுகிறான். இவன் ஒரு போலி நண்பன் அல்லது நேசம் குறைந்தவன் என்று இந்தியன் நம்புகிறான். ஆங்கில ஏகாதிபத்தியவாதியோ, இவன் மிகவும் ஆபத்தான மனிதன் ஏனெனில் சில நேரங்களில் அர்த்தத்தோடு, அதாவது, ஆங்கிலேயர்களுடைய பார்வையில் அர்த்தத்தோடு, பேசுகிறான். இறந்தபின் வரும் தீர்ப்பு நாளில், இந்திய தேசியவாதியும், ஆங்கில ஏகாதிபத்தியவாதியும் அவன் நரகத்துக்குப் போக வேண்டும் என்று முடிவு எடுப்பதில் மட்டும் உடன்படுவார்கள்.

ஈ.ஜே. தாம்சன்

1947ஆம் ஆண்டு ஆகஸ்டு மாதம் 15ஆம் தேதி இந்தியா விடுதலை அடைந்தது. ஜவஹர்லால் நேரு, நாடு 'தலைவிதியைச் சந்திக்கும் தருணம்' என்ற புகழ்பெற்ற உரையாற்றினார். பனாரஸில் நடந்த சிறிய கொண்டாட்டத்தில், மானிடவியல் ஆய்வு நிறுவனத்தில் துணை இயக்குநராக இருந்த எல்வின், மூவர்ணக் கொடி ஏற்ற உதவினார். அதைக் குறிப்பிட்ட ஷாம்ராவ் ஹிவாலே, இருபது வருடங்களுக்கு முன்னால் எல்வின் இந்தியக் கொடியைக் கிறித்தவ சேவா சங்கத்தில் ஏற்றியதை நினைவுகூர்ந்தார். இப்போது எவ்வளவு மரியாதைக்கு உரிய செயலாக இருக்கிறதோ

அப்போது அவ்வளவு ஆபத்தான செயலாகக் கருதப்பட்டது. விடுதலை அடைந்த இந்திய தேசத்தின் குடியுரிமை பெறுவதே எல்வினுடைய மனதிற்கினிய நோக்கமாக இருந்தது. அவர் இந்திய தேசத்தைச் சேர்ந்தவராகத்தான் எப்போதும் இருந்தார். குடியுரிமை பெறுவதன் மூலம் அவர் செய்துகொண்டிருந்த பணிகள் அனைத்தையும் சட்டபூர்வமாகச் செய்ய முடியும்.

எல்வினுடைய நல்லெண்ணம் பற்றி இந்தியர்களில் சிலருக்குச் சந்தேகம் இருந்தது. சுதந்திரம் கிடைப்பதற்கு இரண்டு நாட்கள் முன்பு அரசியல் நிர்ணய சபையின் ஒரு துணைக்குழுக் கூட்டத்தில் அவர் பங்கெடுத்துப் பதில் அளித்துக் கொண்டிருந்தார். அதன் ஓர் உறுப்பினர், எல்வினிடம் பழங்குடியினரைத் தனிமைப்படுத்தி வைக்கும் கொள்கை பற்றிக் கூர்மையான கேள்விகள் கேட்டார். அரசு அதிகாரியான எல்வின், காலத்துக்குத் தகுந்தாற்போல் அருமையான பதில்கள் கூறி தன்னிலை விளக்கம் அளித்தார் (பின்னாளில், பில் ஆர்ச்சரிடம் எல்வின் அப்படிச் சொன்னார்). பழங்குடி மக்களுக்கும் மற்றவர்களுக்கும் கட்டுப்பாடுகள் இல்லாத தொடர்புகள் ஏற்பட்டால், அதன் விளைவாக நடக்கும் பொருளாதாரச் சுரண்டலில் இருந்தும் மனஅவதிகளில் இருந்தும் பழங்குடி மக்களைக் காக்கவே ஒரு காலத்தில் அவர்களைத் 'தனிமைப்படுத்த வேண்டும்' என்ற கொள்கையை ஆதரித்ததாக அவர்களிடம் கூறினார். பழங்குடி மக்களின் பெரும்பான்மையோருக்கு அதைப் பரிந்துரைக்கவில்லை. இந்து மதத்தைப் பொறுத்தவரை பழங்குடி மக்கள் 'மழலையர் வகுப்பில்' இருக்கும் இந்துக்கள் என்று நாசூக்காகச் சொன்னார். அவர்களுக்குக் கல்வி அளித்து, முன்னேற்றத்தில் பங்குகொடுத்து, புதிய இந்தியாவின் முக்கிய நீரோட்டத்தில் விரைவில சேர வழிவகுக்க வேண்டும். தேசிய, சோஷலிஸ அரசு பதவிக்கு வந்தபின், யாரையும் தனிமைப்படுத்துவதோ, வேறுபடுத்துவதோ தேவையில்லை என்று கருதினார். நில உடைமையாளர்களை ஒழித்து, வட்டிக்காரர்களைத் தடுத்து, மத மாற்றம் செய்வோரை உள்ளே அனுமதிக்காமல் இந்த அரசு பழங்குடி மக்களைக் காக்கும்: வேண்டுமென்றே இதையெல்லாம் காலனிய ஆட்சியில் செய்யாமல் விட்டுவிட்டார்கள். காட்டுவாசிகளாக, நலிந்தவர்களாக இருக்கும் பழங்குடி மக்களின் நலத்தைக் கண்காணிக்கவும், வழிகாட்டவும் கவனமாகப் பயிற்சிபெற்ற அதிகாரிகள் தேவை. அப்போதுதான், நாகரிகத்தின் மோசமான அம்சங்களைத் தவிர்த்துவிட்டு, அதன் சிறந்த அம்சங்கள், அவர்களுக்குக் கிடைப்பதை உறுதி செய்ய முடியும். நாட்டில் ஒருமைப்பாடு தேவையாக இருக்கும் போது, தனிமைப்படுத்த வேண்டும் என்பதற்காகவே அப்படிச் செய்ய வேண்டியதில்லை.

புதிது புதிதாகச் சிறுபான்மைக் குழுக்கள் உண்டாவதை நாம் விரும்பவில்லை. பொதுவான லட்சியத்தை நோக்கி ஒற்றுமையுடன் முன்னேறும் மக்களையே நாம் காண விரும்புகிறோம். தனித்தனிப் பகுதிகளாகப் பிரித்து வைத்தால், பிரிந்து இருப்பது பழகிவிடும், பிரிவினை எண்ணத்திற்கு ஊக்கம் கிடைக்கும். ஆங்கில ஆட்சி போன பின்னால், தனித்தொகுதிகள், தனிப் பிரதிநிதிகள், தனிப் பகுதிகள் எல்லாம் மறைய வேண்டும்.

1947 – 48ஆம் ஆண்டுகளில் விடுதலைப் போராட்டத்தின் கடைசியில், மிகவும் வருந்தத்தக்கவிதமாக, மத, வர்க்க அடிப்படையில் நிகழ்ந்த கலவரங்களை மறந்து, வாராது வந்த சுதந்திரத்தை நன்றாகப் பயன்படுத்த வேண்டும் என்ற உறுதியுடன் இந்தியா இருந்தது. பாகிஸ்தான் இயக்கம் வெற்றி பெற்று, தாய்நாட்டின் பெரும் நிலப்பரப்பு பிரிந்துவிட்டது: மீதம் இருந்த நாட்டில், 'தேசிய ஒற்றுமை', 'ஒருமைப்பாடு', அல்லது பொருளாதாரத் தளத்தில் 'சோஷலிசத்தைக் கொண்டுவருதல்' போன்றவையே பேசப்பட்டன. பல்வேறு முரண்பட்ட அரசியல் கருத்துக்களையும் இந்தக் கோஷங்கள் உள்ளடக்கி இருந்தன. பொதுப்புத்தியின் போக்கை விமரிசித்து, தனிக்குழுக்களின் நலங்களையும், அவற்றின் சிறப்பம்சங்களையும் முன்னிறுத்தியவர்களையும் ஒதுக்கி வைத்தனர். முஸ்லிம்கள், தீண்டத்தகாதவர்களின் பிரதிநிதிகளைப் போலவே இந்தப் பழங்குடி மக்களின் காவலரும், தேசியவாதிகளைப் போலவே பேச வேண்டியிருந்தது. மனதிற்கு ஒவ்வாத வார்த்தைகளைப் பயன்படுத்த வேண்டிய கட்டாயம் ஏற்பட்டது. ஆனாலும், சமரசம் கொள்ள விரும்பும் சமயத்தில் கூட தனது எதிர்ப்பைப் பதிவுசெய்தார். அவர் கீழ்க்கண்டவாறு எழுதினார்:

> மற்றவர்கள், பழங்குடி மக்களைப் பற்றிப் பேசும்போது, அவர்களிடம் உள்ள கெட்ட பழக்கங்களை, கெட்ட சடங்குகளை வலியுறுத்திப் பேசுகிறார்கள். ஐரோப்பிய, ஆசிய சமூகங்கள், அதாவது, பொதுவாக நாகரிகம் அடைந்த சமூகங்களை விடப் பழங்குடி மக்களின் சமூகங்கள், ஒன்றும் கெட்டுச் சீரழிந்தது மாதிரி எனக்குத் தெரியவில்லை. அவர்களிடமும் மிக அருமையான, புனிதமான குணங்கள் இருக்கின்றன என்பதை நினைவுபடுத்த விரும்புகிறேன். அவர்களுடைய கம்பீரமான ஆண்மை, விடுதலை உணர்வு, நேர்மை, சமூகத்தில் பெண்களுக்கு அளித்த உயர்ந்த இடம், சின்னச் சின்ன கெட்ட பழக்கங்களோ, குறுகிய சுயநலமோ இல்லாதது, கலைகளில் இருந்த திறமை நடனம் பாட்டு போன்ற பொழுதுபோக்கு அம்சங்களில் அவர்களுடைய உள்ளூறை ஆர்வம், வாழ்க்கையின், அதன் இன்பங்களின் மீது

எளிய இயல்பான பார்வை, ஏழ்மையையும் நோய்களையும் எளிதாக மீறி எழும் தைரியம் போன்ற அரிய குணங்கள் இருந்தன. பிரிட்டனில், மலைப்பகுதிகளில் வாழும் மனிதர்களைப் பற்றி, ஸ்காட்லேண்டின் மேட்டு நிலங்களில் குடியிருப்பவர்களைப் பற்றிப் பெருமைப்படுகிறோம். நமது பழங்குடி மக்களை நினைத்து வெட்கப்பட வேண்டியதில்லை. அவர்களைப் பற்றிப் பெருமைப்பட வேண்டும். நமக்கென அவர்கள் அளிக்கும் நல்ல விஷயங்களை எடுத்துக்கொள்ள வேண்டும். அவர்களை நிர்வாகம் செய்கையில் கவனத்துடன் அக்கறையுடன் இருக்கவேண்டும் என்று நான் கூறும்போது அவர்களை உண்மையிலேயே மரியாதையுடன் நடத்த வேண்டும் என்று சொல்லுகிறேன். காட்டுமிராண்டிகள் என்று அவர்களை வெறுக்கக் கூடாது. அவர்களிடமிருந்து நாம் பெற்றுக்கொள்ளத் தகுந்த கொடைகள் நிறைய இருக்கின்றன. காலம் வரும்போது அவர்கள் தேசத்திற்குத் தமது பங்கை அளிப்பார்கள்.

பழங்குடி மக்களுக்கு, நமது நாகரிகம் எதைத் தரமுடியும் என்று கேட்காதீர்கள். நாகரிகத்துக்கு, அவர்கள் எதைக் கொடுக்க முடியும் என்று எண்ணிப்பாருங்கள்.

1947ஆம் ஆண்டு ஆகஸ்டுப் பதிமூன்றாம் தேதி அவர் அளித்த இந்த வாக்குமூலத்தில் எல்வின் "நாம்" என்று பிரிட்டனையும் இந்தியாவையும் குறிப்பிடுகிறார். ஆழ்மனத்தில் இருந்து எழுந்த இந்த உணர்வு இரண்டு பண்பாடுகளிலும் அவரது அடையாளம் இருப்பதற்குச் சான்றாகிறது; அல்லது ஷாம்ராவ் ஹிவாலே சொன்னது போல, ஆட்சி மாறும் சமயத்திலும், ஒரு நாட்டின் மீதிருந்த பற்றின் காரணமாக, இன்னொரு நாட்டின் மீது இருந்த பற்றை விட்டுவிட அவருக்கு விருப்பம் இல்லை என்பதற்கான ஆதாரமாக எடுத்துக்கொள்ளலாம்.

○ ○ ○

இந்தியா சுதந்திரம் பெறும்போது எழுந்த தேசப்பற்றுணர்வு, எல்வின் ஆதரவற்றுத் தனித்து நிற்க வழிவகுத்தது. முப்பதுகளில் காந்தியடிகளுக்காகவும், ஒத்துழையாமை இயக்கத்திலும் அவர் செய்த வேலைகள் மறக்கப்பட்டன. சமீப காலத்தில் அவர் பழங்குடி மக்களுக்காக வாதாடியது மட்டும் தேசியவாதிகளின் நினைவில் இருந்தது. சிந்திக்கும் திறனற்ற தேச பக்தனுக்கு, இந்தியாவைப் பிளவுபடுத்த இது இன்னொரு வழி என்று தோன்றியது. பில் ஆர்ச்சரும் மற்ற ஆங்கிலேய அதிகாரிகளும் இங்கிலாந்துக்குக் கிளம்புவதைப் பற்றி மிக உருக்கமாக அவர் எழுதிய கடிதத்தில் இந்த வருத்தமும், பாதுகாப்பின்மையும்

பதிவாகி இருக்கின்றன. ஆர்ச்சர் மனஉளைச்சலில் இருந்தார். 1947இல் அவர் நாகா(லாந்து) மலைப்பகுதிகளில் இணை ஆணையராக இருந்தார். அங்கேயே தொடர்ந்து இருக்க விரும்பினார். சுதந்திர இந்தியாவில் அந்தப் பதவியில் ஒரு ஆங்கிலேயர் இருக்க முடியாத நிலை ஏற்பட்டது. சமவெளிப் பகுதியில் இருக்கலாம் அல்லது ஓய்வு பெற்றுக்கொள்ளலாம் என்ற இரண்டில் ஒன்றைத் தேர்ந்தெடுக்க வேண்டும் என்ற நிலையில் இருந்தார். அவர் இங்கிலாந்து திரும்ப முடிவெடுத்தார். 'உங்களை விட எனக்குத் துன்பம் அதிகம். எனக்கு உள்ளும் புறமும் நரகமாக இருக்கிறது. அதை நினைத்து நீங்கள் ஆறுதல் அடையலாம். நாம் கவிஞர்களாக இருந்த இளமைக் காலம் மகிழ்ச்சியில் தொடங்கியது. கடைசியில் வெறுப்பும், பைத்தியமும் பிடித்துவிடுகிறது. உங்களுடைய நட்பு எனக்கு மிக அரிதாகக் கிடைத்தது. அதைச் சொல்ல வார்த்தைகள் இல்லை. நீங்கள் இங்கிருந்து போவதை நினைத்தாலே பயமாக இருக்கிறது. விரைவில் குடிப்பதற்கு எதுவும் இருக்காது, பேச ஒருவரும் இருக்கமாட்டார்கள், உறவுகொள்ளவும் யாரும் கிடையாது. ஏழை வெள்ளைக்காரன், வெளியிட முடியாத புத்தகங்களைப் பற்றி, சொல்லக் கூசும் நகைச்சுவைத் துணுக்குகளை நினைத்து, எனக்குள்ளேயே வருத்தத்தில் மூழ்கிவிடுவேன் என்று பில் ஆர்ச்சருக்கு எழுதினார்.

இந்திய மானிடவியல் ஆய்வு நிறுவனம் அந்தக் காலத்தில் பனாரஸில் இருந்தது. அது தாங்கமுடியாத வகையில் சலிப்பூட்டும் நகரம் என்று எல்வின் நினைத்தார். நிறுவனம் கல்கத்தாவுக்கு இடமாற்றம் செய்யப்படுவதை ஆவலுடன் எதிர் நோக்கினார். இதனிடையில் வீட்டில் சிக்கல்கள் மீண்டும் தொடங்கின. அவ்வப்போது நாட்குறிப்புகளில் அவர் எழுதிய ஒருவரிக் குறிப்புகள் பலவற்றை வெளிப்படுத்துகின்றன: ஷாமுக்கும், பாங் (போதைப் பொருள்) உண்டிருந்த கோஸிக்கும் கடுமையான சண்டை (1947 ஜூலை 10). 'விஸ்கியையும் நாட்டுச் சாராயத்தையும் அடித்துவிட்டு கோஸி நாள் முழுவதும் சண்டையிட்டாள் (ஜூலை 25). கோஸி அதிக போதையில் மிதந்தாள், இந்த ஒரு மாதத்தில் முதல் முறையாகச் சண்டையிட்டாள் (நவம்பர் 20). கோஸி, ஷாமின் பெட்டியை உடைத்தாள், எக்கச்சக்கமாகக் குடித்துவிட்டு போதையில் இருந்தாள் (நவம்பர் 21). கோ போதையில் மிதந்தாள், எனக்கு ரொம்பவும் களைப்பாக இருந்தது (நவம்பர் 25). இவற்றுக்கிடையில், எல்வினை ஈர்க்கும் கவர்ச்சி கோஸிக்கு இன்னும் இருந்தது. ஆகஸ்டு மாதம் 4ஆம் தேதி எழுதிய குறிப்பில் இருந்து, அந்த கோண்டு பெண் எவ்வாறு அவரைக் கவர்ந்தாள் என்பது வெளிப்படுகிறது:

"இந்தக் காற்றையும், பச்சைப் பசேல் என்றிருக்கும் புற்களின் மணத்தையும் நான் மிகவும் நேசிக்கிறேன்" என்று கோஸி சொன்னாள். இன்னொருநாள் காற்றில் இலைச் சருகுகள் சுற்றிச் சுழலுவதைப் பார்த்து "இந்த இலைகள் வண்ணத்துப் பூச்சிகள் போல் பறக்கின்றன" என்றாள்.

அச்சகத்தில் பதிப்பிக்கும் வேலை நடந்து கொண்டிருந்த நூல்கள் பற்றி, 1947 டிசம்பர் 31ஆம் தேதி நாட்குறிப்பில் இவ்வாறு எழுதினார் 'முதல் முறையாக இந்த வருடம்தான் எனக்கென்று கொஞ்சம் பணம் இருந்தது. போன இடங்களுக்கெல்லாம் முதல் வகுப்பில் சென்றேன். இன்னொருவரின் கீழ் வேலை பார்க்க வேண்டிய வெறுப்பு இதையெல்லாம் மிஞ்சிவிட்டது.' அடுத்த மாதம் கடைசி வாரத்தில் மகாத்மா காந்தி சுட்டுக் கொலை செய்யப்பட்டார். முன்னாள் தொண்டர், இந்நாள் கலகக்காரர் இதை எவ்வாறு எடுத்துக்கொண்டார்? அவருடைய கடிதங்களில் இதுபற்றிய தகவல் ஏதும் இல்லை. நாட்குறிப்பில் எழுதப்பட்ட பதிவுகளில் ஏதோ கொஞ்சம் தெரிகிறது. கொலை நடந்த நாளான, ஜனவரி 30 ஆம் தேதி எழுதியிருந்தார்: 'பாபுவின் கொலை நடந்து பத்து நிமிடங்களுக்கு அப்புறம் செய்தி கிடைத்தது. மாலை முழுவதும் வானொலி கேட்டேன்.' அடுத்த நாளுக்கான குறிப்பில் 'என் கவனம், அடுத்த நாள் முழுவதும் பாபுவின் ஈமச் சடங்குகளில் கழிந்தது. விட்டு விட்டு காலை 11 மணியிலிருந்து மாலை ஐந்து மணிவரை வானொலி கேட்டேன்.

1940 அல்லது 1941ஆம் ஆண்டுகளுக்குப் பின் எல்வின் காந்தியுடன் பேசவே இல்லை. காந்தியின் கடைசி வருடங்களில் அவர் நடத்திய, வெள்ளையனே வெளியேறு இயக்கம், சமூக நல்லிணக்கத்துக்காக அவர் இருந்த உண்ணா நோன்புகள், நடைப்பயணங்கள், இந்தியப் பிரிவினை இவை பற்றியெல்லாம் எல்வினுடைய எதிர்வினைகள் எதுவும் பதிவாகவில்லை. காந்திக்கு எதிரான, ஆதரவான உணர்ச்சிகள் அவர் மனதில் சுற்றிச் சுழன்று கொண்டிருந்தன. அவர் காந்தியை இன்னும் 'பாபு' (தந்தை) என்று அழைப்பது குறிப்பிடத்தகுந்தது. ரொம்ப நாட்களாகத் தந்தையின் இடத்தில், அவரை வைத்து நினைக்கவோ பேசவோ இல்லை. சம்பவம் நிகழ்ந்த அடுத்த நாளில் ஒரு டெல்லி செய்தித்தாள் நிதானமான கட்டுரைக்குப் பதிலாக, மிக அழகான தலைப்புச் செய்தி கொடுத்தது: 'தந்தையே எம்மை மன்னிப்பீரா?' எல்வினும் அப்படித்தான் நினைத்தாரா?

பிப்ரவரி முதல் வாரத்தில், மானிடவியல் ஆய்வு நிறுவனம், கல்கத்தாவுக்கு இடம் மாறியது. 5ஆம் தேதி முகல்சராயில் வண்டி ஏறும்போது இந்தச் சபிக்கப்பட்ட கங்கையை மீண்டும்

ராமச்சந்திர குஹா

பார்க்கக்கூடாது என்று நம்பும் தைரியம் எல்வினுக்கு இருந்தது. ஆனால் அது நடக்க முடியாத எண்ணம். அந்தப் பயணத்தில், உளவுத்துறையைச் சேர்ந்த ஒரு சீக்கிய போலீஸ்காரரும் பீகாரைச் சேர்ந்த இரண்டு வியாபாரிகளும் துணையாக வந்தனர். 'உரத்த குரலில் அவர்கள் காந்தி கொல்லப்பட்டது குறித்து விவாதித்தனர். ஆனால் அவருக்காக உண்மையில் வருந்தியது மாதிரித் தெரியவில்லை'. காந்தியை நேரடியாகப் பார்த்துப் பழகிய, துதித்த ஒரு தொண்டர் அவரைச் சொந்தம் கொண்டாடுவது இந்த ஆழமான உணர்ச்சியில் வெளிப்படுகிறது. அந்தத் துறவியைப் பற்றிக் கதைகளைப் புகைப்படங்களில் பார்த்தும் கேட்டும் அறிந்துகொண்ட மற்றவர்கள் எல்வினுடன் ஒப்பிடும்போது அவ்வளவு வருத்தப்பட்டதாகத் தெரியவில்லை.

கல்கத்தா என்றால் உற்சாகமான நண்பர்கள் ஞாபகம் வந்தனர் என்றாலும் அலுவலகத்தில் சூழ்நிலை முன்பு போலவே போலியாக, பயனில்லாத வேலையாக இருந்தது. எல்வினுக்கு அலுவலக வேலை சலிப்புத் தந்தது; புத்தகங்கள் எழுதுவதற்குப் பதிலாக அவர் அறிக்கைகள் எழுதிக் கொண்டிருந்தார். 1948ஆம் ஆண்டு பிப்ரவரி 1ஆம் தேதியிலிருந்து வேலையை உதறிவிட்டு பதன்காருக்குப் போகலாம் என்று முடிவெடுத்தார். 'பின்புறத்தில் புண்ணாகும் வரை ஓரிடத்தில் அமர்ந்து, எழுதப் போகிறேன். 'சவொரா மதம்', 'ஒரிஸா பழங்கதைகள்' நூல்களை எழுதி முடிக்க வேண்டும். இந்த வேலையில் நான் ரொம்ப நாட்கள் சுறுசுறுப்பாக இயங்குவேன், மகிழ்ச்சியாகவும் இருப்பேன்' என்று ஆர்ச்சருக்கு எழுதினார். இருட்டுக்குள் குதிப்பது மாதிரிதான் இது. முன்னெப்போதும் இல்லாத அளவு இருள், ஆனால் எல்லாம் சரியாக நடக்கும். ஒரு மாதத்துக்குள் அவர் தன் முடிவை மாற்றிக்கொள்ள வேண்டிய கட்டாயம் நேர்ந்தது. 'குடும்பத்ினரும், குறிப்பாக ஷாமும் இங்கேயே இருக்கும்படி மிகவும் வற்புறுத்துகின்றனர். இன்னும் கொஞ்ச நாள் இங்கேயே இருப்பேன். ரொம்ப நாட்கள் இருப்பேனா என்பது சந்தேகம்.'

அவர் அலுவலகத்தில் தொடர்ந்து பணியாற்றினார். வர வர அவருக்கும் அவருடைய மேலதிகாரிக்கும் ஒத்துப் போகவில்லை. எல்வின் தன்னைவிடப் புகழ்பெற்றிருக்கிறார் என்று குஹாவுக்குப் பொறாமை இருந்தது. திட்டமிட்டு, எல்வினுடைய வேலைகளில் குறுக்கிட்டார். கிரிக்சன், ஆர்ச்சர் போன்ற 'ஏகாதிபத்தியவாதிகளுடன்' தொடர்பு வைத்துக் கொள்ளக் கூடாது என்று எச்சரித்தார். அவர்களுடன் தொடர்பு வைத்திருந்தால், நிறுவனத்தின் புகழுக்குக் களங்கம் நேரும். 'கொஞ்ச காலம் முன்புதான் இதே இந்திய அரசு காங்கிரஸ்காரர் களுடன் தொடர்பு வைத்துக்கொள்ளக் கூடாது என்று

என்னிடம் உறுதிமொழி வாங்கியது' என்று அவநம்பிக்கையுடன் எல்வின் சிரித்தார். பிறகு அவரது தோலின் நிறம் வெள்ளை என்ற காரணத்துக்காகவே அசாமின் எல்லைப் பகுதிகளில் ஆய்வு செய்யக் கூடாது என்று அனுமதி மறுக்கப்பட்டது. 'நாங்கள் துரோகத்தால் சூழப்பட்டிருக்கிறோம். என்னுடைய நண்பர் யார் என்று கண்டுகொள்வதே கடினமாக இருக்கிறது' என்று ஆர்ச்சருக்கு எழுதினார். அசாமின் ஆளுநர் அந்தத் தடையை விதித்தார் என்று எல்வினுடைய மேலதிகாரி குஹா சொன்னார். ஆனால், ஆளுநராக இருந்த அக்பர் ஹைதாரி 'உங்கள் நண்பர் குஹாதான் என்னை எச்சரித்தார்' என்று எல்வினிடம் சொன்னார்.

எல்வின் அலுவலகத்துக்கு வெளியே இருந்த தொடர்புகளில் ஆறுதல் தேடினார். 'பொல்லக்' தெருவில் இருந்த அவரது வீடு பல திறமைசாலி நண்பர்கள் சந்திக்கும் இடமாக இருந்தது. பகல்முழுவதும் அலுவலகத்தில் ஏற்பட்ட சலிப்பை மாலையில் நண்பர்களின் தோழமை போக்கியது. அவர்களில், ஓவியர் ஜாமினி ராய், கவிஞர் சுதின் தத்தா, பதிப்பாளர் லிண்ட்சே எமெர்சன், நடனக் கலைஞர் ராகினி தேவி, புகைப்பட நிபுணர் சுனில் ஜனா, புவியியல் நிபுணர் ஜான் ஆடன் (கவிஞர் டபிள்யு.எச். ஆடனுடைய சகோதரர்), கம்யூனிஸ்ட் பி.சி.ஜோஷி போன்றோர் அடங்குவர். எல்வின் வீட்டிலும், நண்பர்கள் வீட்டிலும் நிறைய விருந்துகள் நடந்தன. பல நாட்கள் காலை நேரங்களில் அவருக்கு முந்தைய இரவு விருந்தின் பாதிப்பு இருந்தது.

அந்த விருந்துகளில் கோஸியும் மது அருந்தினார். ஆனால் யாருடன் அவர் உரையாட முடியும்? கவிஞர்களும், அறிவுஜீவிகளும் கலந்துகொண்ட ஒரு விருந்தில், கோஸி ரொம்பவும் கூச்சத்துடன், ஒதுங்கி இருந்ததாக சுனில் ஜனா நினைவு கூர்கிறார். கணவருடைய நாட்குறிப்புகளில் மணவாழ்வு தொடர அவர் எடுத்த கடும் முயற்சிகள் பதிவாகி இருக்கின்றன. அவை வீணாகிவிட்டன. 'கோஸியைக் கூட்டிக் கொண்டு ஃபிர்போஸில் மிக மோசமான விருந்துக்குப் போனேன் (1948 மே மாதம் 10ஆம் தேதி). கோஸியுடன் பெய்பிங் உணவகத்துக்கும் பிறகு தெ வொயிட் யுனிகார்ன் உணவகத்துக்கும் போனேன். இருவரும் ரசித்தோம்.' இருவரும் மகிழ்ச்சியாக இருந்த கடைசி நாட்கள் என்று தோன்றுகிறது. நாளாக நாளாக நிலைமை மோசமாவதை நாட்குறிப்புகள் சுட்டுகின்றன. 'காலை முழுவதும் கோஸி அதிபோதையில் இருந்தாள். எனக்குப் பைத்தியம் பிடித்துவிடும் போல் இருந்தது. 'மை ஓன் மர்டரர்' (*My Own Murderer*) என்ற ஹில்லின் அருமையான புத்தகத்தை வாசிக்க முயன்றுகொண்டிருந்தேன்' (ஜூலை 6). 'எனக்கும் உடல்நலம்

சரியில்லை. ஆண்டர்சன், வினோதமான உணவுப் பொருட்களை அதிக அளவில் உண்ணும்படி சிபாரிசு செய்திருந்தார். கோஸியிடமிருந்து பிரிந்துவிட முயற்சி செய்துகொண்டிருந்தோம். அந்நாட்களை மனத்துயரத்துடன் கழித்தோம்' (ஆகஸ்ட் 1ஆம் தேதியிலிருந்து 8ஆம் தேதி வரை).

அவர் 'நாங்கள்' என்று ஷாம்ராவையும் சேர்த்தே குறிப்பிடு கிறார். இனியும் தொடர முடியாத மணவாழ்வு முடிவடைவதைக் காண அவர் பதன்காரில் இருந்து வந்திருந்தார். மானிடவியல் ஆய்வு நிறுவனத்தில் எல்வின் மூலமாக நியமனம் பெற்ற பதன்காரைச் சேர்ந்த இளைஞன் ஒருவன் திருமதி கோஸி பனாரஸிலும் கல்கத்தாவிலும் மதுவை வெறியுடன் பருகியதாக நினைவுகூர்ந்தான்: 'இரவும் பகலும் அதிக போதையில் இருந்தார்'. கோஸியின் இரண்டாவது மகன் விஜய் விவகாரம் நிலைமையை இன்னும் சிக்கலாக்கியது. விஜய்யைக் கோஸியின் மகனாக ஏற்றுக்கொள்ள எல்வின் தயாராக இருந்தார். தனக்குப் பிறக்காதவன் என்பதைப் பற்றி அவர் கவலைப்படவில்லை. கோஸி வீண்பெருமை பேசுவது அவரை வருத்தியது. ஷாம், கோஸியை அழைத்துக்கொண்டு பதன்கார் சென்றான். கோஸி தனது பழைய காதலன் ஷாஹீதுடன் வாழ ஆரம்பித்தார். எல்வினுக்குப் வருத்தம் ஏற்பட்டாலும், போலித்தனமாக உணர்ந்தாலும், மணவிலக்குப் பெறவும், குமாரைத் தன்னுடன் வைத்துக்கொள்ளவும் கல்கத்தா உயர் நீதி மன்றத்தில் வழக்குத் தொடர்ந்தார். ஃபௌலர் அண்ட் சன்ஸ் வழக்கை நடத்தியது. வழக்கில் ஷாஹீதும் ஒரு பிரதிவாதியாக இருந்தார்.

சுமார் நாற்பது ஆண்டுகளுக்குப் பிறகு நான் கோஸியைச் சந்தித்தேன். எல்வினைப் பற்றி அவருக்குக் கொஞ்சம் கூடக் கசப்பு இருந்த மாதிரித் தெரியவில்லை. அது, குறிப்பிடத் தகுந்தது. கோஸி 'எல்வின்' என்றே பெயர் சொல்லிக் குறிப்பிட்டார். அவருடைய வாழ்க்கையிலும், அவர் சார்ந்த பழங்குடி மக்களின் வாழ்க்கையிலும் ஒரு பகுதியாக இருந்த அவரை இவ்வளவு காலம் கழித்து இப்படித்தான் விலகி நின்று வேற்று மனிதர் போல் நினைவுகூர முடியும். எங்களது உரையாடல் மிக மெல்ல நடந்தது. அவருடைய வயது ஒரு காரணமாக இருக்கலாம் அல்லது நாங்கள் அன்னியர்களாக இருந்தது காரணமாக இருக்கலாம். எனது ஒவ்வொரு கேள்விக்குப் பதில் தரும்போதும் நீண்ட மௌனம் இருந்தது. பெரும்பான்மையான கேள்வி களுக்கு ஒரே வரியில் பதில் அளித்தார். இவற்றில் இரண்டு பதில்கள் ஷாம்ராவை அழுத்தமாகக் குற்றம் சாட்டுவது போலிருந்தன. திடீரென்று சொன்னார்: 'என்னை எல்வினுடன் மாமியார் இங்கிலாந்துக்கு அழைத்தார்.' ஆனால் 'நானும்

உங்களுக்குப் பணிவிடை செய்கிறேன். கோஸி போனால் குசுமும் போகவேண்டும்' என்றார் ஷாம். கோஸி போனால் குசுமும் போகவேண்டும் என்று அவர் வற்புறுத்தி இருக்க வேண்டும். இரண்டு பேரும் போய்வர வேண்டிய அளவு பணம் இல்லை. மகாத்மா காந்தி வார்தாவுக்கு இருவரையும் அழைத்ததாகக் கூட கோஸி சொன்னார். ஆனால், தன்னையும் குசுமையும் கூட்டிச் சென்றால்தான் எல்வினும் கோஸியும் செல்ல வேண்டும் என்று ஷாம் பிடிவாதம் பிடித்தார்.

பம்பாயில் அல்டாமவுண்ட் ரோடில் இருந்த ஜே.ஆர்.டி. டாடாவின் மாளிகைக்குச் சென்று வந்ததைப் பற்றிப் பெருமையாகப் பேசினார். கோஸியின் பார்வையில், கணவருடைய நண்பர்கள் வட்டாரத்தில் முழுவதுமாக தன்னைப் பங்குபெற விடாமல் தடுத்தவர் ஷாம்ராவ்தான். யாராவது பெரிய மனிதரின் வீட்டுக்குத் தாங்கள் அழைக்கப்பட்டால், நானும் வருவேன் என்று ஷாம்ராவ் சொன்னார். எல்வின் தனக்கு மட்டும் நெருக்கமாக இருக்க வேண்டும் என்று ஷாம் விரும்பினார். நானும் உங்களுக்குச் சேவை செய்கிறேன் என்று எல்வினிடம் அவர் கூறியதாகச் சொல்லப்படுகிறது. ஏனெனில், இந்தக் கோண்டு பெண் வருவதற்கு முன்னால் அவருடன் நெருக்கமாக இருந்தார். அவர் மீது தனக்கு அதிக உரிமை இருப்பதாக ஷாம் நினைத்தார். கோஸி நினைவுகூர்வதில் தனது குறைகளை அடுத்தவர் மீது சுமத்தும் மனநிலை தெரிகிறது. பின்னாளில், ஞாபகப்படுத்திப் பார்க்கும்போது, கணவனுக்கும் மனைவிக்கும் இடையில் தீராத வேறுபாடுகள் இருந்ததை, ஒத்துக்கொள்ள மறுத்தார் என்று தோன்றுகிறது. சாதாரணமாகத் தன் குறைகளுக்கு அடுத்தவர் மீது பழிசுமத்தும் இந்தியர்களின் இயல்பு இது.

○ ○ ○

1949ஆம் ஆண்டு மார்ச் மாதம் இடப்பட்ட இடைக்கால உத்தரவின்படி, மணமுறிவும், மூத்த குழந்தையை வைத்துக் கொள்ளும் உரிமையும் எல்வினுக்குக் கிடைத்தது. ஆறுமாதம் கழித்து மணமுறிவு முழுமை பெறும். மானிடவியல் ஆய்வு நிறுவனத்தில் அவர் தொடர்ந்து வேலை செய்யக் காரணமாக இருந்தது பணம், ஆனால் அதுவும் போதவில்லை. ஏப்ரல் மாதம் அந்த வேலையைத் துறந்தார். அவரே சொன்னபடி அங்கு வேலை செய்த காலம், வீணான காலம், எதையும் எழுத முடியாத காலம். வேலையும் இல்லாமல், மனைவியும் இல்லாமல் பதன்காருக்குத் திரும்பினார். கவலைகளின் பாரம் மனதை அழுத்தியது. பணம் இருந்தால் மைக்ரொனெசியாவிற்கோ, தஹிதிக்கோ வேறு இடத்திற்கோ போய்விடுவேன் என்று ஆர்ச்சரிடம் சொன்னார்.

இன்னொரு கடிதத்தில் அவர் செல்ல விரும்பிய, தங்க விரும்பிய இடங்களாகப் பாரிஸ், தென்கடற்பகுதி, குபேங்கி – சாரி என்று பட்டியலிட்டார். இருபது வருடங்கள் இந்தியாவின் காடுகளிலும் குக்கிராமங்களிலும் கழித்த பிறகு, அவர் சலித்துப் போகக் காரணங்கள் இருந்தன. ஆடம்பரமான, நோய் – நொடிகள் இல்லாத சூழலில் வாழ வேண்டும் என்று கனவு கண்டார்.

இந்தியாவில் வாழ அவர் தயங்கியதற்கு அரசியல் காரணங்களும், சொந்தக் காரணங்களும் உண்டு. போராடும் கட்சியாக இருந்த காங்கிரஸ் இப்போது ஆட்சியைக் கைப்பற்றி விட்டது. ஆட்சியை முழுமனதுடன் ஏற்க விரும்பாத மக்கள் மீதும் தனது அதிகாரத்தைச் செலுத்தி வந்தது. இந்தியாவின் புதிய ஆட்சியாளர்களை வெளிப்படையாக விமரிசிக்கும் தைரியம் எல்வினுக்குக் கிடையாது. மறைமுகமாக அதைச் செய்யும் வழிகள் இருந்தன. இந்தக் காலத்தில்தான் அவர் அட்ரியன் ப்ரெண்ட் என்ற புனைபெயரில் இரண்டு துப்பறியும் கதைகளை எழுதினார். இரண்டு கதைகளிலும் கருவும், பாத்திரங்களும் ஒரே மாதிரி இருந்தன. வெளியிட எந்தப் பதிப்பாளரும் முன்வரவில்லை. இரண்டு கதைகளிலும் 'புராதன மனிதர்களின் உடலுறவுப் பழங்கங்களை இதமாகவும் தயக்கத்துடனும் விவாதிக்கும் ஒரு புத்தகம் குறிப்பிடப்படுகிறது. எல்வின் எழுதிய அந்தப் புத்தகத்தின் பெயர் 'முரியா மக்களும் அவர்களது கோட்டுலும்'. இப்புத்தகம் படித்துவிட்டே ஜெர்மானியர்கள் இந்திய பழங்குடி மக்களைப் பற்றி ஆய்வு நடத்த உத்வேகம் அடைந்தார்கள் என்றும் கதைகளில் வருகிறது. ஆனால் இந்திய அரசியல் நிலைமை பற்றி நாவலாசிரியரின் கருத்துக்கள் மிகவும் ஆழமானவை, தீவிரமானவை. முதல் நாவலின் களம் பம்பாய். வண்ணமிகு நகரம், எல்லா இனங்களும் மதங்களும் பிரிவுகளும் நிறைந்த அவருக்கு மிகவும் பிடித்த நகரம். கதையில், பக்திமயமான, எல்லாவற்றிலும் மூக்கை நுழைக்கும் காங்கிரஸ் ஆட்சி நடக்கிறது. துறவி போலவே வாழுகிற, காங்கிரஸ்காரர்களிலேயே கொஞ்சங்கூட நகைச்சுவையுணர்வு இல்லாத மொரார்ஜி தேசாயின் தலைமையில் பிராந்திய அரசு நடக்கிறது. இந்த அரசு (மது, உடலுறவு உட்பட) மனிதனுக்கு உண்மையிலேயெ இன்பந்தரும் அனைத்தையும் தடை செய்கிறது. இதன் காரணமாக இந்த இன்பங்களைச் சட்டத்துக்குப் புறம்பான வழிகளில் தேடுகிறார்கள். நகைச்சுவைக்காகச் சித்தரிக்கப்படும் அரசின் ஒரு அமைச்சர், 'கத்தியால் அறுப்பதை எதிர்ப்போர் சங்கத்தின்' கூட்டத்தில் தேநீர் அருந்திவிட்டு, பம்பாயின் 'கருத்தடை எதிர்ப்புச் சங்க'த்தின் கூட்டத்தில் தலைமை தாங்கி எலுமிச்சம்பழச் சாறு அருந்த விரைகிறார். ஒருகாலத்தில், ஆங்கில அரசுக்கு

எதிரான கலகத்தின் சின்னமாக இருந்த காதி உடை இப்போது அதிகாரத்தின், வலிமையின் சீருடையாக மாறிவிட்டது.

இரண்டாவது நாவலின் களம் கல்கத்தா. இந்தியா விடுதலை பெற்ற பின்னும் இங்கேயே தங்கிவிட்ட ஐரோப்பியர்களைப் பற்றியது. அடையாளம் சொல்லப்படாத ஒரு வெள்ளைக்காரப் பெண் பல கொலைகளைச் செய்கிறாள். இந்தச் செய்தி *ஸ்டேட்ஸ்மென்* பத்திரிகையில் வெளிவந்த அன்று அதன் விற்பனை அதுவரை இல்லாத அளவு அதிகமாக இருக்கிறது. பணம் சம்பந்தப்பட்ட செய்திகளைத் தவிர வேறெதையும் படிக்காத மார்வாரிகளும், (காந்தி நடத்திய) *ஹரிஜன்*, *அம்ரித பஜார் பத்திரிகா* இரண்டையும் தவிர வேறதையும் படிக்காத காங்கிரஸாரும் பத்திரிகையின் பிரதிகளை வாங்க, தங்கள் வேலைக்காரர்களைச் சௌரங்கி லேனுக்கு அனுப்பி வைக்கின்றனர். அவ்வளவு பரபரப்பாக இருந்த செய்தியால்,

> *அடுத்த நாள் பயம் வியாதியாகப் பரவி விடுகிறது. மாலையில் ஒரு மைதானத்தில் பொதுக் கூட்டம் நடக்கிறது. 18 வயதிலிருந்து 35 வயதுக்குள் இருக்கும், அனைத்து வெள்ளைக்காரப் பெண்களையும் பிடித்து வைக்க கூட்டத்தில் வற்புறுத்துகின்றனர். குடும்பத் தலைவர்கள் கொதிப்படைந்ததன் விளைவாகத் தூண்டப்பட்ட கல்கத்தா பல்கலைக்கழகத்தின் புதுமுக வகுப்பு மாணவர்கள் இந்தியாவைத் தமது ஆதிக்கத்தின் கீழ் வைத்திருக்க விரும்பும் வெள்ளைக்காரர்களின் இந்தப் புதிய சூழ்ச்சியை எதிர்த்து ஊர்வலம் நடத்துகின்றனர். புதுடெல்லியிலிருந்து சுற்றுலாத் துறையின் அதிகாரி ஒருவர் இது மாதிரிப் போராட்டங்கள் ஏற்கனவே மதுவிலக்கால் மோசமாகப் பாதிக்கப்பட்ட சுற்றுலாத் தொழிலைக் கடுமையாகப் பாதிக்கும் என்று முறையிட விமானத்தில் வருகிறார்.*

எல்வின் என்ற இந்த வெள்ளைக்காரர் எந்தக் கொலையும் செய்யவில்லை என்றாலும், அவர் கடந்த காலத்தில் நடந்து கொண்ட விதம், மிகவும் கருத்து முரண்பாடுகளுக்கும் விவாதங் களுக்கும் உள்ளானது. 1948, 1949ஆம் ஆண்டுகளில் அவர் தனக்குப் பாதுகாப்பு இல்லை என்று உணர்ந்தார். இருபது வருடங்களுக்கு முன்னால் மலபார் கடற்கரையில் வந்திறங்கிய அந்த நாளுக்குப் பிறகு முதல் முறையாக இந்தியாவை விட்டுச் செல்வது பற்றித் தீவிரமாக சிந்தித்தார். இந்திய மானிடவியல் நிறுவனத்திலிருந்து விலகிய பிறகு, 1949ஆம் ஆண்டின் கோடைக் காலத்தில், பத்தாண்டுகள் கழித்து, இங்கிலாந்து சென்றார். இந்தத் தடவை மிகுந்த எதிர்பார்ப்புகளுடன் சென்றார். தான்

நேசித்த ஆக்ஸ்போர்டில், சமூக மானிடவியல் நிறுவனத்தில் உரையாற்றும் நோக்கத்துடன் மட்டும் செல்லவில்லை. மெர்ட்டன் கல்லூரி வழங்கி வந்த நிதிஉதவியைப் போர் முடிந்த பின்னால் நிறுத்திவிட்டது. கல்லூரி அவருக்கு வழங்கி வந்த ஆய்வுநிதியை மீண்டும் வழங்க வைக்க முடியும் என்று நம்பினார்.

ஆக்ஸ்போர்டு என்றால் தனது நண்பர்களும், தம்மைப் போல சிந்திப்பவர்களும் இருப்பார்கள் என்று நினைத்தார். கடைசி முறையாக அங்கே சென்று நீண்ட காலம் ஆகிவிட்டது; கொஞ்சம் பேருக்குத்தான் அவரைத் தெரிந்திருந்தது. அதிலும் ஒரு சிலரே அவர் வருவதை விரும்பினர். மேயர் ஃபோர்டிஸ் என்ற ஆங்கிலேய மானிடவியல் அறிஞர் அவரை அன்புடன் வரவேற்றார், உதவியும் செய்தார். ஆனால், மூத்த ஆக்ஸ்போர்டு அறிஞரான, எட்வர்ட் எவான்ஸ் – ப்ரிட்ச்ஹர்ட் சரியாக முகம்கொடுத்துப் பேசவில்லை. கொஞ்சம் விலகியே இருந்தார். அவருடைய சீடரும், (குர்யேவுடைய பழைய) தொண்டரும், 'இனிமையாகப் பழகத் தெரியாதவருமான, எம்.என். சீனிவாஸூம்' அதே மாதிரி நடந்துகொண்டார். பொதுவாகப் பார்த்தால், அந்தப் பயணம் பரிதாபமான தோல்வியாக முடிந்தது. அதைவிட அந்தப் பயணத்தின் மூலம் அறிவுபூர்வமாக எந்தப் பயனும் இல்லை. அதுதான் அவருக்கு வருத்தம் தந்தது. முரியா கோட்டுலைப் பற்றி அவர் எடுத்திருந்த ஒரு திரைப்படத்தைத் திரையிட்டு, விளக்கினார். அதைப் பார்த்தவர்களுக்கோ, அந்த இடத்துக்கோ சற்றும் பொருத்தமில்லாமல் இருந்தது அது. ஆக்ஸ்போர்டுடில் இருந்த மானிடவியல் அறிஞர்கள் அதைக் கண்டுகொள்ளவில்லை. எவான்ஸ் – ப்ரிட்ச்ஹர்ட் அதைப் பெரும் இழிவாகக் கருதினார், பின்னாட்களில் எல்வினை ஒரு பாலுறவு வெறியர் என்றே குறிப்பிட்டு வந்தார். மெர்ட்டன் கல்லூரி உதவித்தொகை வழங்க மறுத்தது அவருக்கு பொருளாதார ரீதியில் பெரும் அடியாக விழுந்தது. அவருடைய பழைய வார்டன், சர் ஜான் மைல்ஸ் ஓய்வு பெற்றுவிட்டார். அடுத்து வந்தவர், எல்வினுடைய வினோதமான திருமண உறவுகளை மிகக் கடுமையாக நிராகரித்தார். அந்த மணவாழ்க்கை முறிந்துவிட்டது என்று எல்வின் சொன்னாலும் அவரிடம் எந்த மாற்றமும் இல்லை; முதலில் அந்தத் திருமணம் நடந்ததே தவறு. அவருக்குப் பணஉதவி வேண்டும் எனில் இந்தியாவிலோ அமெரிக்காவிலோ தேட வேண்டும். எது எப்படியேனும், அவரது வர்க்கத்தைச் சேர்ந்த வெள்ளைக்காரர்கள், இந்தியாவை விட்டுக் கிளம்பிய போதே அவரும் கிளம்பி இருக்க வேண்டும். 'கொஞ்ச காலம் களஆய்வை விட்டுவிட்டு இங்கிலாந்தில் ஒரு வேலை தேடச் சரியான நேரம் இது' என்று வார்டன் சொன்னார்.

ஆங்கிலேயப் பேரரசின் இழப்பைப் தாங்கிக் கொள்ள முயன்று கொண்டிருக்கும், மேல்வர்க்கத்தின் பார்வையை எல்வின் வெறுத்தார். பழைய ஐ.சி.எஸ் அதிகாரியும், மானிடவியல் அறிஞருமான ஜே.பி.எஸ். மில்ஸ்ஸின் அம்மா '1915, 1916ஆம் ஆண்டுகளில் சிம்லா எவ்வளவு நன்றாக இருந்தது. சிம்லாவில் இருந்த 'மால் ரோடில்' இந்தியர்கள் யாருக்கும் அனுமதி கிடையாது. இப்போது நிலைமை மாறிவிட்டது என்று கேள்விப்படுகிறேன்' என்றார். தொழிலாளர் கட்சியின் அரசாங்கத்தை எல்வினுடைய அம்மா குறை கூறினார்; அவர்கள் ஆட்சியில் உழைக்கும் வர்க்கத்தைச் சேர்ந்தவர்கள் மருத்துவ வசதி பெறுவதையும், அவர்கள் முதல் முதலாக, ஓரளவு நல்ல வீடுகளில் வாழ்வதையும் வெறுத்தார். ஷாம்ராவுடன் எதையும் பகிர்ந்துகொள்ளக் கூடாது என்று எல்வினிடம் சொன்னார். ஓர் ஆண் தான் நேசித்த மனைவியைச் சூழ்நிலை காரணமாக மணவிலக்குப் செய்து விட்டு பின்னர் அதைப் பற்றிப் பேச விரும்பாதது போன்ற பாவனையில் மற்ற நண்பர்கள் இந்தியாவைப் பற்றிப் பேச விரும்பவில்லை.

எல்வின் இந்தியாவிற்குத் திரும்பி பதன்காரில் வழக்கம்போல சலிப்புடன் தினசரி வாழ்க்கையைத் தொடங்கினார். அமைதி யில்லாத நிலை தொடர்ந்தது. ஆக்ஸ்போர்டில் நண்பரான பெர்னார்ட் அலுவிஹாரேயின் அழைப்பை ஏற்று கொழும்பு சென்றிருந்தார். கொழும்பில் இருக்கும்போது, தனது புகைப்படங் களைக் காட்டி, அந்தத் தீவில் வாழும் 'வேடர்' *(Veddas)* பழங்குடி மக்களின் நிலையைப் பற்றி உரையாற்றினார். நாட்டுப்புறப் பகுதிகளின் அழகை வர்ணிக்க வார்த்தைகளே இல்லை; சாலை களில் இருபுறமும் மரங்கள், அருமையான ஓய்வு விடுதிகள், நதிகள, மரங்கள், அழகான பையன்கள், கவர்ச்சியான பெண்கள். "எவ்வளவு அழகாக இருக்கிறது? மந்திரம் போட்டது போல மயக்கியது" என்று அம்மாவுக்கு எழுதினார். சிங்களவர்கள் புத்திசாலிகள், புத்தரின் போதனையான நடுவழியைக் *(Middle way)* கடைப்பிடிப்பவர்கள். காங்கிரஸ் இல்லாமல் இருந்தால் இந்தியா எப்படி இருக்குமோ அப்படி இருந்தது. நான் என்ன எழுதினாலும் அவை பத்திரிகைகளில் வெளிவருகின்றன. கடைக்காரர்கள், ரசிகர்கள் போல் என் கையெழுத்தைக் கேட்கிறார்கள். இப்படி எனக்கு முக்கியத்துவம் கொடுத்தால், நான் உருப்படாமல் போய்விடுவேன். இந்தியாவில் அழுக்கு, தூசி, குழப்பம் இவற்றுக்கிடையே நான் இருக்க முடியாத நிலை ஏற்பட்டுவிடும். ஆனால் சுதந்திரத்திற்குப் பிறகு இன உணர்வு வந்திருக்கிறது. மலைத்தோட்ட முதலாளிகளும் மற்ற வெள்ளைக் காரர்களும், நாட்டைவிட்டு வெளியேற வேண்டும் என்று

அவருடன் உரையாடிய சில சிங்களவர்கள் சொன்னார்கள். எது எப்படியாயினும் இந்திய நாட்டின் யதார்த்தம் ஆழமானது, இலங்கை கொஞ்சம் மேலோட்டமானதாக இருக்கலாம்'.

எல்வின் பதன்காருக்குத் திரும்பினார் உடனே 'சவோரஸ்' பகுதியில் ஆய்வுக்காகக் கிளம்பினார். ஏழு வாரங்கள் அங்கே சுற்றினார். உட்பகுதிகளில் இருந்த சில கிராமங்களுக்கு அதுவரை ஒரு போலீஸ்காரர் கூடப் போனதில்லை. ஏழு வாரங்களில் ஒரு சொட்டுப் பாலையோ மதுவையோ அவர் தொடவில்லை. தங்களை ஆய்வு செய்ய வரும் மானிடவியல் அறிஞர்கள் கொஞ்சம் போதையில் இருப்பதைப் பழங்குடி மக்கள் விரும்புகிறார்கள் என்பது எல்வினுக்குத் தெரிந்தாலும் மதுவைத் தொடவில்லை. மொழியைப் பயன்படுத்துவதிலும் ஒரு கட்டுப்பாட்டைக் கடைப்பிடித்தார். ஒரு வார்த்தை கூட ஆங்கிலத்தில் பேசவில்லை. 'எனக்கே அது ஒரு சாதனையாக இருந்தது' என்றார். இந்தப் பயணத்தில் இத்தனை ஆண்டுகாலம் காணாத, மனதை உருகவைக்கும் ஒரு காட்சியைக் கண்டார். செராங்கோ என்ற ஒரு குக்கிராமத்தில், உணவுப் பற்றாக்குறையால் இறந்துகொண்டிருந்த ரைசிந்தா என்ற பெயருடைய ஒரு சிறுவன் அவருடன் ஒட்டிக்கொண்டான். அவர் மடியில் ஏறித் தலையை அவருடைய தோளில் வைத்துக்கொண்டு தூங்க முயன்றான். அவனால் தரையில் படுத்து உறங்க முடியாது. தரையில் உறங்கினால் மூச்சு அடைத்தது. எல்வின் மடியில் அமர்ந்து அவன் 'அம்மா' என்று வியந்து அழைத்தான். எல்வினுடைய உதவியாளர் சுந்தர்லால், அவனைத் திருத்தினான் "அம்மா இல்லை, பெரிய அண்ணன்." அந்தப் பையன் "இல்லை இல்லை, இதுதான் அம்மா." எல்வின் அன்று இரவில் ஒரு கனவு கண்டார்:

> அவர் பெரிய இருட்டான குகையில் இருந்தார். ஜமௌசம் (சவொரா மக்களின் எமன்) ஒரு பெரும் உருவத்துடன் தடுக்க முடியாதபடி தரையில் உருண்டு வந்துகொண்டிருந்தான். ஆபத்தைப் பொருட்படுத்தாமல் நான் தீக்குச்சியைக் கொளுத்த முயன்றேன். ஒரு தீக்குச்சிகூட எரியவில்லை. வெருண்டு, வேர்வை வழிய எழுந்தேன். அப்போது என் உதடுகளில் 'அன்பே உண்மையான ஆயுதம், அதுவே உடை, அதுவே என் தங்கம்' என்ற வார்த்தைகள் வந்தன.
>
> அன்பே உண்மையான ஆயுதம், ஏனெனில், படுக்கப் போகும் முன்னால் கொரியாவில் ஐக்கிய நாடுகள் சபையின் முயற்சி தோல்வி அடைந்த செய்தியைக் கேட்டேன். அன்பே உடை, ஏனெனில், அந்த இரவின் கடுமையான குளிரில் என் படுக்கையில் இருந்த கம்பளி போதவில்லை. இருந்தாலும்

இதமாகத்தான் இருந்தது, என்னிடமிருந்த கம்பளிகளை ரைசிந்தாவிற்குக் கொடுத்துவிட்டேன்; அன்புதான் எனக்குத் தங்கம், ஏனெனில், எங்கள் நிதிநிலைமை மிகவும் மோசமாக இருந்தது.

ஒருநாள், ரைசிந்தா அவருடைய ஒரு பாக்கெட்டில் குடைந்து கொண்டிருப்பதைக் கண்டார். 'எதைத் தேடுகிறான் என்று வியந்தேன். பாதி புகைத்த கட்டைச் சிகரெட்டை என் பாக்கெட்டில் பாதுகாப்பாக வைத்துக்கொண்டிருந்தான்.' விரைவில் அவன் இறந்துவிட்டான். உலகத்தில் இருக்கும் பட்டினிக்கும், ஆதரவற்ற நிலைக்கும் அவனுடைய நலிந்த உடல் எடுத்துக்காட்டாக இருந்தது. எல்வினுடைய கவனிப்பும், மருந்துகளும் மிகத் தாமதமாகக் கிடைத்தன. அதனால், அவனைக் காப்பாற்ற முடியவில்லை.

ரைசிந்தா டிசம்பர் மாதம் இறந்தான். அந்த மாதத்தின் கடைசி நாளில் தனது டைரியில் எல்வின் அப்போதிருந்த நிலைமையை இவ்வாறு சுருக்கி எழுதினார்:

1950 ரொம்ப நல்ல ஆண்டு என்று சொல்ல முடியாது. நிதி பெறுவதற்கு அனுப்பிய எல்லா விண்ணப்பங்களும் தோல்வி அடைந்தன. எந்தப் பயனும் இல்லை, ஆய்வுப் பணிகளுக்கான உதவித்தொகையும் கிடைக்கவில்லை. லெவர்ஹல்ம் அளித்த உதவித்தொகை மட்டும் கிடைத்தது. அது உண்மையில் இழிவு படுத்துவது போல இருந்தது. துப்பறியும் புதினம் எழுதும் எனது முயற்சியும் தோல்வியில் முடிந்தது. எழுதியதை நான் விரும்பினாலும் அதற்காக நிறைய நேரத்தைச் செலவிட்டுவிட்டேன். மெல்ல மெல்ல சுதந்திர இந்தியாவில் வாழ்வது எவ்வளவு கடினம் என்பது எனக்கு உறைத்தது. 'பழங்குடி மக்களின் நலம், கலை ஆராய்ச்சி மையம்' சரியாக செயல்படாது என்பது கொஞ்சம் கொஞ்சமாகத் தெளிவாகியது. வருடம் பூராவும் சண்டை களும் சச்சரவுகளுமாகக் கழிந்தது. எல்லாம் ஒரே இடத்தில் இருந்துதான் எழுந்தன. அதில் தேவையற்ற சண்டைகள் தான் அதிகம். அடிக்கடி நானே நிதி நிலைமை, மற்ற விஷயங்கள் பற்றிக் கவலைப்பட்டுக் கொண்டிருந்தேன். குமாரும் எந்த முன்னேற்றமும் கண்டதாகத் தெரியவில்லை.

இன்னொரு புறம், பிப்ரவரியில் பம்பாய் சென்றேன், அக்டோபரில் இலங்கை சென்றேன். இந்தச் சுற்றுலாப் பயணங்கள் வெற்றிகரமாக முடிந்தன. எல்லாவற்றிற்கும் மேலாக அக்டோபர் நவம்பர் மாதங்களில் சவொராவுக்குச் சென்றேன். அதுவரை நடந்த ஆய்வுகளிலேயே அதுதான்

சிறந்தது. களஆய்வுகளைப் பொறுத்தவரை அவை நீண்டநாள் செய்ய வேண்டிய வேலை, ஆனால் மிகவும் தேவையானவை.

பண வசதியைப் பொறுத்தவரை, பல வருடங்களாக இருந்த நிலையை விட இந்த வருடக் கடைசியில் மிக மோசமான நிலைக்குத் தள்ளப்பட்டோம்.

உடல் நலத்தைப் பொறுத்தவரை, ஒரு தடவை, மோசமான வயிற்றுப் போக்கு ஏற்பட்டது. கடைசி மூன்று மாதங்களில், மூன்று முறை மலேரியா கடுமையாகத் தாக்கியது. வயதாகி விட்டது போல் உணர்ந்தேன். நோய் எதிர்ப்புச் சக்தியும் குறைந்துவிட்டது. கஷ்டங்களைத் பொறுத்துக்கொள்ள முடியவில்லை.

மதுவை விட்டுவிட முயற்சித்தேன். நண்பர்கள் அந்த முயற்சிகள் வெற்றியடைய விடவில்லை. கடைசி நான்கு மாதங்களில் மது அருந்தாமல் நிறைய நாட்களைக் கழித்தேன். இலங்கையில் இருந்த நாட்களில் அனேகமாகக் குடிக்க வில்லை. சவொராவுக்குச் சென்ற நேரத்தில் சுத்தமாகக் குடிக்கவில்லை. அதனால் நல்லது ஒன்றும் நடக்கவில்லை. நிதி நிலைமையைக் கணக்கில் எடுத்தால் அது தவிர வேறு வழி இல்லை.

எல்லாவற்றையும் விட, நிகழ்காலத்தில் மீது வருங்காலத்தின் நிழல் தொடர்ந்து விழுகிறது. இது எதுவரை போகும்? நான் ஏதாவது புதிய தொழிலில் இறங்க வேண்டியிருக்குமா? ஆய்வுகளைத் தொடர்ந்து செய்ய முடியுமா? அது முடியா விட்டாலும், இன்றைய இந்தியாவில் பழங்குடி மக்களுக்கு ஏதாவது உதவி செய்ய முடியுமா?

பிற்காலத்தில் யாராவது தனது வரலாற்றை எழுதுவார் என்பதை மனதில் வைத்துக்கொண்டுதான் எல்வின் நாட்குறிப்பு களை எழுதினார். அவற்றிலும் பெரும் இடைவெளிகள் இருக்கின்றன: சில நேரங்களில் மாதங்கள், வருடங்கள் கூட இடைவெளி இருக்கிறது. மிஞ்சி இருப்பதில் உள்ள இடைவெளிகளுக்கு யார் காரணம் என்று தெரியவில்லை. எழுதியவரா? எழுத்துக்களுக்குக் காப்புரிமை பெற்றவரா? குடும்பமா? அல்லது இவை எதிலும் சேராத கறையான்களா? மீதமிருக்கும் நாட்குறிப்புகளிலும், மௌனமான இடைவெளிகள், விளக்கப்படாத குறிப்புக்கள் இருக்கின்றன. நாட்குறிப்பு எழுதும்போதுகூட ஓர் ஆங்கிலேயருக்குத் தயக்கங்கள் இருக்கக்கூடும். எடுத்துக்காட்டாக, ‘அந்த வருடத்தில் ஏற்பட்ட

சண்டைகளுக்கான ஒரே காரணம்' யார்? பலரைப் பற்றி நினைக்க வேண்டியிருக்கிறது. ஒரேயடியாக ஊருக்குத் திரும்பிவிடும்படி சொல்லும் அம்மாவா? அல்லது புனிதவாதியும், காந்தியவாதியு மான முதலாளி ஜஹாங்கீர் பட்டேலா? கொடுத்த பணத்துக்குக் கணக்குக் கேட்கிறாரா? அல்லது அதை வைத்து என்ன வேலை நடந்தது என்று விசாரிக்கிறாரா? அல்லது ஷாமின் மனைவி குசுமா? கையில் பணமும் இல்லாமல், நான்கு, ஐந்து குழந்தைகளை வைத்துக்கொண்டு குக்கிராமத்தில் அவர்களை எப்படி வளர்ப்பது, கல்வி தருவது என்று கவலைப்பட்டு எல்வினைத் தொந்தரவு செய்தாரா?

யூகங்கள் இருந்துகொண்டே இருக்கும். சான்றுகளின் அடிப்படையில் நாம் திடமாக அடியெடுத்துச் செல்ல வேண்டும். 1951ஆம் ஆண்டு ஜனவரி மாதம் ஒரிஸாவில் கள ஆய்வில் எல்வின் ஈடுபட்டபோது, அவருடன், ஷாம்ராவும், கல்கத்தாவில் பணக்காரக் குடும்பத்தைச் சேர்ந்த புகைப்படக்காரர் விக்டர் சஸ்ஸூனும் இணைந்துகொண்டனர். விரைவில், பில் ஆர்ச்சரின் இடத்தை, விக்டர் பிடித்தார். அவர் ஆர்ச்சரைப் போலவே எல்வினை நேசித்தார். விக்டர் பத்து வருடங்கள் இளையவராக இருந்தது உதவியாக இருந்தது. சமவயதுடைய தோழரைவிட இளையவர் ஒருவரின் துணை கிடைப்பதும், அந்த இளையவர் இவரை மெச்சுவதும் உதவியாக இருந்தது. விக்டர் பணக்காரர், சாகசங்களின் ஈடுபடுவதை விரும்பியவர், எல்வின் ஆய்வுகள் நடத்த நிதி அவர் உதவி செய்தார். காடுகளுக்குப் போகும்போது துணைக்கு வந்தார். முதலில் ஒரிஸாவுக்குச் சென்றனர். அதற்குப் பிறகு இருவரும் பல தடவைகள் வனப்பகுதிகளுக்குள் சென்றனர். சவொரா மலைகளில் இருந்து, சுற்றுலாத் தலமான, கோபால்பூருக்கு வந்தனர். அங்கு தங்கும் விடுதி முழுவதும் 'இயேசு சபைத் துறவிகள்' நிறைந்திருந்தனர். அவர்கள் அவரைப் பார்த்தனர். அவரும் அவர்களையே நோக்கினார். இரண்டு மாதங்கள் வெறும் சோறும், பருப்புமாகச் சாப்பிட்டிருந்தார். இங்கே காலை உணவுக்குக் கஞ்சி, வெள்ளை மீன், முட்டை, பன்றிக்கறி, ரொட்டி, வெண்ணெய், பழக்கூழ்; மத்தியானம் சிப்பியில் வாழும் உயிரினங்களின் கறி, சூப், மக்கரீல் மீன், ஆட்டுக்கறி, சோறு, நிறைவாக இனிப்பு, பழங்கள், பாலாடைக்கட்டி என்று பெரும் விருந்துண்டு களித்தார்.

ஆனால் இனிமேல் வாழ்க்கையில் என்ன செய்வதென்று எல்வினுக்குப் புரியவில்லை. ஆப்பிரிக்காவுக்குக் கூட்டிச் செல்வதாக விக்டர் கூறினார்.

1949ஆம் ஆண்டு இங்கிலாந்தில் இருந்து திரும்பும் வழியில் மேற்கு ஆப்பிரிக்காவில், ஐவரி கோஸ்ட், நைஜீரியா நாடுகளில்

இரண்டு வாரங்கள் சுற்றுப் பயணம் செய்திருந்தார். என்ன காரணத்தாலோ தந்தை ஆயராகப் பணிபுரிந்த ஃப்ரீடவுனுக்குப் போகவில்லை. 1951ஆம் ஆண்டு சஸ்ஸூனுடன் சுற்றுப் பயணம் செய்தபோது அந்தக் கண்டத்தின் ஆங்கிலேயர் ஆட்சி செய்த மற்ற நாடுகளான, கென்யா, டங்கான்யிகா நாடுகளுக்குச் சென்றார். அந்தப் பயணத்தின் முக்கிய அம்சமாக, வெள்ளைக்கார ஆப்பிரிக்கர், லூயிஸ் லீக்கியைச் சந்தித்தார். லீக்கி எல்வின் போலவே பழங்குடி மக்களுடன் வாழ்ந்து வந்தவர். இருவருக்கும் பல ஒற்றுமைகள் இருந்தன. லீக்கி தான் வைத்திருந்த அருங்காட்சியகத்தையும், மாசாய் பழங்குடி மக்களையையும் காட்டினார். புகழ்பெற்ற அந்த மனிதரை எல்வினுக்குப் பிடித்துவிட்டது. லீக்கி மற்றவர்களைக் கவரக் கூடியவர், புத்திசாலி. லீக்கியின் இரண்டாவது மனைவி, மேரி 'தொல் – உயிரியல் துறையில் அறிஞர்'. கல்வியில் மிகவும் தேர்ந்தவர். ஆனால் எல்வினுக்கு அவருடன் பேசுவது சலிப்பாக இருந்தது.

ஆப்பிரிக்காவும் எல்வினுக்குப் முழுவதுமாகப் பிடித்துவிட வில்லை. சஸ்ஸூனும், ஆர்ச்சரும் அவருடைய வெறுப்படைந்த மனநிலையைப் புரிந்துகொண்டு ஆப்பிரிக்காவில் தங்கிவிட வேண்டும் என்றனர். 'ஆப்பிரிக்கக் கவிதைகள் பெரும்பாலும் இன்னும் அறியப்படாமல் இருக்கின்றன. நீங்கள் அவற்றில் மூழ்கி ஏதாவது பங்களிப்பைச் செலுத்த வேண்டும் என்று கேட்டுக்கொள்கிறோம் உங்களுக்குப் பிடித்த பாதையைத் தேர்ந்தெடுப்பீர்கள் என்று எதிர்பார்க்கிறேன். ஆனால் அளவுக்கு அதிகமாக உழைத்து உடலை ரொம்பவும் வருத்திக் கொள்ளாதீர்கள்' என்று ஆர்ச்சர் எழுதினார். எல்வின் ஆப்பிரிக்கப் பயணங்களை மிகவும் ரசித்தார். அவருடைய பயண அனுபவங்களை எழுதலாம் என்றுகூட நினைத்தார். ஆனால், வெள்ளையர்களுக்கும் கருப்பர்களுக்கும் இடையே வளர்ந்துவரும் வெறுப்பைக் கவனித்தார். அங்கே நிரந்தரமாகத் தங்கிவிடலாம் என்ற எண்ணம் மறைந்துவிட்டது. 'குடியேறிகளாக வந்த வெள்ளையர்கள், நல்ல நிலங்களை எல்லாம் ஆப்பிரிக்கர்களிடம் இருந்து பிடுங்கிக் கொள்வதிலும், இங்கு குடியிருக்கும் இந்தியர்களிடம் வெறுப்புக் கொண்டிருப்பதிலும் ஏதோ ஒரு அடிப்படைத் தவறு இருக்கிறது' என்று அம்மாவுக்கு எழுதிய கடிதத்தில் குறிப்பிட்டார். வெறுப்பு மிகுந்த சூழ்நிலையில், போட்ஸ்வானாவின் தலைவர் செரெட்சே காமா தனித்து நின்றார். அவர் ஓர் ஆங்கிலேயப் பெண்ணை மணந்துகொண்டார். அதனால் வெள்ளையர்கள் அவரை வெறுத்தனர். அவருடைய இனத்தினரும் அவரைத் தள்ளிவைத்தனர். இரண்டு வெவ்வேறு சமூகங்களைச் சேர்ந்தவர்களுக்கு இடையிலான அந்தத் திருமணம்

எல்வினுக்குத் தன்னுடைய திருமணத்தை நினைவூட்டியது. காமாவைப் பற்றி ஒரு கவிதை எழுதினார். அவருடைய வரலாற்றைப் புத்தகமாக எழுதவேண்டும் என்றும் நினைத்திருந்தார்.

ஜூன் மாதம் எல்வின் இந்தியா திரும்பிய சமயம், ஜவஹர்லால் நேரு பெங்களூரில் ஆற்றிய உரை செய்தியாக வெளிவந்திருந்தது. வந்திறங்கியதும் முதலில் கேட்ட செய்தி இதுவாகத்தான் இருக்க வேண்டும். பழங்குடி மக்கள் வாழும் பகுதிகளில் மதுவிலக்கை நடைமுறைப்படுத்தக் கூடாது. திடீரென்று அந்தப் பகுதிகளில் மதுவிலக்கைக் கொண்டுவந்தால், அவர்களுடைய வாழ்க்கையை நாம் பாழாக்கிவிடுவோம் என்று பிரதமர் பேசியிருந்தார். எல்வின் மகிழ்ச்சி அடைந்தார். நேருவின் வார்த்தைகள் மற்றவர்களின் இன்பங்களைப் பாழாக்குகிறவர்களைத் தோற்கடித்து விடவில்லை. நேருவின் அந்த உரையைப் படித்த வேளை எல்வின், ஜஹாங்கீர் பட்டேலுடன் தங்கி இருந்தார். அந்தப் பெரிய மனிதர், எல்வினைக் காலை ஆறு மணிக்கு எழுப்பிவிட்டு யோகா செய்ய வைத்தார். ஓரிரவு, எல்வின் உணவை வீணாக்குவதைக் கண்ட ஜஹாங்கீர் பட்டேல், இந்தியாவின் பஞ்ச காலங்களின் வரலாற்றை நினைவூட்டினார். ஏழையாக இருப்பதும், இப்படிப்பட்ட மனிதர்களை நம்பி வாழவேண்டி இருப்பதும் எவ்வளவு அவமானம், துயரம் என்று எல்வின் நினைத்துக்கொண்டார்.

எல்வின் பதன்காருக்குச் சென்றதும் அம்மாவிடம் இருந்து வந்த கடிதத்தைக் கண்டார். 'நீ குகை மனிதனைப் போல் வாழ்ந்துகொண்டிருக்க முடியாது. இன்னும் மகத்தான செயல்களைச் செய்யத்தான் கடவுள் உனக்கு அறிவையும் சக்தியையும் வழங்கியிருக்கிறார். என்னருமை மகனே பதன்கார் வாழ்க்கையை இத்துடன் முடித்துக்கொள்ள வேண்டும்' என்று அம்மா எழுதியிருந்தார். அவரும் ஷாமும் பதன்காரிலேயே இருந்தார்கள். ஆனால், குசும் ஹிவாலே குழந்தைகளுடன் ஜபல்பூருக்குச் சென்றுவிட்டார். குமாரும் அவர்களுடனே ஜபல்பூரில் படித்தான். கிராமத்தில் ஷாமுக்கும் பில்சி என்ற கோண்டு பெண்ணுக்கும் தொடர்பு ஏற்பட்டதால், குடும்பத்தில் சிக்கல் உண்டானது. அதனால் எல்வின் அவ்வப்போது, அவர்களுக்காகத் தனியாகச் சமைத்து, அவர்கள் அறையில் கொண்டுபோய்க் கொடுத்துவந்தார். அவர்களுடைய அறை உட்புறம் தாழிடப்படுவது வழக்கமாகி விட்டது. சவொரா மக்களைப் பற்றி நேரம் கிடைத்த போதெல்லாம் புத்தகம் எழுதினார். 'எழுதுவதற்கு வசதியாக இருந்தது வீடு. ஆனால் பதன்காரில் சீக்கிரம் வயதாகிவிடுகிறது' என்று சஸ்ஸூனுக்கு எல்வின் எழுதினார்.

பகல்பொழுதுகள் முழுமையாக இல்லை
இரவுகளும் முழுமையானதாக இல்லை
புற்களைக் கூட அசைக்காமல்
வயலில் ஓடும் எலியைப் போல
வாழ்க்கை நழுவிச் செல்கிறது

எதையாவது செய்யத் துடித்தாலும், எதைப்பற்றியும் நிச்சயமற்ற, குழம்பிய மனநிலையிலிருந்தவர் தாய்லாந்து வரவேண்டும் என்று ஒருவர் கொடுத்த அழைப்பை ஏற்றுக் கொண்டார். 1951ஆம் ஆண்டு டிசம்பர் மாதம் ஷாமையும் அழைத்துக்கொண்டு தாய்லாந்து சென்றார். அவருக்கு அழைப்பு விடுத்தவர் பழைய ஆக்ஸ்போர்டு நண்பரும் கவிஞருமான பேராசிரியர் ஏ.சி. பிரைன் – ஹார்ட்னெல் *(A.C. Braine Hartnell)*. ஒரு வாரம்தான் அவர்கள் பாங்காக்கில் இருக்க முடிந்தது. இன்னொரு ஆங்கிலேயரான ஜெரால்ட் ஸ்பேர்ரோ *(Gerald Sparrow)* இன்னும் வடக்கே கூட்டிச் செல்வதாகச் சொன்னார். முன்னாளில் ஆக்ஸ்போர்டு யூனியன் தலைவராக இருந்த அவர் பகட்டாக வாழும் வழக்கறிஞர். பந்தயக் குதிரைகள் வைத்திருந்தார், இரவு விடுதி ஒன்றும் நடத்தி வந்தார். தனது ஆங்கிலேய மனைவியை விட்டுவிட்டு சயாமியக் காதலியுடன் வாழ்ந்து வந்தார். தாய்லாந்தின் தலைநகரில் இருந்து விமானத்தில் அதன் வடபகுதியிலிருந்த கோவில் நகரமான சியென்மாய்க்கு நான்கு டிக்கட்டுகள் எடுத்திருந்தார். அவர்கள் சாலுயே என்ற இடத்தை அடைந்த வேளை எல்வினுடன் ஒரு பெண் துணை இல்லாதது அவமானம் என்று ஸ்பேர்ரோவின் துணைவி கருதினார். மனம் இறுகிப் போயிருந்த எல்வின் இயல்பான மனநிலைக்குத் திரும்ப யாராவது அழகிய பெண்ணின் துணை தேவைப்படுகிறது என்றார். அதனால் அவர்களுடன் ராடா என்ற துடிப்பான, நிறைய ஊர்களைச் சுற்றிப்பார்த்த நடனமணியைச் சேர்த்துக்கொண்டனர். ஷாம்ராவ் எந்தத் துணையையும் விரும்பவில்லை அல்லது அவருக்குத் துணை கிடைக்கவில்லை. அந்தக் குழுவினர் உண்பதும், குடிப்பதும், சுற்றியிருந்த பௌத்த விகாரங்களுக்குச் செல்வதுமாக அந்த வாரத்தைக் கழித்தனர். கடைசி நாள் இரவில், உள்ளே இறக்க ஏதுவாக பிளாக் லேபிள் விஸ்கி மற்றும் பியருடன், வறுத்த பன்றிக்குட்டிக் கறியை உண்டனர். அதற்கப்புறம், ராடாவை நடனம் ஆட வைத்தனர். முதலில் அமெரிக்கப் பழங்குடி மக்களின் நடன அசைவுகளை முட்டாள்தனமாகப் பெரிதுபடுத்தி, கொண்டாட்டமாக்கி, கேலி செய்வது போல் ஆடினார். பிறகு தாள கதியுடன், பல்வேறு அசைவுகளுடன், முகமூடி போன்று உணர்ச்சியைக் காட்டாமல் முகத்தை வைத்துக்கொண்டு, தாய்லாந்தின் செவ்வியல் நடனம் ஆடிக்காட்டினார். சாலுயே அதைத் தொடர்ந்து துயரமான ஒரு

மலேயக் காதல் பாடலைப் பாடினார். அதைக் கேட்டுவிட்டு ஷாம் சொன்னார் 'இந்தியாவில் மட்டும் இப்படி இருந்தால் எவ்வளவு நன்றாக இருக்கும்?'

அடுத்த நாள் பாங்காக்குச் செல்லும் விமானத்தில் ஏறவேண்டி இருந்தது. பிரிய மனமில்லாமல், தயக்கத்துடன் அழகிய, திறமை மிக்க ராடாவுக்குக் கையசைத்து விடை கொடுத்தனர். விமானம் வானில் பறக்க ஆரம்பித்த பிறகு கூட, ராடா சின்னக் கைக்குட்டையை அசைத்து அசைத்து, கண்களில் இருந்து மறையும் வரை விடைகொடுத்தாள்.

சில ஆண்டுகள் கழித்து ஸ்பேர்ரோ அந்தப் பயண அனுபவங்களை எழுதி வெளியிட்டபோது, கவர்ச்சிக்கன்னி ராடா என்று ஒருத்தி இருந்ததையே எல்வின் மறுத்தார். புத்தகத்தை இன்னும் சுவராஸ்யமாக ஆக்குவதற்காக, நண்பர் அப்படி ஒரு கதை கட்டிவிட்டார் என்றார். ஸ்பேர்ரோ நடந்ததைக் கொஞ்சம் பெரிதுபடுத்தி அலங்காரமாகச் சொல்லி இருக்கலாம். அது வெளிவந்த நேரத்தில், சியென்மாயில் ஏற்பட்ட தொடர்பை எல்வின் மறுக்கவேண்டிய காரணம் இருந்தது. ஸ்பேர்ரோவை நம்புவதா அல்லது எல்வினை நம்புவதா என்பது பிரச்சனை. சோய் சுடெப் கோயில் வருகைப் பதிவேட்டில் சான்று இருக்கலாம். வழக்கறிஞரான ஸ்பேர்ரோவின் கூற்றுப்படி, அதில் எல்வின், ஷாம்ராவ், ராடா, சாலுயே, ஜெரால்ட் ஸ்பேர்ரோ கையெழுத்திட்டனர்.

தாய்லாந்து போய் வந்ததன் விளைவாக ஒரு நல்ல விஷயம் நடந்தது. எல்வின் தொடர்ந்து பல கவிதைகள் எழுதினார். *இல்லஸ்டிரேடட் வீக்லி* யில் வேலை செய்த ஷாவுன் மாண்டி *(Shaun Mandy)* தனது நண்பர் பயணங்களுக்குப் பிறகு எழுதியதையெல்லாம் பெற தனக்கு உரிமை உள்ளது என்று எண்ணினார். ஆனால், *த ஸ்டேட்ஸ்மென்*இல் வேலை செய்த லிண்ட்சே எம்மர்சன் எல்வின் எழுதியவற்றை வாங்கிக்கொண்டார். இது பற்றி அறிந்ததும் மாண்டி இவ்வாறு எழுதினார்:

எல்வினுக்கு ஒரு வேண்டுகோள்

உங்களது தாய்லாந்தின் சித்தரிப்புக்களைத்
தன் தந்திரத்தால், பணத்தால்,
மேதாவி, ஸ்டேட்ஸ்மென் பத்திரிகையின் லிண்ட்சே எம்மர்சன்,
எனக்கென்று எதையும் விட்டு வைக்காமல்,
பாதிவழியில் உங்களிடம் வழிப்பறிக் கொள்ளை
நடத்திவிட்டதாக அஞ்சுகிறேன்.
இன்னும் தாமதமாகவில்லை எனில்,
நீங்கள் இன்னும் சற்றுக் காத்திருக்கலாம்
லிண்ட்சே எம்மர்சன் தனது நீண்ட கட்டுரைகளை எழுதும் வரை,

உங்கள் பதிவுகளைப் பிடுங்கி நீங்கள்
வீக்லிக்குக் கொடுக்கலாம்.
மிக அழகான தலைப்புக்களில்
அது உங்கள் பெயரில் வெளியாகலாம்

டாக்டர் எல்வின், தயவு செய்து
லிண்ட்சேயை, மனம்போன போக்கில்
ஓடியாடி, தோட்டத்தில் எல்லாப் பழங்களையும்
உண்ண விட்டு விடாதீர்கள்.
மரங்களை ஒன்றும் இல்லாத அளவுக்கு
மொட்டையடிக்க விடாதீர்கள்
எனக்கென்று கொஞ்சம் செடிகொடிகளை
விட்டுவைத்திருங்கள்.

லிண்ட்சே எம்மெர்சன் பதிலுக்குத் தலைப்பில்லாத கவிதை ஒன்று எழுதினார்.

பம்பாயின் பத்திரிகை ஆசிரியர்
தன் வாழ்த்துக்களுடன்
கல்கத்தாவுக்குக் கடிதம் எழுதி,
எல்வினை ஈர்த்துக் கொண்டது பற்றித்
தன் மனதில் உள்ளதைச் சொன்னார்.

கல்கத்தாவில் கடிதத்தைப் பெற்றவர்,
பாராட்டுக்கள் மட்டுமே பெறும் பழக்கம் உள்ளவர்,
கடிதத்தில் இருந்த நகைச்சுவையையும்
மென்மையான வசவையும் கண்டுகொண்டார்

பதன்காரில் வாழும் படித்த மனிதர்
எளிமையாக வாழுகிறவர்
புகைப்படம் எடுப்பதில் வல்லவர்
வீக்லி இதழும் புகைப்படங்களுக்குப் பேர்பெற்றது
அவர் பாங்காக்கில் இருந்து திரும்பியதும்
மற்ற இதழ்களுக்கு ஏற்றம் தராமல் இருக்க
இன்பங்களை விழையும், எல்வினாக இருப்பதால்,
நாங்கள் அவரைப் பிடித்துக் கொண்டோம்.

இதற்குப் பிறகு, குஜராத்தில் தாபி நதிக்கரையில் இருந்த உகாய் என்ற இடத்தில் இருந்து புவியியல் அறிஞர் ஜான் ஆடன், (கவிதை அவர் ரத்தத்தில் ஊறியது) தனது குறிப்பைக் கவிதையில் எழுதி அனுப்பினார்.

இது என்ன விந்தையான காதலோ?
ஒருவர் பார்த்த பொருளுக்காக இருவர் கெஞ்சுவது.
அப்படிப் பார்த்தபின்
எந்த விலக்கும் இல்லாமல்
ஒளி, இருளை விரட்டும் ஒரு பெட்டியில்
சிறை செய்வதா?

எமிலி மாமியைப் பற்றிப் பேச்சில்லை
மூன்று கன்னிப் பெண்களில் மூத்தவள்,

ஆண் அணுகியதும்
மறைக்கவேண்டிய, கவர்ச்சியற்ற மார்பையும்
காய்ந்து போன கருப்பையையும் மறைத்து
இதழ்நீட்டிப் புன்னகைத்தாள்.

எங்களுடைய மாமாவைப் பற்றியும் இல்லை.
அவர் மார்கேட்டின் மேயராக இருந்த போது
எல்லாவற்றையும் முடிக்கும்
தன்னம்பிக்கையின் உச்சத்தில் இருந்தார்,
தொப்புளில் சங்கிலியுடன்,
வயிற்றுப் போக்குப்போல நிறுத்தாமல் பேசுவதிலும்
உயர்ந்தார்;
அவரைத் துதித்தவர்கள்
ஆடை நீக்கப்பட்டனர்.
வருகின்ற மரணத்தின் மூச்சில் கூட
துர்நாற்றம் வீசியது.

பதான் மலைகளில் இருந்து வந்த நமது குருவின் மனதில்
மற்ற விஷயங்கள் இருந்தன, சிறகு விரித்த அதீதக் கற்பனைகள்
காற்றில் மிதப்பதுபோல சியாமின் அழகைக்கண்டு ஓடினார்
நொறுக்காத இதயங்கள்
அங்கே எந்த பயமும் தொடங்குவதில்லை.

அடிமைப்படுத்தப்படவில்லை,
அளந்து பார்க்கக் கௌரவமில்லை
மனித முகத்தின் நிறத்தால் வரும் தடைகள் இல்லை
கரும்புகை எழும் அழுக்கான கூரைகள் இல்லை.
பழைய வதந்திகளின் சூழலில் பிறந்த மார்க்ஸின்
காட்சிப்பிழைகள்

எல்லாவற்றிலும் கடவுளைக் காணலாம்,
மரத்தில் இருக்கும் ஆப்பிளும் அவரும்
சொர்க்கத்தில் இருக்கும் இயற்கையும் ஒன்றாக இருக்கும சுதந்திரம் உண்டு.
எந்த அறிவுரையும் கேட்கவும் இல்லை
நியூட்டன் பார்த்தது பிரபஞ்சம் முழுமைக்கும் ஆன
விதியும் அல்ல.

ஒரு வேளை இப்படி இருக்கலாமோ?
எம்மர்செனும், அவருடைய விளையாட்டு எதிரி சீன்'னும்
மாபெரும் குருவினுடைய சரக்குப் புத்தகமாக வெளிவரும் முன்னரே
தீர்த்துவிட முடியுமோ?
அவர்களுக்குத் தேவை என்றாலும்
அப்படி நடக்க முடியாது.

கடைசியாக, மாண்டெ'யின் சுருக்கமான, சிறந்த பதில்:

நீங்கள் எதையாவது கேட்டீர்களா? கூவியழை, கவனி, கூப்பிடு
அதுதான் புவியியலாளருடைய தேவதை
அவ்வப்போது தேவதை முகம் காட்டுகிறாள் என்று
நீங்கள் சொல்கிறீர்கள்,
புவியியல் அறிஞர்கள் காட்டுக் கூடாரத்தில், திமிர்பிடித்த,

தைரியமான சிறுமி,
தனித்திருக்கும் போது, ஒரு வேளை
அதற்கு ஏற்றமாதிரி வரும் ரத்தம் குடிக்கும் மோகினி.

செவ்வகத் தடுப்புக்களின் இருட்டில் அமர்ந்திருக்கும் பத்திரிகை ஆசிரியர்களையும் மறந்துவிட முடியாது. மிகச் சாதாரணமான இந்தக் கவிதைகள் வரலாறு எழுதுகிறவனுக்கு ஆர்வம் ஊட்டுபவை. நாட்டைவிட்டு வந்த ஆங்கிலேயர்கள் எப்படிக் குடித்தும், சலித்தும், தங்களை மகிழ்வித்துக்கொண்டார்கள் என்பதற்கான எடுத்துக்காட்டு. நிறையப்பேர் இப்படித்தான் இருந்தனர், எந்தத் தனித் தன்மையும் இல்லாமல், வருத்தம் ஊட்டும் வகையில், நேரத்தைக் கழித்தனர்.

○ ○ ○

எல்வின் இந்தியா திரும்பி வந்ததும், தனது நாட்குறிப்பில், மீண்டும் நேருவைப் பற்றிக் குறிப்பிட்டிருக்கிறார். பதவி ஏற்றபின் முதல்முதலாக இங்கிலாந்துக்கு அலுவல் நிமித்தம் வந்த நேரு இங்கிலாந்துப் பாராளுமன்றத்தில் "இங்கிலாந்துக்கும் இந்தியா வுக்கும் சீர்கெட்டிருக்கும் தொடர்புகளை புதுப்பிக்கும் வகையில் உறவு ஏற்பட வேண்டும்" என்று உரையாற்றினார். 'இந்தச் சூழலில் இந்த வார்த்தைகள் அற்புதமானவை' என்று எல்வின் எழுதினார்.

நேருவின் உரை காந்திய வழியில் அமைந்திருந்தது என்று எல்வினுக்கு நன்றாகத் தெரியும். காந்தியைப் பற்றி ஆழ்ந்த மறுபரிசீலனை செய்து கொண்டிருந்தார். அதன் மூலம் தான்பிறந்த நாட்டைப் பற்றிய தனது கருத்துக்களை மறுபரிசீலனை செய்தார். தனது நினைவுகளை எழுதும் போது, காந்தியிடம் இருந்து தான் விலகிச் செல்ல நேர்ந்த காரணங்களைக் குறிப்பிட்டார்: 'மதுவிலக்குப் பற்றிய காந்தியின் தீவிரமான கருத்து; (இது பழங்குடி மக்களுக்குக் கெடுதலை விளைவிக்கும் என்று நம்பினேன்), உடலுறவைப் பற்றிய அவரது கொள்கை; (இது எல்லோருக்குமே கெடுதலை விளைவிக்கும்), சில விழுமியங்களைத் திரித்துக் காட்டுவது; உதாரணமாக உணவில் அதிகக் கட்டுப்பாடுகள்; இந்த நியமங்கள் அவரிடமிருந்து என்னைப் பிரித்தன. அதைக் குறித்து வருத்தப்படுகிறேன். காந்தி அவருடைய கடைசி வருடங்களில்தான் மிக உன்னதமான ஆளுமையாக உயர்ந்தார். அந்தக் கடினமான காலத்தில், எனக்குக் கிடைத்திருக்கக் கூடிய அவருடைய நேசத்தையும், அது எனக்கு அளித்திருக்கக் கூடிய பலத்தையும் இழந்ததை எண்ணி வருந்துகிறேன். உண்மையைத் தேடும் எனது உணர்வுதான் அவரிடம் இருந்து என்னை விலகி இருக்க வைத்தது. இந்தக் கோணத்தில் பார்த்தால் என் மனதில் பட்டது சரி என்றே தோன்றுகிறது.'

காந்தியின் கொலை அவரை மறுமதிப்பீடு செய்யவும் காய்தல் உவத்தல் இன்றி அவரை அணுகவும் எல்வினைத் தூண்டியது. எல்வின் 1949ஆம் ஆண்டில் தென்னாப்பிரிக்காவில் பயணம் செய்துகொண்டிருந்தார். காந்தி இல்லாத, அதாவது, எதிரியின் மீது நல்லெண்ணம் இல்லாத தேசிய இயக்கத்தின் எழுச்சி அப்போது தடுமாற்றத்தை ஏற்படுத்தியது. அடுத்த ஆண்டில், சபர்மதி ஆசிரம காலத்திலிருந்து நண்பராக இருக்கும் வால்ஜி கோவிந்த தேசாய், காந்தி எழுதிய 'தென்னாப்பிரிக்காவில் சத்தியாகிரகம்' என்ற நூலை மொழி பெயர்த்தார். எல்வின் அதற்கு உதவினார். காந்தியின் 'சத்திய சோதனை'யை மொழி பெயர்த்த மஹாதேவ தேசாய் தனது நன்றியைப் பதிவு செய்ய விரும்பியபோது தயக்கம் காட்டிய எல்வின், இப்போது தனது பங்களிப்பை இந்தப் புத்தகத்தில் குறிப்பிட அனுமதி அளித்தார். எல்வின் எழுதிய, ஆனால், வெளியிடப்படாத நாவலில் ஒரு முக்கியமான உரையாடல் இருக்கிறது. இங்கேயே தங்கிவிட்ட வெள்ளைக்காரர் ஒருவர் 'இந்தியாவில் இருக்கும் போலீஸ் காரர்கள், அதிகாரிகள் எல்லாம் ஊழல் செய்பவர்கள், அவர்களை எளிதாக விலைக்கு வாங்கிவிடலாம்' என்று சொல்லுகிறார். அதில் முக்கிய அம்சமாக, மாசூத் என்ற ஒரு முஸ்லிம் பதில் அளிக்கிறான்: 'அது உண்மைதான், திரு. கோர், நிறையப்பேர் அப்படித்தான் இருக்கிறார்கள். ஆனால் மகாத்மா காந்தியை நீங்கள் மறந்துவிடக்கூடாது. அவர் ஒரு மாபெரும் மனிதர். ஐரோப்பியர்கள் அவரது செல்வாக்கைச் சரியாகப் புரிந்து கொண்டதே இல்லை. அவருடைய சில தொண்டர்கள் எதற்கும் விலைபோக மாட்டார்கள். நம்மைத் தோற்கடிக்கத் தங்கள் உயிரையும் பணயம் வைப்பார்கள்'.

காந்தி இறந்த பிறகு ஓரளவு அவரது கருத்துக்களை ஒத்துக்கொண்டார். அது எல்வின் இந்தியாவுடன் சமரசம் செய்துகொள்ளவும், தன்னை இணைத்துக்கொள்ளவும் காரணமாக இருந்திருக்கக்கூடும். இரண்டும் ஒரே காலத்தில் நிகழ்ந்தன. மற்ற வாய்ப்புக்களை, வசதிகளை நினைத்து, முயற்சி செய்து பார்த்தார். எதுவும் ஒத்து வரவில்லை. இலங்கையும் தாய்லாந்தும் மேலோட்டமாகத் தெரிந்தன. இங்கிலாந்து இருக்க முடியாத இடமாகிவிட்டது. பாரிஸும், தென்கடற்பகுதியும் எட்ட இயலாத இடங்களாகி விட்டன. ஆப்பிரிக்கா சரியான இடமாகத் தோன்றினாலும், ஐம்பது வயதை நெருங்கும் அவர், இனவெறி கொந்தளிக்கும் இடத்தில், புதிய வாழ்வைத் தொடங்க விரும்பவில்லை. ஆப்பிரிக்காவில் சென்று ஆராய்ச்சி செய்யக் காலனிய அலுவலகத்தில் நிதி உதவி கிடைக்க ஆர்ச்சரும், தானும் ஏற்பாடு செய்துகொண்டிருக்கிறோம் என்று சஸ்ஸூன் எழுதினார். 'நான் காலனிய அலுவலகத்தின் கீழ் வேலை

செய்ய மாட்டேன். வாழ்க்கை முழுவதும் அவர்களுக்கு எதிராக, அவர்கள் கொள்கைகளுக்கு எதிராகச் செயல்பட்டு வந்திருக்கிறேன். இத்தனை காலத்துக்குப் பிறகு என்னை மாற்றிக் கொள்ள முடியாது' என்று எழுதினார்.

அமைதியில்லாத மனநிலையில் எழுதப்பட்ட இந்தப் பகுதிகளைப் படிக்கும்போது, இரண்டு விதமான விமரிசகர்கள், அவரைக் கடுமையாக நிந்திக்கத் தயாராக இருந்தார்கள்: ஒரு குழுவினர், முதலிலேயே எல்வின் இந்தியாவின் மீது கொண்ட பற்றைச் சந்தேகித்த பழமையான தேசபக்தர்கள். இரண்டாவது வகையினர், பல்வேறு பண்பாடுகள் இருக்க வேண்டும் என்ற கொள்கையை ஆதரிப்பவர்கள். இந்த வகை விமரிசகர்கள் அவரைப் பற்றித் மதிப்பிடவும், விமரிசிக்கவும் தயாராக இருந்தனர். முதல் வகையினருக்கு நான் சொல்வது என்னவென்றால், வேறு யாரையும் விட இந்த ஆங்கிலேயர்தான், எந்த உரிமைகளும் அற்ற, மக்கள் தொகையில் கணிசமான எண்ணிக்கையில் இருந்தவர்களை வெளிச்சத்துக்குக் கொண்டு வரப் பாடுபட்டவர். இரண்டாவது வகையான விமரிசகர்கள், பல்வேறு பண்பாடுகள் ஒன்றுடன் ஒன்றாகக் கலந்து, இனக்கலப்பு, மற்ற மாற்றங்கள் வழியே காலனியாட்சி செய்த மக்களின், உயர்ந்த கலாச்சாரத்தை தாங்களும் பின்பற்றி அவர்களைப் போலவே மாற வேண்டும் என்று பேசுகிறார்கள். இவர்கள் அடிமையாக இருந்த கலாச்சாரத்தில் இருந்து தங்களை ஆட்சி செய்தவர்களின் கலாச்சாரத்துக்கு மாறியவர்கள். கிழக்கில் இருந்து மேற்கு நோக்கி, நோய்கள் மிகுந்த நாடுகளில் இருந்து நோயற்ற பணக்கார நாடுகளுக்குச் சென்றவர்கள். இந்த மாறுதல் அவர்களுக்கு எளிதாகக் கைகூடியதால், எல்வினுடைய தயக்கமும் நிச்சயமின்மையும் அவர் சார்ந்திருந்த பண்பாட்டிற்கு எதிரானது என்றே அவர்களால் பார்க்க முடிந்தது.

இந்தத் தேச பக்தர்களுக்கும், பலவேறு பண்பாடுகள் திகழ வேண்டும் என்ற கொள்கை உடையவர்களுக்கும், கேம்பிரிட்ஜ் வரலாற்றுப் பேராசிரியர் எஃப்.டபிள்யு.மைட்லாண்ட் *(F.W. Maitland)* குறிப்பிட்டதை நினைவுபடுத்த வேண்டியிருக்கிறது. 'முன்னொரு நாளில் எதிர்காலமாக இருந்ததுதான், பின்னொரு நாளில் கடந்த காலமாக மாறுகிறது.' இப்போது 'பாஸ்போர்ட்' நாம் விரும்பியபடி கிடைத்துவிடுகிறது; எல்வின் காலத்தில் குடியுரிமையை மாற்றுவது என்பது உண்மையிலேயே பெரும் போராட்டமாக இருந்தது. விவாதத்துக்கு இடமின்றி, மிகவும் வசதிகள் நிறைந்த வாழ்வில் இருந்து, கோண்டு மக்களிடையே வாழ, எல்வின் கடினமான பயணத்தை மேற்கொண்டார் என்பதை எப்படி மறந்துவிட முடியும்? இப்படி இருபத்தைந்து

ஆண்டுகள் வாழ்ந்த பிறகு, எப்போதாவது நோய்களைக் கண்டு, ஏழ்மையைக் கண்டு அவர் சலிப்படைந்தால், அவர் மீது கல்லெறிய நமக்கு என்ன உரிமை இருக்கிறது?

இந்தியாவில் இருக்க வேண்டும் என்று எல்வின் முடிவெடுத்த பின்னர், ஷாம்ராவும் அவரும் தங்கள் வேலைகளைப் பழைய முறையில் பங்கிட்டுக் கொண்டனர். ஒருவர் சமூக சேவை செய்தார், இன்னொருவர் எழுதினார், பொதுமக்களிடம் ஆதரவு திரட்டினார். நாடு விடுதலை பெற்ற பிறகு பூமிஜன் சேவா மண்டல், இரண்டுமுறை பெயரை மாற்றிக் கொண்டது. 1949ஆம் ஆண்டில், 'பழங்குடி மக்கள் கலை, ஆராய்ச்சி மையம் (Tribal Art and Research Unit - TARU)' என்றும் பிறகு ஒரு வருடம் கழித்துப் 'பழங்குடி மக்கள் நலம், கலை, ஆராய்ச்சி மையம் (Tribal Welfare Art and Research Unit - TWARU)' என்றும் பெயர் மாற்றம் அடைந்தது. தங்கள் தொடங்கிய நோக்கத்தை நினைவூட்டவும், நலப்பணிகளைச் செய்யும் ஷாம்ராவை அங்கீகரிக்கவும் இந்த மாற்றம் நிகழ்ந்தது. எந்தப் பெயரில் இருந்தாலும், பணப் பற்றாக் குறையும் இருந்துகொண்டிருந்தது. விடுதலை கிடைத்த பிறகு, பழங்குடி மக்களின் நலப்பணிகளை அரசாங்கம் செய்யும் என்ற நம்பிக்கையில், முன்னர் நிதிஉதவி செய்த புரவலர்கள் இப்போது அவற்றை நிறுத்திவிட்டனர். மேலும், மேலும் ஜஹாங்கீர் பட்டேல் பெருந்தன்மையுடன் வழங்கிய உதவித் தொகையை மட்டுமே நம்பி வேலை செய்ய வேண்டியதாகிவிட்டது. நிதி உதவி கிடைக்காத தற்குத் தனக்கு எதிராக காங்கிரஸ் செய்த பிரச்சாரமும் காரணம் என்று எல்வின் நம்பினார். அந்தக் காலத்தில் அவர் எழுதிய கடிதங்களில் தங்கள் நிறுவனத்தில் பணம் கொஞ்சமும் இல்லை என்பதை அடிக்கடி குறிப்பிடுகிறார். 1951ஆம் ஆண்டு அவர்கள் அனுபவித்த துயரம் இன்னும் அதிகமானது. அப்போது வீசிய புயலில் பதன்கார் வீடு இடிந்துவிட்டது. அதன் மீது காப்பீடு (இன்சூரன்ஸ்) செய்யவில்லை. கையில் இருந்தவற்றை வைத்து வீட்டைக் கட்டவேண்டியிருந்தது.

ஷாம்ராவ் எது பற்றியும் கவலை இன்றிப் பணியைத் தொடர்ந்தார். மருத்துவமனையில் உடற்பிணிகளையும், மற்ற இடங்களில் மனப்பிணக்குகளையும் தீர்த்து வந்தார். தன்னுடைய நண்பரின் தினசரி வேலைகளை, அவர் சந்தித்த பலவகை மனிதர்களை, பலவகை பிரச்சனைகளை எல்வின் இவ்வாறு விவரித்தார்:

யாராவது ஒருவருடைய எருமை மாட்டின் உடல்நலம் கெட்டது; இன்னொரு இடத்தில் நிலத்தகராறு; மற்றொரு வரின் மனைவி ஓடிவிட்டாள், அவளைக் கணவனுடன்

சேர்க்க வேண்டும்; ஒரு கிழவியின் வீட்டில் உணவு இல்லை. ஒரு எளிய கோண்டு மனிதர் கோர்ட் வழக்குகளில் மாட்டிக் கொண்டார்: ஒரு மலடி சூனியக்காரி என்று குற்றம் சாட்டப்பட்டார்; ஒரு புரளி கிளம்பியது. குழந்தைகளைத் தூக்கிச் செல்ல ஆட்கள் வருகிறார்கள். ஆட்டங்காணும் பல சாலைப் பாலங்களின் அஸ்திவாரங்களை ஆடாமல் செய்ய குழந்தைகளைப் பலி கொடுக்க அவர்களுக்குக் குழந்தைகள் வேண்டும். அப்படி எல்லாம் எதுவும் இல்லை என்று மக்களைச் சமாதானப்படுத்த வேண்டியிருந்தது; இறந்துகொண்டிருந்த குழந்தையை அவர் அமைதிப்படுத்த வேண்டியிருந்தது. இதுமாதிரிப் பிரச்சனைகளை ஷாம்ராவ் கவனித்து வந்தார்.

எல்வின் அவருடைய தோழரை ஒரு பழைய காலத்து இந்து விதவையுடன் ஒப்பிட்டார்; யார் அழைத்தாலும் செல்ல வேண்டும். ஆனால், சமூக சேவை செய்கிறவன், அரசாங்க அலுவலகத்தில் பியூன் போல வேலை செய்ய வேண்டும். ஏனெனில் அவனுக்கு அடுத்து என்ன வேலை செய்ய வேண்டி யிருக்கும் என்று தெரியாது என்று ஷாம்ராவ் நம்பினார். இந்து விதவையோ, பியூனோ அவர் தன்னிடம் வருவோரை நன்றாகக் கவனித்துக்கொண்டார். தொழுநோயாளிகளின் இல்லத்தை ஷாம்ராவ் இப்படி விவரிக்கிறார்:

அது ஒரு அழகான இல்லம். அவர்களுக்குப் பிடித்த மாதிரி எளிமையான வடிவில் கட்டப்பட்டது. பெரிய தோட்டமும் இருந்தது. தோட்டம் மழைநாட்களில் மிக அருமையாக இருக்கும். நாற்புறமும் மலைகளின் ரம்மியமான தோற்றம். அந்த இல்லம் ஒரு கவிஞரின் படைப்புத்தான். 'எப்போதாவது உண்மையிலேயே சலிப்படைந்தால் மன மகிழ்ச்சிக்காகத் தொழுநோயாளிகள் இல்லத்துக்குச் செல்வேன்' என்று எல்வின் ஒருமுறை சொன்னார். பதன்காரில் இருக்கும் பல நேரங்களில் தனிமையை உணரும்போதெல்லாம் அந்த எளிய, தைரியமான மனிதர்களுடன் அமர்ந்து, மலர்களையும், சுற்றியிருக்கும் மலைகளையும் பார்ப்பேன். அழுக்கையும் புண்களையும் அது மறக்க வைத்துவிடும். அவர்களுடைய பெருந்துயர் என்னுடைய சிறிய துயரங்களைச் சரியான முறையில் அணுகக் கற்றுத்தரும். தொழுநோயாளிகள் எவ்வளவு நகைச்சுவை உணர்வு மிக்கவர்கள், வெளி உலகத்தைப் பற்றித் தெரிந்துகொள்ள எவ்வளவு ஆர்வம் உள்ளவர்களாக இருக்கிறார்கள் என்பதை அறிந்தால், நமக்கு ஆச்சரியமாக இருக்கும். முதலில் அவர்கள் எல்வினைப் பற்றியும் குழந்தைகளைப் பற்றியும் கேட்பார்கள், பிறகு

> உலகப் போர், காங்கிரஸ், இந்தியாவின் சுதந்திரம் இவற்றைப் பற்றிக் கேட்பார்கள்.

எல்வினைப் பற்றித் தொழுநோயாளிகள் ஏன் கேட்கிறார்கள் என்றால் அவர் பதன்காரில் அதிகம் தங்குவதில்லை. இந்திய தீபகற்பத்தில் வசிக்கும் பழங்குடி மக்கள் யாவரும் அவருடைய பொறுப்பு. அவர்களுடைய நிலைமையை உலகத்துக்குத் தெரிய வைப்பதே அவருடைய வேலை. அவர் எழுத்துப் பணி புரிவதை இவ்வாறு நியாயப்படுத்தலாம்:

> பழங்குடி மக்களை உண்மையாகப் பாதுகாப்பது அவர்களைப் பற்றிய ஞானம் மட்டுமே. பொதுமக்கள் அவர்களைச் சரியான கோணத்தில் அணுக வைப்பதும் அவர்களைப் பற்றிய ஞானம்தான். அவர்கள் காட்டுமிராண்டிகள் அல்ல. உயர்த்தப்பட வேண்டியவர்களும் அல்ல என்று உணர்த்துவது அந்த ஞானம்தான். மற்றவர்களைப் போலவே, தாங்கள் வாழும் இயற்கைச் சூழலுக்கும் பொருளாதார நிலைக்கும் ஏற்றபடி தர்க்க பூர்வமாகவும், பாராட்டும் விதத்திலும் வாழும் மனிதர்கள் அவர்கள் என்று நிர்வாகிகளும், சீர்திருத்தவாதிகளும் புரிந்துகொள்ள வைக்கும். ஞானம் மட்டுமே நவீனக் கலாச்சாரத்தில் அவர்கள் இணைந்து கொள்ளும் கடினமான பாதையில் அவர்களுக்கு வழிகாட்டும். ஞானம் மட்டுமே அன்பாகப் பரிணமித்து ஆண்களையும் பெண்களையும் உத்வேகப்படுத்தி, காடுகளில் மலேரியா நிறைந்த பகுதிகளில் தனித்து வாழும் பழங்குடி மக்களுக்குச் சேவை செய்ய வேண்டும் என்று அவர்களைத் தூண்டும்.

பழங்குடி மக்கள் எல்லோரையும் ஒட்டு மொத்தமாகக் கணக்கில் கொண்டு சிந்திப்பதுதான் எல்வினுடைய தனித்தன்மை. ஷாம்ராவ் பழங்குடி மக்கள் மீது தன்னுடைய நெருக்கமான அன்பின் மூலமாக, அவர்களுடைய உடனடித் தேவைகளை நிறைவேற்றினார். சொந்தக்காரர்களைப் போல ஓவ்வொரு பழங்குடி மனிதருக்கும் அவரவருக்கு ஏற்ற வகையில் சேவை செய்தார். அமைதியாக பலனுள்ள சேவைகள் செய்தார்.

இந்தியர் நடுவில் ஓர் ஆங்கிலேயர்

ஆதிவாசி 1952
வெர்ரியர் எல்வின்

எவ்வளவு களைத்திருந்தனர் எத்தனை சோகமான நிலை
காலம் அறிவார்ந்த பழைய முகங்களில்
கருப்புக் கோலமிட்டிருந்தது
குழந்தைகளின் மரணங்கள், விட்டுப் போகாமல்
ஒவ்வொரு நாளும் கவலைகள் ஆளும் ஏழ்மை.

அங்கே முன்னொருநாளில் வாழ்க்கை இருந்தது
பொழுதுபோக்கும் களிப்பும் இருந்தது
நடனங்கள், சிரிப்புகள், மரங்களினூடே காதல்கள்
நிகழ்ந்தன
எதிர்காலம் எப்படி இருக்குமோ? எங்கே கொண்டு
செல்லுமோ?
என்ற கவலை தோய்ந்த கற்பனைகள் மிஞ்சுகின்றன.

பழைய விதிகள் உடைந்தன, சிறுவர்கள் நகருக்குச்
செல்கின்றனர்
நேசமில்லாத மணவாழ்வில் சிறுவர்கள் இணைகின்றனர்
புராதனக் காடுகள் இப்போது அவர்களுக்குச் சொந்தமல்ல
பெண்களின் அருஞ்சொத்தான விடுதலை தொலைந்தது

இன்னும் புரிந்து கொள்ளப்படாத புதிய வழக்கங்கள்
பழைய பழக்கங்களைத் துரத்திவிட்டன, அங்கே
வெற்றிடம் மிஞ்சுகிறது
மரக்குழல்களில் புகையை உறிஞ்சிக் கொண்டே
கவலையில் ஆழும் முதியவர்கள்
தங்கள் இனத்தின் எதிர்காலத்தை எண்ணி
நடுங்குகின்றனர்.

'தவறாகப் புரிந்துகொள்கிறார்கள், எல்லோரும் தன்னைத் துன்புறுத்துகிறார்கள் என்று எல்வின் நினைத்தால் மட்டுமே அவர் உண்மையிலேயே மகிழ்ச்சியாக இருப்பார்' என்று 1936ஆம் ஆண்டு பம்பாயின் ஆயர் சொன்னார். உண்மையில், எல்வின் ஓர் எழுத்தாளராக இருந்ததால் மட்டுமே மகிழ்ச்சியாக இருந்தார். கிறித்தவத் திருச்சபையில் இருந்தும், காந்தியிடம் இருந்தும் தொடர்புகள் அற்றுப் போனதால் அவருடைய படைப்பின் ஊற்றுக்கண் திறந்தது. தனது 1950ஆம் ஆண்டுகளில் மீண்டும் தவறாகப் புரிந்துகொள்ளப்பட்டார், துன்புறுத்தப்பட்டார், தான் எந்த நாட்டுக் குடிமகன் என்று குழப்பமடைந்தார். வேலை இன்றி, மணவாழ்வும் சிதைந்துவிட, மகனைக் கவனித்துக்கொள்ள வேண்டிய கல்வி தர வேண்டிய பொறுப்புகளுடன் இருந்தார். இயல்புக்கேற்ப, பணியில் ஈடுபட்டு மகிழ்ச்சி கொண்டார். தொடர்ச்சியாகப் புத்தகங்கள், நிறையக் கட்டுரைகள் எழுதினார்.

இவற்றில் பழங்குடி மக்களின் கலை பற்றிய ஒரு நீண்ட கட்டுரையை ரொம்பக் காலமாக எழுதிக்கொண்டிருந்தார். அதன் முன் வரைவை 1947ஆம் ஆண்டிலேயே எழுதியிருந்தார். விரைவில் வெளியிடவும் விரும்பினார். அவருடைய நண்பரும், பழங்குடி மக்களின் கலைப் பொருட்களைச் சேகரிப்பவருமான ஆர்ச்சர் எழுதிய புத்தகம் வெளியாகும் முன்னர் தன்னுடைய புத்தகம் வெளிவரவேண்டும் என்று முயன்றார். 'ஆர்ச்சர், என் புத்தகம் வெளியாவதை நிறுத்திவிட வேண்டும் என்று கடும் முயற்சி செய்கிறார். அதற்காகவாவது அவர் வெளியிடும் முன்னால் நமது புத்தகம் வெளிவர வேண்டும்' என்று ஆர்.ஈ. ஹாக்கின்ஸுக்கு எழுதினார். புத்தகத்தில் 230 படங்களைச் சேர்க்க ஆக்ஸ்போர்டு பதிப்பகம் நிதி உதவி கோரியது. பெரும் பருத்தி வியாபாரியான ஜஹாங்கீர் பட்டேல் அளித்த பத்தாயிரம் ரூபாய் உதவியுடன் கடைசியாக அந்தப் புத்தகம் 1951ஆம் ஆண்டு வெளிவந்தது. ஜஹாங்கீர் பட்டேல் ரொம்பக் காலமாகவே மனம் உவந்து அவர்களை ஆதரித்து வந்தார். புத்தகம் வெளிவந்ததும், எல்வின் அம்மாவுக்கு வெற்றிக் களிப்பில் 'இது கண்டு பில் ஆர்ச்சருக்குப் பொறாமை. தனது பெயர் அட்டையில் போடவேண்டும் என்று சொன்னார். அது சரியல்ல என்று நான் மறுத்தேன். அது நன்றாக எழுதப்படவில்லை என்று சொல்லத் தொடங்கினார். பாவம், அந்த மனிதர்' என்று எழுதினார்.

இந்தப் புத்தகம் ஆதிவாசிகளின் பண்பாட்டு, அழகியல் மரபுகளை மிகச் சிறப்பான முறையில் பதிவு செய்தது என்று ஒரு இந்திய நண்பரிடம் எல்வின் சொன்னார். பழங்குடி மக்களின் வாழ்வில் உடல், வீடு, வணங்கும் தெய்வங்கள் ஆகியவற்றின் மீது எப்படிப் பலவித ஒப்பனைகள் செய்யப்படுகின்றன,

ஒப்பனைப் பொருட்கள் எப்படி உருவாகின்றன என்று அதிக விவரங்களுடன், ஆனால் குறைவான விளக்க உரைகளுடன், எல்வின் விரிவாகப் பதிவு செய்தார். புத்தகம் முழுவதும் எதையோ இழந்துவிட்டோம் என்ற வருத்தம் பரவி இருந்தது, பழங்குடி மக்கள் வாழும் பகுதிகளுக்கு அன்னியர்கள் செல்ல ஆரம்பித்த பிறகு, அவர்களின் படைப்புத் திறன் குறைந்துவிட்டது. கலையைப் பொறுத்தவரை பழங்குடி மக்களின் கலைகள் சிறந்து விளங்கிய நாட்கள் கடந்து போய்விட்டன. சிதைவடைந்துவிட்ட கலைகளின் கூறுகளைக் கண்டு அதன் உந்துதல்களை மட்டுமே இப்போது நம்மால் தேட முடியும்.

'மத்திய இந்தியப் பழங்குடி மக்களின் கலை' என்ற நூலுக்குப் பணம் சேகரித்துக் கொண்டிருந்த அதே வேளையில், 'மத்திய இந்தியப் பழங்கதைகள்' என்ற நூலின் நான்காம் தொகுதியை ஆக்ஸ்போர்டு பதிப்பகத்தார் வெளியிட்டனர். இந்தத் தொகுதிகளில், உலக இலக்கியத்துக்கு இந்தியப் பழங்குடி மக்களின் பங்களிப்பு பதிவாகி இருந்தது. 'இந்தத் தொகுதிகளில் நாட்டார் வாய்மொழி இலக்கியத்தின் சில உதாரணங்கள் தர முயற்சி செய்யப்பட்டது. இவற்றின் பரப்பையும் ஆழத்தையும் அறிஞர்கள் அறியவில்லை என்று எல்வின் எழுதினார். மனித குலத்தின் அறிவு வளர்ச்சியின் வரலாற்றில் இந்த முயற்சி ஒரு மைல் கல்' என்று ஓர் அமெரிக்க விமரிசகர் குறிப்பிட்டார். இவை பழங்குடி மக்களின் புராணக் கதைகள் போல் இருந்தன. அது இயற்கை உருவானதைக் குறித்த, மனிதகுலத்தின் தோற்றம் பற்றிய கதைகளின் ஒரு தொகுப்பு. அருமையான உருவகங்கள் ஏராளமானதாக இருந்தன, மாயாஜாலக் கதைகளில் விண்மீன்கள் மின்னிக்கொண்டிருந்தன, கடவுள்கள் தோன்றி மறைந்தனர், அதன் விந்தைகளை எழுத முடியாது, சுருக்கிச் சொல்லவும் முடியாது.

இருந்தாலும் மதுவின் தொடக்கம் பற்றிய கதையைச் சொல்ல முயற்சி செய்கிறேன். பாண்டவர்கள் ஐவரில் சாப்பிடுவதில் புகழ்பெற்ற பீமன் கடவுளிடம் உணவு கேட்டான். அதற்கு முன்னரே இருபத்தைந்து மூட்டைகள் சோறு, பன்னிரண்டு மூட்டைகள் பருப்பு உண்டு முடித்திருந்தான். இப்போது குடிக்க ஏதாவது கேட்டான். கடவுளிடம் ஒன்றும் இல்லை. அதனால் பீமன் காட்டுக்குள் சென்று தேடினான். ரொம்ப நேரம் கழித்து ஒரு மஹுவா மரத்திடம் நின்றான். அதில் எல்லா விதமான பறவைகளும் ஒரு பொந்தில் அலகை வைத்துக் கொத்தி விட்டுத் தலைகளை ஆட்டிக்கொண்டிருந்தன. அந்தப் பலசாலி பாண்டவன் குனிந்து ஒரு பொந்துக்குள்ளிருந்து ஒரு மடக்கு எடுத்துக் குடித்தான். கடவுளும் அந்தப் புனித பானத்தை

அருந்த வேண்டும் என்று முடிவெடுத்தான். அதற்குப் பிறகு நடந்ததெல்லாம் பழங்குடி மனிதனின் அடிப்படை உண்மையை, ஏன் மனிதகுலத்தின் உண்மையை, வாழ்வை எடுத்துரைக்கிறது. சிலர் அதை ஒத்துக்கொள்ள முடியும், சிலரால் முடியாது. பிறகு பீமன் பன்னிரண்டு குட்டிச் சுரைக்காய் குடுவைகளில் மஹுவா பானத்தை நிரப்பி, கடவுள் குடிப்பதற்காகக் கொண்டுவந்தான். கடவுள், பீமன், காற்று, காகம் என அனைவரும் ஓரிடத்தில் அமர்ந்து இலையில் செய்த தொன்னைகளில் மதுவை ஊற்றிக் குடித்தனர். அவர்களுடைய தலைகள் தள்ளாட ஆரம்பித்ததும் பீமன் எழுந்து பூமியை வலம் வந்தான்'.

ஒரிஸாவின் கோராபுட் மாவட்டத்தின் மேட்டு நிலங்களில் வாழும் போண்டோ என்ற பழங்குடி மக்களைப் பற்றி எல்வின் எழுதிய ஆராய்ச்சி நூல் 1950ஆம் ஆண்டில் வெளிவந்தது. 'போண்டோ மலைவாசிகள் (Bondo High Lander)' என்ற அந்த நூல் அவர் எழுதியவற்றிலேயே ஏமாற்றம் தரும் நூல். அது மரபுசார்ந்த, அரசிதழ்களில் வெளிவரும் இனவரைவியல் கட்டுரைகள் போன்று போண்டோ சமூகத்தின் முக்கிய அம்சங்களை ஒரு குறுங்கட்டுரை வடிவில் தந்தது: அதில் திருமண விதிகள், இனக்குழு, குடும்பத் தொடர்புகளின் ஒழுங்குமுறை, பழங்குடித் தெய்வங்கள், கிராமத்தில் ஒற்றுமையை ஏற்படுத்தும் சடங்குகள், பெண்களின் வாழ்வில் துணி நெசவு செய்வதன் பங்கு இவை விவரிக்கப்பட்டன. அவருடைய மற்ற ஆய்வுகளில் இருந்த விவாதத்துக்கு உரிய விஷயங்கள் இதில் இல்லை. ஏனெனில் பழங்குடி மக்களின் பேவார், கோட்டுல் போன்ற புராதன சமூக நிறுவனங்கள் பற்றி எதுவும் இல்லை. அப்படிப்பட்ட மரபுகள் மறைந்து விடக்கூடிய ஆபத்துகள் பற்றிய குறிப்புகளும் இல்லை. நூலின் நடை சலிப்புத் தந்தது. அந்தப் பழங்குடி மக்கள் அவரை அவ்வளவாக ஈர்க்கவில்லை என்பது அதற்குக் காரணமாக இருக்கலாம். அவர்களுடைய நடனத்தில் தாளம் சரியில்லை, அசைவுகளில் வேறுபாடுகள் இல்லை, பெருமிதமும் இல்லை. நடனம் மோசமானதாக இருந்தது ஒரு காரணமாக இருக்கலாம். ஆனால் இந்த நூலிலும் அவருடைய பாணியில் சில கூர்மையான விமரிசனங்கள் இருக்கின்றன. உதாரணமாக, சிறு பிள்ளைத்தனமாகச் சீர்திருத்த ஊழியம் செய்யும் இந்துப் பிரச்சாரகர்களைக் கிண்டல் செய்கிறார். 'ஜெய்பூர் குறுநிலத்தில் இருக்கும் போண்டோ மக்களிடையே அடிமைத்தனம் இல்லை. இன்னும் சொன்னால், தங்கள் வரலாற்று மரபுகளை அவர்கள் புரிந்துகொண்டிருப்பது மிகவும் அருமையான அம்சமாகும். இந்தியாவின் எல்லா மக்களிடமும் இந்தச் சிறந்த அம்சம் இருக்கிறது.'

ஷில்லாங்கில் துரையும் அறிஞரும் – பேராசிரியர் சி. வொன் ஃபரர் ஹைமண்டார்ஃப் மற்றும் எல்வின், 1954

கொஞ்சம் எளிமையாக இருந்த 'போண்டோ மலைவாசிகள்' நூல் மானிடவியல் அறிஞர்களை நிறைவு செய்யாது. ஆனால் அந்தக் காரணத்துக்காகவே அதைப் பொது மக்கள் விரும்பும் வாய்ப்பு இருக்கிறது என்று எல்வின் முன்கூட்டியே உணர்ந்திருந் தார். கடுமையான பண்டிதர் பாணி விமரிசனம் ஒன்றை லக்னோ பல்கலைக்கழகத்தின் மானிடவியல் பேராசிரியர் டி.என். மஜூம்தார் எழுதினார். மஜூம்தார் எல்வினை வெறுக்கக் காரணம் இருந்தது. இந்த ஆங்கிலேயருக்கு வெகு நாட்கள் முன்னாலேயே அவர் பழங்குடி மக்களை, அதுவும் பஸ்தாரின் பழங்குடி மக்களைப் பற்றி ஆய்வுகள் செய்திருந்தார். எல்வினுடைய புகழ் அவருடைய பெருமையை மங்கச் செய்து விட்டது. பல மானிடவியல் அறிஞர்கள் கொஞ்ச காலம் கள ஆய்வு செய்வதுவிட்டுப் பின்னர் ஆய்வுக் களத்தை விட்டு வெளியேறும் பழக்கம் கொண்டிருந்தது பற்றி எல்வின் செய்த கடுமையான விமரிசனம் குறிப்பாகத் தன்னைச் சுட்டிக் காட்டுவதாக அவர் எண்ணினார். எஸ்.சி.துபே 'காமார்' (*Kamar*) பழங்குடியினர் பற்றி தன்னுடைய முதல் நூலை வெளியிட்ட சமயத்தில், *இல்லஸ்டிரேடட் வீக்லியில்*, எல்வின் அதைப் பற்றித் தாராளமாக(ப் புகழ்ந்து) மதிப்புரை எழுதியிருந்தார். ஆனால்

இப்படிப்பட்ட இளம் அறிஞர் ஏன் மோசமான நண்பர்களுடன் பழகுகிறார் என்று வியந்தார். இனவரைவியல் மற்றும் நாட்டார் பண்பாட்டுச் சொசைடியை லக்னோவில் நடத்திவந்த டி.என். மஜூம்தாரரைத் தான் எல்வின் அவ்வாறு குறிப்பிட்டார். அந்த சொசைடிதான் நூலை வெளியிட்டிருந்தது. இப்போது மஜூம்தார் 'போண்டோ மலைவாசிகள்' நூலுக்கு மதிப்புரை எழுதும்போது, சமீபத்தில் எல்வின் எழுதிய கட்டுரைகள் மீது அவருடைய கவனம் விழுந்தது. அவற்றில் "பழங்குடி மக்களைப் பற்றி, உலகத்தில் வேறு எந்த நாட்டையும் விட தரமற்ற, இரண்டாந்தரமான ஆய்வுகள் இந்த விஷயத்தில் இப்போது இந்தியாவில் நடந்து வருகின்றன. தொட்டுவிட்டு ஓடிவிடும் (கிரிக்கெட் விளையாட்டுப் போல) மானிடவியல் அறிஞர்கள் ஒரு பகுதியில் இரண்டு அல்லது மூன்று வாரங்கள் தங்கி, அவசர அவசரமாக, தவறான தரவுகளை எடுத்துவிட்டு, விரும்பிய பதில் வருமாறு கேள்விகள் கேட்டு, பல்கலைக்கழகத்திற்குச் சென்று, தாங்கள் காண இயலாத தரவுகளை வைத்து மாபெரும் கட்டுரைகளை எழுதிவிடுகின்றனர்" என்று எல்வின் எழுதியது மஜூம்தாரின் கவனத்துக்கு வந்தது.

மஜூம்தார் எழுதிய மதிப்புரை வெளிவந்தபோது, அது பலகாலமாகக் கொஞ்சம் கொஞ்சமாக அவர் பட்ட அவமானங்கள் அனைத்திற்கும் பதிலடியாக அமைந்தது. 'வெர்ரியர் எல்வின், முன்னாள் புனிதத் தந்தை எல்வின்; மானிடவியல் எல்வினுடைய புதிய பொழுதுபோக்கு, பணக்கார நண்பர்கள்; புரவலர்கள் உதவியுடன் அவர் இதில் ஈடுபட்டு வருகிறார்' என்று தொடங்கியது:

> டாடாவும் சாராபாயும் அவருடைய புத்தகங்களுக்கு நிதி வழங்குகிறார்கள். மெர்ட்டன் கல்லூரியின் பொறுப்பாளர், இன்னும் பல ஆய்வாளர்கள் அளிக்கும் பண உதவியால் அவருடைய ஆய்வுகள் நடக்கின்றன. இந்திய அரசு, அவர் இந்திய மானிடவியல் நிறுவனத்தில் உதவி இயக்குனராக வேலை பார்த்த, சமயம் ஐந்து ஆண்டுகள் நிதி வழங்கியது. பல மாநில அரசுகளும் அவருடைய ஆய்வுகளுக்கும், சமூக நலப் பணிகளுக்கும் நிதி உதவி செய்கின்றன. தனது புத்தகங்களை ஆவலுடன் வாங்கிப் படிக்க வாசகர்கள் குழு ஒன்றை உருவாக்கி வைத்திருக்கிறார். அவை விற்பனையாகின்றன. மானிடவியல் ஆய்வுகளை மேற்கொள்ளத் தடையாக இருப்பவையும் மானிடவியல் அறிஞர்களை மனந்தளர வைப்பவையுமான தொல்லைகள் எதுவும் அவருடைய ஆய்வில் குறுக்கிடுவதில்லை.

இந்தவகையில் 'எல்வின் கொடுத்துவைத்தவர்தான், ஆனால், அவர் நேர்மையற்றவர்' என்பது மஜூம்தாரின் கருத்து. கிறிஸ்டோஃப் வான் ஃபுயுரெர்–ஹைமெண்டொர்ஃப் (*Christoph von Fürer-Haimendorf*) என்பவர்தான் முதலில் போண்டோ பழங் குடியினர் பற்றி நிறையக் கட்டுரைகள் எழுதினார். சரியான தகவல்கள் உள்ள குறுநூல் எழுதுவதற்கு அது உதவியது: அந்த ஆஸ்திரிய ஆய்வாளர் தன் கோணத்தில் ஆய்ந்து எழுதிய விஷயத்தைப் பற்றி எல்வின் எழுதும்போது மிகுந்த கவனத்துடன் செயல்பட்டிருக்க வேண்டும். அதுதான் ஆய்வுத்துறை நேர்மை. அவர் எழுதிய நூல், பழங்குடி மக்களின் மொழியோ அல்லது அதன் கிளை மொழியோகூட தெரிந்திருக்க வேண்டிய தேவை இல்லாத ஓர் இனவரைவியல் அறிஞரிடமிருந்து எதிர்பார்த் திருக்கக் கூடியதுதான். எல்வின் மிகை உணர்ச்சியில் மூழ்கி எழுதியதால், விஞ்ஞானபூர்வமான அணுகுமுறை அவரிடம் இல்லை. அவர் விவரித்த பழங்குடி வாழ்வில் எவ்வளவு தூரம் உண்மை இருக்கிறது, எவ்வளவு அவருடைய கற்பனையும், வர்ணிக்கும் திறமையும் செயல்பட்டிருக்கின்றன என்பது வாசகரின் யூகத்துக்கு விட்டுவிட வேண்டியிருக்கிறது. ஆனால் அந்தப் புத்தகம் விற்கும். ஏனெனில் அதிலிருக்கும் நிர்வாணப் படங்கள் அதன் விற்பனையை உறுதி செய்யும்.'

மஜூம்தார் எழுதிய மதிப்புரை கெட்ட எண்ணத்தில், பொறாமையில் எழுதப்பட்டது. அது ஆய்வாளர்களுக்குள் இருக்கும் கருத்து வேறுபாட்டின் வெளிப்பாடு அல்ல. ஆனால் உண்மை என்னவென்றால், தான் எழுதிய படைப்புக்களில் அந்த நூலை எல்வின் கூடக் குறைவாகவே மதிப்பிட்டார். அதன் விலை 30 ரூபாய். விலைவாசி உயர்ந்த அந்நாட்களில் இது மிக அதிகம். புத்தகத்தில் அத்தனை விலை கொடுக்கும் அளவுக்கு உள்ளடக்கம் சிறப்பாக இல்லை என்று எல்வின் ஒத்துக்கொண்டார். அது ஆய்வுகள் செய்து களைத்துப்போன மனிதர் எழுதிய புத்தகம். அவர் தொடங்கிய நாட்களில் இருந்து மானிடவியல் வளர்ந்துவிட்டது. நாட்டார் வழக்குகளில், இலக்கியத்தில் தொடங்கிய அத்துறை, இப்போது ஒரு விஞ்ஞானத் துறையாகி இருந்தது. அதில் உறவுமுறைகள், ஆதிக்கம், விவசாய உற்பத்தி உறவுகள், மற்ற புறவயமான நிகழ்வுகள் ஆய்வு செய்யப்பட்டன. தன்னார்வம் காரணமாக மானிடவியல் ஆய்வில் ஈடுபடுவோர் எவ்வளவு திறமைசாலிகளாக இருந்தாலும், அவர்கள் மீது தொழில்முறை ஆய்வாளர்கள் கவனம் செலுத்த வில்லை. தன்னார்வம் காரணமாக மானிடவியல் ஆய்வு செய்த அவரும் கல்வித்துறை சார்ந்த ஆய்வாளர்களைக் கண்டுகொள்ளவில்லை. கல்வித்துறை ஆய்வுகள் வளர்ந்தபோது,

உணர்ச்சியற்ற, வறட்சியான, கூர்மையாகப் பகுத்தறியும் முறை வளர்ந்தது. எல்வின் இலக்கியத்தைப் போல உணர்ச்சி தெறிக்கும் ஆய்வுகளை மதித்தார். புதிய ஆய்வுமுறை அவருக்குச் சலிப்பைத் தந்தது, எரிச்சல் ஊட்டியது. இந்த நூலின் கடைசிப்பகுதியில், இங்கிலாந்தில் இருந்து அப்போது வெளிவந்து கொண்டிருந்த விஞ்ஞானபூர்வமான இனவரைவியல் நூல்கள், டொம்மி டுப்பரின் நூல்கள் போல, நீதிபோதனைகளாக, நேரில் கண்ட உண்மைகளை அப்படியே எழுதி, சலிப்பை ஏற்படுத்தும் வகையில் இருந்தன என்று எழுதினார். ஜேம்ஸ் ஃப்ரேஸர் *(James Frazer)* போன்ற மானிடவியல் அறிஞர்கள் 'த வேஸ்ட் லேண்ட்' (பாழ்நிலம்) போன்ற கவிதைகள் உருவாக உத்வேகம் தந்த காலங்கள் கடந்துவிட்டன. டைலர், ஃப்ரேஸர், ஜேன் ஹாரிசன் போன்றோர் ஏற்படுத்திய உணர்வெழுச்சிகள் இப்போது இல்லை: அவர்களுடைய எழுத்துக்களில் உயிர் இருந்தது, கவிதை, நாடகம், கவர்ச்சி, வாட்களின் வெட்டும் மின்னொளி போன்ற வார்த்தைப் பிரயோகங்கள், கைகளில் அல்லது காலில் நட்சத்திரங்கள் போன்ற தலைப்புகள் எதுவும் இல்லை. ஆய்வுகள் இப்போது, ரத்தத்தில் இருக்கும் 'சீரம்' ஆய்வு செய்வோர் *(Serologists)*, தலைமுறைகளை ஆராய்ச்சி செய்வோர் போன்ற வறட்டு மனிதர்களிடம் இருந்தது. அவர்கள் பெயரில் எல்வின் ஒரு மானிடவியல் கவிதை எழுதினார். தனது தலைமுறையின் மானிடவியல் அறிஞர்களை அதில் குறிப்பிட்டார்:

> இவான்ச் – பிரிட்சார்ட், ஃபொர்டெஸ், இன்னும் பலரும்
> அட்ரே ரிச்சர்ட்ஸ் இன் மார்பில் இருந்து சமூக உண்மைகளை
> உறிஞ்சுகின்றனர்
> நான் உண்மையிலேயே சலிப்படைந்து இருப்பதை நீங்கள் கண்டால்,
> டேரில் ஃபோர்ட் எழுதிய நூலைப் படிக்க முயல்கிறேன் என்று
> புரிந்துகொள்ளலாம்
> இருந்தாலும், என்னை வீழ்த்தும் ஆயிரம் பேரில் ராட்கிளிஃப் போல
> யாரும் இல்லை என்று ஒப்புக் கொள்கிறேன்.
> மாரெட்டைப் பற்றி ஒரே ஒரு நல்ல விஷயத்தைச் சொல்லலாம்
> அதாவது, பிரௌனிங் போலவே அவரும் இறந்து போனவர்
> சரித்திரத்துக்கு முந்தைய காலம் பற்றி சொல்வதெனில்
> உயிரற்ற பேராசிரியர் ஃப்லேயூர்ரை எனக்குக் காட்டுங்கள்.

ஒரிஸா பழங்குடியினர் பற்றி எல்வின் வரிசையாக எழுதத் திட்டமிட்ட நூல்களில் 'போண்டோ மலைவாசிகள்' என்ற நூல் முதலாவது ஆகும். அவரால் இன்னும் இரண்டு நூல்கள் எழுதவே சக்தியும் நேரமும் இருந்தது. முதல் புத்தகம், அந்தப் பிரதேசத்தின் பழங்குடித் தொன்மக் கதைகளின்தொகுப்பு. விமரிசனமோ ஆய்வோ இல்லாமல் கதைகள் பதிவு செய்யப்பட்டிருந்தன; நூலாசிரியர் எழுதிக் களைத்துவிட்டது போல் தோன்றியது.

'மத்திய இந்தியாவின் பழங்கதைகள்' நூலை வாசகர்கள் படிக்க வேண்டும் என்று எழுதினார். உலகம் தோன்றிய விதம், பலவிதமான மரங்கள் செடிகள், மிருகங்கள், மனிதர்கள் அவர்களுடைய சமூக நிறுவனங்கள் என்று தலைப்புகளும் ஒரே மாதிரி இருந்தன; பழங்குடி மக்களுக்குக் காட்டின் மீது இருந்த பேரார்வம், பீமனைப் பற்றிய ஓர் அருமையான கதையில் வெளிப்பட்டது. கடவுள் ஒருதடவை ஒரு மன்னன், பல தளபதிகள், தலையாரிகள் ஆகியோரை நியமித்தார். தங்களுக்காக ஏன் ஓர் அரசாங்கத்தை உருவாக்கவில்லை என்று மரங்கள் கடவுளிடம் முறையிட்டன. அதனால் கடவுள் பீமனைக் காட்டுக்கு அனுப்பினார். பலவகை மரங்களிலிருந்து ஒவ்வொன்றைத் தேர்ந்தெடுத்து பீமன் விளையாட்டாகச் சண்டை செய்தான். புளியமரம் மற்ற மரங்களைவிட நன்றாகப் போராடியது. பீமனின் சிபாரிசுப்படி கடவுள் புளிய மரத்தை மரங்களின் அரசனாக நியமித்தார். ஆலமரத்தை மந்திரியாக, அரச மரத்தை காவற்காரனாக நியமித்தார். அரசமரத்திடம் கடவுள் 'காற்று வந்தால் நீ மற்ற மரங்களை எச்சரிக்கை செய்யவேண்டும்' என்று சொன்னார். அதனால்தான் மெல்லிய காற்று வீசினால் கூட அரசமர இலைகள் சலசலத்து மற்ற மரங்களுக்குத் தெரிவிக்கின்றன.

சவோரா பழங்குடி மக்கள் பற்றிய இனவரைவியல் புத்தகம், ஒரிஸாவைப் பற்றி எல்வின் எழுதிய புத்தகங்களிலேயே சிறந்தது என்பதில் கேள்விக்கே இடமில்லை. அது 1952ஆம் ஆண்டில் எழுதப்பட்டு, மூன்று வருடங்கள் கழித்து வெளிவந்தது. எல்வின் சவோரா பகுதிகளுக்கு முதல் முறையாக 1943ஆம் ஆண்டு சென்றார். அதைத் தொடர்ந்து பலவருடங்கள் நேரம் கிடைத்தபோதெல்லாம் சென்றார். அந்த மக்களிடையே களஆய்வு செய்வதை விரும்பினார். அவரை மயக்கும் அளவுக்கு சவோராப் பகுதி வனப்பு மிகுந்ததாக இருந்ததும் ஒரு காரணம். கஞ்சம் மாவட்டத்தின் மலைகளிலும், சமவெளிகளிலும், வெறுங் கால்களுடன், கிழிந்த சட்டை, தலையில் இலைகளால் ஆன தொப்பி, இவற்றுடன் பயணம் செய்தார். கையில் பேனாவை வைத்துக்கொண்டு, தரையில்தான் அமர்ந்தார். சவோரா மக்கள் ரொம்பக் கோபக்காரர்கள். கிராமங்களில் பள்ளிகள் திறக்க அவர்கள் அனுமதிக்கவில்லை. புகையிலை, மது இரண்டையும் விலக்கிவைக்கப் புனிதவாதிகள் செய்த முயற்சிகளை எதிர்த்தனர்.

ஆக்ஸ்போர்டில் இருந்தபோது அவருக்கு மதநம்பிக்கைகள் மீது இருந்த பெரும் ஈர்ப்பு, இப்போது சவோரா மக்களின் இறைநம்பிக்கை மீது குவிந்தது. மீண்டும் மத நம்பிக்கைகள் பற்றிய ஆய்வுகளில் கவனம் செலுத்தினார். நூலின் உள்ளடக்கம் ஆக்ஸ்போர்டு பல்கலைகழகம் விரும்பும் விஷயமாக இருப்பதால்,

அந்தப் பல்கலைக்கழகம் தன்னிடம் குவிந்திருக்கும் நிதியை வழங்கி உதவி செய்ய வேண்டும் என்று நூல் வெளியீட்டாளரிடம் நகைச்சுவையாகச் சொன்னார். பழங்குடி மக்களுக்கு ஆன்மீக அனுபவத்தின் மீதிருந்த ஆழமான ஈடுபாடு, ஒரு காலத்தில் கத்தோலிக்க மதத்தில் மீது அவருக்கு இருந்த தீவிரமான ஈடுபாட்டை ஞாபகப்படுத்தியது. சவோரா மக்கள் வாழும் பகுதிகளில் இருந்து ‘கடபா’ *(Gadaba)* என்ற இன்னொரு பகுதிக்குச் சென்றால், கத்தோலிக்க நாடான ஸ்பெயினிலிருந்து புரோட்டஸ்டண்ட் நாடான இங்கிலாந்துக்குச் செல்வது போலிருக்கிறது என்று குறிப்பிட்டார். சவோரா மக்களைப் பொறுத்தவரை, கலை, நாடகம் வாழ்க்கை எல்லாம் மதம்தான். கடோபா மக்களுக்கு அது ‘ஞாயிற்றுக் கிழமை காலை வேளைகளில் அல்லது பிறப்பு, இறப்பு என்று அவ்வப்போது செய்ய வேண்டிய வேலை’. ஒவ்வொரு நாளும் செய்ய வேண்டிய வேலை அல்ல.

சவோரா மக்களின் மத நம்பிக்கைகள் பற்றிய எல்வினுடைய ஆய்வு அதுவரை வெளிவந்த மானிடவியல் ஆய்வுகளிலேயே மிக விரிவானதாகச் சொல்லப்பட்டது. பல்வேறு தலைப்புகளில் சடங்குகள், அதற்குரிய பொருட்கள், நோய் ஏற்படக் காரணங்கள், அதற்கான மருந்துகள், குழந்தைப் பேறுக்கான சடங்குகள், இறந்தவர்களுக்குச் செய்யும் சடங்குகள், தெய்வசக்தியைப் பயன்படுத்தும் முறைகள், தெய்வத்தை வணங்கும் முறைகள் என்று ஆய்வு விரிவாக இருந்தது. நூல் சவோரா மதத்தில் உபயோகப்படும் தெய்வ உருவத்தை வைக்கும் மேடைகள், பலிக்குப் பயன்படும் கருவிகள், பலியிடப்படும் பொருட்கள், மத நம்பிக்கைகள் கலை உணர்வாக வெளிப்படுகிற படங்கள் பொம்மைகள் இவற்றை நுணுக்கமாகப் பதிவு செய்தது.

சவோராக்களின் ஆவி வழிபாடு ‘ஓர் இந்தியப் பழங்குடி இனத்தின் மதம் *(The Religion of an Indian Tribe)*’ என்ற நூலின் முக்கிய அம்சமாக இருந்தது. ஆவி வழிபாடு நடத்தும் பூசாரி ஆணாகவோ பெண்ணாகவோ இருக்கலாம். அவர்கள் ஒரு வினோதமான இரட்டை வாழ்க்கை வாழ்ந்தனர். ஒவ்வொரு பூசாரிக்கும், திருமணம் நடந்தது போல, ஒரு காவல் செய்யும் ஆவி பாதாள உலகில் வாழ்ந்தது. ஆவியை மணந்தாலும், யதார்த்தத்திலும் பூசாரி மணம் செய்துகொள்ளத் தடை கிடையாது. எனவே ஒரு பூசாரிக்கு, பாதாள உலகின் ஆவி துணையாக இருந்தாலும், பூமியிலும் இன்னொரு துணையாக கணவனோ, மனைவியோ இருந்தனர். சில நேரங்களில் இரண்டு குடும்பத்திலும் குழந்தைகள் உண்டு. அந்த ஆவிதான், பூசாரியை

ஆட்கொண்டு கிராமத்துக்கும் ஆவி உலகத்துக்கும் இடையிலான தொடர்பாகச் செயல்பட்டது.

ஒரிஸா பழங்குடியினரின் தெய்வீக உலகம் கொடியது. கடவுளர்களும், முன்னோர்களும் சவோராவுக்குக் கெடுதல் விளைவித்தனர். மணமானவர்களைப் பிரித்து வைத்தனர், விளையும் பயிர்களைச் சேதம் செய்தனர், நோய்கள் விளைவித்தனர். முன்னோர்களிடம் கெஞ்சி, அவர்களைப் புகழ்ந்து, சமாதானம் செய்து பூசாரிகள் அவர்கள் பூமியில் கெடுதல்கள் இழைக்காமல் பார்த்துக்கொண்டனர்.

நூலில் எழுத எடுத்துக்கொண்ட பொருளில் அரசியல் கொஞ்சம்கூடக் கிடையாது. ஆனால், இனவரைவியல் விவரங்களைத் தரும்போதும், இறையியல் நம்பிக்கைகள் பற்றி விவாதிக்கும் போதும் பழங்குடி மக்களின் பண்பாட்டு ஒருமையின் காவலராக, அவர்களுக்காகப் போராடுபவராக எல்வின் மறைமுகமாக அங்கங்கே தெரிந்தார். ஜாதி அடக்குமுறைக்கு எதிராக, 'அவ்வப்போது வந்து செல்லும் காங்கிரஸ் பிரமுகர்களைக் குறித்த' தன் விமரிசனங்களைப் பதிவு செய்தார். சவோரா மக்களின் பண்பாட்டுக்கு ஒத்துவராத, புனிதவாதிகளின் 'கடுமையான தன்னிலை மறுப்பு', 'துறவு மனப்பான்மை', 'இன்பம் துய்க்கும் சுதந்திரத்தைக் கண்டனம் செய்வது' இவற்றுக்கு எதிராக நூலில் குரல் கொடுத்தார். அவர்களின் ஒன்றுபட்டு வாழும் ஜனநாயகப் பண்புகள், ஒருவருக்கு ஒருவர் மீது நம்பிக்கை வைத்தல், பெண்களுக்கு அவர்கள் அளித்த உயர்ந்த மரியாதை, கௌரவமான இடம் எல்லாம் உற்சாகத்துடன் பதிவு செய்யப்பட்டன.

கொண்டாட்டங்களிலும், ஈமச் சடங்குகளிலும், சவோரா இனப் பெண்களுக்கு முக்கியப் பங்கு இருந்தது; பழங்குடி மக்களின் சமூகத்தில் அவர்கள் குரல் ஒலிக்காமல் இல்லை. ஆண்களுக்கு மேலாக அவர்களுக்கு இடம் கிடைத்தது. மகிழ்ச்சிதரும் இந்த நிலைக்கு பூசாரி – ஆவி என்ற கருத்தாக்கம் உதவியது. இப்படி மற்றவர்களுக்குச் சேவை செய்வதற்கென்றே பல பெண்கள் இருந்தனர். தங்கள் பணியை இதமாகவும், முழுச்சக்தியுடனும் நிறைவேற்றினர். இந்தப் பெண்கள் ஆவிகளுடன் முக்கியமான தொடர்பு வைத்திருந்தனர். அவர்களிடம் யாரும் உதவி கோரலாம். நோயாளிகளுக்கு, மருத்துவர்கள் போல, அதே தீவிரத்துடன், அன்புடன் அவர்கள் உதவி செய்தனர். நகரத்துப் பெண்ணிய வாதிகள் எதற்காகப் போராடிக் கொண்டிருந்தனரோ அந்த நிலையைப் பழங்குடிப் பெண்கள் ஏற்கனவே எட்டி இருந்தனர்.

○ ○ ○

சவோரா மக்களைப் பற்றிய புத்தகத்தை அச்சகத்துக்கு அனுப்பிய சமயம் எல்வினுக்கு ஐம்பது வயதிருக்கும். அதுதான் தனது கடைசிப் புத்தகமாக இருக்கும் என்று கருதினார். அவருடைய உடல் நிலை சரியில்லை. புதியதாகக் கள ஆய்வில் ஈடுபடும் மனநிலையும் இல்லை. இன்னொரு நூல் எழுதமுடியாத அளவுக்குக் களைப்பாக இருக்கிறது என்று ஆர்ச்சருக்குக் கடிதம் எழுதினார். 'கவிதைகளைச் சேகரித்து ஆய்வு செய்யும் பணி ஏறக்குறைய முடிந்துவிட்டது. இன்னும் எத்தனை கவிதைகள் பாடல்கள் கிடைக்கும் என்பதில் எனக்குச் சந்தேகம் உண்டு. பழங்குடி மக்களின் கலைகள் முற்றிலும் அழியும் நிலையில் இருக்கின்றன.' அவர் தன் அம்மாவுக்கு எழுதிய கடிதத்தில் 'என்னுடைய பெரிய நூல்களை இப்போது எழுதி முடித்து விட்டேன். கட்டுரைகள் மட்டுமே எழுதிக் கொண்டிருக்கிறேன். இரண்டு மணி நேரத்தில் எழுதிவிடக் கூடிய கட்டுரையை ஒரு செய்தித்தாளுக்காக எழுதி அதன் மூலம் அடையும் புகழும் பணமும் பற்றி யோசித்தால் வினோதமாக இருக்கிறது. அவ்வளவு புகழும் பணமும் ஐந்து வருடங்களாக உழைத்து எழுதிய புத்தகங்களுக்குக் கிடைப்பதில்லை' என்று குறிப்பிட்டார்.

இந்தக் குறிப்பு 'என் எழுத்தை இப்போது படிக்கும் நூறு வாசகர்களுக்குப் பதிலாக, பத்து வருடம் கழித்துப் பத்தே வாசகர்கள் படிப்பதை விரும்புவேன். அல்லது நூறு வருடங்கள் கழித்து அதை ஒரு வாசகன் வாசிப்பதை அதிகம் விரும்புவேன்' என்று ஆர்தர் கோஸ்லர் சொன்னதை நினைவூட்டுகிறது. செய்தித் தாள் அல்லது பத்திரிகைகள் மூலம் கிடைக்கும் புகழ் விரைவில் மறைந்துவிடும், நாளையோ, இன்னும் ஒரு வாரத்திலோ மறந்து போய்விடும். நூல்கள், அதுவும் நல்ல நூல்கள் மட்டும், எப்போதும் இருக்கும். எல்வினுடைய 'பெரிய நூல்களை' வாசகர்கள் இன்னும் படிக்கிறார்கள், விரும்புகிறார்கள். அவை மறுபதிப்பும் ஆகின்றன. அவருடைய கட்டுரைகள், மஞ்சளாகி மக்கிக் கொண்டிருக்கும் பழைய பத்திரிகைகளின் பக்கங்களில் யாருக்கும் தெரியாமல், சீரழிந்துகொண்டிருக்கும் இந்திய நூலகங்களில் மறைந்து கிடக்கின்றன.

ஆய்வு செய்ய நிதியும் இல்லாமல், வேலையும் இல்லாமல் இருந்த நிலையில், புத்தக விமரிசனங்கள் பத்திரிகைக் கட்டுரைகள் எழுதி வந்தால் தனது குடும்பத்தையும் ஷாம் ராவ் குடும்பத்தையும் நடத்துவதற்கு விரைவாகவும், கடும் உழைப்பு இல்லாமலும் பணம் கிடைக்கும் என்பதை எல்வின் கண்டு கொண்டார். இந்தக் காலத்தில் அவர் எழுதியவை ஏராளம். 1949ஆம் ஆண்டில் இருந்து 1954ஆம் ஆண்டு வரை பம்பாயின் டைம்ஸ் ஆஃப் இந்தியாவுக்கும், கல்கத்தாவின் ஸ்டேட்ஸ்மென் பத்திரிகைக்கும்

ஷில்லாங்கில் உள்ள தனது நூலகத்தில், 1961

நூற்றுக்கணக்கான மதிப்புரைகள் எழுதினார். அக்காலத்தின் வழக்கப்படி, பெயர் வெளியிடப்படவில்லை. அவர் சுற்றுப் பயணம் மேற்கொள்ளும் போது பதன்காரில் புத்தகங்கள் குவிந்தன. திரும்பி வந்ததும், அவற்றை வேக வேகமாகப் படித்தார். சில நாட்களில் ஐந்து மதிப்புரைகள் கூட எழுதியிருக்கிறார்.

தன பெயரில் வெளிவந்த கட்டுரைகளை மிகுந்த கவனத்துடன் எழுதினார் என்று யூகிக்கலாம். அவையும் கொஞ்ச நஞ்சமல்ல. அவர் விட்டுச் சென்ற காகிதங்களில், தேதி இடாத சிலவற்றில், எழுத வேண்டிய கட்டுரைகள், அவற்றை அனுப்ப வேண்டிய இதழ்களைக் குறித்துவைத்திருந்தார். அவை 1950களில் எழுதப் பட்டிருக்கலாம்.

எழுத வேண்டிய கட்டுரைகள்

பழங்குடி மக்களின் கவிதைகள் – *மார்ச் ஆஃப் இந்தியா*

இந்தியாவின் பழங்குடி மக்களிடையே இருபது ஆண்டுகள் – *ஸ்டேட்ஸ்மென் கிறிஸ்மஸ் தின இதழ்*

கவிதை என்னும் ஆயுதம் – *ஸ்டேட்ஸ்மென் கிறிஸ்மஸ் தின இதழ்*

கிழக்கு ஆப்பிரிக்கா – *தாட் (Thought)*

அழகு பற்றிய சிந்தனைகள் – *ஸ்டேட்ஸ்மென்*

நகைச்சுவை

தர்பர், சாகி, கிறிஸ்பின், வைல்ட், பி.ஜி. வுட்ஹவுஸ், டிக்கென்ஸ்

தெய்வங்களின் வரலாறு

நங்க பங்கா

லிங்கோ

கிட்டுங்

கரிய குவார்

நிரண்டாலி

ஹிராகான் க்ஷத்ரி

பழங்குடி மக்களின் நாட்டாரியல்

வானவில்

தேனீக்கள்

சாவு

பெண்களின் நாடு

கிரகணம்

பறவைகள்

மரங்கள்

படங்களுடன் கட்டுரைகள்

பழங்குடி இந்தியாவின் படைத்தளபதி – நேஷனல் ஜியாகிரஃபிக்

ஆப்பிரிக்க நடனங்கள்

மீன் பிடித்தல்

கோபால்பூர்

பெண் பூசாரிகள்

சாஹிபோசம்

நாற்பது ஆண்டுகள், விரிவான வாசிப்பும், இருபது ஆண்டுகள் செய்த ஆய்வுகளும் இந்தப் பட்டியலின் பின்னணியில் இருந்தன. அவற்றின் விரிவும், பரப்பும் வியக்கவைப்பவை. ஆங்கில இலக்கியத்தில் இருந்து ஆப்பிரிக்கக் கவிதைகள், இந்திய நாட்டார் இயலில் இருந்து சுயவரலாறு என்று அவற்றின் உள்ளடக்கங்கள் விரிவானவை. சில கட்டுரைகள் மனமகிழ்வுக்காக

எழுதப்பட்டவை. ஒரு கட்டுரைத் தொகுப்பு இந்தப் பட்டியலில் இடம்பெறவில்லை. அது பற்றி அவர் தீவிரமாக இருந்தார். அவை 1950 முதல் 1955 வரை ஷாவுன் மாண்டி இல்லஸ்டிரேடட் வீக்லியில், ஆசிரியராக இருந்த போது வெளிவந்தவை. ஷாவுன் மாண்டி இந்திய படித்த வர்க்கத்தினரிடையே புகழ்பெற்றவராக இருந்தார்.

எல்வின் *வீக்லியில்* எழுதிய கட்டுரைகள் பழங்குடி மக்களின் உயர்ந்த பண்பாடு, அவர்களைப் பாதிக்கும் இன்றையச் சிக்கல்களின் மீது, இந்திய மேட்டுக் குடியினரின் கவனத்தை ஈர்ப்பதை நோக்கமாகக் கொண்டவை. அந்தப் பத்திரிகையின் வாசகர்கள் அனைவரும் கல்வி கற்ற மேட்டுக்குடி மக்கள். அந்த வர்க்கத்தில் இருந்ததுதான் பெரும் வியாபாரிகளும், அதிகாரிகளும், பத்திரிகையாளர்களும் இருந்தனர். அவர்கள் தான் இந்தியாவின் ஆளும் வர்க்கத்தினராக உருவாயினர். இந்த வர்க்கத்துக்கும், பழங்குடி மக்களுக்கும் பெரும் பண்பாட்டு இடைவெளி இருந்தது. பழங்குடி மக்களின் வாழ்வைப் பாதிக்கும் வலு இந்த வர்க்கத்திடம் இருந்தது.

எல்வினுடைய சில கட்டுரைகள் ஒவ்வொரு பழங்குடிச் சமூகத்தையும் வாசகர்களுக்கு அறிமுகப்படுத்துகின்றன. மற்ற சில கட்டுரைகள் பழங்குடி மக்களின் பொழுது போக்கு அம்சங்களைக் கவனத்துக்குக் கொண்டுவந்தன. இன்னும் சில அவர்களின் துணிநெசவு, மரவேலை போன்ற பொருளாதாரப் பண்பாட்டைக் குறித்துப் பேசுகின்றன. வாசகன் அறியாத உலகத்தை, எளிமையாகப் புரிந்துகொள்ளும் நோக்கத்தில், பழங்குடி மக்களின் வாழ்க்கை இயல்பான மொழிநடையில், தீட்டப்படுகிறது. மிகச் சிறந்த உதாரணமாக, இந்தியாவின் கிழக்குப் பகுதிகளில் வாழும் சந்தால் பழங்குடியினருடன் நெருங்கிய ஜாடுபடுவாக்களின் ஓவியங்களைச் சொல்லலாம். இந்த ஓவியங்களை நவீன காலத்துக் ‘காமிக்’ கதைகளுடன் ஒப்பிடலாம். அந்தக் கதைகளின் அற உணர்வு மேலோங்கி இருக்கிறது. நீதியும் உண்மையும் மிகுந்த போராட்டத்திற்குப் பிறகு இறுதியில் வெற்றிபெறுகின்றன. நாட்டார் கதைகளின் மூலம் ஜாடுபடுவா ஓவியங்கள் அடிப்படையான அற உணர்வை – அதாவது கர்வம், சிறுமை, திருட்டு, தன் கடமையைச் செய்ய மறுப்பது இவையெல்லாம் கெட்டவை என்பதைக் – காட்டுகின்றன.

பழங்குடி மக்களின் வாழ்க்கையையும் அதன் விழுமியங் களையும் கொண்டாடுவது இந்தக் கட்டுரைகளின் மையக் கருத்துக்களாக இருக்கின்றன. பைகா மக்களிடம் காணப்படும்

நகைச்சுவை உணர்வும் கவிதையும் நன்னடத்தையும் இந்தத் தொடர் கட்டுரைகளில் குறிப்பிட்டுச் சொல்லப்படுகின்றன. மிகக் கவனமாகப் பயிர் செய்யப்பட்ட விளை நிலங்களில் சவோரா மக்களின் உழைப்பின் சிறப்பு வெளிப்படுகிறது. அவற்றின் பொறியியல் அமைப்பு பாராட்டுக்கு உரியது. மகிழ்ச்சியாக வாழும் கடபா மக்களின் குழந்தைகள் கவலையின்றித் திரிகின்றனர். பெண்கள் மரியாதையுடன், மனதைக்கவரும் வகையில், சுதந்திரமாக வாழ்கின்றனர். முரியா பழங்குடியினர் நடனமாடுவதை விரும்புகின்றனர். பலவகை நடனங்களைத் திறமையுடன் ஒரு நாள் மாலை முழுவதும் அவர்களால் நடத்திக் காட்ட முடியும். இந்தியாவில், மற்றவர்கள் யாருமே அப்படிச் செய்ய முடியாது.

இந்தப் புகழுரைகளின் இடையிடையே நாகரிகமடைந்த சமூகத்தின் மீதான விமரிசனங்களும் உண்டு. சில நேரங்களில், பழங்குடி மக்களின் அறஉணர்வு, நாகரிக மனிதர்களின் அறஉணர்வை விடப் பல வருடங்கள் முன்னேறி இருக்கிறது. இந்தியப் பெண்கள் முன்பு இருந்ததைப் போல, எதிர்காலத்தில் இருக்கப் போவதைப் போல, பழங்குடிப் பெண்கள் இன்று சுதந்திரமாக இருக்கிறார்கள்... முகத்தைத் திரையிட்டு மறைப்பது கிடையாது, விதவைகள் மறுமணம் செய்யத் தடையில்லை. ஆண்களும் பெண்களும் தோழர்களாகச் சம உரிமையுடன் வயல்களிலும் காடுகளிலும் சேர்ந்து உழைக்கின்றனர். பெண்ணிய வாதிகள், தலைவர்கள் என்ன மாற்றங்கள் வேண்டும் என்று பொது மேடைகளில் முழங்குகின்றனரோ, அவற்றைக் கடபா பெண்கள் பல தலைமுறைகளாக அனுபவித்து வருகின்றனர்.' ஒரு சமூகத்தில் உள்ள நல்ல அம்சங்கள் பெரிதுபடுத்தப்பட்டு, இன்னொரு சமூகத்தில் அவை இல்லை என்பது குறிப்பிட்டுக் காட்டப்படுகிறது. காடுகளில் வாழும் குழந்தைகளின் விளையாட்டுக்களைப் பற்றிய ஒரு கட்டுரை கீழ்க்கண்டவாறு முடிகிறது:

> ஏறக்குறைய எல்லா விளையாட்டுக்களும் வெறும் விளையாட்டாகவே இருக்கின்றன. அதில் போட்டி என்பது சிறிதும் கிடையாது. ஒருகிராமத்துடன் இன்னொரு கிராமம் நடனம் ஆடும் போது கூட போட்டி கிடையாது. குழந்தைகள் புதிர்கள் போடும் போதும், கண்ணாமூச்சி அல்லது வேட்டையாடும் போதும் வென்றவர்களுக்குத் தனியாகப் பரிசுகள் கிடையாது. ஆலிஸ் கதையில் வருவது போல, எல்லோருக்கும் வெற்றி கிடைக்கிறது, அல்லது எல்லோருக்கும் பரிசு கிடைக்கிறது. விருந்தினராக வந்தவர் ஏதாவது விளையாட்டில் வென்றவர்களுக்குப் பரிசு

அளித்தால், வென்ற குழந்தை அதை அனைவருடனும் பகிர்ந்துகொள்கிறது.

பழங்குடி மக்களின் விளையாட்டுக்கள் மனிதர்களைப் பிரிப்பதில்லை. பொறாமையைத் தூண்டுவதில்லை. வலிமை குறைந்த குழந்தையை இன்னும் சோர்வடையச் செய்வதில்லை. உடல்வனப்பு இல்லாதவர்கள், ஏழைகள், உடல் ஊனமுற்றவர்கள் கூடக் குதூகலத்தில் பங்கு பெறுகிறார்கள். யாரும் தனிமைப்படுவதில்லை, யாரும் தோற்பதில்லை.

இந்த விஷயங்களில் பெரும் ஞானம் இருக்கிறது.

முழுமையாகப் பார்த்தால், பழங்குடி வாழ்வின் அழகை, கௌரவத்தை, பலவித அனுபவங்களை இந்திய உயர் வர்க்கத்துக்குக் காட்ட வேண்டும் என்பதே *இல்லஸ்டிரேடட் வீக்லியில்* எல்வின் எழுதிய கட்டுரைகளின் குறிக்கோள். பழங்குடி மக்கள் ஏதோ சும்மா படங்கள் பிடிப்பதற்கான வினோதங்கள் அல்ல. தேசத்துக்காக நிறையப் பங்களிப்புச் செய்ய முழுத் தகுதியும் கடும் உழைப்பும் கொண்ட குடிமக்கள். பழங்குடி மக்களின் கலை, பண்பாடு இவற்றை அழிப்பவர்களிடமிருந்து காக்கவேண்டும் என்று வாசகர்களைக் கேட்டுக்கொண்டார். எப்போதும் போல அவர் பழங்குடி மக்கள் மீது அன்பும், புரிதலும் வளர வேண்டும் என்று நம்பினார்.

பழங்குடி மக்களைப் பற்றிய நமது பார்வை மாறவேண்டும். இதுதான், பழங்குடி மக்களுக்காக உழைப்பதன் மையக் கருத்து. நாகரிகம் அடைந்த மனிதன் அவர்களை மரியாதை யுடன் நடத்த வேண்டும். 'பின் தங்கியவர்கள்', 'உயர்த்துதல்' போன்ற மரியாதைக் குறைவான வார்த்தைகள், அவர்களை நாம் காப்பாற்றுகிறோம் போன்ற உணர்வுகள் நம்மிடம் இருந்து அகல வேண்டும். முதலில் அவர்களைப் பற்றி நாம் தெரிந்துகொள்ள வேண்டும். நாம் செய்யும் சேவை நிலையானதாக இருக்க, அன்பு ஒன்றுதான் வலிமையானது கறைபடாதது என்ற புரிதல் வேண்டும். இந்தப் புதிய அணுகுமுறையுடன் நாங்கள் வேலை செய்ய முயன்றோம். நீண்ட காலமாகப் புத்தகங்கள், கட்டுரைகள், திரைப்படங்கள், புகைப்படங்கள், உரைகள் மூலம் பழங்குடி வாழ்வின் அழகை, கௌரவத்தைக் காட்ட முயன்றோம். அது ஒன்றும் காட்டுமிராண்டித்தனம் அல்ல, அதற்காக வெட்கப்பட வேண்டியதில்லை. நாம் அதை ஒழிக்க வேண்டியதும் இல்லை. நவீன இந்தியாவுக்கும், உலகுக்கும் வேண்டிய அருமையான வழிமுறைகள், நிரந்தரமான விழுமியங்கள் அதில் இருக்கின்றன.

நவீனச் சிந்தனைகள் கொண்ட பிரதமர் நேருவின் கவனத்தை ஈர்க்க வேண்டும் என்பதில் எல்வின் மிக ஆர்வம் காட்டினார். சாதாரண காங்கிரஸ்காரர்களை அவர் வெறுத்தார். ஆனால், நேரு தனிப்பிறவி. மகிழ்ச்சியை விரும்புகிறவர், புனிதவாதி அல்ல. குறுகிய மனப்பான்மை இல்லாதவர், விசாலமான பார்வை கொண்டவர், மனித நேயம் கொண்டவர், எழுத்தாளர் அறிஞர், ஹார்ரோவில், கேம்பிரிட்ஜில் கற்றவர். அவரது வார்த்தைகளில் 'இந்தியாவை ஆண்ட கடைசி ஆங்கிலேயர்'. நேருவைச் சுற்றி இருந்த, அறிவாளிகளுக்காக, அரசு அதிகாரிகளுக்காகவே *வீக்லி* இதழில் எல்வின் கட்டுரை எழுதினார். நேருவும் அக்கட்டுரைகளைப் படிக்க வேண்டும் என்ற நம்பிக்கை எல்வினுக்கு இருந்திருக்க வேண்டும். அந்த மாபெரும் மனிதர் பற்றி எழுதும் வாய்ப்பு ஒருமுறை கிடைத்தது. நேருவின் அறுபதாவது பிறந்தநாளை ஒட்டி வெளியிடப்பட்ட மலரில் எல்வின் அவரைப் பற்றி எழுதியதாவது: 'மிக உயர்ந்த பண்பாட்டைக் கொண்டவர்களுக்கும், பழங்குடி மக்களுக்கும் இடையில் உள்ள வினோதமான இணைப்பை, தங்களைப் போன்ற சக பயணிகளும், விஞ்ஞானிகளும் அடிக்கடி கவனித்திருக்கிறார்கள். நேரு எப்போது பழங்குடி மக்களைச் சந்தித்தாலும், இயல்பான ஒரு உறவை, உள்ளுணர்ச்சியின் ஒற்றுமையை உணர்ந்தார் என்பதில் சந்தேகம் இல்லை. பண்பாட்டு விழுமியங்கள் வேகமாக மாறிவரும் இந்தக் கால கட்டத்தில், விஞ்ஞான அறிவும், பரந்த மனித நேயமும் மிகுந்த ஒருவர் நாட்டின் தலைவராக இருப்பதை அறிந்து, மூன்று கோடிப் பழங்குடி மக்களும் பெருமகிழ்ச்சி அடைய வேண்டும்.'

❍ ❍ ❍

பழங்குடி மக்களுக்கு நியாயம் கிடைக்க வேண்டும் என்ற கோரிக்கையை முன் வைத்தார். அவர்களுடைய எதிர்காலம் பற்றி உள்ளுக்குள் அவநம்பிக்கை கொண்டிருந்தார். விடுதலை கிடைத்து ஆறு மாதங்கள் கழித்து, பழங்குடி மக்களின் ஒரே காவலன் கொசுதான் என்பதைக் கண்டார். ரொம்பப் புனிதமான சீர்திருத்தவாதிகளை அவை கடிக்க வேண்டும். அதன் மூலம், அவர்களுக்கு மூளையில் மலேரியாக் காய்ச்சல் உண்டாக வேண்டும் என்று சபித்தார். அவர் நேசித்த பஸ்தார் பகுதியிலும் நிலைமை சீர்ப்படும் என்ற நம்பிக்கை இல்லை. அது மத்தியப் பிராந்தியங்களுடன் சேர்க்கப்பட்டுவிட்டது. கோட்டுல் மரபும், எருமைக் கொம்பை மாட்டிக்கொண்டு நடனமாடும் மரபும் இன்னும் இரண்டு மூன்று வருடங்களுக்குள் மறைந்துவிடும்.' பழங்குடி மக்கள் வசிக்கும் மலைகளில் நிலவும் துள்ளலுக்கும், சிரிப்புக்கும் சமாதி கட்டுவதற்கு உதவி செய்வதுதான் தன்னால் முடிந்தது என்று குறிப்பிட்டார். இரண்டு ஆண்டுகள் கழித்து,

1950இல் பழங்குடி மக்களின் காவலர்களாகக் கொசுக்களுடன் ஊழலையும் சேர்த்துக்கொண்டார். கொசுக்களுக்குப் பயந்து வெளியாட்கள் வருவதில்லை (பழங்குடி மக்களைப் போல கொசுக்கடியின் விளைவுகளில் இருந்து தப்பும் நோய் எதிர்ப்புச் சக்தி அவர்களுக்குக் கிடையாது). பழங்குடிப் பகுதிகளில் சாலைகள் சரியாகப் போடுவதில்லை. பொதுப்பணித்துறை அலுவலர்கள் ஊழல் செய்து பணத்தை ஏப்பம் போட்டுவிடுகிறார்கள். பள்ளிகள் இருப்பதாலும் எந்தத் தொல்லையும் இல்லை. பள்ளி ஆய்வாளர்களும், ஆசிரியர்களும் பணத்தைக் கையாடி விடுகிறார்கள். சீர்திருத்தவாதிகள் கூட இந்த ஊழல் அரிப்பில் மாட்டிக்கொண்டனர்.

இந்தச் சூழ்நிலை எல்வினைச் சோர்வடையச் செய்தது. இந்திய மானிடவியல் நிறுவனத்தில் பார்த்த வேலையை விட்டாயிற்று. கோஸியை விவாகரத்துச் செய்தாகிவிட்டது. பதன்காரில் இருந்த சங்கத்துக்கும் பணம் ஏற்பாடு செய்ய வேண்டியிருந்தது. இது மட்டுமல்ல, குழந்தையைக் கவனிக்க வேண்டிய பொறுப்பு இருந்தது. இந்தத் தேவைகளுக்காக எப்போதும் பணம் தேடி அலைய வேண்டியிருந்தது. ஷாம்ராவுக்குப் பல குழந்தைகள் இருந்ததால் அவருடைய நண்பர்கள் ஜபல்பூரில் அவருக்கு ஒரு வீட்டை வாங்கிக் கொடுத்தனர். குசும் ஹிவாலே குழந்தைகளுடன் அந்த வீட்டில் வசித்து வந்தார். குழந்தைகள் பள்ளிக்கு ஒழுங்காகச் செல்லவில்லை. ஷாம்ராவின் மனைவி அவர் ஜபல்பூரில் தங்க வேண்டும் என்று விரும்பினார். ஆனால் ஷாம் பதன்காரில் இருந்து ஜபல்பூருக்கு வந்து செல்வதையே விரும்பினார். குடும்பத்துக்கும் நண்பருக்கும் இடையே அகப்பட்டு, ஷாம் தவித்தார். பல நேரங்களில், நிலைமை மிகவும் மோசமாகி விட்டது. மழைக்காலத்தில் எல்வினுக்கு தவறாமல் மலேரியா வரும். அந்த நேரத்தில் பதன்காரில் அவரைத் தனியே விட முடியாது. அதே நேரத்தில் குசும், சுரேஷ் இருவரும் ஜபல்பூருக்கு வரச்சொல்லிக் கெஞ்சிக் கடிதம் எழுதுவார்கள். ‘கொஞ்ச நாட்கள் அங்கு இருக்க வேண்டும். நாளை கிளம்புகிறேன். எல்வினுக்கு நிறையக் காய்கறிகள் பழங்கள், ரொட்டி, மீன் அனுப்புகிறேன்’ என்று மின்னி எல்வினுக்குக் கடிதம் எழுதினார்.

குமார் ஷாம்ராவ் குடும்பத்துடன் இருந்தான். சுரேஷ் ஹிவாலேயுடன் பள்ளிக்குச் சென்று வந்தான். விடுமுறை நாட்களில் பதன்கார் வந்தான். இந்த நேரத்தில், அதாவது 1951–52இல், எல்வின் தந்த உற்சாகத்தால் ‘மெக்கானொ செட்’ வைத்து விளையாடினான். தபால் தலைகள் சேகரித்தான். வெப்பமான பகுதியில் வாழும் அந்தப் பழங்குடிப் பையன் ஆங்கிலேயர்களுக்குப் பிடித்த பொழுதுபோக்குகளில்

ஈடுபட்டான். அவன் பாசமுள்ள அருமையான பையன் என்று தந்தை நினைத்தார். வண்ண ஓவியங்கள், கோட்டோவியங்கள் வரைவதில் அவனுக்குத் தனித் திறமை இருந்தது. எல்வின் மிகவும் மகிழ்ச்சி அடைந்தார். அவன் வளர்ந்த பிறகு சாந்தி நிகேதனில் தாகூர் நிறுவிய பள்ளிக்குச் செல்வானா? ஆனால் அவனுக்கு உள்ளே இருக்கும் கோண்டு வெளிப்பட்டான். மரம் ஏறுவதிலும், பறவைகளைப் போல் ஒலிகளை எழுப்புவதும் அவனுக்குப் பிடிக்கும்.

ஒரு தடவை பூனை போல மியாவ் என்று கத்தியதற்காக வகுப்பில் இருந்து வெளியேற்றப்பட்டான். பாட்டி பரிசாகக் கொடுத்த 'புதிய ஏற்பாடு' பிரதியை ஒரு பார்ஸி பையனுக்கு விற்றுக் கிடைத்த பணத்தில் இனிப்புகள் வாங்கினான். அதனால் பெரும் பரபரப்பு ஏற்பட்டது. பள்ளி முதல்வர் தந்தையை அழைத்துவரச் சொன்னார். தந்தை மனதுக்குள் ரகசியமாக மகிழ்ச்சி அடைந்தார். மகன் மத எதிர்ப்பாளனாக இருப்பதை விட, மோசமான நிலைக்குப் போனாலும் பரவாயில்லை என்று நினைத்தார்.

குமார் படிப்பில் மந்தமாக இருந்தான் என்பதுதான் உண்மையான சிக்கல். அதைப்பற்றிக் கவலை கொள்ள தந்தைக்குக் கொஞ்சம்கூட நேரம் இல்லை. கடைசியாக, தயங்கித் தயங்கி, செயின்ட் மேரிஸ் பள்ளியில் சேர்க்க முடிவெடுத்தார். அது மாணவர்கள் விடுதியில் தங்கிப் படிக்கும் பள்ளி. அவனுடைய கல்வியை அங்குள்ள சாமியார்கள் கவனித்துக்கொள்ள முடியும். பத்திரிகையாளர் ஃப்ராங் மொரேஸின் மகன் டாம் மொரேஸ், குமாருக்கு இரண்டு வருடங்கள் மேல் வகுப்பில் படித்துவந்தான். அவர்கள் குடும்பமும் குமாரைக் கவனித்துக்கொண்டார்கள்.

இயன்றபோதெல்லாம் எல்வின் பம்பாய் சென்றார். மகனைக் கடற்கரை, மிருகக் காட்சி சாலை என்று பல இடங்களுக்குக் கூட்டிச் சென்றார். 'குமார் நன்றாகத்தான் இருக்கிறான். ஆனால் அவனுடைய தேர்வு முடிவுகள் சரியாக இல்லை என்று நினைக்கிறேன். அதனால் என்ன? என்றெல்லாம் அவ்வப்போது டாம் மொரேஸ் அவனைப் பற்றி எல்வினுக்குக் கடிதம் எழுதினான். கடிதங்களுடன் டாம் தன்னுடைய கவிதைகளையும் அனுப்பினான். தோல்வியடைந்த பழைய கவிஞரும், மலர நினைக்கும் இளைய கவிஞனும் ஆழமான நட்புக்கொண்டார்கள். டாம்மின் தந்தை அடிக்கடி சுற்றுப் பயணம் செய்தார். அவர் பத்திரிகை ஆசிரியராக இருந்தார். பெரும்பாலும் வெளியூர்களில் இருந்தார். இதுவும் அவர்கள் அடிக்கடி தொடர்புகொள்ள உதவியது. எல்வினுடைய மகன்

344 ராமச்சந்திர குஹா

நன்றாகப் படிக்காததும் ஒரு காரணம். எல்வின் டாமின் கவிதைகளைப் பற்றி எழுதினார். தனக்குப் பிடித்த, டைலன் தாமஸ், சிட்னி கீயிஸ், வெர்ட்வொர்த் போன்ற கவிஞர்களின் படைப்புக்களை அறிமுகம் செய்து வைத்தார். மோசமாக டைப் செய்யப்பட்ட எல்வினுடைய மிக நீண்ட கடிதங்கள் காட்டில் இருந்து ஆயிரம் மைல்கள் கடந்து பம்பாய் வந்தன. அவற்றில் தனது கடினமான பயணங்கள், காய்ச்சல் பற்றியெல்லாம் எழுதினார். இது தவிர, ஏதோ மிக வசதியான இடத்தில் அமர்ந்துகொண்டு இருப்பது போன்ற பாவனையில் கவிதைகள், வாழ்க்கை பற்றியெல்லாம் விவாதித்தனர். பல வருடங்கள் கழித்து, டாம் மொரேஸ், எல்வினை நினைவு கூர்ந்து இப்படி எழுதினார்: "அவர் நல்ல உயரம், அறிஞர்களைப் போன்ற ஒரு சிறு கூன் விழுந்த முதுகு. முகத்தில், பருந்து போல அமைந்த பெரிய கண்கள், நீண்ட கலைந்த முடி. மோசமான கருப்புச் சுருட்டுக்களைப் புகைத்தார். தனக்குள்ளே அடிக்கடி சிரிப்பார். கவிதைகளில் மிகுந்த ஈடுபாடு கொண்டிருந்தார், ஒருவகையில் கவிதையாகவே வாழ்ந்தார்".

குமார் ஒரு நல்ல இடத்தில் இருக்கிறான் என்று எல்வின் மகிழ்ந்திருந்தார். தன்னுடைய மீதி வாழ்நாளை எப்படிக் கழிப்பது என்பது ஒரு பிரச்சனையாகவே இருந்தது. பதன்காரின் 1950களில் வாழ்ந்த ஒருவரை 1998இல் பேட்டி கண்டேன். அந்தக் காலத்தில் அக்கிராமத்தில் இருந்த எல்வினுடைய தினசரி நடவடிக்கைகளை அவர் நினைவுகூர்ந்தார். எல்வின் காலையில் எழும்போது படுக்கையில் இருந்தபடியே குறைந்தது மூன்று கெட்டில் தேநீர் அருந்துவார். பின்னர் குளித்துவிட்டுக் காலை உணவருந்துவார். பிறகு தன்னுடைய அறைக்குச் சென்றுவிடுவார். யாரும் தன்னைத் தொந்தரவு செய்யக் கூடாதென்று சொல்லிவிடுவார். மதிய உணவு வரை தொடர்ந்து வேலை செய்வார். மதியம் கொஞ்ச நேரம் தூங்குவார், பிறகு இன்னும் கொஞ்சம் வேலை செய்வார், பிறகு கிராமத்தில் ஒரு நடை நடப்பார். அதற்குள் இரவு உணவு கொள்ளவேண்டிய நேரம் ஆகிவிடும். பிறகு தூங்குவார். பர்தான் கிராமத்துப் பையன்கள் அவர் டைப் அடித்துக் கொண்டிருப்பதைப் பார்த்துச் சொல்வார்கள்: 'அண்ணன் நோட்டு (பணம்) அடித்துக்கொண்டிருக்கிறார்'.

கட்டுரைகள் எழுதிக்கொண்டிருந்தார். அதன் மூலம் அவருக்கும் ஷாமுக்கும் கொஞ்சம் நோட்டுக்கள் (பணம்) கிடைத்தன. பதன்காரில் வாழ்க்கை ஒரே மாதிரி இருந்தது. புதிதாக எதுவும் நடக்கவில்லை. எந்தச் சவாலும் இல்லாத வாழ்க்கை. பத்திரிகைகளில் கட்டுரைகள் எழுதுவது அவருக்குச் சலிப்பைத் தந்தது. 'ஓர் இந்தியப் பழங்குடி இனத்தின் மதம்'

என்ற நூலின் கடைசிப் பகுதியை எழுதிக்கொண்டிருந்தார். சவோரா மக்கள் வாழும் பகுதிகளுக்குச் செல்ல வேண்டும் என்று ஏங்கினார். 'அழுகை வரும் அளவுக்கு அங்கு செல்ல ஏங்கினேன். காலம் இருக்கும் போதே அங்கு சென்று நிரந்தரமாக இருக்க ஏன் முயற்சி செய்யவில்லை என்று என்னை நானே கடிந்துகொண்டேன்.'

> உண்மையான பிரச்சனை என்னவென்றால் அனுபவம் பெற வேண்டும், புதிய புத்தகங்களை எழுத வேண்டும் என்ற தீராத ஆசை இருந்தது. இரண்டும் நடக்கக் கூடிய காரியமாக இல்லை. உடலுறவில் மிகுந்த ஆர்வம் ஒன்றும் இல்லை. ஆனால் குறைந்தபட்சம் திருப்தி தரும் பாலுறவு தேவை. ஆனால் அதற்கும் உந்துதல் தேவைப்படுகிறது. அதாவது புதிய ஆராய்ச்சி எதையாவது நான் தொடங்கினால், அது உடலுறவில் ஆர்வம் கொண்டிருக்கும், முழுநிர்வாண, அரைநிர்வாணமாக இருக்கும் மனிதர்களிடையே செய்ய வேண்டும். அவர்களை நான் ஒன்றும் செய்யப் போவதில்லை. அவர்கள் அருகில் இருந்தால் போதும் என்று பில் ஆர்ச்சருக்கு எழுதினார்.

சோகம் என்னவென்றால், மத்திய இந்தியாவின் பழங்குடிகள், மிகவும் தனித்து வாழ்ந்தவர்கள். அவர்களும் நாகரிகம் என்னும் அழுக்கடைந்த போர்வையைப் போர்த்திக்கொண்டிருந்தார்கள். 1952ஆம் ஆண்டு ஜனவரி மாதம் எல்வின் ஆராய்ச்சி செய்வதற்காக, புதிய பழங்குடிகள், எழுதுவதற்கு புதிய கருப்பொருட்கள், தேடி பீஹாரின் தென்பகுதியில் உற்சாகமின்றிச் சுற்றுப்பயணம் செய்து கொண்டிருந்தார். அவருடன் ஒரு சமையல்காரன், ஓட்டுனர், அவருடைய உதவியாளர் சுந்தர்லால் இருந்தனர். ஆனாலும் தனிமையை உணர்ந்தார். ஆங்கிலத்தில் உரையாட யாரும் இல்லை. ஷாம்ராவ் ஆந்தையைப் போல, ஜபல்பூரில் இருந்தார். எல்வின் ஷாமுக்கு ' நீ என்னுடன் பயணம் செய்ய வேண்டும் அல்லது லீலாவை அல்லது வேறு யாரையாவது நான் திருமணம் செய்துகொள்ள வேண்டும். அதுவும் இல்லை என்றால் புதிய அழகான புத்திசாலியான சீடரை வைத்துக்கொள்ள வேண்டும். இதுமாதிரித் தனியாகப் பயணம் செய்வதில் எந்த மகிழ்ச்சியும் இல்லை' என்று எழுதினார்.

பில் ஆர்ச்சர் ஆய்வு செய்த உராவோன் என்ற பழங்குடி இன மக்களைப் பார்க்கச் சென்றார். பத்து வருடங்களுக்கு முன்னால் அங்கு சென்றிருந்தார். அதைவிட இப்போது அவர்களின் நிலை சீரழிந்துவிட்டதைக் கண்டார். புனிதவாதிகளுக்குப் பயந்து தங்கள் 'பொது விடுதிகளை' (தும்குரியா) சந்திக்கும் இடம்

என்று அழைத்தனர். அருகில் சென்றால் உரவோன் பெண்கள் தலைகளை முந்தானையால் மறைத்தனர். தவறுதலாகப் பெண்கள் கழிப்பறைக்குள் நுழைந்தது போல் எல்வினுக்குத் தோன்றியது. ஹசாரிபாக்கின் ஓய்வுவிடுதியில் அமர்ந்து ஆர்ச்சருக்கு கீழ்க்கண்டவாறு எழுதினார்'.

ஐம்பதாவது வயதில் ஒரு மனிதனுக்கு ஆசையைத் தூண்டுவது கவிஞர் (எஸ்ரா) பவுண்டா அல்லது பவுண்ட் ஸ்டெர்லிங்கா என்று கேட்க வேண்டும். அந்தச் சந்தேகம் உண்மைலேயே எனக்கு இல்லை. ஆனால் எப்போதாவது மனவருத்தம் மேலிட, சுற்றுலா விடுதியின் தரையில் அமர்ந்து தனிமையில் இது அப்படி இருந்தால், அல்லது இப்படி இருந்தால் என்று யோசிப்பேன்.

என்னருமை பில், உண்மையிலேயே எனக்கு வேண்டியது ஒரு பெண்ணும் ஒரு வேலையும். பஸ்தாரில் எவ்வளவு மகிழ்ச்சியாக இருந்தேன். செய்வதற்கு ஏதாவது ஒரு வேலை இருந்தது. என்னுள் இருந்து ஏதோ அழைத்தது, அதைச் செய்யவும் முடிந்தது. இப்போது அந்த அழகான குன்றுகளில் பயணம் செய்ய எந்த ஒரு சாக்கும் இல்லை. நான் இங்கே பெண் என்று குறிப்பிடுவது சட்டப்படி கிடைக்கும் பெண், முறைப்படி பதிவு செய்யப்படும் உறவு. சுருக்கமாகச் சொன்னால் மனைவி வேண்டும்.

கோஸியை விவாகரத்து செய்தாகிவிட்டது. நிலையான, மகிழ்ச்சியான மணவாழ்க்கையை எதிர்நோக்கிக் காத்திருந்தார். அவ்வப்போது ஏற்பட்ட தொடர்புகளை விட்டு தனக்கு ஏற்ற பெண்ணைத் திருமணம் செய்துகொள்ள விரும்பினார். எப்படிப்பட்ட பெண்ணைத் தேடிக்கொண்டிருந்தார் என்பது அவர் எழுதிய 'போண்டோ மலைவாசிகள்' நூலில் கிடைக்கிறது. கோஸியுடன் மணமுறிவு ஏற்பட்ட பின்னர் அது அச்சுக்கு அனுப்பப்பட்டது. இந்த ஒரிஸா பழங்குடி இனத்தில், உடலுறவு மறைமுகமாக, ஒழுக்கத்துடன் கவனமான வழிகாட்டலுடன் நடந்தது. பையன்களும் பெண்களும் 'நிச்சயதார்த்தத்துக்கு' முன்னால், ஏன் திருமணத்துக்கு முன்னால் பிரமச்சரியத்தைக் கடைப்பிடித்தனர். அவர் அறிந்தவரையில், உடலுறவு, திருமணம் இவை பற்றிய போண்டோ இனத்தின் அணுகுமுறையே தனி. உணர்ச்சிகளை விட நிலையான உறவு, பற்று இவற்றுக்கு முக்கியத்துவம் இருந்தது. அவரது எண்ணங்களுக்கும் சூழ்நிலைக்கும் ஏற்ற மாதிரி ஒரு பழங்குடி இனத்தைக் கண்டுகொண்டார். 1930களில் திருமணம் முடிக்கும் முன், கடந்த காலத்தில் துறவற மனப்பான்மையில் இருந்து

விடுவித்துக்கொள்ள முயன்ற வேளையில், 'பைகா இனமக்களின்' வெளிப்படையான, இன்பத்தை நாடும் உடல் உறவு வழிமுறைகளை விதந்தோதினார். கொஞ்ச காலம் கழித்துத் தனது மணவாழ்க்கை நன்றாக நடந்து கொண்டிருந்த போது பஸ்தாரில் 'முரியா இன' மக்களிடையே பணிபுரிந்துகொண்டிருந்தார். அந்த இனத்தில், திருமணத்துக்கு முன்னால் சுதந்திரமான உடலுறவு அனுமதிக்கப் பட்டதையும், பின்னர் மணமானதும், பரஸ்பர நம்பிக்கையுடன் மணமக்கள் வாழ்வதையும் ஒப்பிட்டார். இப்போது போண்டோ மக்களிடையே வாழ்ந்து கொண்டிருக்கையில், திருமணம் தோல்வியில் முடிந்திருந்தது. இந்த நிலையில் அந்த இன மக்கள், தாங்கள் தேர்ந்தெடுத்துக் கொண்ட துணையுடன், நிலையாக, உறுதியாக, சட்டபூர்வமாக இணைந்து, ஆனாலும் அன்பும் பற்றும் கொண்டு வாழ்வதைப் பார்த்து வியந்தார்.

1950–51 வாக்கில் எல்வின் பதன்காரில் இருந்த 'காச்சாரி' என்ற பர்தான் பெண்ணுடன் தொடர்பு வைத்திருந்தார். காச்சாரி மிக அழகான பெண். அவர் மரத்தடியில் கல்லில் அமர்ந்திருப்பது போல ஒரு பழைய புகைப்படம் உண்டு. மினுங்கும் கருநிறத்தில் வெள்ளைச் சேலை உடுத்தி, மிக நீண்ட கூந்தல் கவர்ச்சியாக நீண்டு கிடக்க முகத்தில் புன்னகையுடன் ரொம்பவும் அழகாகக் காட்சியளிக்கிறார்.

காச்சாரி 1940களில் ஷாம்ராவுடனும் தொடர்பு வைத்திருந் தார். எல்வினுடன் வாழத் தொடங்கியபோது அவளுக்கு வசந்த் என்ற குழந்தை இருந்தது. அவன் ஷாமின் மகனாக இருக்கலாம். இல்லாமலும் இருக்கலாம். விரைவிலேயே அவளுக்கு நாகுல் என்ற இரண்டாவது மகனும் பிறந்தான். அவன் எல்வினுடைய வாரிசாகவும் இருப்பதாகத் தெரியவில்லை.

○ ○ ○

எல்வின் தன் புதிய துணைக்கு லீலா என்று பெயரிட்டார். அதற்கு விளையாட்டு அல்லது காதல் விளையாட்டு என்று பொருள் கொள்ளலாம். காதலை உணர்ச்சியுடன் விவரிக்கும் 'கிருஷ்ண லீலா'வின் கதைகள் உத்வேகம் தந்திருக்க வேண்டும். இந்த லீலா கோஸி அல்ல. லீலாவுக்கு மதுப்பழக்கம் இல்லை. நல்ல குடும்பப் பெண்; சமைக்கத் தெரிந்தவர். பர்தான் இனத்து சமையலையும், ஆங்கிலேய உணவு வகைகளையும், குறிப்பாக எல்வினுக்குப் பிடித்த ஈரல் வெங்காயக் கறியையும் நன்றாகச் சமைப்பார்.

அழகும் திறமையும் இருந்தாலும் முறைப்படி திருமணம் செய்துகொள்ள எல்வின் தயங்கினார். முதல் திருமணம்

லீலா எல்வின், 1963

தோல்வியில் முடியும் என்று ஆருடம் சொன்ன நகரத்து நண்பர்கள் இன்னும் இருந்தனர். இன்னொரு பழங்குடிப் பெண்ணைக் காதலித்தால் அவளைத் திருமணம் செய்வதைவிட காதலியாகவே வைத்திருப்பது நல்லது என்று ஒரு நண்பர் சொல்லியிருந்தார்.

முதல் திருமணம் போல இதுவும் உருப்படாமல் போய் விடுமோ என்று கவலைப்பட்டார். இந்த முறை கல்வி கற்ற இந்தியப் பெண் ஒருத்திதான் தனக்கேற்ற மனைவியாக இருக்க முடியும் என்று சில நேரங்களில் நினைத்தார். தான் எதிர்பார்க்கும் பெண் எப்படி இருக்க வேண்டும் என்று பட்டியலிட்டுப் பில்

ஆர்ச்சருக்கு எழுதினார். மெல்லியளாக இருக்கக் கூடாது, உறுதி இருக்க வேண்டும், சொல்வதை அப்படியே கேட்கிறவளாக இருக்கக் கூடாது, தனக்கென்று ஒரு பார்வையும், சரோஜினி நாயுடு போல ஆளுமையும் கொண்டிருக்க வேண்டும், உடற் கவர்ச்சியும் இருக்க வேண்டும். இந்தியப் புவியியல் நிறுவனத்தில் வேலைசெய்த ஜான் ஆடனின் மனைவியாக இருக்கும் ஷீலா ஆடன் போலிருக்க வேண்டும். ஷீலா ஆடன் வங்காளத்தில் ஒரு ஜமீந்தாரி குடும்பத்தில் பிறந்தவர், பேரழகி, ஓவியர்.

1952ஆம் ஆண்டு அவர் லீலாவுடன் வாழத்தொடங்கி ஓராண்டுக்கு மேலாகிவிட்டது. சில நண்பர்களுக்கு லீலாவைத் தெரியும். அந்த உறவைத் திருமண உறவாக மாற்றவோ அல்லது எல்லோருக்கும் தெரிவிக்கவோ இன்னும் நேரம் வரவில்லை. இந்தியாதான் தனது நாடு என்று தீர்மானித்துவிட்டார். ஆனால், தன்னுடைய மனைவி யார் என்றோ, செய்யப் போகிற தொழில் என்னவென்றோ இன்னும் தெளிவாகவில்லை. எல்வின் ஏதாவதொரு வேலையைத் தேடிக்கொள்ள வேண்டும் என்று மே மாதத்தில் ஜஹாங்கீர் பட்டேலிடம் இருந்து ஒரு கடிதம் வந்தது. இனிமேலும் பண உதவி கிடைக்காது என்பதுதான் அதன் பொருள். குழப்பமான மனநிலையை விளக்கி விக்டருக்குப் பரிதாபமாக ஒரு கடிதம் எழுதினார்.

> இருபது ஆண்டுகளாகச் செய்த வேலையை, கொண்டிருந்த லட்சியத்தைத் தூக்கி எறிந்துவிடு என்று சொல்வது பம்பாயின் இந்தச் சிறு பருத்தி வியாபாரிக்கு எவ்வளவு எளிதாக இருக்கிறது? நான் செய்துவந்த பணிகளையே தொடர்ந்து செய்யப் போகிறேன், என்ன செய்ய முடியும் என்று பார்க்கிறேன் என்று பதில் எழுதினேன். உண்மையைச் சொன்னால், ஜஹாங்கீர் பட்டேலின் தொடர்பை முற்றிலும் விட்டுவிடப்போகிறேன். அவரைப் பலருக்குப் பிடிக்காது. அவர்களில் யாராவது நமக்கு உதவக்கூடும். கொஞ்ச காலமாக உதவி செய்வதை விட, எரிச்சல் ஊட்டிக் கொண்டிருக்கிறார். ஒரு விதத்தில் அவருக்குக் கடமைப் பட்டிருக்கிறேன், கடந்த காலத்தில் எங்களுக்குப் பெரும் உதவியாக இருந்திருக்கிறார்.

லீலா மே மாதக் கடைசியில் 'நகுல்' என்ற இரண்டாவது மகனைப் பெற்றாள். அவன் பிறந்தான் என்பது மட்டும் நாட்குறிப்பில் இருக்கிறது. வேறு எதுவும் குறிப்பிடவில்லை. ஹெரால்ட் ஆக்டனிடம் இருந்து *இல்லஸ்டிரேடட் வீக்லி ஆஃப் இந்தியா*வின் ஆசிரியர் ஷாவுன் மாண்டிக்கு வந்த கடிதம் ஒன்றை அவர் எல்வினுக்கு அனுப்பிவைத்தார். அந்தக் கடிதத்தைப் பற்றி

நாட்குறிப்பில் முக்கியமாக எழுதியிருக்கிறார். ஆக்ஸ்போர்டில் இருக்கும்போது, ஹெரால்ட் ஆக்டனும், எல்வினும் வெவ்வேறு உலகங்களில் திரிந்தனர். இப்போது அவர் எல்வினுடைய படைப்புக்களைப் புகழ்ந்து ஷாவுன் மாண்டிக்கு எழுதியிருந்தார். 'எல்வினுடைய சாதனைகளுக்கு முன்னால் நான் பணத்தைத் தேடியலையும் மனிதனாகக் காட்சியளிக்கிறேன். அவருடைய சாதனைகளைக் கண்டு பொறாமைப்படுகிறேன்.'

டில்லியில் சமூக சேவகர்களின் மாநாடு ஒன்றில் நேரு ஆற்றிய உரை பற்றிய செய்தி எல்வினை மன உளைச்சலில் இருந்து மீட்டது. பழங்குடி மக்களை இரண்டாந்தரக் குடிமக்களாக நடத்துவதை அவர் கண்டனம் செய்திருந்தார். 'அவர்களிடம் இருந்து நாகரிகம் அடைந்த நாம் கற்றுக்கொள்ள வேண்டியது நிறைய இருக்கிறது. ஒழுக்கம் மிகுந்தவர்கள், இந்தியாவில் இருக்கும் வேறு யாரையும் விட, வாழ்வில் ஜனநாய நெறிகளைப் பின்பற்றுகிறார்கள். எல்லாவற்றுக்கும் மேலாக, ஆடிப் பாடி வாழ்வை நன்றாக அனுபவித்து மகிழ்ச்சியாக இருக்கிறார்கள். பங்குச் சந்தையில் அமர்ந்துகொண்டு, ஒருவரை ஒருவர் பார்த்துக் கூச்சலிட்டு, தங்களை நாகரிகம் அடைந்தவர்கள் என்று கருதிக் கொண்டிருப்பவர்கள் அல்ல' என்றார் நேரு. இதையறிந்து எல்வின் உற்சாகத்தில் மிதந்தார். பெருமதிப்பிற்குரிய நேரு, எல்வினுடைய கருத்துக்களையே வார்த்தைக்கு வார்த்தை பேசியிருந்தார். 'அவருடைய பேச்சு சீர்திருத்தவாதிகளுக்குக் கோபம் வரவழைத்திருக்கும். நேருவினுடைய பேச்சு என்னுடைய பேச்சைப் போலவே யதார்த்தத்தில் இருந்து வெகுதூரம் விலகி இருக்கிறது. ஆனாலும், பழங்குடி மக்களின் எதிர்காலம் பற்றி எனக்குக் கொஞ்சம் நம்பிக்கை ஏற்பட்டது' என்று எல்வின் எழுதினார்.

1952ஆம் ஆண்டு ஆகஸ்ட் மாதம் வழக்கம் போல பம்பாய் போகவேண்டி இருந்தது. இந்த வருடம் அங்கே செல்வதற்கு இன்னொரு காரணம் இருந்தது. அவருக்கு ஐம்பதாவது பிறந்தநாள் வந்தது. அவர் பழங்குடி மக்களுடன் வாழத் தொடங்கி இருபது வருடங்கள் முடிந்துவிட்டன. பதன்காரில் இருந்து இரண்டு பேர் பம்பாய் செல்வது கடினமாகத்தான் இருந்தது. அரசு அதிகாரிகளின் ஆதரவோ பயணம் செய்வதற்கான நவீன வசதிகளோ கிடையாது. எல்வினும் ஷாமும் இந்த வயதில் மழைக்காலச் சகதியில் ஐந்துமைல்கள் நடந்து முக்கியச் சாலைக்கு வந்தனர். அங்கிருந்து, ஒரு லாரியில் ஏறி அருகில் இருந்த விருந்தினர் விடுதிக்கு வந்தனர். அடுத்தநாள் காலையில் சீக்கிரம் எழுந்து இன்னொரு லாரியில் 'டிண்டோரி' என்ற

ஊரை அடைந்தனர். அங்கிருந்து பேருந்தில் ஏறி கரடுமுரடான சாலையில் ஏழரை மணிநேரம் பயணம் செய்து ஜபல்பூரை அடைந்தனர். அங்கிருந்து ரயிலில் ஏறி பம்பாய் சென்றனர்.

பம்பாய்க்கு வந்த பின்னர், எல்வினுக்கு எதிர்காலம் பற்றி நம்பிக்கை ஏற்பட்டது. பம்பாயில் நாடகங்கள் நடத்திப் புகழ்பெற்ற இப்ராஹீம் அல்காஸி, அலிக் பதம்ஸி இருவரும் இப்சனின் 'பிசாசுகள்' நாடகத்தை 'வெர்ரியர் எல்வின் குழு'வின் பண உதவி பெற்று அரங்கேற்றினர். வெர்ரியர் எல்வினுடைய 'பழங்குடிமக்கள் நலம் கலை ஆய்வு மைய'த்தின் உதவிக்காகத் தொழிலதிபர் ஹோமி மோடி தலைமையில் நடந்த நெப்டியூன் பால் (நடனம்) நடந்தது. தான் ஆதரவு அளித்துவந்த எல்வினுடைய குழப்பமான மனநிலையைப் புரிந்துகொள்ளாமல், ஜஹாங்கீர் பட்டேல் அவரைக் கௌரவப்படுத்தும் வகையில், தாஜ் ஹோட்டலில், இரவு விருந்துக்கு ஏற்பாடு செய்திருந்தார். எல்வினைப் பெருமைப்படுத்தும் வகையில் அளிக்கப்பட்ட பல விருந்துகளில் அது முதல் விருந்து:

> ரோட்டரி கிளப்பில், மலர்கள், கொடிகளுடனும் பெரும் விருந்து அளித்தார்கள். இரவு விருந்துக்குத் தலைமை நீதிபதி தலைமை தாங்கினார். அவர் என்னைப் பெரும் அறிஞர், பண்பாளர் என்று அழைத்தார். இந்தியன் ஏர்வேஸ் நிறுவனத்தின் தலைவர் நடத்திய இன்னொரு விருந்துக்கு அமெரிக்கத் துணைத் தூதரும், இங்கிலாந்தின் தூதரும் இன்னும் பலரும் என்னைச் சந்திப்பதற்காக அழைக்கப்பட்டிருந்தனர். இந்திய நிதி அமைச்சருடன் தேநீர் விருந்தும், பிரபல நாவலாசிரியர் முல்க் ராஜ் ஆனந்துடன் இரவு விருந்தும் நடந்தது. 'ஆர்ட் சொசைடி'யில் 'மத்திய இந்தியாவின் பழங்குடி மக்கள் கலைகள்' என்ற புத்தக வடிவத்தில் ஒரு சாக்லெட் கேக் செய்து வைத்திருந்தார்கள்".

பெரிய மனிதர்களின் பெயர்களைப் பார்த்து வியக்கும், ஆயரின் மனைவியான அம்மாவுக்கு மகிழ்வூட்ட எழுதப்பட்ட வரிகள் இவை. ஆனால் எல்வினும் மிகவும் பெருமிதம் அடைந்தார். பத்திரிகைகளில் அவருக்கும் ஷாமுக்கும் கிடைத்த பெரும் வரவேற்பும் ஆதரவும் அவர் எடுத்துக்கொண்ட லட்சியம் வளர்ந்து வருவதை உறுதிப்படுத்தியது. ('புனிதவாதம் பற்றிய கருத்தைப் பொறுத்தவரை பம்பாய்வாசிகளும், பழங்குடி மக்களும் ஒரே கருத்தைகொண்டிருக்கின்றனர்' என்று எல்வின் சொன்னது அவர்களுக்குச் சிரிப்பை வரவழைத்தது.) அங்கிருந்து அவர்கள் டெல்லி சென்றனர். அங்கு ரோட்டரி கிளப்பில் நடந்த கூட்டத்துக்கு, ஜெயபால் சிங் என்ற பீகாரைச் சேர்ந்த

அரசியல்வாதி தலைமை தாங்கினார். ஆக்ஸ்போர்டில் படித்திருந்த அவர் மிகவும் அருமையாக நன்றியுரை ஆற்றினார். 'பேச்சில் இந்துக்களைக் கடுமையாகத் தாக்கினார். அவருடைய கடுமையான பேச்சைக் கேட்டபின் நான் இந்துக்களைப் பற்றி மென்மையாகக் கிண்டலடித்ததை அவர்கள் மறந்தே விட்டனர். எங்களுடைய தொடர்ந்த பிரச்சாரம் கொஞ்சம் பாதிப்பை ஏற்படுத்தி வருகிறது. பரிதாபத்துக்குரிய காங்கிரஸார்கூட மனம் மாறி வருகிறார்கள்' என்று தங்கைக்கு எழுதினார். தான் பாதுகாப்பாக இருப்பதாக உணர்ந்தார். 'இந்தியாவில் எல்வின் கதையை முடித்துவிட்டார்கள்' என்று ஒரு நண்பர் சொன்னதாக எடித் எழுதினார். அதற்குக் கோபத்துடன் எல்வின் இவ்வாறு பதில் அளித்தார்: 'நான் அஞ்சவில்லை'.

டெல்லியில் நேருவைச் சந்திக்கலாம் என்று எல்வின் நினைத்தார். நேரு சுற்றுப் பயணம் செய்துகொண்டிருந்தார். எல்வின் நேருவுக்கு ஒரு கடிதம் எழுதி வைத்துவிட்டுச் சென்றார்:

அன்புள்ள ஜவஹர்லால்ஜி,

ரொம்பக் காலம் முன்னால், நான் காந்திஜியுடன் இருக்கும் போது உங்களைச் சந்தித்து மகிழும் வாய்ப்புக் கிடைத்தது. ஆனால் இப்போதுதான் நான் எழுதுகிறேன். சென்ற ஜூலை மாதம் பழங்குடி மக்களின் பிரச்சனைகள் குறித்து நீங்கள் அருமையாக உரையாற்றி இருந்தீர்கள். அதற்காக நன்றி சொல்ல விரும்புகிறேன். என்னுடைய உணர்வுகளை அப்படியே வெளிப்படுத்தி இருந்தீர்கள். அது தனிப்பட்ட முறையில் எனக்குப் பெரும் ஊக்கத்தையும் ஆதரவையும் அளித்தது. நான் பழங்குடி மக்களுடன் வாழ ஆரம்பித்து 21 வருடங்கள் ஆகின்றன. உங்கள் பேச்சைத் தவிர வேறெதுவும் என்னை இவ்வளவு உற்சாகப்படுத்தியது இல்லை. பழங்குடி மக்களில் ஒருவனாகவே மாறிவிட்ட எனக்கு, எதிர்காலத்தில் பழங்குடி மக்களுக்குப் பெருமகிழ்ச்சி கிடைக்கும் என்ற உறுதியை வேறெதுவும் உண்டாக்கவில்லை.

'அசாமின் அருங்கலைப் பொருட்கள் பற்றி ஆய்வு செய்ய வேண்டும் என்று விரும்புகிறேன். அது 'மத்தியபிராந்தியத்தின் பழங்குடி மக்கள் கலைகள்' நூலின் தொடர்ச்சியாக இருக்கும்' என்று தன் விருப்பத்தை நேருவிடம் தெரிவித்தார். அரசின் உதவி இப்போது தேவையில்லை. எப்போதும் போல பம்பாய் லட்சாதிபதிகள் நிதி சேகரிக்க உதவி செய்தனர். ஆனால் அரசின் அங்கீகாரம் தேவைப்பட்டது. "நான் செய்யும் வேலைகளுக்கு உங்கள் ஆதரவு இருக்கிறது என்று தெரிந்தால் அது பெரும்

உதவியாக இருக்கும். அசாம் ஆளுநருக்கு நீங்கள் எனக்காக சிபாரிசு செய்து கடிதம் எழுதலாம்.

ஒரு பரிதாபத்துக்குரிய காங்கிரஸ்காரன் இன்னொரு பரிதாபத்துக்குரிய காங்கிரஸ்காரனுக்கு, எழுதுவது போல, நேரு, அசாம் ஆளுநர் ஜய்ராம்தாஸ் தௌலத்ராமுக்கு எழுதினார். ஆளுநர் நடைமுறைச் சிரமங்களை அறிந்தவர். நடைமுறைக்குப் பொருந்தாதவற்றை ஏற்றுக்கொள்ளாதவர். மானிடவியல் அறிஞருக்குக் கலைப்பொருட்களைச் சேகரிக்க மட்டும் ஏன் அனுமதி வழங்க வேண்டும்? அதைவிட நல்ல காரியங்களுக்கு அவரைப் பயன்படுத்திக் கொள்ளலாமே? எல்வின் அசாமுக்கு வந்து மூன்று மாதங்கள் தங்க வேண்டும் என்று தௌலத்ராம் அழைப்பு விடுத்தார். இந்துமதப் பழங்கங்களால் பாதிக்கப்படாத அந்த மாநிலத்தின் பழங்குடி மக்களின் எதிர்காலம் குறித்து ஒரு அறிக்கை தயார் செய்யலாம். அவர்கள் அரசுக்கு எதிராகக் கலகம் செய்யக் கூடியவர்கள். அவர் தன் ஆராய்ச்சிகளையும் தொடரலாம்.

மண்ட்லாவில் இருந்த குழப்பங்களில் இருந்து வெளியே வர விரும்பிய எல்வினுக்கு இது மறுக்க இயலாத வாய்ப்பாக இருந்தது. அசாம் பயணம் புதிய நம்பிக்கைகளைத் தந்தாலும், ஆபத்துக்களும் இருந்தன. தன் வாழ்வின் இது இன்னொரு திருப்புமுனை, கடைசித் திருப்புமுனையாகக்கூட இருக்கலாம் என்று எண்ணினார். அசாமுக்குக் கிளம்பும் முன்னால் அவர் எழுதிய உயில் அதற்குச் சான்று பகர்கிறது. தனது சேமிப்பின் அதிகபட்சத் தொகையான ஐந்தாயிரம் ரூபாயை லீலாவுக்கும் மீதம் உள்ளதை ஷாமுக்கும் எழுதி வைத்தார். குமாருக்குத் தனியாக எதுவும் எழுதி வைக்கவில்லை. குமாரின் பெயரில் பங்குப் பத்திரங்களும், முதலீட்டுப் பத்திரங்களும் இருந்தன. தங்கை எடித்திடம் இருந்தும் அவனுக்குப் பணம் கிடைக்கும். ஆனால் ஹிவாலே தம்பதிகள் குமாரைத் தங்கள் மகன் போல் பார்த்துக்கொள்ள வேண்டும் என்று எழுதியிருந்தார். மற்றச் சொத்துக்களில், நூலகம் ஷாம்ராவுக்குச் சென்றது. டெம்பிள் எழுதிய 'பஞ்சாபின் பழங்கதைகள்' என்ற நூல் கல்கத்தாவிலுள்ள தேசிய நூலகத்திற்குச் சேரவேண்டும். அது அரிய நூலின் ஒரு நல்ல பிரதி. டால்டன் எழுதிய 'வங்காளத்தின் விரிவான இனவரைவியல்' என்ற நூலின் பிரதியை ஜஹாங்கீர் பட்டேலுக்கு அளிக்க வேண்டும். அவர் சேகரித்து வைத்த, இனவரைவியல் ஆய்வில் பயன்படும் புகைப்படங்களின் மூலப் பிரதிகளை (நெகடிவ்கள்) நிறுவனங்களுக்கோ அல்லது அவை யாருக்கு நன்றாகப் பயன்படுமோ அவர்களிடம் ஷாம்ராவ் ஒப்படைக்க வேண்டும். என் தங்கையிடம் இருக்கும் ஐந்து ரீல்கள் கொண்ட

திரைப்படத்தை 'ராயல் ஆந்திரபொலஜிகல் இன்ஸ்டிடியூட்'டில் ஒப்படைக்க வேண்டும்.

எல்வினும் ஷாமும் நவம்பர் 15ஆம் தேதி அசாமுக்குக் கிளம்பினர். பதன்காரில் இருந்து காரில், ஜபல்பூர், மைஹார், பனாரஸ், கயா வழியாகச் சென்றனர். ஒரு வாரம் கழித்துப் பிரம்மபுத்திரா நதிக்கரையில் அரசு விருந்தினர் விடுதிக்கு வந்து சேர்ந்தனர். அசாமில் அவர்கள் பார்த்த முதல் இடம் அது. சமவெளிகள், சால் மரக்காடுகள், தேயிலைத் தோட்டங்கள், போன்ற பல பகுதிகள் வழியே பயணம் செய்திருந்தனர். தங்கியிருந்த இடங்களும் வெவ்வேறு மாதிரியாக இருந்தன. ஒருநாள் இரவில் மிக வசதியான விடுதியிலும், இன்னொரு நாள் பூச்சிகள் நிறைந்த பஞ்சாபி விடுதியிலும், சில நேரங்களில் தரையில் படுத்து உறங்கியும், சில நேரங்களில் காரில் உறங்கியும் நாட்களைக் கழித்தனர். ஒருவழியாக அசாமை அடைந்தனர். நதியின் குறுக்கே பார்த்தால் இமயமலை தெரிந்தது. புதிதாக வந்தவருக்கு முதல் காட்சியே மிக ரம்மியமாக இருந்தது.

எல்வின் ஷில்லாங்கில் டிசம்பர் மூன்றாம் தேதி ஆளுநரைச் சந்தித்தார். இந்த அருமையான இடத்தில், பைன் மரங்கள், ஏரிகள், மனம் நிறைந்த காட்சிகள் அனைத்தையும் பார்த்துவிட்டு, மணிப்பூரில் நாகா மக்களைப் பார்க்கச் சென்றார். எல்வினுக்கு 50 வயதாகிவிட்டது. உடல் எடையும் கூடிவிட்டது. எட்டாயிரம் அடி உயரத்தில் கடினமான பாதைகளில் நடக்க வேண்டியிருந்தது. நாகா மக்களின் விருந்தோம்பல் சிறப்பாக இருந்தது. காட்சிகளும், மக்களின் இனிமையும் ரசிக்கும்படி இருந்தன. ஆடைகள், ஆபரணங்களைச் சேகரித்தார். தங்குல் நாகா மலைகளில், பி.ஜி. வுட்ஹவுஸை ரசிக்கிற துணை ஆணையரைச் சந்தித்தார். உலகத்தின் உச்சிக்கே வந்துவிட்டதாக மகிழ்ந்தார். நாள் முழுவதும் மலை ஏறிக் கடைசியில், அவர்கள் கண்ட காட்சி

> மிக அருமையாகப் பூமியில் எங்குமே காண முடியாத அழகாக இருந்தது. ஒரு பெரிய ஆரஞ்சு மரச் சோலையின் நடுவே, சிவப்பு நிற ஆடைகள் அணிந்து, மன்னர்கள் போல வெள்ளை நிறத்தில் சிறகு போன்ற மகுடங்களுடன், கைகால்கள் பொன்னிறமாக மினுங்க, முப்பது அழகான வாலிபர்கள் மேலும் கீழும் ஆயுதங்களுடன் நடந்து சென்றனர். எப்போதோ மறைந்துவிட்ட புராதன உலகை நினைவுபடுத்தும் பாடல்களைப் பாடினர். அவை மரணச் சடங்கில் பாடும் பாடல்கள். நான் இறந்து போனால், என் உடல் மண்ணோடு கலக்கும்போது அவற்றைப் பாடினால் நான் பெருமையாகக் கருதுவேன்.

இங்கே இருக்கும் மக்கள்தான் உண்மையாக 'வாழ்கிறார்கள்'. காடுகளும் நிலங்களும் அவர்களுக்கே முழுவதும் சொந்தம். மரபுகளின்படியே துணிநெசவு செய்வதும், நடனமாடுவதும் நடந்தன. ஆடுவதும், பாடுவதும், மர வட்டிலில் எல்லோரும் சேர்ந்து உண்பதும் இன்னும் அழிந்து விடவில்லை. அந்தப் பயணத்தில் பழங்குடி மக்களைக் கண்டு மிகத் தீவிரமான ஆர்வம் மூண்டதாகப் பின்னாளில் நினைவுகூர்ந்தார். மீதி இருக்கும் வாழ்நாளை, எதிர்காலத்தை, வடகிழக்கு மாநிலங்களில் கழிக்க வேண்டும் என்ற தீர்மானத்துக்கு வந்தார். வீட்டுக்குத் திரும்பும் போது ஷில்லாங்கில் அறிக்கையை ஆளுநரிடம் அளித்தார். 'ஆதிவாசிகளின் நலனுக்காக, நீங்கள் எப்போது அழைத்தாலும் மகிழ்ச்சியுடன் சேவை செய்யத் தயாராக இருக்கிறேன்' என்று அத்துடன் ஒரு குறிப்பையும் எழுதிக் கொடுத்தார்.

○ ○ ○

அசாமில் இருந்து திரும்பும்போது எல்வின் கல்கத்தாவில் கொஞ்ச நாள் தங்கினார். ஒருநாள் அவர் சௌரங்கித் தெருவில் நடந்துகொண்டிருக்கும்போது இரண்டு அமெரிக்கப் பெண்கள் அவரை நிறுத்தி "நீங்கள்தான் டாக்டர் எல்வினா?" என்று கேட்டனர். அவருடைய புகைப்படத்தை ஸ்டேட்ஸ்மென் பத்திரிகையில் பார்த்திருந்தனர். அதில் இருந்தது போலவே கையில் ஒரு சிகாருடன் காட்சியளித்தார். அது அவருடைய அடையாளம். ஜீன் மெரில் (John Merril), ரொன்னி சில்பெர்ட் (Ronnic Silbert), இருவரும் ஃபுல் ப்ரைட் (Fulbright scholars) உதவித்தொகை பெறும் ஆராய்ச்சியாளர்கள். வயது இருபத்தி ஐந்துக்கு மேல் இருக்கும். ஒருவர் நாட்டார் கதைகளிலும் இன்னொருவர் நாட்டார் வழக்காறுகளிலும் ஆராய்ச்சி செய்தனர். அந்த புகழ்பெற்ற அறிஞரைச் சந்தித்ததில் மகிழ்ந்தனர். அவரும் ஜீனைக் கண்டு மிகவும் மகிழ்ந்தார். அழகானவர், நகைச்சுவை உணர்வு மிக்கவர், பழைய பத்திரிகையாளர். எஸ்ரா பவுண்டை நன்றாகக் கற்றறிந்தவர். எல்வினுடைய துணையுடன் இருவரும் கல்கத்தாவைச் சுற்றிப் பார்த்தனர். பிறகு எல்வின் அவர்களை பதன்காருக்கு அழைத்தார். எல்வினுடைய நண்பர், ஜான் ஆடன் அந்த இரு அமெரிக்கப் பெண்களும் அவருடைய காதலிகள் என்றார். ஆனால் எல்வின் அப்படி நினைக்கவில்லை. எல்வினும் ஷாமும், தங்களுடைய பிரச்சனைக்குச் சரியான தீர்வு ஜீன் என்ற முடிவுக்கு வந்தனர். இருவரும் பதன்காருக்கு வந்த பிறகு, எல்வின் ஜீனை அழைத்துக்கொண்டு மலையில் ஏறினார். அங்கே அவரை மணந்துகொள்ளும் தனது எண்ணத்தை வெளியிட்டார். ஜீன் இனிமையாகப் பேசினாலும், திருமணம் செய்ய முடியாதென்று சொல்லிவிட்டார்.

எல்வினுக்கு மனம் பொறுக்கவில்லை. 'நாகரிக உலகிற்குக் கடைசி வாய்ப்பைக் கொடுத்தேன். அதற்கு என்னைப் பிடிக்கவில்லை' என்று விக்டருக்கு எழுதினார். ஜேன் ஆஸ்டின் முதல் பி.ஜி. வுட்ஹவுஸ் வழியாக வந்த மொழியில் தன்னுடைய உணர்ச்சிகளைப் பதிவு செய்தார்:

> படைத்தவன் அப்பாவி எல்வினுக்கு ஒரு பொருத்தமான மனைவியை உருவாக்க நினைத்திருந்தால், அதுவும் அவளை என் லட்சியத்தின்படியும், தன்னுடைய மூளையையும் கொஞ்சம் உபயோகித்தும் உண்டாக்கியிருப்பானானால், அவன் ஜீனைப் போன்ற பெண்ணை உருவாக்கி இருப்பான். அவ்வளவு முழுமையாக இல்லை என்றாலும், அவளுடைய முழுமையை எட்டிப் பிடிக்கும் அளவுக்கு உருவாக்கியிருப்பான். கனவுகளால் ஓர் உலகத்தைப் படைத்திருக்கிறோம். லீலாவுக்குச் சில ஏற்பாடுகள் செய்திருக்கிறோம். என்னிடம் ஒரு பாட்டில் 'ஷாம்பெயின்' மது தயாராக இருக்கிறது. இப்போது...

இதற்கெல்லாம் எவ்வளவு முக்கியத்துவம் கொடுக்க வேண்டும் என்று தெரியவில்லை. எல்வின், ஜீன் என்ற லட்சியத்தின் மீது காதல் கொண்டார். நன்கு கல்வி கற்ற, நாகரிகமான, கவிதை, இலக்கியம் இவற்றை அறிந்த பெண் மீது காதல் வயப்பட்டார். பழங்குடிப் பெண்களிடம் இல்லாத எல்லாக் குணாம்சங்களின் உருவமாக ஜீன் இருந்தாள். ஐம்பது வயதில் இந்த அழகுத் தேவதையை கை நழுவவிட்டால் இனிமேல் இது போன்ற வாய்ப்புக் கிடைக்காது என்று உணர்ந்தார். அமெரிக்கப் பெண்களின் ஒளிவு மறைவில்லாத பேச்சைக் காதலென்று அவர் தவறாகப் புரிந்துகொண்டிருக்க வேண்டும். லீலாவுடன் கொண்டிருந்த உறவைத் திருமண உறவாக மாற்றிக் கொள்ள உறுதிமொழி தரவில்லை என்றாலும் அவர் நடந்துகொண்ட விதத்தை எளிதில் மன்னித்துவிட முடியாது. லீலா அவருடைய குழந்தைகளைப் பெற்றவள். ஜீனைப் பொறுத்தவரை, எல்வின் நிறைய இடங்களைச் சுற்றிப் பார்த்தவர், அனுபவம் மிக்கவர். அவருடன் சுற்றி அலைவதில் ஆர்வம் இருந்திருக்கக் கூடும் என்று யூகிக்கலாம். அந்தக் காதல் முழுமை அடையவில்லை. ஆனால் திருமணம் என்பது முற்றிலும் வேறு விஷயம். ஃபுல்பிரைட் (Fullbright) உதவித்தொகை பெறும் அறிஞர், தன்னுடைய நாட்டையும், வேலையையும் விட்டு, ஏதோ ஒரு மூலையில், ஐம்பதுகளின் இந்தியாவில் ஏன் கழிக்க வேண்டும்?

தன்னுடைய தினசரிக் குறிப்பில் எல்வின் பிப்ரவரி மாதத்தின் கடைசி நாளைப் பற்றி, சிட்னி கீய்ஸ் வரிகளுடன் குறிப்பிட்டார்:

எப்படிப்பட்ட மாதம் இது? இனி பிப்ரவரி என்ற வார்த்தையை நடுக்கம் இல்லாமல் என்னால் எழுத முடியாது. கிடைக்க முடியாத அவள், அந்த மாதம் முழுவதும் என்னை ஆட்கொண்டுவிட்டாள். அவள் எனது லட்சியம், (எனது பிரச்சனைகளுக்கு) மிகப் பொருத்தமான தீர்வு. எதையுமே செய்ய முடியாமல் செயலற்றுப் போய்விட்டேன். என்னைப் பற்றிய கசப்பும் இனிப்பும் கலந்த பாடங்களைக் கற்றுக்கொண்டேன். ஷாமின் நல்ல மனத்தையும், தன்னலமற்ற குணத்தையும் அறிந்துகொண்டேன். (அவர் ஜீனை ஏற்றுக்கொள்ளவும், லீலாவுடன் ஏற்படும் பிரிவைச் சுமூகமாகச் சரிக்கட்டவும் தயாராக இருந்தார்.) வசந்த் என்மீது கொண்ட அன்பு, லீலா கொண்டிருந்த உணர்ச்சிமயமான நேசம், குழப்பமான குறிக்கோள்கள், ஒன்றுக்கொன்று முரணான கடமைகள் எல்லாவற்றையும் தெரிந்துகொண்டேன். மீண்டும் இளைஞனாக ஆகலாம், புதிய வாழ்க்கை தொடங்கலாம் என்று நினைத்தேன். ஆனால் அப்படி நடக்கவில்லை. அதனால் இன்னொரு வழியைத் தேட வேண்டும். ஒரு விஷயத்தில் தோல்வி அடைந்துவிட்டால் எல்லாவற்றிலும் தோல்வி என்று எண்ண வேண்டியதில்லை. ஏமாற்றம் அடைந்ததால், முதுமை அடைந்துவிட்டதாக எண்ணக் கூடாது என்பது முக்கியமானது. எல்லாவற்றையும் விட முக்கியமானது இளமையைக் காத்துக்கொள்வது. நமது உண்மையான எதிரி அவப்பெயர் அல்ல, வறுமை அல்ல, நமது கெட்ட பழக்கங்களும் அல்ல, காலமே நமது உண்மையான எதிரி. ஜீன் காலத்தின் ஓட்டத்தை நிறுத்தி இருப்பாள். ராபெலைஸ் சொல்லி இருப்பான் 'அவள் கால ஓட்டத்தின் பின்புறத்தில் முள்ளை வைத்துத் தொட்டிருக்கக்கூடும்'

அவர் மீண்டும் தன் பணியில் ஈடுபட்ட வேகத்தை வைத்துப் பார்த்தால், அந்தப் பெண்ணைக் காதலித்ததை விட அந்தக் கற்பனையைக் காதலித்தார் என்று தோன்றுகிறது. அதற்கு மாற்றாக இன்னொரு பெண் அருகிலேயே இருந்தாள். அவள் கிடைத்திருக்கக் கூடிய வாய்ப்பு இருந்தது. அவள் அவரை இளமையாக வைத்திருப்பாள். உணமையைச் சொல்லப் போனால் அவரை இளமையாக அவள்தான் வைத்திருந்தாள். ஜீன் பதன்காரை விட்டுச் சென்றதும், லீலாவை மணம்முடித்து நேர்மையான மனிதனாக வேண்டும் என்று முடிவெடுத்தார். என்னென்னமோ சுற்றி வளைத்துச் சொல்லி அம்மாவுக்கு எதிர்கால மனைவியைப் பற்றி எழுதினார். 'உங்களிடம் சொன்னேனா என்பது ஞாபகம் இல்லை. வசந்த் என்ற அழகான

பையனைத் தத்து எடுத்திருக்கிறேன். இரண்டரை வயது இருக்கும். மனதைக் கவரும் குழந்தை.' வசந்த் லீலாவின் மகன் என்பதை மூன்று மாதங்கள் கழித்து அம்மாவிடம் சொன்னார். ஜூன் 19ஆம் தேதி மீண்டும் திருமணம் செய்துகொள்ளப் போவது பற்றி வீட்டாருக்கு எழுதினார்.

தன்னுடைய நண்பர் ஒருவர் இரண்டாவது முறை திருமணம் செய்கிறார் என்று தெரிந்ததும் டாக்டர் ஜான்சன் 'அனுபவத்துக்கும், எதிர்காலம் பற்றிய நம்பிக்கைக்கும் இடையே ஏற்பட்ட போட்டியில் நம்பிக்கை வென்றுவிட்டது' என்றார். இந்தமுறை நம்பிக்கைக்குப் பலன் கிடைக்கும் என்று நம்புவோம். எனக்கே என்ன செய்வேன் என்பது நிச்சயம் இல்லாமல் இருந்தது. அதனால்தான் இதற்கு முன்னால் இதைப் பற்றி எழுதவில்லை. வேட்டையாடும் பொருளைப் பிடித்துவிடுவேன் என்ற நிச்சயம் இல்லையென்றால் வேட்டையைத் தொடங்க மாட்டேன்.

அவள் பெயர் லீலா. பர்தான் பழங்குடி இனத்துப் பெண். அவர்களைப் பற்றி ஷாம்ராவ் எழுதியிருக்கிறான். நகைச்சுவை உணர்வு மிக்கவர்கள். இனிமையானவர்கள், கவிதையை இசையை விரும்புகிறவர்கள். கோண்டு பழங்குடி மக்களுடன் சேர்ந்து வாழ்கிறவர்கள், கோண்டுகளுக்கு உற்சாகம் ஊட்டுபவர்கள். லீலாவுக்கு முப்பது வயசாகிறது. அவளுக்கு இரண்டு அழகான பையன்கள். கணவனை மணவிலக்குச் செய்துவிட்டாள். ஒருவன் வசந்த். அவனை நான் வளர்த்து வருகிறேன். என் வாழ்வின் இன்பம் அவன் தான். நான் பார்த்ததிலேயே அழகான குழந்தை. அடுத்த கடிதத்துடன் அவர்களுடைய புகைப்படங்களை அனுப்புகிறேன். அவள் இனிமையானவள், பார்க்க அழகானவள், நல்ல குணவதி, குடிக்க மாட்டாள், ரொம்பத் திறமைசாலி, எங்கள் வேலைக்கு மிகவும் உதவியாக இருப்பாள். இந்த ஆண்டு நாங்கள் கூரை வேய்வதற்கு சேமித்துவைத்த புற்கட்டுகள் எரிந்துவிட்டன. அப்போது நானும் ஷாமும் இல்லை. அவள் உடனே 20000 கட்டுப் புல்லுக்கு ஏற்பாடு செய்தாள். அவள் அப்படிச் செய்யவில்லை என்றால், நாங்கள் இருக்கும் வீட்டைக் கட்டி இருக்க முடியாது. ஏழைகளுக்கு இரங்குவாள், இந்தி எழுதப் படிக்கத் தெரியும். நான் ஆங்கிலம் சொல்லிக் கொடுக்கிறேன். நல்ல மனைவியாக அமைவாள் என்று நம்புகிறேன். என் மீது மிகவும் பாசம் கொண்டவள்.

இந்தச் சூழலில் அவள் முந்தைய கணவன் மூலம் குழந்தைகள் பெற்றவள் என்ற குட்டிக்கதை தேவையாக

இருந்தது. மற்றபடி குணத்தில் கோஸியிலிருந்து வேறுபட்டவள் என்பதை வற்புறுத்திச் சொன்னார். வீட்டுக்கு ஏற்ற பெண், விசுவாசமானவள், அவளுக்குக் கெட்ட பழக்கங்கள் கிடையாது. இதையறிந்து அம்மாவும் எடித்தும் அதிர்ச்சி அடைந்தனர். திருமதி எல்வின் குசும் ஹிவாலேவுக்கு இவ்வாறு கடிதம் எழுதினார்:

> அவன் திருமணம் செய்யட்டும். ஆனால், பொருத்தமான பெண்ணைத் திருமணம் செய்ய வேண்டும். எவ்வளவு அருமையாக, நெருங்கியவளாக இருந்தபோதிலும், ரொம்பவும் ஆபத்து இருக்கிறது. அவனுக்கு ஏதாவது சொத்து இருந்தால், அவளுக்கு என்ன கிடைக்கும், தன் குழந்தைகளுக்கு எதைக் கொடுப்பாள், என்பதெல்லாம் பெரிய சிக்கல். அவனுக்குச் சமூகத்தில் அந்தஸ்தும் மரியாதையும் இருக்கிறது. ஆண்கள் பெண்கள் நிறையப் பேரைத் தெரியும், நிறைய இடங்களுக்குப் போக வேண்டியிருக்கும். என் அருமை மூத்த மகனுக்காக நான் கடவுளைப் பிரார்த்திக்கிறேன். எதிலும் குறுக்கிட விரும்பவில்லை. அவன் தன் பாதையில் செல்கிறான். இந்தப் பாவப்பட்ட அம்மா சொன்னால் கேட்க மாட்டான்.

அம்மாவுக்கு ஆறுதல் சொல்லும்படி தனது நம்பிக்கைக்குரிய ஷாம்ராவிடம் அவர் வற்புறுத்தினார். ஷாம்ராவ் திருமதி எல்வினுக்குக் கடிதம் எழுதினார். 'முதல் திருமணம் மாதிரியே இந்தத் திருமணமும் ஆகிவிடும் என்ற பயமில்லை. எல்வினை நான் எவ்வளவு தூரம் அறிவேனோ அவ்வளவு லீலாவும் அறிவாள். ஒவ்வொரு வருடமும் பதினொரு மாதங்களைக் கிராமங்களில் கழிக்கும் எல்வினுடைய வாழ்வில் லீலா அவருக்கு நல்லது செய்வாள்.

இவற்றாலெல்லாம் திருமதி எல்வினும், அவருடைய நண்பர்களும் திருப்தி அடையவில்லை. கோஸியுடன் திருமணம் செய்துகொண்டதைத் தொடக்கத்திலிருந்தே ஆதரித்த பில் ஆர்ச்சர்கூட அவரை எச்சரித்தார். லீலா கணவருடன் பம்பாய் அல்லது கல்கத்தா சென்றால், மீண்டும் 'பிரச்சனை' ஆரம்பமாகி விடும். மிக உயர்ந்த இடத்தை எட்டிவிட்டதாக லீலாவுக்குத் தலைக்கனம் ஏற்படலாம். லீலாவை மணந்த பின்னும் முழு ஒத்துழைப்புத் தருவதாக ஜஹாங்கீர் பட்டேல் எழுதினார். ஆனாலும்

> திருமணம் செய்வதால் ஏற்படும் நன்மைகள் தீமைகள் இரண்டையும் நான் பார்த்தால், இரண்டும் சமமாக இருக்கிறது. நேரடியாகச் சொல்வதென்றால், லீலா உங்கள்

ஞானத்துக்கு ஒருபோதும் ஈடு கொடுக்க முடியாது. மனைவியாக இருப்பவள் உணர்ச்சிக்கும் ஞானத்துக்கும் ஏற்றவளாக இருக்க வேண்டும். ஐம்பது வயதுக்கு மேலாகிவிட்ட பின் உணர்ச்சியை விட, ஞானத்துக்கு அதிக முக்கியத்துவம் உண்டு. லீலாவை நீங்கள் திருப்திப்படுத்த முடியவில்லை என்றால் கோஸிக்கு நேர்ந்த கதி லீலாவுக்கும் நேரும். ஒன்றை மட்டும் உறுதியாகச் சொல்வேன். எந்தக் காரணத்துக்காகவும் நீங்கள் இன்னொரு குழந்தையைப் பெற்றுக்கொள்ளக் கூடாது. அது சுயநலம். குழந்தையின் நலத்துக்கு உகந்தது அல்ல. இயல்பாகவே ஒருவேளை லீலா இன்னொரு குழந்தை பெற விரும்பலாம். தாயான அனுபவம் அவளுக்கு உண்டு என்பதால் (நீங்கள்தான் அதை என்னிடம் சொன்னீர்கள்) அதுவும் நீங்கள் மகிழ்ச்சியாக இருப்பதற்குத் தடையாக இருக்கும்.

ஜஹாங்கீர் பட்டேல் நல்லெண்ணத்துடன் எச்சரித்தார். எல்வின், 'அனுபவத்தை' விட, நன்றாக வாழமுடியும் என்ற நம்பிக்கையில் இந்த முடிவை எடுத்தார். இப்படி லீலாவைப் பற்றி எண்ணி மனக்குழப்பத்தில் இருந்த போதிலும், எல்வின் தன்னைத் திருமணம் செய்துகொள்ள வேண்டும் என்ற மனநிலையில் லீலா இருந்தார் என்பது தெரிகிறது. லீலா இருந்த சூழ்நிலையை வைத்துப் பார்க்கும்போது அவர் அப்படி நினைத்தது உண்மையாக இருக்க வேண்டும். திருமணம் செய்துகொள்ள நாள் குறிக்க, ஜபல்பூரில் திருமணப் பதிவாளர் அலுவலகத்தில் விண்ணப்பித்தார். இரண்டு மாதம் காத்திருக்க வேண்டும் என்று சொன்னார்கள். திருமணம் முடிந்துவிடும் என்ற எதிர்பார்ப்புடன் வீட்டைப் புதுப்பித்துக் கட்ட ஆரம்பித்தார். வீட்டை அலங்கரிக்க மிகச்சிறந்த கோண்டு கைவினைஞர்களை அழைத்தார். ஒரு சுவரில் மிருகங்கள், புலிகள், நண்டுகள், காகங்களின் படங்கள் வரைந்தனர். இன்னொன்றில் சண்டையிடும் வீரர்கள், மந்திரவாதிகள் தந்திரக் காட்சிகள் செய்வது போன்ற படங்கள் வரைந்தனர். குளியல் அறையின் சுவரில் கோண்டு பெண்கள் கிணற்றடியில் குளிக்கும் காட்சியையும் அதன் பின்னணியில் அடர்ந்த மரங்களையும் வரைந்தனர். மரவேலை செய்பவர்கள் எல்வினுடைய புத்தகங்களை வைப்பதற்குக் கண்ணாடி பதித்த அலமாரி ஒன்றைச் செய்தனர். ஒரு ரேடியோ செட் வைக்க சுவரில் இடம் வைத்துக் கட்டினர்.

தங்கி இருந்த இடம் வீடாக மாறியது. லீலாவும் அவரும் 1953ஆம் ஆண்டு ஜபல்பூரில் பதிவாளர் முன்னிலையில் திருமணம் செய்துகொண்டனர். அன்று காலையில் கடைசி நேரத்தில் எல்வின்

மிரண்டு போனார். கொஞ்சம் யோசித்துப் பார்த்ததும் பயம் அகன்றது. 'நான் செய்த காரியங்களிலேயே முட்டாள்தனமான காரியம். சமூகத்தைப் பொறுத்தவரை இது என் மரணம், என் பணிகளின் கடைசிக் காலம், உடலுறவுச் சாகஸத்தின் முடிவு, மிகக் குறைந்த தேவைகளுடன் திருப்தி அடைந்த வாழ்வு. என் முன் இவைதான் எதிர்காலத்தில் இருக்கின்றனவா?. என்றெல்லாம் காலையில் தோன்றியது. பிறகு, புத்துணர்ச்சி பெற்றேன். செய்யப்போவது நல்ல காரியம்தான். ரொம்பக் காலமாக லீலாவைக் காதலித்தேன். இன்னும் காதலிக்கிறேன். அவளும் என்னை விரும்புகிறாள். குறையாத கருணையும், மன்னிக்கும் குணமும், அன்பும் இருந்தால், மனநிறைவு பெற முடியும். அவளுக்கு இவை எவ்வளவு தேவையோ அதே அளவு எனக்கும் தேவை.

திருமணம் பதிவு செய்த பின்னர் ஊரிலிருந்த அவரது நண்பர்கள் அவருக்கு விருந்து கொடுத்தனர். அந்த நாவலாசிரியர், மானிடவியல் அறிஞர், மணமகன் இவ்வாறு அதை விவரித்தார் 'நாக் குடும்பத்தினர் இனிப்புகள் வழங்கினர், மரபு வழியில் பன்னீர் தெளித்தனர். ஈஸ்வர் சிங், ஓய்வுபெற்ற கல்வித்துறை இயக்குநர், போலீஸ் துறையின் துணை ஐ.ஜி.; குடும்ப மருத்துவர் ரமேஷ் மிஸ்ரா; காந்தி குல்லா அணிந்த நாரத் என்ற பத்திரிகையாளர்; ரயில்வே துறையின் இயக்குநர் அவருடைய அழகான மனைவி; வனத்துறையின் உயரதிகாரி இன்னும் பலர் வந்திருந்தனர்.' அவர்களில் ஒருவர் பூனேவில் டெக்கான் கல்லூரியின் பழைய மாணவர். எல்வின் கிறித்தவ சேவா சங்கத்தில் துணைத்தலைவராக இருந்தபோது அவருக்குப் பாடம் நடத்தி இருந்தார். 'தந்தை எல்வின் ஷேக்ஸ்பியர் நாடகங்களைப் படிக்கும்போது கேட்பது மறக்க முடியாத அனுபவம். இருபது வருடங்கள் கழித்து அவருடைய இரண்டாவது மனைவியைப் பார்ப்பதும் மறக்க முடியாத அனுபவம்தான். லீலா இளமையாக, கருப்பாக, உடல்நலம் மிக்கவராகத் தெரிந்தார். எண்ணெய் தடவிய கட்டான அவரது கூந்தல் கலைந்துபோய் தோள்களை மூடிக் கிடந்தது.

சட்டப்படி திருமணம் முடிந்ததும், முதல் திருமணத்தின் போது நடந்தது போல, கிராம வழக்கப்படி மீண்டும் திருமணச் சடங்குகள் செய்யவில்லை. (மணமகன் நான் ஒரு பர்தான் பெண்ணை மணந்தேன் என்று கட்டுரையும் எழுதவில்லை.) ஆனால் பதன்காரில் எந்தக் கொண்டாட்டமும் அமைதியாக நடக்க முடியாது. 30ஆம் தேதி பெரும் விருந்துக்கு ஏற்பாடு செய்யப்பட்டது. 312 பேர் வந்தனர். அழையாத விருந்தாளிகளும்

உண்டு. மேளதாளம், இசையுடன் காலையில் கொண்டாட்டம் தொடங்கியது. பத்து மணிக்கு ஆடுகள் வெட்டப்பட்டன, பன்னிரண்டு மணிவரைக்கும் மது பரிமாறப்பட்டது. மதியத்துக்குப் பிறகு கூட்டத்தில் உற்சாகம் அதிகமானது. லீலாவும் எல்வினும் (திருமணக் கம்பத்தை) பந்தல்காலைச் சுற்றிச் சுற்றி ஆடினர். மாலை ஆறரை மணிக்கு மேல் மதிய உணவை அருந்தினர். தள்ளாடிக் கொண்டிருந்தவர்கள் நடுஇரவு வரை உணவருந்திக் கொண்டிருந்தனர்.

○ ○ ○

எல்வினுக்கு மனைவி கிடைத்துவிட்டாள். வேலைதான் கிடைக்கவில்லை. இந்திய மானிடவியல் நிறுவனத்தில், பி.எஸ். குஹாவுக்குப் பின்னர், இயக்குநர் பணியை ஏற்றுக்கொள்ள வேண்டும் என்று இந்திய அரசின் கல்வி அமைச்சர் அழைப்பு விடுத்தார். கல்கத்தா மாதிரி நகரத்தில் வாழ்வதற்கு அவர்கள் கொடுத்த சம்பளம் போதாது. அசாம் ஆளுநருக்கு ஆலோசகராக நியமிக்கலாம் என்ற தகவலும் வந்தது. அந்த வேலையைச் சம்பளம் இல்லாமல்கூட செய்யத் தயாராக இருப்பதாக எல்வின் தெரிவித்தார். எல்வினுக்கு ஒரு சந்தேகம் எழுந்தது. நண்பராக இருந்து எதிரியாக மாறிய குஹாதான் தன்னுடைய பெயரைப் பரிந்துரை செய்திருக்க வேண்டும். ஏனென்றால் அப்போதுதான் அவருக்கு மானிடவியல் நிறுவனத்தில் இரண்டாவது முறையாக இயக்குநர் பதவி நீட்டிப்புக் கிடைக்கும்.

இதுபற்றிய பேச்சு பரவலாக அடிபட்டதும், அவரை விரும்பிய வெளியுறவுத்துறை அதிகாரிகள் சிலரும், அவர்களுடைய பொறுப்பாளராக இருந்த நேருவும் அதைக் கவனத்திலேயே வைத்திருந்தார்கள். 1952ஆம் ஆண்டும் நேரு, அசாம் ஆளுநரிடம் எல்வினை நியமிக்கலாம் என்று பரிந்துரை செய்தார். பின்னாளில் பழங்குடி மக்களைப் பற்றிய ஒரு அறிக்கையை எல்வின் சமர்ப்பித்ததும், அந்த அறிக்கையை நேரு பழங்குடி மக்கள் கணிசமாக வாழும் அனைத்து மாநிலங்களின் முதல்வர்களுக்கும் அனுப்பிவைத்தார். 'நாம் நல்லது செய்கிறோம் என்று நினைத்துக்கொண்டு நமது வாழ்க்கை முறைகளைப் பழங்குடி மக்கள் மீது திணித்தால் நாம் அவர்களை நம்மிடம் இருந்து அன்னியப்படுத்திவிடுவோம். அனேகமாக அவர்களுக்குப் பல தீமைகளைச் செய்துவிடுவோம். அவர்கள் தங்கள் கலாபூர்வமான வாழ்க்கை முறையைப் பறிகொடுத்து, மனமில்லாமல் வேறு யாரையோ போல வாழ நேரும்.' நேரு, வெளியுறவுத் துறை அமைச்சர் என்ற முறையில், ஒரு மானிடவியல் அறிஞரை நிர்வாகத்தில் சேர்த்துக் கொள்ள வேண்டும் என்ற யோசனையை

ஏற்றுக் கொண்டார். (நேரு பிரதமராக இருந்தவரை அவர்தான் வெளியுறவுத் துறை அமைச்சராக இருந்தார்.) அவருடைய உத்தரவின்படி, நவம்பர் 1953ஆம் ஆண்டும் வடகிழக்கு எல்லைப் புற நிர்வாகத்தில், எல்வின் பழங்குடி மக்கள் ஆலோசகராக, ஆளுநரின் கீழ் நியமிக்கப்பட்டார். அலுவலகம் ஷில்லாங்கில் அமைந்தது. 1954ஆம் ஆண்டு, ஜனவரி முதல் தேதி இந்த நியமனம் கிடைத்தது. அவருடைய பணிக்காலம் மூன்று ஆண்டுகள் என்று வரையறை செய்யப்பட்டது.

பணியில் சேருமுன்னர், செய்ய வேண்டிய வேலைகள் குறித்துப் பேச டிசம்பர் இரண்டாவது வாரத்தில் டில்லி சென்றார். லீலாவும் அவருடன் வந்தார். அமைச்சர்கள், பாரளுமன்ற உறுப்பினர்கள், எழுத்தாளர்கள், பத்திரிகையாளர்கள், எல்லோரையும் சந்தித்தபோது லீலா அவர்கள் முன்னிலையில் இங்கிதம் அறிந்து நடந்துகொண்டார். ஒரு வாரத்தில் லீலா புதிய பெண்ணாகிவிட்டார். டில்லியில் மீண்டும் ஒருமுறை அவள் மீது காதல் கொண்டேன் என்று எல்வின் அம்மாவுக்கு எழுதினார். தீன் மூர்த்தி பவனுக்கும் சென்றனர். அவர்கள் நேருவுடன் காலை உணவு அருந்தினர். நேருவைப் பற்றி லீலா என்ன நினைத்தார் என்பது தெரியவில்லை. அவருடைய கணவர் நேருவைக் கண்டு மயங்கிவிட்டார். "எவ்வளவு இதமாகப் பழகுகிறார்? எவ்வளவு மேன்மையாக நடந்துகொள்கிறார்?" தோட்டத்தில் எல்வினும் நேருவும் உலவச் சென்றபோது நேரு வளர்த்த பெரிய 'பாண்டா' (சீனக் கரடி)வைப் பார்த்தனர். எல்வின், வடகிழக்கு எல்லைப்புற நிர்வாகத்தில் மட்டுமல்ல இந்தியா முழுவதும் உள்ள பழங்குடி மக்களின் பிரச்சனைகள் பற்றி ஆலோசனை வழங்க வேண்டும் என்று நேரு கேட்டுக்கொண்டார்.

டெல்லியில் சுகாதாரத்துறை அமைச்சர் ராஜ்குமாரி அம்ரித் கௌர் (சபர்மதி ஆசிரமத்தில் இருந்தவர்), எழுத்தாளர் குஷ்வந்த் சிங், வட கிழக்கு மாநிலங்களின் பாராளுமன்ற உறுப்பினர்கள் ஆகியோரை எல்வின் சந்தித்தார். அப்போது ஹிந்துஸ்தான் டைம்ஸ் பத்திரிகையின் ஆசிரியராக இருந்த தேவதாஸ் காந்தியையும் சந்தித்தார். அவர் எல்வினுடைய அம்மா எடித் இருவரைப் பற்றி விசாரித்தார். இனிய, சின்னப் பெண்ணை மணந்த மகாத்மா காந்தியின் செயலர் பியாரேலால் அவர்கள் இருவரின் நலம் பற்றி விசாரித்ததாகச் சொன்னார். எல்வின் காந்தியவாதிகள், காங்கிரஸ் அமைச்சர்களைச் சந்தித்தார், இந்திய தேசியவாதிகளுடன் கௌரவமாகச் சமரஸம் செய்துகொண்டார்.

எல்வின் குடும்பத்தினர் பதன்காருக்குச் சென்று அவசர அவசரமாக (அசாமுக்குக்) கிளம்பினர். புதிய வேலையில்

நிறையச் சேவைகள் செய்ய வாய்ப்புக்கள் இருப்பது எல்வினுக்குத் தெரிந்தது. இமயமலையின் ஒரு மூலையில், இந்தியா பர்மா எல்லைப் பகுதியில் வாழும் பழங்குடி மக்கள், இந்தியாவில் மற்ற இடங்களில் வாழும் பழங்குடி மக்களுக்கு நேர்ந்த பண்பாடு, அறச் சீரழிவுகளால் சிதைந்துவிட மாட்டார்கள் என்ற நம்பிக்கை இருந்தது. ஜே.ஆர்.டி. டாடாவிடம் இருந்து ஒரு கடிதம் வந்தது. மிகவும் மகிழ்ந்தார். அதில் டாடா 'நீங்கள் இந்தியாவில் இருந்தால் எவ்வளவு நல்லது என்று இந்திய அரசு இவ்வளவு காலம் கழித்துப் புரிந்து கொண்டதை அறிந்து மகிழ்ச்சி அடைகிறேன். அதுவும் நீங்கள் உயிருடன் இருக்கும்போதே நடந்தது உண்மையிலேயே மகிழ்ச்சி.' அரசியல் பலம் கொண்டவர்கள், இந்தியாவில் டாடாவின் பங்களிப்பையும், அவரது மதிப்பையும் அங்கீகரிக்கவில்லை. அந்த மனிதர்தான் இப்படிச் சொன்னார். குருட்டுச் சோஷலிசத்தை நம்புகிறவர்களுக்கு, தேசப் பற்று மிகுந்த, தேசத்துக்குப் பெரும் பங்காற்றிய தொழிலதிபர்கள் கூட பேராசைக்காரர்கள் என்ற சந்தேகம் இருந்தது.

ஏதோ ஒரு ரொட்டித்துண்டு கேட்டவனுக்கு வகைவகையான உணவுகளுடன் விருந்து பறிமாறினால் எப்படி இருக்கும்? எல்வின் அதுபோன்ற மகிழ்ச்சி அடைந்தார். ஒப்பந்தத்தில் மூன்று வருடங்கள் என்று இருந்தாலும், அவர் உயிருடன் இருக்கும் காலம் வரை வேலையில் தொடரலாம் என்று அமைச்சகத்தில் சொன்னார்கள். 'இது ஒரு மாபெரும் பணி. எவ்வளவு தூரம் என்னால் இதைச் செய்து முடிக்க முடியும் என்று தெரியவில்லை. வேலையின் களம் மிகவும் புதியது, உற்சாகம் தருவது, அதை நிறைவேற்றுவதற்கு என்னால் முடிந்தவரை முயற்சி செய்வேன். ஷாம் கொஞ்ச காலத்துக்கு மண்ட்லாவில் இருக்க வேண்டும். எல்லாம் நினைத்தபடி நடந்தால், பதன்காரில் செய்யும் பணிகளை இன்னொரு அமைப்பிடம் ஒப்படைத்துவிட்டு, அசாமுக்கே ஒரேயடியாக வந்துவிடலாம். கடைசிவரை இங்கேயே இருந்து விடலாம்.

'பதன்காரை விட்டுச் செல்லப் போகிறோமே என்ற உணர்வு நினைத்த அளவுக்கு என்னைப் பாதிக்கவில்லை. யோசித்து யோசித்துக் கட்டிய பதன்கார் வீட்டை விட்டுப் போகிறேன் என்ற வெறுப்பு இருந்தது. தோட்டம் ரொம்ப ஒன்றும் சிறப்பாக இல்லை. நாங்கள் இத்தனை காலம் நேசித்த மக்கள் போதையில் மிதந்தார்கள், உற்சாகம் இல்லாமல் வாழ்ந்தார்கள். செய்ய முடிந்த அளவு பணிகளைச் செய்துவிட்டோம் என்று உணர்ந்தேன். அசாமில் கொடுக்கப்பட்ட பணியில் சவால்கள் நிறைய இருக்கும், புதிய வாசல்களைத் திறக்கும், பயனுள்ளதாகவும் இருக்கும்.

“ஒரு சுதந்திரமான ஆராய்ச்சி நிறுவனம் தொடங்க வேண்டும். இருபத்தைந்து ஆண்டுகள் என்னுடன் பணிபுரிந்த ஷாம், அந்த நிறுவனத்துடன் தொடர்புள்ள மக்கள் நலப் பணிகளைச் செய்வார். மண்ட்லாவில் நடக்கும் எங்கள் வேலைகளை எல்லாம் விட்டுவிட்டு எல்லாவற்றையும் இங்கு கொண்டுவந்துவிடலாம் என்று நம்புகிறேன். ஷாம்ராவ் என்னுடன் 25 வருடங்களுக்கு மேலாகப் பணிபுரிகிறார். அவரைப் பிரிந்திருக்க நான் விரும்பவில்லை. நமது வேலைகளுக்கு அவரை வைத்துக் கொள்ளாலாம்.” ஷாம் அவருடைய அழைப்புக்காகக் காத்திருந்தார். எல்வின் ஷில்லாங்குக்கு வீட்டை மாற்றினார். இந்த இட மாற்றத்துடன் இந்தியக் குடியுரிமையும் பெறவேண்டும் என்று தீர்மானித்தார். அதற்கு வேண்டிய விண்ணப்பங்களை வரவழைத்தார். இங்கிலாந்தின் குடிமகனாக எனது கடைசி நாட்களைக் கழித்துக்கொண்டிருக்கிறேன்’ என்று தனது புதிய மேலதிகாரியான ஆளுநருக்குக் கடிதம் எழுதினார்.

இயல் 11

சில நேரங்களில் அலுவலகத்தில் பணியாற்றிய துரை

கிரிக்சன் தன்னுடைய படைப்பாற்றல் மீது பதவி உயர்வு என்ற பாதுகாப்பான ஆணுறையை அணிந்துகொண்டார்.

1942ஆம் ஆண்டு ஆகஸ்ட் மாதம் டபிள்யு.ஜி. ஆர்ச்சருக்கு எழுதிய கடிதத்தில் எல்வின்

நாம் ஒருவரை ஒருவர் பிரிந்து வாழ முடியாது. குறிப்பாக என்னால் முடியாது. உங்களுக்கு உங்கள் வேலையும் புத்தகங் களும் இருக்கின்றன. எனக்கென்று எதுவும் இருப்பதாகத் தெரியவில்லை. ஒன்று மட்டும் உறுதி. எனக்கு நீங்கள் இருக்கிறீர்கள்.

1953ஆம் ஆண்டு ஷாம்ராவ் ஹிவாலே எல்வினுக்கு எழுதிய கடிதத்தில்

எல்வின் 1953ஆம் ஆண்டில் கல்கத்தாவில் இருந்து கௌஹாத்திக்கு விமானத்தில் சென்றார். அங்கிருந்து வாடகைக் காரில் ஷில்லாங் சென்றார். 44 ஆண்டுகள் கழித்து, அதே வழியில் நானும் சென்றேன். விமானநிலையத்தில் இருந்து வெளியே செல்லும் சாலை முழுவதும் வரிசையாக ஐம்பது அடிக்கு ஒருவராகத் துப்பாக்கி ஏந்திய போலீஸ் காரர்கள் நின்றிருந்தனர். பிரதம மந்திரி அதற்கு முந்தின நாள் வந்திருந்தார். வரப்போகும் பொதுத் தேர்தலுக்காகத் தனது கட்சியின் பிரச்சாரத்தைத் துவக்கி வைத்தார் என்று ஓட்டுநர் சொன்னார். இப்படி வந்து போகும் அரசியல்வாதிகளை அசாம் ஐக்கிய முன்னணியின் போராளிகள் குறிவைத்தார்கள்.

காரில் போகும்போது கௌஹாத்தி நகருக்குச் சற்று முன்னால் இருந்த பிரம்மபுத்திரா பாலம் வருவதற்கு முன்னரே வலது புறச் சாலையில் திரும்பி கௌஹாத்தி நகரை விட்டு விலகிச் சென்றோம். மேகாலயா மாநில எல்லைக்குள் நுழைந்தோம். மேகாலயா அசாம் மாநிலத்தில் இருந்து 1972ஆம் ஆண்டில் பிரிந்தது. சமவெளிகள் கடந்து மலைப் பிரதேசம் ஆரம்பித்ததும் போலீஸ்காரர்கள் தென்படவில்லை. அந்த நிலப் பகுதியுடன் நானறிந்த ஊர்களை ஒப்பிட முயன்றேன். மலைகளின் அமைப்பும் உயரமும் நானிருந்த ஊரிருந்த கர்வால் பகுதியை நினைவூட்டின. மலைகள் அதைவிடப் பசுமையாக இருந்தன. சுண்ணாம்புக் கல் சுரங்கங்கள், சமதளப்படுத்தப்பட்ட நிலங்கள், யுகாலிப்டஸ் மரக்காடுகள் பசுமையைக் கெடுக்கவில்லை. வங்காளத்தில் இருப்பது போல வாழைமரங்கள், கர்னாடகத்தில் மேற்குத் தொடச்சி மலைகளில் இருப்பது போன்ற பாக்கு மரங்கள், மத்தியப் பிரதேசத்தில் இருப்பது போன்ற சால் மரங்கள் இருந்தன. இயற்கையில் எல்லாத் தாவரங்களும் வளரக்கூடிய இடம். ஆளை விழுங்கும் பணக்காரர்களின் முதலாளித்துவமோ, ஏழைகளின் கூட்டமோ இன்னும் இந்தப் பகுதியை எட்டவில்லை.

மலைகள் செங்குத்தாக இல்லை, கொஞ்சம் கொஞ்சமாக உயரம் அதிகரித்த மலைகளில் ஏறினோம். மலைகளெங்கும் மரங்கள் செடிகள், கொடிகள், புதர்கள் போர்த்தியிருந்தன. அங்கங்கே பைன் மரங்கள், வெள்ளைப் பூக்கள் பூத்த அழகான மரங்கள் இருந்தன. இருநூறு மீட்டர் தூரத்துக்கு ஒன்றாக விளம்பரத் தட்டி வைக்கப்பட்டிருந்தது "மேகாலயாவைச் சுத்தமாக வைத்திருங்கள்". அது சுத்தமாகத்தான் இருந்தது. ஒரு வளைந்த பாதை வழியே சென்றோம். ஓரிடத்தில் தண்ணீர் தெரிந்தது. கொஞ்சம் கொஞ்சமாகப் பெரிதாகி இரண்டு குன்றுகளைச் சுற்றிப் பரந்திருந்தது. அது ஒரு ஏரி. சில வெளிநாட்டுக்காரர்கள் படம்பிடித்துக் கொண்டிருந்தார்கள். இந்த ஏரியின் பெயர் என்னவென்று வங்காளி ஓட்டுநரைக் கேட்டேன். 'படாபானி' (பெரிய குளம்) என்றான். சமவெளியிலிருந்து சென்றவர்களுக்கு அப்படித்தான் தெரியும். உள்ளூரில் இருந்த 'காசி' மக்கள் அந்த ஏரியை 'உமியம்' (கண்ணீர்த் துளி) என்று அழைத்தார்கள் என்பதைப் பிறகு அறிந்துகொண்டேன்.

அந்த ஏரிக்கு மறுபுறம் பைன் மரங்கள் நிறைந்திருந்தன. அந்த ஏரியைக் கடந்த பிறகு எங்கும் பைன் மரங்கள், ஏரிகள், குன்றுகள் நிறைய இருந்தன. விவசாயிகளும் தென்பட்டனர். இவையெல்லாம் (ஆங்கிலக் கவிஞர்) வேர்ட்ஸ்வொர்த்தை வழிபடும் எல்வினை முன்னொரு நாளில் அழைத்தன. கிராமத்தில் இருந்த வீடுகள்கூட அழகாக இருந்தன. தரையில் இருந்து

சற்று உயரத்தில் மரக்கட்டையாலான தூண்கள் மீது சின்னச் ஜன்னல்கள் வைத்து, வீடுகள் கட்டப்பட்டிருந்தன.

மலைமீது இருந்த நகரை அணுகினோம். ஊருக்கு வெளியில் இருந்த ஒரு குடியிருப்பின் பெயர் மவ்லாய். வேல்ஸிலிருந்து (இங்கிலாந்தின் ஒரு பகுதி) வந்த கிறித்தவ ஊழியக்காரர்களால் மதம் மாற்றப்பட்ட 'காசி' பழங்குடி மக்கள் அங்கு வாழ்ந்தனர். போய்க்கொண்டிருக்கும்போதே 'பைபிள் வாசிக்கும் வகுப்புக்கள்' என்ற விளம்பரத் தட்டி கண்ணில் பட்டது. ஒரு வீட்டின் பெயர் 'அமேஸிங் கிரேஸ்'. அங்கே ஒரு இறையியல் கல்லூரி, ஒரு கல்லறை, மேரி மகதலின் கான்வென்ட் இருந்தன. அருகில் ஒரு பழைய குடியிருப்புத் தென்பட்டது. எல்வின் அதைத் தாண்டித்தான் போயிருப்பார். ஷில்லாங் அப்போதும் கிறித்தவர்கள் நிறைந்த ஊராகத்தான் இருந்ததா? இல்லாமலும் இருந்திருக்கலாம். 1954இல் இது அசாம் மாநிலமாக இருந்தது. மேகாலயா பிரிக்கப் படவில்லை. அதன் தலைநகரில் இந்துக்களின் ஆதிக்கம் இருந்தது. அவர்கள் கௌஹாத்திக்குச் சென்ற பிறகுதான் காசி மக்கள் நல்ல நிலைமை அடைந்தனர்.

நான் தங்கவேண்டிய விடுதியை அடைந்தபோது மணி ஐந்தாகிவிட்டது. எல்வின் குடும்பத்தினரை இந்த நேரத்தில் சந்திக்க இயலாது. இருட்டும் ஆகிவிட்டது. கடைத்தெருவுக்குப் போய் அன்றைய செய்தித்தாள்களை வாங்கினேன். இரண்டு செய்திகள் முதல் பக்கத்தை ஆக்கிரமித்திருந்தன. ஒன்று பிரதமர் ஐ.கே. குஜ்ரால் கௌஹாத்தியில் ஆற்றிய உரை. இன்னொன்று சில ரயில் வண்டிகளில் தொடர்ச்சியாக நடந்த குண்டு வெடிப்பு. அதற்கு முந்தின நாள் டிசம்பர் 6 என்று அப்போதுதான் எனக்கு நினைவு வந்தது. அன்றுடன் அயோத்தியாவில் இந்துக் கும்பல் பாபர் மசூதியை இடித்து ஐந்து ஆண்டுகள் ஆகிவிட்டன. இந்தியாவின் மதப்பாகுபாடின்மை, சிறுபான்மையினரைப் பாதுகாப்பு உணர்வோடு வைத்திருக்க வேண்டிய கடமை பற்றிக் குஜரால் குறிப்பிட்டிருந்தார். முஸ்லிம் தீவிரவாதிகள் குண்டுகளை வெடிக்க வைத்திருந்தனர். ஐந்து வருடங்கள் முன்னால் இந்துத் தீவிரவாதிகளின் நடவடிக்கைக்குப் பழிக்குப் பழி வாங்கினர்.

ஐ.கே குஜ்ரால் ஏழைகளின் ஜவஹர்லால் நேரு. பழைய இந்திய தேசியவாதத்தில் பயிற்சி பெற்றவர். நேருவின் கவர்ச்சி, ஆளுமை, புத்திசாலித்தனம் நேருவுக்கு அவர் பின்பற்றிய அறம் தந்திருந்த ஆளுமை இவை எதுவும் இல்லாதவர். ஆனால் இந்தியாவைப் பற்றி நேரு கொண்டிருந்த கருத்துக்களில் நம்பிக்கை கொண்டவர். இந்தியாவில் பலவித மரபுகள், மத நம்பிக்கைகள் இவற்றுக்கு இடம் உண்டு. அப்படிப்பட்ட

இந்தியாவை உருவாக்குவதற்கு உதவ எல்வின் ஷில்லாங் வந்தார். இப்படிப்பட்ட இந்தியாவுக்கு உள்ளிருந்து அரித்துக் கொண்டிருக்கும் ஊழல்களால் இப்போது ஆபத்து இருக்கிறது. நான் இரவு உணவுக்காகப் போய்க்கொண்டு இருக்கும்போது எல்வின் குறிப்பிட்டது ஞாபகம் வந்தது. நான் நடுங்கினேன். குளிர் காற்று மட்டுமே அதற்குக் காரணம் அல்ல. "தற்போது இருக்கும் தலைவர்கள் மறைந்த பின்னால், இந்தியா சனாதன இந்துத்துவத்தை நோக்கிச் செயல்பட்டால், பல முக்கிய கிறித்தவ, முஸ்லிம் தலைவர்கள் அஞ்சுவது போல கிறித்தவ மதம் சார்ந்த பழங்குடி மக்கள் கலகம் செய்ய நேரிடும். அந்த அச்சம் சரியா தவறா என்பது முக்கியம் அல்ல" என்றார் எல்வின்.

○ ○ ○

எல்வின் உற்சாகக் கிளர்ச்சியோடும் கொஞ்சம் படபடப் போடும் தனது புதிய வேலையை அணுகினார். நாட்குறிப்பில் இவ்வாறு எழுதினார்: 'எல்லைப் புறப் பகுதியில் நான் செய்யும் வேலையை நன்றாகச் செய்ய வேண்டுமானால் (கீழ்க்கண்ட) நடவடிக்கைகளை எடுப்பது அவசியம்:

1. உடல்நலம் பேணுதல்: இதைக் கருத்தில்கொண்டு, அதிகமாக உணவோ மதுவோ அருந்தக் கூடாது. அளவுக்கு அதிகமாக வேலை செய்யக் கூடாது. லீலா வுடன் இன்னும் நன்றாக, முழுமையாக உடலுறவு வைத்துக்கொள்ள வேண்டும்.
2. மனநலம் பேணுதல்: எரிச்சலூட்டும் எண்ணங்களை விட வேண்டும். சின்னக் குறைகள் பற்றிய ஏக்கங்களை விட்டுவிட வேண்டும். சின்ன விஷயங்களைப் பற்றிக் கவலைப்படக் கூடாது. பொறாமைப்படக் கூடாது.
3. நிதி நிலையைச் சீராக்குதல்: எவ்வளவு முடியுமோ அவ்வளவு சேமிக்க வேண்டும். மது அருந்தச் செய்யும் செலவை நிறுத்த வேண்டும். அடிப்படைத் தேவைகளுக்கு அதிகம் செலவு செய்ய வேண்டும்.

1953ஆம் ஆண்டில் பதன்காரில் இருந்த சமயம், கிறிஸ்மஸை ஒட்டி இதை எழுதினார். அடுத்த வாரம் கல்கத்தா கிளம்பி விட்டார். அங்கே விக்டர் சஸ்ஸூனை உடனழைத்துக்கொண்டு புதுவருடத்தில் விமானத்தில் கௌஹாத்தி சென்று அங்கிருந்து ஷில்லாங் சென்றார். விக்டர் ஒரு வீடு வாடகைக்கு அமர்த்த உதவினார். அது மலைமீது இருந்த அழகான மாளிகை. வீட்டைச் சுற்றிப் பைன் மரங்களின் நிழல் கவிந்திருந்தது. தோட்டம் முழுவதும் செவ்வந்திப் பூக்கள் பூத்திருந்தன. முதல் வேலையாக அடைத்து வைக்கப்பட்டிருந்த தண்ணீர்க் குழாய்களைத் திறந்துவிட முயற்சி

எடுத்தார். இந்த வீட்டில் முதலில் குடியிருந்தவருக்கும், பக்கத்து வீட்டுக்காரருக்கும் ஏற்பட்ட தகராறின் காரணமாகப் பக்கத்து வீட்டுக்காரர் குழாயை அடைத்துவிட்டார். அடுத்ததாக ஒரு பழைய கார் வாங்கினார். அதற்கும் விக்டர் உதவி செய்தார். தொலைபேசி இணைப்பு இல்லை. ஆனால் இருபது வருடங்கள் மண்ட்லாவில் இருந்த பின்னர் எல்லாமே வசதியாகத்தான் தெரிந்தது. ஷில்லாங்கின் தட்ப வெப்பம், பைன் மரங்கள் புத்துணர்ச்சி ஊட்டுவதாக இருந்தன. அது அவருக்கு ஆல்ப்ஸ் மலைத்தொடரை நினைவூட்டியது. 'நாங்கள் முதலில் இருந்தே இங்கே வாழ்ந்திருந்தால் நன்றாக இருந்திருக்கும். சுவிட்சர்லாந்தில் வீசுவது போல சுகமான காற்று. இது என் ஆயுளில் பத்து ஆண்டுகள் அதிகரிக்கும்' என்று அம்மாவுக்குக் கடிதம் எழுதினார். லீலா, பிள்ளைகளுடன் வந்து சேர்ந்தார். இருவரும் மகிழ்ச்சி அடைந்தனர். "நான் உங்களுடன் இருக்கும்போது எவ்வளவு மகிழ்ச்சியாக இருக்கிறேன் தெரியுமா?" என்றார் லீலா.

தொடக்கத்தில், எல்வினை மூன்று ஆண்டுகளுக்கு நியமனம் செய்தனர். 1500 ரூபாய் ஊதியம். அரசு வீட்டு வாடகை செலுத்தியது. 'எனது நியமனம் பிறகு தொடருமோ இல்லையோ நான் அசாமில் நிரந்தரமாகத் தங்க விரும்புகிறேன்.' புதியவற்றைக் காணவும், ஆய்வுகள் நடத்தவும் புதிய உலகம் ஒன்று என் கண்முன் விரிகிறது. அதிர்ஷ்டம் இருந்தால், ஆய்வுகள் நடத்தவும், மக்களுக்குச் சேவை செய்யவும் சொந்த அமைப்பு ஒன்றை நடத்தலாம். அது வெற்றிபெற்றால், மண்ட்லாவில் எல்லா வேலைகளையும் நிறுத்திவிட்டு ஷாம்ராவும் இங்கு வந்து என்னுடன் பணி செய்யலாம். 'ஷாம்ராவ் என்னுடன் நெடுங்காலம் துணைநின்றவர், பழங்குடி மக்களுடன் பழகுவதில் தேர்ந்தவர். கடைசியில் இங்கும் வருவார் என்று நம்புகிறேன். அரசின் ஆணை கிடைத்தால் வருவார் அல்லது தனிப்பட்ட முறையில் என்னுடம் பணிபுரிவார்.'

ஷில்லாங்கில் இருந்த முதல் மாதத்திலேயே, எதிர்பாராத விதமாகத் தேவதாஸ் காந்தியைச் சந்தித்தார். காந்தியைப் பற்றி ஒரு திரைப்படம் திரையிட தேவதாஸ் காந்தி வந்திருந்தார். ஒன்றுவிட்ட சகோதரனைப் போன்ற தேவதாஸ் எல்வினிடம் இனிமையாகப் பழகினார். தேவதாஸ் காந்தியைச் சந்தித்தது ஒரு குறியீடாக இருந்தது. ஏனெனில் எல்வின் ஒரு அரசு ஊழியர், இந்தியக் குடிமகன் ஆகும் நம்பிக்கையுடன் இருந்தார். குடியுரிமை கோரும் விண்ணப்பத்தில், இந்தியாவிற்கு வந்த பிறகு என்னென்ன செய்திருக்கிறார் என்று சுருக்கமாக எழுதியிருந்தார். காந்தியுடன் ஒத்துழையாமை இயக்கத்தில் பங்கெடுத்தது, குஜராத், வடமேற்கு இந்தியா பற்றிக் காங்கிரஸின் சார்பில் அறிக்கைகள்

தயார் செய்தது, மத்திய இந்தியாவில் பழங்குடி மக்களிடையே இருபது ஆண்டுகள் பணியாற்றியது, இவையனைத்தையும் குறிப்பிட்டிருந்தார். "இந்தியக் குடிமகன் ஆகவேண்டும் என்ற ஆசையில்தான் நான் இதையெல்லாம் குறிப்பிடுகிறேன். இந்தியக் குடிமகன் ஆக வேண்டும் என்ற விருப்பம் எனக்கு இப்போது திடீரென உணர்ச்சி வசப்பட்டு ஏற்படவில்லை. ரொம்பக் காலமாக சூழ்நிலைகளால் சோதனை செய்யப்பட்ட, உறுதியான விருப்பம். இதற்கு மேல் சொல்வதென்றால், இந்தியா எனது வீடு, எனது நேசத்துக்கு உரியது. இந்தியச் சிந்தனைகளுடன், பண்பாட்டுடன், மக்களுடன் ஒன்றாகக் கலந்துவிட்டேன். வாழ்நாளில் பாதியை இங்குக் கழித்துவிட்டேன். இந்தியப் பெண்ணை மணந்துகொண்டதில் மகிழ்ச்சி அடைகிறேன்" என்று விண்ணப்பத்தைப் பரிசீலிக்கும் அதிகாரிக்கு எழுதினார்.

1927ஆம் ஆண்டுக்குப்பிறகு தான் குடியிருந்த இடங்களின் பெயர்களை விண்ணப்பத்துடன் இருந்த இணைப்பில் குறிப்பிட்டிருந்தார். காங்கிரஸை ஆதரிக்கும் கிறித்தவராகக் கிறித்தவ சேவா சங்கத்தில் பூனேவில் இருந்தது, கோண்டு சேவா சங்கத்தில் ஷாம்ராவுடன் மண்ட்லாவில் பணியாற்றியது, இனவரைவியல் அறிஞராகத் தன்னிச்சையாக ஒரிஸாவில் பஸ்தாரில் அலைந்தது, மானிடவியல் ஆய்வு நிறுவனத்தில் ஆய்வாளராகப் பனாரஸிலும் கல்கத்தாவிலும் வாழ்ந்தது, அரசின் ஆலோசகராக ஷில்லாங்கில் பணிசெய்தது, பல வேலைகளுக்காகப் பல ஊர்களில் குடியிருந்தது எல்லாவற்றையும் எழுதியிருந்தார். அவர் குறிப்பிட்டிருந்த ஓர் இடத்தை, அதாவது, 1929–30ஆம் ஆண்டுகளில் அஹமதாபாத் சபர்மதி ஆசிரமத்தில் அவர் இருந்ததை இந்தப் பட்டியலில் நான் குறிப்பிடவில்லை.

எல்வின் பலமுறை சபர்மதி ஆசிரமத்திற்குச் சென்றிருந்தாலும் சரியாகப் பார்த்தால், அங்கு குடியிருந்ததில்லை. காந்தி ஆசிரமத்தில் தங்கியிருந்தேன் என்று சொல்வது பச்சைப் புளுகு அல்ல. கொஞ்சம் மிகைப்படுத்திச் சொன்னதாக எடுத்துக் கொள்ளலாம். உண்மையாகவே குடியிருந்த பல இடங்களுடன் அதையும் சேர்த்து எழுதியது தீவிரமான தேசபக்தி நிலவிய அந்தக் காலத்தில் ஒரு ஆங்கிலேயருக்கு ஏற்பட்ட பயத்தைக் குறிக்கிறது. அவருடைய தேச பக்தியைக் காட்ட ஏதாவது சான்று வேண்டுமென்றால், இது ஒன்று போதும்.

○ ○ ○

வடகிழக்கு எல்லைப் புற நிர்வாகம் இப்போது அருணாச்சலப் பிரதேசம் என்ற மாநிலம் ஆகிவிட்டது. அதற்கென்று சட்டமன்றமும், அமைச்சரவையும் இருக்கின்றன. ஆனால் 1954ஆம் ஆண்டில்

அது வெளியுறவுத்துறையின் நேரடி நிர்வாகத்தில் இருந்தது. ஷில்லாங்கில் இருந்த அசாம் ஆளுநர்தான் மத்திய அரசின் பிரதிநிதியாக இருந்தார். அவருக்கு வடகிழக்கு எல்லைப்புற நிர்வாகத்தின் கூடுதல் பொறுப்பு கொடுக்கப்பட்டிருந்தது. ஆளுநரின் ஆலோசகர் பதவி மிக முக்கியமானது. எல்வின் அங்கு சென்ற காலத்தில், இந்திய சிவில் சர்வீஸ் அதிகாரி ஒருவர் அந்தப் பதவி வகிப்பது வழக்கம். எல்வினுக்குத் தரப்பட்ட பணியின் பெயர் 'பழங்குடி மக்கள் துறையின் ஆலோசகர்.'

இமயமலையும், பருவமழை பெய்யும் தென்கிழக்கு ஆசியப் பகுதியும் சந்திக்கும் இடமாக இருக்கும் அருணாச்சலப் பிரதேசம், அபூர்வ எழில் கொண்ட மாநிலம். மிக உயரமான மலைத் தொடர்கள், அடர்ந்த காடுகள், வேகமாகப் பாயும் ஆறுகள் நிறைந்த மாநிலம். உயர்ந்தோங்கி இருக்கும் மலைத்தொடர்களின் ஒருபுறம் திபெத், மறுபுறம் பூடான், இன்னொரு புறம் பர்மா. இங்கிலாந்தின் பரப்பளவில் பாதி இருக்கும் அந்த நிலப்பகுதியில் ஐந்து லட்சம் மக்கள் வாழ்ந்து வந்தனர். பெரும்பான்மையான மக்கள் இடம் மாற்றிமாற்றிச் செய்யும் விவசாய முறையைப் பின்பற்றினர். திபெத் எல்லை அருகில் வாழ்ந்துகொண்டு, ஆடுமேய்க்கும் தொழில் செய்யும் மக்கள், புத்தமதத்தைச் சேர்ந்தவர்கள். மற்றப் பழங்குடி மக்கள் பலவித மத நம்பிக்கைகள், பண்பாடுகளைச் சார்ந்தவர்கள். நிர்வாகம் செய்பவர்களுக்கு அது கவலை தருகிற விஷயம். ஆனால் அது மானிடவியல் அறிஞர்களைக் கவருகிற அம்சம்.

ஆங்கில ஆட்சியில்கூட வடகிழக்கு எல்லைப்புறத்தை முழுமையாகத் தன் கட்டுக்குள் கொண்டுவர முடியவில்லை. மூன்று அரசியல் அதிகாரிகள் முழுப்பகுதிக்கும் பொறுப்பேற்றிருந்தனர். அங்கிருக்கும் பழங்குடி மக்கள் அசாமின் தேயிலைத் தோட்டங்களில் ஊடுருவாமல் தடுப்பதே அவர்களுடைய தலையாய பணியாக இருந்தது. அந்த அதிகாரிகள், வருடத்தில் ஒரு முறை பழங்குடி மக்களின் தலைவர்களுக்கு உப்பு, தேயிலை, புகையிலை மூன்றையும் எடுத்துக்கொண்டு, நூற்றுக் கணக்கான கூலியாட்களுடனும், காவல்காரர்களுடனும் அந்தப் பகுதி முழுவதையும் சுற்றி வந்தனர். முக்கியத் தேசியக் கட்சியான காங்கிரஸ் கட்சி அங்கே இல்லை. வடகிழக்கு எல்லைப்புற நிர்வாகப் பகுதியின் தென்கிழக்கில் இருந்த நாகாலாந்தில் அமெரிக்க சுவிசேஷ ஊழியர்கள் தீவிரமாகப் பணியாற்றினார்கள். அங்கே ஏ.இசட்.பிஸோவின் தலைமையில் தனிநாடு கோரும் பிரிவினை இயக்கம் ஒன்று தோன்றியிருந்தது.

ஆங்கிலேயர் சென்றதும் ஆட்சிக்கு வந்த இந்திய அரசு எண்ணற்ற குழுக்களாகப் பிரிந்து கிடக்கும் பழங்குடி மக்கள்

தங்களுக்கு எதிராகக் கலகம் செய்யக்கூடும் என்று அறிந்திருந்தது. பல பழங்குடி இன மக்கள் இருக்கிறார்கள் என்பதே விஞ்ஞானத்திற்கோ, இந்து நாகரிகத்திற்கோ தெரியாது. அதனால் அவர்களை அணுகுவதில் அவசரம் காட்டக் கூடாது என்பதை இந்திய அரசு புரிந்துகொண்டிருந்தது. இந்த நிலையில், வயது வந்த அனைவருக்கும் வாக்குரிமை அளித்து, சட்டமன்றத்தைத் தேர்ந்தெடுப்பது காலத்துக்கு ஒவ்வாதது. ஊர்மன்றங்கள் (பஞ்சாயத்து), மாவட்ட மன்றங்கள் அமைத்து அவற்றில் படித்த, முன்னேறிய பழங்குடி இன மக்களை நிர்வாகத்தில் சேர்த்துக்கொள்ள வேண்டும். பழங்குடி மக்களும் இந்தியர்கள் என்பதை உணரவைப்பதற்கு அரசு அதிகாரிகள் மிகக் கவனமாக தேர்ந்தெடுக்கப்பட்டுப் பயிற்சி அளிக்கப்பட்டது. 1953ஆம் ஆண்டு, ஒரு வெளியுறவுத்துறை அதிகாரி "வடகிழக்கு எல்லைப்புற நிர்வாகத்தில் பணிபுரிவதற்குத் தனிச்சிறப்பான அதிகாரிகளும், வேலையாட்களும் தேவை. அவர்கள் பழங்குடி மக்களுடன் கலந்து பழகி, அவர்களின் வாழ்க்கை முறைகளைப் பின்பற்றி, உண்டு, உறங்கி, அவர்களது நலத்தில் உண்மையான அக்கறையுடன் செயல்பட வேண்டும்" என்று எழுதினார்.

புதிதாக நியமனம் பெற்ற பழங்குடி மக்கள் துறையின் ஆலோசகருக்கு, பழங்குடி மக்களுடன் வாழ்ந்து, உண்டு உறங்கிய அனுபவம் இருந்தது. இப்போது அவர் தெரிந்துகொள்ள வேண்டிய பழங்குடி இனங்கள் பல இருந்தன. குடும்பம் அங்கே வந்து சேர்ந்த கொஞ்ச நாளிலேயே எல்வின் தனது முதல் பயணத்தைத் தொடங்கினார். நாகா மலைகளை ஒட்டி இருந்த, துயின்சாங் எல்லைப்புறப் பகுதிக்குச் செல்வதென்று முடிவெடுத்தார். அங்கே முந்தைய ஆண்டில் அக்டோபர் மாதம் ராணுவத்துக்கும் கலகக்காரர்களுக்கும் மோதல் நிகழ்ந்திருந்தது. பாதுகாப்பைக் கருதி துணைக்கு யாரையாவது அனுப்புகிறேன் என்று ஆளுநர் சொன்னார். நான் காந்தியின் தொண்டன், அஹிம்சை வழியில் நாகா மக்களை அணுகுவேன், அதனால் துணைக்கு யாரும் தேவையில்லை என்று எல்வின் மறுத்தார்.

பிப்ரவரி 27ஆம் தேதி இந்தியக் குடியுரிமை பெறுவதற்கான விண்ணப்பத்தைச் சமர்ப்பித்தார். அடுத்தநாள், இரண்டு மாத சுற்றுப்பயணத்தைத் தொடங்கினார். ஷில்லாங்கில் இருந்து காரில் கிளம்பித் தேயிலைத் தோட்டங்கள் நிறைந்த ஜோர்ஹாட் என்ற நகருக்குச் சென்றார். அங்கிருந்து மொகொக்சுங் என்ற ஊருக்குச் சென்றார். 1947ஆம் ஆண்டில் இதே வழியில் 47 மைல்கள் நடந்து சென்று பில் ஆர்ச்சரைத் சந்தித்தார். இந்தத் தடவை ஜீப்பில் பயணம் செய்து அடுத்தநாள், துயன்சாங் நகரை அடைந்தார். சாலை அதுவரைதான் இருந்தது.

அடுத்த ஏழு வாரங்களில் எல்வின் இருநூறு மைல்கள் நடந்தார். வழியெங்கும் அழகான காட்சிகளைக் கண்டார். தட்பவெப்பம் இதமாக இருந்தது. புதுப்புதுப் பழங்குடி மக்களைச் சந்தித்தார். செல்லும் வழியில் புதிய பழங்குடி இன மக்களைச் சந்திக்கும் வாய்ப்புக் கிடைக்கும் என்பது அவருக்குத் தெரியும். படிப்பதற்கென்று, பாஸ்வெல் எழுதிய 'லைஃப் ஆஃப் ஜான்சன்' நூலை எடுத்துச் சென்றார்.

முதலில் சந்தித்த பழங்குடி இன மக்களைப் பார்த்துச் சோர்வடைந்தார். சிபிப் பள்ளத்தாக்கில் இருந்த டாகின்ஸ் *(Tagins)* இன மக்கள் பயங்கரமான தோல் நோயால் பாதிக்கப் பட்டிருந்தனர். அவர்களின் தோல் செதில் செதிலாக உரிந்து விழுந்துகொண்டிருந்தது. 'அவர்களைப் பார்த்தால் அழவேண்டும் போலிருந்தது. பரிதாபமாக இருந்தனர். அரையும் குறையுமாக உண்டு பட்டினியில் வாடினர். நடனங்கள், கலைகள் கிடையாது. மூங்கிலில் சாமான்கள் செய்வது மட்டும் அவர்களுக்குத் தெரியும். கதைகள்கூடச் சொல்லத் தெரியாது.' பிறகு கோன்யாக் இன மக்களை அணுகினார். அவர்களை அவருக்குப் பிடித்திருந்தது. அவர்களின் அருமையான உடல்கள் மினுமினுத்தன. மரச்சாமான்கள், மரவேலைப்பாடுகள் செய்வதில் திறமைசாலிகள். அவர்களுக்குப் பித்தளையை உபயோகிக்கத் தெரியும், நன்றாகத் துணிநெசவு செய்தனர். பையன்களும் பெண்களும் பார்க்கக் கலைப் பொருட்களைப் போல அழகாக இருந்தனர். எல்வின் அந்தக் கிராமத்தில் மொருங் என்றழைக்கப்படும் பொது விடுதியில் தங்கினார். அங்கே வீட்டின் வெளியே பன்றிகள் அடைக்கும் பட்டிக்கு மேல் கழிப்பறை இருந்தது. மேலிருந்து விழும் கழிவுகளைப் பன்றிகள் சுத்தம் செய்துவிடும் வகையில் அமைந்திருந்தது. இந்த அமைப்பு எல்வினுக்குப் பிடித்திருந்தது. அவரைப் பொறுத்தவரை பன்றிகள் 'காலை உணவை ஒரே ஒரு நாள் அதுவும் சரியான காரணத்துக்காக ஒதுக்கி வைத்துவிட்டன. மற்ற நாட்களில் தீர்த்துவிட்டன.' அந்த வாரம் முழுவதும் உடல் நலமாக இருப்பதாக உணர்ந்தார்.

அந்த நாட்களில் எல்வின் எழுதிய இரண்டு கவிதைகளில் உள்ளத்தின் உணர்ச்சிகள் வெளிப்படுகின்றன. புதிய பழங்குடி இன மக்களை அறிந்த மகிழ்ச்சியும், ஷில்லாங்கில் அவருக்காகக் காத்திருப்பவர்களை எண்ணியும் எழுதினார். முதல் கவிதை கீழ்க்கண்டவாறு இருந்தது:

இரவில் கண்ட கோன்யாக் பெண்

இருண்ட தெருவில்
நிர்வாணமான மெல்லிய கால்கள் மீது விழும்
இதமான ஒளி

ஆசையெனும் வீட்டில்
தங்கமாய் மின்னும் தலைவாசல்,
மின்னி மறையும் அவள் கால்கள்
எங்கே போகிறாய்? மூடிய கதவுக்குப் பின்னால்
காத்திருக்கும் உன் காதலனின்
இதயத்தைத் திருடவா?
உன்னைத் தொடவும், உணரவும்
ஒளிமிகுந்த வீட்டில் நுழையவும்
அவனால் முடியும்.
என்னால் பார்க்க மட்டுமே முடியும்.

அவர் எழுதியவற்றில் நல்ல கவிதை இது. உணர்ச்சிகளில் தோய்ந்து எழுதியது. ஆனாலும் அவருக்குக் குற்ற உணர்வு ஏற்பட்டது. ஏனெனில், நாட்குறிப்பின் அடுத்த பக்கத்தில் லீலாவைப் புகழ்ந்து எழுதியிருந்தார்.

சலிப்படைந்த போது லீலாவுக்காக

மாபெரும் மலைகளின் அடிவாரம் விரிந்து பரந்து
சமவெளிகளாகக் கிடக்கின்றன
அவற்றைப் பாய்ந்தோடிவரும் ஓடைகள் கீறிப் பிரித்தன
மேகத்தின் நிழல்கள் அவற்றைக் கடந்து செல்கின்றன
என் கனவுகளில் அவளைத் தவிர யாரும் இல்லை.

இதயத்தை நான் திறந்து கொட்ட யாருமே இல்லை
ஆனாலும் எல்லோரும் இருக்கின்றனர், சுற்றிலும் எழிலான உலகம்
மென்மையான, மனதை அலைக்கழிக்கும், பணிவான வனப்பு,
ஆனாலும் விரைந்தோடிவிடும்
நான் எப்போதும் கண்டது போல, கைக்குள் அடங்காமல்
தப்பிப் போய்விடும்

சிரிப்பும், உற்சாகமும், வியப்பும் என்னைக் கடந்து செல்கின்றன
அவற்றைப் பகிர்ந்து கொள்ள நீ இல்லாமல் என்ன பயன்?
தனிமையான நெஞ்சம் தன்னுள்ளே நோக்கும்
தனித்திருந்து இன்பம் காண்பது பெரும்பாலும் துயரமே

கனவுகளை உடைத்துக் கொண்டு எப்போது நீ நேரில் வருவாயோ?
உனது மௌனமான, மென்மையான இதயத்துடன் வருவாயோ?
நம்மைப் பிரிக்கும் கொடுமையான மலைகளையும்,
மற்ற அனைத்தையும் கடந்து,
சாகஸங்களையும் மறந்து, நீ வாவென்று நான் அழைக்க வேண்டுமா?

கொன்யாக் *(Konyak)* இன மக்களும், அவர்கள் அருகில் வாழும் ஃபோம் *(Phoms)* இன மக்களும் தலைகளை வேட்டையாடு கிறவர்கள். தலைகளை வேட்டை ஆடுவதை இந்திய அரசு அந்தச் சமயத்தில்தான் தடைசெய்திருந்தது. கிராமத்தில் துணைக்கு ஆளில்லாமல் நுழைந்த ஒரே ஆள் எல்வின்தான். மக்கள் இனிமையானவர்கள். ஆனால் தலைகள் வேட்டையாடுவது தடைசெய்யப்பட்டதை விரும்பவில்லை. 'கொன்யாக் அல்லது

ஃபோம் இனத்து மனிதனிடம் இறையியல், பொருளாதாரம், அல்லது சமூக அமைப்புகள் போன்ற தலைப்புகளைப் பற்றிப் பேசினால் நம்மிடம் இருந்து நழுவிச் சென்று அரிசிக்கள் குடிக்க ஆரம்பித்துவிடுவான். தலைகளை வேட்டையாடுவது பற்றிப் பேச ஆரம்பித்தால் போதும், கண்களில் ஒளிவீசும், உடலெங்கும் துடிப்பும், உற்சாகமும் பொங்கும் சொல்லக் கூடாததை எல்லாம் அவன் வாயிலிருந்து பொழிவான்.

சியாங்கா சிங்ன்யூ கிராமத்தில், மொருங் விடுதியில், 400 மண்டையோடுகள் பார்வைக்கு வைக்கப்பட்டிருந்தன. கிராமத்தில் தலையாரி சொன்னான்: 'போருக்குச் செல்ல வேண்டும் என்பதுதான் எங்கள் ஒரே ஆசை. எங்கள் இளைஞர்கள் பெண்களைப் போல் ஆகிவிட்டனர். எங்கள் நிலத்தின் செழிப்பும் மறைந்துவிட்டது.' சமவெளியின் எதிர்ப்புறத்தில் இருந்த சொகாயு கிராமத்தில், 1947ஆம் ஆண்டில் ஒரு நாள் காலையில் மட்டும் 700 பேர் தலைகளை இழந்தனர்: தடைவிதித்ததால் அவர்கள் மகிழ்ச்சி அடைந்தனர். அரசுத் தரப்பிலிருந்து எந்த வன்முறையும் இன்றித் தலைகள் வேட்டை ஆடுவது நிறுத்தப்பட்டது பெரும் சாதனை என்று எல்வின் கருதினார். ஆனால் அதன் பிறகு கொன்யாக் இன மக்களின் நடனத்தில் சலிப்புத் தெரிந்தது. ஒரு காலத்தில் அருமையாகச் செயல்பட்ட மொருங் விடுதிகள் களை இழந்தன. தலைகளை வேட்டையாடும் விளையாட்டுக்குப் பதிலாக, நடனங்கள், கலை, துணி நெய்வது இன்னும் மற்ற விளையாட்டுக்களை அறிமுகப்படுத்த வேண்டிய தேவை இருந்தது. இவற்றின் மூலம், போரிலும், தலைவேட்டை ஆடுவதிலும் தேவைப்படும் துணிவு, சாகஸ மனப்பான்மை, ஒருங்கிணைந்து செயல்படுதல் கலாமுயற்சி போன்ற நற்குணங்களைத் தொடர்ந்து பாதுகாக்க முடியும்.

இன்னொரு வகையான அற உணர்வு துயென்சாங்கில் நுழையத் தொடங்கியிருந்தது. கிறித்தவப்பிரிவுகளில் ஒன்றான 'பாப்டிஸ்ட்கள்' (Baptists) நாகாலாந்தில் இருந்த தங்களது ஏவோ (நாகாலாந்தில் இருந்த ஒரு திருச்சபை) பிரசங்கியார்களை அனுப்பி தங்கள் திருச்சபையைப் பரப்பிவந்தனர். வடகிழக்கு எல்லைப்புற நிர்வாகத்தில் அமெரிக்க மதகுருக்கள் நுழையத் தடை இருந்தது. அதனால் அவர்கள் நேரடியாக வராமல், 'ஏவோ' பாப்டிஸ்ட்கள் மூலம் 50க்கும் மேலான பள்ளிகளை அங்கே தங்கள் கட்டுப்பாட்டில் நடத்தி வந்தனர். அமெரிக்கர் களிடம் பயிற்சி பெற்ற உள்ளூர் சுவிசேஷ ஊழியர்கள், வெளிநாட்டுக்காரர்களை விட வெறி கொண்டவர்களாக, பொறுப்பற்றவர்களாக, 'திறமையுடன்' செயல்பட்டு வந்தனர். மதத்தின் பெயரால் வகுப்புவாதத்தை வளர்த்து வந்தனர்.

இந்து மதத்தை இழிவாக வசைபாடி வந்தனர். மதமாற்றத்தின் மூலம் பொருளாதார வளர்ச்சி பெறலாம் என்று நம்பிக்கை ஊட்டினர். பிரிவினைவாதத்தை வளர்த்தனர். கிறித்தவப் பிரச்சாரகர்கள் செய்த வேலையால் அன்னியர்கள் மீது வெறுப்பையும், நாம் சிறப்பானவர்கள், கிறித்தவர் அல்லாத இந்தியர்களுடன் வாழ முடியாது என்பது போன்ற மோசமான மனப்பான்மையை வளர்த்தனர் என்று எல்வின் நினைத்தார். அரசியலைப்பற்றி மட்டும் அவர் கவலைப்படவில்லை, அழகியலைப் பற்றியும் சிந்தித்தார். பாப்டிஸ்ட்கள் இந்துமதத்தைக் குறுகிய மனப்பான்மையுடைய மதமாக ஆக்கித் தவறாகப் பிரச்சாரம் செய்யும் ஆர்.எஸ்.எஸ். போன்றவர்கள். பழங்குடி இன மக்களின் கலை, நடனங்கள், விதவிதமான பண்பாட்டு அம்சங்கள் அனைத்தையும் பறித்துவிடுவார்கள், அதற்குப் பதிலாகப் பழங்குடி மக்களுக்கு உரிய கலாச்சார விழுமியங்கள் எதுவும் இருக்காது. பாப்டிஸ்ட்கள் வேல்ஸ் பள்ளத்தாக்கில் ஆற்றிய பணிகள் பற்றி ஆர்.எஸ்.தாமஸ் எழுதியதை மேற்கோள் காட்டினார்:

கலைகளைக் காயடித்துவிடும் திறமைசாலிகள்
பாடல்கள், நடனங்கள்,
களங்கமற்ற இதயத்தின் பெருமகிழ்ச்சி
இவற்றின் மோசமான எதிரிகள்
இந்த இதமான உலகத்தில்
ஆத்மாவின் கையாலாகத்தனத்தை மட்டும் விட்டுவிட்டு
எங்கள் உடலைக் கெடுத்துவிட்டீர்கள்

துயின்சாங்கில் நிர்வாண, அரைநிர்வாண மக்களுடன் அலைந்தார். அந்தப் பழங்குடி மக்கள் எவ்வளவு குறைவாக ஆடை அணிந்தார்களோ, அதே அளவுக்கு ஆடை அணிவதை வெறுத்தார்கள். நாகரிகத்தின் புதிய கூறுகளைத் தேடி, அதை அடையாளம் காண்பதில் உற்சாகமாக ஈடுபட்டுக்கொண்டே எல்வின் பழங்குடி இன மக்களுக்குச் சார்பாக மீண்டும் ஆதரவு தேடினார். அரசின் ஆதரவும் அவருக்கு இருந்தது. டைப் அடிக்கப் பட்ட 30 பக்கங்களில் இருந்த துயின்சாங் அறிக்கை, அது போன்ற பல அறிக்கைகளுக்கு முன்னுதாரணமாக இருந்தது. அந்த அறிக்கையில், கவிதை, தத்துவம், எடுக்கவேண்டிய நடவடிக்கைகள் எல்லாம் கலந்திருந்தன. வடகிழக்குப் பகுதிகளுக்குப் பணியாற்றக் கூட்டங் கூட்டமாக வந்த அலுவலர்களுக்கு அவர் போதனை இதுதான்: "சமூகத்துக்குள் மாற்றங்களை நாம் திணிப்பதை விட, அது உள்ளுக்குள் இருந்தே நிகழ விடுவது நல்லது." பழங்குடி இன மக்களின் பழக்க வழக்கங்களைக் கேலி செய்வதைக் கண்டு சினங்கொண்டார். ஃபோம் பெண்கள் மொட்டை அடிக்கக் கூடாது என்று ஒரு ஆசிரியர் உத்தரவிட்டார். இன்னொருவர்,

பையன்களுக்குச் சற்றும் பொருந்தாத சூட்கள் அணிவித்தார். இறந்தவர்களை ஆலமரத்தின் கிளைகளில் உயரத்தில் தொங்க விடும் மரபைக் கைவிடாவிட்டால், அரசாங்கம் அவர்கள் மீது அதிருப்தி கொள்ளும் என்று இன்னொரு அதிகாரி எச்சரித்தார். கடைசியாகச் சொல்லப்பட்ட விஷயம் எல்வினுடைய பழைய விறுவிறுப்பை உசுப்பிவிட்டது. அவர் இவ்வாறு எழுதினார்:

> பலவித இனமக்களுடன், கலாச்சாரத்துடன் பம்பாயில் வாழ்ந்தாலும், மிகவும் முன்னேறிய சமூகமாக இருக்கும் பார்ஸி இன மக்கள், இறந்தவர்களின் உடலை, அலகாலும், நகத்தாலும் கிழித்து உண்ணும் கழுகுகளுக்கு இரையாகப் போடுகிறார்கள். பனாரஸில் வாழும் இந்துக்கள், காலராவினால் இறந்தவர்களின் உடல்களைக் கங்கைத் தாயின் மடியில் மிதந்து செல்ல விடுகிறார்கள். ஃபோம், கொன்யாக் இன மக்கள் இறந்தவர்களின் உடல்களைப் புதைப்பதோ அல்லது எரிப்பதோ நல்லது என்பதை ஒப்புக் கொள்கிறேன். ஆனால் மறுபுறம் அவர்கள் பின்பற்றும் வழக்கத்தின் தீமைகள் பெரிது படுத்தப்படுகின்றன. நான் இந்த விஷயத்தைத் தீர ஆராய்ந்தேன். ஒவ்வொரு கிராமத்திலும் சவங்களை வைக்கும் இடங்களைப் பார்வையிட்டேன். இறந்தவர்களின் உடல்களைக் கவுரவத்துடன், மரியாதையுடன் நடத்துகிறார்கள். துணியாலும் இலைகளாலும் உடல்களைச் சுற்றி மூடி பெரும்பாலும் மரப்பெட்டிகளில் வைத்து, கிராமத்துக்கு வெளியே வெகு தூரத்தில் வைத்து விடுகிறார்கள். இதற்கு விதிவிலக்குகளும் உண்டு. கல்லறைகளை மிகுந்த கவனத் துடன் அலங்கரிக்கின்றனர், அதன் மீது உருவங்களைப் பொறிக்கின்றனர். கொன்யாக் இன மக்களில் ஒரு சிலர் கல்லால் ஆன கலயங்களில் மண்டையோடுகளை வைக்கின்றனர்.

> தலைகளை வேட்டையாடுவதைத் தடைசெய்து, நாம் ஏற்கனவே பழங்குடி இன மக்களின் உணர்வுகளை ஆழமாகக் காயப்படுத்தியிருக்கிறோம். பயிர்கள் செழிப்பாக வளரவில்லை, இளைஞர்களிடம் வீரியம் இல்லை என்று மக்கள் சொல்லுகிறார்கள். இது தவிர்க்க முடியாதது. கருமாதிச் சடங்குகளிலும் நாம் தலையிட்டு அவர்களுடைய உணர்வுகளை இன்னும் காயப்படுத்துவது அறிவுடைய செயலா என்று எனக்குத் தெரியவில்லை. 'பிணங்களை அப்புறப்படுத்துவதில், பழங்குடி மக்கள் எவ்வளவு உணர்வுடன் ஈடுபடுகிறார்கள்' என்பது 'ஃப்ரேசர் எழுதிய 'புராதன மதத்தில் மரணம் பற்றிய பயம்' என்ற

நூலைப் படித்தவர்களுக்குத் தெரியும். இப்போது ஏதாவது தொற்றுநோய் பரவினாலோ, விளைச்சல் நன்றாக இல்லை என்றாலோ மரபு வழக்கப்படி பிணங்களுக்குச் சடங்குகள் செய்யாமல் புதைப்பதுதான் அதற்குக் காரணம் என்று சொல்வார்கள். காவோன்புரா இனத்தைச் சேர்ந்த ஒருவன், தங்கள் புதிய கல்லறைகளைப் பார்த்துக் கசந்துபோய் என்னிடம் இவ்வாறு சொன்னான்: "பார்த்தாயா? நாங்கள் இப்போது கிறித்தவர்கள் ஆகிவிட்டோம்".

❍ ❍ ❍

ஏப்ரல் மாதம் இரண்டாவது வாரத்தில் எல்வின் ஷில்லாங் திரும்பினார். அடுத்த பல ஆண்டுகள், கோடை காலத்தை தலைமையகத்திலும் குளிர்காலத்தைச் சுற்றுப்பயணம் செய்வதிலும் கழிக்கும் வழக்கத்தை மேற்கொண்டார். ஷில்லாங் மிக அழகான நகரம். ஆங்கில ஆட்சிக் காலத்தில் கோடைகாலத் தலைநகராக இருந்த ஷிம்லாவுடன் ஒப்பிட்டால், சிறிய, நெருக்கடி இல்லாத நகரம். எல்வின் இப்போது 'துரை'யாகி விட்டார். சட்டை, அரை டவுசர் அல்லது ஜிப்பா பைஜாமாவுடன் மத்திய இந்தியாவில் இருபது வருடங்கள் அலைந்த அவர் சூட் கோட் அணிந்து அலுவலகம் வந்தார். வீட்டில் இருக்கும் போதும் சட்டைக்கு மேல் நீண்ட கோட் அணிந்தார். ஷில்லாங் கிளப்பில் உறுப்பினர் ஆனார். அங்கே இருக்கும் உறுப்பினர்களுடன் பழகுவதில் சலிப்பு ஏற்பட்டாலும் அதில் சேர வேண்டியிருந்தது. அவருடன் பணியாற்றுபவர்களுக்கும், அவர்களது மனைவியருக்கும் வீட்டில் விருந்துகள் கொடுத்தார். அவரது அண்டை வீட்டு மயுர்பன்ஞ்சின் மகாராஜாவிடம் வேலை செய்யும் சமையற்காரரை அந்த வேலைக்குப் பயன்படுத்திக் கொண்டார். பழங்குடி மக்களின் கலைப்பொருட்கள், பழைய கருவிகள் இவற்றைச் சேகரித்து வைத்திருந்தார். இதைக் காண, வருமான வரி அதிகாரிகள், கடற்படைத் தளபதிகள், ஓட்டல் முதலாளிகள், கிளப் செயலர்கள், தேயிலைத் தோட்ட முதலாளிகள், அகில இந்திய வானொலியில் பணியாற்றுபவர்கள், இன்னும் பலர் வந்தனர். இதற்கிடையில் லீலா 'துரைசானி' ஆகிவிட்டார். உயர்குடிப் பழங்கங்களை மேற்கொண்டார். விருந்தினர்கள் மத்தியில் ஒரு ராணி போல வலம் வந்தார். தன்னம்பிக்கையுடன், பணிவுடன் ராணுவத் தளபதிக்கு விஸ்கி எடுத்துக் கொடுப்பார் அல்லது வட்டிக்கடைச் சேட்டுக்குத் தக்காளிச் சாறு கொடுப்பார். வண்ண வண்ண உடைகள் அணிந்தார், அழகான கூந்தலை விரித்துப் போட்டு அலங்கரித்திருந்தார், ஆண்கள் பெண்கள் இருபாலரையும் கவர்ந்தார். எல்வின் நடுத்தரக் குடும்பத்தில் இருந்து வந்தவர். லீலா வறுமையான குடும்பத்தில் வளர்ந்தவர்.

ஆனாலும், ஷில்லாங்கில், அவர்கள் முக்கியமானவர்களாக, ஏன் முதன்மையானவர்களாகக் கருதப்பட்டனர். ஆளுநரின் இல்லத்திற்குச் செல்வதை விட, அவர்கள் வீட்டுக்கு வருவது பெரிதாக மதிக்கப்பட்டது. ஆளுநரின் ஆலோசகரான கே.எல். மேத்தா, எல்வினுடைய மேலதிகாரி. அவர் எல்வினிடம் இவ்வாறு சொன்னார்: ‘பதினெட்டாம் நூற்றாண்டில் அறிவுஜீவிகள் சந்திக்கும் இடம் போன்றது உங்கள் வீடு. அங்கு அனைவரும் புதுச் சிந்தனைகளை, உந்துதல்களைப் பெற வந்து செல்கிறார்கள்’.

இங்கே நுழைந்துவிட்ட ஒரு அவநம்பிக்கையின் சாயலை நீக்க முயல்கிறேன். வடகிழக்கு எல்லைப்புற நிர்வாகத்தில் கிடைத்த வேலை இத்தனை ஆண்டுகாலப் போராட்டத்துக்குப் பின் கிடைத்த மணிமுடி போன்றது. இதுவரை பஸ்தாரில், பாலாகாட்டில், மண்ட்லாவில், கொராபுட்டில், கஞ்சமில் இன்னும் எங்கெல்லாமோ பழங்குடி மக்களின் நலன்களைக் காக்க முடிந்தவரை போராடித் தோற்றுப் போனார். இப்போது, இந்த உடல்நலம் காக்கும் சுகாதாரச் சூழ்நிலையில், இந்திய அரசின் துணையுடன், இந்தியப் பிரதமரின் துணையுடன், பழங்குடி மக்களின் நலன் காக்க வாய்ப்புக்கள் அதிகம் இருப்பதாக எண்ணினார். பைத்தியம் பிடித்தவர் போல் வேலை செய்தார் என்பது நிச்சயம். அதிகாரிகளை வேலைக்குத் தேர்ந்தெடுத்தார், அவர்களுக்குப் பயிற்சி அளித்தார். அவ்வப்போது, கவனத்தில் கொள்ளவேண்டிய விஷயங்கள் குறித்து மேலதிகாரிகளுக்குக் கடிதம் எழுதினார். கடிதங்களின் மீது ‘ரகசியம்’ என்று முத்திரை குத்துவதை விரும்பினார். அது துப்பறியும் கதையில் வரும் பாத்திரங்கள் போல அவருக்கு உணர்ச்சியைத் தூண்டியது. கடிதங்களைப் பெற்றவர்கள் அவற்றின் உள்ளடக்கத்தைக் கண்டு மகிழ்ச்சியுறவில்லை. ஆளுநரிடம் முறையிட்டனர்.

1954ஆம் ஆண்டு வடகிழக்குப் பகுதி மக்களுக்குக் காந்தியை அறிமுகம் செய்யும் வகையில் ஒரு புத்தகம் எழுதுமாறு அவரைக் கேட்டுக்கொண்டார்கள். அதுதான் அவர் எழுத ஒத்துக் கொண்ட கடைசி அறிக்கை. ஐம்பது பக்கங்கள் வரை இருந்த அந்தக் குறுநூலை எழுதியதுதான் மிகக் கடினமாக இருந்தது. அவர் மாணவராக, மொழிபெயர்ப்பாளராக, சீடராக, மகனாக, கலகக்காரனாக, அன்னியராக தான் உணர்ந்த, காந்தியைப் பற்றி சரியாகக் கணிக்க வேண்டிய வாய்ப்புக் கிடைத்தது. காந்தியை மகாத்மாவாக, இயேசு கிறித்துவின் இரண்டாவது வருகையுடன் ஒப்பிட்டு, இதற்கு முன்னால் எழுதிய கட்டுரையைக் கொஞ்சம் மாற்றி எழுதினார். புதிய நாகரிகத்தின் தூதர் பழங்குடி மக்களிடம் அனுதாபம் கொண்ட அன்னியராகப் பழங்குடி மக்களுக்குச் தான் சொல்ல விரும்பியதைச் சொன்னார்.

பழங்குடி மக்களுக்குக் காந்தியின் வாழ்வும் கொள்கைகளும் மிகவும் முக்கியமான பாடமாக அமையும். முதலில் அவர் சொன்னது 'சமாதானம்' என்ற பாடம். கிராமங்களுக்கு இடையிலும், தனிமனிதர்களுக்கு இடையிலும் ஏற்படும் சச்சரவுகளுக்கு வன்முறை மூலம் தீர்வு காண முடியாது. அன்பு ஒன்றுதான் முன்னேறுவதற்கான ஒரே வழி. மன்னிக்கும் குணம்தான் உண்மையான ஒழுக்கம், அதுதான் சமூக வாழ்வை இணைக்கும் பந்தம்.

தன்னிறைவு பெறுவதுதான் அடுத்த பாடம். நாம் நாமாக இருக்க வேண்டும். அடுத்தவர்களைப் போல வாழக்கூடாது. நமது பண்பாடு, கலை, உடை எதுகுறித்தும் வெட்கப்படக் கூடாது. எவ்வளவு எளிமையாக இருந்தாலும், அவை நம்முடையவை. அவைபற்றிப் பெருமை கொள்ள வேண்டும். சுதேசி என்பதன் பொருள் இதுதான்.

அடுத்துக் கற்றுக்கொள்ள வேண்டியது சகிப்புத்தன்மை. அதன் மூலம் ஒற்றுமையாக இருப்பதையும் கற்றுக்கொள்ளலாம். பாபு (காந்தி) இந்தியா முழுவதையும் நேசித்தார். இந்தியாவின் மலைகள் சமவெளிகள் என்ற பல வேறுபாடுகளுக்கிடையே அவர் ஒற்றுமையைக் கண்டார். மக்கள் பேசும் பல மொழிகள், பலவித உடைகள், தனித்துவம் பெற்ற பல மதங்கள் இவற்றைப் பின்பற்றுகிற, எல்லாரும் ஒன்றாக வாழ்கிற மக்களைக் கண்டார். இந்த மாபெரும் குடும்பம் உண்மை, சாந்தி இவற்றால் ஒன்றுபட்டு, எல்லா மனிதர்களும் ஒன்றாக இருந்து, நட்புடனும் சமத்துவத்துடனும் வாழ்கின்ற காலத்தை நோக்கிச் செல்வதாகக் கண்டார்.

காந்தியைப் பற்றி எழுதிய நூலை முடிக்கும் தருவாயில், செப்டம்பர் மாதம் ஷாம்ராவ் எல்வினைப் பார்க்க வந்தார். தன்னுடைய சூழலையும் எல்வின் இருந்த சூழலையும் ஒப்பிடாமல் இருக்க அவரால் முடியவில்லை. இரண்டு வாரங்கள் தங்கிவிட்டு மனமே இல்லாமல் பதன்காருக்குத் திரும்பினார். எடித்துக்கு அவருடைய அண்ணனின் மகிழ்ச்சியான புதிய வாழ்க்கையைப் பற்றி எழுதினார். 'நானும் என்னுடைய வாழ்க்கையைப் பற்றி அப்படிச் சொல்ல விரும்புகிறேன். ஆனால், அவருடன் இல்லாமல் என்னால் மகிழ்ச்சியாக இருக்க முடியாது. நான் அவருடன் இல்லாவிட்டாலும் அவர் மகிழ்ச்சியாக இருக்க முடியும். ஏனெனில் அவருக்குத் தனது வேலை இருக்கிறது. குமாரும் அவருடன் இருக்கிறான் (குமார் பம்பாய்ப் பள்ளியை விட்டு, ஷில்லாங்கில் இருக்கும் செயின்ட் எட்மண்ட் பள்ளியில் சேர்ந்து விட்டான்.) 'இப்போதே நான் ஷில்லாங்குக்கு விமானத்தில் செல்ல முடிந்தால் நன்றாக இருக்கும்.' ஷாம்ராவ் தனிமையில்

வாடும் போது அதைவிடத் தூரத்தில் இருக்கிற, மகிழ்ச்சிதருகிற இடங்களைப் பற்றிக் கனவு கண்டுகொண்டிருந்தார். 'என் நினைவில் இங்கிலாந்து எப்போதுமே கனவுலகம் தான். ஏதாவதொரு பணக்காரர் சில ஆயிரம் பவுண்டுகள் கொடுத்தால் புலி என்னைத் துரத்துவது போல, இந்தியத்தாயை விட்டுவிட்டு இங்கிலாந்து போய்விடுவேன். எனது ஒரு பிள்ளையாவது ஆக்ஸ்போர்டு செல்ல வாய்ப்பு இருந்தால் நன்றாக இருந்திருக்கும். ஆனால், அதுபோன்ற வாய்ப்பைப் பெறும் அளவுக்கு அவர்கள் புத்திசாலிகள் அல்ல' என்று எழுதினார். அவருடைய நண்பர் மண்ட்லாவை விட்டுச் சென்ற பின்னர், ஷாம்ராவின் வாழ்க்கை முன்புபோல இல்லை. தன்னுடைய துன்பத்தில் கூட அந்த மனிதர் மற்றவர்களைப் பற்றியே எண்ணிப் பார்த்தார். இவ்வளவு காலம் எல்வினைப் பிரிந்து அவருடைய அன்னையும் தங்கையும் எப்படி உணர்ந்திருப்பர் என்று இப்போது தனக்குப் புரிகிறது என்று எடித்துக்கு எழுதினார்.

○ ○ ○

ஷாம்ராவைப் பிரிந்திருக்க எல்வினும் விரும்பவில்லை. மற்றபடி முன் எப்போதும் இல்லாத வகையில் வாழ்க்கையில் எந்தச் சிரமமும் இல்லை. மகிழ்ச்சியான இல்லம், நிலையான வேலை, மேலிடத்தில் இருந்து அவருடைய பணிக்குக் கிடைத்த ஆதரவு எல்லாம் நன்றாக இருந்தது. 1954ஆம் ஆண்டு கடைசி வாரத்தில், ஆர்ச்சருக்கு இவ்வாறு எழுதினார்:

> நான் நலமாக இருக்கிறேன். கடந்த இருபது வருடங்களில் முன்னெப்போதும் இருந்திராத வகையில், கராஞ்சியா விற்குச் சென்றபோதுகூட இல்லாத வகையில், மகிழ்ச்சியாக இருக்கிறேன். மரியாதைக்கு உரியவனாக இருக்கிறேன். இவ்வளவு மரியாதை கிடைப்பதைக் குறித்து வருந்தும் அளவுக்கு மரியாதை கிடைக்கிறது. நீங்கள் என்ன சொன்னாலும் சரி ஓர் உண்மையைச் சொல்லுவேன். இப்படி வாழ்வதில் சவால்கள், சாகஸங்கள் கிடையாது. காதலித்த பெண்ணைத் திருமணம் செய்துகொள்வதற்கு இணை எதுவும் இல்லை. லீலாவுடன் மகிழ்ச்சியாக வாழ்ந்து வருகிறேன். அவள் மீதான அன்பு ஒவ்வொரு நாளும் வளர்ந்து வருகிறது. குமார் மிகவும் இனிமையான பையனாக வளர்ந்து வருகிறான். அவனுக்குப் படிப்பில் நாட்டம் இல்லை. ஓவியக்கலையில் ஆர்வம் இருக்கிறது. இயல்பாகவே கலை உணர்வு அவனிடம் இருக்கிறது.
>
> நான் மதிக்கிற மனிதர்களுடன் வசிப்பது புத்துணர்ச்சி தருகிறது. இங்கிருப்பவர்களில் நிறையப் பேர் முதல்தரமான

மனிதர்கள். அவர்களில் சிலரை நான் மிகவும் நேசிக்கிறேன். ஆளுநருடன் எனக்கு நெருக்கம் உண்டு. ஆனாலும் சில நேரங்களில் பழகுவது கடினமாக இருக்கும். இது இயல்புதான். சரியான வழியில் நடவடிக்கைகள் எடுப்பதற்கு என்னுடைய செல்வாக்கைப் பயன்படுத்த வாய்ப்பு இருப்பது மனநிறைவு தருகிறது. உதாரணமாக, எல்லா அதிகாரிகளுக்கும் பயிற்சிதரும் வேலை எனக்குத் தரப்பட்டிருக்கிறது.

பழங்குடி மக்களின் பிரச்சனைகள (ஆளுநரைப் போலவே) பிரதமர் ஆழமாகப் புரிந்துகொண்டிருந்தாலும், எவ்வளவு கவனத்துடன் அதிகாரிகளுக்குப் பயிற்சி கொடுத்தாலும், சீர்கெட்ட வெளியுலகத் தொடர்புகளாலேயே பெரும் கெடுதல் நிகழ வாய்ப்பிருக்கிறது. முடிந்தவரையில் குறைவாக, மெதுவாகக் கெடுதல் நிகழ வேண்டும் என்பது முக்கியம்.

ஒருமாதம் கழித்து அவர் சீராட்டிய மனைவி ஒரு மகனைப் பெற்றாள். அவளுக்கு மூன்றாவது குழந்தை. அவருடைய இரண்டாவது குழந்தை. எல்வின் முதலில் அவனை ஷாம்ராவ் விக்டர் என்று அழைக்க விரும்பினார். கடைசியில், மௌரியப் பேரரசர் நினைவில் அசோகன் என்று பெயரிட்டார். அசோகனின் வரவை எதிர்பார்த்து, குளிர்காலத்தில் செய்யும் சுற்றுப் பயணத்தைத் தள்ளிப் போட்டார். நவம்பர் கடைசியில் எல்வின் 'திராப்' பகுதியில் வாழும் வாஞ்சோக்கள் *(Wanchos)* மத்தியில் இருந்தார். அவர்களில் பலர் முழுநிர்வாணமாக இருந்தனர். பெண்கள் மலர்களும் நகைகளும் அணிந்திருந்தார்கள். அவருக்காகப் போர் – நடனம் ஆடிக்காட்டினார்கள். உடலில் வண்ணங்களைப் பூசிய ஒரு குழுவினர் போர்வீரர்களாக வேடமிட்டுக் கிராமத்தின் மீது படையெடுத்தனர். தலைகளைக் கொய்வது போல் நடித்து வெற்றியைக் கொண்டாடும் வகையில், பாட்டுப் பாடினர். இயற்கைக் காட்சிகள் அருமையாக இருந்தன. ஒரு கிராமத்தின் உச்சியில் இருந்து ஒரு புறத்தில் பிரம்மபுத்திரா நதியின் சமவெளிகளையும் மறுபுறத்தில் திபெத்தின் பனிபடர்ந்த சிகரங்களையும் கண்டு ரசித்தார்.

திராப்பில் சுற்றுப்பயணம் செய்தபோது முன்னிருந்ததை விடக் கட்டுப்பாட்டுடன் இருப்பதாகவும், உள்ளுக்குள் கவலைப் படுவதைக் குறைத்துக்கொண்டிருப்பதாகவும் நாட்குறிப்பில் எழுதினார். 'என்னை ஒரு பெரிய மனிதனாகக் கருதி முக்கியத்துவம் கொடுக்கவில்லை என்ற வருத்தம் எனக்கு இருக்கிறது. அது என்னிடம் உள்ள மிகப் பெரிய குறை. நான் வீட்டுக்குத் திரும்பியதும் லீலாவுக்காக, அவளுடன் சேர்ந்து நிறைய வேலைகளைச் செய்ய வேண்டும். அவள் மீது நான் கொண்டுள்ள ஆழமான நேசத்தை வெளிப்படுத்த வேண்டிய

தேவையும், அதை அப்படியே பாதுகாக்க வேண்டிய தேவையும் இருக்கிறது. அதன் மூலம் அவள் என் மீது கொண்ட காதலும் இன்னும் அதிகமாகும். என்னுள் இன்னும் காமத்தை எழுப்ப வேண்டும். அது இப்போது குறைந்து வருகிறது. என்னிடம் துடிப்புக் குறைந்துவிட்டது.' தன்னைப்பற்றி அவர் எண்ணிய விதத்தில், தீவிரம், கவலை இரண்டும் குறைந்துவிட்டன. வழக்கம் போல வருடக் கடைசியில் 'ஒரு மகிழ்ச்சியான ஆண்டு இப்படி முடிகிறது' என்று எழுதினார்.

திராப்பில் இருந்து சியாங் நதி வழியாக எல்வின் திபெத்தை நோக்கிச் சென்றார். அது அபோர் (Abhor) இன மக்கள் வாழும் இடம். இருபத்தி ஐந்து வருடங்களாகச் சென்ற பயணங்களிலேயே மிகக் கடினமான பயணமாக அது இருந்தது. ஆனால் மக்கள் வரவேற்றார்கள். தோழமையுடன் பழகினார்கள். ஒவ்வொரு கிராமத்திற்குள் நுழையும் முன்னர், உல்லாசமாக உடையணிந்த பெண்கள் அரிசிக் கள்ளுடன் கரும்பையும் வைத்துக்கொண்டு வரவேற்றார்கள். கிராமத்தில் நுழையும் வரைக்கும் அந்தப் பெண்கள் கூடவே வந்தார்கள். அங்கே, ஆண்கள் வாழைப் பழங்களை அவர்மீது வீசியெறிந்தார்கள். நாகரிக உலகில் இருந்து தொற்று நோய்கள் அங்கே பரவிவிடாமல் இருக்கச் செய்யப்படும் தடுப்பு மருத்துவம் அது. பெண்கள் பெரும்பாலும் தறியில் துணி நெசவு செய்தார்கள். நாகா மக்களைப் போலவே அருமையாகத் துணி நெசவு செய்தார்கள். அவர்கள் இருபது நாட்டார் கதைகளுக்கேற்ப எல்வின் இருபது வகைத் துணிகளைச் சேர்த்தார். தூங்கி வழிந்த ஒரே ஒரு கிராமத்தில் மட்டும் எதிர்பார்த்த மாதிரி உற்சாகமான வரவேற்பு இல்லை. பல வாரங்களாக வானத்தில் பறந்துகொண்டிருந்த எல்வின், தன்னைச் சுற்றிக் கூட்டமே இல்லாத காங்கிரஸ் அமைச்சர் போல் வெறுமையாக உணர்ந்தார்.

ஐம்பத்தி இரண்டு வயது ஆகிவிட்டதால் ஒவ்வொரு பயணமும் கடினமாகத் தெரிந்தது. பயணங்களால் கிடைத்த பலன்கள் அதிகம். மார்ச் மாதத்தில், சிபி, சிம்மி, கம்லா, பெயின் என்ற நான்கு சமவெளிகளுக்கும் சென்றார். ஒவ்வொரு இன மக்களும் தனித்தன்மை கொண்டவர்களாக இருந்தனர். அவர்களைச் சந்திக்க வேண்டி, அவர் சில இடங்களில் நடந்தார். நடந்தார் என்று சொல்வதை விடத் தள்ளாடிச் சென்றார், தொற்றினார், உருண்டார், சறுக்கினார். இப்படி 150 மைல்கள் பயணம் செய்தார். ஏப்ரல் மாதம் காமெங் எல்லைப்பகுதியில் ஷெர்டுப்கன் (Sherdupken) என்ற பழங்குடி இன மக்களைச் சந்தித்தார். ஆடுமாடு மேய்க்கும் தொழில் செய்த அவர்கள் இதமாக, இனிமையாகப் பழகினர். அந்தப் பகுதி முழுவதும்

ஸ்காட்லாந்து அல்லது ஆஸ்திரியா போலக் காட்சியளித்தது. வழக்கம் போல, அவருக்கு அதிருப்தி தந்த ஒரே விஷயம் நாகரிகத்தின் அடையாளம் தான். ஷெர்டுப்கன் இனத்தின் தலைவர் டோர்ஜி தாங்–டொக், பெரும் புத்திசாலி, ஆட்களைக் கவரும் மனிதர். அவருடைய இனத்தின் உடைகளை அணிந்தால், அவர் சொல்லிக்கொண்டது போலவே அரசன் போலத் தோன்றினார். மேற்கத்தியத் தொப்பியும், ஆங்கிலேய சூட்டும் அணிந்துகொண்டால், குதிரைப் பந்தயம் நடக்கும் மைதானத்தில் கள்ள டிக்கெட் விற்பவர் போலிருந்தார். இப்படிப்பட்ட பெரிய மனிதர்கள் காட்டிய மாற்றங்களைச் சாதாரண மக்களும் பின்பற்றினார்கள். ஒருவர் நீல நிறக் கால்சராய், பச்சைச் சட்டை, வெல்வெட் ஸ்வெட்டர் அணிந்திருந்தார். இன்னொருவர் அரைக் கால்சராய், காக்கி கோட், காரோட்டி அணியும் தொப்பி அணிந்திருந்தார். மரபுவழி உடைகள் கௌரவத்தின் அடையாளமாக இருந்தன. அவற்றுடன் ஒப்பிட்டால், புதிய நாகரிக உடைகள் கோமாளித்தனமாக, பரிதாபமாக இருக்கின்றன என்று எல்வின் வருத்தத்துடன் குறிப்பிட்டார்.

ஷில்லாங் திரும்பியதும், கோப்புக்களில் கவனம் செலுத்தி னார். மாநிலங்கள் சீரமைப்பு ஆணையத்தில் சாட்சியம் அளித்தார். ஆணையத்தின் உறுப்பினர் ஒருவருக்கு அளித்த விருந்தொன்றில் வரலாற்று ஆசிரியரும், வெளியுறவுத்துறை நிபுணருமான கே.எம். பணிக்கர் உரத்த குரலில் ஒரு அறிவிப்புச் செய்தார். 'இந்தியக் கவிதைகளைப் புரிந்து கொள்ள வேண்டும் என்றால், வெர்ரியர் எல்வின் எழுதியவற்றை வாசிக்க வேண்டும்' என்று ஜப்பானியக் கவிதைகள், சீனக் கவிதைகளை மொழிபெயர்த்த ஆர்த்தர் வேலே *(Arthur Waley)* என்பவர் அவரிடம் சொன்னதாகக் கூறினார். இந்தப் புகழுரைக்கு உரிய எல்வின் இப்படி எழுதினார் 'பணிக்கர் இப்படிச் சொன்னது இயல்பாகவே என் பெருமையை அதிகமாக்கிவிட்டது. ஏனெனில், வேலே அப்படிச் சொல்லியிருந்தார். அது முக்கியமானது, பணிக்கர் அதை நினைவுபடுத்திச் சொன்னார் என்பதும் முக்கியமானது. இன்னும் சொன்னால், அவர் என்னைப் பற்றிச் சொன்னார், பில் ஆர்ச்சரைப் பற்றி அல்ல.

ஷாம் மே மாதம் குசும், குழந்தைகளுடன் வந்தார். வீட்டில் பத்துக் குழந்தைகள் இருந்தன. எல்வினுக்குத் தொந்தரவாக இருந்தது. மகிழ்ச்சியாக இருந்தாலும் தொந்தரவுதான். ஜூன் மாதம் குசும் ஏழாவது குழந்தை பெற்றதும், எண்ணிக்கை பதினொன்று ஆகிவிட்டது. வேலையும் செலவுகளும் அதிக மாயின. தான் விரைவில் இறந்துவிடக்கூடும் என்று எல்வின் உணர்ந்ததாகச் சொன்னார். 'செலவுகள் மிகவும் அதிகம், நான்

சேமித்து வைத்திருந்த ஏராளமான பணத்தைச் செலவழித்தேன். நான் இறந்த பின்னால், லீலாவுக்கும் குழந்தைகளுக்கும் விட்டுச் செல்ல எதுவும் இருக்காது. ஷாம் அசாமுக்கு வர விரும்பினார். ஆனால் லீலாவுக்கு அது பிடிக்கவில்லை. பதன்காரில் இருக்கும் போது அவர்கள் எல்லாவற்றையும் பகிர்ந்துகொள்ள முடிந்தது. ஷில்லாங்கில் 'துரையின் மனைவி'யாக இருப்பதில் செலவுகள் அதிகம். விருந்தினர்களைக் கவனிக்க வேண்டும். கிளப்களுக்குச் செல்ல வேண்டும். குழந்தைகளும் மனைவியும் தங்கள் தகுதிக் கேற்ப நல்ல உடைகள் அணிய வேண்டும். ஹிவாலே குடும்பம் அசாம் வந்தால், செலவுகளைப் பெரும்பாலும் ஒரே குடும்பம் ஏற்க வேண்டியிருக்கும். இது லீலாவுக்கும் அவளுடைய கணவனுக்கும் தெரியும்.

ஹிவாலே குடும்பத்தினர் ஆகஸ்ட் மாதம் கௌஹாத்தியில் இருந்து இரண்டு குழுக்களாகப் பிரிந்து கல்கத்தாவுக்கு விமானத்தில் சென்றனர். கிழக்கு, மேற்கு பண்பாடுகளின் வினோதமான வேறுபாடுகளை எல்வின் கவனித்தார். 'ஷாம்ராவ் குடும்பத்தினர் இரண்டு குழுக்களாக விமானத்தில் செல்ல விரும்பினர். விமான விபத்து நேர்ந்தால், குடும்பத்தில் சிலராவது பிழைப்பார்கள். அப்படி இறக்க நேர்ந்தால், நானும் லீலாவும் ஒன்றாகவே இறக்க வேண்டும் என்று நான் நினைத்தேன். லீலாவும் அப்படியே நினைத்தாள்.' எல்வின் ஜபல்பூர் வரை சென்று பழங்குடி நிறுவனத்தின் கணக்குகளைச் சரிபார்த்து ஒரு அறிக்கை தயாரித்தார். அது சரியாக இருந்தால்தான், ஜஹாங்கீர் பட்டேல் நன்கொடையைத் தொடர்ந்து வழங்குவார். பிறகு பம்பாய் சென்று அங்கிருந்து அஹமதாபாத் சென்றார். வடகிழக்கு நிர்வாகத்தினர், அகமதாபாத்தில் அவர் காலிகோ துணிகள் அருங்காட்சியகத்தைப் பார்வையிட்டு வரவேண்டும் என்று கேட்டுக்கொண்டனர். வடகிழக்கு எல்லைப்புற நிர்வாகத்திலும் அது போன்ற அருங்காட்சியகம் ஒன்று அமைக்க வேண்டும் என்பது திட்டம். அவரும் காந்தியும், வெகு காலம் முன்பு பிரார்த்தனை செய்த இடத்தைப் பார்க்க ஒருநாள் மாலை சபர்மதி ஆசிரமம் சென்றார்.

ஏறக்குறைய 1928இல் இருந்து 1936 வரை எல்வினுடைய வாழ்வில் காந்தியின் செல்வாக்கு முக்கியமானதாக இருந்தது. ரொம்பவும் நெருங்கிப் பழகிவிட்டதால், காந்தியுடன் இருந்த தொடர்பு அறுந்து போனது ரொம்பவும் கசப்பானதாக இருந்தது. காந்தியுடன் நேர்ந்த பிரிவின் காயம் இப்போது குணமாகத் தொடங்கியிருந்தது. இந்நேரத்தில் எல்வின் இன்னொரு மாபெரும் இந்தியரின் அருகில் வந்துகொண்டிருந்தார். காந்தியை எல்லோரும் 'பாபு' (தந்தை) என்று அழைத்தது போலவே, நேருவை 'சாச்சா'

(மாமா) என்று அழைத்தனர். இந்த உறவுப் பெயர்கள் உணர்த்தும் வேறுபாட்டை எல்வின் புரிந்துகொண்டார்: எல்வினுக்கும் இந்த இருவருக்கும் என்ன உறவு என்பதை இந்த வார்த்தைகள் உணர்த்தின. காந்தி மன உணர்ச்சியைத் தூண்டிவிட்டாலும், சில நேரங்களில் அப்பாவைப் போலவே ஆதிக்கம் செலுத்தினார். நேரு நல்லது செய்கிற, உற்சாகம் ஊட்டுகிற உதவி செய்கிற மாமா.

ஆகஸ்ட் மாதம் நேரு வேலை நிமித்தம் ஷில்லாங் வந்தார். ஆளுநர் தன் பொறாமையை வெளிப்படையாகக் காட்டிய போதும் எல்வினுடைய அருங்காட்சியகத்தைப் பார்க்க வேண்டும் என்று நேரு வற்புறுத்தினார். ஜெய்ராம்தாஸ் தௌலத்ராமுக்குப் பிறகு ஒரு ராணுவத் தளபதி ஆளுநராக வந்தார். அவர் அரசின் வேலைகள் எல்லாம் அதிகார வர்க்கத்தின் வரிசைப்படி நடக்க வேண்டும் என்று நம்பியவர். நேரு அங்கு வந்ததைப் பற்றியும் அதற்குப் பிறகு நடந்தவை பற்றியும் எடித்துக்கு எழுதிய கடிதத்தில் எல்வின் விவரித்தார். அது முழுவதும் படிக்க வேண்டிய ஆவணம்:

30.8.55

என் அருமை எடித்,

குறிப்பிடத்தகுந்த இந்த இரண்டு நாட்களில் நடந்தவற்றில் முக்கியமான நிகழ்ச்சிகளை எழுதுகிறேன்.

இரண்டு மாதங்களுக்கு முன்பு, பிரதமர் நேரு இங்கே வரவேண்டும், நான் சேகரித்து வைத்திருக்கும் கலைப் பொருட்களையும், புகைப்படங்களையும் காண வேண்டும் என்று பிரதமர் அலுவலகத்தில் இணைச் செயலராக இருக்கும் டி.என். கௌலுக்குக் கடிதம் எழுதினேன்; பிரதமருக்குத் தனியாக ஓர் கடிதம் ஒன்றையும் எழுதினேன். எனக்குப் பதில் கிடைத்தபோது ஆச்சரியப்பட்டேன். அருங்காட்சியகத்தைப் பார்க்க நிகழ்ச்சி நிரலில் நேரம் ஒதுக்கும்படி ஆளுநருக்குப் பிரதமர் எழுதியிருந்தார்.

இதனால் பலருக்குப் பொறாமை. ஆளுநரின் ஆலோசகர் கென் மேத்தா ரொம்பத் தாராள மனதுடன் நடந்து கொண்டார் என்று சொல்ல வேண்டும். பொதுவாகப் பிரதமர் எங்காவது செல்ல வேண்டும் எனில் தன்னைத்தான் அணுகி இருக்க வேண்டும் என்று குறிப்பிட்டார். ஆனாலும் பிரதமர் என்னிடம் வருகிற திட்டத்துக்கு ஆதரவு தெரிவித்தார். ஏனெனில் அது மிகப் பெரிய கௌரவம். ஆளுநர் சின்னப் புத்தி கொண்டவர். நேரு பார்க்க வராமல் தடுக்க, தன்னால் முடிந்ததை எல்லாம்

செய்தார். அது நிகழ்ச்சி நிரலில் இருப்பதை அறிந்ததும், நேரு என் வீட்டுக்கு வரவில்லை, வடகிழக்கு எல்லைப்புற நிர்வாகத்தின் அலுவலகத்துக்குத்தான் வருகிறார் என்று பத்திரிகையாளர்களுக்குத் தகவல் கொடுக்க ஏற்பாடு செய்தார். எனக்குத் தெரிந்த பத்திரிகையாளர்கள் மூலம் சரியான தகவலைத் தர முயன்றேன். ஆனாலும் பல பத்திரிகைகளில் நேரு வடகிழக்கு எல்லைப்புற நிர்வாகத்தின் அலுவலகத்துக்கு வருகிறார் என்று செய்தி வெளியிட்டனர். அந்தக் கிழட்டுத் தேவடியாள் மகனுக்கு, எனக்குக் கிடைத்த இந்தச் சிறு கௌரவத்தைகூடப் பொறுக்க முடியவில்லை.

27ஆம் தேதி பிரதமர் ஷில்லாங் வந்தார். அன்று துணை ஆணையர், காவல்துறை உயரதிகாரிகள், ரகசியப் போலீஸ் வந்து எல்லாவற்றையும் சோதனை இட்டார்கள். இது தேவையில்லாத நிகழ்ச்சி என்று காவல்துறை அதிகாரிகள் நினைத்தார்கள். அங்கே ஏகப்பட்ட மரங்களும் புதர்களும் இருந்தன. அவரை எப்படிப் பாதுகாப்பது? வீட்டையும் படுக்கைகளுக்குக் கீழேயும் புதர்களுக்கு இடையேயும் சோதனை செய்துவிட்டு முனகிக் கொண்டே சென்றனர்.

28ஆம் தேதி ஒன்பது மணிக்கு நான் ஆளுநரின் மாளிகைக்குச் செல்ல வேண்டியிருந்தது. கால்மணி நேரம் முன்னதாகவே சென்றுவிட்டேன். எனக்கு வியர்த்தது. சரியாக 9.35 மணிக்கு என்னை உள்ளே அழைத்துச் சென்றனர். அது, பிரதமரின் தகுதிக்குச் சின்ன அறைதான். பிரதமர் இனிமையானவர், ஏதோ பழைய நண்பர்கள் போலவே நாங்கள் பேசிக் களித்தோம். நிறையப் பேரைச் சந்திக்க வேண்டியிருந்தாலும், என்னுடன் 40 நிமிடங்கள் பேசிக்கொண்டிருந்தார். மூன்று வருட ஒப்பந்தக் காலம் முடிந்தாலும் நான் வடகிழக்கு எல்லைப்புற நிர்வாகத்தில் தொடர்ந்து பணியாற்ற வேண்டும் என்று கேட்டுக்கொண்டார்.

பிறகு நான் வெளியே சென்றுவிட்டேன். ஆளுநரின் ஆலோசகரும், வளர்ச்சித் துறையின் ஆணையரும் அவரைச் சந்திக்க வந்தனர். பதினொரு மணிக்கு கென் மேத்தா, ராஷித் யூசுப் அலி, ராத்தி (பொன்மனங் கொண்ட நிதி ஆலோசகர்), அதிகார மிடுக்கும், அகங்காரமும் கொண்ட 'லூ,' அப்புறம் ஆளுநர் அனைவரும் மாநாடு நடக்கவிருந்த அறைக்குச் சென்றோம். ஆளுநர் கடமையே என்று உட்கார்ந்திருந்தார். அதைக் கண்டு எங்களுக்கு மிகவும் மகிழ்ச்சியாக இருந்தது. பிரதமர் சுமார் ஒருமணி நேரத்துக்கு மேல் உரையாற்றினார். எந்தத் தயாரிப்பும் இல்லாத பேச்சு. அதுவரை நான் கேட்டதிலேயே சிறப்பான உரை. நான் இங்கு

வந்ததற்குப் பின் எந்த விஷயத்துக்கெல்லாம் முக்கியத்துவம் கொடுத்தேனோ அதையெல்லாம் அவர் குறிப்பிட்டது மனதுக்கு நிறைவு தந்தது. உடைகள், பழக்க–வழக்கங்கள், அரசு அலுவலர்களின் அத்துமீறும் நடவடிக்கைகள், பழங்குடியினரின் பண்புகள், அனைத்தையும் பற்றிப் பேசினார். பொதுவாகச் சொன்னால் அது ஒரு மாபெரும் வெற்றி. ஆளுநர் இடி விழுந்தது போல் உட்கார்ந்திருந்தார். அவருடைய திட்டங்கள் எல்லாம் ஒவ்வொன்றாக உடைந்து நொறுங்கித் தவிடு பொடியாகிக் கொண்டிருந்ததைக் கேட்டுக்கொண்டிருந்தார். என்னைப் பற்றித் தவறாகப் பேசிக்கொண்டிருந்த 'லூ'வுக்கு சரியான பதிலடி கிடைத்தது. பார்க்கப் பரிதாபமாக உட்கார்ந்திருந்தார். நான் என்னருமை கேல்மால் ராத்திக்கும், ராஷித்துக்கும் நடுவில் அமர்ந்திருந்தேன். எங்களுக்கு ஆதரவாக நேரு தன் அழகிய மொழியில் பேசப் பேச உற்சாகத்தால் நாங்கள் ஆரவாரம் செய்துவிடாமல் இருக்க எங்களை நாங்கள் அடக்கிக்கொள்ள வேண்டியிருந்தது.

ஆனால் சுற்றி வளைக்கப்பட்டு மூலையில் மாட்டிக்கொண்ட எலிகள் கடிக்கும். நாங்கள் அடக்கத்துடன் நடந்துகொள்ள வேண்டும்.

விருந்து முடிந்தது. அரசுக் காரில் வீட்டுக்கு எவ்வளவு அருகில் போக முடியுமோ அவ்வளவு அருகில் சென்று இறங்கிக் கொண்டோம். நாங்கள் ஏதோ தகாத காரியம் செய்துவிட எத்தனிப்பது போலவும், அதைத் தடுக்கும் வேலையில் அவர் இருப்பது போலவும் ஆளுநர் நடந்துகொண்டார். ஒரு காரில் ஆளுநரும், இன்னொரு காரில் பிரதமரும், அவருடன் அவரது இனிய உதவியாளர் ஹாண்டுவும் வந்தனர். சாலையின் இருபுறங்களிலும் வரிசையாக நின்ற மக்கள் நாங்கள் ஏதோ முக்கியமானவர்கள் என்று நினைத்துக் கையசைத்தனர்.

இந்தச் சமயத்தில் லீலா வீட்டில் இருந்தார். வீட்டைச் சுற்றி ரகசியப் போலிசாரும், மற்ற போலிசாரும் நின்றிருந்தனர். 35 பேருக்கு மேல் இருக்கும். திருமதி ராத்தி, அவளது ஐந்து குழந்தைகள், திருமதி மேத்தா, அமீனா யுசுப் அலி, திருமதி லூத்ரா என்ற நான்கு பெண்மணிகளைத்தான் அழைத்திருந்தோம். அவர்கள் அனைவரும் காத்துக் கொண்டிருந்த நேரம் முழுவதும் லீலாவுக்கு உதவி செய்தனர். இந்த மாதிரி நேரங்களில் லீலா சிறப்பாகக் கவனித்துக் கொள்வாள். என்னைப் போல் அவள் கைநடுங்கி அல்ல.

நாங்கள் வந்து சேர்ந்தோம். பிள்ளைகள் வாசல் படிக்கட்டு களில் வந்து நின்றனர். போலிஸாரும் புகைப்படக்காரர்களும் கூடிவிட்டனர். கொஞ்ச நேரம் காத்திருந்தோம். பிறகு துணை ஆணையர், காவல் அதிகாரி இவர்கள் ஒரு காரில் வந்து சேர்ந்தனர். அப்புறம் பிரதமரும் ஆளுநரும் வந்தனர். அவர்களுக்குப் பின்னால் வழக்கம் போல துணைக்கு வரும் ஆட்கள் பல ஜீப்புகளில் வந்தனர். பிரதமர் காரில் இருந்து இறங்கினார். குமாரும் ராத்தியும் திபெத்திய கழுத்துத்துண்டு ஒன்றை அவர்களுக்கு மாலையாக அணிவித்தனர். நான் அவற்றை 'கேமங்'கில் இருந்து வாங்கி வைத்திருந்தேன். பிரதமர் மலைப்பிரதேசத்தில் பூக்கும் 'ஆர்க்கிட்' பூக்களைக் காரில் இருந்து எடுத்து லீலாவிடம் கொடுத்தார். (அவற்றைப் படுக்கைக்கு அடியில் வைத்துப் பத்திரப்படுத்தி வைத்திருக்கிறோம்.)

அறிமுகங்கள் முடிந்ததும், அந்த மாபெரும் மனிதர் கூட வந்தவர்களுடன் வீட்டைச் சுற்றிப் பார்த்தார். காட்சிக்கு வைக்கப்பட்டிருந்த கண்ணாடி அலமாரிகளைப் பார்வை யிட்டார். வடகிழக்குப் பகுதிகளில் எடுத்த புகைப்படங்கள் இருந்த அறை, பின்னர் ஒரிஸாவிலும் பஸ்தாரிலும், கடைசியில் சந்தால் பகுதியிலும் எடுத்த புகைப்படங்கள் இருந்த அறை எல்லாவற்றையும் பார்வையிட்டார். என்னுடைய பதட்டத்தில், காபி அருந்துகிறீர்களா அல்லது திராட்சை மதுவா? என்று கேட்டேன். ஆளுநர் அருகில் இருந்ததால் அவர் காபியை விரும்புகிறேன் என்றார் அதை நான் நம்பவில்லை. பிறகு நூறு வருடங்களுக்கும் முன்னர் எடுக்கப்பட்ட புகைப்படங்களை, டால்டனின் ஓவியங்கள், பட்லர் 1847இல் வரைந்த ஓவியங்களைக் காட்டினேன். எல்லாம் நன்றாகத்தான் நடந்தது. எப்போதும் போல 'கிளாஸ்கோ குழந்தை' என்றழைக்கப்பட்ட ஒரு காங்கிரஸ் பிரமுகரைக் கண்டதும் அதிர்ச்சியில் உறைந்துவிட்டேன், மனதில் பதற்றமும் இருந்தது. பிரதமர் என்ன செய்வார் என்று யாரும் ஊகிக்க முடியாது. பலதார மணம் பற்றி என்னிடம் கேட்டார். ஒரு புகைப்படத்தில் இருந்த பெண்ணைப் பார்த்தார். அவளுடைய மார்பகங்கள் மட்டும் துணியால் மூடப்பட்டிருந்தன. அதைப் பார்த்துச் சொன்னார் 'கெட்ட புத்தியுள்ள புகைப்படக்காரன் அதை மூடி இருக்க வேண்டும்.' பிறகு 'பொய் மார்பகங்கள் என்றால் என்ன?' என்று கேட்டார். மார்பகத்தைப் பெரிதாகக் காட்டுகிற ஒப்பனை ஆடை என்று சொன்னேன். பழங்குடிப் பெண்களில் பலருக்கு அது தேவைப்படாது

என்று சொன்னார். அவருடன் தனியாக உரையாடும் போது தைரியமாக, நன்றாகப் பேசினேன். ஆனால் அருங்காட்சியகத்தைப் பார்வையிட வந்தபோது என்னால் சரியாகப் பேச வரவில்லை.

வழக்கம் போல சலிப்பேற்றும் இடமான ஆளுநரின் மாளிகைக்குத் திரும்ப வேண்டும் என்று நேரு நினைத்த மாதிரித் தெரியவில்லை. கால்களை நீட்டி உட்கார்ந்தார். மணி 1.10 ஆகிவிட்டது. 1.15க்கு மதிய உணவு என்று நிகழ்ச்சி நிரலில் இருந்தது. இன்னும் கால்மணி நேரமாவது ஆகும். அசாமில் ஒரு நடன அகாதமியும், அருங்காட்சியகம் ஒன்றும் அமைப்பது பற்றிப் பேசினார். விளக்குகள், புகைப்படக் கருவிகள் மின்னின. ஜன்னல்கள் வழியே மக்கள் எட்டிப் பார்த்தனர். கடைசியில் மதிய உணவு அருந்தவேண்டும் என்று முடிவுசெய்து அங்கிருந்து விடைபெற்றனர்.

அவர்கள் போனதும் நாங்கள் திராட்சை மதுவை அருந்தினோம். அது ஷில்லாங்கில் கிடைத்தவற்றில் விலை உயர்ந்தது. அந்தப் புகழ்பெற்ற உதடுகள் அருந்துவதற்காக சில கண்ணாடிக் கோப்பைகளை இரவல் வாங்கி வைத்திருந் தோம். பிறகு அவசர அவசரமாகச் சில மடக்குகள் ஊற்றி விட்டு, அரசுக் காரில் ஏறி ஆளுநரின் மாளிகைக்குச் சென்றோம்.

எப்போதும் போல உணவு மிக மோசமாக இருந்தது. உரையாடல்களும் ஒரே தராதரத்தில் இல்லை. பரிமாறு வதற்கு எல்லா விதமான நவீனத் தட்டுக்கள், கோப்பைகளை வைத்துக்கொண்டு மூளைக் கட்லெட், கறிச்சோறு, ஐஸ்கிரீம், இவற்றை எல்லாம் பிரதமருக்கு ஏன் தரவேண்டும்? அவற்றை அப்படியே வைத்துவிட்டார். சீனா தொடங்கி, தென்னமெரிக்காவில் பெரு வரை பலவித உணவுகளை ருசி பார்த்தவருக்கு இதுமாதிரி விருந்து தரலாமா? பழங்களை அதிகம் எடுத்துக்கொண்டார். முதல் பத்து நிமிடங்கள், தலையைக் குனிந்து அமர்ந்திருந்தார். ஒரு வார்த்தைகூடப் பேசவில்லை. யாரும் எதுவும் பேசவில்லை. ஏதோ ஒரு புரியாத காரணத்துக்காக நான் ஆளுநருக்கு வலதுபுறம் அமர்ந்திருந்தேன். (அது நல்ல இடம். ஏனெனில் அவர் இருக்கும் இடத்தில் சின்னச் சின்ன சுவையான விஷயங்கள் நடக்கும்.) அவரும் ஏதோ என் காதில் முணுமுணுத்தார். திடீரென்று பிரதமருக்கு உற்சாகம் ஏற்பட்டது. மிக அருமையாகப் பேசினார். இந்திய இசையை, புராதன (மனிதன் நாகரிகம் அடைவதற்கு முன் பாடிய) முறைகளில் பாட வேண்டும் என்று சொன்னார். கண்களை

மூடிக்கொண்டு, பவ்வியமாகத் தலைகுனிந்து எப்படிப் பாட முடியும்? ரஷ்யர்கள் பாடும் விதம் அழகானது. 500 ரஷ்யப் பெண்கள் இந்திய தேசிய கீதத்தை அருமையாகப் பாடியதை விவரித்தார். இந்தியர்கள் பயபக்தியுடன் பாடுவதை விட அது மிக நன்றாக இருந்தது என்றார்.

மிக நீண்ட தூரம் ஓடும் ஆறு கூட, காய்ந்துபோன பாலைவனத்தைக் கடந்து, கடைசியில் கடலைச் சென்றடைகிறது. கடைசியில் அனைவரும் எழுந்தோம் அவர் விடைபெற்றார். இதற்குள் நானும் களைப்படைந்திருந்தேன். கேல்மாலுடன் பேசிக் களிக்க வேண்டும் என்று தோன்றியது. அவரை வீட்டுக்கு இழுத்துச் சென்றேன். தேநீர் அருந்திக் கொண்டே காலையிலிருந்து நடந்ததை எல்லாம் பேசி முடித்தோம்.

அன்றைய நிகழ்ச்சிகள் இன்னும் இருந்தன. இரவு விருந்துக்குப் போகவேண்டி இருந்தது. அங்கு செல்லும்போது அணிய வேண்டிய கோட் அணிந்துகொண்டேன். எல்லா அமைச்சர்களும், ஒன்றிரண்டு துணை அமைச்சர்களும், அசாமின் சில உயர் அதிகாரிகளும் இருந்தனர். இதற்கு முன்னால் இப்படி ஒரு கிறுக்கர்கள் கும்பலைப் பார்த்த தில்லை. அறையின் மூலையில் அமர்ந்து இரண்டு பேர் பத்திரிகைகள் படித்துக்கொண்டிருந்தனர். நானும் ஏதோ ஒரு துறையின் அமைச்சருடன் சோஃபாவில் அமர்ந்திருந்தேன். அவர் பெயரோ அல்லது அவர் எந்தத் துறைக்கு அமைச்சர் என்பதோ தெரியவில்லை. நான் ஏதாவது பேசினால், அவர் பதில் சொல்லிவிட்டு எங்கோ பார்த்துக் கொண்டிருப்பார். கொஞ்ச நேரம் பேச முயன்று தோல்வியடைந்த பிறகு நானும் எங்கேயோ பார்க்க ஆரம்பித்துவிட்டேன். இருபது நிமிடங்களுக்குப் பழச்சாறு கூடக் கிடைக்கவில்லை. பேரமைதி நிலவியது. மெய்க் காப்பாளர் ஹாண்டுவிடம் விஞ்ஞானக் கதைகள் பற்றிப் பேச ஆரம்பித்தேன். (எனக்கும் மேலிடத்தில் இருக்கும் காவலர்களுக்கும் எப்போதுமே ஒரு இணக்கம் உண்டு.) என்னால் பந்தயத்துக்குப் பணம் கட்ட முடியும். பிரதமரைத் தவிர அவர் ஒருவர்தான், ஃபார்ஸ்டரின் 'த மெஷின் ஸ்டாப்ஸ்' (இயந்திரம் நின்று விட்டது) என்ற கதையைப் படித்திருந்தார்.

வெகுவிரைவில் இரவு உணவு என்ற கொடூரமான அறிவிப்பு வந்தது. விருப்பமே இல்லாமல், உண்ணவே முடியாத உணவு வகைகளைச் சாப்பிட நெருங்கினோம். அந்த உணவு வகைகளை மனப்பாடம் செய்துவிடும் அளவுக்கு அடிக்கடி சாப்பிட்டிருந்தேன். மோசமான ப்ரெட் டோஸ்ட்,

சூப், மீன் (இதை மட்டும் தைரியமாக இரண்டு முறை உண்ண வேண்டும் என்ற ஆசையிருந்தாலும் செய்ய வில்லை). அதிர்ச்சி அளிக்கும் வகையில் இருந்த கறிச் சோறு, காய்ந்த சுவையற்ற கேக்குகள் இவைதான் இரவு விருந்தில் கிடைத்தன.

ஆளுநர் மாளிகையில் நடக்கும் விருந்துகளில், உபயோகமாக ஒரு வேலை மட்டும் திட்டமிட்டு நடக்கும். இப்படிப்பட்ட கூட்டத்தில், நீங்கள் சமூகத்தில் எந்த நிலையில் இருக்கிறீர்கள் என்று கணித்து உட்கார இடம் ஒதுக்கி வைப்பார்கள். எல்லோரையும் விட நான் தான் இந்த விஷயத்தில் அடிமட்டத்தில் இருந்தேன். எனக்கு அடுத்ததாகக் கென் மேத்தா. அவருடைய வருமானம் என்னை விட இருமடங்கு இருக்கும். அவர் அதற்கு ஏற்ற இடத்தில் அதாவது வலது புறத்தில் (இடதுபுறத்தில் அல்ல) இருந்தார். நான் மேசையின் ஒரு கடைசியில் இருந்தேன். அமைச்சர்களை நான் கூர்ந்து கவனித்தேன். தலைமைச் செயலர் சுதிர் தத்தா, மது அருந்துகிறவர், கேம்பிரிஜ்ஜில் படித்த புத்திசாலி. சுங்கத்துறை அமைச்சருக்கும், பசுவதைத் தடுப்புத் துறையின் (அல்லது அது போன்ற ஏதோ ஒரு துறையின்) துணை அமைச்சருக்கும் இடையில் அமர்ந்திருந்தார். அவர்களுக்குள் எந்த உரையாடலும் நிகழவில்லை. அமைச்சர்களில் ஐந்து பேர் சாப்பாடு முடியும்வரை வாயே திறக்கவில்லை. அதாவது உணவைத் திணிப்பதற்கு மட்டும் வாயைத் திறந்தார்கள். மனம் நிறையும் வரை உண்டார்கள், உண்ட மகிழ்ச்சி வெளிப்படையாகத் தெரிந்தது. ஆளுநர் விருந்து கொடுத்தாரே தவிர முதலில் இருந்து கடைசிவரை வாயைத் திறக்கவில்லை. பிரதமர் பாவம், தன்னால் முடிந்தவரை பேசினார். அவர் மட்டும் எவ்வளவு நேரம்தான் பேசிக் கொண்டிருப்பார்? கடைசியில் அமைதியாகி விட்டார். பல சமயங்களில் இந்தப் பெரிய மனிதர்கள் இருந்த கூட்டத்தில், பற்கள் உரசும் சத்தமும், வைட்டமின்கள் செரிக்கும் சத்தமும் தான் கேட்டது. என்னருகில் தாடி வைத்த, வேட்டி கட்டிய அமைச்சர் ஒருவர் உட்கார்ந்திருந்தார். பலவாரங்கள் பட்டினி கிடந்தவர் போல இருந்தார்.

பிறகு அந்த இடத்தை விட்டு வரவேற்பு அறைக்குச் சென்றோம். எல்வினுக்கு சிகரெட்டுகள் கொண்டுவர வேண்டும் என்று ஆளுநர் உத்தரவிட்டிருந்தார். வாங்கினால் ஐம்பது சிகரெட்டுகள் வாங்க வேண்டியிருந்தது. தணிக்கை யில் அதை நிராகரித்து விடுவார்களோ என்ற பயமும் இருந்தது. அதனால் அது கைவிடப்பட்டது. தர்மசங்கடத்தில்

அமைதியாக உட்கார்ந்திருந்தோம். பிரதமர் நாற்காலியில் சாய்ந்து அமர்ந்திருந்தார். ஆளுநரும் முதலமைச்சரும் விரல்களை நெரித்துக்கொண்டே எதுவும் பேசாமல் அருகில் அமர்ந்திருந்தனர். பதினைந்து நிமிடங்கள் இப்படிப்பட்ட கலகலப்பைப் பார்த்துவிட்டு, உறங்கப் போவதே நல்லது என்று நினைத்துப் பிரதமர் சென்றுவிட்டார்.

அன்றைய வேலை அப்போதும் முடியவில்லை என்பது வீடு சென்ற பின்னால் தெரிந்தது. நகுலாவுக்குக் குத்திருமல் கண்டிருந்தது. லீலா அழுதுகொண்டிருந்தாள். டாக்டர் திலீப் குஹாவுக்குக் கார் அனுப்பி வரவழைத்தேன். ஒருமணி நேரம் அவர் அவனுக்குச் சிகிச்சை அளித்தார். இரவில் ரொம்ப நேரம் கழித்துப் பையனைப் பற்றிய கவலையுடன் தூங்கினோம்.

அடுத்த நாள் மிக மோசமாக உணர்ந்தேன். நாள் முழுவதும் ஏகப்பட்ட வேலை, செய்து முடிப்பதே பெரும் போராட்டமாக இருந்தது. குத்திருமல் மிகவும் துயரம் தரும் நோய். அதைப் பார்த்துக்கொண்டிருப்பது கடினம்.

அன்புடன்
எல்வின்

டெல்லி சென்றதும், நேரு வட கிழக்கு எல்லைப்புற நிர்வாகத்துக்குக் கடிதம் ஒன்று எழுதினார். தங்களுடைய வாழ்க்கை முறைகளையும், விழுமியங்களையும் பழங்குடி மக்கள் மீது திணிக்கக் கூடாது. மரபுகளின் வேர்களைப் பிடுங்கி எறிந்துவிட்டு அவர்களை ஒன்றும் இல்லாதவர்கள் ஆக்கிவிடக் கூடாது. மாற்றங்களை மெல்ல மெல்லக் கொண்டுவர வேண்டும். பழங்குடி மக்கள் பிரச்சனைகளின் ஆலோசகரான, வெர்ரியர் எல்வின், பழங்குடி மக்களை அறிந்த பேரறிஞர், நீங்கள் அவர் சொல்வதைக் கவனமாகக் கேட்க வேண்டும். பழங்குடி மக்களை நன்றாகப் புரிந்து கொண்டு அனுதாபத்துடன் செயல்படுகிறவர். இந்தக் குணம் மிகவும் அசாதாரணமானது, மிகவும் உதவியாக இருக்கும். அவருடைய ஆலோசனைகள் பெருமதிப்பிற்குரியவை.

அந்த நற்சான்றிதழை எல்வின் மகிழ்ச்சியுடன் ஏற்றுக்கொண்டார். தன்னுடைய வேலைத் திட்டங்களை நிறைவேற்றுவதற்கான வழியில், தினசரிப் பணிகளை தான் நினைத்த வழியில் செய்வதற்குப் பிரதமரின் பெயரையும், புகழையும் தனக்குச் சாதகமாகத் தந்திரமாகப் பயன்படுத்திக் கொண்டார். கடைகள், கட்டிட வடிவங்கள், நடனங்கள் பற்றித் தனது மேலதிகாரிகளுக்கு எழுதும்போது தன்னுடைய பரிந்துரைகளுக்கு நேருவின் வாசகங்களை மேற்கோள் காட்டுவார். 'பிரதமர் இதைப் பற்றி மிக

அழுத்தமாகச் சொல்லி இருக்கிறார்... பிரதமர் சொன்னது போல, நமக்குத்தான் எல்லாம் தெரியும் என்ற யூகத்தில், பழங்குடி மக்கள் இதைச் செய்ய வேண்டும், இப்படிச் செய்யக்கூடாது என்று சொல்லக் கூடாது. பிரதமர், மிகத் தெளிவாக, எழுதியவற்றைச் செய்யவே நான் முயல்கிறேன் ...' இது போன்ற வாக்கியங்கள் அவர் அந்தக் காலத்தில் எழுதிய குறிப்புகள், அறிக்கைகளில் கிடைக்கின்றன.

எல்வினை நேரு கவர்ந்துவிட்டார் என்பதை எளிதாகப் புரிந்துகொள்ள முடியும். தான் வாழ்ந்த காலம்வரை, எழுத்தாளர்கள், விஞ்ஞானிகள் சிந்தனையாளர்களை நேரு கவர்ந்தார். மக்களாட்சி யுகத்தில் அவர் ஒரு தத்துவ ஞானியாக, அரசராக இருந்தார். நேருவிடம் இனவெறி இருந்ததில்லை. இந்தியாவை ஆண்ட ஆங்கிலேயர்கள் மீது அவர் வெறுப்புக் கொண்டதில்லை. இந்தக் குணங்கள் எல்லோரையும் ஈர்த்தன. 1955இல் நேரு வின்ஸ்டன் சர்ச்சிலைச் சந்தித்தார். அது இரண்டு பிரதமர்களின் சந்திப்பு மட்டும் அல்ல. இந்திய சுதந்திர இயக்கத்தின் எதிரியான ஆதிக்க வெறியருக்கும், ஆங்கிலேயர்கள் ஆட்சியில் பதினான்கு ஆண்டுகள் சிறையில் இருந்தவருக்கும் நிகழ்ந்த சந்திப்பு. 'நீங்கள் நலமாக இருக்கிறீர்களா?' என்று நேரு சர்ச்சிலிடம் கேட்டதாகச் செய்தித்தாள்களில் செய்தி வந்திருந்தது. இந்தச் செய்தியை வடகிழக்கு எல்லைப்புற நிர்வாகத்தில் அனைவருக்கும் எல்வின் அனுப்பினார். கூடவே தன்னுடைய குறிப்பையும் எழுதியிருந்தார் "அடிமை நாடாக இருந்தபோது பணிவாகச் சொல்லப்படும் வார்த்தைகள், விடுதலை அடைந்த பிறகு மாண்புடன் சொல்லப்படும் வார்த்தைகள் ஆகிவிடுகின்றன".

எல்வினும் நேருவைக் கவர்ந்தார்: கல்வியில் தேர்ந்த ஆக்ஸ்போர்டு அறிஞருக்கு (நேரு கேம்பிரிட்ஜில் இரண்டாம் வகுப்பில் தேறினார்); நல்ல புத்தகங்களை நேசிப்பவருக்கு, பல நல்ல புத்தகங்களை எழுதியவருக்கு; தான் சிறையில் இருந்த காலங்களில் 1920களில், 1930களில் காடுகளில் சுற்றியலைந்த நாடோடிக்கு என்றெல்லாம் எல்வினைக் கடிதங்களில் நேரு குறிப்பிட்டார். எல்வின் அரசுப் பணியில் சேர்ந்த பிறகு ஒருமுறை நேரு, ஜஹாங்கீர் பட்டேலிடம் கேட்டார் 'எல்வினைப் பற்றிப் பலவிதமாகக் கேள்விப்படுகிறேன். அவர் பெண் பித்தராமே?' என்று கேட்டார். பட்டேல் எதிர்கேள்வி கேட்டார் 'அதனால் உங்களுக்கென்ன?' நேரு உரக்கச் சிரித்துக்கொண்டே "நீங்கள் சொல்வது உண்மைதான். அதனால் என்ன?' என்று ஒத்துக் கொண்டார். பிறகு பட்டேல் எல்வினை ஆதரித்து அருமையாகப் பேசினார் 'காந்தியையும் சன்னியாசிகளையும் மதிப்பிடும்

தராசில் எல்வினை ஏன் மதிப்பிடுகிறீர்கள்? என் உயிருள்ளவரை எல்வின் மீது நம்பிக்கை வைத்திருப்பேன். தான் செய்யும் வேலையை அவர் போல் அறிந்தவர் இங்கு யாரும் இல்லை. அவர் எழுதிய பல நல்ல புத்தகங்களைப் பாருங்கள். நீங்களே புத்தகங்கள் எழுதியிருக்கிறீர்கள். அது எவ்வளவு கடினமான வேலை என்பது உங்களுக்குத் தெரியும். கடினமான உழைப்பு இல்லாமல் அவற்றை எழுதியிருக்க முடியாது. முடியுமா? நாங்கள் பெரிய பெரிய சண்டைகள் போட்டிருக்கிறோம். ஆனால் அவருடைய வேலையைப் பற்றி ஒருபோதும் சண்டை நடந்ததில்லை.'

எல்வினுடைய வேலைகளை நேரு விரும்பக் காரணம் இருந்தது. கோப்புகளுக்கும், அவற்றில் எதையாவது எழுதித் தள்ளி விடும் மனிதர்களுக்கும் மத்தியில், எல்வினுடைய தோழமையை நேரு அனுபவித்து ரசித்தார். எல்வின் 1955ஆண்டில் அக்டோபர் மாதம் டெல்லி சென்றபோது பிரதமரைப் பார்க்கச் சென்றார். வேலைப் பளு மிகுந்த காலை நேரத்தில் ஒருமணி நேரம் பேசிக்கொண்டிருந்தார். நேரு பழகுவதற்கு இனிமையானவர், பேசிக் களிப்பவர், ஆனால் எல்வினுக்குப் பேச வரவில்லை, வாயடைத்துப் போனார். 'வெளியில் வந்த பிறகு எத்தனையோ விஷயங்களைப் பேசியிருக்கலாம். வேலையும் முடிந்திருக்கும் என்று வருத்தப்பட்டேன். நான் சுவிசேஷ ஊழியம் செய்யும் போது ஆவி என்னுடலில் இறங்கியிராவிட்டால் எவ்வளவு மோசமாக உணர்வேனோ அப்படி உணர்ந்தேன்.' ஆனால் எல்லாம் நன்றாகத்தான் முடிந்திருந்தது. அன்று மாலையிலேயே அவருக்கு அவரது விருப்பம்போல வடகிழக்குப் பிராந்தியத்திலும் பிற பகுதிகளிலும் கலை மற்றும் நடனங்களுக்காகச் செலவிட பிரதமரின் தனி நிதியிலிருந்து செக் ஒன்று அளிக்கப்பட்டது. அதற்குப் பிறகு நேரு எல்வினுக்கு எழுதினார்: "வங்கிக்காரர்கள், லேவா தேவிக்காரர்களுடன் இருப்பதை எவ்வளவு வெறுத்தேனோ அந்த அளவு எல்வினுடன் பழகுவதற்கு விரும்பினேன்." பின்னர் ஒருமுறை எல்வின் வடகிழக்கின் விவகாரங்கள் பற்றிப் பேச நேருவின் வீட்டுக்குச் சென்றார். அந்த நேரம் முழுவதிலும் நேரு விளாதிமிர் நெபக்கோவின் 'லோலிதா' புத்தகத்தைப் பற்றிப் பேசிக்கொண்டிருந்தார்.

o o o

'அரசியல் அதிகாரி' என்ற பழைய பெயரையே தக்க வைத்துக்கொண்டது அவருடைய முதல் வெற்றி. அந்தப் பெயரையும் மாற்றி, 'துணை ஆணையர்' என்ற வழக்கமான பெயரை உபயோகிக்க வேண்டும் என்று ஆளுநர் விரும்புவதாகக்

கேள்விப்பட்டார். அதிர்ச்சியாக இருந்தது. அரசியல் அதிகாரி என்ற பெயர் அந்தக் கடினமான வேலைக்கு, விரும்பக்கூடிய ஒரு மதிப்பைத் தந்தது. அந்தப் பணியின் தனித்தன்மையைக் குறித்தது. அரசியலும், மனித நேயமும் மிகுந்த பணிக்கு அப்பெயர் பொருத்தமானது. அரசியல் அதிகாரியை,துணை ஆணையர் என்று குறிப்பிட்டால், சமவெளிப் பகுதிகளில் நிலவும் பதவிகளுக்கும் அதற்கும் எந்த வேறுபாடும் இல்லை என்றாகிவிடும். அங்கிருப்பது போலவே ஊழல், அங்கிருப்பவர்கள் போன்ற வழக்கறிஞர்கள், வணிகர்கள், இன்னும் சொல்லப் போனால் துணை ஆணையர் அலுவலகத்தின் கட்டுப்படுத்த முடியாத அரசு அமைப்புதான் இங்கும் இருக்கிறது என்றாகிவிடும்.

ஒவ்வொரு குளிர்காலத்திலும் ஆய்வு செய்வதற்காகச் சுற்றுப் பயணம் செய்யும்போது, வழக்கறிஞர்கள், வியாபாரிகள், இன்னும் நாகரிகத்தின் மற்ற கெடுதல்கள் இல்லாமல், வடகிழக்கின் நிர்வாகம் நடந்து வருவதை அனுபவத்தில் கண்டார். 1955ஆம் ஆண்டு லீலாவையும் அழைத்துக் கொண்டு மிஷ்மி மலைகளுக்குப் புறப்பட்டார். லீலா ஷில்லாங் வந்து இரண்டாண்டுகள் ஆகிவிட்டன. முதல் முறையாக ஷில்லாங்கை விட்டு வெளியூர் சென்றார். மிஷ்மி இனமக்கள் குட்டையான வீடுகளில் வாழ்ந்தனர். ஒவ்வொரு வீட்டிலும் குடும்பம் முழுவதற்கும் பொதுவான 'வராண்டா' இருந்தது. திருமணம் ஆனதும் ஒவ்வொரு புது மணத் தம்பதியரும், அந்த வராண்டாவை இணைக்கும் வகையில் புதிய அறைகளைக் கட்டிக்கொண்டு வாழ்ந்தனர். அந்த இன மக்கள், தலைகளை வேட்டையாடுவதில்லை. முடியையும் கட்டை விரலையும் வேட்டையாடினர். முடியையும், கட்டை விரலையும் வெட்டி வெற்றியைக் கொண்டாடினர். வீட்டில் முடிக்கற்றைகளைத் தொங்கவிட்டனர். தாங்கள் பலிவாங்கியவர்களின் கட்டை விரல்களை, மிருகங்களின் மண்டை யோடுகளுடன், வைத்துப் புதைத்தனர். இடி மிஷ்மி இனமக்கள் பைகா இன மக்களை நினைவுபடுத்தினர். காட்டுவாசிகளாகப் பறட்டைத் தலையுடன் காட்சியளித்தனர். நஞ்சு தோய்ந்த அம்புகளை வைத்துக்கொண்டு துப்பாக்கி சுடுவது போல் எய்தனர். பாதிச் சுற்றுப்பயணம் முடிந்த நிலையில் அவருடன் இருபது ஆண்டுகளாகச் சுற்றிவரும் சுந்தர்லாலின் உடல்நிலை மிகவும் மோசமாகி, அவர் வீடு திரும்ப வேண்டியதாகி விட்டது. லீலாவும் வீடு திரும்பினார். எல்வின் காடுகளுக்குள் போய்க்கொண்டே இருந்தார். திபாங்க்கில் ஒரு கிராமத்தில் இருந்து தன் ஆங்கிலேய நண்பருக்கு (தபால்தலை அளவுள்ள மேஜையில் அமர்ந்து) கடிதம் எழுதினார். 'மிஷ்மி இனமக்கள் மனதை மயக்குகிறார்கள்.' அங்கே வேலை முடிந்ததும் திராப்

பகுதியில் இருந்த வான்சோஸ் இன மக்களிடம் சென்றுவிட்டு, பேட்டிகள் மூலம் வேலைக்கு ஆட்களைத் தேர்வு செய்ய டெல்லி சென்றார். திரும்பி வந்து திபெத் எல்லையில் சியாங் பகுதிக்குச் செல்ல வேண்டும் என்று நம்பிக் கொண்டிருந்தார். துயின்சாங் என்ற இடத்தில் கல்யொ கினியஸ் பார்வையிட்ட பிறகு சுற்றுப் பயணத்தைமுடிக்க வேண்டும். தனது பட்டியலில் இருந்த (பார்க்க வேண்டிய) பழங்குடி இனங்களின் பெயர்களை, செல்ல வேண்டிய பள்ளத்தாக்குகளின் பெயர்களைக் கணக்கிட்டபோது, 'இன்னும் இருபது வருடங்கள் வயது குறைந்திருந்தால் நன்றாக இருந்திருக்கும் என்று நினைத்தேன்' என்று குறிப்பிட்டார். மற்றபடி அவர் மனநிறைவுடன் இருந்தார். அந்த வருடக் கடைசியில், சுற்றுப் பயணங்கள், அறிக்கைகள், லீலாவுடன் இருந்த நிறைவான உறவு, குழந்தைகள், புதிய நண்பர்கள் எல்லாம் நன்றாக அமைந்தன. அவர் மனதை உறுத்திய ஒரே விஷயம் ஷாம்ராவின் நிலைமைதான். 1956ஆம் ஆண்டில் செய்ய வேண்டிய 13 வேலைகள் பற்றி உறுதிமொழி எடுத்துக்கொண்டார். நல்ல தந்தையாக, கணவனாக இருக்க வேண்டும், குடிப்பதைக் குறைக்க வேண்டும். செய்ய நினைத்ததிலேயே பெரிய விஷயம் இதுதான்: 'அச்சம் இல்லாமல் உண்மையைப் பின்பற்ற வேண்டும், விளைவுகளை எண்ணிக் கலங்காமல் மனதில் பட்டதைச் சொல்ல வேண்டும், பழங்குடி மக்களுக்காக, அவர்களின் உண்மையான மகிழ்ச்சிக்காக இன்னும் தீவிரமாகப் போராட வேண்டும். முடிந்தவரை அதற்காகத் தந்திரமாகச் செயல்பட வேண்டும்.'

கடினமான சில சுற்றுப் பயணங்களில் குமாரும் அவருடன் வந்தான். 1955ஆம் ஆண்டு கடைசி வாரத்தில் 'நிசா' என்னும் கிராமத்தை அடைந்தனர். 'திராப்' பகுதியில் இருந்த அக்கிராமத்திற்கு, 60 ஆண்டுகள் முன்னர்தான் ஒரு வெள்ளையர் சென்றிருந்தார். 'ஜெய்ஹிந்த் வந்துவிட்டார்' என்ற கூச்சலுடன் அவர்களை வரவேற்றனர். தேசியவாதிகளின் முழக்கம் அங்கே பெயர் ஆகிவிட்டது. எல்வினுக்கு சாஹிப் என்பதைவிட அது இனிமையாக இருந்தது. அது இந்திய ஆதிக்கத்தைப் பற்றிய வஞ்சப் புகழ்ச்சியாக இருக்கலாம். ஆனால் அவர்களின் தலைவன் 'ஜெய்ஹிந்த்'தின் மகனுக்கும் ஒரு குரங்கு பரிசளித்தான். அதனால் அந்தச் சந்தேகமும் தீர்ந்தது. அந்தக் குரங்கு குமாருடன் விளையாடியது, உண்டு உறங்கியது. இன்னொரு கிராமத்தின் தலையாரி அவனுக்கு ஒரு பூனையைப் பரிசளித்தான். கோஸியின் மகனுக்கு மிருகங்களுடன் பழகுவது எளிதாக இருந்தது. பூனையின் அருகில் யாரும் வருவதில்லை என்றாலும் அது குமாரின் மடியில் அமர்ந்து

முனகிக்கொண்டே இருக்கும். ஆனால் அந்தப் பூனை தினமும் ஒரு கோழியைச் சாப்பிட்டது. எல்வின் கணக்குப் போட்டுப் பார்த்தார். அவனுடைய பள்ளிக் கட்டணத்தை விட இரண்டு மடங்கு செலவாகும் என்று தெரிந்தது. மனமில்லாமல் அதை அங்கேயே விட்டு வந்தனர். பிறகு அப்பாவும் மகனும் 'போரி' மக்களைக் கண்டனர். பெரும் மலைகள், முகடுகள், பெரும் பள்ளங்களின் விளிம்புகள், நிலச்சரிவுகள் இவற்றைக் கடந்து செல்ல வேண்டியிருந்தது. பாலங்களைப் கடப்பது மயிர்க்கூச் செறிய வைக்கும் அனுபவமாக இருந்தது. மூங்கில் கழிகளால் கட்டப்பட்ட தொங்கும் பாலங்களில் நடந்து ஆறுகளைக் கடக்க வேண்டும். பிறகு மூங்கில் ஏணிகளில் ஏறிச் செல்ல வேண்டும். வடகிழக்கில் சர்க்கஸ்காரனாக இருக்க வேண்டும். அடுத்த வருடக் குளிர்காலத்தில் மூங்கில் வள்ளத்தில் சியாங் ஆற்றைக் கடந்தனர். சட்ட விரோதமாக திபெத்துக்குள் நுழைந்தனர். ஒரு மரத்தில் குமார் தன் பெயரை எழுதினான். இந்தப் பயணத்தில், சுமார் 180 மைல்கள் நடந்து சென்றனர். சராசரியாக 40000 அடி வரை ஏறி இறங்கினர். ஐம்பத்தி நாலு வயதான 'துரை'க்குத் தன் உடல் வலிமையைப் பற்றி மனநிறைவு ஏற்பட்டது.

தன்னுடன் பணிபுரியும் இளைய அதிகாரிகளுக்கு வடகிழக்கில் வேலை செய்வதன் அற்புதத்தை, சாகசத்தை எல்வின் நன்றாக எடுத்துரைத்தார். அவருடைய ஆளுமையின் சிறப்பம்சம் இதுதான். தான் கல்வி கற்றவர் என்பதை எளிதாக எடுத்துக்கொண்டார். சொல்ல வேண்டியதை நகைச்சுவையுடன் சொன்னார், அவருடைய நகைச்சுவை வடகிழக்கின் அலுவலகம் எங்கும் பரவியது. உதாரணமாக, ரெவெ(ரண்ட்) என்ற தனது அடைமொழியைப் பற்றி எல்வின் இவ்வாறு கேட்டார் "முகவரியில் ரெவெ.(ரெண்ட்) எல்வின் என்று எழுதியது யார்? ரெவெரெண்ட் மதகுரு என்று சொன்னால் எனக்கு அது அவமானம். ரெவெர்ட் (மரியாதைக்குரிய) என்ற பொருளில் சொன்னால் நான் அதற்குத் தகுதியானவன் அல்ல. ரெவெலுஷ்னரி(புரட்சிக்காரன்) என்ற அர்த்தத்தில் சொன்னால், அது அளவுக்கு மீறிய புகழ்ச்சி." இதற்கெல்லாம் மேலாக அவருக்குத் தேசப்பிதா காந்தியுடன், அன்றைய பிரதமருடன் நேரடித் தொடர்பிருந்தது, ஆனாலும் இனத்தில், பதவியில், சமூக நிலையில் உயர்ந்தவர் என்ற எண்ணம் அவருக்கு அறவே இருந்தது கிடையாது. இந்த வயதில் நீண்ட கடினமான, பயணங்கள் செய்து முன்னுதாரணமாகத் திகழ்ந்தார். குளிர்காலங்களில் புதுப்புதுப் பழங்குடி இன மக்களைச் சந்தித்து அவர்களைப் பற்றிய அறிக்கைகள், அவர்கள் வாழ்க்கை பற்றிய விவரங்களைச் சேகரித்தார். டாராவுன் இன மக்களுடன் இருப்பதை யார்தான் விரும்ப மாட்டார்கள்?

அந்த இனத்துப் பெண்கள், பாரிஸ் நகரத்து நவநாகரிகப் பெண்களைத் தோற்கடிக்கும் வகையில் சிகையலங்காரம் செய்தார்கள். புத்தமதத்தை தழுவிய மோன்பா பழங்குடி மக்கள் மலையைச் சமப்படுத்தி விவசாயம் செய்தார்கள். ஜமக்காளங்கள் நெசவு செய்வதிலும், குதிரை வளர்ப்பதிலும் தேர்ந்தவர்கள். அவர்கள் அமைதியானவர்கள், மென்மையானவர்கள், இதமும் மரியாதையும், கடும் உழைப்பும் கொண்டவர்கள். மிருகங்கள் மீதும், குழந்தைகள் மீதும் அன்பு கொண்டவர்கள். காமா மிஷ்மி மக்கள் வடகிழக்கிலேயே அருமையான துணிகளை நெசவு செய்தவர்கள், அதிசயிக்கத்தக்க விதங்களில் துணி நெசவு செய்தார்கள். பழங்கதைகளில் சொல்வது போல வண்ணத்துப் பூச்சிகள், மீன்கள் பாம்புகள் அவர்களுக்குத் துணிகளின் வடிவங்களாய் அமைந்தன.

கல்வி கற்ற ஒரு மிஷ்மி இனத்து ஆள் சொன்னது அவரை மிகவும் பாதித்தது. "பண்பாட்டின் அடிப்படையிலோ, இனத்திலோ நாங்கள் இந்தியர்கள் அல்ல. எங்களை, எங்கள் பண்பாட்டை, மதத்தை, எல்லாவற்றுக்கும் மேலாக, எங்களைத் தாழ்ந்தவர்களாகக் கருதுபவர்களை நீங்கள் இங்கே அனுப்பி, எங்களுடன் வாழ வைத்தால், இன்னும் சில வருடங்களில் நாங்கள் உங்களுக்குப் பகைவர்கள் ஆகிவிடுவோம். எல்வினுடைய வழிகாட்டுதலில், 'இந்திய எல்லைப்புற நிர்வாகப் பணியில் திறமையும் கொள்கைப் பிடிப்பும், உள்ள இளைஞர்கள் சேர்ந்தார்கள். அவர்கள், இந்திய அரசியல் வரலாற்றில், தனித்துவம் பெற்றவர்கள். ஏனெனில், எந்த மக்களை ஆட்சி செய்ய அவர்கள் வந்தார்களோ அவர்களுடனேயே வாழவும், அவர்களைப் போலவே சிந்திக்கவும் தயாராக இருந்தார்கள். இந்த அதிகாரிகள், ஓலைக் குடிசைகளில் வாழ்ந்தார்கள், ஆறுகளில் குளித்தார்கள், நடந்தே பயணம் செய்தார்கள், வெறும் சோறும் பருப்பும் உண்டு பல மாதங்களைக் கழித்தார்கள். உணவுப் பண்டங்கள் ஹெலிகாப்டரில் இருந்து வீசப்பட்டன. ஏனெனில், பழங்குடி மக்கள் பயிர்செய்து விளைவித்த உணவுப் பொருட்களை, அவர்களிடம் தேவைக்கு மேல் இருந்தால்தான், அதுவும் அவர்கள் தாங்களாகவே முன்வந்து விற்றால்தான் அதை அதிகாரிகள் வாங்கலாம் என்று எல்வின் அறிவுறுத்தி இருந்தார். பாப் காதிங், ராஷித் யூசுஃப் அலி, நளினி ஜெயால், முர்கோட் ராமுண்ணி, ஆர்.என். ஹல்டிபூர், ஹர்மந்தர் சிங் என்று ஆறு பெயர்களை உதாரணமாகச் சொல்லலாம். அவர்கள் வெவ்வேறு மதங்களைச் சேர்ந்தவர்கள், இந்தியாவின் வெவ்வேறு பகுதிகளில் இருந்து வந்தவர்கள். இவர்கள் எல்லாவற்றையும் சட்டம் ஒழுங்கு, ஆட்சிமுறை

பிரச்சனைகளாக மட்டுமே அணுகாமல், அறிவுபூர்வமான, உணர்ச்சிபூர்வமான நடைமுறைகளில் அணுகவும் பயிற்சி பெற்றிருந்தனர். 'பழங்குடி மக்கள் தாழ்ந்தவர்கள் என்று உணரும்படி நீங்கள் எதையும் செய்யக் கூடாது. சமத்துவத்தின் அடிப்படையில்தான் ஒருமைப்பாடு ஏற்பட முடியும். அரசியலில் சமத்துவம், அற உணர்வில் சமத்துவம் இரண்டும் வேண்டும்.' அவர்கள் மக்களைச் சரியாகப் புரிந்துகொள்ள வேண்டும். அவர்களுக்கு உணர்ச்சியூட்டுவது எது? அவர்களை உருக வைப்பது எது? அவர்களை உற்சாகப் படுத்துவது எது? என்பது தெரிய வேண்டும். சுற்றுப் பயணம் செய்யும்போது அவர்களுடன் சேர்ந்து மது அருந்த வேண்டும். அவர்கள் வைத்திருக்கும் பொதுக் குடுவையில் இருந்து எடுத்துக் குடிக்க வேண்டும். அரசியல் அதிகாரிகள், அந்தந்த மாவட்டத்தில் இருக்கும் பழக்கங்கள், நடைமுறைகள், சடங்குகள், நகைகள், செடிகொடிகள், மிருகங்கள், கைத்தொழில்கள், பற்றி அறிக்கைகள் எழுத வேண்டும். அவர்கள் எழுதிய அறிக்கைகளை முதலில் அவருக்குக் காட்டினார்கள். அவற்றைப் படித்துவிட்டுக் கேள்விகளை (பச்சை மையில்) எழுதித் திருப்பி அனுப்பினார்.

சமவெளிப் பகுதிகளில் கிடைக்கும் நாகரிக வசதிகள் இல்லை என்று முறையிட்ட அதிகாரிகளும் இருந்தனர். 'பஞ்சமர்' களாக, சாதி அடுக்குக்கு வெளியில் இருக்கும் மக்களுடன் தொடர்புகொண்டால், 'தீட்டு'ப் பட்டுவிடும் என்று பயந்தார்கள். வடகிழக்கு எல்லைப்புறப் பகுதியில் ரயில் வசதி கிடையாது, வசதியான கார் கிடையாது, திரையரங்குகள், மின்சாரம், தண்ணீர்க் குழாய்கள், குளிர்சாதனப் பெட்டிகள், தொலைக்காட்சி எதுவும் கிடையாது என்பதை எல்வின் ஒத்துக்கொண்டார். ஆனால் அதே சமயத்தில், அங்கே பங்குச் சந்தைகள் கிடையாது, (தோல்) நிறத்தின் அடிப்படையில் மனிதர்களிடையில் வேற்றுமை கிடையாது, ஜாதி கிடையாது, அணுகுண்டு கிடையாது, சேரிகள் கிடையாது. உயர்ந்த பண்பாடு இல்லாதவர்கள் என்றும் சொல்லிவிட முடியாது. 1956ஆம் ஆண்டில் கோடைக் காலத்தில் தவாங் புத்த மடத்துக்குச் சென்றார். வடகிழக்கு எல்லைப் புறப் பகுதிகளில் புத்த மதத்தின் முக்கியமான மையம் அது. குறுகிய தெருக்கள், மாபெரும் நூலகம், இதமான எளிமையான சூழல் இவற்றுக்கிடையே பல மரபுகள், பழக்க வழக்கங்கள் தெரிந்தும் தெரியாமலும் இருந்தன. அவருக்குத் தவிர்க்க முடியாமல் ஆக்ஸ்போர்டின் ஞாபகம் வந்தது. சுற்றியிருந்த கிராமங்களில் இருந்து மாணவர்கள் புத்த மடத்துக்கு வந்தனர். சிறு சிறு குழுக்களாக, மூத்த லாமாக்களுடன் சேர்ந்துகொண்டனர். நூலகத்தில், கலையும், கல்வியும், புத்தகங்களும், அச்சேறாத

சுவடிகளும் சூழ்ந்த இடத்தில் பயின்றனர். மேசைகளில் மூலச்சுவடிகளும், சுவர்களில் ஓவியங்களும் எழுதப்பட்ட சுருள் தட்டிகளும் தொங்கிக்கொண்டிருந்தன. மடத்தில் வைக்கப் பட்டிருந்த நூல்கள்தான் உண்மையான நூல்கள். எதைப் பற்றியும் கவலைப்படாத நவ நாகரிக உலகத்தில் கிடைக்கும் ஆறு புத்தகங்களை ஒன்றாகச் சேர்த்துவைத்தால், மடத்தில் இருக்கும் ஒரு புத்தக அளவுக்கு வரும். தவாங் மடத்தில் இருந்த நூலகத்தின் பெரும் செல்வமாக, 'ஜெடொம்பொ' என்ற நூல் இருந்தது. அதன் மூன்று தொகுதிகளிலும் எழுத்துக்கள் தங்கத்தால் பொறிக்கப்பட்டிருந்தன. ஷேக்ஸ்பியரின் நாடகங்களின் புராதனத் தொகுதியை ஆக்ஸ்போர்டு பல்கலையில் எவ்வளவு பயபக்தியுடன் திறந்து காட்டுவாரோ, அவ்வளவு கவனத்துடன் எல்வினுக்கு அதைக் காட்டினார்கள். நல்ல துணிகளால் அதை மூடி வைத்திருந்தார்கள்.

ஆக்ஸ்போர்டில் நாடகத்துக்கு இருந்த மதிப்பு, தவாங்கிலும் இருந்தது. பல அலமாரிகளில், நாடகங்களுக்குத் தேவையான உடைகள், முகமூடிகள், இன்னும் பல பொருட்கள் இருந்தன. லாமாக்கள் நாட்டிய–நாடகங்கள் நடத்தினர். துடொட்டாம் என்ற நாடகத்தில் மூன்று நடிகர்கள் எலும்புக் கூடுபோல வேடமிட்டு, இறப்புக்குப் பின்னால் ஆத்மாவின் பயணத்தை நடித்துக் காட்டினார்கள். ஒரே வரியில் சொன்னால் ஐரோப்பா வில் இருந்த மிகப் பழைய பல்கலைக்கழகத்தைப் போன்ற சூழல் இருந்தது. அதன் (கெம்ப்பு) தலைவர் கெலாங் கெசாங் ஃபுன்ஸ்ட்சொக் *(Gelong Kesang Phunstog)* இயல்பானவர், போலித்தனங்கள் ஏதும் இல்லாதவர், மிக நல்ல மனிதர். ரொம்பக் காலத்துக்கு முன் அறிமுகமான கிறிஸ்ட் சர்ச் தேவாலயத்தின் தலைவர் எல்வினுக்கு ஞாபகம் வந்தார். "அந்த மடத்தின் தலைவர்தான் நான் சந்தித்த மிகச் சில உண்மையான துறவிகளில் ஒருவர். மனிதர்களைக் கவரும் அந்த ஆளுமையைக் காணும்போதெல்லாம், மனம் அமைதி அடைந்ததை உணர்ந்தேன்" என்றார் எல்வின்.

தவாங்கில் இருந்து திரும்பிய கொஞ்ச நாட்களில், 1956ஆம் ஆண்டு செப்டம்பர் மாதம் எல்வினுடைய அம்மா இறந்து விட்டதாக இங்கிலாந்தில் இருந்து செய்தி வந்தது. அந்தச் சமயத்தில் என்ன நினைத்தார் என்பது தெரியவில்லை. எல்வின் புத்த மதத்தை நோக்கிச் செல்வதைப் பற்றி திருமதி எல்வின் என்ன நினைத்திருப்பார் என்பதைக் கற்பனை செய்வது விந்தையாக இருக்கிறது. கிறித்தவ மதம், அது போதிக்கும் அறம் இவற்றிற்கு நேர் எதிராக வாழ்க்கை நடத்திய தருணங்களே தன் வாழ்வின் அருமையான தருணங்கள் என்று எல்வின் ஒருமுறை பில்

ஆர்ச்சரிடம் சொன்னார். கிறித்தவ மத நம்பிக்கைகளிலிருந்து விடுபட்ட பின்னால், ரொம்ப நாட்கள் எதிலும் நம்பிக்கை இல்லாதவராக இருந்தார். நிறுவனமயமான எந்த மதமும் தனக்கு ஒத்து வரவில்லை என்று கண்டார். ஆனால், ஒரு மானிடவியலாளர் என்ற முறையில் அவற்றின் மீது அவரது ஆர்வம் தொடர்ந்தது. எல்வின் இரண்டு தடவைகள் கிறித்தவ மதத்தை விட்டு வெளியேறியவர், காந்திய வழியிலும் நம்பிக்கை இழந்தவர், இப்போது தவாங் புத்த மடத்துக்கு வந்து சென்றபின், இறுக்கங்கள் அதிகம் இல்லாத புத்த மதத்தின் மீது நம்பிக்கை வைத்தார். சந்தர்ப்பவசமாக டிசம்பர் மாதம் அவர் டெல்லி வந்தபோது தலாய் லாமாவும், பஞ்சன் லாமாவும் அங்கு வந்திருந்தனர். எல்வின் அவர்களுடன் நாளின் பெரும்பகுதியைக் கழித்தார், அவர்களுடைய ஆசிகளைப் பெற்றார். பின்னர் அவர்களைக் கௌரவிக்கும் வகையில் நடந்த இரவு விருந்திலும் கலந்துகொண்டார். குடியரசுத் தலைவர் மாளிகையில் இது நடைபெற்றது. கிறித்தவ சேவா சங்கத்தில் நடந்தது போல, இந்திய மரபுப்படி, அனைவரும் தரையில் அமர்ந்து உணவு உண்டனர். சிறுவனாக இருந்தாலும், ஆன்மீக குருவாக இருந்த தலாய் லாமாவுடன் நேரு, யானையில் அமர்ந்து வலம் வந்தார்.

வாழ்வில் அதுவரை பல கொள்கைகள் மீது எல்வின் கொண்டிருந்த நம்பிக்கைகள் காரணமாக ஏராளமான முரண்பாடுகள் எல்வினிடம் இருந்தன. அந்த முரண்பாடுகளை எதிர்கொண்டு சரிசெய்துகொள்ள புத்தமதம், குறிப்பாக, அது கற்பிக்கும் 'கருணை காட்டுதல்' என்ற கருத்து உதவியது. மரணத்துக்குப் பிறகு வாழ்க்கை இருக்கிறதா அல்லது கடவுள் இருக்கிறாரா இல்லையா என்பதைப் பற்றி எனக்குக் கவலையில்லை என்று தன் நண்பர் ஒருவரிடம் சொன்னார். வாழ்க்கைக்கு ஓர் அர்த்தம் இருக்கிறது என்பது அவருக்குத் தெரியும். 'அன்பு, நல்லவற்றைப் புரிந்துகொள்ளுதல், அழகை உண்மையாகவே ரசித்தல் இவற்றில் எல்லாம் அதை அனுபவிக்க முடியும். சொர்க்கமும் நரகமும் நம்முள்ளே இருக்கின்றன. நம் உள்ளத்தில் இருக்கும் அமைதியைக் கண்டுகொள்வதே தன்னை அறிந்துகொள்வதற்கான வழி.'

1957 நவம்பர் மாதம் அவர் காம்ப்டீக்கள் என்ற பழங்குடி மக்களுடன் தங்கி இருந்தார். புத்தமதத்தின் மீது உள்ள ஆர்வம் இளைஞர்களிடம் குறைந்து வருவதைக் கண்டார். சௌகாம் என்ற இடத்தில் இருந்த புத்தர் கோவிலின் அமைப்பு இங்கிலாந்தில் இருக்கும் ஆங்கிலத் திருச்சபையின் தேவாலயம் போல் இருந்தது. அங்கே வயதான தாய்மார்களும், பக்தி சிரத்தை உள்ள சில

ஆண்களும் இருந்தனர். கோயிலுடன் இருந்த விடுதியில் பையன்கள் இருந்தனர். அவர்கள் கிறித்தவத் தேவாலயங்களில் இருக்கும் பள்ளிகளில் பாடல்கள் பாடும் குழுக்களில் இருக்கும் பையன்களைப் போலவே இருந்தனர். பதின்ம வயதில் இருந்த பெண் குழந்தைகள் தவிர இளைய தலைமுறையினர் யாரும் அங்கே இல்லை. இந்திய அரசியல் சாசனத்தின்படி, அரசாங்கம் பொதுவாழ்வில் இருந்து மதநம்பிக்கைகளை அறவே ஒதுக்க வேண்டும். ஆனால், அரசு இங்கே பெரும் பள்ளத்தாக்குகளில் வசிக்கும் மக்கள் தங்கள் மரபில் எழுந்த வழிபாட்டு முறைகளைப் பின்பற்றுவதற்கு உதவ வேண்டும். கோயில்களைப் பராமரிப்பதற்கும், மரங்கள் நடுவதற்கும், கோயிலைச் சுற்றித் தோட்டங்கள் அமைப்பதற்கும் கோவிலில் குழுக்கள் அமைக்க வழிவகை வேண்டும். (அப்போதுதான் அவற்றைக் காண்பவர்கள் மனதில் 'என்றும் நிலையான அழகை'ப் பற்றி நினைக்கத் தோன்றும்). வட கிழக்கு நிர்வாகம் தவாங் மடத்திற்குச் செல்ல வசதியாகப் புனித யாத்திரைகளை நடத்த வேண்டும். பள்ளிகளில் ஆன்மிகக் கல்வியுடன் விஞ்ஞானபூர்வமான கல்வியையும் புகட்ட வேண்டும்.

எல்வின் இவ்வாறு எழுதுகிறார்: 'வடகிழக்கு பிராந்தியத்தின் பிறபகுதிகளில் இல்லாத ஒரு சிக்கலை நாம் இந்த பௌத்த பகுதியில் எதிர்கொள்ள நேரிடுகிறது. மற்ற இடங்களில், கற்கால யுகத்தின் மீது அணுயுகம் ஏற்படுத்தும் விளைவுகளால் ஏற்படும் தொல்லைகளும், கேடுகெட்ட புதிர்களும் இருக்கின்றன. ஆனால், இங்கோ, தொழில்நுட்பத்தில் மேலோங்கி, பெரும் சாதனைகள் படைத்த ஒரு நாகரிகத்துக்கும், ஆன்மீகத்தில் எளிமை, அன்பு, கருணை இவையடங்கிய தனித்துவம் பெற்ற இன்னொரு நாகரிகத்துக்கும் ஏற்படும் முரண்பாடுகளை நாம் எதிர்கொள்கிறோம்.'

இந்தப் பழைய நாகரிகத்தில் இருந்து, தற்போது வலிமையுடன் திகழும் நாகரிகத்துக்கு ஒரு அடையாளச் சின்னத்தை எல்வின் எடுத்துச் சென்றார். தவாங் புத்தமடத்தின் தலைவர் பரிசாக அளித்த, பித்தளையால் வடிக்கப்பட்ட ஒரு புத்தரின் சிலைதான் அது. அந்த நாளில் இருந்து எல்வின் வீட்டிலோ வெளியிலோ எங்கு பயணம் செய்தாலும், அந்த உருவச் சிலை அவருடைய பையில் இருந்தது.

இயல் 12

நேருவின் ஊழியர்

பழங்குடி மக்களின் பிரச்சனைகள் பற்றி ஏராளமாக எழுதியாகிவிட்டது. அவர்களைப் பற்றிய விசாரணைகள், அறிக்கைகள், குறுநூல்கள், கடிதங்கள் அனைத்திற்கும் ஏற்றவாறு நடவடிக்கைகள் எடுத்திருந்தால், இந்தியா விலேயே மிக மகிழ்ச்சியாக வாழ்கிறவர்கள் பழங்குடி மக்களாகத்தான் இருந்திருப்பார்கள்.

நவம்பர் 1944இல் எல்வின் எழுதிய குறிப்பு

மனிதகுலமும் வேற்றுமைகளும் ஒன்றுக்கொன்று இயைந்தவை என்று எல்வின் கருதினார். மதத்தின் பெயரால், அரசியல் காரணங்களுக்காக, களங்கமற்ற பழங்குடி மக்கள் மீது, நவ நாகரிகத்தின் விழுமியங்களைத் திணிப்பவர்களை அவர் எப்போதுமே கண்டனம் செய்தார். கடந்த காலத்தில், இந்திய விடுதலை இயக்கத்துடன் வெளிப்படையாக இணைந்து கொண்டு ஆங்கிலேய அதிகாரிகளின் எதிர்ப்பைச் சம்பாதித்தார். அது போலவே இப்போதும், புராதனப் பண்பாட்டுத் தளம் முழுவதையும் ஆக்கிரமித்து, அதன் வரையறைகளை மீறும் செயல்களை நிராகரித்தார். அதனால் தேச வெறி பிடித்தவர்களின் சந்தேகத்துக்கு உள்ளானார்.

சுதிந்திரநாத் தத்தா, 1952இல் எழுதியது

பிரதமர் கனவு கண்டது போல் வடகிழக்கு எல்லைப் பகுதி களை மேம்படுத்தினால், அந்தப் பகுதிகள் எவ்வளவு நன்றாக இருக்கும்!

எல்வின் 1955ஆம் ஆண்டு நவம்பர் மாதம் எழுதிய குறிப்பு

வடகிழக்கு எல்லைப் பகுதி நிர்வாகத்தில் சேர்ந்து ஒன்பது மாதங்கள் கழிந்த பின், 'நான் இன்னும் ஒரு புத்தகம் எழுதுவேனா இல்லையா என்பது எனக்குத் தெரியாது. முடிந்த அளவு எழுதிவிட்டேன்' என்று எல்வின், பில் ஆர்ச்சரிடம் குறிப்பிட்டார். அங்கு சென்று நான்கு வருடங்கள் கழித்துப் பில் ஆர்ச்சர் இந்தியக் கலைகள் பற்றி

எழுதிய பல புத்தகங்களை மனதில் வைத்துக் கொண்டு, "நீங்கள் அருமையான புத்தகங்களை எழுதி உலகை அழகுபடுத்திக் கொண்டிருக்கிறீர்கள். நான் என் சிறிய உலகில் சச்சரவுகளில் மூழ்கி வழிதவறிச் சென்றுகொண்டிருக்கிறேன். நல்லனவற்றை, அழகானவற்றைப் பாதுகாக்க வேண்டும் என்ற குறிக்கோள் நம் இருவருக்கும் உண்டு.'

எல்வின் இன்னும் ஆறு புத்தகங்கள் எழுதினார். அதில் ஒரு நூல் அது வெளிவந்த காலத்தில், பெரும் செல்வாக்குச் செலுத்தியது. அதன் பெயர் 'வடகிழக்கு எல்லைப்புற நிர்வாகத்திற்கான கொள்கை'. 1957ஆம் ஆண்டு வெளி வந்தது. இரண்டு வருடங்கள் கழித்து, இன்னும் விரிவாக எழுதப்பட்டு வெளிவந்தது. அது நிர்வாகம் குறித்து ஒரு மானிடவியல் அறிஞரால், எழுதப்பட்ட புத்தகம். அதுவும் ஒரு ஆங்கிலேயரால் எழுதப்பட்ட புத்தகம். அதை எழுதியவர் தன்னை நேருவினுடைய நற்செய்தியைப் பரப்பும் ஊழியக்காரர், மிக மோசமான காந்தியவாதி என்று சொல்லிக்கொள்கிறார். ஏழைகளுடைய மனநிலையுடன் ஏழைகளை அணுக வேண்டும் என்று மகாத்மா காந்தியிடம் கற்றுக்கொண்டவர். அந்தப் புத்தகத்தில் காந்தியைக் குறைந்தது பதினைந்து தடவை மேற்கோள் காட்டுகிறார். நேருவை இருபத்தி ஐந்து தடவை மேற்கோள் காட்டுகிறார். அன்றைய உள்துறை அமைச்சர் ஜி.பி. பந்த், கவர்னர் ஜெனரலாக இருந்த முதல் இந்தியர், சி. ராஜகோபாலாச்சாரி, இன்னும் பல தேசபக்தர்களின் மேற்கோள்கள் அத்தியாயங்களின் தொடக்கத்தில் தரப்பட்டிருந்தது. அவற்றில் மிக முக்கியமானது, ஏ.வி. தக்கர் சொன்னது: "(பழங்குடி மக்களைப்) பிரித்து வைப்பதும், தனிப் பகுதிகளில் ஒதுக்கி வைப்பதும் ஆபத்தான கொள்கைகள். அவை தேச ஒருமைப்பாட்டின் வேரைத் தாக்கிவிடும். பிரித்து வைப்பது அல்ல, ஒன்றாக இணைந்திருப்பதே தேசத்துக்குப் பாதுகாப்பு."

எந்த மனிதனும் தனது கடந்த காலத்தை முழுவதும் மறந்துவிடுவதில்லை. இங்கிலாந்துக்கும் இந்தியாவுக்கும் நடுவில், பழங்குடி மக்களுக்கும் இந்திய அரசுக்கும் இடையில் எல்வின் இருந்தார். மற்றவர்களைப் போல, எதையும் எளிதில் மறக்க வில்லை. 'அடிப்படைப் பிரச்சனை' என்ற தலைப்பிட்ட கட்டுரை ஏ.வி. தக்கருடைய மேற்கோளுடன் தொடங்குகிறது. எல்வின் 1930 – 1940களில் வைத்திருந்த 'பழங்குடி மக்களின் பண்பாடு காக்கப்பட வேண்டும்' என்ற கருத்தைக் கொஞ்சம் கொஞ்சமாக, கவனமாக மாற்றிக்கொண்டார். உதாரணமாகப் 'பழங்குடி மக்களைத் தனிமைப்படுத்தி வைக்கவேண்டும் என்ற கருத்தைப் பற்றிக் குறிப்பிடும்போது, 'அது அன்னிய ஆட்சியில் சிறு சிறு இனங்களாக இருக்கும் பழங்குடி மக்களைக் காப்பதற்காக

எடுக்கப்பட்ட தற்காலிக நடவடிக்கை. நானோ அல்லது வேறொரு மானிடவியலாளரோ, நாடு விடுதலை பெற்ற பிறகு அப்படி ஓர் ஆலோசனையைக் கனவிலும் வழங்க மாட்டோம்' என்கிறார். இந்தியா மீது இப்படித் தேசபக்தியை வெளிப்படுத்துவது, ஒரு புதிராக, அவருடைய கவித்துவ ஆளுமைக்கு ஒவ்வாததாக இருக்கிறது. 'இலக்கியவாதிகளும், கலைஞர்களும், கவிஞர்களும் தத்துவஞானிகளும் தான் பழங்குடி மக்களின் பண்பாட்டை அப்படியே காக்கவேண்டும் என்று கூறியவர்கள்' என்று எல்வின் இப்போது சொல்கிறார். 'புராதனம்' பற்றிய நவீன அணுகுமுறையைத் தீர்மானிப்பதில், எல்லா மானிடவியல் அறிஞர்களின் கருத்துக்களை விட, ஓவியர் காகினின் கருத்து செல்வாக்குச் செலுத்தியது. எது எப்படி இருந்தாலும், விஞ்ஞானிகள் (எல்வின் தன்னையும் அதில் சேர்த்துக் கொண்டார்) இப்படிப்பட்ட கருத்துக்களைக் கவனத்தில் கொள்வதில்லை. அவர்கள் வளர்ந்துவரும் சமூகங்களைப் பற்றித்தான் சிந்திக்கிறார்கள். 'அப்படியே இருக்கும்' பண்பாடுகளைப் பற்றிக் கவலைப்படுவதில்லை, மாறிக்கொண்டிருக்கும் பண்பாடுகளைப் பற்றித்தான் கவலை கொள்கிறார்கள்.

'வடகிழக்கு எல்லைப் புற நிர்வாகத்திற்கான கொள்கை' என்ற புத்தகத்தின் உள்ளடக்கம், இந்தியாவில் முன்னேறத் துடித்துக்கொண்டிருக்கும் மக்களை, வளர்ச்சியில், நவீனமயமாவதில் ஆர்வம்கொண்ட மக்களை, கருத்தில் எடுத்துக்கொள்ள வேண்டியிருந்தது. பழங்குடி மக்களுக்குப் பாதுகாப்புத் தர வேண்டும் என்ற கருத்திலிருந்து மாறிவிட்டார். அதற்குப் பொருள், அவர் பழங்குடி மக்கள் ஒரேயடியாக அடையாளங்களை இழந்துவிட வேண்டும் என்ற நேர் எதிரான கருத்துக் கொண்டிருந்தார் என்பதல்ல. பழங்குடி மக்கள், இந்துச் சமூகத்தின் பெரும்பான்மைப் பண்பாட்டில் கலந்துவிட வேண்டும் என்று அவர் கருதவில்லை. பழங்குடி மக்களை 'முற்றிலும் தனித்து வைக்க வேண்டும்' அல்லது பெரும்பான்மைப் பண்பாட்டில் 'முற்றிலும் கலந்துவிடவேண்டும்' என்ற இரண்டு நேர்மாறான தீவிரவாத நிலைகளை மறுத்து, இரண்டும் இணைய வேண்டும் என்று சமரச நிலைப்பாட்டை எடுத்தார். இது இந்தியாவின் மீது நேசத்தையும், விசுவாசத்தையும் வளர்க்கும். பழங்குடி மக்கள் வாழும் பகுதிகளைத் தன் ஆதிக்கத்தின் கீழ் கொண்டுவர இந்திய அரசு முயல்கிறது என்ற ஐயத்தின் நிழல்கூட எழாது. எண்ணத்தாலும் உணர்ச்சியாலும் அவர்கள் இந்த மாபெரும் சமூகத்தில் ஒன்றாக இணையலாம். பல இனங்களைச் சேர்ந்த மக்கள் வாழும் சமூகத்துக்குத் தங்கள் தனித்தன்மையான பண்பாட்டை வழங்கலாம். அந்த நூலில், தேசிய ஒற்றுமை போன்ற வாதங்களைக் குறிப்பிடாமல், பொருளாதார வளர்ச்சி

ராமச்சந்திர குஹா

என்ற வாதத்தை முன்வைத்தார். பழங்குடி வாழ்வின் அரிய, சிறந்த விழுமியங்களை அழிக்காமல், நவீன மருத்துவம், விவசாயம், கல்வி போன்றவற்றை அவர்களிடம் எப்படிக் கொண்டு சேர்ப்பது என்பதே மாபெரும் பிரச்சனை'.

நூலின் குறிக்கோள் பற்றி அலுவலகத்தில் சுற்றுக்கு அனுப்பிய குறிப்பில் கீழ்க்கண்டவாறு எழுதினார்:

> இந்தியர்கள் சுயாட்சி நடத்த முடியும் என்பது உலகுக்குப் புரிந்துவிட்டது. பழங்குடி இன மக்கள் இந்தியாவில் சரியாக நடத்தப்படுவார்கள் என்ற உறுதி குறைவாகவே இருக்கிறது. பழங்குடிப் பகுதிகளைப் பற்றிய நமது கொள்கை பற்றித் தவறான கருத்துக்கள், கற்பனைகள் மேல் நாடுகளில் உலவி வருகின்றன. 'நாம் பழங்குடி மக்கள் அனைவரையும் ஒரேயடியாக இந்துக்களாக மாற்றிக் கொண்டிருக்கிறோம், சைவ உணவு உண்ணவேண்டும் என்றும், மது அருந்தக் கூடாது என்றும் கட்டாயப்படுத்துகிறோம், வணிகர்களும் வட்டிக் கடைக்காரர்களும் அவர்களைச் சுரண்ட அனுமதிக் கிறோம்' என்றெல்லாம் தவறாக நினைக்கிறார்கள். இந்தப் புத்தககத்தை அப்படிப்பட்டவர்கள் படித்தால், இதுமாதிரித் தவறான சிந்தனைகளை நீக்க உதவியாக இருக்கும். புத்தகத்தின் திருத்திய பதிப்பை இந்தியாவில் வெளியிட்டாலும் வடகிழக்கு நிர்வாகத்தைப் பற்றிய பல தவறான கருத்துக்கள் நீங்கிவிடும்.

'வடகிழக்கு எல்லைப்புற நிர்வாகத்திற்கான கொள்கை' அங்கு பணிபுரியும் அரசு அலுவலர்களுக்காகவே எழுதப்பட்டது. அரசு அலுவலர்களும், அவர்களது மனைவியரும், தாங்கள் பண்பாட்டில் மேலானவர்கள் என்ற உணர்வை விட்டொழிக்க வேண்டும். அவர்களின் நடவடிக்கைகளில் பணிவு வெளிப்பட வேண்டும். சாதாரணமாக சமூக சேவர்கள் கடைப்பிடிக்கும், தொழில்முறையிலான அணுகுமுறையைக் கடைப்பிடிக்கக் கூடாது. அதாவது, பழங்குடி மக்களைப் பற்றித் தெரிந்துகொள்ள வேண்டும் என்ற ஆர்வத்தில், அவர்கள் வாழ்க்கை முறைகளில் தலையிடுவது கூடாது. தங்கள் பழங்குடி இனச் சகோதரர்கள் 'பிற்பட்டவர்கள்', அவர்களை 'உயர்த்த வேண்டும்' போன்ற வார்த்தைகளை உபயோகிக்கக் கூடாது. அதிகாரிகள், தாங்கள் நாகரிகமானவர்கள், முன்னேறியவர்கள், பழங்குடி மக்கள் பின் தங்கியவர்கள் என்று மதிப்பீடு செய்யக்கூடாது. இந்த மாதிரி மதிப்பீடுகள் உலகத்தின் பார்வையில் நேரெதிராகவும் மாறக்கூடும். உண்மையிலேயே பின் தங்கியவர்கள் யார்? எளிமையாக, உண்மையாக, நேர்மையாக மலைப்பகுதிகளில் வாழும் பழங்குடி மக்களா அல்லது செல்வம், ஆதிக்கம் என்று பைத்தியம் பிடித்து,

போட்டி போட்டுக்கொண்டிருக்கும் நவநாகரிக முன்னேற்றத்தின் பிரதிநிதிகளா? இவர்களின் சாதனைக்கு அடையாளம்தானே ஹைட்ரஜன் குண்டு.

இந்திய அரசுக்கு விசுவாசமாக இருப்பது என்பதன் பொருள் இந்திய நாகரிகத்தை அப்படியே ஏற்றுக் கொள்வது என்றாகாது.

○ ○ ○

'நிதானமாக அவசரப்படவேண்டும் *(Make Haste Slowly)*' என்பது 'வடகிழக்கு எல்லைப்புற நிர்வாகத்திற்கான கொள்கை' நூலின் அடிநாதம். எல்வின் அதற்குப் பின்னால் எழுதிய பல அறிக்கைகளின் மையக்கருத்தும் அதுதான். 1955ஆம் ஆண்டில் அரசாங்கம் பேரார்வத்துடன், தொழில்மயமாதல், பொருளாதார வளர்ச்சி என்ற இலக்குகளைக் கொண்ட ஐந்தாண்டுத் திட்டத்தை வகுத்தது. ஐந்தாண்டுத் திட்டத்துக்குப் பதிலாக, வடகிழக்கு எல்லைப்புறப் பகுதிகளுக்கு என்று ஐம்பதாண்டுத் திட்டம் வகுத்தால் நல்லது என்று எல்வின் நினைத்தார். மத்திய இந்தியாவில் தனக்கேற்பட்ட அனுபவத்தின் அடிப்படையில் அவர், பழங்குடி மக்கள் வேகமாக முன்னேற நினைத்தால், அவர்கள் கீழ்நோக்கிச் செல்ல முயல்வார்கள் என்று விளக்கினார்.

வடகிழக்கில் பழங்குடி மக்களைப் பாதுகாக்க வேண்டும். ஆனால், 'பாதுகாத்தல்' என்ற சொல்லை இப்போது பயன்படுத்த அனுமதி கிடையாது. அதனால், தந்திரோபயமாக, 'தன்னிறைவு' பெறுவதன் முக்கியத்துவம் பற்றி அடிக்கடி குறிப்பிட்டார். 1957ஆம் ஆண்டு மார்ச் மாதத்தில், அபோர் பகுதியில், கடைத்தெருக்களில் மேற்கு இந்தியாவில் இருந்து குடியேறிய 'மார்வாரிகளின் கடைகளைக் கண்டார். தந்திரமும், சூழ்ச்சியும் மிக்க மார்வாரிகளின் கடைகள், அபோரில் இருக்கும் பண்பாட்டைக் குறிவைத்து எய்யப்பட்ட நஞ்சுதோய்ந்த அம்புகள் என்று எல்வின் அழைத்தார். மார்வாரிகளின் கடைகள் பழங்குடி மக்களைக் கவர்ந்து, 'தன்னிறைவு' பெறவிடாமல் தடுத்தன. கடைகளின் சுவர்களில், ஆண்–பெண் கடவுளர்களின் படங்கள் கண்ணைக் கவரும் வகையில் தொங்கவிடப் பட்டிருந்தன. அவை இந்துமதப் பிரச்சார மையங்களாக விளங்கின. அந்தப் பகுதிகளில் கடைகள் பெருகி வருவதைத் தீவிரமாகக் கண்காணிக்க வேண்டும் என்று விரும்பினார். கடைகளில் எந்தப் பொருட்களை வைத்திருக்கலாம், எந்தப் பொருட்களை வைத்திருக்க கூடாது என்ற பட்டியல்களும் தயார் செய்தார். ஹரிக்கேன் விளக்குகள், டார்ச் விளக்குகள், சிகரெட்கள், பேனாக்கள், விவசாயக் கருவிகள், இவற்றின் இறக்குமதியும் விற்பனையும் அனுமதிக்கப்பட்டது. கையில்லாத சட்டைகள், மேலாடைகள், சோலா தொப்பிகள், ஓட்டுநர்கள்

அணியும் தொப்பிகள், அழகுச் சாதனங்கள், பிரேசியர்கள், பிளாஸ்டிக் ஆபரணங்கள், இடைவார்கள் (பெல்ட்), விலையுயர்ந்த பொருத்தமற்ற காலணிகள் தடைசெய்யப்பட்டன. பழங்குடி மக்களின் ரசனை கெட்டுப் போகாமல் இருக்கவும், தேவையற்ற பொருத்தமற்ற, கலைத்திறனற்ற பொருட்களை வாங்குவதில் அவர்களின் பணம் வீணாகாமல் தடுக்கவும், மார்வாரிகளின் கடைகளைக் கட்டுப்படுத்துவது அவசியம் என்று குறிப்பிட்டார்.

நேரு என்ற கலாரசிகர், வணிகர்கள், வணிகம் இரண்டையும் வெறுத்தார் என்பதை எல்வின் இந்தச் சந்தர்ப்பத்தில் சுட்டிக் காட்டினார். அவர் வடகிழக்கு நிர்வாகத்துக்கு "நாகரிகம் அடைதல்" என்ற பெயரில் நுழையும் கெட்ட பழக்கங்களை, பழங்குடி மக்கள் பழக உற்சாகப்படுத்தக் கூடாது" என்றார். தன்னுடைய செயலை நியாயப்படுத்த, காந்தியின் 'சுதேசி' கொள்கையை மேற்கோள் காட்டினார். காந்தி வெளிநாட்டுப் பொருட்களை வாங்கக் கூடாது, அவற்றை எரிக்க வேண்டும் என்று இயக்கம் நடத்தியதைச் சுட்டிக் காட்டினார். அது தவிர, வடகிழக்கில் வாழும் மக்களுக்கு கைத்தறியில் துணி நெசவு செய்வது சிறப்பான கலைச்சாதனையாக இருந்தது. உள்ளூரில் இருக்கும் இந்தக் கைத்தொழில் வளர அரசாங்கம் உதவி செய்தால், வணிகர்களின் பைகளில் நிறைந்து கொண்டிருக்கும் பணம், பழங்குடி மக்களிடமே தங்கி இருக்கும். துரதிருஷ்டவசமாக, இப்போது பிரபலமாக இருக்கும் வண்ணங்கள், வடிவமைப்புக்களை விட மோசமான வடிவமைப்புக்கள், வண்ணங்களையே அரசாங்கம் நடத்தும் கைத்தறி மையங்களில் உருவாக்கச் சொல்கிறார்கள். அப்படி ஒரு கைத்தறி மையத்தைப் பார்வையிட்டு வந்தபின் இவ்வாறு குறிப்பிட்டார்: 'கிராமங்களில் இருந்து பெண்களைக் கூட்டி வந்து, நிறையப் பணம் செலவு செய்து, அவர்கள் வீட்டில் தயாரிக்கும் துணிகளை விட மோசமான துணிகளைத் தறியில் நெசவு செய்யச் சொல்வது கொஞ்சமும் பயனற்றது'.

வடகிழக்கு எல்லைப் பகுதி முழுவதையும் ஒரு கலைக்கூடமாக மாற்ற வேண்டும் என்ற தனது ஆசையை எல்வின் அடிக்கடி வெளியிட்டார். 1956ஆம் ஆண்டில், தாகூர் நினைவு உதவித் தொகைத் திட்டம் ஒன்றை நிறுவி, நடனங்கள், இசை, பாடல்கள் இவை இல்லாத பகுதிகளில் அவற்றை வளர்க்க வேண்டும் என்றும் பரிந்துரை செய்தார். உள்நாட்டின் துணி நெசவு செய்யும் மரபுகளை ஆய்வு செய்து அதை வளர்த்துப் பரப்புவதற்கு வழிகாட்ட, 'காந்தி நினைவு உதவித்தொகை' ஒன்றையும் நிறுவ வேண்டும். 'வடகிழக்கு எல்லைப்புற நிர்வாகத்தின் தத்துவம்' நூலின் முதல் பதிப்புக்கும், இரண்டாம் பதிப்புக்கும் இடைப்பட்ட காலத்தில், அந்தப் பகுதிகளின் கலைகள் பற்றிய புத்தகம்

ஷில்லாங்கில் உள்ள எல்வினுடைய வீடு மற்றும் அருங்காட்சியகத்துக்கு ஜவஹர்லால் நேருவின் வருகை, 1955. அவருக்குப் பின்னால் ஜெய்ராம்தாஸ் தௌலத்ராம்.

ஒன்றை எழுதி வெளியிட்டார். அந்த நூலில் மண்பானை வனைதல், முகமூடி, கூடைகள், நகைகள் செய்தல், துணிநெசவு செய்தல் எல்லாம் விவரிக்கப்பட்டன. வடகிழக்குப் பகுதிகளின் அழிந்து போகும் நிலையில் இருந்த கலைமரபுகளை உயிர்ப்பிக்க வேண்டும் என்று அந்த நூல் வாதிட்டது. மற்ற இடங்களைப் போலவே நாட்டுப்புறக் கைவினைஞர்கள்,

> விலைமலிவான, வண்ண ஓவியப் பிரதிகளுடன், வணிகத்துக் காகத் தயாரிக்கப்பட்ட காலண்டர், வண்ணங்கள் மிகையாக பூசிய, தேவ தேவதைகளின் படங்கள், அரசியல் தலைவர்களின் படங்களுடன் போட்டியிட வேண்டி இருந்தது. இவை

எளிதாகக் கிடைக்கின்றன. அத்துடன் நவீனத்துவத்தின் போலிக் கௌரவத்தின் அடையாளங்களாகவும் இருக்கின்றன. கிராமத்துக் கலைஞன் இவற்றையெல்லாம் பார்த்து, தாழ்வு மனப்பான்மை கொண்டு தான் படைப்பதை நிறுத்திவிடுகிறான். இந்தத் தாழ்வு மனப்பான்மைதான் எல்லாத் துறைகளிலும் அவனுடைய கலையுணர்வைக் காயடித்துவிடுகிறது. கிராமத்துக் கலைஞனுக்கு நாம் தன்னம்பிக்கை ஏற்படுத்தாவிட்டால், நாட்டார் கலைகள் அழிந்துவிடும். செயற்கையான தூண்டுதல்களால் அவற்றை உயிர்ப்பிக்க முடியாது.

புனிதவாதிகளை ஒதுக்கி வைப்பதன் மூலம் இது போன்ற சக்திகளை எதிர்கொள்ள முடியும். அவர்கள் பழங்குடி மக்கள் பண்பாட்டின் சிறந்த படைப்புக்களை ஒழித்துவிடுவார்கள். அரசாங்கம் பழங்குடிப் பண்பாடுகளைக் காப்பதற்கு நடவடிக்கைகள் எடுக்க வேண்டும். பழங்குடி மக்களை ஊக்குவித்து, தாங்கள் படைப்புக்கள் மீது அவர்களுக்குப் பெருமிதத்தை ஏற்படுத்தி, அவர்களுடைய சிறந்த வடிவமைப்புக்களை, வேலைப்பாடுகளை முன்வைத்து, வேண்டிய கச்சாப் பொருட்களை வழங்கினால், இந்த மலைப்பகுதிகள் முழுவதிலும் மறுமலர்ச்சி ஏற்படுவதைத் தூண்ட முடியும் . . .

இயல்பாகவே பழங்குடி மக்களிடம் இருக்கும் நல்ல ரசனையை வளர்க்க வேண்டியது அரசாங்கத்தின் வேலை என்று எல்வின் கருதினார். அரசாங்கம் வடகிழக்கு எல்லைப் புறப் பகுதிகளில் சமூக வாழ்வின் ஓர் அங்கமாகக் கலந்துவிட வேண்டும். அங்கிருக்கும் சூழ்நிலைகளுக்கு எதிராகச் செயல் படாமல், அவற்றுடன் இயைந்துவிட வேண்டும் என்று எல்வின் நம்பினார். அவர்களுடைய பண்பாட்டில், வட்ட வடிவம் அல்லது சுழற்சி முக்கிய் இடம் வகித்தது. ஆனால், புதிதாகக் கட்டப்பட்ட அலுவலகங்கள், பள்ளிகளின் வடிவத்தில், நேர்கோடுகள் முக்கிய இடம் வகித்தன. அந்த மக்கள் தீயைச் சுற்றி அல்லது ஆசிரியரைச் சுற்றி வட்டமாக அமர விரும்பினர். நாம் வரிசையாக அமைத்த பெஞ்ச்களும் தீயைச் சுற்றி அமர வழியில்லாத அறைகளும் இந்தப் பழக்கத்துடன் ஒத்துவராது. அடக்குமுறையின் அடையாளங்களான கோடுகள், நீள் சதுரங்கள் அவர்களுக்குப் பரிச்சயம் இல்லை. எல்வின் இதுபற்றி நேருவிடம் முறையிட்டார். நேரு அசாம் முதல் மந்திரியைக் கண்டித்தார். ‘பள்ளியோ அலுவலகமோ ஒரு கிராமத்தின் சுற்றுச் சூழலுக்குச் சற்றும் ஒவ்வாத வடிவத்தில் அமைத்தால், அது துருத்திக் கொண்டிருக்கும். நமது அதிகாரிகளுடன் பழங்குடி மக்கள் இயல்பாகப் பழக வேண்டுமானால், கிராமத்தின் சுற்றுப்புற

அமைப்பில் இருந்து முற்றிலும் வேறுபட்ட அமைப்புள்ள கட்டிடங்களில் அதிகாரிகள் வாழக் கூடாது.'

சட்டப்படி தண்டனை விதிக்கப்பட்ட பழங்குடி மக்களை மனித நேயத்தோடு அணுகவேண்டும், 'சீர்திருத்த மையங்கள்' என்ற பெயரில், சமூக மறுவாழ்வு மையங்கள் அமைக்க வேண்டும் என்பது எல்வினுடைய திட்டங்களில் ஒன்று. அகில இந்திய சிறைச்சாலைகள் சட்டத்தைப் படித்துவிட்டு அவர் அதிர்ச்சி அடைந்தார். கைதிகளைச் சாட்டையால் அடிப்பது, சங்கிலியால் பிணைப்பது, தனியாகச் சிறையில் அடைப்பது என்பனவெல்லாம் சட்டத்தில் அங்கீகரிக்கப்பட்டிருந்தது. 1956இல் அவர் இவ்வாறு கேட்டார்:

> இந்தியச் சிறைகள் உண்மையாக எப்படி இருக்கின்றன என்று யாருக்காவது தெரியுமா?' பத்துப் பதினைந்து ஆண்டுகளுக்கு முன்னால், தேசத்தின் மலர்கள் சிறையில் கிடந்த காலத்தில், நாம் சிறைகளைப் பற்றி அறிந்துகொள்ளும் வாய்ப்பு நிறைய இருந்தது. சிறையில் வாடிய மனிதர்கள் விடுதலையாகி ஆட்சியைக் கைப்பற்றியதும் சீர்திருத்தங்களைக் கொண்டு வர வேண்டும் என்று உறுதியுடன் இருந்தனர். ஆனால் உண்மையில் எதைச் சாதிக்க முடிந்தது? நமது சிறைகளின் நிர்வாகம் நவீன முறைகளில், மனித நேயத்துடன், விஞ்ஞானபூர்வமான அணுகுமுறையுடன் நடக்கிறதா? அல்லது ஏதோ கொஞ்சம் வசதிகள், மாற்றங்களுடன் பழைய வழியிலேயே நடக்கிறதா? சிறைச்சாலைகள் பற்றிய மக்களின் அணுகுமுறை மாறி இருக்கிறதா? அல்லது கசப்பான விஷயம் என்று அதைப் பற்றிப் பேசாமல், ஒதுக்கி விடுகிறோமா?

வடகிழக்கு எல்லைப்புற நிர்வாகத்தின் கீழ்ச் சிறைச்சாலைகள் கிடையாது. சில டாகின் இன ஆண்கள் கொலைக் குற்றத்திற்காகச் சிறைத்தண்டனை பெற்றபோது, வாரணாசியில் இருக்கும் சிறைச்சாலைக்கு அவர்களைக் கொண்டுபோக வேண்டியிருந்தது. மானிடவியல் ஆராய்ச்சி நிறுவனத்தில் வேலை பார்த்த நாட்களி லிருந்து எல்வினுக்கு அந்த ஊரைப் பற்றி நன்றாகத் தெரியும். ஊரில் நிலவும் வெக்கையும், வேர்வையும் பழங்குடி இன மனிதர்களின் உடலுக்கும் மனதுக்கும் உகந்ததல்ல. அவர்களை லக்னோ சிறைச்சாலைக்கு அனுப்பவேண்டும், கோடைகாலத்தில் அவர்கள் இமய மலையில் குமாவும் பகுதியில் உள்ள அல்மோரா சிறைச்சாலையில் இருக்கவேண்டும் என்று எல்வின் பரிந்துரை செய்தார். இதனிடையில், வடகிழக்கு நிர்வாகத்தின் கீழ் முடிந்த வரை கலையழகுள்ள புதிய சிறைச்சாலை ஒன்றைக் கட்டத் திட்டம் இட்டார்.

சிறைச்சாலை என்பது, ஏகாதிபத்தியம் திணித்த மனநோய்களின் ஓர் அங்கம். அது குற்றம் தண்டனை என்ற மேற்கத்தியக் கருத்துக்களை, வெட்கக் கேடு, சமூக நிலை என்பனவற்றைப் பற்றிக் கவலைப்படும் மக்கள் மீது திணிப்ப தாகும். சுயகௌரவத்தைக் காப்பதில் அதிகக் கவனம் செலுத்தும் பழங்குடி இன மக்களுக்குச் சிறைத்தண்டனை தருவதை விட, அபராதம் விதிப்பது அதிகப் பலனைத் தரும். சிறைச்சாலை களில் சீர்திருத்தம் கொண்டு வருவதற்கான சிறந்த வழி, சிறைத்தண்டனை வழங்குவதைக் குறைப்பதுதான். சிலரை நிச்சயமாகச் சிறைக்கு அனுப்பவேண்டும். ஆனால், சந்தர்ப்ப வசத்தால் குற்றம் இழைப்பவர்கள் மனம்திருந்தச் சிறந்த இடம் 'சீர்திருத்த மையம்' என்பது எல்வினுடைய கருத்து. லோகித்பூரில் அப்படி ஒரு 'மையம்' அமைக்க இடமும் பார்த்தார். பழங்குடி மக்களுக்குப் பிடித்த வகையில் மலைகளுக்கும் காடுகளுக்கும் நடுவில் அமைந்த இடம். அந்த மையம், பழங்குடி மக்கள் வாழும் இந்தியாவின் பிற பகுதிகளுக்கும் முன்னுதாரணமாக அமையும் என்று தன்னுடன் பணிபுரிபவகளிடம் சொன்னார். அந்த மையத்துடன் தொடர்புகொண்ட அனைத்தும், அதாவது, கட்டிட அமைப்பு, உணவு, சிறையில் இருக்கும் தொழில்கள், ஒழுக்கம் எல்லாம் மிக நவீனமாக, நேயத்துடன் நடந்துகொள்ள வேண்டும் என்ற 'தண்டனைத் தத்துவ'த்தின் அடிப்படையில் வடிவமைக்கப்படும்.

எல்வினுடைய திட்டப்படி, பாதுகாப்பைக் கருதி, மதில்கள் மிக உயரமாக இருக்க வேண்டும். மற்றபடி, அனைத்தும் பழங்குடி மக்களின் வாழ்க்கை மரபுகளை ஒட்டி அமைய வேண்டும். கைதிகள் நீண்ட கூடங்களில் வசிக்க வேண்டும். கட்டிடத்தின் வெளியே சுற்றி உட்காரும் வகையில் 'அபோர்' மக்களின் பாணியில் மேடைகள் கட்ட வேண்டும். தீயைச் சுற்றி அமர்ந்து பேசவும் பாடவும் 'மொருங்' இன மக்களின் மரபில் ஒரு பொழுதுபோக்குக் கூடம் கட்ட வேண்டும். கைதிகளை வேலை செய்யவும், உணவு அருந்தவும் அழைப்பு விடுக்க நாகா மக்கள் உபயோகிக்கும் மேளங்களைக் கொட்டி முழங்க வேண்டும். சமையல் வேலையை அவர்களிடமே விட்டுவிட வேண்டும். அசைவ உணவு அதிகம் தரவேண்டும். நிர்வாகம் வெற்றிலையை, புகையிலையைத் தாராளமாக அனுமதிக்க வேண்டும். பண்டிகைக் காலங்களில் அரிசிக்கள் தயாரிக்கவும், குடிக்கவும், அனுமதிக்க வேண்டும்.

பஸ்தாரின், ஜகதால்பூரில் 1940களில் இருந்த சிறைச்சாலையின் நிலைகண்டு, எல்வின் மிகவும் வருந்தினார். அந்த அனுபவத்தின்

அடிப்படையில் தொலை நோக்குள்ள இந்தத் திட்டத்தை வகுத்தார். பல நல்ல திட்டங்களைப் போல அதுவும் அரசின் கோப்புகளுக்குள் புதைந்து போனது.

○ ○ ○

'வடகிழக்கு எல்லைப்புறப் பகுதிகளின் நிர்வாகத்திற்கான கொள்கை' நூலின் இரண்டு பதிப்புக்களுக்கும், அதைப் பாராட்டி, நேரு முன்னுரை எழுதிக் கொடுத்தார். 1957ஆம் ஆண்டு பிப்ரவரி 16 தேதியிட்ட முதல் பதிப்பின் முன்னுரையில் யாருடைய கருத்துக்களைப் படித்து யார் மாறினார் என்பதை வாசகர்கள் புரிந்து கொள்ளும் வகையில் இவ்வாறு எழுதினார்:

> *பழங்குடி மக்களைப் பற்றி நான் கொண்டிருக்கும் கருத்துக்களையே பரப்பி வருவதாகச் சொல்லி வெர்ரியர் எல்வின் என்னைப் பெருமைப்படுத்துகிறார். உண்மையைச் சொல்ல வேண்டுமென்றால், அவரிடமிருந்து நான் நிறையக் கற்றுக்கொண்டிருக்கிறேன். அவர் பழங்குடி மக்களை நன்கறிந்த அறிஞர், அனுபவசாலி, அவர்களின் தோழர். இந்த விஷயத்தில் எனக்கு அனுபவம் கிடையாது. என்னுடைய கருத்துக்களில் அவ்வளவு தெளிவு கிடையாது. அவையும் சூழ்நிலைகளின் நிர்ப்பந்தம் காரணமாக நான் அறிந்து கொண்டேன். எல்வினுடைய புத்தகங்களைப் படித்ததன் மூலம் இன்னும் கொஞ்சம் அறிந்துகொண்டேன். சரியாகச் சொன்னால், நான் அவரிடம் இருந்து கற்றுக்கொண்டேன். என்னால் அவர் எந்த வகையிலும் பாதிக்கப்படவில்லை.*

வடகிழக்கு எல்லைப்புறப் பகுதிகளில் வேலை செய்யும் அதிகாரிகள், எல்வினுடைய நூலைக் கவனமாகப் படித்துப் புரிந்துகொள்ள வேண்டும், அதன்படி செயல்பட வேண்டும். இந்த அணுகுமுறை வடகிழக்குப் பகுதியிலும், பழங்குடி மக்கள் வாழும் மற்றப் பகுதிகளிலும் பின்பற்றப்படும் என்று நம்புகிறேன் என்று நேரு எழுதினார். (இதுதான் எல்வினுடைய உண்மையான வெற்றி).

தக்காலுஃப் என்ற வட இந்திய மரபின் வழியில் (தற்பெருமை கூடாது,) அடுத்தவர்களுக்கே பெருமையை உரித்தாக்க வேண்டும். 1958 ஆகஸ்டு 25ஆம் தேதி டெல்லியில் இருந்த தனது நண்பருக்கு எல்வின் இவ்வாறு எழுதினார்:

> *பிரதமரின் கட்டளையை நான் புரிந்துகொண்டபடி பழங்குடி மக்கள் வாழும் பகுதிகளில் வேலை செய்யும்போது கவனத்தில் கொள்ள வேண்டிய நான்கு அடிப்படைக் கொள்கைகள் இவைதான்:*

(அ) பழங்குடி மக்கள் வாழும் பகுதிகளுக்கு மிக அதிகமாக வெளியாட்களை அனுப்பக் கூடாது.

(ஆ) நிர்வாகம் அளவுக்கு அதிகமாகத் தலையிடக் கூடாது.

(இ) ஏகப்பட்ட திட்டங்களைத் தீட்டி, அவர்களைத் திக்குமுக்காடச் செய்யக்கூடாது. சில அடிப்படை யான திட்டங்களை நடைமுறைப்படுத்தினாலும், அவற்றைச் சிறப்பாக நிறைவேற்ற வேண்டும் என்பதே குறிகோளாக இருக்க வேண்டும்.

(ஈ) அவர்கள் மீது எதையும் வலுக்கட்டாயமாகத் திணிக்கக் கூடாது. அவர்களுடைய மரபுக்கும் அறிதலுக்கும் ஏற்ற வகையில் தாங்களே வளர்ந்து கொள்ளும் வாய்ப்பைத் தரவேண்டும்.

1958 அக்டோபர் 9 ஆம் தேதியிட்ட 'வடகிழக்கு எல்லைப்புற நிர்வாகத்திற்கான கொள்கை' நூலின் இரண்டாவது பதிப்பில் நேரு எழுதிய முன்னுரையைக் காண்போம். பழங்குடிப் பகுதிகளில் முன்னேற்றத்துக்கான ஐந்து அடிப்படைக் கொள்கைகளை அவர் வரைகிறார்:

1. மக்கள் தங்களுடைய புரிதலின்படி தாங்களே முன்னேற வேண்டும். நாம் எதையும் வலுக்கட்டாயமாகத் திணிக்கக் கூடாது. அவர்களுடைய மரபில் எழுந்த கலைகளையும், பண்பாட்டையும் எல்லா விதத்திலும் உற்சாகப்படுத்த வேண்டும்.

2. நிலங்கள், காடுகள் மீது பழங்குடி மக்களின் உரிமையைப் பாதுகாக்க வேண்டும்.

3. நிர்வாகம், வளர்ச்சிப் பணிகளை மேற்பார்வையிட பழங்குடி மக்கள் சிலரைத் தேர்ந்தெடுத்து, குழுக்களாகச் செயல்பட அவர்களுக்குப் பயிற்சி அளிக்க வேண்டும். தொழில்நுட்ப வல்லுநர்களின் உதவி, குறிப்பாக தொடக்கத்தில் தேவைப்படும் என்பதில் சந்தேகம் இல்லை. ஆனால் தேவைக்கு அதிகமாக வெளியாட்களை அங்கே வேலைக்கு அனுப்பக் கூடாது.

4. அளவுக்கு அதிகமாக நிர்வாகம் தலையிடக் கூடாது. ஒரே நேரத்தில் ஏகப்பட்ட திட்டங்களை செயல்படுத்தி அவர்களைத் திணர அடிக்கக் கூடாது. அவர்களுடைய சமூக, பண்பாட்டு அமைப்புக்களுடன் சேர்ந்து இயங்க வேண்டும். அவற்றுக்குப் போட்டியாகச் செயல்படக் கூடாது.

5. புள்ளி விவரங்களை வைத்தோ, செலவழித்த தொகைகளை வைத்தோ முடிவடைந்த பணிகளை மதிப்பிடக் கூடாது. மனிதவளம் பெருகி இருக்கிறதா என்று பார்க்க வேண்டும்.

எல்வின் இந்த முன்னுரையை 'பழங்குடி மக்களின் வளர்ச்சிக்கான பிரதமரின் பஞ்சசீலக் கொள்கை' என்ற தலைப்பில், புத்தகத்தில் பதிப்பித்தார். 'பேண்டுங் (*Bandung*) மாநாட்டில் கவனத்தை ஈர்த்த, நாடுகளுக்கிடையிலான ஒத்துழைப்பு குறித்த புகழ்பெற்ற பஞ்சசீலக் கொள்கைபோல, இதுவும் கவனத்தை ஈர்க்கும் என்று எல்வின் நம்பினார். ஆனால் அந்த முன்னுரையை நேரு எழுதினாரா? அல்லது தந்திரோபாயமாக எல்வினுடைய கொள்கைகள் நேருவின் எழுத்தின் மூலம் வெளிப்பட்டதா? இரண்டாம் உலகப் போருக்குப் பின்னர் வந்த அரசியல்வாணர்களில் தனிச் சிறப்புடையவர் நேரு. கடிதங்கள், குறிப்புகள், உரைகள், புத்தகங்கள் எது என்றாலும் தானே கைப்பட எழுதினார். ஆனால் இந்த முன்னுரை விதிவிலக்காகத் தெரிகிறது. ஆகஸ்ட் 25ஆம் தேதியிட்டு எல்வின் எழுதிய கடிதத்தின் வாசகங்கள், எல்வின் எழுதிய முன்னுரையின் வரைவை நேருவுக்கு அனுப்பியிருக்கலாம் என்று காட்டுகின்றன. அந்தக் கடிதம் மூலம் மாபெரும் சிந்தனையாளரின் கொள்கைகளை எல்வின் விளக்குகிறார் என்று விளம்பரம் செய்யப்பட்டது. ஆனால் யார் எழுதினார் என்பது முக்கியமல்ல. அந்த ஆக்ஸ்போர்டு அறிஞரும், கேம்பிரிட்ஜ் விஞ்ஞானியும் ஒரே கருத்தைக் கொண்டிருந்தார்கள் என்பது முக்கியமானது. அரசாங்கத்துக்கே தலைமை தாங்கும் பிரதமர், அந்த அரசாங்கத்தில் வேலை பார்க்கும் ஒரு சிறிய அலுவலரின் கருத்துக்களுக்கு மதிப்பளித்தார், அவற்றை ஏற்றுக்கொண்டார் என்பது முக்கியமானது.

வடகிழக்கு நிர்வாகத்தின் தத்துவம் புத்தகத்துக்கு நேருவிடம் முன்னுரை எழுதி வாங்கியதும், அவருடைய அங்கிகாரத்தையும் பெற்றதும் சிலரைச் சமாதானப்படுத்தவும், சிலருக்குக் கோபம் ஏற்படுத்தவும் வேண்டுமென்றே நன்கு திட்டமிட்டுச் செய்த செயல். பம்பாயிலிருந்து வெளிவரும், *எகனாமிக் டைம்ஸ்* பத்திரிகையில் ஒரு விமரிசகர் இவ்வாறு எழுதினார்:

> பொதுவாக இந்தியர்களிடம், குறிப்பாக நேருவிடம் இருக்கும் 'குழம்பிய மனநிலைக்கு' எல்வினுடன் அவருக்கு இருந்த தொடர்பு இன்னும் ஒரு சான்று. பழங்குடி மக்கள் தன்னைப் போல் ஆக வேண்டுமா? அல்லது அவர்கள் இப்போது இருப்பது மாதிரியே இருக்க வேண்டுமா? என்று அவர் இன்னும் ஒரு முடிவுக்கு வரவில்லை. அவர்

நாகரிகத்தின் தோழர், அதாவது மருத்துவமனைகள், குளிர்சாதனப் பெட்டிகள், மோட்டார் கார்கள் இவைகளின் மாபெரும் ஆதரவாளர். காலனியாதிக்கம் செய்ய விரும்பும் உயர்வர்க்கத்தினரின் கற்பனாவாதி. பழங்குடியினருடைய புராதனப் பண்பாடு எல்வினைப் போலவே அவரையும் ஈர்க்கிறது. தன்னிடமிருந்து முற்றிலும் மாறுபட்ட பண்பாட்டைக் கண்டு மயங்கிவிட்டார். நாகரிகம் வளர்ந்து பரவுவது தவிர்க்க முடியாதது என்று நம்புகிறார். டி.இ. லாரன்ஸ் போலவே பழங்குடி மக்களின் புராதனப் பண்புகள் அவரைக் கவர்கின்றன. சொந்த அணுகுமுறை என்ற அளவில் அதை ஏற்றுக்கொள்ளலாம். ஆனால் கொள்கைகளை வகுக்கும் அரசின் தலைவர் அப்படி இருக்க முடியாது.

1950களின் கடைசியில் நேருவை மிகத் தீவிரமாக எதிர்த்தவர் ராம் மனோகர் லோகியா என்ற அரசியல்வாதி. பெரிய புத்திசாலி, அனைத்து விஷயங்களிலும், நேருவுடன் கருத்து வேறுபாடு கொண்டவர், பாராளுமன்றத்தில் அவர் பேசும் போது நேருவையும், ஆட்சி நடத்திய காங்கிரஸையும் குறைகூறி நிலைகுலைப்பதே அவருடைய தலையாய, இல்லையில்லை, ஒரே நோக்கமாக இருந்தது. அரசியல் விஞ்ஞானத்தில் ஜெர்மனியில் டாக்டர் பட்டம் பெற்றவர். ஆங்கிலேயரைத் தீவிரமாக வெறுப்பவர். எல்வினுடைய வரலாற்றில் இவர் ஏற்படுத்திய விளைவுகள் நம் கதையாடலில் பின்னர் தெரியவரும். 1958 நவம்பர் 12ஆம் தேதி, லோகியா வடகிழக்கு எல்லைப்பகுதிகளுக்கு அருகில் இருக்கும் ஜெய்ராம்பூர் சென்றார். அந்தப் பகுதிக்கு வரும் வெளிநாட்டவரோ உள்நாட்டவரோ, அனைவரும் அரசிடம் முன் அனுமதி பெற்றே நுழைய வேண்டும். அந்தக் கொள்கையே எதிர்ப்பதற்கென்றே லோஹியா அங்கு சென்றார். எல்லா இந்தியர்களும், இந்தியாவின் எந்த இடத்துக்கும் சுதந்திரமாகச் சென்று வரலாம் என்று அவர் சொன்னார். அங்கிருந்த காவலர்கள் அதை ஒத்துக்கொள்ளவில்லை. அவரிடம் அனுமதிச் சீட்டு இல்லை. அதனால் அவரை உள்ளே அனுமதிக்க மறுத்தனர். லோகியாவுக்குப் பெரும் கோபம் வந்தது. அவர் எப்போது கேட்டாலும் அனுமதி தருவேன் என்று அசாம் கவர்னர் சொல்லியிருந்தார். ஆனால் அதற்காக ஷில்லாங் சென்று விண்ணப்பிக்க வேண்டும். லோகியா இதற்கு ஒப்பவில்லை. ஒரு வருடம் கழித்து மீண்டும் அங்கே நுழைய முயன்றார். அவரைக் கைது செய்து அசாமில் திப்ருகாரில் கொண்டு வந்து விடுதலை செய்தனர். வடகிழக்கு எல்லைப்புற நிர்வாகத்தின் இந்தக் கொள்கை ஒரு காலனியாதிக்க மனப்பான்மையைக் காட்டுகிறது என்று பத்திரிகைகளில் ஒரு கண்டன அறிக்கை வெளியிட்டார்.

நாட்டின் எல்லா நிலப்பகுதிகளையும் பார்த்து, அவற்றின் அழகையும் கண்டுகளிக்க வேண்டும் என்ற நோக்கத்திலேயே அங்கு வந்ததாகக் கூறினார்.

> இந்தியர்களை அந்தப் பகுதியில் அனுமதிக்கக் கூடாது என்பது முட்டாள்தனமான கொள்கை. அது மதகுருவாக முன்னர் இருந்த வெர்ரியர் எல்வினுடைய கொள்கை. அவர் ஒரு வினோதமான மனிதர். அவர் அசாம் ஆளுநரின் கீழ் பழங்குடி மக்கள் ஆலோசகராக இருக்கிறார். 'கீர்'(குஜராத்)காடுகளில் சிங்கங்களைப் பாதுகாப்பதற் கென்று காடுகள் ஒதுக்கப்பட்டிருப்பது போலவே இங்கு பழங்குடி மக்களுக்கென்று காடுகளை ஒதுக்கித் தர வழிவகுத்திருக்கிறார். இந்த ஆதிவாசிகள் நாகரிக உலகத்தி லிருந்து தனிமைப்படுத்தப்பட்டிருக்கிறார்கள். சென்ற வருடம் அக்டோபர் மாதம் வரை சிவன், துர்க்கை, காந்திஜி, ஏன் நேருவின் படங்கள் கூட கடைகளில் வைத்திருக்க அனுமதி இல்லை. ஏனெனில் அவற்றைக் கண்டு பழங்குடி மக்களின் மனம் புண்படக் கூடும், மனம் கெட்டுவிடும் என்று இந்த மதகுரு நினைக்கிறார்.

வடகிழக்கு எல்லைப் புறப் பகுதிகளை நாட்டின் மற்ற பகுதிகளிலிருந்து எல்வின் பிரித்து வைக்கிறார் என்று சில அரசியல்வாதிகள் குற்றம் சாட்டினர். வடகிழக்கின் பெரும்பான்மை மக்களான அசாமிய மக்கள், வடகிழக்கு எல்லைப்புறப் பகுதியுடன் தங்களுக்கு இருக்கும் வரலாற்றுத் தொடர்புகளை மறைக்கிறார் என்று சந்தேகப்பட்டனர். பல நூற்றாண்டுகளாக மொழி, வாழ்க்கைமுறை, மத நம்பிக்கைகள் அசாமிலும், பழங்குடிப்பகுதிகளிலும் ஒன்று போல் இருக்கின்றன. வடகிழக்கு எல்லைப்புற நிர்வாகம் இந்த நெருங்கிய தொடர்பு களைத் துண்டிக்கிறது என்று செய்தித்தாள்கள் குற்றம் கூறின. எல்வின் ஷில்லாங் வந்து பல மாதங்கள் ஆன பிறகு அசாமின் பத்திரிகையாளர்கள், அரசு அலுவலர்கள் மீதான விமரிசனத்தைக் கூர்மையாக்கினர். வடகிழக்குப் பகுதிகளில், அசாமிய ஏகாதிபத்தியம் ஏற்படும் என்று கற்பனை செய்து கொண்டு வடகிழக்கின் நிர்வாகத்தில் இருந்து அசாமைச் சேர்ந்த அதிகாரிகளைக் களை எடுக்கிறார்கள் என்று தாக்கினர்.

அரசியல்வாதிகளின் வாதங்களை ஒப்புக்கொண்டு, பத்திரிகையாளர்கள் அவர்களை ஆதரித்தார்கள். 1955ஆம் ஆண்டில், மாநிலங்கள் சீரமைப்புக் குழுவின் அறிக்கை பற்றி அசாம் சட்ட சபையில் நடந்த விவாதத்தில், வடகிழக்கு எல்லைப்புற நிர்வாகப் பகுதிகள் அசாமுடன் இணைக்கப்பட வேண்டிய பகுதி என்பதை அந்த அறிக்கை குறிப்பிடத்

தவறிவிட்டது என்று குறை கூறினார்கள். 'வடகிழக்கு எல்லைப்புற நிர்வாகப் பகுதிகள் அசாமில் இணைக்கப்படும் என்று நாம் நம்பிக்கொண்டிருந்தோம். காலம் தாழ்ந்தாலும் அந்தப் பகுதி அசாமுடன் இணையும் என்று எதிர்பார்த்தோம். ஒன்றிணைவது என்றால் என்ன? பழங்குடியினரும், அசாம் மக்களும் கலந்துவிட வேண்டும். காலம் செல்லச் செல்ல மலைவாழ் பழங்குடி மக்களுக்கும் சமவெளிகளில் வாழ்பவர்களுக்கும் வேறுபாடு இல்லாமல் போய்விடும்' என்று இன்னொரு உறுப்பினர் விளக்கம் அளித்தார். ஒன்றிணைப்பது என்பதற்குப் பலரும் பல விளக்கங்கள் அளித்தனர். வேற்றுமைகளை ஒழித்துவிடுவது என்ற இந்தக் கருத்துக்கு எதிராக எல்வினும் அவருடன் பணிபுரிபவர்களும் வேலை செய்தனர். வடகிழக்கு எல்லைப்புறத்தில் வாழும் அனைத்து மக்களும் அசாமின் மற்ற பகுதிகளில் வாழும் மக்களும் ஒன்றிணைவது இயல்பாகவே பல நூற்றாண்டுகளாக மெல்ல மெல்ல நடந்துவந்தது. அதை வடகிழக்கு எல்லைப் புறப் பகுதிகளின் நிர்வாகம் கெடுக்கிறது என்று அசாம் சட்டமன்றம் கண்டனம் செய்தது. 'NEFA' (North East Frontier Agency) என்றால் 'No Entry For Assamese (அசாமியர்கள் நுழைய அனுமதி கிடையாது)' என்பது மாதிரியான உணர்வு வளர்ந்து வருகிறது என்று அரசியல்வாதிகளிடம் அரிதாக வெளிப்படும் நகைச்சுவையுடன் ஒருவர் குறிப்பிட்டார்.

வடகிழக்கு எல்லைப்புறப் பகுதிகளை அசாம் மாநிலத்துடன் இணைத்துவிட அசாம் அரசியல்வாதிகள் நீண்ட காலமாக பெருமுயற்சி செய்து வந்தனர். இரண்டு ஆய்வுக் குழுக்களை அங்கு அனுப்பினர். இரு குழுவினரும் அங்கு என்ன காண விரும்பினார்களோ அதையே கண்டனர். அதாவது வடகிழக்கு எல்லைப்புற மக்கள் அசாம் மக்களுடன் நெருங்கிய தொடர்பு கொள்ள விரும்புகின்றனர். அசாம் மக்களைத் தங்கள் நண்பர்கள், சொந்தக்காரர்கள் என்று கருதுகின்றனர். நிர்வாக ரீதியில் வடகிழக்கு எல்லைப்புறப் பகுதி அசாம் மாநிலத்துடன் விரைவில் இணைய வேண்டும். இரண்டுக்கும் ஒரே தலைநகர் அமைய வேண்டும், அந்தப் பகுதி முழுவதற்கும் ஒரே பொருளாதார வளர்ச்சித் திட்டம் வகுக்க வேண்டும். இந்தி மொழிக்குப் பதிலாக அசாமிய மொழியைப் பரப்ப வேண்டும் என்று சட்டமன்ற உறுப்பினர்கள் கோரினர். எல்வினும் அவருடன் பணியாற்று கிறவர்களும் இவை அனைத்தையும் தீவிரமாக எதிர்த்தனர்.

மானிடவியல் அருங்காட்சியகத்தில் தாங்கள் காட்சிப் பொருளாக வைக்கப்படுவதை வடகிழக்கின் மக்கள் விரும்ப வில்லை என்று முதலாவதாகச் சென்ற தூதுக் குழுவினர் குறிப்பிட்டனர். வடகிழக்குப் பிரதேசத்தின் நிர்வாகக் கொள்கை,

மாறிவரும் சூழ்நிலைகளுக்கு ஏற்ப மாற வேண்டும் என்று இரண்டாவதாகச் சென்ற தூதுக் குழுவினர் கூறினர். அவர்களால், எல்வின் மீது இதற்கு மேல் கடுமையான விமரிசனம் செய்ய முடியவில்லை. ஏனெனில் தங்களின் பெருந்தலைவருக்கும் எல்வினுக்கும் நெருக்கம் அதிகம் என்பது இந்தக் காங்கிரஸ் அரசியல்வாதிகளுக்குத் தெரியும். பெருந்தலைவர் மீது அவர்கள் கொண்ட பயமும் இதற்கு ஒரு காரணம். ஆனால் அசாமின் பத்திரிகையாளர்களுக்கு அப்படி எந்தத் தடையும் கிடையாது. பழைய மதகுருவான எல்வின் பெயரைத் தனியாகக் குறிப்பிட்டு விமரிசனம் செய்தனர். நேரு ஷில்லாங்கில் ஆற்றிய உரையில், 'நான் பலவிதமான் பண்பாடுகள் நாட்டில் மலரவேண்டும் என்று விரும்புகிறேன்' என்றார். அன்று மாலை நேருவுக்கு அளிக்கப்பட்ட விருந்தில் எல்வினும் லீலாவும் கலந்துகொண்டனர். துடுக்கான பத்திரிகையாளர் ஒருவர் எல்வின் தன் பிஹாரி மனைவியுடன் வருவதைப் பார்த்து, 'நேருவின் பண்பாட்டு வேறுபாடுகள் இங்கே வருகின்றன' என்று நக்கல் செய்தார்.

கடைசியில், எல்வின், இதுபோன்ற குறிப்புகள் பத்திரிகை யிலோ அல்லது வேறு விதமாகவோ வெளிவந்ததைப் பற்றி அசாம் ஆளுநரிடம் முறையிட்டார். 'பழங்குடி மக்களைப் பக்கத்து மாநில மக்களிடம் இருந்து பிரித்து வைப்பதைத் தீவிரமாக எதிர்க்கிறேன், விமரிசிக்கிறேன். அசாம் மக்களையும் அவர்களுடைய பண்பாட்டையும் மிகவும் நேசிக்கிறேன்' என்று எழுதினார். இந்தச் சந்தர்ப்பத்தில் வடகிழக்குப் பகுதிகளுக்கு என்று வடிவமைத்த நாட்காட்டி (காலண்டர்)களைச் சுட்டிக் காட்டினார். இரண்டு நாட்காட்டிகளிலும் பழங்குடி மக்கள், இந்தியாவுடன் அசாம் மாநிலத்துடன் ஒன்றிணைவதன் முக்கியத்துவத்தைப் படங்கள் மூலம் வலியுறுத்தி இருப்பதைக் குறிப்பிட்டார்.

வடகிழக்கு நிர்வாகப் பகுதிகள், முதலில் இந்தியாவின் மற்ற பகுதிகளுடனும், பிறகு அசாமுடன் ஒன்றிணைய வேண்டும் என்பதுதான் அவருடைய கருத்து. தனது நேசத்துக் குரிய வடகிழக்குப் பகுதிகள் அசாமுடன் முழுவதுமாக ஒன்றிணைவதை அவர் ஒருநாளும் ஒத்துக்கொள்ள மாட்டார் என்று எல்வினுடைய சீடர் ஒருவர் பின்னாளில் நினைவு கூர்ந்தார். வடகிழக்கில் இருக்கும் பள்ளிகளில் பயிற்றுமொழி எது என்பது மிகவும் சர்ச்சைக்கு உரியதாக இருந்தது. பழங்குடி மக்களின் மொழிகளைப் கற்பிப்பதுடன், அசாமிய மொழிக்குப் பதிலாக, இந்தி மொழியைக் கற்பிக்க வேண்டும் என்று எல்வின் விரும்பினார். வடகிழக்குப் பகுதிகளுக்கான நாட்காட்டியில் அசாம் பண்பாட்டைப் புகழ்ந்து சித்தரிப்பது வேறு, பயிற்றுமொழி

என்பது வேறு (பயிற்றுமொழி, பண்பாட்டைத் திணிப்பதற்குப் பயன்படும்). இந்தப் பிரச்சனையில் எல்வினும், வடகிழக்கின் நிர்வாகமும் தங்கள் நிலையைத் தளர்த்தவில்லை.

வடகிழக்குப் பகுதிகளில் அவருடைய பணியைச் சந்தேகக் கண்களுடன் அணுகிய மூன்றாவது தரப்பினர், அவருடைய முன்னாள் எதிரிகளான, மானிடவியல் அறிஞர்கள் ஆவர். நாடு முழுவதும் ஆராய்ச்சிகள் நடத்தத் தங்களுக்கு அளிக்கப்பட்ட அதிகாரத்தைக் குறிப்பிட்டு இந்திய மானிடவியல் ஆய்வு நிறுவனம், வடகிழக்கு நிர்வாகப் பகுதிகளிலும் தனது அதிகாரத்தை நிலைநாட்ட விரும்பியது. எல்வின் வடகிழக்கு எல்லைப்புறப் பகுதிகள் தனது சொந்தக் களம் என்று கருதினார். மற்ற மானிடவியல் அறிஞர்கள் அங்கே ஆய்வு செய்வதை எதிர்த்தார். 'வடகிழக்குப் பகுதிகளில் ஆராய்ச்சி நடத்த இந்திய மானிடவியல் ஆய்வு நிறுவனம்' ஆய்வாளர்களை அனுப்பத் திட்டம் இட்டது. 'நமது கொள்கைகளில் பயிற்சி பெறாத ஆய்வாளர்களை நுழைய விடுவது நல்லதல்ல. நிறைய வெளியாட்களை உள்ளே விடக் கூடாது என்ற பிரதமரின் ஆணையும் இருக்கிறது. கல்கத்தாவில் இருக்கும் மானிடவியல் அறிஞர்கள் எழுதிய கட்டுரைகளில் நமது நிர்வாகத்தைப் பற்றித் தவறான எண்ணங்கள் ஏற்படும் வகையில், பிரச்சனைகளைத் திசைதிருப்பும் வகையில், வெளியிட்டு வருகிறார்கள் அவர்களுக்கு அனுமதி தரக்கூடாது' என்று ஆளுநருக்கு ஆலோசனை சொன்னார்.

வடகிழக்கு எல்லைப்புற நிர்வாகம் தங்களை உள்ளே அனுமதிப்பதில்லை என்ற ஆதங்கம் இந்திய மானிடவியல் அறிஞர்களுக்கும் இருந்தது. அதைத் தவிர, மற்ற விஷயங்களிலும் அவர்களுக்கு வட கிழக்கின் நிர்வாகம் பற்றிப் பல விமரிசனங்கள், குறைகள் இருந்தன. 1957ஆம் ஆண்டு கல்கத்தாவில் நடந்த சமூக சேவகர்களின் மாநாட்டில், கல்கத்தாவைச் சேர்ந்த புகழ்பெற்ற மானிடவியலாளர் நிர்மல் குமார் போஸ் இந்த விமரிசங்களைப் முன்வைத்தார். நிர்மல் குமார் போஸ், எல்வினைப் போலவே பல அறிவுத் துறைகளில் ஆர்வம் கொண்டவர், எழுத்தாளர். ஒரு துறையில் மட்டும் கவனம் செலுத்தியவர் அல்ல. எல்வினைப் போலவே காந்தியுடன் நெருங்கிப் பழகியவர். 1946 – 47ஆம் ஆண்டுகளில் வங்காளத்தில் மதக் கலவரம் பரவிய வேளையில் மகாத்மா காந்தியின் செயலாளராக, மொழி பெயர்ப்பாளராக அவருடன் கிராமங்களுக்குச் சுற்றுப் பயணம் செய்தவர். ஏதோ சில காரணங்களுக்காக இருவரும் ஒருவரை ஒருவர் வெறுத்தனர். இருவரும் எழுதிய புத்தகங்களில் இதற்கான சான்றுகள் கிடைக்கின்றன. போஸ், ஜுவாங் பழங்குடியினரை ஆய்வு செய்தவர். இந்தியாவின் பொருளாதாரம் வேகமாக

வளர்ந்துவரும் காலத்தில், இப்படியெல்லாம் காட்டுமிராண்டிகள் வாழ்கிறார்கள் என்று குரூர மகிழ்ச்சியுடன் காட்டுவதற்காகவே இலைகளை உடைகளாக அணிந்த ஜுவாங் பழங்குடியினரை, எல்வின் படம் பிடித்தார் என்று குற்றம் சாட்டினார். காந்தியை நன்கு அறிந்த எல்வின், போஸ் காந்தியை மிகவும் தவறாகப் புரிந்துகொண்டிருக்கிறார் என்றும் அது போஸ் மோசமாக எழுதிய 'காந்தியுடன் நான் கழித்த நாட்கள்' என்ற புத்தகத்தில் வெளிப்படுகிறது என்றும் குற்றம் சாட்டினார்.

பழங்குடி மக்களை எப்படி அணுக வேண்டும் என்பதில் இருவருக்கும் இருந்த கருத்து வேறுபாடுதான் அவர்களின் தனிப்பட்ட காழ்ப்புக்குக் காரணம். 1957ஆம் ஆண்டு போஸ் ஆற்றிய உரையில், வினோதங்களைத் தேடிச் செல்லும் சில மானிடவியல் அறிஞர்கள், பின்னர் நிதானம் இல்லாமல் பழங்குடி மக்களின் கற்பனாவாத நலன்களைப் பற்றிக் கவலைப்படுகிறார்கள் என்று விமரிசனம் செய்தார். இந்த அறிஞர்கள் பழங்குடி மக்களுக்கும், மற்ற இந்துக்களுக்கும், உள்ள வேறுபாடுகளைச் சுட்டிக் காட்டுகிறார்கள். ஆனால், சற்றேறக்குறைய அதே குறைபாடுகள் உடைய மற்ற ஏழை இந்துக்களுக்கும், பழங்குடி மக்களுக்கும் உள்ள ஒற்றுமைகளுக்கு போஸ் முக்கியத்துவம் தந்தார். 'பழங்குடி மக்களையும், மற்ற இந்துக்களையும் வேறுபடுத்திப் பழங்குடி மக்களின் நலத்துக்குத் தனிக்கவனம் செலுத்துவதன் மூலம், இந்தியச் சமூக ஒற்றுமைக்கு ஆபத்து விளைக்கும் சக்திகளை நாம் ஆதரிக்கக் கூடாது. பழங்குடி மக்களை மட்டுமே அவர்களைப் பிணித்திருக்கும் எல்லாத் தளைகளில் இருந்தும் விடுவிக்க முயலாமல், பழங்குடி மக்களோ மற்றவர்களோ, எல்லா மக்களையும், எல்லாத் தளைகளில் இருந்தும் விடுவிப்பதற்கான வழிகளைக் கண்டறிய வேண்டும். அனைவரையும் ஒன்றுபடுத்த வேண்டும்' என்று அவர் குறிப்பிட்டார்.

போஸ், தன்னுடைய உரையில், எல்வினுடைய பெயரைக் குறிப்பிடவில்லை என்றாலும் அவரையும் அவருடைய புத்தகங்களையும் குறிவைத்துத் தாக்கினார். கல்கத்தாவைச் சேர்ந்த போஸ் ஏழைகள் ஒற்றுமையாக இருக்க வேண்டும் என்று பேசினார். மற்ற மானிடவியலாளர்கள், அரசியல் ஒற்றுமை அல்லது இந்திய ஒருமைப்பாடு இவற்றின் பெயரால் எல்வினைத் தாக்கினர். போண்டோ பழங்குடி மக்களைப் பற்றி எல்வின் எழுதிய நூலை விமரிசித்த, லக்னோ பல்கலைக்கழகப் பேராசிரியர் டி.என் மஜும்தாரும் அவர்களில் ஒருவர். ஒரு புனைபெயரில் 'வடகிழக்கு எல்லைப்புற நிர்வாகத்திற்கான கொள்கை' நூலை விமரிசித்தார். ஈ.டி. என்ற தனக்குக் கீழ்ப்படியும்

மாணவர் ஒருவரது பெயரில், பழங்குடி மக்களைப் பிரித்துத் தனிமைப்படுத்தும் அணுகுமுறை மட்டுமே பழங்குடி மக்கள் சந்திக்கும் பிரச்சனைகளுக்கு ஒரே மானிடவியல் அணுகுமுறை என்று எல்வின் அதை நியாயப்படுத்துவதாக் குற்றம் சாட்டினார். இதற்கு முன் நடந்த விவாதத்திலும் எந்த இந்தியரும், எந்த இந்திய மானிடவியல் அறிஞரும், எல்வினுடைய வழியைப் பின்பற்றவில்லை என்று லக்னோவைச் சேர்ந்த அந்தப் பேராசிரியர் எழுதினார். சொல்லப்போனால், 'இந்திய அரசியல் சாசனம் சரியான பதிலைத் தருகிறது. அவர்களுடைய வாழ்வில், பண்பாட்டில் பெருமளவில் குறுக்கிட்டு, சிகிச்சை அளிக்கும் முறைதான் அதில் பரிந்துரை செய்யப்படுகிறது. பழங்குடி மக்களின் வாழ்வைப் புனரமைக்க அரசு பெரும் திட்டங்களைச் செயல்படுத்துகிறது. மற்றவர்கள் தரத்துக்குப் பழங்குடி மக்களை உயர்த்தி, எழுச்சி பெறச் செய்வதன் மூலம், அவர்களைப் பண்படுத்தவும் மற்றவர்களுடன் ஒன்றிணைக்கவும் முயல்கிறது. ஆனால், இப்போது எல்வின், மீண்டும் வடகிழக்கு எல்லைப்புறப் பகுதியைத் தனித்தன்மையைப் பாதுகாப்பது, பிரித்தே வைப்பது என்ற கொள்கைகளை வலியுறுத்துகிறார். பழங்குடி மக்களுக்கு ஒரு தனிப் பண்பாடு இருந்தால், அது இருக்கட்டும். நாம் நமது பண்பாட்டை அவர்கள் மீது திணிக்க உரிமை இல்லை என்றால், அவர்கள் விரும்புகிறபடியே இருக்கட்டும் என்று விட்டுவிட முடியுமா? அவர்களுக்கு என்ன தேவை என்று நமக்குத் தெரியும். மத்திய இந்தியாவில் ஜார்க்கண்ட் மாநிலம் கோரும் இயக்கத்தின் குரல், வடகிழக்கு எல்லைப்புறப் பகுதிகளிலும் எதிரொலிக்கிறது. நாம் சும்மா இருக்க வேண்டும் என்ற கொள்கையைப் பின்பற்ற வேண்டுமா? அல்லது இதில் குறுக்கிட வேண்டுமா? நமக்கு இது பெரிய சவால்.'

○ ○ ○

விஞ்ஞானத்தின் நலனுக்காகப் பழங்குடி மக்களை அரும்பொருட் காட்சியகத்தில் பாதுகாத்து வைக்க வேண்டும், அவர்களுடன் நெருங்கிப் பழகும் இந்துக்களிடம் இருந்து தனித்துப் பிரித்து வைக்க வேண்டும் என்று எல்வின் சொல்கிறார்; வடகிழக்கில் அவரது செயல்கள் மூலமாக இந்திய ஒருமைப்பாட்டுக்கு ஊறு விளைவிக்கிறார் என்றெல்லாம் அவர் மீது வைக்கப்பட்ட விமரிசனங்கள் நாற்பதுகளில் நடந்த சச்சரவுகளை அவருக்கு நினைவூட்டி இருக்கலாம். நமக்கும் அவை ஞாபகம் வருகின்றன. இது மாதிரிச் சச்சரவுகளில் ஈடுபட அவர் தயங்கியதில்லை. ஆனாலும் இப்போது அரசுப் பதவியில் இருப்பதால் கவனமாகப் பதில் அளிக்க வேண்டிய தேவை இருந்தது. அவரை விமரிசித்தவர்களைப் பற்றிய விவரங்கள்,

அவர் கோப்புகளில் எழுதிய குறிப்புகளில் கிடைக்கின்றன. அவற்றில் ஒரு முக்கியமான பதில் டெல்லியிலிருந்து வெளியாகும் செமினார் மாத இதழில் வெளிவந்தது. எல்வின், இந்தக் கட்டுரையில் டாக்டர் ராம் மனோகர் லோகியா, பழைய எதிரியும், மானிடவியல் அறிஞருமான ஜி.எஸ்.குர்யே இருவரின் குற்றச்சாட்டுகளுக்குப் பதில் கொடுத்தார். 'பழங்குடிகள் என்று அழைக்கப்படும் மக்களும் அவர்களின் எதிர்காலமும்' என்ற புத்தகத்தை 1943இல் வெளியிட்ட ஜி.எஸ். குர்யே, அதன் இரண்டாவது பதிப்பை 1959ஆம் ஆண்டு வெளியிட்டார். அந்த நூல் புதிய பெயருடன், சில புதிய தகவல்களுடன் வெளிவந்தது. ஆனால் எல்வினையும் அவரது பணியையும் கேலி செய்து எழுதப்பட்ட பகுதிகள் அப்படியே இருந்தன. அந்த நூல் வெளிவந்த பின்னர், இடைப்பட்ட காலத்தில், எல்வின் எழுதியவற்றை அது கண்டுகொள்ளவில்லை.

எல்வின், அரசியல்வாதிகளின் கருத்துக்களை விட அறிஞர்களின் கருத்துக்களுக்கு அதிகக் கவனம் கொடுத்தார். சில பத்திகளில் லோகியாவுக்குப் பதில் (லோகியா என் மீது வெறுப்புக் கொண்டிருப்பது போல் தோன்றுகிறது.) எழுதி முடித்துக் கொண்டார். பிறகு, ஜி.எஸ்.குர்யேவின் விமரிசனத்துக்கு வந்தார். குர்யே, எல்வின் பழங்குடி மக்களைத் தனிமைப்படுத்துவதை ஆதரிப்பவர், மாற்றங்களை விரும்பாதவர், பழமைக்கு உயிரூட்ட விரும்புகிறவர் என்று இருபது வருடங்களுக்கு முன்னால் எல்வின் சொன்ன கருத்துகளைக் காட்டி விமரிசித்தார். அந்தக் கருத்துக்களையும்கூட குர்யே தன் வாதத்துக்கு ஏற்றவாறு திரித்துக் கூறினார். எல்வின் தான் எழுதிய 'பைகா மக்கள்', 'பழங்குடி மக்கள்' என்ற நூல்களில் இருந்து மேற்கோள்கள் காட்டி, சில பாதுகாப்பற்ற சமூகங்களைத் தற்காலிகமாக தனிமைப்படுத்தி வைக்கும் கொள்கையை அப்போது பரிந்துரை செய்ததாக எழுதினார். 'அந்தக் கருத்துக்கள் நாடு ஏகாதிபத்தியத்தின் பிடியில் இருந்த போது, சமூக சேவை பற்றிய உணர்வுகள் முதன் முதலாகத் தோன்றிய காலத்தில் எழுதப்பட்டவை' என்றார் அவர். எப்படி இருந்தாலும், விடுதலை கிடைத்ததும் நாடு முழுவதும் பெரும் விழிப்புணர்வு ஏற்பட்டது. பழங்குடி மக்கள் தங்கள் உரிமைகளுக்குக் குரல் எழுப்புகின்றனர், சுதந்திர இந்தியாவில் தங்களுக்கு கௌரவமான இடம் உண்டு என்பதைக் கண்டு கொண்டனர். இன்று இந்தியாவில் யாரும் தனிமைப்படுத்தும் கொள்கையைப் பரிந்துரைக்கமாட்டார்கள். ஆனாலும் மாற்றங்கள் நிகழ்ந்து வரும் இந்தக் காலகட்டத்தில், தங்களைச் சுரண்டுகிறவர்களை எதிர்க்கும் அளவு அவர்கள் பலம்பெறும் வரை, தங்கள் காலில் நின்றுகொள்ளப் பழகிக்கொள்ளும்

காலம்வரை, பாதுகாப்பான சூழ்நிலையை ஏற்படுத்துவது முக்கியமானது. மற்றவர்களைப் போலவே அவரும் மாற்றங்கள் ஏற்படுவதை ஆதரித்தார். ஆனால் ஒரு நிபந்தனை வைத்தார். 'நானும் என்னைப் போன்றவர்களும் நல்ல நிலைமையை நோக்கி மாற்றம் ஏற்படவே விரும்புகிறோம், சீரழிவை நோக்கிச் செல்லும் மாற்றத்தை அல்ல.'

கட்டுரையின் அடிநாதமும், தனது கருத்துக்கள் பற்றி அவர் அளித்த விளக்கமும், 'வளர்ச்சி' 'முன்னேற்றம்' என்ற பெரும்பான்மை மக்களின் கருத்துக்கு அவர் அளித்த கவனமும் ஒன்றைத் தெளிவாக்கின. பேராசிரியர் குர்யே மீண்டும் எல்வின் விளக்கங்கள் அளிக்க வேண்டும் என்ற நிலையை ஏற்படுத்தி விட்டார். எல்வின் நாற்பதுகளில் எழுதிய கூர்மையான விமரிசனங்களுடன் ஒப்பிட்டால், இப்போது எல்வின் தன் வலிமையை அறிந்த, அதிகம் சச்சரவுகளை விரும்பாதவராகத் தோன்றுகிறார். நாற்பதுகளில், இந்திய அரசியல்வாதிகள், சமூக சேவகர்கள், அறிஞர்கள் அனைவரும் அவருக்கு எதிராக இருந்தனர். அவர் தனித்து நின்றார். அந்த விவாதங்களில் ஆங்கில அரசில் பணிபுரிந்த ஒன்றிரண்டு ஆங்கிலேயர்களும், பொழுது போக்குக்காக மானிடவியலில் ஆர்வம் காட்டியவர்களும், அவருக்கு ஆதரவாக இருந்தனர். அவர்களும்கூட அரசியல் ரீதியாகவும், தந்திரோபாயமாகவும் அவருக்கு மன நெருக்கடியை ஏற்படுத்தினார்கள்.

ஆனால் விடுதலை அடைந்த இந்தியாவில், எல்வின் தனது விவாதங்கள் மூலம், ஆதரவாளர்களின் அணியைத் திரட்ட முடிந்தது. 'வடகிழக்கு எல்லைப்புற நிர்வாகத்திற்கான கொள்கை' என்ற நூலுக்கு எல்லாவிதமான பெரிய மனிதர்களிடமிருந்தும் பாராட்டுக்கள் கிடைத்தன. துணைக்குடியரசுத் தலைவர் சர்வபள்ளி ராதாகிருஷ்ணன், பிஹாரின் ஆளுநர் ஜாகிர் ஹுசைன், உள்துறை அமைச்சர், கல்வி அமைச்சர், இங்கிலாந்தில் இந்தியத் தூதரகப் பணிபுரிந்த நேருவின் தங்கை விஜயலட்சுமி பண்டிட், தொழிலதிபர் ஜே.ஆர்.டி. டாடா போன்றவர்கள் இதில் அடங்குவர். அறிமுகம் இல்லாதவர்களிடம் இருந்து வந்த கடிதங்கள் நெஞ்சைத் தொட்டன. ஓர் ஆஸ்திரேலிய அறிஞர் தன் கடிதத்தில் 'பழங்குடி மக்கள் மீட்சி பெற முடியாத வகையில் நொறுக்கப்பட்டுவிட்டனர்' என்று வருந்தினார். 'வளர்ச்சி அடையாத நாடுகளில் பழங்குடி மக்கள் கொள்கை பற்றிப் பொதுமக்கள் புரிந்துகொள்ளும் வகையில் எல்வின் இன்னொரு புத்தகம் எழுத வேண்டும். அது நமது ஆட்சிக்கு உட்பட்ட நாடுகளிலும், காலனியாக இருந்த நாடுகளிலும், ஆப்பிரிக்காவிலும் விலைமதிக்க முடியாததாக இருக்கும்'

என்று ஓர் ஆங்கிலேயர் கேட்டுக்கொண்டார். 'ஜவஹர்லால் நேருவின் பெயரால் அதற்கு மிகுந்த மதிப்புக் கிடைக்கும். நானறிந்தவரை ஆப்பிரிக்க பழங்குடியினரின் தலைவிதி பற்றி இப்படி எதுவும் எழுதப்பட்டதில்லை. அங்கே இப்போதிருக்கும் நிலைமையை எண்ணிப் பார்க்கவே அச்சமாக இருக்கிறது' என்று அவர் எழுதினார். கோன்யாக் மக்களுடன் 1930களில் வாழ்ந்த ஹைமண்டார்ஃப் என்ற ஆஸ்திரிய இனவரைவியலாளர், 'வடகிழக்கு எல்லைப்புற நிர்வாகத்திற்கான கொள்கை' நூலை ஆர்வத்துடன் படித்துப் பழைய நினைவுகளில் திளைத்தேன். வடகிழக்கின் மக்களிடையே பணிசெய்ய உங்களுக்குக் கிடைத்த வாய்ப்பை எண்ணி உண்மையிலேயே பொறாமைப்படுகிறேன்' என்று எழுதினார். முன்னாளில் மகாராஜாவாக இருந்து காந்தியவாதியாக மாறி, அப்போது பூடானில் இந்தியத் தூதராக இருந்த அபா பந்த் இவ்வாறு எழுதினார்: 'உங்கள் புத்தகத்தில் அருமையாகச் சொல்லப்பட்ட மனிதநேய ஆன்மீக அணுகுமுறை வெகுகாலம் செயல்பட, வெற்றிபெறப் பிரார்த்தனை செய்கிறேன். இன்றிருக்கும் நம்முடைய பைத்தியக்கார உலகில், இது போன்ற பரந்த நிலப்பரப்பில் தன்னிறைவுடன் வாழும் மனிதர்களை வாழ விடுவோமா?' என்று அவர் வியந்தார்.

சேகரித்து வைக்கப்பட்ட எல்வினுடைய எழுத்துக்களிடையே ஒரு கோப்பில் இது போன்ற கடிதங்கள் இருந்தன. இவைதான் அவருக்கு ஊக்கம் அளித்திருக்க வேண்டும். தனிப்பட்ட பாராட்டுக்களை விட பொதுமக்களிடையே அவருக்கும் அவருடைய எழுத்துக்கும் கிடைத்த ஆதரவை வரவேற்றார். 'வடகிழக்கு எல்லைப்புற நிர்வாகத்திற்கான கொள்கை' புத்தகத்தையும், அவரையும் பாராட்டி நிறைய மதிப்புரைகள் வந்தன. 'மாபெரும் மனிதர்களைக் காண்பது அரிது, அதிலும் அவர்கள் சரியான சமயத்தில் சரியான இடத்தில் இருப்பதும் அரிது. எல்வினை இந்தியா முழுமையாகப் பயன்படுத்திக் கொள்ளவில்லையோ என்ற கேள்வி எழுகிறது. இந்தியா தனக்கும் அவருக்கும் பல அருமையான வாய்ப்புக்களை சமீப காலத்தில் ஏற்படுத்தி வருகிறது. 'வடகிழக்கின் பழங்குடி மக்கள் பற்றிய கொள்கையானது' சிக்கலான பிரச்சனைக்கு, இதுவரை இல்லாத வகையில் மேற்கொண்ட மிகவும் புத்திசாலித்தனமான, பிரச்சனையை நன்கு புரிந்துகொண்ட அணுகுமுறையாகும்' என்று ஸ்டேட்ஸ்மென் எழுதியது. எகனாமிக் வீக்லியில் பணிபுரியும் ஒரு நிருபர் வடகிழக்குப் பகுதியில் பயணம் செய்துவிட்டு வந்து 'சில விஷயங்களைப் பொறுத்தவரை அது சொர்க்கம்' என்று எழுதினார். 'வரிகள் கிடையாது, வட்டிக் கடைக்காரர்கள் கிடையாது, மக்களைச் சுரண்டும் தரகர்கள்

கிடையாது. அங்கு நிர்வாகத்தில் பணிபுரியும் அதிகாரிகள் நல்ல கல்வி கற்றவர்கள், பழங்குடி மக்களை அனுதாபத்துடன் நடத்துகிறார்கள். இதுமாதிரியான தாராளமான நிர்வாகத்தை உலக சரித்திரத்தில் வேறெங்கும் காண்பதோ ஒப்பிடுவதோ இயலாது.'

அந்தக் காலத்தில் இந்தியாவில் ஆட்சி நடத்தியவர்களும் எல்வினுக்கு அசாதாரணமாக ஆதரவு அளித்தனர். எல்வினை தாராளமாகப் புகழ்ந்து எழுதிய நேருவைப் பற்றி ஏற்கனவே சொல்லியாகிவிட்டது. டாக்டர் எல்வினுடைய அணுகுமுறை சரியென்று கருதுவதாக பாராளுமன்றத்திலும் பத்திரிகைகளிலும் நேரு சொல்லத் தயங்கவில்லை. ஷில்லாங்கில் ஒரு கூட்டத்தில் உள்துறை அமைச்சர் ஜி.பி.பந்த் இவ்வாறு சொன்னார்: "கடந்த இருபது ஆண்டுகளில் எல்வின் செய்த சாதனை இதுதான்: அவர் இந்திய மக்கள் அனைவரும் பழங்குடி மக்களை மரியாதையுடன் நோக்க வைத்தார். அதற்கு முன்னால் பழங்குடி மக்களைக் காட்டுமிராண்டிகளாகப் பார்த்தோம். அவர்களுக்குச் சிறப்பான பண்பாடும் கலைகளும் உள்ளன என்று எல்வின் நமக்குக் காட்டினார்."

ஆனாலும் விமரிசகர்கள் விட்டுவிடவில்லை. மக்களவையில் நடந்த விவாதத்தில் அசாமைச் சேர்ந்த ஓர் உறுப்பினர் 'வடகிழக்கு எல்லைப்புற நிர்வாகத்திற்கான கொள்கை' நூலில் செய்யப்பட்ட பரிந்துரைகளைக் கடுமையாகத் தாக்கினார். 'நாம் எல்லைப்புறப் பகுதிகளை இப்படிச் சிறு சிறு பகுதிகளாகப் பிரிக்கத்தான் வேண்டுமா? அல்லது பாதுகாப்பைக் கருதி எல்லாப் பகுதிகளையும் ஒன்றாக இணைக்க வேண்டுமா?' என்று கேட்டார். இது உண்மையில் வடகிழக்கு எல்லைப்புறப் பகுதிகளில் பழங்குடி மக்கள் வாழும் எல்லாப் பகுதிகளையும் இணைத்து, காலனி ஆட்சிக் காலத்தில் இருந்ததுபோல் மிகப் பெரிய அசாம் மாநிலத்தை உருவாக்க வேண்டும் என்ற கோரிக்கைதான். ஓர் ஆங்கிலத் தத்துவஞானி, மானிடவியல் அறிஞர் வடகிழக்குப் பிரதேசத்தில் மிகவும் செல்வாக்குடன் இருப்பதாக எல்வினைப் பற்றி ஹேம் பரூவா குறிப்பிட்டார். உடனடியாக ஜெய்பால் சிங் என்ற உறுப்பினர் அதை மறுத்தார். ஜெய்பால் சிங் ஜார்கண்ட் தனிமாநிலமாக வேண்டும் என்று கோரிய இயக்கத்தின் தலைவர். ஆக்ஸ்போர்டில் எல்வின் இருந்த காலத்தில் படித்தவர். 'டாக்டர் எல்வின், இப்போது, திரு ஹேம் பருவாவை விட நல்ல இந்தியர், ஜெய்பால் சிங்கைக் காட்டிலும் பழங்குடி இன மனிதராக ஆகிவிட்டவர்' என்று பருவாவுக்கு நினைவூட்டினார்.

இயல் 13

இந்தியாவின் ஆங்கிலேயர்

இந்தியாவின் நிர்வாகத்தில், பணிபுரிந்த ஆக்ஸ்போர்டு அறிஞர்கள் வரிசையில் இந்த அமைதியான கலகக்காரர்தான் கடைசியாகும்.

'ஆக்ஸ்போர்டும் பேரரசும்' என்ற நூலில் வெர்ரியர் எல்வினைப் பற்றி ரொனால்ட் சைமன்

மாதவ ஆஷிஷ் என்ற ஆங்கில வம்சாவளியைச் சேர்ந்த, மரியாதைக்குரிய ஓர் இந்து துறவி ஒருமுறை என்னிடம், தனது குரு ஸ்ரீ கிருஷ்ண பிரேம் இந்தியக் குடியுரிமை பெற்ற இரண்டாவது வெளிநாட்டவர், தான் மூன்றாவது என்று குறிப்பிட்டார். வெர்ரியர் எல்வின் முதலாவதாகக் குடியுரிமை பெற்ற வெளிநாட்டுக்காரர். இது உண்மை என்றால், பெரிய கௌரவம்தான். இதை மறுக்கவோ அல்லது நிலைநாட்டவோ தேவைப்படும் சான்றுகள் உள்துறை அமைச்சகத்திலேயே இருக்க வேண்டும். அமைச்சகத்தின் கோப்புக்களைப் பார்வையிட பொதுமக்களுக்கு அனுமதி இல்லை.

சென்ற நூற்றாண்டின் ஐம்பதுகளின் தொடக்கத்தில் இருந்த குழப்பங்கள், நிச்சயமற்ற தன்மை இவற்றையெல்லாம் எல்வின் கடந்து விட்டார். இந்தியக் குடியுரிமையை இயல்பாக எடுத்துக்கொண்டார். வடகிழக்கின் நிர்வாகத்தில் செய்த பணி இதற்கு முக்கியமான காரணம். அலுவலகத்தில் கிடைத்த ஆதரவும், அவர் திட்டங்களைச் செயல்படுத்துவதில் காட்டிய வேகமும் மற்றொரு காரணம். அம்மா இறந்த பிறகு இங்கிலாந்துக்கும் அவருக்கும் இருந்த இடைவெளி அதிகமாகிவிட்டது. நீண்டகாலமாக அவர் அங்கு செல்லவில்லை. போகிற திட்டமும் இல்லை.

வாழ்வில் முதல் முறையாக வேலையிலும் வீட்டிலும் மனநிறைவுடன் இருந்தார். ஆக்ஸ்போர்டில் படித்த காலத்தில் இருந்தே அவரைப் பின்தொடர்ந்த துயரங்கள் இல்லை. லீலாவை மிகவும் நேசித்தார். மகன்களுடன் நெருங்கிப் பழக இயலாதபடி வேலைகள் அதிகம் இருந்தன. அவர்களிடையே வயது வித்தியாசம் மிக அதிகம். இயன்றவரை நல்ல உறவை வளர்க்க முயன்றார். பதினைந்து நாட்களுக்கு ஒருமுறை அவர்களுடன் உணவு விடுதிகளில் இரவு உணவு அருந்தினர். ஷில்லாங்கின் சிறந்த பைன்வுட் ஓட்டல் அல்லது ஒரு சீன உணவகத்துக்குச் செல்வது வழக்கம். கம்பளிகள், காஃபி தெர்மாஸ்கள் சகிதமாகத் திரைப்படங்கள் பார்த்தனர். அவருடைய சுருட்டு பையன்களை மிகவும் கவர்ந்தது. அப்பாவின் டைரியில் வசந்த் வரைந்த ஓவியம் ஒன்று ஒட்டிவைக்கப்பட்டிருந்தது. அதன் தலைப்பு 'சுருட்டுப் புகைக்கும் அப்பா'. அசோக் வரைந்த இன்னொரு படம் ரசிக்கத் தக்கது. அவன் சுருட்டுப் புகைத்துக்கொண்டிருக்க, மகனைப் புகைபிடிக்க அனுமதித்ததற்காக அம்மா அப்பாவைத் திட்டுவதுபோல் வரைந்திருந்தான்.

பழைய உயிலுக்குப் பதிலாக 1959 ஜனவரி 10ஆம் தேதி புதிய உயில் எழுதினார். சொத்துக்களில் பத்து சதவீதம் குமாருக்குச் சேரவேண்டும். மீதமிருப்பது லீலாவுக்கு உரியது. அவருக்கு முன்னால் லீலா மரணம் அடைந்தால், குமார், வசந்த், நாகுல், அசோக் நால்வரும் சொத்தைச் சரிசமமாகப் பகிர்ந்து கொள்ள வேண்டும். ஷாம்ராவ் பற்றிக் குறிப்பிடாததால், தனது வாழ்வின் முந்தைய அத்தியாயத்தை அவர் முடித்துவிட்டார் என்றே எடுத்துக்கொள்ள முடியும்.

> உயிலின் மூலம் நான் அறிவிப்பது என்னவென்றால், 1940ஆம் ஆண்டில், கௌசல்யா என்ற கோஸியை மணம் முடித்தேன். அவள் மூலம் எனக்கு (குமார் என்று அழைக்கப் படும்) ஜவஹர்லால் என்ற மகன் இருக்கிறான். அவன் 1941ஆம் ஆண்டில் பிறந்தான். 1947ஆம் ஆண்டிலோ அதை ஒட்டியோ, கோஸி, விஜய் என்ற பையனைப் பெற்றாள். அவன் என்னுடைய மகன் அல்ல. நான் அவனை என் மகனாக ஏற்றுக்கொள்ளவில்லை. அவளுடைய நடத்தை காரணமாக நான் கோஸியை 1949ஆம் ஆண்டை ஒட்டி மணவிலக்குச் செய்துவிட்டேன்... என்னுடைய மனைவிக்கும் எனக்கும் வசந்த், நாகுல், அசோக் என்ற மூன்று பையன்கள் உண்டு. இவர்களைத் தவிர என் சொத்தில் பங்கு கோர யாரும் இல்லை.

❍ ❍ ❍

இந்தியக் குடியுரிமை வாங்கிய முதல் ஆங்கிலேயராக எல்வின் இருக்கக்கூடும். நிச்சயமாக அவர்களில் புகழ்பெற்றவர் அவர்தான். பழங்குடி மக்களுக்காகத் தொடர்ந்து, கடுமையாக, அர்ப்பணிப்புடன் உழைத்ததன் பலனாக அவர் நேருவுக்கு நெருக்கமாக, அரசில் உயர் பதவியில் இருந்தார் என்று பலர் நினைத்தனர். அவருடன் கருத்து வேறுபாடு கொண்டவர்கள் கூட, 'அவர் இந்தியப் பழங்குடி மக்களுடன் இருபத்தி ஐந்து ஆண்டுகள் வாழ்ந்தார்; தொடர்ந்து பணியாற்றினார், இருபத்தைந்து அருமையான புத்தகங்களை எழுதினார்' என்பதை ஒப்புக்கொண்டனர்.

ஷில்லாங்கில், எல்வின் குடும்பத்தினரிடம் இருக்கும் அருமையாகப் பைண்ட் செய்யப்பட்ட வருகைப் பதிவேட்டில், அங்கு வருகை புரிந்தவர்களின் பெயர்கள் இருக்கின்றன. மன்னர்கள், தளபதிகள், அமைச்சர்கள், காந்தியவாதிகள் (மொகோக்சுங்கில் நாகா மக்களுக்காக ஆசிரமம் நடத்தும் நட்வார் தக்கர் போன்ற இளம் காந்தியவாதிகள், சேவாகிராமத்தில் காந்தி தொடங்கிய பள்ளியை நடத்துகிற ஆஷாதேவி அரியநாயகம் போன்ற பழைய காந்தியவாதிகள்) பெயர்கள் பதிவாகி இருக்கின்றன. தகோதில், ஏ.வி.தக்கர் தொடங்கிய பில் சேவா மண்டலை நடத்தும் டி.ஜே.நாய்க் போன்ற சந்தேகக் கண்கொண்ட உரிய காந்தியவாதிகளும் இதில் அடங்குவர். அவர் இவ்வாறு எழுதியிருந்தார்: "மிகச் சிறப்பான பொருட்களைச் சேகரித்திருக்கிறார்கள். இவை, பழங்குடி மக்களை எல்வின் நேசித்ததற்குச் சான்று பகர்கின்றன." மகாதேவ தேசாயின் மகன் நாராயண் தேசாய், கமலா தேவி சட்டோபாத்யாயா, ஜெயபிரகாஷ் நாராயண் போன்ற தோழமையான காந்தியவாதிகளும் அங்கு வந்து சென்றனர். எல்வினுக்குக் கிடைத்த வேலை தனக்குக் கிடைத்திருந்தால் நன்றாக இருந்திருக்கும் என்று லண்டனில் அப்போது பேராசிரியராக இருந்த பழைய நண்பர் ஹைமண்டார்ஃப் குறிப்பிட்டிருந்தார். அமெரிக்கத் தூதரின் மனைவி கேதரீன் கால்ப்ரைத் "ஓர் அற்புதமான காலைப் பொழுது. நாம் மீண்டும் சந்திப்போம் என்று நம்புகிறேன்" என்று எழுதியிருந்தார்.

நம்மைப் போலவே எல்வினும் பாராட்டுரைகளைப் பத்திரப்படுத்தி வைத்திருந்தார். அதுவும் பழைய எதிரிகளான மத்திய வர்க்கத்து இந்துக்களிடம் இருந்து பாராட்டு கிடைத்ததால், கவனமாகச் சேகரித்தார். ஏனெனில், எல்வின் இந்துக்களின் பண்பாட்டை விவரித்த விதம் குறித்து அவ்வப்போது அவர்கள் குறைகூறி வந்தனர். மானிடவியல் அறிஞர்கள் பல ஆண்டுகளாக அவரை ஏற்றுக்கொண்டதே மீண்டும் அவரைத்

தூக்கி எறிவதற்காகத்தான். இப்போது அவருக்கு வயதாகி விட்டது, அறிவும் முதிர்ந்து, மரியாதைக்கு உரிய பெரிய மனிதராகிவிட்டார். கடிதங்கள் வந்துகொண்டே இருந்தன. சிலர் நேர்மையாகவே பாராட்டினர், சிலர் உறவினர்களுக்கு வேலை கேட்டனர், சிலர் எழுதிய நூல்களுக்கு முன்னுரை கேட்டனர். அவருடன் மெர்ட்டன் கல்லூரியில் படித்த ஆர்.என். குர்ட்டு *(R.N. Gurtu)* இருபது வருடங்களுக்கு மேலாக எல்வினைச் சந்திக்கவில்லை. அவர் அலகாபாத்தில் எல்வின் எழுதிய அத்தனை புத்தகங்களையும் ஓரிடத்தில் பார்த்துவிட்டு, ஆர்வப் பெருக்கில், 'உயர்நீதிமன்றத்தின் நீதிபதியாகிவிட்டாலும் என் முன்னாலிருக்கும் எல்வினுடைய நூல்களைப் பார்க்கும் போதுதான் எனது வாழ்க்கை எவ்வளவு வறண்டிருக்கிறது என்று உணர்கிறேன்' என்றெழுதினார். எல்வினைச் சமீபத்தில் அறிந்து கொண்ட, இந்திய எல்லைப்புற நிர்வாகத்தின் உயர்பணியில் இருந்த இன்னொரு நண்பர் எம்.டி. தியாகி இவ்வாறு எழுதினார்: 'என்னுடைய அதிர்ஷ்டம் நான் எல்வினிடம் பயிற்சி பெற்றேன். ஒரு தந்தையைப் போல என்னிடம் அவர் அன்பு காட்டினார்.' 'இன்னும் அறிந்து கொள்ளும் ஆர்வத்துடன், பாசத்துடன் நான் எப்போதும் உங்களைக் கவனித்து வருகிறேன். தங்களுடைய குறிக்கோள்களுக்காக அனைத்தையும் பணயம் வைத்தவர்கள் இந்த உலகத்தில் ஒரு சிலரே. நீங்களும் அவர்களில் ஒருவர்.'

'இந்த நாட்டில் உள்ள மானிடவியல் அறிஞர்கள், களத்தில் ஆய்வு செய்யும் பெரும் மானிடவியலாளர் என்று உங்களைக் குறிப்பிடுகின்றனர்' என்று இல்லினோய்சில் படித்துக் கொண்டிருக்கும் ஓர் இந்தியர் எழுதினார். இன்னொருவர், 'நேருவின் நம்பிக்கைக்கு உரிய எல்வின், தனது செல்வாக்கைப் பயன்படுத்தி, கல்கத்தா பல்கலைக்கழகத்தில் வேலை பார்த்துக் கொண்டிருக்கும் தனது தந்தைக்கு 'முதல் தேசிய மானிடவியல் பேராசிரியர்' என்ற பதவியை வாங்கித் தரவேண்டும்' என்று எழுதினார். ரொட்னி நீதாம் *(Rodney Needham)* என்ற மேற்கத்திய அறிஞர் வடகிழக்கு எல்லைப்புறப் பகுதிக்குச் செல்லத் தன்னை அனுமதிக்க வேண்டும். அது முடியவில்லை என்றால், எல்வினுடைய சிறந்த உதவியாளர் ஒருவரை ஆக்ஸ்போர்டில் பயிற்சி பெற அனுப்ப வேண்டும் என்று கேட்டார். இன்னொரு புகழ்பெற்ற அறிஞர் கிளாட் லெவி ஸ்டிராஸ் தன்னுடைய மாணவர் ஒருவருக்கு வேலை தர வேண்டும் என்று கேட்டுக்கொண்டார். அவரே 'இந்தியாவில் வடகிழக்கில் இருக்கும் மக்களைப் பற்றி இனவரைவியல் நூல் ஒன்று எழுதும் திட்டம் இருக்கிறதா?' என்று வினவினார். அமெரிக்காவில் இருக்கும் இயற்கை வரலாற்று அருங்காட்சியகம், மூன்று மாதங்கள் அங்கே தங்கி இருந்து அவர்

சேகரித்த அரும்பொருட்களைக் காட்சிக்கு வைக்க வேண்டும் என்று அழைப்பு விடுத்தது. அவருடைய அரும்பொருட்களைப் பத்திரமாக எடுத்துச் செல்லவும், திரும்பக் கொண்டுவரவும் ஆகின்ற செலவை ஏற்றுக்கொள்வதாகவும், அவருக்குப் பணம் கொடுப்பதாகவும் ஒத்துக்கொண்டது. லீலாவுக்கு ஆகும் செலவையும் கொடுக்க வேண்டும் என்று எல்வின் வலியுறுத்தினார். அதற்கு அவர்கள் ஒத்துக்கொள்ளவில்லை. அதனால் பேச்சுவார்த்தை முறிந்தது.

ஜார்ஜ் டேவெரு *(George Devereux)* என்பவரிடம் இருந்து வந்த கடிதம் ஒன்று எல்வினுக்கு மனநிறைவு தந்தது. ரொம்ப நாட்களுக்கு முன்னர் அவர் எல்வினின் 'அகோரியா பழங்குடி மக்கள்' நூலைத் தன்முனைப்புடன் விமரிசனம் செய்திருந்தார். அந்த நூல் அப்படி ஒன்றும் பெரிய சாதனை அல்ல என்ற தொனி அதில் இருந்தது. எல்வின் காட்டை விட்டுவிட்டுக் கல்லூரிகள் நடத்தும் கருத்தரங்குகளில் கலந்துகொள்ள வேண்டும் என்று வலியுறுத்தியிருந்தார்; ஆனால் இப்போது தனது விமரிசனம் தவறு என்று ஒத்துக்கொண்டார்.

> 'நீங்கள் என்னைப் பொறாமைப்பட வைக்கிறீர்கள்' என்று நினைக்கிறேன். நன்றாகச் சிந்தித்து, தனக்கென்று ஒரு பாதையை வகுத்துக்கொண்டவர் நீங்கள். நாங்கள் செய்த பணிகளை விட அதிக மனநிறைவைத் தரும் பாதை அது. உங்களுடைய வரவேற்பறையில் மிகப் பெரிய பியானோ இல்லாமல் இருக்கலாம். உங்களிடம் கெடில்லாக் அல்லது ரோல்ஸ் ராய்ஸ் கார் இல்லாமல் இருக்கலாம். அதற்குப் பதிலாக, மக்களுடன் வாழ்ந்து அவர்களுக்குப் பணி செய்யும் பாதையைத் தேர்ந்தெடுத்தீர்கள். உங்களது மானிட (உறவுகள் என்னும்) வானம் மிகப் பரந்து விரிந்தது என்று நினைக்கிறேன்.
>
> இதை நான் உணர்ச்சி வசப்பட்டுச் சொல்லுகிறேன். 1935ஆம் ஆண்டில் இந்தோ – சீனாவில் மலைவாழ் மக்களுடன் வாழ்நாள் முழுவதையும் கழிப்பதா அல்லது நாகரிகம் என்று அழைக்கப்படும் கூச்சல் குழப்பத்தில் வாழ்வதா என்ற மனக்குழப்பத்தில் இருந்தேன். இந்தோ – சீனாவில் வாழும் பழங்குடி மக்களும், உங்களுடைய கோண்டு அல்லது நாகா பழங்குடி மக்கள் போலவே இருந்தனர். ஆனால் அப்போது நான் எடுத்த முடிவு தவறானது.

வேலண்ட் யங் *(Wayland Young)* என்ற அமைதிப் போராளி, எழுத்தாளர், விடுதலை விரும்பி பாராட்டுக் கடிதம் எழுதினார். ஜோனதன் கேப்பிடம் பதிப்பாசிரியராக வேலை செய்த யங், 'முரியாவும் கோட்டுலும்' நூலைப் படித்த பிறகு,

எல்வினுடைய பெரும் ரசிகராகிவிட்டதாக எழுதினார். 'அந்தப் புத்தகத்தில், பழங்குடி மக்களின் வாழ்க்கை உயிர்பெற்றிருந்தது. அவர்களுடைய பழமொழிகள், கருத்துக்கள் என்னுடைய, என் மனைவியுடைய, என் நண்பர்களுடைய அன்றாட வாழ்வில் புகுந்துவிட்டன. உங்களை எழுதத் தூண்டிக்கொண்டிருக்கும் மக்களின் வாழ்வில் நானும் நுழைய அனுமதி தருவீர்களா' என்று அவர் கேட்டார். 'ஆக்ஸ்போர்டு பதிப்பகத்துடன் ஒப்பந்தம் செய்துகொண்டிருக்கிறீர்களா? அல்லது ஏதாவது அதிசயமான விஷயங்கள் இருக்கின்றனவா? பழங்குடி மக்களின் காமம் பற்றி அல்லது பழங்குடி மக்களைப் பற்றி அரசாங்கங்களுக்கு ஆலோசனை சொல்கிறவர்கள் பற்றி உங்களது பொதுவான கருத்துக்கள் ஏதேனும் உண்டா? அல்லது மனிதன் அல்லது கடவுள் இவர்களின் இயல்பு பற்றி அல்லது வேறு எதுவும் சொல்ல விரும்புகிறீர்களா?' என்று எழுதினார்.

லண்டனில் வாழும் கற்றவர்கள் மத்தியிலிருந்து, எல்வினைப் போலவே பல விஷயங்களில் ஆர்வமும் அனுபவமும் உள்ள ஆர்தர் கோஸ்லர் வந்தார். அவரிடம் ஷாவுன் மாண்டி, எல்வினைப் பற்றிச் சொல்லி இருந்தார். கிழக்கு நாடுகளின் மதங்கள் பற்றித் தனக்குத் தகவல் சொல்ல எல்வின் சரியான ஆள் என்று கோஸ்லர் நினைத்தார். 1959ஆம் ஆண்டு பிப்ரவரி மாதம் ஷில்லாங்கில் எல்வினுடைய வீட்டில் இரண்டு மாதங்கள் தங்கினார். 'அவர் வந்ததும் எங்களுக்கெல்லாம் மின்சாரம் பாய்ந்தது போல் சக்தி அதிகமாகி விட்டது. குழந்தைகளும் அவரை நேசித்தனர். அவரிடமிருந்து அமைதியும் வலிமையும் பரவியது. அவருக்கு எங்களைப் பிடித்துவிட்டது. எங்கள் எல்லோருக்கும் அவரைப் பிடித்துவிட்டது. குறிப்பாக லீலாவுக்கும் அவரைப் பிடித்துவிட்டது. விடைபெற்றுச் செல்லும்போது மேற்கத்திய பாணியில் முத்தமிட்டு விடைபெற்றார். அதற்கு முதல்நாள் லீலா, அவரை வற்புறுத்திக் குளிக்க வைத்தார். ஒருவாரமாக அவர் குளிக்கவில்லை. குளித்துவிட்டு வந்ததும் அவருடைய காலணிகளை வலுக்கட்டாயமாக லீலா துடைத்து வைத்தார்.'

ஹங்கேரியில் பிறந்த கோஸ்லரும், இங்கிலாந்தில் பிறந்த இந்தியரும் மாலை நேரங்களில் வெகுநேரம் பேசிக் களித்தனர். கோஸ்லர் இதையெல்லாம் 'தாமரையும் ரோபோவும்' என்ற புத்தகத்தில் குறிப்பிட்டுள்ளார். காந்தியும், ஜென் புத்தமதமும் நவீன உலகுக்கு ஒத்துவராதவை என்று தர்க்கபூர்வமான, சந்தேகவாத பாணியில் அவர் மதிப்பீடு செய்திருந்தார். அந்தப் புத்தகத்தை எல்வினுக்குச் சமர்ப்பணம் செய்திருந்தார். எல்வினுக்குப் பெருமையாக இருந்தது. அதே சமயத்தில் தர்மசங்கடத்தையும் ஏற்படுத்தியது.

O O O

எல்வின், அதிசயமாக ஆர்தர் கோஸ்லரிடம் தன்னுடைய ரகசியங்களைக் கடிதம் மூலம் பகிர்ந்துகொண்டார். முன்பு அவருடைய ரகசியங்களைப் பகிர்ந்துகொண்ட ஷாம்ராவ் மத்தியப் பிரதேசத்தில் வாழ்ந்துவந்தார். எந்தக் கடிதத்துக்கும் அவர் ஒருபோதும் பதில் எழுதியதில்லை. பில் ஆர்ச்சரையும் பார்த்துப் பல வருடங்கள் ஆகிவிட்டன. விக்டர் சாஸ்ஸூன் பாங்காக் சென்று 'போக வாழ்வில்' கரைந்து போனார். அவர்கள் விட்டுச்சென்ற இடத்தைக் கோஸ்லர் பிடித்துக்கொண்டார். கோஸ்லர் நாடு திரும்பிய பிறகு, எல்வின் புத்தமதம் பரவியிருந்த மலைப்பகுதிகளில் சுற்றுப் பயணம் செய்து, விவசாயிகளிடம் பேசிப் பழகி வந்தார். அவர்களுடைய கோயில்களுக்குச் சென்று பார்த்தார். முன்னாளில் யூத சார்பாளராக இருந்து, கம்யூனிஸ்டாக மாறிய கோஸ்லருக்கு இவ்வாறு எழுதினார்: 'இந்த மக்களின் அன்போ அழகோ அல்லது கருணையோ என்ன காரணத்தினாலோ நான் நெடுங்காலத்திற்கு முன்னால் அனுபவித்த பேரின்பத்தையும் அமைதியையும் மீண்டும் அனுபவித்தேன். நெடுங்காலத்திற்கு முன்னால் இவற்றை இன்னொரு தெய்வத்தின் காலடியில் கண்டேன். அந்தத் தெய்வம் பின்னர் என்னைக் கைவிட்டுவிட்டது.'

மனமில்லாமல் எல்வின் ஷில்லாங் திரும்பினார். அவர் பயணம் செய்த இடங்களுக்கு அந்த மாதக் கடைசியில் தலாய் லாமா வந்தார். திபெத்தில் சீனர்களுக்கு எதிராக நடந்த கலகம் தோல்வியில் முடிந்த பிறகு, திபெத்திய புத்தமதத்தின் தலைவர் எதிர்பாராத விதமாக வடமேற்கு எல்லைப்புறப் பகுதியில் நுழைந்தார். முதலில் தவாங் புத்த மடத்தில் அவர் தங்குவதற்கு ஏற்பாடு செய்யப்பட்டது. பின்னர் அவர் அசாம் சென்றடைந்தார்.

தலாய்லாமா இந்தியாவிற்குள் வந்தபோது, எல்வின் சமவெளிப் பகுதியில் இருந்தார். தவாங் சென்று அவரிடம் ஆசிபெற முடியவில்லை என்று ஏமாற்றம் அடைந்தார். அந்த இளம் கடவுள் கம்யுனிசத்தில் இருந்து தப்பிவந்த கதையை எழுதி, அதைப் படங்களுடன் வெளியிட முடியுமா என்று லண்டனில் இருந்து வெளிவந்த *ஹாலிடே மேகஸீன்* இதழாசிரியரைக் கேட்டார். கடைசியில் அந்தக் கட்டுரை *ஹாலிடே* இதழைவிட பிரபலமான *ஜியாகிரபிகல் மேகசீனில்* வெளிவந்தது. புத்த மதத்தைப் பின்பற்றும் பழங்குடி மக்களுடன் பழகிய தலாய்லாமா வெகு விரைவில் அவர்களுடன் நெருக்கமாக உணர்ந்தார் என்று எல்வின் எழுதினார். தலாய்லாமாவும் பழங்குடி மக்களும் ஒரே லட்சியத்துக்காக, நம்பிக்கைகளுக்காகத் தங்களை அர்ப்பணித்துக் கொண்டவர்கள். கம்யூனிசத்தைப் பின்பற்றும்

சீனாவைப் போன்ற பேரரசுகள் எழும், வீழும். ஆனால் நாட்டைவிட்டு வெளியேறினாலும், கஷ்டங்கள் பட்டாலும், ஆபத்துக்களைச் சந்தித்தாலும் ஆன்மீகத்தின் ஆட்சி தொடரும். "மிகச் சிறப்பாக நிர்வகிக்கப்படும் இந்த இந்தியப் பகுதிகளில் நான் செய்த பயணமும், தங்கியிருந்த இடங்களும் எந்தக் குறையும் இல்லாமல் வசதியாக இருக்கும் வகையில் இந்திய அரசு அதிகாரிகள் மிகக் கவனமாகப் பார்த்துக்கொண்டனர்" என்று தலாய்லாமா சொன்னதாக எல்வின், தனக்கும் இந்திய அரசுக்கும் புகழ்சேரும்படி எழுதினார். ஏகாதிபத்தியம் அல்லது மக்களாட்சி, திபெத்தியர்களைத் துன்புறுத்தும் சீனா அல்லது சிறுபான்மையினரை நன்றாக நடத்தும் இந்தியா இரண்டில் ஒன்றை மேற்கத்திய வாசகர்கள் தேர்ந்தெடுத்துக் கொள்ளலாம். சிறுபான்மையினர் வடகிழக்கிலிருக்கும் கிராமங்களில் அமைதி யாக மகிழ்ச்சியாக வாழ்கிறார்கள் என்று எல்வின் எழுதினார்.

இதனிடையில் எல்வினுக்கு இன்னும் பல பொறுப்புக்கள் தரப்பட்டன. பழங்குடி மக்கள் வாழும் பகுதிகளில் முன்னேற்றம் குறித்து ஆய்வு செய்ய அமைக்கப்பட்ட குழுவிற்குத் தலைமை தாங்க, உள்துறை அமைச்சகம் அவரை அழைத்தது. 'இந்தப் பணி எனக்குக் கிடைத்த ஒரு வெற்றி. ஏனெனில் உள்துறை அமைச்சகம் புனிதவாதிகளின் பாசறையாக இருந்தது. நான் அங்கே கடுமையான விவாதங்களை வைப்பேன்' என்று எல்வின் தனது நண்பருக்கு எழுதிய கடிதத்தில் குறிப்பிட்டார். இந்தப் பணியின் காரணமாக, எல்வின் மத்திய இந்தியாவில் வாழ்ந்த பழங்குடிகளுக்கும் தனக்கும் இருந்த தொடர்பைப் புதுப்பித்துக் கொண்டார். பள்ளிகளின் ஆய்வாளர் போல ஆந்திரா, ஒரிஸா, பிஹார் மாநிலங்களின் பழங்குடி மக்கள் வாழும் பகுதிகளுக்கு ஜீப்பில் சென்று வந்தார். பஸ்தாரைச் சேர்ந்த உறுப்பினர் பலமுறை வற்புறுத்தினாலும், அங்கு செல்வதைத் தவிர்த்தார். அவருக்குப் பஸ்தாரைப் பற்றிய இனிமையான நினைவுகள் இருந்தன. இருபது வருடங்களாக அவர் அங்கே செல்லவில்லை. 'இந்தக் காலகட்டத்தில் நாகரிகம் அந்தப் பழங்குடி மக்களைப் படுத்திய பாட்டைத் தன்னால் பொறுக்க முடியாது' என்று அவர் நினைத்திருக்க வேண்டும் என்று நான் சந்தேகப்படுகிறேன்.

எல்வின், 1960இல் சமர்ப்பித்த அறிக்கையை, இதற்கு முன்னர் எழுதிய 'வடகிழக்கு எல்லைப்புற நிர்வாகத்திற்கான கொள்கை' என்ற நூலின் தொடர்ச்சியாகக் கருதினார். அதிலிருந்த கருத்துக்களை இந்தியா முழுவதற்கும் பொருத்திப் பார்த்தார். வனத்துறையினரால் பழங்குடி மக்களின் கெட்ட பழக்கம் என்று கருதப்பட்ட 'இடம்மாற்றிப் பயிர் செய்யும் முறை' சரியானது, கடினமான நிலப்பரப்புக்குப் பொருத்தமானது என்று ஆதரவு

தெரிவித்தார். 'அரசும் அரசு அதிகாரிகளும் எல்லாவற்றையும் பழங்குடி மக்களின் கோணத்தில் அணுக வேண்டும். அவர்களைப் போலவே பார்க்கப் பழக வேண்டும். அதன் பொருள் என்ன வென்றால் அவர்கள் வேலை செய்யும் முறைகளை நாம் அங்கீகரிக் கிறோம், மதிக்கிறோம். அவை பழைமையாகவோ அல்லது அருமையாகவோ இருக்கிற காரணத்தால் மதிக்கவில்லை. அது அவர்களுக்கே உரித்தானது என்பதற்காக அங்கீகரிக்கிறோம். இந்தியாவில் வாழும் மற்றவர்களைப் போலவே அவர்களும் தங்கள் பண்பாட்டைப் பின்பற்றும் உரிமை கொண்டவர்கள். நடைமுறையில் பழங்குடி மக்களின் வழியைப் பின்பற்றுவது என்றால், அவர்களுடைய இயற்கை மருத்துவத்தை மதிக்க வேண்டும், குடியிருப்புக்களைக் கட்டுவதில் அவர்களுடைய மரபுகளைப் பின்பற்ற வேண்டும், கோட்டுல் அமைப்பு மூலமாக அவர்கள் தங்களது இளைய தலைமுறைக்குக் கல்வி புகட்டுவதை மதிக்க வேண்டும். முன்னேற்றத்துக்கான திட்டங்களை, இந்த மாதிரிச் சமூக நிறுவனங்கள் மூலமாகச் செயல்படுத்த முடியும். சமூக நிறுவனங்களை எதிர்த்துச் செயல்படுத்த முடியாது' என்று அந்த அறிக்கை பரிந்துரை செய்தது.

ஆனாலும் உள்துறை அமைச்சகத்தின் அந்த அறிக்கையில் அவநம்பிக்கையும், கசப்பான தொனியும் அவ்வப்போது வெளிப்படுகின்றன. பல கோடி மக்களுக்குப் பெருமையையும், உற்சாகத்தையும் கொடுத்த இந்திய சுதந்திரம் இந்த ஏழை மக்களுக்குக் கொடுத்தது மிகக் குறைவே. பழங்குடி மக்களிடம் காணப்படும் ஏழ்மை, அவர்கள் அனுபவிக்கும் சுரண்டல்; அவர்களைக் கருத்தில் கொள்ளாமல் மற்றவர்கள் அவர்களை நடத்தும் விதம்; பயம், கவலை இவற்றுடன் அவர்கள் நடத்தும் வாழ்க்கை; சற்றும் முன்பின் அறியாத அரசின் விதிகளைப் பின்பற்ற வேண்டிய கட்டாயம்; தங்களின் மரபில், பண்பாட்டில் இருந்த பல நல்ல அம்சங்களை இழந்த நிலை, இவையனைத்தும் குழுவினருக்கு அதிர்ச்சியைத் தருகிறது என்று குழுவின் தலைவர் முன்னுரையில் குறிப்பிட்டார். பழங்குடி மக்களின் துயரங் களையும் இழப்புக்களையும் பின்னுரை விளக்குகிறது,

'பழங்குடி மக்களுக்கு நேர்ந்த துயரங்களுக்கும் இழப்புக் களுக்கும் 'நாகரிகம்' அடைந்த நாமே காரணம். அவர் களுடைய நிலங்களைப் பறித்துக்கொள்வதற்காக நாம் அவர்களை மலைப் பகுதிகளுக்கு விரட்டினோம். அதைப் பயிரிடுவதற்கு, நாம் அவர்களுக்கு விட்டுவைத்தது ஒரே வழிதான். அதைப் பின்பற்றியதற்காக அவர்கள் மீது பழி போடுகிறோம். வணிகப் பொருளாதாரத்தில் தயாரிக்கப் பட்ட மலிவான, மோசமான பொருட்களை அனுப்பி

அவர்களின் கைத்தொழில்களைக் திருடிக்கொண்டோம். வேட்டையாடுவதைத் தடைசெய்து, அவர்களின் உணவைப் பறித்தோம். புதிய சமூகத் தடைகளை உண்டாக்கிக் கறி மீன் போன்ற புரதம் மிகுந்த உணவு வகைகளை உண்ண முடியாமல் செய்து அவர்களுக்குப் புரதச் சத்துக் கிடைக்காமல் செய்தோம். அவர்கள் தயாரிக்கும் மதுபானங்கள் அவர்களுக்குப் பழக்கமானவை, வலிமை தருபவை. அதைவிட மோசமான விளைவுகளை ஏற்படுத்தும் வெளிநாட்டு மதுபான வகைகளை அவர்களுக்கு விற்கிறோம். அதன் மூலம் கிடைக்கும் வருமானத்தில் புதிய லட்சியங்களை வைத்துக்கொண்டு அவர்களை உயர்த்தப் பார்க்கிறோம். அவர்களுடைய தன்னம்பிக்கையைத் தகர்க்கிறோம். அவர்களுக்குப் புரியாத சட்டங்கள் இயற்றி சுதந்திரத்தைப் பறிக்கிறோம்.

வடகிழக்குப் பகுதிகளைப் பற்றி அவர் எழுதியவற்றில் இல்லாத கோபம் இவற்றில் வெளிப்படுகிறது. வடகிழக்கில் நாகரிகம் தனது சுரண்டும் வேஷங்களை அணிந்து இன்னும் ஊடுருவவில்லை. மத்திய இந்தியாவுக்குத் திரும்பியதும் மீண்டும் புராதனம், நாகரிகம் பழமை என்ற வார்த்தைகளின் உபயோகத்தைக் கேள்விக்குள்ளாக்கினார். 'புராதனம் என்பதைத் தன்னிறைவு, சமூக சேவை, கூட்டுறவு, கலைகளைப் படைக்கும் திறன், நேர்மை, உண்மையாக இருத்தல், விருந்தோம்புதல், வெகுவாகப் பரிணாமம் பெற்ற சமூகம் என்பதாக அர்த்தப்படுத்திக் கொள்ள வேண்டும். யார் பின் தங்கியவர்கள்? பழங்குடி நாகரிகத்தில் கைத்தறியில் தன் கலைத்திறனைக் காட்டுபவனா?, மலைகளில் தன் குழந்தையுடன் இதமாகக் கொஞ்சும் தாயா? அல்லது அவளையும், முழு உலகத்தையும் அழிக்கக்கூடிய அணுகுண்டைத் தயாரித்தவர்களா? தன்னிறைவுடன் கூட்டுறவாக வாழும் பழங்குடி மக்கள் உண்மையிலேயே பின் தங்கியவர்களா? அல்லது தொழில்மயமான நாகரிகம் உருவாக்கிய சுயநலமிக்க, தந்திரமான மனிதர்கள் பின்தங்கியவர்களா?'

முரட்டுக் குணம்கொண்ட நாகா பழங்குடி மக்கள் பற்றி எல்வின் ஒரு புத்தகம் எழுத வேண்டும் என்று கேட்டுக்கொண்டனர். 1947ஆம் ஆண்டில் இருந்து நாகா மக்களுக்கென தனிநாடு கோரி, ஆயுதப் போராட்டங்கள் நடத்தியவர்களைக் கட்டுப்படுத்தவும், அவர்களுடன் சேர்ந்து செயல்படவும், 1960களில், இந்திய அரசு தொடர்ந்து முயற்சிகள் மேற்கொண்டது. இந்திய அரசுடன் பேச்சுவார்த்தை நடத்த விரும்பும் கலகக்காரர்களுடன் சமரசப் பேச்சுவார்த்தை நடத்தத் தொடங்கியது. அந்த நேரத்தில், இந்திய ராணுவம் கொடுமைகள்

இழைப்பதாக மேற்கத்திய பத்திரிகைகள், குறிப்பாக லண்டனில் இருந்து வெளிவரும் *த அப்சர்வர்*, தொடர்கட்டுரைகள் வெளியிட்டது. இந்த விஷயத்தை நன்கறிந்த, நம்பகத்தன்மை உள்ள எல்வின், இந்தியாவின் நிலைப்பாட்டை ஒரு புத்தகமாக எழுதி வெளியிட வேண்டும் என்று இந்திய அரசு அவரைக் கேட்டுக்கொண்டது. மனமில்லாமல் ஏற்றுக்கொண்டார். 'இந்த வேலை செய்வதற்குச் சரியான ஆள் நான் அல்ல. ஆனால் என்னிடம் இந்தப் பொறுப்பை ஒப்படைத்துவிட்டதால் என்னால் முடிந்ததைச் செய்வேன்' என்று எல்வின் நண்பர்களிடம் சொன்னார். 'நான் இதுவரை செய்த வேலைகளிலேயே கடினமானது' என்று டி.இ. ஹாக்கின்ஸுக்கு எழுதினார். காந்தி ஒத்துழையாமை இயக்கம் நடத்திய காலம் அவருக்கு நினைவு வந்திருக்கும். அடிமைப்படுத்தப்பட்ட மக்கள் தங்கள் எதிர்காலத்தை நிர்ணயிக்கும் உரிமைக்காக உணர்ச்சிபூர்வமாக எழுதியவையெல்லாம் நிச்சயமாக அவருக்கு ஞாபகம் வந்திருக்கும். ஆங்கிலத் திருச்சபையின் மதகுரு மைக்கேல் ஸ்காட், நாகா மக்களுக்கு ஆதரவளிப்பதில் முன்னணியில் இருந்தார். வன்முறைகள் மீது நம்பிக்கையற்ற காங்கிரசுடன் முன்னொரு காலத்தில் எல்வின் நெருக்கம் கொண்டிருந்தது போல, ஸ்காட் ஆயுதம் தாங்கிய கலகக்காரர்களுடன் நெருக்கம் கொண்டிருந்தார்.

ஆங்கிலேயப் பத்திரிகைகளில் வந்த விமரிசனங்கள் நேருவை மிகவும் பாதித்தன. நாகா மக்கள் அவருக்குப் பிடித்தமானவர்கள் அல்ல. 1953ஆம் ஆண்டு, பர்மாவின் பிரதமர் 'யூ நூ' (*U Nu*) உடன் அவர் கொஹிமா சென்றார். நாகா மக்களின் தூதுக்குழு ஒன்று அவரைச் சந்தித்து, தங்களுடைய நியாயமான கோரிக்கைகளை பரிசீலிக்க வேண்டும் என்று கேட்டுக்கொண்டது. பிரதமர் பொதுக் கூட்டத்தில் பேசும்போது அவரிடம் கோரிக்கைகளைச் சமர்ப்பிக்க விரும்பினர். ஆனால் திமிர் பிடித்த ஒரு சிறிய அலுவலர் அதற்கு அனுமதி தரவில்லை. நேரு கூட்டத்துக்கு வரத் தாமதமாகிவிட்டது. கூட்டத்தினருக்கு இது தெரிந்ததும் அவர்கள் கலையத் தொடங்கினர். ஒலிபெருக்கி இருப்பதை மறந்து இந்திரா காந்தி பதட்டத்தில், "அப்பா, அவர்கள் எல்லோரும் கலைந்து போகிறார்கள்" என்றார். நேரு இறுக்கத்துடன் சொன்னார், "ஆமாம் மகளே, நான் பார்த்துக் கொண்டுதான் இருக்கிறேன்". நேரு போன்ற மக்களின் தலைவர் இதுபோன்று அவமானப் பட்டதில்லை. இதை அவர் மறக்கவில்லை. இதற்குப் பிறகு அவர் நாகாலாந்து செல்லவில்லை. பிஸோ போன்ற நாகா மக்களின் தலைவர்களையோ, ஸ்காட் போன்ற நாகா மக்களின் அனுதாபிகளையோ அவர் நம்பவில்லை. 1960ஆம் ஆண்டு,

எல்வின் நேருவைச் சந்தித்தபோது, ராணுவ வீரர்கள் மீதான கற்பழிப்புக் குற்றச்சாட்டுக்களைப் பற்றி அதிகம் கவலைப்பட வேண்டாம் என்று நேரு சொன்னார். 'இந்த விஷயத்தை நான் கவனமாக ஆய்ந்து பார்த்தேன். கடந்த ஐந்து ஆண்டுகளில் இவ்வளவு அதிக ராணுவ வீரர்கள் குவிந்திருக்கும் இடத்தில் ஐந்து வழக்குகளுக்கு மட்டும் ஆதாரங்கள் கிடைக்கின்றன. இது மிக அதிகம் என்று கருத முடியாது.

இந்தியா முழுவதிலும் சிறுபான்மை மக்கள் நடத்தப்படும் விதம், நாகாலாந்தின் மீது இந்தியாவுக்கு உள்ள உரிமை, நாகாப் போராளிகள் மக்களின் விருப்பங்களைப் பிரதிபலிக்கின்றார்களா இல்லையா, ராணுவத்தினரின் அடாவடி நடவடிக்கைகள் பற்றிய குற்றச்சாட்டுக்களின் நம்பகத்தன்மை போன்ற விவாதத்துக்குரிய விஷயங்களைப் பற்றி நுட்பமாகவும் முடிந்தவரை விருப்பு வெறுப்பின்றியும் இந்தப் புத்தகத்தில் எழுத முயன்றதாக எல்வின் சொன்னார். இந்தியாவுக்குச் சார்பாக எழுதிய போதும், அயலகத் துறை விரும்பிய அளவு அவர்களுக்குச் சார்பாக எல்வின் எழுத விரும்பவில்லை. இந்திய ராணுவத்தின் மீது வைக்கப்பட்ட எல்லாக் குற்றச்சாட்டுகளும் ஆதாரமற்றவை என்றெழுத அவர் மறுத்தார். விமரிசன ரீதியாக எழுதுவது அது உண்மை என்பதனால் மட்டும் அல்ல, அப்படி எழுதாவிட்டால் நம்பகத் தன்மை இல்லாது போய்விடும். வாசகர்களின் பார்வையில், குறிப்பாக இங்கிலாந்தில் இருக்கும் வாசகர்களின் பார்வையில் நோக்கும்போது, நாம் சில தவறுகளை ஒப்புக்கொள்ள வேண்டும். நமது வலிமையான வாதங்களின் மூலம் வாசகர்களை நம் பக்கம் இழுக்க அது உதவும். சில கிராமங்களில் வலுக்கட்டாயமாக மக்களைக் குடியேற்றியதன் காரணமாகச் சில பழங்குடி இன மக்கள் இறந்தார்கள் என்று குறிப்பிட்டார். ஏனெனில் இது மாதிரி விஷயங்களில் மனச்சாட்சிக்கு எதிராக எழுத முடியாது என்று சொன்னார்.

புத்தகத்தை மீண்டும் மீண்டும் திருத்தி எழுதும்போது 'கலகக்காரர்கள்' (*Rebels*) என்ற வார்த்தையை உபயோகிப்பது பற்றி அயலகத்துறை அதிகாரிகளுடன் பலமுறை விவாதம் செய்தார். எதிர்த்தவர்கள் (*Hostiles*) என்று போராளிகளை அழைக்க வேண்டும் என்று அவருடைய மேலதிகாரிகள் விரும்பினர். நாகா விடுதலை இயக்கத்தின் வலிமைக்கு முக்கியத்துவம் தர எல்வின் விரும்புகிறார் என்று அதிகாரிகள் முறையிட்டனர். 'எதிர்த்தவர்கள்' (*Hostiles*) என்ற வார்த்தை அமெரிக்காவில் தங்கள் நிலங்களில் குடியேற வந்த வெள்ளையர்களை எதிர்த்த செவ்விந்தியர்களை வர்ணிக்க உபயோகிக்கப்பட்டது. அந்த வார்த்தையை உபயோகித்தால், ஏதோ வெளிக்கிரகத்திலிருந்து

வந்த மிருகங்களைக் குறிப்பது போலிருக்கும். அது சரியான வார்த்தை இல்லை. 'கலகக்காரர்கள்' *(Rebels)* என்ற பெயர் அவர்கள் இந்தியர்கள், சட்டப்படி அமைக்கப்பட்ட அரசை எதிர்த்துப் போராடுகிறவர்கள் என்பதைக் குறிக்கும். கலகக்காரர்கள் *(Rebels)* என்ற வார்த்தையை அனுமதித்தார்கள், ஆனால் 'கலகம்' *(Rebellion)* என்று குறிப்பிட அனுமதிக்கவில்லை.

நாகா மக்களின் போராட்டம் தொடங்கியபோது, எல்வினுடைய நண்பர் பில் ஆர்ச்சர் மோகோக்சுங்கில் *(Mokokchung)* இருந்த பதவியிலிருந்து விலகி இருந்தார். மலைப்பகுதியை விட்டுச் செல்லும்போது ரயிலில் 'நாகா மக்களின் எதிர்காலம் எப்படி இருக்கும்? தேசபக்தியையும், எல்லோரும் ஒன்று போலவே இருக்க வேண்டும் *(Uniformity)* என்பதையும் இந்தியாவில் குழப்பிக் கொள்வார்களா? கொஞ்சம் கொஞ்சமாக அவர்களை அடக்கி துன்பத்தில் உழலும் ஒரு ஜாதியாக மாறிவிடுவார்களா? அல்லது நாகா மக்கள் தங்களது பண்பாட்டைப் பின்பற்ற அனுமதிக்கும் அளவு அறிவுபூர்வமான தீர்வை விரைவில் அடைய இந்திய அரசால் முடியுமா?' என்றெல்லாம் எண்ணிக்கொண்டிருந்தார்.

1947ஆம் ஆண்டு கேட்கப்பட்ட, அந்தப் பதில் தெரியாத கேள்விக்கு, 1960ஆம் ஆண்டில் 'ஆமாம்' என்று உறுதியாக எல்வின் பதிலளித்தார். நாகாலாந்து பற்றி எல்வின் எழுதிய புத்தகத்தின் உள்ளடக்கம் மிக விரிவானது. பல நாகா இன மக்களின் பண்பாடுகள் விவாதிக்கப்பட்டன. கலைமரபுகள், கலக வரலாறுகள் பதிவு செய்யப்பட்டன. ஆனால் எல்லாவற்றுக்கும் மேலாக, நாகா இன மக்கள் சுயகௌரவத்துடன் இந்தியாவுடன் இணைந்துவிடுவார்கள் என்று புத்தகம் குறிப்பிட்டது. மாபெரும் இந்தியக் குடும்பத்தின் ஒரு முக்கியமான பிரிவு என்று நாகா இனத்தை எல்வின் மெல்லிய தொனியில் சுட்டிக் காட்டினார். மற்ற இந்தியப் பழங்குடி இன மக்களைப் போலவே பொருட்களை உற்பத்தி செய்தனர். மதச் சடங்குகளும், பலியிடும் முறைகளும் இந்து மதத்தின் வேதகாலச் சடங்குகளில் இருந்து ரொம்பவும் வேறுபடவில்லை. பழைய இந்திய மரபுகள் நாகா இன மக்களுக்கும் பொதுவாக இருந்ததால், புதிய இந்தியாவும் அவர்களுக்குத் தர வேண்டியது நிறைய இருக்கிறது. அவர் மேலும் இவ்வாறு எழுதினார்:

> பல இனங்கள் பண்பாடுகளின் புதிய கலவையாக ஒன்றிணைந்து உருவானதுதான் இந்தியாவின் வரலாறு என்று எஸ்.கே.சட்டர்ஜி எழுதுகிறார். பல இடங்கள், பல பண்பாடுகளில் இருந்து முளைத்தாலும் அதன் லட்சியங் களும் எதிர்பார்ப்புக்களும் மனிதகுலம் முழுவதற்கும்

உரியவை. இந்தியா தனது எல்லைகளுக்கு உள்ளும், வெளியிலும் மனிதகுலம் முழுவதையும் ஒன்றிணைக்கும் நாளை எதிர்நோக்கி இருக்கிறது.

நாகாலாந்து இந்த மாபெரும் தேசத்தின் சிறப்பான ஒரு பகுதியாகத் தன்னை உணரும்போது, இந்த லட்சியத்தை அடைவதிலும் அது தன் பங்கை ஆற்றும்.

எல்வின், தன் வாழ்க்கை முழுவதும், அறம், மதம் விஞ்ஞானம், காமம், அரசியல் சார்பு நிலைகளுக்குள் சிக்கித் தடுமாறித் தேடித் தன் பாதையைக் கண்டுகொள்ள வேண்டி இருந்தது. ஆனாலும் நாகாலாந்து விஷயத்தில் அவர் ஆற்றிய பணி, அதுவரையில் அவர் கண்டிராத வலியை, குழப்பத்தைக் கொடுத்தது. நீண்ட காலத்துக்கு முன்னால், அவரது புத்தக வெளியீட்டாளர் ஒரு புத்தகம் எழுதச் சொன்ன வேளையில் அவர் எழுத விரும்பவில்லை. அப்போது ஹெர்பர்ட் பால் என்பவரை மேற்கோள் காட்டினார் "உன் வழியில் சென்று வெற்றியைத் தேடு மற்ற விஷயங்களில் போராடாமல் விலகிவிடு". சுதந்திரமாக இருந்தவரை இந்தக் கொள்கையைப் பின்பற்றி வந்தார். ஆனால் இந்திய அரசின் ஊழியராக ஆனதால் கொஞ்சம் வளைந்து கொடுத்தார். இந்தப் புத்தகத்தை எழுதும்போது, நாகா மக்களுடன் பணிபுரிந்த அவருடைய நண்பர்களான, பில் ஆர்ச்சர், ஜே.எச்.ஹட்டன் போன்றவர்கள் தன்னைக் கவனித்து, மதிப்பீடு செய்துகொண்டிருப்பார்கள் என்பதை உணர்ந்திருந்தார். அவ்விருவரும் நாகா மக்கள் செய்த தவறுகளைக் கண்டும் காணாமல் விட்டுவிடும் தாராள குணம் கொண்டவர்கள். இந்திய ராணுவத்தை விமரிசித்து லண்டன் செய்தித்தாள் ஒன்றில் வந்த அறிக்கை ஒன்றை ஹட்டன் எல்வினுக்கு அனுப்பினார். அதற்குக் கோபத்துடன் எல்வின் இவ்வாறு பதிலுரைத்தார் "இப்போது ஆர்வம் காட்டுகிற மதவாதிகளுக்கு நாகா மக்களைப் பற்றி ஒன்றும் தெரியாது. லண்டன் ஒய்.எம்.சி.ஏ. உறுப்பினர்களைப் போல உடையணிந்த சில பெருந்தகைகளின் பேச்சுதான் இவர்களது ஞானத்தின் அடிப்படை. பேசியே பொழுதைப் போக்கும் இவர்களால் நாகா மக்கள் அடைந்த தீமைகளும் உயிரிழப்புக்களும் அதிகம் என்பதில் சந்தேகம் இல்லை.

மோகோக்சுங்கில் இருந்த ஒரு புதிய காந்தியவாதியின் ஆசிரமத்துக்குச் சென்ற தருணம்தான் நாகாலாந்தில் எல்வின் பணிபுரிந்த நாட்களிலேயே மிக மகிழ்ச்சியானது. அங்கே பன்றிக் கறியும், அரிசிக்கள்ளும் பறிமாறினார்கள். அவர் மனம் துள்ளியது. வியப்பில் ஆழ்ந்தது. அங்கிருந்த காந்தியவாதிகள், நாகா மக்களின் வாழ்க்கை முறைகளைத் தங்களுடைய வாழ்வில்

ஏற்றுக்கொண்டனர். அரசாங்கம் இப்படி நடந்துகொள்ளுமா? தன் பெயரை வெளியிடாமல் ஸ்டேட்ஸ்மென் பத்திரிகையில் எழுதிய கட்டுரையில் அவரிடம் இருந்த உறுதி தளர்வதைச் சுட்டிக் காட்டியது. 1857ஆண்டில் நடந்த கலகத்துக்குப் பின்னால் வைஸ்ராயாக வந்த கேன்னிங் பிரபுவைப் பற்றிய புத்தகம் ஒன்றுக்கு மதிப்புரை எழுதியபோது, அந்தப் பிரபு கிராமங்களை எரிப்பதை எதிர்த்தார். ஆங்கிலோ – இந்திய பத்திரிகைகள் எழுதிய விமரிசனத்தைப் பற்றி அவர் கவலைப்படவில்லை என்பதைக் குறிப்பிட்டார். நாகாலாந்தின் கலகக்காரர்களைச் சமாளிக்க வேண்டிய நிர்வாகிகள் அந்தப் புத்தகத்தைப் படித்துப் பயன்பெறலாம் என்று எழுதினார்.

எல்வின் எழுதிய நாகாலாந்துப் பிரச்சனை பற்றிய புத்தகம் வெளிவந்து வெகுநாட்கள் வரை அவருக்கு மன உளைச்சல் தொடர்ந்தது. 1930இல் எல்வின் கொண்டிருந்த கருத்திற்கும், 1960இல் அவர் கொண்டிருந்த நிலைப்பாட்டிற்கும் முரண்பாடு இருக்கிறது என்று ஒரு வாசகர் எழுதியிருந்த கடிதத்தை ஆர்.ஈ. ஹாக்கின்ஸ், அவருக்கு அனுப்பினார். எல்வின் அதற்குக் கீழ்க்கண்டவாறு பதிலளித்தார்:

> திரைக்குப் பின்னால் நான் செய்யும் பணியில் ஒரு தொடர்ச்சி இருக்கிறது. முரண்பாடு இல்லை. பொறுத்துப் போக வேண்டும், கருணையுடன் செயல்பட வேண்டும் என்று வலியுறுத்தினேன். டில்லியின் ஆதிக்கத்தில் இருந்து மீட்சி பெற வேண்டும் என்று சொன்னேன். நாகா மக்களுக்காக நாகாலாந்து மாநிலம் அமைந்ததன் மூலம் அது நிறைவேறி இருக்கிறது. என் இளவயதில் நான் கொண்டிருந்த கருத்துக்களுக்கும் இப்போது கொண்டிருக்கும் கருத்துக்களுக்கும் முரண்பாடு இல்லை என்றே கருதுகிறேன். சுதந்திரத்துக்காகப் போராடிய சத்தியாகிரகிகளையும் நாகா மக்களையும் ஒப்பிட முடியாது. நாகா மக்களுக்கு இந்தியாவில் நியாயம் கிடைத்திருக்கிறது என்றுதான் நினைக்கிறேன். ஒரு லட்சியவாதி அதிகார அமைப்பில் இணைந்திருப்பது மிகச் சிக்கலான விஷயம்தான். போர்த்துக்கீஸிய ஆட்சியில் இருந்து இந்தியாவை விடுவிக்கக் கோவாவில் இந்தியப் படைகள் நுழைந்த நாளில், நான் அஹிம்சையின் முக்கியத்துவம் பற்றி டெல்லியில் உரையாற்றிக் கொண்டிருந்தேன்.

○ ○ ○

ஷில்லாங் வந்தது முதல் எல்வின் ஒருநாள் கூட விடுமுறை எடுத்துக்கொள்ளவில்லை. அவருக்காகச் செய்யும் செலவைக் கணக்கிட்டால், அதற்கும் அதிகமாக அவர் உழைப்பார் என்பது

அரசுக்குத் தெரியும். வடகிழக்கு எல்லைப் பகுதிகளின் ஆளுநரின் ஆலோசகராக இருந்த கே.எல்.மேத்தா இப்போது புதுடில்லியில் இணைச்செயலாளராக இருந்தார். பழங்குடி மக்கள் விவகாரங் களின் ஆலோசகராக எல்வின், 1.1.1960இல் இருந்து இன்னும் ஐந்தாண்டுகளுக்கு நீடிக்கக் குடியரசுத்தலைவரின் ஒப்புதல் கிடைத்துவிட்டதாக அவர் சொன்னார். எல்வின் அதற்குப் பதில் அளித்து இவ்வாறு எழுதினார்: “டாக்டர் எல்வின் இன்னும் அவ்வளவு காலம் உயிரோடு இருப்பதற்கு யார் அனுமதி அளிப்பார்?” தம்மபதத்தில் இருந்து ஒரு மேற்கோள் காட்டினார்.

> இங்கே மழை காலத்திலிருப்பேன், அங்கே குளிர் காலத்திலும் வெயில் காலத்திலும் இருப்பேன் என்று அறிவிலி நினைக்கிறான். மரணத்தைப் பற்றி நினைப்பதில்லை. தன்னுடைய பிள்ளைகள், உறவினர் பற்றிப் பெருமையடித்து, வேறேதையோ நினைத்துக்கொண்டிருக்கும் அந்த மனிதனை, மரணம், தூங்கிக்கொண்டிருக்கும் கிராமத்தை வெள்ளம் அடித்துச் செல்வது போல, இழுத்துச் செல்கிறது.

மரணம் வந்தே தீரும். ஆனால் செய்ய வேண்டிய வேலைகள், பயணம் செல்ல வேண்டிய இடங்கள், எழுதவும், திருத்தி எழுதவும் வேண்டிய அறிக்கைகள் இன்னும் இருந்தன. வடகிழக்கில் உட்பகுதிகளுக்கு ஒலிபரப்புவதற்காக எழுதிய (ரேடியோ) உரையில் தன்னைச் சுற்றிலும் அச்சுக் கோர்க்கப்பட்ட சட்டகங்களும், கட்டுக் கட்டாக காகிதங்களும் இருக்கின்றன என்று எழுதினார். அந்த வருடத்தின் பிற்பகுதியில் ஷெட்யூல்ட் பகுதிகள் மற்றும் ஷெட்யூல்ட் பழங்குடியினருக்கான ஆணையத்தில் சேர அவருக்கு அழைப்புக் கிடைத்தது. அதன் உறுப்பினர்களில் எட்டுப் பேர் மதுவோ மாமிசமோ தொடாத காங்கிரசைச் சேர்ந்த பாராளு மன்ற உறுப்பினர்கள். குஜராத்தின் முன்னாள் முதலமைச்சரும் ஆணையத்தின் தலைவருமான, யூ.என். தீபார் அவர்களில் ஒருவர். இன்னொரு புறத்தில் எல்வினும், அவருடைய நண்பரும், ஜார்கண்ட் தலைவருமான ஜெய்பால் சிங்கும் இருந்தனர்.

தீபார் கமிஷன் ஒரு வாரம் ராஜஸ்தானில் சுற்றுப்பயணம் செய்து தன் பணியைத் தொடங்கியது. எல்வினுக்குப் பாலைவனம் சூழ்ந்த ராஜஸ்தானைப் பற்றித் தெரியாது. அங்கு ஆட்சி நடத்தப்படும் விதம் அவருக்குப் பிடிக்கவில்லை. அவர் எழுதிய தர்க்கபூர்வமான நான்கு பக்க அறிக்கையை ஆளுநரிடம் அளித்தார். அதில் தத்துவமும், நுட்பமான விவரங்களும் இருந்தன. அலங்காரமான, தையல் வேலைகள் மிகுந்த பாவாடைகளை அணியும் பில் சிறுமிகள், பள்ளிகளுக்கு

வரும்போது இந்து விதவைப் பெண்களைப் போல ஏன் வெள்ளைச் சேலைகளை அணிய வேண்டும்? மாநிலத்தின் மற்ற பகுதிகளில் கடைப்பிடிக்கப்படும் சைவ உணவுப் பழக்கத்தைப் பில் பழங்குடி மக்கள் மீது ஏன் திணிக்க வேண்டும்? மீனும், கறியும், அருமையான உணவாகக் கருதும் வீடுகளில் இருந்து, விடுதிகளில் தங்க வந்த சிறுவர் சிறுமிகளுக்கு இதனால் சரியான சத்துணவு கிடைக்காது. ஒழுக்கத்தைப் பற்றிப் பேசி, மிரட்டி, அவர்களை 'உயர்த்த' நினைக்கும் ஆசிரியரின் செயல்களால், அவர்கள் வீட்டுக்குச் சென்று மாமிசம் உண்ணும்போது குற்ற உணர்ச்சியே ஏற்படும். அதை உண்ணக் கூடாது என்று நினைப்பார்கள். பாடப் புத்தகங்களில் ஏன் பில் பழங்குடியின வீரர்கள், பழங்கதைகள் பற்றி எதுவும் இல்லை? பில் மக்களின் வரலாற்றைக் கற்பித்தால், அவர்களுக்குச் சுயமரியாதை ஏற்படும் (அது குறைந்துகொண்டே வருகிறது). பழங்குடி மாணவர்களும் மற்ற மாணவர்களும் சேர்ந்து படிக்கும் பள்ளிகளில்கூட இதைக் கற்பிக்கலாம். இதனால் மற்ற மாணவர்களுக்கும் எந்தக் கெடுதியும் ஏற்படாது. மாறாக, பில் இனத்து மாணவர்கள் மீது மரியாதை ஏற்பட வாய்ப்பு இருக்கிறது. கால்பந்தாட்டத்துக்குப் பதில் வில்வித்தையை, துணிநெய்வதற்குப் பதிலாக மரச்சிற்பங்கள், முகமூடிகள் செய்வதற்கு ஏன் பயிற்சி தரக்கூடாது?.

ஜனவரி முதல்வாரத்தில் எல்வின் ஷில்லாங் திரும்பினார். பத்ம பூஷண் விருது தனக்கு வழங்கப்படும் என்ற அறிவிப்பை 26ஆம் தேதி குடியரசு தினத்தில் வானொலியில் கேட்டறிந்தார். இது இங்கிலாந்தில் வழங்கப்படும் 'நைட்' (Knighthood) பட்டத்துக்கு நிகரானது என்று எடித்துக்கு எழுதினார். ஏப்ரல் மாதம் விருது வழங்கும் விழாவுக்கு லீலாவையும் அழைத்துச் சென்றார். குடியரசுத்தலைவர் ராஜேந்திர பிரசாத் விருதை வழங்கினார். எல்வின் அந்தக் காந்தியவாதியைப் போலவே கழுத்துவரை பொத்தான் வைத்த காதி கோட் அணிந்துகொண்டார். நீண்ட காலத்துக்குப் பிறகு அவர் அணிந்த முதல் கோட் அதுதான். அதற்கு அடுத்த நாள் நேருவுடன் மதிய உணவு அருந்தினார். மனதை உறுத்திக்கொண்டிருந்த பல விஷயங்களை நேருவிடம் சொல்ல முடிந்தது.

ஆனால் நேருவிடம் சொல்ல முடியாத பல விஷயங்களும் இருந்தன. அவருக்கு ஓய்வூதியம் கிடையாது. லீலாவையும் குழந்தைகளையும் பற்றிக் கவலைப்பட்டார். 'செலவுகளைச் சமாளிப்பது எனக்கு மிகவும் கடினமாக இருக்கிறது. நிறைய வரி கொடுக்க வேண்டியிருக்கிறது. எல்லாப் பொருட்களின் விலையும் ஒவ்வொரு மாதமும் ஏறிவிடுகிறது. அரசுப் பதவிக் காலம்

புது தில்லியில் இந்தியக் குடியரசுத் தலைவரிடமிருந்து
பத்மபூஷன் விருது பெறும் எல்வின், 1961

முடிந்துவிட்டாலோ அல்லது நான் மேல்லோகம் போக நேர்ந்து விட்டாலோ என்ன நடக்கும் என்று எனக்குப் புரியவில்லை. ஏனெனில் ரூபாயின் மதிப்புக் குறைந்துகொண்டே வருகிறது.

குடும்ப நிதிநிலை பற்றிய கவலை ஒருபுறம் இருந்தாலும், லீலா, எல்வின் இருவரது உறவு நன்றாக இருந்தது. லீலா எல்வினுடைய வாழ்வில் நிலையான ஆதாரமாக இருந்தார். எல்வின் வெளியுலக வேலைகளைக் கவனித்துவிட்டு திரும்பிச் சென்று சேரும் உறவாக லீலா இருந்தார். லீலா என்ற பர்தான் இனப் பெண் 'எல்வினுடைய வாழ்வில் அதிகபட்ச மகிழ்ச்சியைத் தருபவராக, அதே சமயத்தில், ஆழ்ந்த கவலையைத் தருபவராக இருந்தார்' என்று ஷாம்ராவ் எழுதினார். இது கோண்டு பெண்ணான கோஸிக்கும் பொருந்தும். தீயாகக் கொழுந்துவிட்டு எரிந்த அவர்களின் உறவில் தண்ணீர் பாய்ந்து அணைந்துவிட்டது. லீலாவுடனான உறவின் சுடர் நிதானமாக எரிந்துகொண்டிருந்தது. இருவரில் ஒருவர் இறந்தால் அணைந்துவிடும். நான் சேகரித்த கடிதங்கள், அச்சில் வந்த எழுத்துக்கள், நான் எடுத்த பேட்டிகள் எல்லாம் இதைத்தான் காட்டின. ஆனால் ஆர்தர் கோஸ்லருக்கு எல்வின் எழுதிய 1961ஜுன் 7ஆம் தேதியிட்ட கடிதம், எனக்கு அதிர்ச்சியைத் தந்தது. அதுதான் எனக்குக் கிடைத்த கடைசி ஆவணம். அதில் அவர் இவ்வாறு எழுதியிருந்தார்:

கடந்த மூன்று மாதங்களாக, என் வாழ்க்கையிலேயே மிக மோசமான உணர்ச்சிக் கொந்தளிப்பில் சிக்கிக்கொண்டேன். இதனால் எந்தப் பயனும் இல்லை என்பதனாலேயே என்னை அது மோசமாகப் பாதித்தது. லீலாவின் மனம் கோணாத வகையில் எல்லாவற்றையும் பார்த்துக்கொள்வேன். அவளை மிகவும் நேசிக்கிறேன். அவள்தான் என் வாழ்வில் அசைக்க முடியாத ஆதாரம். ஆனால் இன்னொருத்தி மிகவும் புத்திசாலி. ஒரு டஜன் அணுகுண்டுகள் போட்டது போல் என் காமத்தைத் தூண்டினாள். எனக்குப் புதிய விதமான காதலை அறிமுகப்படுத்தினாள். எனக்கு கிடைத்த எல்லா அனுபவங்களும் பழங்குடியினரிடம் ஏற்பட்ட சிக்கல் இல்லாத உறவுகள், சுவையானவை. ஏமாற்றம் தராதவை. காலம் செல்லச் செல்ல அதற்கேற்ப என்னை மாற்றிக்கொள்வேன். இதனிடையில் அது இதுவரை நானறியாத கருணையை, புரிதலை, பணிவை எனக்குக் கற்றுக் கொடுத்திருக்கிறது. உலகத்தில் உங்களிடம் மட்டுமே இந்த விஷயத்தைப் பற்றி சொல்லுகிறேன்.

அவளுடைய பெயர் மார்காட், பாப் (Bob) என்பவரின் மனைவி. அவர்களுக்குக் குழந்தையும் இருந்தது. மேலதிக விவரங்கள் தெரியவில்லை. ஆங்கிலேயர்களாக இருக்க வேண்டும். பாப் ஷில்லாங்கைச் சுற்றியிருந்த மலைத்தோட்டங்களின் ஏதாவதொன்றில் முதலாளியாக இருக்க வேண்டும். எல்வினை மார்கெட் நேசித்தாள். அதற்கு மேல் உறவு நீடிக்க சூழ்நிலை இடம் கொடுக்கவில்லை. இருவரும் கடிதங்கள் எழுதிக்கொண்டனர். யாரும் அறியாமல் சந்தித்துக்கொண்டனர். ஆனால் அதற்கு மேல் உறவைத் தொடர்வதற்கு வழியில்லை. கோஸ்லருக்கு இது பற்றிக் கடிதம் எழுதி மனப்பாரத்தை இறக்கி வைத்த சிலவாரங்கள் கழித்து எல்வினுக்கு மாரடைப்பு ஏற்பட்டது. இரண்டுக்கும் தொடர்பிருக்க வாய்ப்பு இருக்கிறது. இதயத்தின் ஒரு பகுதியில் ரத்தக்கட்டு ஏற்பட்டதுதான் மாரடைப்புக்குக் காரணம் என்று டாக்டர் எழுதினார். அதை வைத்து எல்வின் நகைச்சுவையாக இப்படிச் சொன்னார்: "ஏதோ ஒரு பெண் தான் கன்னிமை இழந்ததை வர்ணிப்பது போல எனக்கு ஒலித்தது." எட்டு வாரங்கள் ஓய்வெடுக்க வேண்டும் என்று டாக்டர் பரிந்துரை செய்தார். ஆனால் கடிதங்களும் அறிக்கைகளும் வந்துகொண்டே இருந்தன. யு.என்.தீபார் (U.N. Dhebar) ஷில்லாங் வந்த வேளை சில ஆவணங்களைக் கொண்டுவந்தார். அவர்கள் எழுதிய அறிக்கையில் திருத்தங்கள் செய்ய வேண்டும் என்று கேட்டுக்கொண்டார்.

மற்ற 'சுத்த – சைவ' ஆட்களைப் பற்றி என்ன கருத்துக் கொண்டிருந்தாலும் எல்வின் தீபாருடன் நன்றாகப் பழகினார். மதுவிலக்கு விஷயத்தில் மட்டும் அவர்களுக்குக் கருத்து வேறுபாடு இருந்தது. அதை அமல் படுத்த வேண்டும் என்று தீபார் பரிந்துரைத்தார். வழக்கம் போல எல்வின் அதை எதிர்த்தார். கத்தோலிக்க வழிபாட்டில் ஒயின் எவ்வளவு முக்கியத்துவம் உள்ளதோ அது மாதிரிதான் பழங்குடி மக்களுக்கும் மதச் சடங்குகள், மற்ற கொண்டாட்டங்களில் மது அவசியமானது என்று எல்வின் தீபாரிடம் சொன்னார். (இந்திய) ஆசிரமங்களைப் பற்றி நன்கு அறிந்திருந்தாலும் தீபாருக்கு, கிறித்தவ வழிபாட்டு முறைகள் தெரியாது. அவருக்கு அது புரியவில்லை. மற்றபடி தீபார் எல்வினை அவர் வழியில் விட்டுவிட்டார். அறுநூறு பக்கம் வரை இருந்த அறிக்கையில் மிக அருமையான பரிந்துரைகள் இருந்தன. ஆனால் அறிக்கை மிக மோசமான ஆங்கிலத்தில் எழுதப் பட்டிருந்தது. காந்தியவாதியான தீபாருடைய மேற்பார்வையில், அந்த அறிக்கையை எல்வின் நல்ல ஆங்கில நடையில் திருத்தி எழுதினார். அது கடினமான வேலையாக இருந்தது. எல்வின் தனக்குப் பிடிக்காத பலவற்றை ஒதுக்கிவிட்டு, தான் வலியுறுத்த விரும்பியவற்றைச் சேர்த்துக் கொள்ளும் வாய்ப்பாக அதை வரவேற்றார். அறிக்கையின் முன்வரைவில் 1942இல் ஒரு தாவரவியல் அறிஞர் கூறியது மேற்கோள் காட்டப்பட்டிருந்தது. 'மனிதன் கண்டுபிடித்தவற்றுள் 'இடம் மாற்றிப்' பயிரிடும் முறைதான் மிகவும் கேடு விளைவிக்கக் கூடியது.' அறிக்கையில் எல்வினுடைய பதிலும் இருந்தது: 'அந்த நேரத்தில் அணுகுண்டு கண்டுபிடிக்கவில்லை.' அந்த அறிக்கையில் 'பின் தங்கியவர்கள்'. 'உயர்த்துதல்', 'குருட்டு நம்பிக்கை' போன்ற வெறுக்கத்தக்க வார்த்தைகள் எதுவும் இல்லாமல் எல்வின் பார்த்துக்கொண்டார்.

தீபார் செப்டம்பர் மாதம் அங்கிருந்து விமானத்தில் சென்றார். அந்த வேலையின் காரணமாக எல்வின் மிகவும் களைப்படைந் திருந்தார். அடிக்கடி எரிச்சலடைந்தார். நாக்பூரைச் சேர்ந்த ஓர் இளம் ஆய்வாளர், பழங்குடி மக்கள் தனிப் பகுதிகளில் வாழ வேண்டுமா? அல்லது எல்லோருடனும் சேர்ந்து வாழ வேண்டுமா? என்ற பழைய விவாதம் பற்றிக் கட்டுரை எழுதி அனுப்பியபோது, பொறுமையற்றுக் கோபமாக இவ்வாறு பதில் எழுதினார்: "நீங்கள் டாக்டர் குர்யேவின் கருத்துக்களுக்குத் தேவைக்கு அதிகமான முக்கியத்துவம் தருகிறீர்கள் என்று நம்புகிறேன். தன்னுடைய துறையில் பணிபுரியும் மற்றவர்கள் மீது குர்யே தவறான கருத்துக்களைக் கொண்டவர். அதனால்தான் அவருடைய கருத்துக்கள் குறிப்பிடத் தகுந்த வகையில் தவறாக இருக்கின்றன." நாக்பூரைச் சேர்ந்த அந்த ஆய்வாளர், 'எல்வின்

இரண்டு திருமணங்கள் முடித்தவர். அது பழங்குடி மக்கள் மீது அவர் கொண்ட நேசத்தைக் காட்டுகிறது' என்று எழுதினார். எல்வின் அதைப் பாராட்டாக எடுத்துக் கொள்ளவில்லை. 'என்னுடைய சொந்த வாழ்க்கைக்கும் உங்களுடைய வாதத்துக்கும் என்ன தொடர்பு என்று புரியவில்லை. நான் இரண்டு பழங்குடிப் பெண்களை அல்லது இருபது பழங்குடிப் பெண்களை மணந்த காரணத்தினால் மட்டும் நான் பொதுவாகப் பழங்குடி மக்களை நேசிக்கிறேன் என்பதாகாது. காமத்தைப் பொறுத்தவரை நான் இனவெறி கொண்டவனில்லை என்பதையே அது காட்டுகிறது. அதை நீங்கள் சொன்ன விதத்திலும் மரியாதை இல்லை.'

1961ஆம் ஆண்டுக் கடைசியில், இந்திய வானொலியில், சர்தார் பட்டேல் நினைவாக நடத்தப்படும் தொடர் உரைகளை எல்வின் நிகழ்த்துவதற்கு ஏற்பாடாகி இருந்தது. அந்த நிகழ்ச்சியில் அதற்கு முன்னால், சி.ராஜகோபாலாச்சாரி, கே.எஸ்.கிருஷ்ணன், ஜே.பி.எஸ். ஹால்டானே போன்ற சிறந்த அறிஞர்களும், விஞ்ஞானிகளும் உரையாற்றி இருந்தனர். எல்வின் பழங்குடி மக்கள் பற்றி உரையாற்றுவார் என்று அழைத்தவர்கள் நினைத்தனர். அந்தத் தலைப்பில் ஏராளமானோர் எழுதிவிட்டனர். அது சலிப்பூட்டும் விஷயமாகிவிட்டது என்று அவர் பதில் அளித்தார். இது உண்மைதான். ஆனால் மீண்டும் ஒரு காரசாரமான விவாதத்தை அவர் கிளப்ப வேண்டாம் என்று நினைத்திருக்கலாம். கடைசியாக அவர் 'அன்பு' என்ற தலைப்பில் பேசத் தீர்மானித்தார்.

'அன்பின் தத்துவம்' என்ற அந்த உரையில் எல்வின் தன்னைப் பாதித்த மனிதர்கள், கருத்துக்களைப் பற்றிப் பேசினார். டீன் க்ளோஸ் பள்ளியில் படித்த காலத்தில், ஹெச். டபிள்யு. ஃப்லெக்கர் அறிமுகப்படுத்திய ஜான் டோன் என்பவரின் எழுத்துக்களில் இருந்து தலைப்பை எடுத்துக்கொண்டார். அவருக்குப் பிடித்தமான எழுத்தாளர்களின் படைப்புக்கள், அவர்கள் 'அன்பைப் பற்றி எழுதியவை இவற்றில் இருந்து தன் உரையை அமைத்துக்கொண்டார். ரிச்சர்ட் ரோல், ஜெனோவா வில் இருந்த கேதரீன், ஜான், அதே போன்ற கருத்துக்களை இந்தியாவில் பரப்பிய கபீர், மீராபாய், அதற்குப் பிறகு காந்தி இவர்களின் கருத்துக்களைச் சொன்னார். காந்தி, அன்பு என்பதைக் கண்ணுக்குத் தெரியாத தத்துவார்த்தத் தளத்தில் இருந்து எடுத்து அதை அன்றாட வாழ்வுடன் தொடர்புபடுத்திக் காட்டினார். அன்றாட வாழ்வில் மனிதர்களுக்கு இடையேயான நேசம், தேசங்களுக்கு இடையேயான நட்பு இவற்றில் அதை நடைமுறைப்படுத்தினார். கருணை, மன்னிக்கும் குணம், பணிவு என்று எல்லா மதங்களிலும் சொல்லப்படும் மூன்று நற்குணங்களைச் சொல்லி எல்வின் தன் உரையை முடித்தார்.

'அன்பின் தத்துவம்' என்ற உரையில் பழங்குடி மக்களின் காதல், அன்பு பற்றி ஆறு பக்கங்கள் மட்டுமே இருக்கின்றன. ஆனால், வாழ்நாள் முழுவதையும் அவர்களுடன் கழித்த அனுபவங்கள் உரைநெடுகிலும் வெளிப்படுகின்றன. காமமும் அதைவிட உயர்ந்ததாகக் கருதப்படும் 'காதலும் ஒன்றுக்கொன்று எதிரானவை அல்ல, காதல் என்பது காமத்தின் ஒரு பகுதியே என்று வலியுறுத்தினார். இது கிறித்தவத் துறவிகளின் முரட்டுத்தனமான எதிர்வினைகளுக்கும், புனிதவாதிகளின் போலித்தனமான பார்வைக்கும் முரணானது. பாலுறவின் களிப்பு அழகான விஷயம் என்பதை இந்தியப் பழங்குடி மரபுகள், செவ்வியல் மரபுகள் இரண்டும் அங்கீகரிக்கின்றன. அது ஒரு கலைதான். நவீன இந்தியர்கள் காமக் கலையின் புராதன நுட்பங்களைப் பயில வேண்டும். அதைப் பயில்வது குடும்பத்துக்கு வெளியில் செயல்படுத்துவதற்கு அல்ல. திருமண உறவில், காதலில் வெற்றி பெறுவதற்காக அதைப் பயில வேண்டும்.

அந்த உரையை எழுதிக்கொண்டிருக்கும்போது மகாத்மா காந்தியின் பேரனுடைய திருமணச் செய்தி ஒன்றைப் படித்தார். மணமக்களை மொரார்ஜி தேசாய் வாழ்த்தும் புகைப்படம் வெளிவந்திருந்தது. அதை வெட்டி தன் நாட்குறிப்பில் ஒட்டினார். அதற்குக் கீழ் காந்தியின் வாசகம் ஒன்றை எழுதினார்: "காமம் நமது திருமண உறவில் நுழைய அனுமதிக்கக் கூடாது – காந்தி". வானொலி நிலையத்தில் பழங்குடி மக்களைப் பற்றிப் பேசவில்லை. 'அன்பை'ப் பற்றிப் பேசுகிறேன் என்று சொன்னதும், காந்தியைப் பற்றிப் பேசுங்கள் என்று கேட்டுக்கொண்டனர். அன்பைப் பற்றிக் காந்தியக் கருத்துக்களை மட்டும் பேசினால், அது அன்பின் ஒரே ஒரு கோணத்தைப் பற்றி மட்டும் பேசுவதாக ஆகிவிடும் என்றார் எல்வின். 'அன்பின் தத்துவம்' என்ற உரைதான் எல்வின் காந்தியுடன் நடத்திய கடைசி விவாதம் என்று எடுத்துக்கொள்ளலாம். மிகவும் பணிவுடன் நடத்தப்பட்ட விவாதம். முழுவதும் அமைதியான, அடங்கிய தொனியில் எழுதப் பட்டிருந்தது. புத்தமதம் ஏற்படுத்திய தாக்கமாக இருக்கலாம். எல்வின் முன்னொரு காலத்தில் கொண்டிருந்த, பிற்காலத்தில் உதறிவிட்ட, மத நம்பிக்கைகளைப் பற்றி மரியாதையுடன் குறிப்பிட்டார்.

துறவிகளும் யோகிகளும், இந்த பூமியிலும் தங்கள் வறட்டுத் துறவற வாழ்விலும் காண இயலாத பேரன்பைத் தெய்வீகக் காதலர்களுக்கு வழங்கி விடுகிறார்கள் என்று உளவியல் அறிஞர்கள் சொல்கிறார்கள் என்று எல்வின் குறிப்பிட்டார். இந்த விளக்கம் இளமைக் காலத்தில் இயேசுவிடம் எல்வின் கொண்டிருந்த தீவிர அன்புக்கு சரியாகப் பொருந்துகிறது.

மணவாழ்வில் ஈடுபடுவது, பிரம்மச்சரியத்தைவிட தகுதி குறைந்தது என்று கிறித்தவத் துறவிகளும், காந்தியவாதிகளும், கருதுகிறார்கள். அவர்களுடன் எல்வின் மாறுபடுகிறார். 1933ஆம் ஆண்டில், அந்த நம்பிக்கையின் காரணமாக எல்வினும் மேரி கில்லட்டும் தங்கள் உறவைத் துண்டித்துக்கொண்டனர். நாம் அதிகம் நேசிக்கிறோம் என்பது திருமணம் செய்துகொள்வதில் உள்ள ஆபத்து அல்ல. நாம் மிகக் குறைவாக நேசிக்க வேண்டும் என்று சொல்வதுதான் அதில் உள்ள ஆபத்து. முப்பது ஆண்டுகள் முடிந்த பின்னர், இரண்டு திருமணங்கள் செய்துகொண்ட பின்னர் எல்வின் இதைச் சொன்னார்.

பட்டேல் நினைவுச் சொற்பொழிவுகள் முடிந்ததும், எதிர்பாராத மகிழ்ச்சியாக ஒரு காதல் திருமணத்தை எல்வின் தலைமை தாங்கி நடத்தி வைத்தார். எல்வின் எழுதிய வடகிழக்கைப் பற்றிய புத்தகங்களில் படங்கள் வரைந்த அவரது முஸ்லிம் நண்பர் அமினா யூசுஃப் அலியும், இந்திய எல்லைப்புற நிர்வாகப் பணியைச் சேர்ந்த நளினி ஜெயாள் என்ற அவரது மாணவியும் திருமணம் செய்துகொள்ள விரும்பினர். இரண்டு குடும்பத்தினரும் இதை எதிர்த்தனர். அமினா ஹைதராபாதில் இருந்த பெரும் அரச பரம்பரையைச் சேர்ந்தவர். நளினி கர்வால் பகுதியில் சனாதன பிராமணக் குடும்பத்தைச் சேர்ந்தவர். முன்னாள் கிறித்தவப் பாதிரி அவர்களுடைய திருமணத்துக்கு ஏற்பாடு செய்தார். பெருமிதத்துடன் திருமணத்துக்குத் தன் வீட்டைக் கொடுத்து, அலங்கார ஏற்பாடுகளையும் செய்து, திருமணத்தில் மணமகளின் தந்தையாக இருந்து சடங்குகளை நிறைவேற்றினார்.

○ ○ ○

சில வருடங்களாக, எல்வின் பாதி நேரத்தை எல்லைப்புற மாகாணத்திலும், மீதியை மற்ற இடங்களுக்குப் பயணம் செய்தும் கழித்தார். 1962ஆம் ஆண்டு பிப்ரவரி மாதம் அந்த வருடக் காலண்டரை வடிவமைக்க வடகிழக்கு எல்லைப்புறப் பகுதிக்குச் சென்றார். அங்கே முந்தைய வருடங்களிலும் அரசு வெளியிடும் காலண்டரின் வடிவமைப்பையும், கருத்தையும் அவர்தான் தீர்மானித்தார். கைத்தொழில்கள், பழங்குடி மக்களின் நடனங்கள், காட்டு விலங்குகள் பாதுகாப்பு போன்ற தலைப்புக்களில் வெளியிட்டிருந்தார். 1963ஆம் ஆண்டுக் காலண்டருக்காக 'ஒருமைப்பாடு' என்ற தலைப்பைத் தேர்ந்தெடுத்தார். வடகிழக்கை இந்தியாவுடன் எப்படித் தொடர்புபடுத்தலாம் என்ற கருத்துடன் ஆறு படங்களைத் தேர்ந்தெடுத்தார். ஒவ்வொரு படத்திலும் வனப்பகுதியின் பின்னணியைக் காட்ட, இலைகள் நிறைந்த

மரக்கிளைகள் இருந்தன. அவற்றின் நடுவில் பழங்குடி மக்கள் நின்றனர். பழங்குடி மக்கள் ஒரு படத்தில் தாஜ்மகாலையும், இன்னொரு படத்தில் அணையில் நீர்மின் நிலையத்தில் மின் உற்பத்தி செய்வதையும் காண்பது போல அமைத்திருந்தார். மற்றொரு படத்தில் பழங்குடி மக்கள் காந்தி சிலையைப் பார்ப்பது போல, இன்னொன்றில் அவர்கள் குடியரசுத் தலைவர், உதவிக் குடியரசுத் தலைவர், பிரதமர், சாஞ்சி ஸ்தூபி அல்லது புத்த கயாவைப் (புத்த மதத்தைப் பின்பற்றும் கேமங் பழங்குடியினர்) பார்ப்பது போன்ற படங்கள் இருந்தன. கடைசியாக அசாமின் வரலாற்றையும் பண்பாட்டையும் காட்டும் படமும் இருந்தது.

வடகிழக்கு எல்லைப்புறப் பகுதியில் அவர் காணாத பகுதிகள் பல இருந்தன. அவர் அங்கெல்லாம் போக முடியுமா என்று தெரியவில்லை. பகல் முழுவதும் அலுவலகத்தில் கோப்புக்களைப் பார்ப்பதிலேயே நாட்கள் கழிந்தன. மற்ற நேரங்களில் தன் கடந்தகாலம் பற்றிய நினைவுக் குறிப்புக்களை எழுதினார். கேப், ஹட்சின்சன் போன்ற பதிப்பகங்கள் ஆர்வம் காட்டிய போதும் தன் சுய சரிதையை ஆக்ஸ்போர்டு பதிப்பகம் மூலம் வெளியிடத் தீர்மானித்தார். அலுவலகத்தில் வேலையை முடித்துவிட்டு, வீட்டிற்கு வந்ததும் இன்னும் எழுத்து வேலைகளில் ஈடுபட்டார். நாட்கள் இப்படியே கழிந்தன. ஜூன் மாதம் வேலைகளை இன்னும் குறைத்துக்கொண்டார். மூச்சுவிடச் சிரமமாக இருக்கிறது என்று மருத்துவரிடம் சொன்னார். ஒரு மாதம் வீட்டில் தங்கி ஓய்வெடுக்க வேண்டும் என்று அவர் பரிந்துரைத்தார். ஆக்ஸ்போர்டு பதிப்பாசிரியர் ஆர்.சி. ஹாக்கின்ஸ்க்குக் கடிதம் எழுதும்போது 'நான் கொஞ்சம் கொஞ்சமாகத் தேறி வருகிறேன். ஆனால் டாக்டர் என்னை மிரட்டுகிறார். வாரத்துக்கு ஒரு முறை சினிமா பார்க்கலாம், வாரத்துக்கு ஒருமுறை அரைமணி நேரம் நண்பரைப் பார்க்கலாம் என்று நேற்று அனுமதித்தார். மற்றபடி வீட்டிலேயேதான் கிடக்க வேண்டும்' என்று எழுதினார். கொஞ்ச காலம் கழித்து அலுவலகம் செல்ல ஆரம்பித்தார். ஆனால் அந்த வருடக் குளிர்காலத்தில் சுற்றுப் பயணம் செய்ய முடியவில்லை. 'மலைகளில் ஏறிச் சுற்றியலைந்து, கை கால்களுக்கு வேலை கொடுத்துக் காடுகளில் என்னை நான் மறந்துவிட விரும்பினேன். டாக்டர் அதைத் தடைசெய்தார், எனக்குப் பெருத்த அடி விழுந்தது மாதிரிதான். ஏனெனில் யாருமற்ற, இடந்தெரியாத தொலைதூரப் பகுதிகளுக்குச் செல்ல விரும்புகிறேன். அறுபது வயதுவரை ஒருவர் உயிரோடு இருந்தால் இது எல்லாம் நடக்கும் என்று நினைக்கிறேன்' என்று ஆர்தர் கோஸ்லருக்கு எழுதினார். கோஸ்லரின் பதில் உற்சாகம் ஊட்டும் வகையில் இருந்தது. "உங்கள் மாரடைப்பைப் பற்றி நான்

அதிகம் கவலைப்படவில்லை. ஒன்றிரண்டு மாரடைப்புக்கள் சரியான வயதில் ஏற்பட்டால் அது சிறந்த பாதுகாப்பு என்று எனது மருத்துவ நண்பர்கள் கூறுகிறார்கள். ஏனென்று யாராலும் அதை விளக்க முடியவில்லை. இதுபோன்று அனுபவங்கள் உள்ள எண்பது வயதுக்காரர்கள் பலரை நான் அறிவேன்."

1962ஆம் ஆண்டு நவம்பர் மாதம் சீனா வடகிழக்குப் பிரதேசத்தில் ஊடுருவியது. அங்கிருந்த இந்திய ராணுவத்தினரைத் தோற்கடித்து முன்னேறியது. வடக்கு எல்லைக்குப் அப்பால் இருந்த சீனர்களைச் சகோதரர்களாகக் கருத வேண்டும் என்று எண்ணம் இந்திய ராணுவ வீரர்களின் மனதில் திணிக்கப்பட்டிருந்தது. ராணுவ வீரர்களிடம் சரியான உடையோ உணவோ இல்லை. போருக்கான தயார் நிலையில் ராணுவம் இருக்கவில்லை. மோசமான விளைவுகளுக்குப் பயந்து சில அதிகாரிகள் ஷில்லாங்கை விட்டுச் சமவெளிகளுக்கு ஓடிவிட்டனர். எல்வினும் லீலாவும் பரிதாபமாக ஓடும் அகதிகள் கூட்டத்தில் சேர மறுத்தனர். தவாங்கைச் சீனர்கள் ஆக்கிரமித்துக் கொண்ட பிறகு எல்வினுடைய ரத்த அழுத்தம் 20 புள்ளிகள் ஏறிவிட்டது. பொம்டி லா அவர்கள் கைக்குப் போன பிறகு இன்னும் 5 புள்ளிகள் ஏறிவிட்டது. 'தவாங், ரொம்ப நாட்கள் முன்னர் நானும் லீலாவும் பழங்கள் பொறுக்கிய சின்ன ஊரான ஜாங், கேம்லால் ராத்தியுடன் சாகஸத்துக்காக விமானத்தில் பறந்த கேல்லாங் போன்ற இடங்கள் எல்லாம் சீன ராணுவத்தினர் பிடியில் இருந்தன.' அவர் மிகுந்த மன வேதனை அடைந்தார். அசாம் ரைபிள்ஸ் படையில் பயிற்சி பெற்று வந்த குமார் அதிர்ஷ்டவசமாகச் சண்டைகள் நிகழ்ந்த பகுதியில் இல்லை.

சீனப் படையெடுப்புக்குப் பின்னர், வடகிழக்கு நிர்வாகத்தினர் பின்பற்றிய கொள்கைகள் மீது விமரிசனங்கள் வந்தன. போருக்குச் சில மாதங்கள் முன்னால் மேஜர் சீதாராம் ஜோஹ்ரி வடகிழக்கு நிர்வாகத்தை விமரிசித்து ஒரு புத்தகம் எழுதி வெளியிட்டார். இப்போது அதில் எழுதிய கருத்துக்கள் மீண்டும் வலியுறுத்தப்பட்டன. ஆபத்தான விளைவுகளை ஏற்படுத்தும் வகையில், எல்வினும் அவருடன் பணிபுரிபவர்களும் எல்லைப்புற மாநிலத்தை அசாமில் இருந்தும் இந்தியாவில் இருந்தும் பிரித்து வைத்திருப்பதாகக் குற்றச்சாட்டுகள் எழுந்தன. வடகிழக்கின் நிர்வாகம் புகழின் போதையில் மயங்கிக் கிடக்கிறது. எல்லோரையும் அங்கே குடியேற அனுமதிக்கலாம் என்ற கொள்கையை அங்கிருக்கும் அதிகார வர்க்கம் ஒருபோதும் ஒத்துக்கொள்ளாது. ஏனெனில் அது அங்கிருப்பவர்கள் பெற்றிருக்கும் தனிச் சலுகைகளைப் பாதிக்கும். வடகிழக்குப் பகுதிகள் ஷாங்கிரி–லா போல எட்ட இயலாத இடமாக இருக்க

வேண்டும். வடகிழக்கைத் தனியே பிரித்து வைத்திருக்கவில்லை என்றால் சீனர்கள் உள்ளே வரத் தைரியம் இருந்திருக்காது என்பது புத்தகத்தைப் படித்தவர்கள் புரிந்துகொள்ளக் கூடியதாக இருந்தது. வெளி உலகத்துடன் தொடர்புகளைப் பல வழிகளில் அதிகரிக்க வேண்டியது இன்றைய தேவை. பழங்குடி மக்களைக் குறுகிய வட்டத்துக்குள்ளேயே வைத்திருக்கக் கூடாது என்று ஜோஹ்ரி எழுதி இருந்தார். டெல்லியில் இருந்த அரசியல் வாதிகள், 'பஞ்சாபில் இருந்து ஒரு லட்சம் விவசாயிகளை வடகிழக்கில் குடியேற்ற வேண்டும்' என்று கூறினார்கள். இது பழங்குடியினர் இந்தியாவுடன் ஒன்றிணையவும், சீனர்கள் வராமல் இருக்கத் தடையாகவும் இருக்கும்.

இந்தக் கருத்துக்களைக் கேட்டு, எல்வின் மிகவும் கவலைப் பட்டார். இதுவே வேறு சமயமாக இருந்திருந்தால், நேருவுக்குக் கடிதம் எழுதியிருப்பார். ஆனால், எல்லையில் அடைந்த படுதோல்வி காரணமாக நேரு கலங்கிப்போய் இருந்தார். அவருடைய அதிகாரமும், அரசியலில் அவருடைய நிலையும் பலவீனமாகி விட்டன. எல்வின் தன்னுடைய எதிர்ப்பை இந்திரா காந்திக்குக் கடிதம் மூலம் தெரிவித்தார். இந்திரா காந்தி, தந்தையின் கொள்கைகளில் இருந்து எவ்வளவு தூரம் விலகிச் செல்கிறார் என்பதை அவருடைய பதில் காட்டியது. பதின்மூன்று ஆண்டுகளுக்குப் பின்னால், இந்தியாவில் அவசர நிலையைப் பிரகடனப்படுத்திய அரசியல் போக்கின் முன்னோட்டமாக அது இருந்தது. 'வடகிழக்கு எல்லைப்புறப் பகுதிகள் பற்றிய குறிப்புகளை அனுப்பியதற்கு நன்றி. நீங்கள் சொல்லும் பல விஷயங்களை நான் ஆமோதித்தாலும், ஒருதடவை கதவுகளைத் திறந்த பிறகு விருப்பத்தகாதவர்களோ அல்லது விரும்பத்தகாத கருத்துக்களோ உள்ளே நுழைவதைத் தடுக்க முடியாது. ஜனநாயகத்துக்கு நாம் கொடுக்கும் விலை இதுதான். சாதரண மனிதர்களும் உயர்ந்த பதவிகளை அடைய ஜனநாயகம் வழிதருகிறது. அறியாதவர்களோ புரியாதவர்களோ அவர்களுடைய குரல் ஓங்கி ஒலித்தால் அதைக் கருத்தில் கொள்ள வேண்டியிருக்கிறது' என்று இந்திரா காந்தி பதில் எழுதினார்.

சீனப் போருக்குப் பிறகு, முப்பது வருடங்களுக்கு மேலாக எல்வினுடன் தொடர்பு இல்லாமல் இருந்த மேரி கில்லட்டிடம் இருந்து ஒரு கடிதம் வந்தது. பெர்க்ஷயரில் ஒரு ஆசிரியர் பயிற்சிக் கல்லூரியில் கல்வி கற்பித்துக்கொண்டிருந்தார். இன்னும் திருமணம் செய்துகொள்ளவில்லை. மற்றவர்களுக்கு உதவிகள், சேவைகள் செய்துகொண்டிருந்தார். 'சீனப் படையெடுப்பு இந்தியாவையும், உங்களையும், உங்கள் குடும்பத்தினரையும், குறிப்பாக ஷாம்ராவையும் நினைவுபடுத்தியது. நீங்களும்

நானும் இளைமையாக இருந்த காலத்தைவிட உலகம் ஒன்றும் மகிழ்ச்சியானதாக இல்லை. ஆங்கிலேயர்களுக்கும் இந்தியர் களுக்கும் நடுவில் இருந்த சுவர்கள் குறைந்துவிட்டன என்பதை அறிந்து மகிழ்கிறேன்.'

சீனர்கள் திரும்பிப் போய்விட்டார்கள். ஆனால் எல்வினுடைய வருத்தம் அதிகரித்தது. எல்வின் தன்னுடைய நினைவலைகளைப் பதிவு செய்த புத்தகத்துக்கு 'வடகிழக்கு எல்லைப்புற பகுதிக்குப் புனித யாத்திரை' என்று பெயரிட வேண்டும் என்று ஆர்.ஈ. ஹாக்கின்ஸ் பரிந்துரை செய்தார். 'நீங்கள் 1964ஆம் ஆண்டுக்குள் அதை வெளியிடாவிட்டால் பிரச்சனையாகிவிடும். நான் உயிருடன் இருக்க மாட்டேன் அல்லது வடகிழக்கில் இருந்து வெளியேற்றப்படலாம் அல்லது ஒருவேளை வடகிழக்கின் நிர்வாக அமைப்பே கலைக்கப்படலாம்' என்று எல்வின் பதில் எழுதினார். இதனிடையில் 'ஷாம்ராவ் பணத்துக்கு மிகவும் கஷ்டப்படுகிறார். அவனுடைய மனைவி ஒரு இளைஞனிடம் காதல் கொண்டிருக்கிறாள்' என்று செய்திகள் கிடைத்தன. எல்வின் அவருக்கு எந்த உதவியும் செய்ய முடிய வில்லை. ஏனெனில், அவருடைய உடலநிலை மோசமாகி வந்தது. 'என் உடலில் மருந்துகளை நிரப்பிக்கொண்டிருக்கிறார்கள். மிக மோசமான மனநிலையில் இருக்கிறேன்' என்று 1963ஆம் ஆண்டு மார்ச் மாதம் ஹாக்கின்ஸுக்குக் கடிதம் எழுதினார். மூன்று வாரங்கள் கழித்து எழுதிய அடுத்த கடிதத்தில், உடலில் மற்ற பகுதிகளில் இருந்து நோய் ஈரல், கணையம் இரண்டையும் தொற்றிவிட்டது. நிலைமை மிகவும் மோசமாகிவிட்டது' என்று எழுதினார்.

ஏப்ரல் மாதத்தில், ஒருமாதம் விடுமுறை எடுத்துக் கொண்டு எடித் இந்தியா வந்தார். இந்தியாவுக்கு அவர் வந்து இருபத்தி ஐந்து வருடங்கள் ஆகிவிட்டன. அண்ணனைப் பார்த்துப் பதினான்கு வருடங்கள் ஆகிவிட்டன. எல்வினுடைய தன்வரலாற்றின் (கையெழுத்துப் படியின்) முதல் அத்தியாயத்தைப் படித்துவிட்டுக் குறைசொன்னார்.

> குடும்பத்தின் மத நம்பிக்கை அவர் எழுதியது போல அவ்வளவு மோசமானதாக இல்லை. அம்மாவுக்கும், திருச்சபை ஊழியர்களுக்கும் இன்னும் கொஞ்சம் மரியாதை கொடுத்து எழுத முடியாதா? புத்தகத்தின் மற்ற பகுதிகள் எல்லாம் அருமை. விஞ்ஞானமும் கருணையும் இணைந்து இப்படி ஒரு வாழ்க்கை மலர்ந்தது. நான் என்னுடைய வாழ்க்கை பற்றி எழுதினால் எவ்வளவு பரிதாபமாக இருக்கும்

என்றார்.

எடித் ஷில்லாங்கை விட்டுப் புறப்பட்ட நாளில் எல்வினுக்கு மீண்டும் மாரடைப்பு ஏற்பட்டது. அதைத் தொடர்ந்து பல இரவுகள் அவருக்கு உறக்கம் வரவில்லை. ராணுவ மருத்துவ மனையில் சேர்த்தனர், ஆக்ஸிஜன் செலுத்தப்பட்டது. அதிகமாகிக் கொண்டிருக்கும் மனக்கவலைகளுக்கு இடையில் தனது நினைவுக் குறிப்புகளைத் திருத்தி எழுதினார். 'சீனா என்ன செய்யும்? நாங்கள் எங்கே இருப்போம்? இந்தியாவில் என்ன நடக்கும்? எதுவும் நிச்சயமில்லை. குமார் மெட்ரிக்குலேஷன் தேர்வில் தோல்வி அடைந்தது பேரிடியாக விழுந்தது. அவன் தேர்வில் வெற்றி பெற்றிருந்தால் அவனை அதிகாரியாக நியமிக்க அவருடைய நண்பர்கள் ஏற்பாடு செய்திருந்தார்கள்' என்று எடித்துக்குக் கடிதம் எழுதினார்.

1963ஆம் ஆண்டு முழுவதும் மருத்துவமனையில் சேருவதும் வெளிவருவதுமாகக் கழிந்தது. ரத்த அழுத்தம் அதிகமாக இருந்தது. மூச்சுவிட முடியவில்லை நெஞ்சில் பாரமாக இருக்கிறது என்று முறையிட்டார். மே மாதத்திலிருந்து வீட்டை விட்டு நகரவே இல்லை. மருத்துவமனையில் இல்லாத போது வீட்டில் இருந்தே வேலை செய்தார். அசாமின் ஆளுனர் ஜூன் பன்னிரண்டாம் தேதியிட்ட கடிதத்தில், தனது கவலையையும் அவருடைய மேலதிகாரியின் கவலையையும் எல்வினுக்குத் தெரிவித்தார் "நீங்கள் கவனமாக இருப்பீர்கள் என்று நம்புகிறேன். ரொம்பவும் அதிகமாக உங்களைக் கஷ்டப்படுத்திக்கொள்ளக் கூடாது. ஒருநாள் பிரதமரை நான் சந்தித்த வேளையில் உங்கள் உடல்நலனைப் பற்றிக் கவலைப்பட்டார்."

அந்த வாரத்திலேயே நேருவிடம் இருந்து கடிதம் வந்தது. நாடு அடைந்த தோல்வியின் காரணமாகப் பழங்குடி மக்கள் மீது அவர் கொண்டிருந்த அக்கறை குறைந்தது போலிருந்தது. ஆனால் பழங்குடி மக்களுக்காகப் போராடுகிற எல்வின் மீது அவருக்கு இருந்த ஆர்வம் குறையவில்லை. பிரம்மபுத்திரா நதியின் மீது கட்டப்பட்ட பாலம் ஒன்றைத் தொடங்கி வைப்பதற்காக நேரு அசாம் வந்தார். ஷில்லாங் வரை செல்ல அவருக்கு நேரம் இல்லை. எல்வினுக்கு ஒரு கடிதம் எழுதினார். "என்னருமை எல்வின், பல வருடங்களாக அசாம் வரும்போதெல்லாம் உங்களைச் சந்திக்க ஆவலோடு இருப்பேன். இந்த முறையும் ஷில்லாங் வரை செல்ல முடிந்திருந்தால் உங்களைச் சந்திக்கக் கண்டிப்பாக முயன்றிருப்பேன். உங்களுக்கு உடல் நலமாக இல்லை, நீங்கள் மருத்துவமனையில் சிகிச்சை பெற்றுத் திரும்பினீர்கள் என்பதறிந்து கவலைகொண்டேன். நீங்கள் குணமாகி வருகிறீர்கள் என்று நம்புகிறேன். ஓய்வெடுத்தால் உடல் தேறிவிடும். அடுத்த முறை இந்தப் பகுதிக்கு வரும்போது உங்களைச் சந்திக்க விரும்புகிறேன்.

ஜூன் மாதம் ஷாம்ராவ் ஹிவாலே வந்தார். மிகவும் பணநெருக்கடியில், மன உளைச்சலில் இருந்தார். எல்வினிடம் தன் நிலையை எடுத்துச் சொல்லி இருக்க வேண்டும். என்றாலும் அது குறித்த ஆவணங்கள் எதுவும் இல்லை. சண்டை சச்சரவுகள் நடந்தன. எல்வினை எப்போதும் சொந்தம் கொண்டாடும் ஷாம்ராவ், லீலாவிடம் திமிருடன் நடந்துகொண்டார் என்று அப்போது 9 வயதான லீலாவின் மகன் நினைவுகூர்ந்தார். ஷாம்ராவ் வந்து சென்ற பின் அவருடைய துன்பங்களுக்குக் காரணமான ஜஹாங்கீர் பட்டேலும் வந்தார். வருவதற்கு முன்னால், 'பதன்காரில் ஷாம்ராவ் நடத்தும் நலப்பணிகள், பள்ளி இவற்றுக்கான நிதி உதவியை நிறுத்தப் போகிறேன். ஷாம் இன்னும் பதினைந்து ஆண்டுகள் வேலை செய்யலாம். ஆனால் அவர் இந்தியாவிலேயே பெரிய சோம்பேறி' என்று கடிதம் எழுதியிருந்தார். அந்தக் கூற்று நியாயமானது அல்ல. 'அமைதியாக வேலை செய்யும் ஒரு இந்தியருக்கு உதவி செய்வதை விட, அனைவருடைய கவனத்தை ஈர்க்கிற ஒரு ஆங்கிலக் கனவானுக்கு அந்த லட்சாதிபதி உதவி செய்திருப்பார்' என்ற முடிவுக்கு வருவதைத் தவிர்க்க முடியாது. பதன்காரை விட்டு எல்வின் போனதும் அங்கு நடக்கும் நற்பணிகளுக்கு உதவி செய்யும் கவர்ச்சியும் போய்விட்டது. ஜே.ஆர்.டி. டாடா கூட, 'ஷாம்ராவுக்கு உதவுங்கள்' என்று எல்வின் கேட்டுக்கொண்ட பிறகும் மாதம் நூறு ரூபாய்கள் தான் அளித்து வந்தார்.

கோடைக்காலத்தில், ஜூன் மாதம் நண்பர்களைத் தொடர்பு கொண்டார், கடிதங்கள் எழுதினார், அவர்களைச் சந்தித்தார், பழைய நண்பர்களை நினைத்துப் பார்த்தார். இதற்கே காலம் சரியாக இருந்தது. 19ஆம் தேதி டபிள்யு. ஜி. ஆர்ச்சரிடமிருந்து கடிதம் வந்தது,

> *1940ஆம் ஆண்டில் இருந்து, 1946 வரை போட்டி போட்டுக்கொண்டு சேகரித்த பழங்குடி மக்களின் நாட்டார் பாடல்களை இருவரும் பகிர்ந்துகொள்வோம். வடகிழக்கில் நீங்கள் செய்த வேலையை விடவும் மத்திய இந்தியாவில் நீங்கள் இருந்த காலம் மிகச் சிறப்பாக இருக்கவில்லை. நீங்கள் எழுதிய புத்தகங்களிலேயே 'பைகா மக்கள்' புத்தகம் தான் மிகச் சிறந்ததோ என்று தோன்றுகிறது. அதற்கு அடுத்ததாக 'மைகால் குன்றுகளின் நாட்டார் பாடல்கள்' என்ற புத்தகத்தைச் சொல்லலாம். அதை நீங்கள் எனக்குச் சமர்ப்பணம் செய்தது எனக்கு எவ்வளவு பெருமையாக இருக்கிறது தெரியுமா!*

சந்தால் மக்களைப் பற்றிய புத்தகத்தை மீண்டும் எழுதத் தொடங்க வேண்டும் என்று ஆர்ச்சர் நினைத்துக் கொண்டிருந்தார். விக்டோரியா ஆல்பர்ட் அருங்காட்சியகத்தில் வேலைக்குச் சேர்ந்தபோது அதை எழுதத் திட்டமிட்டார். 'சந்தால் மக்களைப் பற்றிய புத்தகம் எழுதிவிடுவேன். உங்கள் மூச்சை இறுக்கிப் பிடித்துக்கொள்ளுங்கள், இதயத்தையும் திடப்படுத்திக் கொள்ளுங்கள். புத்தகத்தை உங்களுக்குச் சமர்ப்பணம் செய்வேன். சந்தால் மக்களுடன் நான் வாழ்ந்த காலங்கள் பற்றிப் பேசி மகிழ்வோம். கடந்த காலங்களில் நீங்கள் பல தடவைகள் இறந்திருக்க வேண்டிய சந்தர்ப்பங்கள் இருந்தன. இப்போது இறந்து விடாதீர்கள்' என்று ஆர்ச்சர் எழுதினார்.

இலையுதிர் காலத்தில் எல்வினைப் பார்க்க இருவர் வந்தனர். பீடெக்கர் *(Baedekar)* எழுதிய 'பழங்குடி மக்களும், அவர்களுடைய வினோதப் பழக்கங்களும்' என்ற தலைப்பிட்ட, பழங்குடி மக்களையும் அவர்களது பழக்க வழக்கங்களையும் அறிமுகப்படுத்துகிற நூல் ஒன்றை அர்மாண்ட் டெனிஸ் *(Armand Denis)* திருத்தி எழுதிக்கொண்டிருந்தார். அவர் ஷில்லாங்கில் பிரபலமான மனிதர். அவர் 'முரியா மக்களும், கோட்டுலும்' எழுதிய எல்வினைப் பார்த்துப் பேச விரும்பினார். ஃப்ரான்ஸிஸ்கன் திருச்சபையைச் சேர்ந்த ஒருவரிடம் எல்வின் ரொம்ப அழகானவர், புனிதமானவர் என்று கேள்விப்பட்டிருந்தார். காந்தியிடம் எல்வினுக்கு இருந்த நெருக்கம், பழங்குடி மக்களுக்கு அவர் ஆற்றிய தொண்டுகள் பற்றியும் அவர் சொல்லியிருந்தார். எல்வினைச் சந்திக்க அனுமதியும் நேரமும் பெறாமல் டெனிஸ் ஷில்லாங் வந்தார். எல்வின் யாரையும் சந்திப்பதில்லை என்று கேள்விப்பட்டார். அதற்கு முந்தின நாள்தான் அமெரிக்காவில் இருந்து வந்த ஒரு சமூகவியலாளரைச் சந்திக்க மாட்டேன் என்று எல்வின் மறுத்திருந்தார். ஆனால் டெனிஸ் தொலைபேசியில் தொடர்புகொண்ட போது எல்வின்தான் பதிலளித்தார். திருச்சபையில் பணிபுரியும் குருமார்கள் சிலநேரங்களில் உச்ச தொனியில் பல்வேறு உணர்ச்சிகள் வெளிப்படப் பேசுவார்களே அதுபோலத் தொலைபேசியில் பேசிய எல்வின், அவரை வீட்டுக்கு வரச்சொன்னார்.

எல்வின் வீட்டில் அணியும் 'கவுன்' அணிந்திருந்தார். மருத்துவர் கூடாது என்று மறுத்திருந்த நாற்றமடிக்கும் திருச்சிராப் பள்ளி சுருட்டைப் பிடித்துக்கொண்டிருந்தார். (சுருட்டினால் ஏற்பட வேண்டிய தீமை ரொம்ப நாட்களுக்கு முன்னமேயே ஏற்பட்டுவிட்டது என்று எல்வின் சொல்வது வழக்கம்.) முரியா பழங்குடி மக்கள், இன்னும் பல பழங்குடி மக்கள் பற்றி அவர்கள்

பேசிக்கொண்டிருந்தனர். அவர்கள் பேசிக்கொண்டிருந்த அறையில், படங்கள், புத்தகங்கள், பழங்குடி மக்களின் கைவினைப் பொருட்கள் நிரம்பி வழிந்தன. இரும்பினால் செய்யப்பட்ட மார்புக் கவசம் அறையின் நடுவில் தரையில் கிடந்தது. ஒருபுறம் பேய்களின் முகமூடிகள், இன்னொரு புறம் மேஜை மீது புத்தரின் உருவங்கள் மினுங்கிக்கொண்டிருந்தன. பிய்ந்து போன நாற்காலிக்குப் பின்புறம் ஒரு திபெத்திய வண்ண ஓவியம் தொங்கிக்கொண்டிருந்தது. அதில் நீல வண்ணக் கிருஷ்ணன், கோபிகளுடன் சல்லாபித்துக் கொண்டிருந்தார்.

அர்மண்ட் டெனிஸ் போனதும், தாரா அலி பெய்க் வந்தார். அவர் சமூக சேவை செய்து வந்தார். அவருடைய கணவர் வெளியுறவுத்துறையில் இருந்தார். பல வருடங்கள் முன்னர் பம்பாயில் இருவரும் கலந்துகொண்ட விருந்துகளில் ஏற்கனவே அறிமுகம் இருந்தது. கிராமத்துக் குழந்தைகளுக்காகத் தான் செய்யும் பணியைக் குறித்துப் பேச வந்திருந்தார். வறுமையையும் துன்பத்தையும் இளமையில் அறிந்திருந்த எல்வினிடம் 'ஆக்ஸ்போர்டில் இருந்துவிட்டு இங்கு வந்தது பற்றி வருத்தப்பட்டது உண்டா?' என்று கேட்டார். எல்வின் தனது வழக்கப்படியே ஒரு கவிதையில் பதில் அளித்தார்:

ஏழைகள் படுத்திருக்கும் குடிசைகளில் அவன் அன்பைக்
கண்டுகொண்டான்
காடுகளும் மலைகளும் அவனுக்குத் தினமும் பாடம் சொன்ன
ஆசிரியர்கள்
விண்மீன்கள் ஒளிரும் வானில் அமைதி
தனித்து நிற்கும் குன்றுகளில் உறக்கம் கொண்டான்.

மூன்றாவதாக அறிஞரும், தேசாந்தரியும் ஆன நிர்மல் குமார் போஸ் வந்தார். எல்வினைப் போலவே இந்திய மானிடவியல் அறிஞராகப் பெருமதிப்புப் பெற்றவர். பழங்குடி மக்களைப் பற்றிய கருத்து வேற்றுமைகள் அவர்களுடைய எழுத்துக்களில் வெளிப்பட்டிருந்தன. அவர்கள் காந்தியைப் பற்றி உரையாடினர். இருவரும் காந்தியின் தொண்டர்களாக இருந்து அவருடன் கருத்து வேறுபாடுகள் கொண்டவர்கள். எல்வின் அப்போது திருத்தி எழுதிக் கொண்டிருந்த தன்வரலாற்றில், மகாத்மா காந்தி பற்றிப் போஸ் எழுதிய புத்தகம் நன்றாக இல்லை என்று குறிப்பிட்டிருந்தார். அதை அவர் கவனத்துடன் படிக்கவில்லை அல்லது வாசிக்கவே இல்லை என்று தோன்றுகிறது. கல்கத்தா திரும்பியபின் போஸ் எல்வினுக்கு இவ்வாறு கடிதம் எழுதினார்:

'காந்தியுடன் நான் கழித்த நாட்கள்' நூலை அனுப்புகிறேன். அதைப் படித்துவிட்டு உங்கள் கருத்துக்களை எழுதுவீர்கள் என்று நம்புகிறேன். உங்கள் வீட்டில் நான் அந்த மாலைப் பொழுது அருமையாகக் கழிந்தது. அதற்காக நன்றி.

எல்வின் தனது விருந்தினர் தங்கும் அறையை ஒரு புத்தர் கோயில் போல அமைத்திருந்தார். அதில் அந்த மதத்தை இழித்து எழுதிய ஆர்தர் கோஸ்லர் தங்கியிருந்திருக்கிறார். அவருக்கு எல்வின் எழுதிய கடிதத்தில் அங்கே வழிபாடு செய்தால், தனக்குப் பெரும் ஆறுதல் கிடைக்கிறது என்று எழுதினார். ஒரு சமூகத் தத்துவம் என்ற வகையில் புத்தமதம் சரியில்லை என்றாலும், கவலைகள், ஆசைகள், கோபம் போன்றவற்றிற்கு அது மனோதத்துவ ரீதியில் அமைதியளிக்கிறது.

விருந்தினர்கள் மனதை உற்சாகப்படுத்தினர், தியானத்தால் அவருடைய மனம் அமைதி பெற்றது, உடல்நலம் குறைந்து கொண்டிருந்தது. அவர் ஷில்லாங்கை விட்டுவிட்டு, உயரம் குறைந்த பகுதிக்குச் சென்றால் நல்லது என்று டாக்டர்களும் நண்பர்களும் நினைத்தனர். ஆனால் அவர் எங்கே போக முடியும்? டிசம்பர் மாதம் டெல்லிக்கு வந்து, இரண்டு மாதங்கள் தங்கி வகுப்புக்கள் எடுக்க முடியுமா என்று டெல்லிப் பல்கலைக்கழகத் துணைவேந்தர் சி.டி. தேஷ்முக் கேட்டு எழுதினார். அதற்குப் பிறகு இதைவிட நல்ல, நிரந்தரமான பணி கிடைக்க வாய்ப்பு இருக்கலாம் என்ற குறிப்பு அதில் தொனித்தது.

ஆக்ஸ்போர்டு பதிப்பகம் கேட்டுக்கொண்டதற்கு இணங்கி, ‘முரியா மக்களும், கோட்டுலும்’ நூலின் சுருக்கிய பதிப்பை எழுதி முடித்தார். பஸ்தாரிலும், மத்திய இந்தியாவிலும் இருந்த நாட்களை வருத்தத்துடன் நினைத்துப் பார்த்தார். அந்தப் பதிப்பின் முன்னுரையில், “மூல நூல், சமகாலத்தின் ஆவணம். இந்தப் பதிப்பு இந்திய பழங்குடி இன வரலாற்றில் ஒரு பகுதி. கோட்டுல் மரபு தொடர்ந்து இருக்கும் என்று நம்புகிறேன். அதில் பல மாற்றங்கள் ஏற்பட்டிருக்கும்” என்று எழுதியிருந்தார். என்னென்ன மாற்றங்கள் நிகழ்ந்தன என்பதைப் பட்டியல் இட்டிருந்தார். ஆனால் அவற்றால் ஏற்பட்ட விளைவுகள் பற்றி அறுதியிட்டு எதுவும் கூறவில்லை. ஆறு பள்ளிகள் இருந்த பகுதியில், ஆயிரம் பள்ளிகள் இருந்தன. சமூக வளர்ச்சிக்கான பல திட்டங்கள் செயல்படுத்தப்படுகின்றன. முரியா இன மக்களுக்கென ஒதுக்கப்பட்ட இடங்களில், கிழக்குப் பாகிஸ்தானில் இருந்து வந்த அகதிகள் குடியேற்றப்பட்டனர். 1941 – 42ஆம் ஆண்டுகளில் விரைவில் அழியப் போகும் மனித வாழ்வின் ஒரு வளர்ச்சிக் கட்டத்தை அவரால் பதிவுசெய்ய முடிந்தது அவரது அதிர்ஷ்டமே. பல நண்பர்கள் அதில் அவருக்கு உதவி செய்தனர். அவர்களுடைய உதவிகளை எல்லாம் மூல நூலில் பதிவு செய்திருந்தார். குறிப்பிட்ட பக்கங்களுக்குள் சுருக்கி எழுத வேண்டும் என்று பதிப்பகத்தார் கேட்டுக்கொண்ட ஒரே காரணத்துக்காக அவற்றை இங்கே பதிவு செய்யவில்லை

என்றும் குறிப்பிட்டிருந்தார். அது ஒன்றுதான் காரணமா இன்னொரு காரணம் இருக்குமா என்று வியக்கிறேன். மூல நூலின் முன்னுரையிலும், அந்த நூலின் பல பகுதிகளிலும், அதைவிட எல்வினுடைய வாழ்விலும் காதலிலும் பங்கேற்ற அவருடைய முதல் மனைவி கோஸியைக் குறிப்பிட விரும்பாததும் ஒரு காரணம் இல்லையா?

ஜனவரி மாதத்தில் மீண்டும் அவருக்கு நெஞ்சுவலி ஏற்பட்டது. மூளையில், ரத்தக் குழாயில் சிறிய அடைப்பு என்று டாக்டர் குறிப்பிட்டார். இரண்டு வாரங்களுக்கு அவர் வலது கையை உயர்த்த முடியவில்லை. 26ஆம் தேதி குடியரசு தினத்தில், அரசியல், நீதிமன்ற அமைப்புக்கள், வடகிழக்கில் இயங்கும் விதம் குறித்த நூல் ஒன்றுக்கு முன்னுரையை அவர் சொல்லச் சொல்ல இன்னொருவர் எழுதிக்கொண்டார். அந்த நூலில் வடகிழக்கின் பழங்குடி மக்களின் ஆட்சிக் குழுக்கள் பற்றிய தகவல்களை ஆராய்ச்சித் துறையைச் சேர்ந்தவர்கள் தொகுத்திருந்தார்கள். 'அதை வெளியிடுவதன் விளைவாக, வளர்ச்சிப் பணிகளுக்கான பொறுப்புக்கள், அதிகாரிகளிடம் இருந்து பழங்குடி மக்களின் குழுக்களிடம் ஒப்படைக்கப்படும். இது அவர்களுக்கு மிகுந்த தன்னம்பிக்கையைத் தரும். எதிர்காலத்தைத் தாங்களே முடிவு செய்யலாம், யாரும் தங்கள் மீது எதையும் திணிக்கவில்லை என்று உணர்வு அவர்களுக்கு ஏற்படும். இதனால் மலைப்பகுதிகளில் உண்மையான முன்னேற்றம் நிகழும் என்பதில் சந்தேகம் இல்லை' என்று நம்பினார்.

வாழ்நாள் முழுவதும் எல்வின் எளியவர்களுக்காக வலியவர் களிடம் வாதாடினார். விளிம்பு நிலையில் இருந்தவர்களின் பார்வையை அவர்களுக்கு மேல் நிலையில் இருந்தவர்களின் கவனத்துக்குக் கொண்டு வந்தார். மேல்தட்டு மக்களுக்குத் தகுந்தாற் போல் பழகிய அதே நெருக்கத்துடன் அவரால் கீழ்த்தட்டு மக்களிடமும் எளிதில் பழக முடிந்தது. பிரதமரானாலும் எளிய விவசாயி ஆனாலும் அவர்களுடன் இயல்பாகப் பழகினார். அதிகாரப் பரவலாக்கம் பற்றிய புத்தகம் அச்சுக்குச் சென்றதும் அரசியல் அதிகாரத்தின் தலைமைப் பீடமான டெல்லிக்குச் செல்ல வேண்டும் என்று திட்டம் இட்டார். எல்லைப்புறப் பணியாளர்கள் தேர்வுக் குழுவின் கூட்டத்தில் அவர் பிப்ரவரி 20ஆம் தேதி கலந்துகொள்ள வேண்டியிருந்தது. 'எனக்கு அவ்வளவாக விருப்பம் இல்லாவிட்டாலும், பணிக்காலத்தை நீட்டிக்கும் விஷயம் பற்றி அரசு முடிவெடுக்கும் இந்த நேரத்தில் உடல் நலத்துடன் இருப்பதாகக் காட்டிக்கொள்வது நல்லது' என்று எடித்துக்குக் கடிதம் எழுதினார். வடகிழக்கின் நிர்வாகப் பணிகளுக்கு வயதில் இளையவர்களைத் தேர்ந்தெடுப்பதற்கு அவர்

எப்போதும் உதவிக்கரம் நீட்டினார். டில்லியில் பேராசிரியராகப் பணிபுரிவது பற்றிப் பேச சி.டி.தேஷ்முக்கை சந்திக்க வேண்டும் என்றும் நினைத்தார்.

பிப்ரவரி 11ஆம் தேதியிலிருந்து 15ஆம் தேதிவரை அவருக்கு உடல்நலம் இல்லாமலேயே இருந்தது. மூச்சு விடுவதற்குக் கஷ்டப் பட்டார், இரவில் சரியாகத் தூங்க முடியவில்லை. டெல்லி போக வேண்டாம் என்று இதயநோய் நிபுணர் சொன்னார். எல்வின் டாக்டருடன் அரைமணி நேரத்துக்கு மேல் பேசிப் பார்த்தார். டெல்லி செல்வதாக இருந்தால் தேவையான அளவு ஓய்வெடுக்க வேண்டும், வாயுத் தொல்லை தரும் உணவுகளைத் தவிர்க்க வேண்டும் என்றார் டாக்டர். ஐந்து விதமான மாத்திரை மருந்துகளை எழுதிக் கொடுத்தார். எஸ்.லாஹிரி என்ற எல்வினுடைய தனி உதவியாளரும் அவர் செல்ல வேண்டாம் என்று கூறினார். முதலில் சரி என்று ஒத்துக்கொண்ட எல்வின், அடுத்த நாள் தன் உதவியாளருக்கு ஒரு குறிப்பு எழுதி அனுப்பினார். அதில் 'நான் டாக்டரின் வார்த்தைகளை மீறி, டெல்லி செல்லுவேன்' என்றிருந்தது. 19ஆம் தேதி கௌஹாத்தி வரை காரில் சென்றார். அங்கிருந்து கல்கத்தாவுக்கும், கல்கத்தாவில் இருந்து டெல்லிக்கும் விமானத்தில் சென்றார். டெல்லி சென்றதும் 'நான் நன்றாக இருக்கிறேன்' என்று லீலாவுக்குத் தந்தி கொடுத்தார்.

டெல்லியில், வடகிழக்கு நிர்வாகத்தில் முன்னர் நிதி ஆலோசகராகப் பணியாற்றிய கே.எல்.ராத்தியுடன் தங்கி இருந்தார். 20ஆம் தேதி முழுவதும் தேர்வுக் குழுவின் பணிகளில் ஈடுபட்டார். அடுத்த நாள் காலை நேருவைச் சந்தித்தார். வடகிழக்கின் பிரச்சனைகள் பற்றி அவரிடம் பேசி இருக்கலாம். எல்வின் நேருவைச் சந்தித்து இரண்டு ஆண்டுகள் கழிந்துவிட்டன. இருவரும் புத்தகங்கள், பழங்குடி மக்கள் பற்றியெல்லாம் பேசி யிருக்க வேண்டும். மாலையில் உள்துறை அமைச்சகம் சென்றார். அவருடன் வேலை செய்த இளைஞர் ரஷீத் யூசுஃப் அலி அங்கே பணியாற்றினார். எல்வின் அவரைச் சந்திக்கச் சென்ற நேரத்தில் உடலுரம் மிக்க பஞ்சாப் விவசாயிகளை வடகிழக்கு எல்லைப்புறத்திற்கு அனுப்ப வேண்டும் என்ற திட்டம் அவர் பார்வைக்கு வந்திருந்தது. ஒரு மூத்த இந்து அரசியல்வாதி அதை முன்மொழிந்திருந்தார். 'வடகிழக்கின் நிர்வாகத்தில், தலைமைச் செயலராக இருப்பவர் அசாமைச் சேர்ந்த கித்வாய் என்ற முஸ்லிம் அதிகாரி; என்.கே. ருஸ்தம்ஜி என்ற பார்ஸிக்காரர் ஆளுனரின் ஆலோசகர்; அப்புறம், எல்வின் என்ற கிறித்தவர்; அவர் எல்லாரையும் விட செல்வாக்குடன் இருந்தார்' அவர் என்று முறையிட்டிருந்தார்.

அப்படிக் குறைசொன்னவருக்கு நாட்டு நடப்பு தெரியாது. அவர் சொன்னதெல்லாம் நியாயமற்றவை. நிச்சயமாக மனதைக் காயப்படுத்துபவை. அடுத்த நாள் மீண்டும் உள்துறை அமைச்சரகம் சென்றார். யூகித்துப் பார்த்தால், வெளியாட்கள் வடகிழக்குப் பகுதிகளுக்கு வர அனுமதிப்பதைத் தடுப்பதற்காகச் சென்றிருக்கலாம். மதிய உணவுக்கு ராத்தியின் வீட்டுக்குச் சென்றார். அன்று மாலை நெஞ்சுவலி என்று சொன்னார். அவரை வெலிங்டன் மருத்துவமனைக்குக் கொண்டு சென்றனர். ஆக்ஸிஜன் செலுத்தப்பட்டது. உடல்நிலை மோசமாகி வந்தது. இரண்டு மணி நேரத்துக்குள் அவர் இறந்துவிட்டார். பல ஆண்டுகளுக்கு முன்னர் வில்லியம் பேட்டன் சொன்னதைப் போல வெர்ரியர் எல்வின் அளவுக்கு அதிகமாக வேலை செய்து தன்னைத் தானே மாய்த்துக்கொண்டார்.

23ஆம் தேதி முதல்ஆளாக, நேரு மலர்வளையம் வைத்து அஞ்சலி செலுத்தினார். அடுத்த நாள் அவரது உடலை விமானம் மூலம் ஷில்லாங் கொண்டு சென்றனர். புத்தமத மந்திரங்கள் ஒலிக்க அவரது உடலைத் தகனம் செய்தனர். சியாங் நதியின் ஒரு ஒதுக்குப் புறத்தில், அழகான இடத்தில் மூத்தமகன் குமார் அவரது சாம்பலைக் கரைத்தான். அவருடைய தனி உதவியாளர் மன்னிப்புக் கோரி, எடித்துக்கு இவ்வாறு கடிதம் எழுதினார்: "அவரது இறுதிச் சடங்குகள் நடந்த விதம் உங்களுக்கு வருத்தம் ஏற்படுத்தலாம், தன் உடல் எரிக்கப்பட வேண்டும் என்றே அவர் விரும்பினார். அதை அவர் பலரிடம் சொல்லி இருந்தார்." ஒரு கிறித்தவத் திருச்சபை ஆயரின் மகன் கடைசிவரை கலகம் செய்துகொண்டிருந்தார்.

இந்தியாவிலும் அன்னியர்

'தன்வரலாறு' என்பது வரலாறு ஆகிவிட முடியாது என்று நீண்ட காலத்திற்கு முன்பு படித்ததை இப்போது தெளிவாகப் புரிந்து கொள்கிறேன். என் நினைவில் இருக்கும் எல்லாவற்றையும் எழுதிவிட வேண்டும் என்று நான் இங்கே தொடங்கவில்லை என்பதும் எனக்குத் தெரியும். உண்மையைச் சொல்ல வேண்டும் என்றால் எதையெல்லாம் சொல்ல வேண்டும். எதையெல்லாம் சொல்லக் கூடாது என்பதை யார் வரையறுக்க முடியும்? என் வாழ்க்கையில் நடந்ததைப் பற்றி, எனக்கு ஆதரவாக நானே நீதி மன்றத்தில் சாட்சி சொல்வது போலச் சொன்னால் அந்த அரைகுறை சாட்சியத்துக்கு என்ன மதிப்பு இருக்கும்? நான் எழுதிய அத்தியாயங்களைப் பற்றி யாராவது என்னைக் குறுக்கு விசாரணை செய்தால் அவர் பல புதிய விஷயங்களை வெளிச்சத்துக்குக் கொண்டுவர முடியும். ஒருவேளை என்மீது பகைமை பாராட்டுபவராக இருந்தால் என் பொய் வேஷங்களின் வெறுமையை வெளிச்சத்துக்குக் கொண்டுவந்து அதற்காகப் பெருமைப்பட்டுக் கொள்ளலாம்.

'சத்திய சோதனை'யில் காந்தி

'தன்வரலாறு' எழுதுகிறவன் முழு உண்மையையும் எப்படிச் சொல்ல முடியும்? எழுதுவது என்று முடிவு செய்துவிட்டதால், அவன் கலைஞனைப் போல உணர்வுள்ளவன். ஒவ்வொரு கலைஞனைப் போலவும் உண்மையில் இருந்து தப்பித்துக்கொள்ள வேண்டிய தேவையை உணரும் மனிதன். அவன் எழுதுவதன் மூலம், உண்மையிலேயே தப்பித்துக்கொள்வதாக இருந்தால், வாழ்வில் நடந்த உண்மை நிகழ்ச்சிகளைவிட, ஆசைப்பட்ட விதத்திலேயே வாழ்க்கை இருந்தது என்று பாவனை செய்ய வேண்டும். ஒரு நாவலாசிரியன் போல, எழுதிக்கொண்டே அவன் உருவாக்கும் அந்த வாழ்க்கையை அவனுடையதாக்கிக் கொள்ள வேண்டும். அதை நம்ப வேண்டும், அப்படிச் சொல்லவும் வேண்டும். நாவலாசிரியன் தான் படைக்கிறேன் என்று உணர்ந்து அதைச் செய்கிறான். இது ஒன்றுதான் தன்வரலாறு எழுதுகிறவனுக்கும் ஒரு நாவலாசிரியனுக்கும் உள்ள வேறுபாடு.

ஆந்த்ரே மௌராய்ஸ்

இன்னொருவர் அவருடைய வரலாற்றை எழுத வேண்டியிருந்திருக்கும். அது மிகத் தாமதமாக நடந்திருக்கும். இப்படி நடக்கும் முன்னர், எழுதும் மகிழ்ச்சியையும் அனுபவித்துக்கொண்டு எல்வின் தானே எழுதிவிட்டார். இது மிகச் சிறப்பாக இருக்கிறது.

மீவ் ஸ்காட் என்ற எல்வினுடைய நண்பர்
ஆர்.ஈ. ஹாக்கின்ஸுக்கு எழுதியது.

'மரணத்திற்குப் பிறகும் வாழ்வதற்கு நிச்சயமான ஒரே வழி 'வாழ்க்கை வரலாறு'தான் என்று டேவிட் கானடைன் என்ற வரலாற்று ஆசிரியர் குறிப்பிட்டார். 'தன் வரலாறு' என்பதையும் அதில் சேர்த்துக்கொள்ள மறந்துவிட்டார். ஒவ்வொரு தன்வரலாற்று நூலும், பின்னாளில் வாழ்க்கை வரலாறு எழுதப் போகிறவன் மீதான அதிரடித் தாக்குதல். வரலாறு எழுதுகிறவன், 'தன் வரலாறு' எழுதுகிறவனுடைய நேர்மைக்குப் பெரும் சவாலாக இருக்கிறான். வரலாற்று ஆசிரியன் தோற்கடிக்கவே முடியாத அளவுக்குச் சவாலாக இருக்கிறான். தனது நினைவுக் குறிப்புகளை விட்டுச் செல்லாத மனிதனைப் பற்றி எழுதுகிற வரலாற்று ஆசிரியன் அதிர்ஷ்டக்காரன். நேர்த்தியுடன், கவனத்துடன் எழுதப்பட்ட ஆவணங்களை நோக்கவோ, விளக்கவோ அல்லது மறுக்கவோ தேவையிருக்காது. ஆனால் நாம் இங்கே எல்வினுடைய, நினைவுக் குறிப்புகளை நோக்க வேண்டியிருக்கிறது. அது குறிப்பிடத்தகுந்த நூல். அதை அவர் இருக்கும்போதே எழுதி முடித்துவிட்டார். அவர் மறைந்து மூன்று மாதங்கள் கழித்து அந்த நூல் வெளியிடப்பட்டது.

அடிக்கடி ஒரு கேள்வி என்னிடம் கேட்கப்படுகிறது: "எல்வின் எழுதிய தன்வரலாற்று நூலில் நான் படிக்காத எந்த விஷயத்தைப் பற்றி உங்களுடைய வரலாற்று நூலில் படிக்க முடியும்?" அதற்கு நல்ல காரணமும் இருக்கிறது. 'வெர்ரியர் எல்வினுடைய பழங்குடி உலகம்: ஒரு தன்வரலாறு' என்ற நூல் அவர் வாழ்ந்த காலத்தையும் அவருடைய வாழ்க்கையையும் பற்றி மிக நேர்த்தியாக, எளிதாக வாசிக்கும் வகையில் எழுதப்பட்டது. ஆக்ஸ்போர்டில் இருந்து வந்த ஒரு மதகுரு மகாத்மா காந்தியைச் சந்திக்கிறார். உடனே தன்னை மாற்றிக்கொண்டு இங்கே இந்தியராக மறுபிறப்பெடுக்கிறார். வாழ்க்கையைக் காந்திக்காகவும், இந்தியாவுக்காகவும் அர்ப்பணித்த பின்னால், மத்திய இந்தியாவிலும், வடகிழக்கிலும் அவர் ஆற்றிய பணிகள், இந்த நாட்டின் மீது அவருக்கு இருந்த பக்திக்கு எடுத்துக்காட்டாக இருக்கின்றன. அவர் மண்ட்லா செல்ல முடிவெடுத்தது, மகாத்மா காந்தியின் தொண்டர்களான வல்லபாய் பட்டேல், ஜம்னலால் பஜாஜ் போன்றவர்கள் எல்வினுடைய வாழ்வில் ஏற்படுத்திய

தாக்கங்கள் இவற்றுக்கு அதில் முக்கியத்துவம் தரப்பட்டிருக் கிறது. அது போலவே வடகிழக்கு நிர்வாகத்தின் கொள்கைகளில் நேருவின் ஆளுமைக்கும், கருத்துக்களும், செல்வாக்குக்கும் முக்கியத்துவம் தரப்பட்டிருந்தது. மிகவும் அவசரமாக, நம்பிக்கை யற்றுப்போன நிலையில், காந்தியுடன் தான் எடுத்துக் கொண்ட ஒரு புகைப்படத்தைத் தேடி, அதன் மூலப் பிரதி கிடைக்காத நிலையில், மூன்றாவது முறையாக அச்சிடப்பட்ட அதன் பிரதியைத் தேடி எடுத்து, அதைத் தன் வரலாற்று நூலில் சேர்த்தார். அரசியல்வாதிகள் சமூக சேவகர்கள், அல்லது மானிடாவியலாளர்கள் போன்ற மற்ற இந்தியர்களுடன் நடத்திய விவாதங்கள் சச்சரவுகளைத் திட்டமிட்டு ஒதுக்கிவிட்டார்.

'பழங்குடி மக்களின் உலகம்' நூல் இந்தியர்களின் பார்வையில் எழுதப்பட்டது என்று முன்னுரையில் ஒத்துக்கொள்கிறார். சொல்லப்போனால், இங்கிலாந்தில் பிறந்த இந்தியரின் வரலாறு என்று அழைக்கப்படாத குறைதான். இந்த அடிப்படையில் எழுதப்பட்ட புத்தகத்தில், அவர் இளமையில் ஆக்ஸ்போர்டிலும், இந்தியாவிலும் கழித்த காலங்களின் உணர்ச்சிகரமான பதிவுகளும், முப்பதுகளிலும், நாற்பதுகளிலும் அவர் ஆற்றிய பணிகளின் சுருக்கமான குறிப்புகளும், கடைசியில் வடகிழக்கு நிர்வாகத்தில் செய்த மனிதநேயப் பணிகளும் விவரிக்கப்பட்டிருந்தன. புத்தகத்தின் முதல் பகுதி மிக அருமையாக இருக்கிறது. அவர் புகழ்பெறத் தொடங்கிய காலங்களைப் பற்றி எழுதும் போது, புத்தகத்தின் நடை சலிப்புத் தருகிறது. தனக்குத் தெரிந்த ஒவ்வொரு அலுவலரின் பெயரையும் குறிப்பிட வேண்டும் என்ற ஆர்வத்தில் வடகிழக்கு நிர்வாகம் பற்றிய பகுதிகள் இந்திய நண்பர்களுக்கு நன்றி செலுத்தும் வகையில் அமைந்திருக்கின்றன.

வடகிழக்கு எல்லைப்புற நிர்வாகத்தில் பணியாற்றச் செல்லும் முன்னரே தனது நினைவலைகளைப் பதிவுசெய்ய வேண்டும் என்று எல்வின் நினைத்ததுண்டு. 1949ஆம் ஆண்டில் ஆக்ஸ்போர்டு பதிப்பகத்தின் அமெரிக்கப் பிரிவுக்குத் தலைமைப் பொறுப்பு வகித்தவர், அதன் இந்தியப் பிரிவுக்குத் பொறுப்பாளராக இருந்த ஆர்.ஈ. ஹாக்கின்ஸ்ஸுக்கு 'எல்வின் முக்கியமான மனிதர், அவரைச் சுயசரிதம் எழுத வைக்கலாம். அது வெளிவந்தால் மிகப் பிரபலமாகிவிடும், நன்றாக விற்கும்' என்று கடிதம் எழுதினார். அந்தக் காலத்தில் பதன்காரில் எல்வின் ஏழ்மையில் உழன்றுகொண்டு அச்சிட முடியாத நகைச்சுவைத் துணுக்குகளை யோசித்துக்கொண்டே கழித்து வந்தார் என்பதை அறிந்திருந்த ஹாக்கின்ஸ் அதை எல்வினிடம் தெரிவித்தார். 'குமாவும் புலிகள்' எழுதிய ஜிம் கார்பெட் அது அமெரிக்காவில் வெளிவந்ததும் முதல் வருடத்தில் எட்டாயிரம்

டாலர்கள் சம்பாதித்தார் என்பதையும் தெரிவித்தார். 'குமாவும் புலிகள்' ஒருவகையில் பார்த்தால் ஒரு முக்கியமான மனிதரின் 'தன்வரலாறு' என்று சொல்லலாம்.

எல்வின், (கோஸியிடமிருந்து) மணவிலக்குப் பெற்ற காயத்திலிருந்து மீண்டுகொண்டிருந்த நேரம் அது. அப்போது எழுத ஆர்வம் எழவில்லை. பதின்மூன்று ஆண்டுகள் கழித்துத் 'தன்வரலாறு' எழுதத் தொடங்கினார். குடும்பம் பெரியதாகிவிட்டது. அதற்குப் பணம் தேவை என்பது ஒரு காரணம். வேறு யாராவது தனது வாழ்க்கை வரலாற்றை எழுதுவதற்கு முன்னால் தானே எழுதிவிட வேண்டும் என்பது இன்னொரு காரணம். மாரடைப்பு ஏற்பட்ட பின்னால், அவ்வப்போது மருத்துவர்களின் பரிந்துரையின்படி நீண்ட நாட்கள் ஓய்வு எடுக்க வேண்டி இருந்தது. சுற்றுப் பயணம் செய்ய வேண்டாம் என்றும் கூறி இருந்தனர். அதன் காரணமாக எந்த இடையூறும் இன்றி எழுத முடிந்தது. அதன் முன்வரைவை 1962ஆம் ஆண்டு மார்ச் மாதம் ஹாக்கின்ஸ்ஸுக்கு அனுப்பிவைத்தார்.

நடந்த நிகழ்ச்சிகளை மீண்டும் ஞாபகப்படுத்திப் பார்ப்பது தான் நினைவலைகளாக வடிவம் பெறுகின்றது. தன்வரலாறு எழுதுகிறவனுக்கும் ஞாபக மறதி ஏற்படுகிறது. அது மட்டும் அல்ல, நீண்டகாலம் ஆகிவிட்ட காரணத்தாலோ அல்லது திட்டமிட்டு மறைத்துவிடுகிற காரணத்தாலோ அது நிகழலாம் என்று ஆந்த்ரே மௌராய்ஸ் குறிப்பிட்டார். எல்லாவற்றுக்கும் மேலாக நடந்ததெல்லாம் நியாயப்படுத்தப்படுகிறது. நடந்து முடிந்த ஒரு சம்பவம் மீண்டும் உருவாக்கம் செய்யப்படுகின்றது. அது நிகழ்ந்ததற்குக் காரணமான உணர்ச்சிகளும் கருத்துக்களும் மீண்டும் கண்டுபிடிக்கப்படுகின்றன. எல்வினும் ஹாக்கின்ஸ்ஸும் எழுதிக்கொண்ட கடிதங்களில், எல்வின் 'தன்வரலாறு' எழுதியதில் ஏற்பட்ட இடையூறுகள் தெரிய வருகின்றன. அவற்றை எழுதுகிறவன் எப்படி எதிர்கொள்கிறான் என்பதும் தெரிய வருகின்றது. தன்னுடைய வாழ்க்கையைப் பற்றி எழுதுகையில் எதை எழுதுவது என்பதைத் தீர்மானிப்பது எவ்வளவு கடினம் என்பதை எல்வின் உணர்ந்திருந்தார். அதனால், எழுதியதில் ஏதாவது தவறாகப்பட்டால், அல்லது போலித்தனமாகவோ, பெருமையடிப்பதாகவோ அல்லது சலிப்புத் தருவதாகவோ இருந்தால் அவற்றைச் சுட்டிக்காட்ட வேண்டும் என்று இருபதாண்டுகளாக நண்பராக இருக்கும் ஹாக்கின்ஸ்ஸைக் கேட்டுக்கொண்டார். எல்வின் ஒரு எழுத்தாளர் என்பது புத்தகத்தில் வெளிப்படவில்லை. "உங்கள் புத்தகங்கள் மூலமே புகழ் அடைந்தீர்கள். எப்படி அவற்றுக்காக கள ஆய்வில் வேலை செய்தீர்கள், நூலகங்களில் இருந்து ஆய்வு செய்யாமல், எந்த

ஆய்வுமுறைகளை மேற்கொண்டீர்கள்? மற்ற மானிடவியல் அறிஞர்களுடன் உங்களுக்கு இருந்த உறவு என்ன? எழுதும்போது ஏற்பட்ட அனுபவங்கள் இவையெல்லாம் 'தன் வரலாற்றில்' விரிவாக வரும் என்று எதிர்பார்த்ததாக" ஹாக்கின்ஸ் குறிப்பிட்டார்.

எல்வின் என்ற ஆளுமையைப் பற்றித் 'தன்வரலாற்றில்' எதுவும் இல்லை என்றும் ஹாக்கின்ஸ் குறைகூறினார். 'காதல் வாழ்க்கை'யைப் பற்றிச் சொல்ல விரும்பாததை ஹாக்கின்ஸ் புரிந்துகொண்டார். ஆனால், கிறித்தவ மதத்துடன் அவர் நடத்திய போராட்டங்கள், நாகரிக உலகை அவர் ஒதுக்கிவைத்தது, பழங்குடிப் பெண்ணுடன் திருமணம் செய்துகொண்டது, கடைசியில் இந்தியக் குடியுரிமை பெற்றது போன்ற நாடகப் பாங்கில் நிகழ்ந்த திடீர் மாற்றங்களின் பின்னணியைப் பற்றிச் சொல்ல அவருக்கு என்ன தயக்கம் இருந்தது என்பதைப் புரிந்து கொள்ள முடியவில்லை. "வாசகன், குறிப்பாக மேற்கத்திய வாசகன், உங்களுடைய ஒவ்வொரு செயலுக்கும் என்ன காரணம், அவை நிகழ்ந்தபோது நீங்கள் அனுபவித்த மனத்துயரம், இவற்றைப் பற்றி, நீங்கள் எழுதி இருப்பதைவிட இன்னும் நிறைய விஷயங்களைத் தெரிந்துகொள்ள விரும்புவான். இப்போ திருக்கும் உள்ளடக்கத்தின் காரணமாக அது ஒரு அமைதியான, மகிழ்ச்சியான புத்தகம் ஆகிவிட்டது. ஏறக்குறைய வாழ்வின் இருண்ட பகுதிகள் அனைத்தையும் நீக்கிவிட்டீர்கள் என்பது என் மனக்குறை" என்று ஹாக்கின்ஸ் எழுதினார். வேறு யாரையும் விட எல்வினை நன்கு அறிந்தவர் அவர்.

இது எல்வினுக்கும் தெரியும். ஆர்தர் கோஸ்லருக்கு எழுதிய கடிதத்தில் உங்களது தன்வரலாறுயுடன் நான் எழுதிய 'தன் வரலாற்று' நூலின் முன்வரைவை மீண்டும் படித்துக்கொண்டிருக்கிறேன். அதிசயிக்கத்தக்க வகையில் நமது வாழ்க்கைப் பாதைகள் வேறுபட்டிருக்கின்றன. 'தன் வரலாறு' எழுதுகிறவன் விழும் படுகுழிகள்' என்ற உங்களுடைய அத்தியாயத்தை மிகவும் ரசித்தேன். நேற்று அதை மீண்டும் படித்த போது, அதில் சொல்லப்பட்டிருக்கும் எல்லாக் குழிகளிலும் விழுந்துவிட்டேன் என்ற முடிவுக்கு வந்தேன்' என்று எழுதினார். இப்படியெல்லாம் எழுதினாலும், ஹாக்கின்ஸ் சொன்னவற்றைக் கண்டுகொள்ளவில்லை. புத்தகத்தின் முன்னுரையில் 'சில நேரங்களில் என் பாதையில் மேகங்களால் இருள் சூழ்ந்தது. புத்தகத்தில் அவற்றைக் குறிப்பால் உணர்த்தியிருக்கிறேன். அவற்றை விரிவாக எழுதவில்லை. ஏனெனில் அவை ஆர்வத்தைத் தூண்டும் என்று நான் நினைக்கவில்லை' என்று எழுதினார். இது ஒரு சரியான காரணம் அல்ல. கிறித்தவ மத்தில் இருந்து விலகியதைத் தவிர, அவர் வாழ்வில் நிகழ்ந்த மற்ற முக்கியமான

எல்லாத் திருப்பங்களும் போன போக்கில் குறிப்பிடப்படுகின்றன அல்லது நீக்கப்பட்டன.

அவர் இங்கிலாந்தில் பிறந்து இந்தியரானவர் என்ற பய உணர்வும், அது குறித்த சச்சரவுகள் மீண்டும் எழக்கூடாது என்ற விருப்பமும் தன்வரலாறு முழுவதையும் பாதிக்கிறது. 1963 ஆகஸ்டு 9ஆம் தேதி அச்சடித்த பிரதியில் திருத்தம் செய்யும் போது, கடைசியாக ஒரு மாற்றம் செய்தார். அசாம், வடகிழக்கு நிர்வாகம் இரண்டுக்கும் இடையே உறவுகள் சீர்கெடுவதை மனதில் கொண்டு, தன்னுடைய அசாம் நண்பர்களைப் பற்றி ஒரு பத்தி எழுதினார். 'இதனால் புத்தகத்தின் மதிப்பில் எந்த பாதிப்பும் ஏற்படாது. ஆனால், இங்கே எனக்குப் பெரும் உதவியாக இருக்கும்' என்று ஹாக்கின்ஸுக்கு எழுதினார். அதை ஹாக்கின்ஸ் ஏற்றுக்கொண்டார். ஆனால் புத்தகம் வெளிவரும் முன்பாக, இல்லஸ்டிரேடட் வீக்லி பத்திரிகைக்கு புத்தகத்தின் சில பகுதிகளை விற்க விரும்புவதாக ஹாக்கின்ஸ் கடிதம் எழுதினார். எல்வின் 'ஆக்ஸ்போர்டு பதிப்பகம், வடகிழக்கு எல்லைப்புற நிர்வாகம் பற்றிய அத்தியாயங்களை வெளியிடக் கூடாது. அவை புத்தகத்தில் படிக்கும் போதுதான் சரியாக இருக்கும். ஆனால் சிறு சிறு பகுதிகளாகப் பிரித்துப் பத்திரிகையில் வெளிவந்தால் தொந்தரவுகள் ஏற்படும். இப்போது நான் இருக்கும் நிலையில் எந்த சச்சரவுகளிலும் ஈடுபட விரும்பவில்லை' என்று பதில் எழுதினார்.

கடைசி நேரம் வரை தனிப்பட்ட காரணங்களுக்காகவும் அரசியல் காரணங்களுக்காகவும் பிரதியைத் திருத்திக் கொண்டிருந்தார். எழுத்தின் தரத்தை உயர்த்துவதற்காகவோ, எழுதிய விஷயங்கள் சரியாக இருக்க வேண்டும் என்பதற்காகவோ அல்லது தன்னைப் பற்றி இன்னும் வெளிப்படையாக எழுத வேண்டும் என்பதற்காகவோ திருத்தங்கள் செய்யவில்லை. ஆக்ஸ்போர்டு பதிப்பகத்தின் ஆவணங்களில் புத்தகத்தின் கையெழுத்துப் பிரதி இருக்கிறது. சில பத்திகள் மட்டும் புத்தகத்தில் நீக்கப்பட்டுள்ளன. மற்றபடி மூலப்பிரதியும் அச்சில் வந்த பிரதியும் ஒன்றுதான். 'ஆய்வு நடத்தச் செல்லும் மற்ற ஆய்வாளர்கள் திரும்புவதற்கான டிக்கெட்டை எடுத்துக் கொண்டு காடுகளுக்குள் செல்கிறார்கள். தான் அப்படி அல்ல' என்று விவரிக்கும் ஒரு பத்தியும் நீக்கப்பட்டவைகளில் ஒன்று. தங்களைப் பற்றி அடக்கமாகப் பேசும் ஆங்கிலேயர்களின் மரபுடன் இது பொருந்தாது என்று நினைத்திருக்கலாம். 'நான் இந்தியாவுக்கு வந்ததில் இருந்து டாய்லெட் (டிஷ்யு) பேப்பரை உபயோகிக்கவில்லை. செய்தித் தாள்களை அதற்குப் பயன்படுத்திக் கொண்டேன். அதனால் இத்தனை வருடங்களாகச்

சேமித்தது அதிகம் இருக்கும்' என்ற நகைச்சுவைத் துணுக்கும் நீக்கப்பட்டிருக்கிறது. இந்தக் காரியத்திற்குத் தண்ணீரைப் பயன்படுத்தும், நகைச்சுவையற்ற தேசியவாதிகள், இவர் இன்னும் முழுமையாக இந்தியர் ஆகவில்லை என்பதற்குச் சான்றாக இதை எடுத்துக்கொள்ளக்கூடும் என்று எண்ணியிருக்கலாம். காந்தியவாதிகளையும் அலுவலகத்தில் பயன்படுத்தப்படும் ஆங்கிலத்தையும் கேலிசெய்து எழுதப்பட்ட இன்னொரு நகைச்சுவையான பகுதியும் நீக்கப்பட்டிருக்கிறது. அதில் 'புனிதவாதிகள் உடலுறவைத்தான் முக்கியமாக விமரிசனம் செய்கிறார்கள். காந்தியின் தொண்டர்கள் காதலின் பேரின்பத்தை அறியாதவர்கள். இன்பத்தைக் கெடுப்பவர்கள் என்று ஒரு பத்திரிகையாளர் எழுதியது அனேகமாகச் சரியாகத்தான் இருக்கிறது' என்று எழுதப்பட்டிருந்தது.

அவருடைய நண்பர் ஆர்தர் கோஸ்லர் எழுதிய 'தாமரையும் ரோபோவும்' என்ற நூலைப் பற்றிய இரண்டு குறிப்புகள் நீக்கப் பட்டிருப்பது எல்வினுடைய நோக்கத்தை மிகத்தெளிவாக வெளிப்படுத்துகிறது. அந்த நூலில் இந்திய ஆன்மிக மரபுகளைப் பற்றி எழுதப்பட்ட விதம் எதிர்ப்பை உண்டாக்கி இருந்தது. இந்திய அரசு வழக்கம் போல, முட்டாள்தனமான பல முன்னுதாரணங் களைப் பின்பற்றி அந்த நூலைத் தடை செய்தது. கோஸ்லர் அந்த நூலை எல்வினுக்குச் 'சமர்ப்பணம்' செய்திருந்தார். 'தடை செய்தது துரதிருஷ்டவசமானது, தவறானது. ஆக்ஸ்போர்டின் விமரிசன மரபுகளில் பயிற்சி பெற்ற ஒருவருக்கு இந்த மாபெரும் நாட்டில், மதநம்பிக்கைகளைக் காரணம் காட்டிப் புத்தகம் தடை செய்யப்பட்டதை நம்ப முடியாது' என்று எல்வின் எழுதியிருந்தார்.

சுருக்கமாகச் சொன்னால், எல்வினுடைய வாழ்வில் இருந்த குழப்பங்களை, தெளிவில்லாத நிகழ்வுகளை அவருடைய 'தன்வரலாறு' மிகத் திறமையாக மறைத்துவிட்டது. ஓர் ஆங்கிலேயர் இந்தியர் ஆகிவிட்ட மிக மகிழ்ச்சியான கதையொன்றை முன் வைத்தது. ஒரு ஆக்ஸ்போர்டு அறிஞர் இந்த நாட்டைச் சொந்தம் கொண்டாடினார். இப்படி ஒரு குதூகலமான கதைபோலக் காட்டப்பட்டது. அட்டைப் படத்தில் மட்டுமே இருண்ட பகுதிகள் குறிப்பால் உணர்த்தப்பட்டன. போலந்திலிருந்து குடிபெயர்ந்த, ஒட்டோ கட்லெஸ்கொவிக்ஸ் (Otto Kadlescovics) அதை வரைந்தார். எல்வின் தன்னைப் பற்றி எழுதியிருந்ததை விட, அவரைப் பற்றிய ஓவியனின் படைப்பு பன்முகத் தன்மை கொண்டதாக இருந்தது. கட்லெஸ்கொவிக்ஸ் தன் ஓவியத்தை இவ்வாறு விளக்கி இருந்தார்:

பயமுறுத்தும் முக மூடிகள், ஆன்மீகத் தூண்டுதல்களைக் குறிக்கின்றன. நாகா மக்களின் முக மூடிகள், வன்முறையை, வெறுப்பைக் குறிக்கின்றன. பொறாமையையும், வறட்டுக் கௌரவத்தையும் மற்ற முகமூடிகள் குறிக்கின்றன. கண்கள் உலகத்தின் மீதும், இன்பங்கள் மீதும் கொண்ட ஆசைகளைக் காட்டுகின்றன. பெரிய கண் பரிகாசம் செய்கிற, விமரிசனம் செய்கிற கண். எல்வின் உலகத்தை மூன்று விதங்களில் பார்க்கிறார். சிகரெட் புகைநடுவில் மங்கலாகத் தெரியும் ஆன்மீக, லட்சியவாதக் கண்கள்; அழகை நேசிக்கும் கண்கள்; கடைசியாக உலகத்தை விமரிசனத்துடன் நோக்குகிற கொஞ்சம் கபடமும் வெளிப்படுகிற கண்கள்.

○ ○ ○

நூலில் பல விஷயங்கள் சொல்லாமல் விடப்பட்டாலும், எல்வினுடைய தன்வரலாறு அருமையான, சிலநேரங்களில் நெஞ்சைத் தொடும் நூல். அவர் இறந்து கொஞ்ச நாட்களில் அது வெளியிடப்பட்டது. அவரைப் பற்றிய நினைவுகளும், அவர் செய்த பணிகளும் இன்னும் அனைவருக்கும் நினைவிருந்ததால், புத்தகம் அனைவராலும் வரவேற்கப்பட்டது. 1963 மே மாதம் புத்தகம் அச்சகத்துக்குச் சென்ற வேளையில், 'எல்வின் புத்தகம் பற்றி எழுதப்படும் மதிப்புரைகளைப் படிக்க உயிருடன் இருப்பார் என்ற நம்பிக்கை இருக்கிறது' என்று ஹாக்கின்ஸ், எடித் எல்வினுக்குக் கடிதம் எழுதினார். நூல் வெளியான வேளையில் எல்வினுடைய தங்கையும், பதிப்பாசிரியரும், நண்பர்களும் புத்தகத்தைப் பற்றிய புகழுரைகளில் நனைந்தனர்.

இந்தியாவில் அந்தப் புத்தகம், உதாரண புருஷராக விளங்கிய இந்தியரின் கதையாகக் கருதப்பட்டது. இங்கிலாந்தில் அது தேர்தல் நாளன்று வெளியிடப்பட்டது. அந்த இடையூறையும் மீறி, தனித் திறமையுள்ள, சவால்களை எதிர்கொண்ட, ஆங்கிலேயரின் கதையாக எடுத்துக்கொள்ளப்பட்டது. நாகரிக உலகத்தை மறுத்த, மிகச் சிறந்த அறிஞரின் வாக்குமூலமாக (ஐக்கிய) அமெரிக்க நாட்டில் அதைக் கண்டனர். நூலின் அமெரிக்கப் பதிப்பில், அட்டையில் உள்ள குறிப்பில் பூர்வீகக் குடிகள் என்று இரண்டு முறை குறிப்பிட்டிருந்தனர். 'எல்வின் இருந்தால் அதைப்பற்றி என்ன சொல்லியிருப்பாரோ?' என்று எடித் குறைகூறினார். எடித்தின் பார்வையிலும் நமது பார்வையிலும் சரியானதாக இல்லை என்றாலும் அந்த வார்த்தைகளை வியாபாரத் தந்திரமாக வெளியிட்ட நிறுவனம் உபயோகப்படுத்தியது. மூன்று நாடுகளிலும், 'எல்வினுடைய பழங்குடி உலகம்' மிகப் பரவலாக நல்ல மதிப்புரைகள் பெற்றது. சில விமரிசனங்களும் இருந்தன. பொதுவாக அவை சில நுட்பமான விபரங்களைப் பற்றியதாக

இருந்தன. 'எல்வினுடைய பழங்குடிக் கொள்கையில் கவிதை, கற்பனாவாதம் இவற்றின் தாக்கம் இருந்தது. பொருளாதாரம், அரசியல் தாக்கம் அதிகமாக இல்லை' என்று ஓர் இளைய இந்திய மானிடவியல் அறிஞர் குறிப்பிட்டார். 'நூலாசிரியர், சில சமயங்களில் மிக அதிகமாக, மிகச் சிறந்த, இந்தியர்களின் கோணத்தில் இருந்து அணுகுகிறார்' என்று நோமி மிட்சிசன் எழுதினார். அவருடைய சகோதரர் ஜே.பி.எஸ். ஹால்டேன் எல்வினுக்குப் பிறகு இந்தியக் குடியுரிமை வாங்கியவர். 'ஷாம்ராவ் பற்றி இன்னும் எழுதியிருந்தால் நன்றாக இருக்கும். ஏனெனில், அவர் வாழ்நாள் முழுவதும் அமைதியாகத் துணைபுரிந்தார். எளிதில் உணர்ச்சி வசப்படுகிறவராக இருந்த எல்வினுக்கு பெரும் பணிகள் செய்வதற்கும் புத்தகங்களை எழுதுவதற்கும் அது வழிகோலியது' என்று ஒருவர் எழுதினார். *நியுயார்க் டைம்ஸின்* விமரிசகர் எல்வினுடைய இரண்டு மனைவிகளைப் பற்றியும் ஒன்றும் இல்லை என்று வியந்தார். அசாமின் அறிவுஜீவிகளிடம் குமைந்துகொண்டிருந்த வருத்தங்கள் கடைசி முறையாகப் புத்தகத்தின் மதிப்புரைகளில் வெளிவந்தன.

> வடகிழக்குப் பகுதிகளுக்குப் பழங்குடியினர் தவிர மற்றவர்கள் வந்தால் அவர்களைச் சுரண்டுவார்கள் என்ற பயத்தில் அவர்களை அங்கு வர அனுமதிக்கக் கூடாது என்பதில் கடைசிவரை எல்வின் உறுதியாக இருந்தார். இந்தக் கருத்துக்கும் உரிய மதிப்பு உண்டு என்றாலும் அசாமின் சமவெளி மக்களிடம் இருந்து பழங்குடி மக்கள் தனிமைப் படுத்தப்பட்டு முன்னேற்றம் அடைந்தால், பிற்காலத்தில் சமவெளி மக்களுடன் அவர்களை ஒன்றிணைப்பது மிகவும் கடினமான வேலையாகும்.

இந்த விமரிசனங்கள் எல்லாம் அது ஓர் அருமையான நூல் என்ற பெரும்புகழை ஏற்படுத்துவதைத் தவிர்க்க முடியவில்லை. கருணை கொண்ட கிறித்தவராக, அதிசயிக்கத்தக்க, பாராட்டத் தகுந்த வாழ்க்கை வாழ்ந்தார் என்றும் அவர் புகழ் பெற்றார். 'எல்வின் வறட்டுத்தனமான கல்வித்துறை சார்ந்த சமூகவியல் அறிஞர் அல்ல. அவர் ஒரு கவிஞர், கலைஞர், ஒரு தத்துவஞானி. பெரும் நிதி வசதிகளுடன், நிறைய வேலையாட்களுடன் இயங்கும் வசதி மிகுந்த ஆராய்ச்சி நிறுவனங்கள் செய்த பணிகளை விட எல்வின் சிறப்பான ஆய்வுகள் செய்தார், மற்ற வேலைகளும் செய்தார்' என்று அவரைப் பற்றி இந்திய மானிடவியல் அறிஞர் ஆர்.சி. துபே எழுதினார். நோமி மிட்சிசன் 'எனது ஆன்மீக அகங்காரத்துடன் நான் மதிக்கும் ஒரு சில மனிதர்களில் எல்வினும் ஒருவர். அவரைப் போன்று ஆயிரம் மனிதர்கள் இருந்தால் உலகம் நலம் பெறும் என்று

உண்மையாக நம்பலாம்' என்று எழுதினார். இலக்கியத்துக்கும், மனிதகுலத்துக்கும் நேர்ந்த இழப்பைப்பற்றி ஸ்டேட்ஸ்மென் பத்திரிகையில் பெயர் குறிப்பிடாமல் இன்னொருவர் மதிப்புரை எழுதினார். எல்வினுடைய திடீர் மரணம் பற்றிக் கேள்விப்பட்டுத் "தலைமைச் செயலகத்தில் இருந்து மண்குடிசை வரை, வடகிழக்கு நிர்வாகத்திலிருந்து மத்திய பிரதேசம் வரை, கலை இலக்கியப் பத்திரிகை வட்டங்களில் இருப்பவர்களும், அது போலவே தொலைதூரக் கிராமங்களில் அவரை நேரில் சந்தித்தவர்களும், அவரைப் பற்றிப் படித்தவர்களும், ஒரு மாபெரும் மனிதர் மறைந்துவிட்டார் என்பதை அறிவார்கள்" என்று மேலும் எழுதினார். எல்வின் உயிருடன் இருந்தால், மகிழ்ந்திருக்கக் கூடிய வகையில், சாகித்திய அகாதமியும் பரிசு வழங்கியது. அகாதமி, ஆங்கிலத்தில் எழுதப்பட்ட ஒரு நூலுக்குப் மூன்றாவது முறையாகப் பரிசளித்தது. பாராட்டுப் பட்டயத்தில், 'பழங்குடி மக்களின் உலகம்' நேர்மையுடன், துணிவுடன், அருமையாக எழுதப்பட்ட நூல். மேற்கத்திய லட்சியவாதமும், இந்திய லட்சியவாதமும் சேர்ந்து நூலில் தனித்தன்மையுடன் வெளிப்பட்டது என்று குறிப்பிடப்பட்டது.

பம்பாயிலிருந்த கவிஞர் நஸிம் இஸகியேல் மிகச் சிறப்பான அஞ்சலி செலுத்தினார். 'எல்வினுடைய சுயசரிதம் மிக அருமையாக, அவர் சொல்வதை நாம் ஒத்துக்கொள்ளும் வகையில் எழுதப்பட்டது. அதில் மதிப்புமிக்க விஷயம் என்னவென்றால், எல்லா விஷயங்களிலும் அவருடைய இறுதியான கருத்துக்கள் மிகத் தெளிவாகிவிட்டன. அதில் தெளிவில்லாத வாக்கியம் ஒன்றுகூடக் கிடையாது. இத்தனைக்கும் புத்தகத்தில் எதுவும் வேண்டுமென்றே பிடிவாதமாகச் சொல்லவில்லை.' புத்தகத்தின் நடையில் உணர்ச்சிமிக்க கவிஞர் மயங்கிவிட்டார். எல்வின் இந்தியாவில் கழித்த முப்பத்தி ஏழு ஆண்டுகளில் அவரைத் தொடர்ந்த இருண்ட நிகழ்வுகள் புத்தகத்தில் இல்லை. கவிஞரிடம் இப்படிப் பாராட்டுப் பெற்றது, (வாழ்வின்) இருண்ட பகுதிகளை மறைத்ததில் எல்வின் வெற்றி கண்டார் என்பதற்குச் சான்றாகிறது.

○ ○ ○

தன்வரலாற்றில் எழுதப்பட்ட விஷயங்களை விட எழுதப் படாத விஷயங்களே ஆர்வம் ஊட்டுபவை என்று நவீன வாழ்க்கை வரலாற்று நூல்களை ஆய்வு செய்த முன்னோடி, லெஸ்லி ஸ்டீபன் சொன்னார். அதைவிட நம் காலத்துடன் நெருங்கிய, அதனால் இன்னும் தீவிரமான விமரிசகர் கீழ்க்கண்டவாறு சொன்னார்:

> தன்வரலாறு படிக்கும்போது, எழுதியவர் எங்கெல்லாம் சந்தேகப்படும் வகையில் தயக்கம் காட்டுகிறார், சுயநலத்

துடன் தவறான புரிதல்களை முன்வைக்கிறார், எதை மூடி மறைக்கிறார், தந்திரமாக எப்படிப் பொய்முலாம் பூசுகிறார் என்று கண்டு பிடிப்பதுதான் வாசிப்பின் கேளிக்கையை அதிகமாக்குகிறது. சாதாரணமாக, தாராள மனதுடன் தன்வரலாற்றைப் படிக்கும் வாசகனுடைய மனதில், எழுதியவன் எதை மறைக்கிறான்? தன்னுடைய முதல் மனைவியைப் பற்றி ஏன் குறிப்பிடவில்லை? தன்னுடைய குழந்தைகளை யாரிடம் விட்டுவிட்டு வந்ததாகப் பொய் சொல்கிறான். வினோதமாக அவன் பணத்தைப் பற்றி ஏன் பேசுவதே இல்லை? போன்ற கேள்விகள் எழுகின்றன. உண்மைகளை விடப் பொய்கள் மிகவும் ரசிக்கத் தகுந்தவை என்றறிந்தபடியே, உண்மைகள், பொய்கள் இரண்டையும் தெரிந்துகொள்வதற்காகவே ஒரு புத்திசாலி, தன்வரலாறு படிக்கிறான்.

மேற்கண்ட உண்மையை மனதில் வைத்துக்கொண்டு, எல்வினுடைய தன்வரலாறு வெளியாகும் முன்பு அதை ஆர்.ஈ. ஹாக்கின்ஸ் படித்திருக்க வேண்டும். அதே மாதிரி புத்தகம் வெளிவந்தபின் படித்தவர்களின் இன்னொருவர் பில் ஆர்ச்சர். ஒரு லண்டன் செய்தித்தாள் அவரை மதிப்புரை எழுதுமாறு கேட்டுக்கொண்டது. எல்வின் செய்த பணிகளில் தனக்கு மிகவும் பிடித்த பணிகளுக்கு முக்கியத்துவம் கொடுத்து மிகவும் பாராட்டி எழுதினார். பழங்குடி மக்களின் வாழ்க்கையில், காதல், காமம் இவற்றின் ஒளிமயமான புது விஷயங்கள் பற்றியும், பழங்குடி மக்களின் பாடல்களின் அருமையான மொழிபெயர்ப்புகள் பற்றியும் குறிப்பிட்டார். ஆர்தர் வேலேவுக்குப் பிறகு, கிழக்கத்தியக் கவிதைகளின் உன்னதமான மொழிபெயர்ப்பு என்று பாராட்டினார். இந்தியாவில் முப்பது ஆண்டுக்காலம் செய்த பணிகள் மூலம் அவருக்கு முன்னரோ பின்னரோ எந்த ஆங்கிலேயரும் அல்லது இந்தியரும் அறிந்து கொண்டதை விட, எல்வின் அதிகம் தெரிந்துகொண்டிருந்தார் என்று ஆர்ச்சர் எழுதினார். இதை யாராலும் மறுக்க முடியாது.

தன்வரலாறுகள் பலவற்றை மறைப்பது போலவே மதிப்புரை களும் சில சமயங்களில் சில விஷயங்களை மறைத்துவிடுகின்றன. ஆர்ச்சர் தனக்கென எழுதிய குறிப்புக்களில், மிகவும் அடிப்படை யான, உறுத்துகிற பல கேள்விகளை எழுப்பியிருந்தார். ஆனால் 'பழங்குடி உலகம்' பற்றி வெளிவந்த மதிப்புரையில் அவை இடம்பெறவில்லை. எல்வினை அருகில் இருந்து அறிந்துகொண்ட தகவல்களும், பொங்கி வழியும் பொறாமை உணர்வும், இந்தக் குறிப்புகளில் வெளிப்பட்டன. பில் ஆர்ச்சர், இந்தியாவில் தொடர்ந்து வாழ விரும்பினார். 1947ஆம் ஆண்டில் நாகாலாந்தில்

இருந்து திடீரென்று மாற்றப்பட்டார். அதனால் தயக்கத்துடன் இங்கிலாந்து திரும்பினார். இந்தியக் கலைகளின் வரலாற்று ஆசிரியராகத் தனக்கென ஒரு புதிய வெற்றிகரமான வாழ்வை அமைத்துக்கொண்டார். தன்னுடைய நண்பர் சுதந்திர இந்தியாவில் உயர்ந்த இடத்தை அடைந்ததைத் தூரத்தில் இருந்து கவனித்தார்.

எல்வினுடைய தன்வரலாறு பற்றி ஆர்ச்சர் எழுதி வைத்திருந்த குறிப்புகளில் அவருடைய ஆய்வுமுறையைக் கேள்விக்குள்ளாக்குகிறார். எழுத்தாளனுக்கும் அவன் எழுதும் விஷயத்துக்கும் உள்ள உறவு, அவருடைய ஆய்வு முறை, தன்னிச்சையாகச் செயல்படுகிறவர் நன்மை செய்ய விரும்புவதன் அறம், எல்லாவற்றுக்கும் மேலாக ஓர் ஆங்கிலேயர் முற்றிலும் இந்தியராக மாறிவிட முடியுமா என்ற பிரச்சனை, இவைகளைக் குறிப்பிட்டார். எல்வின் இந்தியக் குடியுரிமை பெற்றுக்கொண்டார். இந்த தன்வரலாற்றில், இந்தியாவின் பொதுவாழ்வில் தொடர்ந்து பங்கெடுக்க வேண்டும் என்று அவர் பலமுறை தன்னை மாற்றிக்கொண்டதும், பலவற்றைத் தவிர்த்ததும், சமரசங்கள் செய்துகொண்டதும் வெளிவருகின்றன. 'இந்த நூல் உண்மையான விசுவாசத்தின் வெளிப்பாடு அல்ல, இந்திய அரசின் ஆதரவைப் பெற அவர் செய்த பிரச்சாரத்தின் ஒரு பகுதியே' என்ற முடிவுக்கு ஆர்ச்சர் வந்தார்.

புத்தகத்தின் நோக்கத்துக்கு அடுத்தபடியாக, அதன் தொனியை எடுத்துக்கொண்டார். எல்வின் தேவைக்கு மேல் உணர்ச்சிவசப்பட்டு எழுதியிருக்கிறார். அந்த மிகை உணர்ச்சியில் அவரும் மறைந்துவிடுகிறார்.

அதில், எது குறித்தும், எவரைப் பற்றியும் அவரது சொந்த உணர்வுகள் இல்லை.

அவர் அங்கே தொடர்ந்து வாழக் காரணம் என்ன?

தன்னை அவர் எப்படிப் பார்த்தார்?

எதன் மீதாவது நம்பிக்கை வைத்திருந்தாரா?

அவரை எழுத வைத்தது எது?

சலிப்பூட்டும் அளவுக்கு விஞ்ஞானப் பார்வை அவருக்கு எப்படி வாய்த்தது?

பதன்காரில் அவர் ஏற்படுத்திய குழப்பங்களை ஏன் மூடி மறைத்தார்?

அவருடைய கள ஆய்வு முறைகள் என்ன?

எப்படி எழுதினார்?

இங்கிலாந்துடன் இருந்த தொடர்பை ஏன் விட்டார்?

இவற்றில் எதைப் பற்றியும் எதுவும் சொல்லவில்லை.

ஆர்ச்சருடைய குறிப்புகளில், இந்த விமரிசனங்களுடன் எல்வினைப் பற்றிய அவரது கூர்மையான பார்வையும் வெளிப் பட்டது. அவருடைய விமரிசனங்கள் பல இடங்களில் மிகச் சரியாகவும், பல இடங்களில் மிகத் தவறாகவும் இருக்கின்றன. அது வினோதமான 'குருட்டடி விமரிசன'மாகத் தெரிகிறது. எல்வினுக்கு இந்துக்களைப் பிடிக்காது, அவர்களுடன் பழகுவதற்குச் சிரமப்பட்டார், பழங்குடி மனிதர்கள் அல்லது மேற்கத்திய பாணியில் வாழ்பவர்களுடன் மட்டுமே தன்னை இணைத்துக் கொண்டார் என்பவை உண்மையானவை; ஆனால், எல்வின் பழங்குடி மக்கள் வாழ்க்கை முறையை வெளிக்கொணர்ந்து, பெரிதாக்கிக் காட்டி, அனைவரது கவனத்தையும் ஈர்த்ததன் காரணமாக வெளியாட்களும் சீர்திருத்தவாதிகளும் வந்தனர்; அதன் மூலம் பழங்குடி வாழ்க்கை முறை அழிவதற்கு எல்வின் காரணமாக இருந்தார் என்று ஆர்ச்சர் வைத்த குற்றச்சாட்டு, மிகவும் தவறானது.

ஆர்ச்சரின் விமரிசனம் கூர்மையாக இருந்தாலும் சில நேரங்களில் கொடூரமாகவும் இருக்கிறது. 'எல்வின் ஒரு மதகுருவின் அணுகுமுறையைக் கைவிடவில்லை. எப்போதும் நற்குணங் களை லட்சியங்களைக் கூவிக்கொண்டே இருந்தார்.' இந்தக் கூற்றில் கொஞ்சம் உண்மை இருந்தாலும், அது வெளிப்படும் விதத்தில் கசப்பும் வெறுப்பும், ஓரவஞ்சனையும் இருந்தது. இப்படி அவர் பொழியும் வசை மழைக்கிடையில் கொஞ்சம் நிறுத்தி, எல்வினிடம் தனித்தன்மை இருப்பதையும் ஒத்துக் கொள்கிறார். 'அவரது நடை விரிவாக, தெளிவாக இருந்தது. உணர்ச்சியுடன், சொல் அழகுடன், தெள்ளத் தெளிவாக விஷயங்களை எழுதுவார், கவிஞர், மொழிபெயர்ப்பாளர்'. இந்தியப் உடலுறவு முறைகள், பழங்குடி மக்களின் பாடல்கள் இவற்றைக் கண்டெடுத்தது அவருடைய மிகப் பெரும் சாதனை. இவையெல்லாம், எல்வின் என்ற எழுத்தாளர், மத்திய இந்தியப் பழங்குடி மக்களைப் பற்றிய இனவரைவியலின் முன்னோடி என்பதைப் பற்றியதாக இருந்தன. இந்தியாவுக்காக எல்வின் உழைத்தார் என்பதை ஆர்ச்சர் கண்டுகொள்ளவில்லை அல்லது அதைப் பெரிதாகச் சொல்லவில்லை. அதைப் போலவே 'வடகிழக்கு நிர்வாகத்திற்கான கொள்கை' என்ற நூலிலும் 'தன்வரலாற்றிலும்' பதிவு செய்த மானிடவியல் நடைமுறைச் செயல்பாடுகளை ஒதுக்கிவிட்டார்.

○ ○ ○

எல்வின் 'தன்வரலாற்'றில் தவிர்த்த விஷயங்களையும், சொல்லாமல் மௌனம் காத்த விஷயங்களையும் அறிந்துகொள்ள முயற்சி செய்வதற்குத் தூண்டுகோலாய் அமைந்தது பில் ஆர்ச்சர் தான். மறைமுகமாகவேனும் இந்தப் புத்தகத்தை எழுதுவதற்கான காரணம் அவர்தான். பில் ஆர்ச்சர் எழுதியதற்குப் பத்தாண்டுகள் முன்னர் தன்னுடைய இனிமையான பாணியில் இதற்கு வழிவகுத்தவர் ஷாம்ராவ் ஹிவாலே. முதல் திருமணத்தின் தோல்வியால் எல்வினுடைய குடும்பத்தினர் கலங்கியிருந்தனர். எல்வின் இரண்டாவது முறையாகப் பழங்குடி இனப்பெண்ணை மணம் புரிய வேண்டும் என்று முடிவெடுத்து விட்டார். அந்த முடிவை எல்வினுடைய குடும்பத்துக்குத் தெரிவிக்கும்போது ஷாம்ராவ் இவ்வாறு எழுதினார்:

ஒரு வகையில், இந்த மேதைகள், கவிஞர்கள், இறைவனின் தூதர்கள், சீர்திருத்தவாதிகள் அதிசயப் பிறவிகள்தான். பல நேரங்களில் பைத்தியக்காரர்களைப் போல இருப்பார்கள். அதற்கு ஏன் கவலைப்பட வேண்டும்? ரஸ்கின், வேர்ட்ஸ்வொர்த் இன்னும் பலரைப் பற்றி நாம் இப்போது தெரிந்துகொண்டதால் உண்மையில் நாம் அவர்களை அதிகமாக நேசிக்க முடிகிறது. முன்பெல்லாம் அவர்களை 'மிக நல்லவர்க'ளாக, ஏன், துறவிகள் என்றே நினைத்துக்கொண்டிருந்தோம். எல்வினைப் பற்றிய முழு உண்மைகளையும் அறிந்தால் என்ன நினைப்போம் என்று எண்ணி வியக்கிறேன். என்னருமை எடித், இந்தத் திருமணத்தால் நீயும், அம்மாவும் மற்ற குடும்பத்தினரும் நண்பர்களும் வருத்தம் அடைந்தாலும், நாம் அவரிடம் கொண்டிருக்கும் அன்பில், மரியாதையில் எந்த மாற்றமும் இல்லாமல் பார்த்துக்கொள்ள வேண்டும்.

'எல்வினைப் பற்றிய எல்லா உண்மைகளையும்' நான் எழுதி விட்டதாகச் சொல்ல இயலாது. சுயசரிதம் எழுதும் யாரும் செய்யாத காரியத்தை நான் செய்திருக்கிறேன்: அவருடைய வாழ்க்கையையும் செய்த பணிகளையும், அவர் வாழ்ந்த சூழ்நிலையுடன் பொருத்தி வைத்துக் காலம், இடம் இவற்றின் பின்னணியில் தந்திருக்கிறேன். எல்வின் தன் வரலாற்று நூலில் குறிப்பிடாத இருண்ட பகுதிகளை வெளியே கொண்டுவர முயன்றிருக்கிறேன். அவருடைய வாழ்க்கை அவர் காட்டிக் கொண்டதைவிட துயரங்கள் மிகுந்து, ஆர்வம் ஊட்டும் வகையில் இருந்தது என்பதைக் காட்டியிருக்கிறேன். நான் அறிந்த வகையில் அவருடைய வாழ்வில் முரண்பாடுகளும், திடீர்த் திருப்பங்களும் குறிப்பிடத்தகுந்தவை. கிறித்தவ ஆயரின் மகனாகப் பிறந்து, அவரைத் தொடர்ந்துசெல்லப் பயிற்சியும்

பெற்ற எல்வின், கிறித்தவ மத நிறுவனங்களுடன் போராடினார். பிரம்மச்சரியத்தைக் கடைப்பிடித்த காந்தியின் தொண்டர், பிறகு, அவருடன் கருத்து வேறுபாடு கொண்டு, அவரை விட்டு விலகி, உடலுறவைக் கொண்டாடுபவராக, அதன் வரலாற்றைப் பதிவு செய்தார். தீவிரமான இந்திய தேசியவாதியாக இருந்த அவர், எல்லோரையும் ஒரே மாதிரி ஆக்க நினைக்கும் தேசியவாதத்துக்கு எதிராக, பழங்குடி மக்களுக்கு ஆதரவாக இயங்கினார். நேருவுடன் நெருங்கிப் பழகிய எல்வின், காங்கிரஸ்காரர்களை வெறுத்தார். அவர்களும் எல்வினை வெறுத்தனர். எல்வின் என்ற மானிடவியல் அறிஞர் ஒரு நாவலாசிரியராக இருக்க விரும்பியிருப்பார். பழங்குடி மக்களுடன் வாழ்ந்தார் அவர்களுடனேயே காதல் புரிந்தார். இவைகளை வைத்துப் பார்க்கும்போது, முதலும் கடைசியுமான முரண்பாடுகளைப் பற்றி மட்டும் எழுதினார். கிறித்தவனாக இருந்து, கிறித்தவத்தை மறுப்பவராக மாறியதும், ஆக்ஸ்போர்டில் இருந்து பதன்காருக்கு இடம்மாறியதும் எந்த வலியும் உணராமல் நிகழ்ந்தவை என்று காட்டி உண்மையிலிருந்து விலகிவிடுகிறார்.

பில் ஆர்ச்சர் கேட்ட ஒரு கேள்வியுடன் இதை முடித்துக் கொள்கிறேன். ஓர் ஆங்கிலேயன் எப்போவதாவது உண்மையான இந்தியனாக மாறும் வாய்ப்பு இருக்கிறதா? அதே புத்தகத்தையும் அதே கேள்வியையும் எதிர்கொண்ட ஒருவர், வாழ்க்கையைத் தியாகத்திலும், ஏழைகளுக்குச் சேவை செய்வதிலும் எல்வின் கழித்ததை நினைவுகூர்ந்து இவ்வாறு பதில் சொன்னார்: 'எப்படி இந்தியனாக இருப்பது? இந்தியனாக இருப்பது என்றால் என்ன? என்று எல்வின் நமக்குக் காட்டினார்'. அவர் இறந்து பலநாட்கள் கழித்து, *அம்ரித் பஜார் பத்திரிகா* இவ்வாறு தலையங்கம் எழுதியது: 'மிகப் புகழ்பெற்ற மானிடவியல் அறிஞரை மட்டும் நாம் இழக்கவில்லை. சுதந்திர மனம் கொண்ட கடைசி ஆங்கிலேயரை இழந்தோம். அவர் இந்த நாட்டைத் தன் வீடாக ஏற்றுக்கொண்டார். இந்திய மக்களுடன் தன்னை முழுமையாக இணைத்துக்கொண்டார்.' அதே பத்திரிகையில் அதே நாளில் ஒரு புகழ்பெற்ற நாடகக் குழுவினர் வெளியிட்ட கீழ்க்கண்ட இறுதி அஞ்சலியும் வெளிவந்தது:

இந்தியர்களில்
மிகச் சிறந்தவராக இருந்த
டாக்டர் எல்வின் நினைவுக்கு அஞ்சலி.

இப்படி அவருக்குப் பலமான ஆதரவு கிடைத்தாலும், ஆர்ச்சர் கேட்ட கேள்வி தவறு என்று ஆகிவிடாது. அதை வேறு விதமாகவும் கேட்கலாம். ஆக்ஸ்போர்டு அறிஞர் ஒருவர் உண்மையிலேயே நமது நாட்டுக்காரர் ஆக முடியுமா? அல்லது

ஒரு நாவலாசிரியர், விஞ்ஞானி ஆக முடியுமா? அல்லது அரசின் எதிர்ப்பாளர் ஒருவர் அரசாங்கத்தில் உயர் பதவி பெற முடியுமா?

எல்வினுடைய வாழ்வின் மையப்புள்ளி இதுதான். அந்த மனிதர் எல்லா இடங்களிலும், சூழலுடன் ஒன்றிவிடாமல், தனிப்பிறவியாகவே நின்றார். மரபுகளும், வரலாறும் சிறிதும் எதிர்பாராத இடத்தில் இருந்தார். காந்தியுடன் மதகுருவாக, பழங்குடிக் கிராமத்தில் அறிஞராக, மானிடவியல் என்னும் விஞ்ஞானத்தில் கவிஞராக, தலைமைச் செயலகத்தில் ஒரு கலகக்காரராக இருந்தார். விளிம்பில் வாழ்ந்துகொண்டு, இரண்டு உலகங்களுக்கு இடையில் எதிலும் சேராமல், தனது படைப்புத் திறனைக் கொண்டு ஒரு உலகை மற்றொரு உலகுக்கு விளக்கினார். எதிரிகளாக இருப்பவர்கள், ஒருவர் மற்றவரிடம் இருக்கும் உண்மையைக் காண வேண்டும் என்ற உணர்வு அவருடைய வாழ்விலும் செயலிலும் தெரிகிறது. உதாரணமாக, இந்துக்களுக்குக் கிறித்தவ ஞான மரபைக் காட்ட வேண்டும். இந்திய சுதந்திரத்துக்கான கோரிக்கையின் நியாயத்தை ஆங்கிலேயர்கள் காண வேண்டும். அல்லது இலக்கியத்திலிருந்து இனவரைவியல் எதைத் தெரிந்துகொள்ள வேண்டும் அல்லது நாகரிகம் அடைந்த உலகம், பழங்குடி மக்களிடமிருந்து எதைக் கற்றுக்கொள்ள வேண்டும் என்பதையெல்லாம் எடுத்துச் சொன்னார்.

இந்த நூற்றாண்டில், இரண்டு பண்பாடுகளுக்கு இடையில் நடக்கும் உரையாடல், செவிடர்களுக்கு இடையே நடக்கும் உரையாடலாக இருக்க வேண்டியதில்லை என்பதை மற்ற எவரையும்விட எடுத்துக் காட்டியவர் வெர்ரியர் எல்வின்.

முடிவுரை

விட்டுச் சென்றதும் விவாதங்களும்

'வெர்ரியர் எல்வின் நினைவாக, ஆய்வு மாணவர்களுக்கு உதவித்தொகை வழங்கும் திட்டம் ஒன்றைத் தொடங்க இந்திய அரசு விரும்புகிறது' என்று 1964ஆம் ஆண்டு மே மாதம் இருபதாம் தேதி, டைம்ஸ் ஆஃப் இந்தியா பத்திரிகையில் செய்தி வந்தது. இரு பண்பாடுகளையும் இணைக்கும் வகையில் அவர் வாழ்ந்த வாழ்க்கையின் உணர்வில் அந்தத் திட்டம் உருவானது. இந்தியாவுக்கு வெளியில், எளிதில் எட்ட முடியாத உலகத்தின் ஏதோ ஒரு மூலையில் பணிபுரிய விரும்பும் ஒரு மானிடவியல் அறிஞருக்கு அந்த உதவித்தொகையை வழங்க வேண்டும் என்பது அத்திட்டத்தின் நோக்கம். இந்திரா காந்தியும், அப்போது கல்வி அமைச்சராக இருந்த, சட்ட நிபுணர் எம்.சி.சாக்ளாவும் இதற்கு முயற்சி செய்திருக்க வேண்டும். சாக்ளா எல்வினுடன் பழகி இருக்க வேண்டும் அல்லது அவரைப் பற்றி அறிந்திருக்க வேண்டும்.

எல்வின் உதவித்தொகைத் திட்டம் பற்றி வந்த முதலும் கடைசியும் ஆன தகவல் இதுதான். அதற்கு அடுத்த வாரத்தில் ஜவஹர்லால் நேரு மறைந்தார். அவருடைய மகளும் தேசமும் ஆழ்ந்த துயரத்தில் நீண்ட நாட்கள் மூழ்கியிருந்தனர். நேருவுக்குப் பின் தொண்டர்கள் மானிடவியலாளரை மறந்து விட்டனர். ஆனால், இதனிடையே காந்தியவாதிகள் அவரை மீண்டும் கண்டுகொண்டனர். 1964ஆம் ஆண்டு ஜூலை மாதம் எல்வினுடைய சிறு பிரசுரம்

ஒன்றை ஒரு தென்னிந்தியர், பழைய புத்தகக் கடை ஒன்றில் கண்டெடுத்தார். "காதியின் மத, பண்பாட்டு அம்சங்கள்" என்ற அந்தப் பிரசுரத்தை எல்வின் 1931ஆம் ஆண்டு எழுதினார். அது வெளிவந்த கொஞ்ச நாட்களிலேயே எல்வின் காதியையும் அதைப் பிரபலப்படுத்திய காந்தியையும் கைகழுவி விட்டார். எல்வினுடைய தன்வரலாற்றில் இந்தக் கலகம் பற்றிச் சுருக்கமாகவே குறிப்பிட்டிருந்தார். 1964ஆம் ஆண்டில் அந்தப் பிரசுரம் மீண்டும் வெளியானபோது, அதைப்பற்றிய குறிப்புகள் குறைவாகவே இருந்தன. அதை வெளியிட்டவர், காந்தியின் ஆன்மீக வாரிசு என்று தன்னைக் கூறிக்கொண்ட வினோபா பாவேயிடமிருந்து பிரசுரத்தைப் பாராட்டி, ஒரு முன்னுரையை வாங்கிச் சேர்த்துக்கொண்டார். 'எல்வின் எழுதிய இச்சிறு பிரசுரம் எக்காலத்துக்கும் பொருந்தும். புத்தகம் முழுவதையும் படித்துவிட்டேன். எழுச்சியூட்டுகிறது' என்று வினோபா பாவே எழுதினார். அதை வெளியிட்டவர் எல்வினைக் குறித்து இவ்வாறு எழுதினார்:

> எல்வின் காந்தி மீது பக்தி கொண்ட ஆங்கிலேய மானிடவியல் அறிஞர். கல்வி கற்றபின் ஆப்பிரிக்கா சென்று அங்கே மக்களுக்குச் சேவை செய்தார். பிறகு இந்தியாவுக்கு வந்து மத்தியப் பிரதேசத்தில் பழங்குடி மக்களுக்காக வாழ்நாள் முழுவதும் பணியாற்றினார். பழங்குடி மக்களுடன் தன்னை இணைத்துக்கொண்டார். ஒரு பழங்குடிப் பெண்ணை மணந்துகொண்டார். அவர்களை உயர்த்த வாழ்க்கை முழுவதும் பாடுபட்டார். இந்தியா விடுதலை அடைந்ததும் பழங்குடி மக்கள் நலஅதிகாரியாக பொறுப்பேற்றுக் கொண்டு சமீபத்தில் இறக்கும் வரை பணியாற்றினார்.

இவ்வாறு மகாத்மா காந்தியுடன் கருத்து வேறுபாடு கொண்ட அவரது வாழ்க்கை காந்திய சேவையிலும் இந்தியத் தாயின் சேவையிலும் கழிந்தது என்று திரித்து எழுதப்பட்டது. 'உயர்த்துதல்', 'நலப்பணிகள் செய்தல்' என்ற கருத்துக்களை அறவே வெறுத்த அவர், அவற்றை ஆதரிப்பவராக ஆகிவிட்டார். இது தவறான சித்தரிப்பு என்றாலும், 'வெர்ரியர் எல்வினுடைய பழங்குடி உலகம்' புத்தகம் இதற்கெல்லாம் முன்னுதாரணமாக அமைந்தது. இந்தக் கலகக்காரரை எதிர்கொள்ளச் சிறந்த வழியை அவர் பயின்ற டீன் க்ளோஸ் பள்ளி கண்டுபிடித்தது. எப்படிப் பார்த்தாலும், அவ்வளவு புகழ் பெறாத அப்பள்ளியில் படித்த மிகச்சிறந்த மாணவர். ஆனால், 1966ஆம் ஆண்டில் வெளியிட்ட அதிகார பூர்வ வரலாற்றில் எல்வினுடைய பெயர்கூட இல்லை. ஆய்வுகளுக்கும், இலக்கியத்துக்கும் அவருடைய பங்களிப்புகள் இருந்தும், அவர் புறக்கணிக்கப்பட்டார். எல்வின் ஆற்றிய

பணிகளின் காரணமாகப் பள்ளி கூறியது வியப்புக்கு உரியது அல்ல. அப்பள்ளியின் வரலாறு எழுதப்படுவதற்கு முன்னால், 1950ஆம் ஆண்டில் பழைய மாணவர்களின் பெயர்களடங்கிய தொகுதி வெளிவந்தது. கல்வியில் அவர் பெற்ற பரிசுகள் பதிவு செய்யப்பட்டிருந்தன. இது மட்டுமே அவர் பள்ளியில் பயின்ற காலத்தைப் பற்றி எழுதப்பட்டது. பிறகு, பள்ளி அங்கீகரித்த சாதனைகள் குறிப்பிடப்பட்டிருந்தன. அதாவது, 1926ஆம் ஆண்டில் மதகுருவாக ஆனார், வைக்கிளிஃப் ஹாலில் உதவி முதல்வராக இருந்தார்; மெர்ட்டன் கல்லூரியில் பொறுப்பாளராக, விரிவுரையாளராகப் பணிபுரிந்தார், பிளாக்பெர்ன் ஆயரின் உதவியாளராக இருந்தார். கடைசியாக, 1928ஆம் ஆண்டில் இந்தியாவில் பூனேயில் இருந்தார் என்ற குறிப்புடன் முடிந்து விட்டது. பல நிகழ்ச்சிகளும், சாதனைகளும் நிறைந்த இருபத்தி யிரண்டு ஆண்டுக் கால வாழ்க்கை மறைக்கப்பட்டது. இப்போது 1990களில் கூட எல்வின் தங்களுடைய பள்ளியில் படித்த மிக மோசமான உதாரணமாகவே நினைக்கிறார்கள். ஏறக்குறைய அவருடைய சம காலத்தில் வாழ்ந்த ஸ்டீஃப்ன் நீல் என்ற ஆயரை நினைவுகூர்வதில் பெருமை கொள்கின்றனர்.

1928ஆம் ஆண்டுக்குப் பிறகு எல்வின் என்ன செய்தார் என்பதை, செல்டென்ஹோம் கிறித்தவர்கள் மறந்துவிடலாம். இந்தியாவில் அதை மறந்துவிட முடியாது. 1974ஆம் ஆண்டில் நாகா மக்களின் வரலாற்றை எழுதிய ஓர் எழுத்தாளர், எல்வின் கிறித்தவ ஊழியம் செய்தவர்களை விமரிசனம் செய்தது சரியல்ல என்று குறை கூறினார். நூற்றாண்டுகளாகத் தனிமையில் வாழ்ந்து துயரம் அடைந்த பழங்குடி மக்களுக்கு வழிகாட்டி, உலக மக்களுடன் சேர்ந்துகொள்ள, பலவித லட்சியங்கள் கொள்கைகள் இவற்றை கிறித்தவமதம் அறிமுகம் செய்தது என்பது அவரது கருத்து. புறக்கணிப்பதை விடக் குறைகூறுவது நல்லது. எப்படி இருந்தாலும், எல்வினுடைய கருத்தில் உண்மை உண்டு என்று கருதும் இந்தியக் கிறித்தவர்கள் உண்டு. சமயங்களின் பன்மைத்துவத்தின் ஆதரவாளரான, பூனாவைச் சேர்ந்த ஒரு இயேசு சபை இறையியலாளர் 1984இல் இந்தியாவில் பணியாற்றும் கிறித்தவ ஊழியக்காரர்களின் ஆழ்ந்த மதசகிப்பின்மையைப்பற்றி எழுதும்போது, அத்தகைய மதப் பற்றாளர்களுக்கு இடையில் ஆச்சரியமூட்டும் விதிவிலக்குகளாக, ‘டி நோபிலி, ரைஸ், சி.எஃப். ஆண்ட்ரூஸ், எல்வின் போன்ற சிலர் இருந்தார்கள்’ என்று குறிப்பிட்டார். மதம் பற்றிய எல்வினுடைய கருத்துக்களை, ‘கிறித்தவ ஞானத்தை வளர்க்கும் இந்திய சொசைடி’ புத்தகமாகத் தொகுத்து வெளியிட்டது. அதில் இந்த விதிவிலக்காகச் செயல்பட்ட மனிதர்களின் பின்னணி

சுருக்கி வரையப்பட்டிருந்தது. 'கிறித்தவ மத நிறுவனங்களிடம், பொறுமையும் நீண்ட கால நோக்கும் இல்லாததுதான் எல்வின் கிறித்தவ மதத்தை விட்டு விலகக் காரணம் என்று அந்த நூலின் பதிப்பாசிரியர் கருதினார்.' 1936ஆம் ஆண்டில் எல்வினுடைய அம்மா சொன்ன இதே கருத்தையே அவரும் சொன்னார். "கிறித்தவ நிறுவனங்களில் இருந்து விலகி, அவற்றுக்கு எதிராகப் பணிபுரிந்த சமயத்தில்தான் எல்வின் சாதனைகள் நிகழ்த்தினார்." அந்தக் காலத்தில் நாக்பூரில் ஆயராக இருந்தவர் இதற்கெல்லாம் பதில் சொல்லியாக வேண்டும். ஆயர், திருச்சபையின் சட்டங்களை மட்டுமே கருத்தில் கொண்டிருந்தார். அவர் எல்வினை அணுகிய விதம் மிகச் சாதாரணமானது என்று எல்வினுடன் கிறித்தவ சேவா சங்கத்தில் பணிபுரிந்த லியோனார்ட் ஸ்கிஃப் வருத்தம் தெரிவித்தார்.

ஏதாவதொரு கட்டத்தில், கிறித்தவ மதத்தை விட்டு எல்வின் விலகி இருப்பார் என்றே எண்ணுகிறேன். சட்டதிட்டம் பற்றி அவ்வளவாகக் கவலைப்படாத ஒருவர் 1935ஆம் ஆண்டில் எல்வினைத் தொடர்ந்து திருச்சபையில் இருக்க வைத்திருக்க லாம். பழங்குடி மக்களின் மரபுகள் மீது ஈடுபாடு கொண்ட எல்வினுக்கும், மதமாற்றம் என்பதை வலியுறுத்தும் கிறித்தவத் திருச்சபைக்கும் உடனடியாகவோ அல்லது கொஞ்ச நாட்கள் கழித்தோ நிச்சயமாகப் பிளவு ஏற்பட்டிருக்கும். இப்போது இந்தியாவில் கிறித்தவமதம் மற்ற மதங்களை ஏற்றுக்கொள்வதில் தாராளமாக நடந்துகொள்கிறது என்றால் எல்வினும் அவரைப் போன்றவர்களும் செயல்பட்ட விதம்தான் அதற்குக் காரணம். இப்போது கிறித்தவ மதம் முன்னைவிட அதிகமாக நாட்டைப்பற்றிக் கவலைகொள்கிறது. இதற்கு உதாரணமாக ஒன்றைச் சொல்லாம். 1997ஆம் ஆண்டு ஆகஸ்டுப் பதினைந்தாம் தேதி, புதுடில்லியில், கிறித்தவ மதத்தின் பலபிரிவுகள் கூடி மாநாடு நடத்தினர். அதில் கத்தோலிக்கர்கள், சிரியன் கிறித்தவர்கள், பேப்டிஸ்டுகள் (Baptists), பெந்தகோஸ்த்கள் (Pentacostals), மெதடிஸ்ட்கள் (Methodists), ஆங்கிலிகன் சபையைச் (Anglicans) சேர்ந்தவர்கள், இந்தியா சுதந்திரம் அடைந்த 50 ஆண்டுகளைக் கொண்டாடும் வகையில் உறுதிமொழி எடுத்துக்கொண்டார்கள். அதில் 'எல்லாக் குறுகிய பிரிவினை வாதங்களையும் கடந்து, எல்லாவற்றுக்கும் மேலாக, நமதருமை நாட்டின் ஒருமைப்பாட்டையும், மக்களின் நலத்தையும் காப்போம்' என்ற வாசகங்கள் இருந்தன.

'விஞ்ஞானம்' என்ற மூன்றாவது 'திருச்சபை'யை எதிர்த்து, எல்வின் முழுமையாகவோ அல்லது முழுமனதுடனோ கலகம் செய்யவில்லை. ஒருபுறம் காந்தியவாதிகளும், மறுபுறம் கிறித்தவர்களும் எல்வினைத் தங்களுடன் சேர்த்துக் கொள்ள

அரைகுறையாகவேனும் முயன்றாலும், கல்வித்துறையைச் சேர்ந்தவர்கள் அவரைத் தொடர்ந்து சந்தேகத்துடன் நோக்கி வந்தனர். எல்வின் உயிருடன் இருந்தபோது, அவர் ஒரு தேர்ந்த களஆய்வாளர், நுட்பமான உணர்வுகளைப் பதிவுசெய்து எழுதும் வித்தகர் என்று ஆய்வாளர்கள் கருதினர். ஆனால், அவர் முன்வைத்த கொள்கைகள் முழுமையற்றவை, காலம் தாழ்ந்து வந்தன என்று கருதினர். பல விமரிசனங்களுக்கு ஓர் உதாரணம் தரலாம்: 'இந்தியப் பழங்குடி இனத்தின் மதம்' என்ற நூலை மதிப்புரை செய்யும்போது விக்டர் டர்னர் *(Victor Turner)* என்ற ஆப்பிரிக்க அறிஞர், எல்வினுடைய விரிவான அழகிய உரைநடையின் உயர்ந்த தரத்தை, அவர் நூலில் இடம்பெற்ற புகைப்படங்களின், ஓவியங்களின் நுட்பங்களைப் பாராட்டினார். அதே வேளையில், சமூக அரசியல் அமைப்புக்களை, அவர்களது சொத்துரிமை, வாரிசுரிமை, சவோரா சமூகத்திலிருந்த பல குழுக்களின் கடமைகள், உரிமைகள் பற்றி எல்வின் எழுதவில்லை என்று வருத்தம் தெரிவித்தார்.

இது 1957ஆம் ஆண்டில் எழுதப்பட்டது. பத்தாண்டுகள் கழித்து, எல்வின் இறந்த பிறகு அந்தப் புத்தகத்தைப் பற்றி விக்டர் டர்னர் மீண்டும் எழுதினார். இம்முறை ஆய்வு செய்பவர்களுக்கான 'தி கிராப்ஃட் ஆஃப் சோஷியல் ஆந்த்ரோபாலஜி' என்றஅறிமுக நூலில் ஒரு நீண்ட கட்டுரை எழுதினார். 'எல்வின் சமூக மானிடவியல் அறிஞராக எழுதவில்லை. பல்துறை அறிவுள்ள இனவரைவியல் அறிஞர் போல எழுதினார். ஒரு இறையியல் அறிஞரின் மொழியில் விளக்கங்கள் தருகிறார்' என்று அதில் குறைபட்டுக் கொண்டார். மானிடவியல் துறையில் கால்பதிக்க விரும்புகிற புதியவர்களுக்காக எழுதிய அந்தக் கட்டுரையில் 'சவோரா கிராமங்களிலும், இரண்டு கிராமங்களுக்கு இடையிலும் உள்ள அமைப்பு ரீதியான உறவுகளை சமூகவியல் முறையில் எல்வின் ஆய்வுகள் செய்திருக்கலாம். அப்படிச் செய்திருந்தால், அது சவோரா மக்களின் சடங்குகள் பற்றிய ஆய்வுக்குத் தவிர்க்க முடியாத அறிமுகமாக இருந்திருக்கும். வாரிசு உரிமைகள், சொத்து உரிமை, கிராமங்களின் அளவு, கிராமத்தினர் இடம்பெயர்தல், சண்டைகள் சச்சரவுகள் நிகழும் விதம், குடும்பத்தின் அமைப்பு, சிற்றூர்களின் அமைப்பு, குழுக்களின் ஒற்றுமை, உறைவிடம், திருமண உறவுகள் பற்றிய பல விஷயங்கள் அந்த நூலில் இல்லை. இதுமாதிரியான தகவல்களை முறையாகச் சேகரிப்பதற்குப் பதிலாக, எல்வின் மதச்சடங்குகள் பற்றிய விவரங்களைச் சமூகவியல் துணுக்குகளாகத் தருகிறார்' என்று எழுதியுள்ளார்.

'எல்வின் இவ்வாறு பல்துறையில் பயிற்சிபெற்ற இனவரைவியலாளர். சுவாரஸ்யமான பிரச்சனைகளை

இனங்கண்டவர். ஆனால் அவற்றை வெற்றிகரமாக ஆய்வு செய்து பிரச்சனையின் முடிவுவரை செல்லும் உள்ளூரமோ, தொழில்நுட்பமோ அவரிடம் கிடையாது.' இவ்வாறு விக்டர் டெர்னர் எல்வினை உதாரணம் காட்டுகிறார். டெர்னர், எல்வின் இருவரையும் பயின்று உற்சாகம் பெற்ற கேம்பிரிட்ஜ் அறிஞர் ஒருவர் சவோரா மக்களிடையே நிலவும் மாந்திரீக மரபுகள் பற்றி ஆய்வுகள் செய்தார். எல்வின் ஆய்வு செய்த பழங்குடி மக்களைப் பற்றிச் சமீப காலத்தில் மானிடவியல் ஆய்வாளர்கள் செய்த பல மறுஆய்வுகளில் இதுவும் ஒன்று. ஒரு ஆய்வாளர், முரியா கோட்டுலில் வாழ்ந்தார். இன்னொருவர் பைகா மக்களிடையே இருந்தார். மற்றும் ஒருவர் மலைப்பகுதிகளில் போண்டா மக்களிடையில் தங்கினார். இந்த ஆய்வாளர்கள் ஒவ்வொருவருமே களஆய்வு செய்யவும், சமூக நிறுவனங்கள் சமூகங்கள் பற்றி விஞ்ஞான முறைப்படி முழுத்தகவல்களைப் பெற்று எழுதவும் எல்வினுடைய எழுத்துக்களால் உந்துதல் பெற்றவர்கள். நாற்பது வருடங்களுக்கு முன்னால் எல்வின் சென்ற இடங்களுக்குச் சென்று, அவர் செய்தது தவறு என்றோ அல்லது அவர் சொன்னதில் பாதி சரியானது என்றோ நிலைநாட்ட ஆய்வாளர்கள் விரும்புகின்றனர். அவர்கள் அறியாமலோ, அல்லது அறிந்தாலும் ஒப்புக்கொள்ளாமலோ எல்வின் என்ற ஆய்வாளருக்கு அஞ்சலி செலுத்துகின்றனர். எல்வின் எழுதிய நூல்களைப் போல அவர்கள் எழுதிய நூல்கள் வாசிப்பு அனுபவம் தருமா?

எல்லா ஆய்வாளர்களும் எல்வினுடைய தவறுகளைச் சுட்டிக்காட்டவும், அவரை விமரிசிக்கவும் மட்டுமே அவரைப் பற்றி ஆய்வு செய்யவில்லை. அவர் இறந்த சிலநாட்களில், சில அறிஞர்கள் கூடி அவர் பெயரில் ஒரு சிறந்த நினைவுமலர் வெளியிட்டனர். பல்கலைக்கழகத்தில் அவர் ஆசிரியராக இருந்ததில்லை, அவருக்கு மாணவர்களும் கிடையாது. அவர் நினைவில் மலர் வெளியிடுவது சிறப்பான கௌரவம்தான். அவர் எழுதிய அவ்வளவு பிரபலம் அடையாத சிறு வெளியீடுகளை சந்தர்ப்பவசமாக வாசித்த உலோகவியலாளர்கள் சிலர், அந்த நூலில் கண்ட சான்றுகளின் அடிப்படையில் அகாரியாக்கள் பயன்படுத்திய உலோகஉலை ஒன்றை வடிவமைத்துக் கட்டினர். 1993ஆம் ஆண்டு டிசம்பர் மாதம், மரபுவழி விஞ்ஞானம் பற்றி பம்பாய் ஐ.ஐ.டி.யில் நடந்த மாநாட்டில் அதைக் காட்சிக்கு வைத்திருந்தனர். இது அவருக்கு ஓர் ஆக்கப் பூர்வமான அஞ்சலிதான்.

ஊர் ஊராகச் சுற்றியலைந்த மானிடவியலாளரான எல்வினுக்கு, அந்தந்த ஊர்களின் மக்களும் நினைவகங்கள்

கட்டத்திட்டம் இட்டனர். எல்வினுடைய சாம்பலின் ஒருபகுதி சியாங் நதியில் கரைத்த போது, இன்னொரு பகுதியை தனியே எடுத்து வைத்தனர். அங்கிருந்த மக்கள் கேட்டுக்கொண்டபடி மான்கோட்டாவில், கோம்பா என்ற இடத்தில் பின்னால் கட்டுவதாக இருந்த எல்வின் நினைவகத்தில் அதை வைக்க வேண்டும் என்று திட்டம் இட்டனர். 1979ஆம் ஆண்டில் மத்தியப் பிரதேசத்தில் இருந்த அரசு அதிகாரி ஒருவர் 'எல்வின் நினைவு நூலகம்' ஒன்றை மண்ட்லாவில் தொடங்க வேண்டும் என்று பரிந்துரை செய்தார். அந்த அதிகாரி, இனவரைவியலாளராக ஆக நினைத்து அப்படி ஆகாமல் போனவர். புத்தகங்கள், கட்டுரைகள் மூலமாக அந்த மாவட்ட மக்களை உலகமெங்கும் அறியவைத்த எல்வின் நினைவாக ஓர் அரங்கம், நூலகம், சமூக மானிடவியல் ஆய்வகம் ஆகியவற்றுடன் நிறுவனம் அமைக்க வேண்டும் என்று ஆலோசனை சொன்னார். 1990களில் பஸ்தாரைச் சேர்ந்த பத்திரிகையாளரும் சமூக சேவகருமான முகம்மது இக்பால், சித்திரகூடத்துக்கு அருகில் இருக்கும் எல்வினின் பழைய வீட்டைப் புதுப்பித்து அதில் பழங்குடி மக்களின் ஒரு கைத்தொழில் கூடம், ஒரு அருங்காட்சியகம் தொடங்கலாம் என்று யோசனை சொன்னார். நினைவகங்கள் கட்டுவதில் இந்திய மரபு ஒன்று உண்டு. அதன்படி அரசின் ஆதரவும், அங்கீகாரமும் இல்லை என்றால் தனிப்பட்டவர்களின் முன்முயற்சி தோல்வி அடைந்துவிடும். இன்றுவரை இந்தத் திட்டங்கள் நிறைவேறாததற்கு இதுதான் காரணம்.

○ ○ ○

நாம் எல்வினை காந்தியவாதியாக, கிறித்தவராக, மானிடவியல் அறிஞராக நினைவுகூரலாம். ஆனால் அவர், தன்னைப் பழங்குடி மக்களின் நலன்களுக்காகப் போராடுகிறவர் என்றே நினைவில் கொள்ள வேண்டும் என்று விரும்புவார். அப்படி என்றால் அவர் நேசித்த, உடன்வாழ்ந்த பழங்குடி மக்களின் இன்றைய நிலை என்ன? மத்திய இந்தியாவின் பழங்குடி மக்களை மலேரியாக் கொசுக்கள் முழுவதுமாக அழித்துவிட்டனவா? வடகிழக்குப் பிரதேசத்தின் பழங்குடி மக்கள் நாகரிகத்தின் கவர்ச்சிகளுக்கு அடிமையாகிவிட்டனரா? அவருடைய தத்துவமும், நடைமுறைகளும் இருந்ததற்கான தடயம் எங்கேனும் இருக்கிறதா?

எல்வினுடைய சொந்த மாவட்டமான மண்ட்லாவில் 1990களில் பயணம் செய்யும்போது நாகரிகத்துடன் இணைந்து விடுவதற்கும், நாகரிகத்தை விட்டு விலகித் தனித்திருப்பதற்கும் இடையில் அங்கு மக்கள் ஊசலாடிப் போராடி வருவதன்

அடையாளங்களைக் கண்டேன். கோண்டுகள் இன்னும் மது அருந்துகிறார்கள். அதிர்ஷ்டவசமாக, பண்டிகைக் காலத்தில் நான் அங்கு சென்றிருந்தேன். தங்கள் தனி அடையாளத்தைப் பெருமை யுடன் காத்து வருகிறார்கள். பதன்காரில், கோண்டுவானா கட்சிக்கு மக்கள் வாக்களிக்கும்படி புதிய கோஷங்கள் கேட்டன. பழங்குடி மக்களுக்குப் புதிய பிரதேசம் ஒன்றை உருவாக்க வேண்டும் என்பது அவர்களின் கோரிக்கை. ஜெய் படா தியோ, ஜெய் கோண்ட்வானா (பெரிய தியோ வாழ்க, கோண்டுவானா வாழ்க) என்ற முழக்கங்கள் கேட்கின்றது. அது புராதனமான, தனித்துவம் மிக்க, இந்து அல்லாத கோண்டு தெய்வத்தின் மீது மக்கள் வைத்திருக்கும் நம்பிக்கையை உறுதிப்படுத்துகிறது. பள்ளத்தாக்கில் உள்ளே கொஞ்சம் பயணம் செய்தால், பலவிதமான, இன்னும் தீவிரமான அடையாளங்கள் தென்படுகின்றன. சந்தன்காட் கிராமத்தில், நர்மதை ஆற்றின் கரையில், புனித யாத்திரை செல்லும் வழியில் புத்தம் புதிய கட்டிடம் ஒன்றைக் கண்டோம். அந்த வெள்ளை நிறக் கட்டிடத்தில், ‘சரஸ்வதி சாவர்க்கர் சிஷு மந்திர்’ (சரஸ்வதி சாவர்க்கார் குழந்தைகள் மையம்) என்று விளம்பரம் செய்யப்பட்டிருந்தது. கல்விக் கடவுளையும், இந்துத் தேசியவாத வெறியர் ஒருவரின் பெயரையும் இணைத்துப் பழங்குடி மக்களைத் தாய்மதமான இந்துமதத்துக்கு மாற்றும் நடவடிக்கையாக ஆர்.எஸ்.எஸ். அதை நடத்துகிறது.

பண்பாட்டுப் போர் இன்னும் முடியவில்லை. ஆனால் சுதந்திர இந்தியாவில் எல்வின் பயந்தது போலவே, பொருளாதார வளர்ச்சியினால் ஏற்படும் நெருக்கடி பழங்குடி மக்களை மோசமாகப் பாதிக்கிறது. இந்தியாவில் அடர்ந்த காட்டுப் பகுதிகளிலும், பாய்ந்தோடும் நதிக்கரை ஓரங்களிலும், வணிக மதிப்புள்ள கனிமவளங்கள் கிடைக்கும் இடங்களிலும் வாழ நேர்ந்தது பழங்குடி மக்களின் தலைவிதி. அதனால் அவர்களது காடுகளைக் காகித ஆலைகள் ஆக்கிரமித்தன. நிலங்கள், அணைகளின் தண்ணீரில் மூழ்கிவிட்டன அல்லது சுரங்கங்களால் அழிந்துவிட்டன. வளர்ச்சித் திட்டங்களால் இடப்பெயர்வு செய்யப்பட்டவர்களில் குறைந்தபட்சம் 40% பழங்குடிகள். இத்தனைக்கும் மக்கள் தொகையில் அவர்கள் 8% இருக்கிறார்கள் என்று வால்டர் ஃபெர்னாண்டஸ் என்ற சமூகவியல் அறிஞர் ஆவணப்படுத்துகிறார். மற்றவர்களோடு ஒப்பிட்டால், பழங்குடி மக்களின் நிலங்களை அரசு கையகப்படுத்துவதற்கு ஐந்து மடங்கு அதிக வாய்ப்புகள் உண்டு. திட்டமிட்ட வளர்ச்சியின் காரணமாகப் பல ஆண்டுகளாகப் பெரும் எண்ணிக்கையில் அவர்கள் நிலங்களை இழந்திருக்கிறார்கள். நிலங்களை விட்டு வெளியேற்றப்பட்ட பழங்குடிகளின் எண்ணிக்கை குறைந்தது

ஒரு கோடி என்று ஒரு கணிப்பு உண்டு, இரண்டு கோடி மக்கள் என்று சிலர் சொல்கிறார்கள்.

பொருளாதாரத்தின் முக்கிய அம்சங்கள் அரசின் கட்டுப் பாட்டில் இருந்த காலத்திலும் பழங்குடிகள் நிலங்களிலிருந்தும் கிராமங்களிலிருந்தும் வெளியேற்றப்பட்டனர். தாராளமயமாக்கல், உலகமயமாக்கல் இவற்றினிடையேயும் அவர்கள் இடம்பெயர்வது தொடர்கிறது. நாட்டில் கல்வியறிவு பெற்றவர்கள் மற்றும் வேலைவாய்ப்புகள் பெறத் தகுதி பெற்றவர்கள் இருக்கும் இடங்களில் பொருளாதார மாற்றங்கள் மூலம் நல்ல பயன்கள் கிடைத்துள்ளன. உயர்ந்த தொழில்நுட்ப உதவியுடன் கணினி மென்பொருட்கள் ஏற்றுமதிக்காகத் தயாராகின்றன. மறுபுறம், கனிம வளங்களைக் கச்சாப் பொருட்களாக வணிகம் செய்யும் பகுதிகளில் உலகமயமாக்கல் மிகவும் கொடூரமான முகத்தைக் காட்டுகிறது. ஒரிஸா, ஜார்கண்ட், சத்தீஸ்கர் மாநிலங்களில் பழங்குடிகள் வாழுமிடங்களில் அரசு, கனிமங்களைத் தோண்டும் இந்திய மற்றும் வெளிநாட்டுக் கம்பெனிகளுடன் ஒப்பந்தம் செய்துகொண்டதால் இவ்வாறு நடக்கிறது. இந்த ஒப்பந்தங்கள் பழங்குடிகளுக்குச் சொந்தமான நிலங்களில் இருந்து அவர்களை வெளியேற்ற அனுமதி வழங்குவது மட்டுமின்றி, அதைத் தூண்டு கின்றன.

இரண்டு தாழ்த்தப்பட்ட குழுக்கள் இருப்பதாக 1950இல் இயற்றப்பட்ட இந்திய அரசியல் அமைப்புச் சட்டம் அங்கீகரிக்கிறது: அட்டவணைப் பட்டியலில் இருக்கும் சாதி (முன்னாள் தீண்டத்தகாதவர்கள் – இன்று தலித்துக்கள்) யினரும், அட்டவணைப் பழங்குடியினரும் அவர்களுக்கென குறிப்பிட்ட விழுக்காடு பதவிகள் பாராளுமன்றத்திலும் அரசு அலுவலகங்களிலும் ஒதுக்கப்பட்டன. அறுபத்தி ஐந்து ஆண்டுகள் கழிந்தும் இந்தியக் குடியரசில் தலித்துக்களுக்குச் சம உரிமை இல்லை. சமூகத்தால் ஒதுக்கப்பட்டும், பொருளாதாரத்தால் வஞ்சிக்கப்பட்டும் வருகின்றனர். பழங்குடி மக்கள் நிலை அதைவிட மோசமானது. வளர்ச்சித் திட்டங்கள் காரணமாக அவர்கள் இடம்பெயராத நிலையில் கூட அரசு அவர்களை மிக மோசமாக நடத்துகிறது. நல்ல பள்ளிகள், மருத்துவமனைகள், வேலைவாய்ப்பு வசதிகளை அரசு நல்குவதில்லை.

மக்கள்தொகை அறிஞர் அருப் மகரத்னா பழங்குடிகள் வாழ்க்கைத் தரத்தை அட்டவணைச் சாதிகளுடன் (தலித்துகள்) ஒப்பாய்வு செய்திருக்கிறார்: பழங்குடிகளிடையே எழுத்தறிவு குறைவு (பழங்குடிகள் 23.1% : தலித்துகள் 30.1%), பள்ளிப்படிப்பை நிறுத்துவது அதிகம் (பழங்குடிகள் 62.5%; தலித்துகள் 49.4%), வறுமைக் கோட்டுக்குக் கீழுள்ளோர் எண்ணிக்கை அதிகம் (ப.கு.

49.9%; தலித் 41.5). பழங்குடிகளுக்குக் குடிநீர், மின்சாரம், மருத்துவ வசதி, சுத்தமான கழிப்பறைகள் போன்ற அடிப்படை வசதிகள் தலித்துகளை விட மோசமான நிலையில் கிடைக்கின்றன (தலித்துகள் நிலை சிறப்பாக இருக்கிறது என்பதல்ல இதன் பொருள்).

ஒரு பொருளாதார நிபுணர் (Jean Dreze) எழுதியது போல, 'இந்தியாவைப் பற்றி எழுதப்படும் பொருளாதாரப் பாடப் புத்தகங்களில் கூட பழங்குடிச் சமூகங்களைப் பற்றிய குறிப்புக்களைக் காண முடியாது.' அவருடைய பயணங்களில், வீட்டுச் சொந்தக்காரர்கள், வணிகர்கள், ஒப்பந்தக்காரர்கள், அரசியல்வாதிகள், வனக்காவலர்கள், அரசு அலுவலர்கள் என மற்றவர்கள் பழங்குடி மக்களை இரக்கமின்றிச் சுரண்டுவதை நேரில் கண்டிருக்கிறார். 'இந்தியாவில் பழங்குடி மக்களுக்குப் பெரும் அநீதி இழைக்கப்பட்டிருக்கிறது' என்ற துயரமான முடிவுக்கு வருகிறார்.

மத்திய இந்தியாவின் பழங்குடிகள் இந்த மோசமான நிலையை முழுவதும் அமைதியாகச் சகித்துக் கொள்ளவில்லை. சர்தார் சரோவர் அணை கட்டுவதைப் பற்றிய விவாதத்தை எடுத்துக்கொள்ளலாம். எல்வின் நர்மதை நதியை நன்கு அறிந்தவர், அதன் அருகில் வாழ்ந்தவர். அந்த நதியின் மீது கட்டப்படும் அணைக்காகச் சுமார் ஒன்றரை லட்சம் மக்கள் இடம்பெயர்ந்து செல்ல வேண்டியிருக்கிறது. அவர்களில் பாதிப்பேர் பழங்குடி மக்கள். 1980களில் நர்மதையைக் காப்பாற்றுவோம் இயக்கம் (நர்மதா பச்சாவோ ஆந்தோலன்) அணைகட்டுவதை எதிர்த்து எழுந்தது. அந்த இயக்கம் நாற்பது வயதான மேதா பட்கர் என்ற பெண்ணின் தலைமையில் நடக்கிறது. நமது எல்வினைப் போலவே மேதா பட்கர் நாகரிக வாழ்வைத் துறந்தவர். அந்த இயக்கம் அணையை எதிர்த்து முழுஅடைப்பு, மறியல், உண்ணாவிரதம் என்று பலவிதப் போராட்டங்களை நடத்தியது. பலர் அதைப் பாராட்டுகிறார்கள், சிலர் எதிர்க்கிறார்கள். பட்கரும், அவருடைய தோழர்களும் வளர்ச்சித் திட்டத்தின் பலியாடுகளாக ஆக்கப்படுகிறவர்களைக் குறித்துப் பேசுகிறார்கள். அந்த முன்னேற்றத்தால் பலன் பெறுகிறவர்களும் உரத்துப் பேசுகிறார்கள். அணை எதிர்ப்பு இயக்கத்தை எதிர்த்து, அணை கட்ட ஆதரிப்பவர்களும் போராடுகிறார்கள். இதில் இத்திட்டத்தினால் பாசனத்திற்குத் தண்ணீர் கிடைக்கப்பெறும் குஜராத்தின் விவசாயிகளும் அரசியல்வாதிகளும் அடங்குவர். ஆசியாவிலேயே மிகவலிமையுடன் பேசும் ஊடகங்களில் பிரச்சனை அலசப்படுகிறது. வரலாற்றில் ஆர்வம் கொண்டவர் களுக்கு இது 1940களில் நடந்த குர்யே – எல்வின் சச்சரவை

நினைவுபடுத்தும். நவீனமயமாதலை மிகத்தீவிரமாக ஆதரிக்கும் பொருளாதார நிபுணர் ஒருவர் உயர் மத்திய வர்க்க இந்தியர்களிடம் ஆற்றிய உரையில் குறிப்பிட்டதை இப்போது பார்ப்போம்:

நர்மதை நதிமீது அணை கட்டுவதை எதிர்ப்பவர்கள்... பழங்குடி மக்கள் காலங்காலமாக வாழ்ந்துவந்த இடங்களில் இருந்து வெளியேற்றப்படுவதை, அவர்களின் வாழ்க்கை முறைகள் மாற்றப்படுவதைக் க்ண்டு கொதிக்கிறார்கள். ஆனால், இந்தியாவின் இன்னும் இரண்டு தலைமுறை களுக்குள் பழங்குடி மக்கள் என்னைவிட பணக்காரர்களாக, நாகரிகம் அடைந்தவர்களாக மாற வேண்டும் என்று விரும்புகிறேன். நாம் மிகச் சாதாரணமாக அனுபவித்துக் கொண்டிருக்கும் கல்வி, மருத்துவ வசதிகள், சாலைகள் போன்றவை அவர்களுக்கும் கிடைக்க வழி செய்ய வேண்டும். நாம் அப்படிச் செய்யும்போது அவர்கள் பழங்குடி மக்களாக இருக்க மாட்டார்கள். நம்மைப் போல் ஆகிவிடுவார்கள். அதை நோக்கித்தான் நாம் உழைக்க வேண்டும் என்று நான் விரும்புகிறேன். பழங்குடி மக்களை காடுகளில் வைத்துக் காப்பதற்குப் பதிலாக அவர்களைக் காடுகளில் இருந்து வெளியேற்றி, நம் உலகத்துக்குக் கொண்டு வந்து, முன்னாள் பழங்குடிகளாகிய நம்மைப் போல மாற்ற வேண்டும்.

உலக வங்கி இந்த அணை கட்டுவதை முழுமூச்சுடன் ஆதரிக்கிறது. அணை கட்டுவதை ஆதரித்தாலும் சரி அல்லது எதிர்த்தாலும் சரி, உலகவங்கிக்கு அளிக்கப்பட்ட மாற்றுக் கருத்துக் கொண்ட அறிக்கையின் சில குறிப்புகளைப் பார்ப்போம்:

அணையின் நீரால் மூழ்கப் போகும் கிராமங்களில் பழங்குடி மக்கள் வாழ்கிறார்கள் ... தங்களுடைய நிலங்களைப் பற்றி, வாழ்க்கை முறைகளைப் பற்றி எங்களிடம் சொன்னார்கள். நிலத்துடன், காடுகளுடன், மிருகங்களுடன் எத்தனையோ காலங்களாக அவர்களுக்கு உள்ள உறவு பற்றி அடிக்கடி குறிப்பிட்டார்கள். நிலத்துடன், நதியுடன் தங்களை அடையாளப்படுத்திக் கொண்டார்கள்.

சர்தார் சரோவர் திட்டத்தால் பெருமளவில் மக்கள் பாதிக்கப்படுவார்கள் என்பதற்கு ஆதாரம் இருக்கிறது என்பது எங்கள் கருத்து. இப்படித் தனித்து வாழும் மக்கள் குழுக்கள் முன்னேற்றத்துக்காகப் பெரும் விலை கொடுத்திருக்கிறார்கள். இதுமாதிரிக் குழுக்களைக் கணக்கில் எடுத்துக்கொள்ள வேண்டும் என்ற கருத்து உலகத்தில் பரவி வருகிறது. தங்கள் நிலங்களில் இருந்து அகற்றப்பட்டு, அவர்களது பண்பாட்டு ஒருமை சீரழிக்கப்படுவதை நன்கு அறிவோம்.

நர்மதை இயக்கம் முழுவதும் அமைதிவழியில் நடந்தது. ஆனால் மாவோயிசப் புரட்சியாளர்கள் செயல்படும் மத்திய மற்றும் கிழக்குப் பகுதிகளில் பழங்குடிகளின் மனக்கசப்பு மாவோயிஸ்டுகளுக்கு உயிர்தருகிறது, அவர்கள் அதைப் பயன் படுத்திக்கொள்கிறார்கள். எல்வின் மிகச் சிறப்பாகப் பணியாற்றித் தன் வாழ்க்கையின் மிக மகிழ்ச்சியான நாட்களைக் கழித்த பழைய பஸ்தார் சமஸ்தானத்தில், பழங்குடிகள் வாழும் பகுதிகளில் கடந்த பத்தாண்டுகளாக உள்நாட்டுப் போர் மிகத்தீவிரமாக நடக்கிறது. அண்ணன் தம்பிகளிடையே, குடும்பங்களுக்கிடையே, கிராமங்களுக்கிடையே, குலங்களுக்கிடையே மோதல் நடக்கிறது.

எல்வின் பஸ்தாரில் வாழ்ந்த 1940களில் பழங்குடிகள் மென்மையானவர்களாக, தோழமையானவர்களாக இருந்தனர். சொத்துக்கள் அதிகாரம் இவற்றிற்கு ஆசைப்படவில்லை. போரிட்டுக் கொண்டிருந்த ஐரோப்பியர்களுக்கு எதிர்ப்புலமாக இருந்தனர் என்று லண்டனில் இருந்த அம்மாவுக்கு எல்வின் கடிதம் எழுதினார். 'பஸ்தாரின் பழங்குடிகள் வாழ்க்கை அந்தக் காலத்தில் உலகிற்குப் பாடமாக இருந்தது. பேரரசுகள், பெருஞ்செல்வம் என்று மனிதர்கள் பேராசை கொள்ளும்வரை (இப்போது நடக்கும் இரண்டாவது உலகப் போர் போன்ற) பேரழிவுகள் நிகழும்.'

2006ஆம் ஆண்டின் கோடைக்காலத்தில் உள்நாட்டுப் போரைப் புரிந்துகொள்வதற்காகப் பஸ்தார் சென்ற குழுவில் நானும் இருந்தேன். அந்தப் பழைய சமஸ்தானம் பஸ்தார், தண்டேவாரா, கன்கேர் என்ற மூன்று மாவட்டங்களாகப் பிரிந்துவிட்டது. எல்வின் பயணம் செய்த இடங்களான கிடம், கொற்று, பிஜப்பூர் வழியே பயணம் செய்தேன். அந்தப் பகுதியெங்கும் வயல்களும் அவற்றுக்கிடையே சால், பலா, மா மரங்களும் நிறைந்திருந்தன. காடுகளும் மலைகளும் கொண்ட கிராமப்புறங்கள் மிகுந்த எழிலுடன் திகழ்ந்தன. கோடைக் காலத்தில் கூட இந்திராவதி ஆறு அழகாக இருந்தது. அக்காக் குயில்கள், மாங்குயில்கள், வானம்பாடிகள், குருவிகள் என்று பலவிதப் பறவையினங்கள் நிறைந்திருந்தன.

பழங்குடிகளில் நிலையும் தலைவிதியும் மட்டுமே மாறி யிருந்தது. கடந்த அறுபது ஆண்டுகளில் பஸ்தாரிலுள்ள பழங்குடிகளுக்கு அரசு ஒரு சுரண்டல் இயந்திரமாகவே தெரிகிறது. வனக்காவலர்கள் அவர்களைக் காடுகளுக்குள் விடுவதில்லை. காவல்துறையினர் லஞ்சம் கேட்கின்றனர், குறைந்தபட்சக் கூலியைத் தரமறுக்கும் ஒப்பந்தக்காரர்களுக்கு அரசு ஆதரவளிக்கிறது. வளர்ச்சியின் பலன்கள் அவர்களுக்குப்

போய்ச்சேரவில்லை. மற்ற பழங்குடி மாவட்டங்களைப் போலவே, நன்கு செயல்படும் பள்ளிகள், எல்லாப் பணியாளர்களும் உள்ள மருத்துவமனைகள் தேவைக்கு மிகக் குறைவாகவே இருந்தன.

இந்திய அரசின் தவறான நடவடிக்கைளால் மாவோயிசப் புரட்சியாளர்கள் அங்கே நுழைய வழி கிடைத்தது. கடந்த பத்தாண்டுகளாக அவர்கள் கிராமத்தினரை ஒன்றுதிரட்டி அதிகக்கூலி, வனங்களுக்குள் தடையின்றிச் செல்லும் உரிமை போன்ற கோரிக்கைகளை வலியுறுத்த செயல்பட்டு வருகின்றனர். ஒன்றுதிரட்டும் பணி ஆயுதப் போராட்டத்துடனேயே நடக்கிறது. போலீஸ்காரர்கள், வன அலுவலர்கள், ஒப்பந்தக்காரர்கள் தாக்குதல்களுக்கும் கொலைகளுக்கும் ஆளாகின்றனர். புரட்சி யாளர்களுக்கு ஆதரவளிக்காத கிராமத் தலைவர்களும் கொல்லப் படுகின்றனர்.

வழக்கமான அரசின் நடைமுறைகளைப் பின்பற்றிப் புரட்சியாளர்களை எதிர்கொள்ள இயலாத, அதற்கு விருப்பமும் இல்லாத சத்தீஸ்கரின் அரசியல்வாதிகள், மாவோயிஸ்டுகளுடன் போரிட ஆயுதக் குழுக்களை அமைத்தனர் (சத்தீஸ்கரில் தான் பஸ்தார் இருக்கிறது). துப்பாக்கிகள் கொடுத்து, மாதாமாதம் உதவித் தொகையும் வழங்கி, ஆசைகாட்டி இளவயதினரை ஈர்த்து, மாவோயிஸ்டுகளுடன் சண்டையிடத் தூண்டுகின்றனர். கிராமத்திலிருக்கும் மற்றவர்களை வீடுகளிலிருந்து வெளியேற்றிச் சாலையோரங்களில் கூடாரங்களில் தங்க வைக்கின்றனர். மாவோயிஸ்டுகள் பழிவாங்கும் நடவடிக்கைகளில் ஈடுபடுகின்றனர். கடந்த வருடத்தில் மட்டும் நூற்றுக்கணக்கான பழங்குடி மக்கள் மோதலில் பலியாகி உள்ளனர். சுமார் நாற்பதாயிரம் பேர் இடம் மாற்றப்பட்டனர்.

பஸ்தாரின் பழங்குடிகள் அமைதியாக வாழ்வதை எல்வின் கண்டார். ஆனால் இன்று அவர்கள் ஒருவருடன் ஒருவர் மோதிக்கொண்டிருக்கின்றனர். தண்டேவாராவில் இருக்கும் மரியா (*Maria*) மக்களைப் பற்றி “ஒரு கம்யூனிஸ்ட் சமூகம் போல வாழ்கிறவர்கள். எல்லாரும் ஒற்றுமையுடன் வாழ்கிறார்கள்” என்றெழுதினார். இன்று ஒவ்வொரு கிராமமும் இரண்டாகப் பிரிந்திருக்கிறது. இப்போது பஸ்தார் இருக்கும் நிலையைப் பார்த்தால் எல்வின் கண்ணீர் விடுவார். நானும் கண்ணீர் விட்டேன் என்பது எனக்குத் தெரியும்.

○ ○ ○

எல்வின் மத்திய இந்தியாவில் இருபது ஆண்டுகள் இருந்தார். வடகிழக்கு எல்லைப்புற நிர்வாகத்தில் பத்தாண்டுகள்

ஆலோசகராகப் பணிபுரிந்தார். வடகிழக்கு எல்லைப்புற நிர்வாகம் இன்று இந்தியக் குடியரசின் ஒரு மாநிலமாக, ‘அருணாச்சலப் பிரதேசம்’ ஆகிவிட்டது. வடகிழக்கில் ஏழு மாநிலங்கள் இருக்கின்றன. அருணாச்சலப் பிரதேசம் தவிர மற்ற எல்லா மாநிலங்களிலும் பிரிவினை கோரிக் கலகங்கள் நடந்துவருகின்றன. நாகாக்கள், மிஜோக்கள், போடோ மக்கள், கூக்கி, அஹோம் மக்கள் எல்லோரும் இந்திய அரசுடன் போர் நடத்துகிறார்கள். மொன்பாஸ், மிஷ்மி மக்கள் இதற்கு விதிவிலக்காக இருக்கிறார்கள். அருணாச்சலப் பிரதேசம் மட்டுமே அமைதிப் பூங்காவாக இருக்கிறது. வடகிழக்கு மாநிலங்களில், அங்கே மட்டுமே அரசியல் நிலைமை சீராக இருக்கிறது என்று பத்திரிகையாளர் ஜார்ஜ் வர்கீஸ் 1997இல் வெளிவந்த நூலில் எழுதினார். அதே மாதிரி, இந்தியா முழுவதும் பழங்குடிப் பகுதிகளுடன் ஒப்பிட்டால், அருணாச்சலப் பிரதேசத்தில் மட்டுமே சிறப்பாக நிர்வாகம் நடக்கிறது என்று கிறிஸ்டோஃப் வொன் ஃபியூரர் எழுதினார்.

மற்ற மாநிலங்களுடன் ஒப்பிடும்போது அங்கே அமைதி நிலவுவதற்கு எல்வின் ஏற்படுத்திய பாதிப்பு முக்கியக் காரணம் என்று விவரம் அறிந்த அதிகாரிகள் கூறுகின்றனர். மாநிலத்தின் இரண்டாவது மொழியாக அசாம் மொழியைக் கருதாமல், இந்தியைக் கொண்டு வந்தார். அதனால் அவர்கள் இந்தியாவுடன் இணைந்துவிட்டனர். அப்படி உணர்வதற்கு, பண்பாடுகளை இணைக்கும் கருவியான, இந்தித் திரைப்படங்களை அவர்கள் ரசிக்க முடிவதும் ஒரு காரணம். வெளியாட்கள் வடகிழக்கு நிர்வாகப் பகுதிகளுக்குள் வர அனுமதிக்கக் கூடாது, அவர்கள் சொத்துக்கள் வாங்க அனுமதிக்கக் கூடாது என்று எல்வின் வற்புறுத்தினார். அங்கே பணிபுரியும் அதிகாரிகள் பழங்குடியினரின் நலம் பேண வேண்டும். அன்புடன், கருணையுடன் நோக்க வேண்டும் என்று பயிற்சி கொடுத்தார். அதனால் பழங்குடிகள் தன்னம்பிக்கையுடன் நாகரிக வாழ்வில் அடியெடுத்து வைக்க முடிந்தது. மாநிலத்தின் பெயரிலேயே அது இந்தியாவுடன் இணைந்திருப்பது தெரிகிறது. மற்ற இந்திய மாநிலங்களைப் போலவே ‘பிரதேசம்’ என்ற சமஸ்கிருத வார்த்தை இருக்கிறது. இதை நாகாலாந்து (இங்கிலாந்து போன்ற) பெயருடன் ஒப்பிட்டால் இந்த வேறுபாடு புரியும்.

1994ஆம் ஆண்டில் அருணாச்சலப் பிரதேசத்திற்குச் சென்ற ஒரு பத்திரிகையாளர், எல்வின் இறந்து போன ஆண்டில் பிறந்த ஒரு பெண் அதிகாரியைச் சந்தித்தார். அவருக்கு எல்வின் மீதும் எல்வினுடைய புத்தகங்கள் மீதும் மிகுந்த பற்று இருந்தது. கல்வி பெற்ற ‘ஆடி’ (*Adi*) பழங்குடி ஆண்களையும் அவர் சந்தித்தார்.

எல்வின் சேகரித்த விஷயங்களையும், அவருடைய புத்தகங்களையும் வைத்துக்கொண்டு தங்களுடைய மரபுகளையும், மாயக் கதைகளையும் அவர்கள் அறிந்துகொண்டனர். அதனால் அவரை மிகவும் மதித்தனர். இரண்டு வருடங்கள் கழித்து பில் ஐட்கின் மோட்டார் சைக்கிளில் நெடுந்தூரம் பயணம் செய்தார். இந்தியா முழுவதும் மறைந்துபோன பல நல்ல விழுமியங்கள் அங்கு நடைமுறையில் இருப்பதைக் கண்டார். கிராமங்களில் எழும் பிரச்சனைகளுக்கு ஜனநாயக முறையில் தீர்வு காணப்படுகிறது. மற்ற இந்திய மாநிலங்களில் இருக்கும் ஜாதி அடுக்கு முறை இதை எளிதில் செயல்பட அனுமதிக்காது. அவர் மனம்வருந்தும் வகையில், அரசில் பணிபுரிந்த வேறு சில மானிடவியலாளர்களையும் சந்தித்தார். பழங்குடி மக்கள் தங்கள் மத நம்பிக்கைகளைப் பின்பற்ற அனுமதிக்க வேண்டும் என்ற எல்வினுடைய கருத்துக்களை எதிர்த்தனர். அருணாச்சலப் பிரதேசம் ஒரு அமைதியான சிறப்பான மாநிலமாக இருப்பது அந்த மாநிலத்தின் அரசியல்வாதிகளின் ஞானத்தைப் பொறுத்தது என்று அவர் எழுதினார்.

2008ஆம் ஆண்டில் அருணாச்சலப் பிரதேசத்துக்கு சென்றபோது பழங்குடிகள், வாழ்க்கையை அணுகும்முறை, மரபுகள் இரண்டையும் இழிவுடன் நோக்கும் இரு கொள்கைளுக்கிடையே அவர்களது ஆத்மாக்களைக் கைப்பற்றக் கடும் போட்டி நிலவுவதைக் கண்டேன். பாப்டிஸ (*Babtist*) வழிபாட்டுத் தலங்கள் பல இருப்பதைக் கண்டேன். அதுபோலவே 'உள்நாட்டு நம்பிக்கைகளின் நாள்' கொண்டாடும் சுவரொட்டிகள் இருந்தன. இந்துமதத்தைப் பரப்ப முயலும் நிறுவனங்கள் பழங்குடி மக்களைத் தங்கள் பக்கம் இழுக்க இந்த வழியைக் கடைப்பிடிக்கின்றன. குறிப்பாக, நியிஷி (*Niyishi*) பழங்குடிகள் கிறித்தவத்துக்கு மாறக் கூடியவர்கள். ஏனெனில் அது 'இனி என்றைக்கும் சுகமளிக்கும்' வழியைச் சொன்னது (இதற்கு மாறாக, சில பழங்குடி இனங்களில் இறந்தபின் வாழ்க்கை என்ற நம்பிக்கை இல்லை). ஆடி இனத்தவர் ஆர்.எஸ்.எஸ்.இன் ஆசைவார்த்தைகளுக்கு இரையாகும் நிலை இருந்தது. அவர்கள் இந்துப் புராணங்களின் மையமான சூரியனையும் சந்திரனையும் போற்றினார்கள்.

அதிர்ஷ்டவசமாக, அருணாசலப் பிரதேச மக்களில் பலர் பழைய வழிபாட்டு முறைகளைப் பின்பற்றுகிறார்கள். அதில் ஒன்று புத்தமதம். அங்கு 2008ஆம் ஆண்டில் தேர்தலில் வெற்றி பெற்ற முதல்வர் புத்தமதத்தைப் பின்பற்றுகிறவர். மிகவும் மரியாதைக்குரிய ஒரு சட்டமன்ற உறுப்பினர் புத்த மதத்தில் மூத்த துறவியாக இருந்தவர். தலைநகரான இடாநகரின் இருக்கும் இரண்டு மிக அழகான கட்டிடங்களும் புத்தர் கோயில்கள். ஒன்று

தேராவாத மரபைச் சார்ந்து. பர்மாவுடன் நெருங்கியிருக்கும் ரோஹித் பகுதியைச் சேர்ந்தவர்கள் அங்கே வழிபடுகிறார்கள். இன்னொன்று திபெத் எல்லைக்கு அருகில் வாழும் மோன்பாஸ் குடிகள் வழிபடும் மகாயான மரபைச் சேர்ந்தது.

திபெத்தில் மகாயான பிரிவைச் சேர்ந்தவர்கள் துன்புறுத்தப் படுகின்றனர், அடக்கப்படுகின்றனர். எல்லைக்கு இந்தப் புறத்தில் அவர்கள் சுதந்திரமாகத் தங்கள் மதத்தைப் பின்பற்றலாம். இடாநகரில் அவர்களுடைய கோயில் ஒரு குன்றின் மீது இருக்கிறது. அங்கிருந்து அழகான காட்சிகளைக் காணலாம். சுற்றிலும் வண்ண வண்ணக் கொடிகள் பறக்கும் அக்கோயிலுக்குத் தலாய்லாமா அடிக்கல் நாட்டினார். இங்கே அவர் கௌரவமான விருந்தினர். அவருடைய சொந்த நாட்டில் அவருடைய புகைப்படத்தைக் கூட காண முடியாது (வைத்திருந்தால் திபெத்தியச் சிறைக்குச் செல்ல வேண்டியிருக்கும்).

இந்தியாவுடன் இருக்க முடிவுசெய்த அருணாசலப் பிரதேச மக்கள், அதன் விளைவாகத் தேர்தல் அரசியல் போன்ற நல்ல அம்சங்களுடன், ஊழல் (அது ஒன்றும் தவிர்க்கமுடியாததல்ல) போன்ற கெட்ட அம்சங்களையும் சேர்ந்தே எடுத்துக்கொண்டனர். இடாநகரில் இருக்கும் மிகப் பெரிய வீடுகள் எல்லாம் முந்தைய அல்லது தற்போதைய சட்டமன்ற உறுப்பினர்கள் அல்லது அமைச்சர்கள் சொத்தாக இருப்பதைக் கண்டேன். ஒரு வணிக வளாகத்தை ஒரு அமைச்சர் இன்னொரு அமைச்சருக்கு 25 கோடி ரூபாய்களுக்கு விற்றார் என்று சொல்கிறார்கள்.

'நடந்தே தீர வேண்டிய மாற்றங்களை நான் தாமதப்படுத்தி னேன். அதுதான் என் வேலை' என்று மனம் துவண்ட நேரங்களில் எல்வின் ஒப்புக்கொண்டிருப்பார். பத்து அல்லது இருபது ஆண்டுகள் வரை அருணாச்சலப் பிரதேசப் பழங்குடி மக்கள் தங்கள் வாழ்க்கை முறைகளுடன் தாக்குப் பிடித்திருக்கலாம். மண்ட்லாவிலும், பஸ்தாரிலும் நடந்தது போல நாகரிகம் அவர்களை எட்டிப் பிடித்துவிடும் அல்லது நசுக்கிவிடும். அங்கே கிறித்தவ அல்லது இந்துமதப் பிரச்சாரகர்களால் இந்த மாற்றம் நிகழ்ந்தது. இங்கு அது மரம் அறுக்கும் தொழில் மூலம் நடக்கிறது. சில இடங்களுக்குச் செல்ல அரசிடம் இருந்து அனுமதிச் சீட்டுப் பெற வேண்டும் என்று அவர் நடைமுறைப்படுத்தியிருந்த விதியால் கூட அது நுழைவதைத் தடுக்க முடியவில்லை. கடந்த பத்தாண்டுகளில், ஊழல் செய்யும் அரசியல்வாதிகளின் உதவியுடன் மரத்தொழில் செய்கிறவர்கள் பெருங்காடுகளை அழித்துவிட்டனர். எல்லா மர ஆலைகளையும் மூடவேண்டும் என்று உச்ச நீதிமன்றம் ஆணையிட்டது. அதனால் மரம் அறுப்பது

தற்காலிகமாக நிறுத்தப்பட்டது. அது நிரந்தரமாகிவிடும் என்று நம்பலாம். 50,000 சக்மா அகதிகளை அங்கே குடியேற்றினார்கள். அதனால், அங்கே சமூக அமைதி குலைந்திருக்கிறது. நிலம், வேலை இவற்றுக்காக சச்சரவுகள் நடக்கின்றன. பௌத்தர்களான சக்மா மக்களைக் கொள்கையளவில் வெளியாட்களாகக் கருதுகிறார்கள். அவர்கள் சொந்த நாடான பங்களாதேஷில் நடந்த மதரீதியிலான, பொருளாதாரத் துன்புறுத்தல்கள் காரணமாக ஓடி வந்தவர்கள். அருணாச்சலப் பிரதேசத்தில் வாழ்ந்தவர்களுக்கும், இப்படிக் குடியேறி வந்தவர்களுக்கும் சச்சரவுகள் ஏற்படுகின்றன. இது நியாயத்துக்கும் நியாயத்துக்கும் நடக்கும் போராட்டம் என்று எல்வின் சொல்லி இருக்கக்கூடும்.

அருணாச்சலப் பிரதேசத்தில் நிலவும் அமைதிக்கும் சமநிலைக்கும் அங்கு கட்டத் திட்டமிடப்படும் புனல்மின்நிலையங்கள் மூலம் அச்சுறுத்தல் எழக்கூடும். சமவெளியில் நகரங்களுக்கும் தொழிற்சாலைகளுக்கும் மின்சாரம் உற்பத்தி செய்ய வேகமாகப் பாயும் நதிகள் உதவும் என்று கணிக்கிறார்கள். மைய அரசின் மின் துறையின் 2011–12க்கான ஆண்டறிக்கையில் 57672 மெகாவாட் மின்சாரம் வடகிழக்கு மாநிலங்களில் உற்பத்தி செய்யலாம். அதில் 46977 மெகாவாட் அருணாசலப்பிரதேசத்தில் மட்டும் உற்பத்தியாகலாம் என்று கூறப்படுகிறது. அதற்காக 133 அணைகள் கட்டப்படும். நவீன இந்தியாவின் நுகர்வோரின் பேராசைகளைத் தணிப்பதற்காகத் தீட்டப்படும் இத்திட்டங்களால் வீடுகள் நிலங்கள் கோயில்கள், வாழ்க்கைமுறைகள் அனைத்தையும் தாங்கள் இழக்க நேரிடும் என்ற ஆழ்ந்த மனக்கசப்பு மக்களிடம் இருக்கிறது. அணைகள் கட்டுமிடங்களில் பல எதிர்ப்புக்களும் ஆர்ப்பாட்டங்களும் நடத்தப்பட்டுள்ளன. அவை இன்னும் தொடரும்.

○ ○ ○

பழங்குடியினரின் பொருளாதாரம் மற்றும் அரசியல் ஆய்வுகள் செய்ததற்காக மட்டுமன்றி, அவர்களின் கலை அழகியல் குறித்து எழுதியதற்காகவும் எல்வினை நினைவில் வைத்திருக்கிறார்கள். 1980களில் மத்தியப் பிரதேச அரசு அதன் தலைநகர் போபாலில் (பாரத் பவன் என்ற பெயரில்) ஓர் அருங்காட்சியகம் தொடங்கியது. அதற்கு ஓவியர் ஜே. சுவாமி நாதன் பொறுப்பாளராக இருந்தார். அவர் நவீன இந்தியக் கலைகளுக்குப் பெரும் பங்கு ஆற்றி இருக்கிறார். இந்திமொழியில் கவிஞராக அறியப்பட்டவர். தாமஸ் ஹார்டியின் படைப்புக்களை ஆழ்ந்து கற்றவர். சரியாகச் சொன்னால், தாமஸ் ஹார்டி எல்வினை நேசிக்கிற மாதிரியான ஆள். முப்பது ஆண்டுகளுக்கு

முன்னால் வெளியான 'மத்திய இந்தியப் பழங்குடி மக்களின் கலைகள்' நூலைப் படித்துவிட்டு, சுவாமிநாதன் உற்சாகம் அடைந்தார். கலைகள் பயிலும் தனது முப்பது மாணவர்களுக்குப் பயிற்சி கொடுத்து, மீதமிருக்கும் கலைகளைத் தேடிச் சேகரிக்க வைத்தார். தானே பதன்கார் சென்றார். அங்கே ஒரு வீட்டில் பறவைகள் பறப்பது போன்ற ஓவியங்கள், பழங்குடிக் கடவுள்கள் மகிழ்ச்சியுடன் திரியும் படங்கள் மிக விரிவாக வரையப் பட்டிருந்தன. இவற்றை வரைந்தவர் ஜன்கார் ஷ்யாம். 'ஓவியக் கலையில், உருவங்கள் செய்வதில் தன்முயற்சியினாலேயே மேதமை பெற்றவர்.'

ஜன்காருக்கு அப்போது வயது 21. கூலி வேலைசெய்து வாழ்ந்து வந்தார். தனது மனமகிழ்ச்சிக்காக ஓவியங்கள் வரைந்தார். சுவாமிநாதன் அவரைப் போபாலுக்கு வரத் தூண்டினார். 1982இல் பாரத் பவன் தொடக்கவிழாக் கண்காட்சியில் அவருடைய ஓவியங்கள் இடம்பெற்றன. "அதற்குப் பிறகு சுவமிநாதனின் உதவியுடனும் வழிகாட்டுதலுடனும் ஜான்கார் பெருமளவில் தன் ஓவியத் தொழிலை விரிவாக்கினார்." அவரது ஓவியங்கள் புதிய சட்டமன்றக் கட்டிடத்தை அலங்கரித்தன. பாரீஸில் பாம்பிடு *(Pompidou centre)* கலைமையத்தில் கண்காட்சி நடத்தினார். மூன்றுமுறை ஜப்பான் சென்றார். 2001ஆம் ஆண்டு கடைசியாக ஜப்பான் சென்று பலமாதங்கள் தங்கியிருந்தார். மிகப்பெரிய அளவுகளில், பல ஓவியங்களைத் தீட்ட வேண்டும், அதுவும் முடிந்த அளவு வேகமாகச் செய்ய வேண்டும் என்று அவரைக் கட்டாயப்படுத்தினர். வேலைப்பளுவின் காரணமாகவும், குடும்பத்திலிருந்து பிரிந்து வாழ்வதன் காரணமாகவும் தற்கொலை செய்துகொண்டார்.

ஜான்காரின் சோகமான மரணம் நிகழ்வதற்கு முன்னால் இளம் கோண்டுகளும் பர்தான்களும் பொழுதுபோக்காகச் செய்துவந்த ஓவியக்கலையைத் தொழிலாக மாற்ற அவர் ஊக்கம் அளித்தார். இப்போது துடிப்பான, வலுவான கோண்டு பாணி ஓவியங்கள் உலகமெங்கும் கலையரங்கங்களில் காட்சிக்கு வருகின்றன. ஓவிய நேயர்கள் அவற்றிற்கு மிக உயர்ந்த விலை தருகின்றனர். ஓவியர்கள் பெரும்பாலும் பாரத்பவனில் இருந்தாலும் பதன்காரைச் சேர்ந்தவர்கள். அங்குதான் எல்வின் பல ஆண்டுகள் வசித்தார். அவரது மனைவி லீலா அந்த ஊரைச் சேர்ந்தவர்.

பழங்குடி மக்களைக் குறித்து நடக்கும் விவாதங்களில் எல்லாம் எல்வின் விட்டுச் சென்ற கருத்துக்களைக் குறிப்பிட வேண்டியிருக்கிறது. அவர் இறந்து ஐம்பது ஆண்டுகளுக்குப்

பின்னால் சில நேரங்களில் பக்திக்கு உரியவராக, பாராட்டுக்கு உரியவராக இருந்திருக்கிறார். சில நேரங்களில் எதிர்பாராமல், நடக்கும் அதிரடித் தாக்குதல்களுக்கும் உரியவராக இருக்கிறார். 1972ஆம் ஆண்டில் பழங்குடி மக்களைப் பற்றிய நூல் ஒன்றை விவேகானந்தா மையம் வெளியிட்டது. கன்னியாகுமரியில் செயல்படும் அந்நிறுவனம் இந்துமதத்தைச் சீர்திருத்தும் நோக்கம் கொண்டது. அவர்கள் வெளியிட்ட புத்தகத்தில், எல்வின் எழுதிய புத்தகங்களில் இருந்து மேற்கோள்கள் காட்டப்பட்டன. 'எல்வின் ஒரு குறிப்பிடத்தக்க மானிடவியலாளார், வாழ்நாள் முழுவதும் பழங்குடி மக்களுக்குச் சேவை செய்தவர். அந்த மாபெரும் மனிதரைப் போல் யாரும் பழங்குடி மக்களுக்காக உழைத்ததில்லை' என்று அவரை விவரித்திருந்தார்கள். அவரைச் சிறப்பிக்கும் பொருட்டு, எல்வின் வாழ்ந்த இடங்களில் இருந்து வெகுதூரத்தில் இருக்கும் லக்னோவிலிருந்து வெளிவரும் *பயோனியர்* நாளேட்டில் 1985இல் ஒரு கட்டுரை வெளிவந்தது. 'நேரு, இந்திரா மற்றும் அனைத்து இந்தியர்கள் மனதிலும் பழங்குடி மக்கள் மீதான அன்பைக் கொழுந்துவிட்டு எரியச் செய்தவர் என்று நினைவுகூரத் தகுதியானவர். எந்த ஒரு மானிடவியலாளரும் பழங்குடி மக்களுடன் இவ்வளவு நெருக்க மாகத் தொடர்பு வைத்துக்கொண்டதில்லை'.

'எல்வினுடைய எழுத்துக்களைப் படித்த பிறகு பழங்குடிகள் மீது எனக்கு ஆழ்ந்த ஈடுபாடு ஏற்பட்டது. அந்த மானிடவியலாளர் எழுதிய கதைகள் என்னைக் கட்டிப்போட்டன. அவை என் கற்பனையைத் தூண்டின. பலநாட்கள் இரவும் பகலும் அவற்றைப் பற்றி நான் சிந்தித்துக்கொண்டிருந்தேன்' என்று 2001ஆம் ஆண்டில் வெளிவந்த ஒரு கட்டுரையில் சிறந்த நாடக ஆசிரியரான விஜய் டெண்டுல்கர் நினைவுகூர்ந்தார்; சில ஆண்டுகள் கழித்து ஒரிஸாவிலுள்ள பழங்குடியினரின் பிரச்சனைகளைக் களைய எல்வினுடைய கருத்துக்களைப் பயன்படுத்த வேண்டும் என்ற நோக்கத்துடன் சமூக சேவகர்களும் மானிடவியலாளர்களும் 'எல்வின் ஆய்வுக் கழகம்' ஒன்றைத் தொடங்கினர். பழங்குடிகள் தங்கள் நிலங்களில் இருந்து அன்னியமாவதைத் தடுக்கவும் காடுகளின் மீது அவர்களுடைய உரிமைகளை நிலைநாட்டவும் இந்திய அரசியல் அமைப்புச் சட்டத்தில் தரப்பட்ட உரிமை களைக் காக்கவும் இயக்கங்களை நடத்தினர். அவர்கள் நடத்திய பத்திரிகையின் ஒவ்வொரு இதழின் தொடக்கத்திலும் எல்வினுடைய புகைப்படமும், அவருடைய மேற்கோள் ஒன்றும் இருந்தன.

இவ்வாறு அவரை மெச்சுகிறவர்கள் சிலர் இருந்தார்கள். அவரை இழிவாகப் பேசுகிறவர்களுக்கும் குறைவில்லை. 1966இல்

அதாவது நேருவும் எல்வினும் இறந்து சுமார் இரண்டு வருடங்கள் கழிந்தபின், அவர்கள் விட்டுச் சென்ற சில கருத்துக்களைக் கைவிட ஒரு மாநாடு கூடியது. அந்த மாநாட்டில் ஹரீஷ் சண்டோலா என்ற பத்திரிகையாளர் இவ்வாறு கூறினார், 'வடகிழக்கு நிர்வாகத்தில் தான் வைத்ததுதான் சட்டம் ஆக வேண்டும் என்று எல்வின் விரும்பினார். வடகிழக்கு எல்லைப்புற மக்களும், நாகா மக்களும் இந்திய மக்களுடன் இணைந்துவிடக் கூடாது என்று விரும்பினார். இப்போது அவர் இறந்துவிட்டார். நாம் அரசியல் ரீதியாகவும், பொருளாதார ரீதியாகவும் ஒன்றுபடுவதற்கு முட்டுக்கட்டை போடுவது யார்? எல்வினுடைய வாரிசுகளாக இருக்கும் அதிகாரவர்க்கம்தான்'. தேசபக்தி என்றால் எல்லோரும் ஒன்றுகலந்துவிட வேண்டும் என்று குழப்பிக்கொள்ளும் பலர் இந்தியாவின் பண்பாட்டு ஒருமைப்பாட்டை எல்வின் சீர்குலைத்தார் என்று தொடர்ந்து விமரிசனம் செய்கின்றனர். 1981ஆம் ஆண்டில், *எகனாமிக் அண்ட் பொலிடிகல் வீக்லியில்* ஒரு சமூகவியலாளர் 'உடலுறவுக் கவர்ச்சியைத் தூண்டும் மானிடவியலாளர் எல்வின் தனது நவகாலனியக் கருத்துக்களால் நெடுங்காலமாக இந்திய அதிகாரவர்க்கத்தைத் திசைதிருப்பி அவர்களுடன் தன்னை இணைத்துக் கொண்டவர்' என்று எழுதினார். எல்வின், கோண்டு மக்களின் பழங்கதைகளைச் சேகரித்தபோது எல்வினுடைய மாணவராகவும் நண்பராகவும் இருந்த மராத்தி எழுத்தாளர் துர்கா பகவத், பத்தாண்டுகள் கழித்து, வடகிழக்கில் நிலவும் குழப்பத்துக்குக் எல்வின் தான் முக்கியக் காரணம் என்று எழுதினார். நேரு, தன்னைப்போலவே எல்வினும் ஆக்ஸ்போர்டு கல்லூரியில் கல்வி பயின்றதால்தான் அவரை வடகிழக்கு நிர்வாக ஆலோசகராக நியமித்தார் என்று பகவத் குறிப்பிட்டார். மேலும் 'அது ஆக்ஸ்போர்டில் படித்த நேருவின் பாசத்துக்குப் பழங்குடி மக்கள் கொடுத்த விலை. வடகிழக்கு நிர்வாகத்தின் கொள்கையை வகுக்கும் பொறுப்பை எல்வினிடம் கொடுத்ததில் இருந்து வடகிழக்கு மாநிலங்களை இந்தியாவில் இருந்து பிரிக்கும் வேலை தொடங்கியது' என்று எழுதினார். தான் அசாம் சென்றிருந்தபோது அவரிடம் 'நீங்கள் இந்தியாவில் இருந்து வருகிறீர்களா' என்று யாரோ கேட்டதை நினைவூட்டி, 'தாங்கள் இந்தியர்கள் இல்லை' என்ற உணர்வை ஊட்டியவர் எல்வின் என்று கசப்புணர்வுடன், அவர்களுக்கு நியாயமற்ற முறையில் எழுதினார்.

இந்தியாவின் பிரதமராகக் கொஞ்சகாலம் இருந்த சரண்சிங், 1985இல் எல்வினைப் பற்றிச் சரியாக அறிந்துகொள்ளாமலேயே, நியாயமற்ற முறையில் விமரிசனம் செய்தார். வாழ்நாள் முழுவதும் நேருவுக்கும் அவருடைய வாரிசுகளுக்கும் எதிரியாக இருந்த

சரண்சிங், நேருவைக் குறை கூறுவதற்காக எல்வினை விமரிசனம் செய்தார். இன்னும் பலரைப் போலவே, எல்வினுடைய தோலின் நிறத்தையும், அவர் முதலில் ஒரு மதகுருவாக இருந்தார் என்பதையும் சுட்டிக்காட்டிக் குறைசொன்னார். 'நேரு கிறித்தவ ஊழியம் செய்யும் டாக்டர் எல்வினை அசாம் ஆளுநரின், வடகிழக்கு எல்லைப்புற நிர்வாகத்தின் ஆலோசகராக நியமிக்கும் வரை சென்றார். வடகிழக்கில் பழங்குடிகள் குறித்த கொள்கைகளை அவர்தான் வகுத்தார்' என்றும் கூறினார். இதை எதிர்த்து, முர்கோட் ராமுண்ணி அறிக்கை வெளியிட வேண்டியிருந்தது. அதில் எல்வினுடைய மத நம்பிக்கைகள் வளர்ந்த விதத்தை விளக்கினார். இந்தியக் குடியுரிமையைப் பெறுவதில் எல்வினுக்கு இருந்த பெருவிருப்பத்தை, பழங்குடிகள் மற்றவர்களோடு இணைந்து வாழ்வதைப் பற்றிய எல்வினுடைய கருத்துக்களை விளக்கினார். 'பரம ஏழைகளுக்கு அவர் நிறையச் சேவைகள் செய்திருக்கிறார். அந்த அளவுக்கு யாரும் ஏழைகளுக்குச் சேவைகள் செய்ததில்லை' என்று ராமுண்ணி எழுதினார்.

எல்வினை நேரில் அறியாதவர்கள்கூட அவரது கருத்துக்களுக்கு ஆதரவு தெரிவித்திருக்கின்றனர். அவர்களில் ஒருவர், கர்நாடக மாநிலத்தில் சோளிகர் பழங்குடி மக்களுடன் வாழ்ந்து வரும் டாக்டர் ஹெச்.சுதர்சன். தன்னலமற்ற சமூக சேவகரான அவரை மருத்துவம் படித்த ஷாம்ராவ் ஹிவாலே என்று சொல்லலாம்.

> பழங்குடி மக்களைத் தனியாக வைத்துப் பாதுகாக்க வேண்டும் என்று எல்வின் சொன்னதை டாக்டர் லோஹியாவும், அவரைப் போன்றவர்களும் கடுமையாக எதிர்த்தனர். ஆனால், டாக்டர் எல்வின் பழங்குடி மக்களின் முன்னேற்றத்திற்காக பல நல்ல கருத்துக்களைச் சொல்லியிருக்கிறார். மோசமான பாதையில் முன்னேறுவதற்குப் பதிலாக, பழங்குடி மக்களை தனிமையாக வைத்துப் பாதுகாப்பது நல்லது என்று நினைக்கிறார். பழங்குடி மக்களைக் கடுமையான சட்டங்கள் வழிமுறைகளைப் பின்பற்றும் இந்துக்களாக, கிறித்தவர்களாக, அல்லது முஸ்லிம்களாக மாற்றுவதை விட, அவர்களைத் தனிமைப்படுத்தி, அவர்களுடைய மத நம்பிக்கைகளைத் தொடர்ந்து பின்பற்றலாம் என்று சுதந்திரமாக விட்டுவிடுவது ரொம்ப நல்லது என்று தோன்றுகிறது. அன்னிய மதத்தைத் திணிப்பது, அவர்களது பண்பாட்டில் இயல்பான பரிணாம வளர்ச்சி ஏற்படத் தடையாக இருக்கும். பழங்குடி மக்களைச் (மற்றவர்கள்) சுரண்டாமல் இருந்தால், தன்னார்வ நிறுவனங்களோ, அரசாங்கமோ, அவர்களைப் பாதுகாக்க இடையீடு செய்யத்

'வெர்ரியர் எல்வினுடைய பழங்குடி உலகம்' நூலின்
இந்தியப் பதிப்பின் அட்டைப் படம்

தேவையில்லை. தங்கள் வளர்ச்சிப் பாதையை அவர்களே தீர்மானித்துக் கொள்வார்கள். சுரண்டலின் காரணமாக அரசாங்கமும், மற்றவர்களும் ஈடுபடுவது தவிர்க்க முடியாத தாகி விட்டது. இப்படி இடையீடு செய்வதன் மூலம் பழங்குடி மக்களின் பண்பாடும், விழுமியங்களும் அழிந்தால், அதன் நோக்கம் தோல்வி அடைந்துவிடும்.

எல்வின் கூட இவ்வளவு சிறப்பாகச் சொல்லியிருக்க முடியாது. சுதர்சன், பிறகு, 'வடகிழக்கு நிர்வாகத்திற்கான கொள்கை' நூலுக்கு நேரு எழுதிய முன்னுரையிலிருந்து மேற்கோள் காட்டுகிறார். எழுதப்பட்ட காலத்திலும், 'நமது காலத்திலும், பொருத்தமான கோட்பாடு' என்கிறார். இதில் ஆச்சரியம் ஒன்றும் இல்லை.

கடைசியில், ஓய்வில்லாமல் எல்வினை விமரிசனம் செய்யும் பேராசிரியர் குர்யேவிடம் வருவோம். 1943ஆம் ஆண்டிலும் 1959ஆம் ஆண்டிலும் எல்வினைக் கடுமையாக விமரிசனம் செய்தவர். 1980ஆம் ஆண்டில் தமது 87ஆவது வயதில் 'வடகிழக்கில் எரியும் உலை' என்ற நூலை வெளியிட்டார். அது முந்தைய நூல்களை விடச் சிறிய நூல். ஆனால் முந்தைய நூல்களில் இருந்து தனிப்பாணியில் இருந்தது. எல்வின் ஒரு ஆங்கிலேயர், பழங்குடி

மக்களைத் தனிமைப்படுத்த வேண்டும் என்றவர், சுதந்திர இந்தியாவில் ஆட்சி நடத்தியவர்களுக்குத் தவறான வழிகளைக் காட்டியவர், பாரதத்தைச் சிறுசிறு பிரிவுகளாகப் பிரிப்பதற்கு உதவி செய்தவர் என்று எழுதினார். வடகிழக்கு நிர்வாகத்தில், பத்து ஆண்டுகள் பழங்குடி மக்கள் விவகாரங்களுக்கான ஆலோசகராக, மானிடவியல் சர்வாதிகாரியாக விளங்கியவர், மத்திய அரசின் கருவூலத்திலிருந்து கோடிக்கணக்கான ரூபாய்களை எப்படிச் செலவழிப்பது என்று தீர்மானித்தவர். வடகிழக்கின் பழைய வழக்கங்களை உடைகளை சடங்குகளை உயிர்ப்பிக்க அவற்றைத் தவறாகச் செலவிட்டார். அவர் பழங்குடி மக்களின் மறைந்த பழைய மரபுகளை, மனப்பான்மைகளை உயிர்ப்பித்தார். அவை பாரதத்தின் மற்ற பகுதிகளிலுள்ள மக்களுடைய பண்பாட்டுடன் ஒத்துப் போகாமல் இருந்தன என்றெல்லாம் குர்யே எழுதினார். இந்து மானிடவியலாளரான குர்யே, ரொம்பக் காலத்துக்கு முன்பே இறந்துபோன அவரது எதிரி, 1962ஆம் ஆண்டில் சீன ஆக்கிரமிப்புக்கு உதவினார் என்றும் எழுதினார். 'வடகிழக்கில் அவரது கீழிருந்த அதிகாரிகள் பழங்குடிப் பெண்களுடன் கூத்தடித்துக் கொண்டிருக்க, ரகசியங்களை அறிந்துகொண்டு அவர்கள் மாவோவின் ஆட்களுக்குத் தகவல் தந்துவிட்டனர். அதிகாரிகள் பழங்குடி மக்களுடன் விளையாடிக் கொண்டிருக்க, சீனா உள்நுழைந்து 24000 சதுர மைல்கள் இந்திய நிலத்தை ஆக்கிரமித்துக் கொண்டது போல் தெரிகிறது' என்று குர்யே குற்றம் சாட்டினார்.

எப்போதும் போலவே எல்வினைப் பற்றி எழுதும்போது, குர்யேவின் அறிவுபூர்வமான விமரிசனத்தையும் பொறாமையையும் பிரிக்க முடியாது. தன்னைப் போல கல்வி, ஆய்வுத்துறை சாராத ஒரு 'பொழுது போக்கு' மானிடவியலாளர், நாற்பதுகளில் பம்பாயில் புகழ்பெற்று விளங்கியது கண்டு அவர் கோபம் கொண்டிருந்தார். 1950களிலும், 1960களிலும் நேருவும் அவரைச் சார்ந்தவர்களும், தான் சொல்வதற்கு மதிப்புத் தராமல், எல்வின் சொன்னதைக் கேட்டுக்கொண்டிருந்தார்கள் என்பதற்காகவும் அவருக்குக் கோபம் வந்தது. 1998இல் எல்வினுடைய நூல்களைப் படிப்பவர்களை விடக் குர்யேவின் நூல்களைப் படிப்பவர்கள் மிகவும் குறைவு. எல்வினுடைய நூல்கள் எல்லாம் ஆக்ஸ்போர்டு பதிப்பகத்தால் மீண்டும் மீண்டும் வெளியிடப்படுகின்றன. ஆனால், இறந்த பிறகும் கூட குர்யே ஒரே ஒரு விஷயத்தில் வெற்றி பெற்றுவிட்டார். மகாராஷ்டிரத்தில் ஆட்சிக்கு வந்தவுடன் அங்கிருக்கும் முஸ்லிம், ஆங்கிலப் பெயர்களை மாற்ற சிவசேனா பெருமுனைப்புடன் செயல்பட்டது. பெயர்களெல்லாம் இந்துப் பெயர்களாக மாற்றப்பட்டன. குர்யேவின் உணர்வுகள் இந்து

வெறியர்களுக்குச் சாதகமாக இருந்தன. பம்பாய் பல்கலைக் கழகத்துக்கு மும்பை பல்கலைக்கழகம் என்று பெயர்மாற்றம் செய்தபோது, அதற்கு வெளியில் இருந்த சாலைச் சந்திப்புக்கு 'கோவிந்த சதாசிவ குர்யே சதுக்கம்' என்று பெயர் சூட்டப்பட்டது. குர்யே உயிரோடு இருக்கும்போது நடக்காத விஷயம், அவர் இறந்த பிறகு நடந்தது. அவர் பம்பாயின் செல்லமான மானிடவியலாளர் ஆகிவிட்டார்.

○ ○ ○

எல்வின் விட்டுச் சென்ற அரசியல், மானிடவியல் கருத்துக்கள் குறித்துச் சச்சரவுகள் நிகழ்ந்தது போலவே, அவர் விட்டுச் சென்ற குடும்ப விஷயங்கள் குறித்தும் சச்சரவுகள் நடந்தன. 1964ஆம் ஆண்டு பிப்ரவரி மாதம் இறந்ததும், அவருடைய நண்பர்களான, (மத்திய இந்தியாவில் எல்வினுடைய பணிகளுக்கு நிதி உதவி செய்த) ஜே.பி.பட்டேல், வடகிழக்கு நிர்வாகத்தில் அவருடன் நெருங்கிப் பணியாற்றிய என்.கே.ரஸ்டம்ஜி இருவரும் லீலாவின் குடும்பத்தினருடைய நலன்களைப் பேணி வந்தனர். பட்டேல் மாதாமாதம் பணம் கொடுத்தார். குழந்தைகள் படிப்புக்கும் நிதி உதவி செய்தார். ரஸ்டம்ஜி தனது அலுவலகத் தொடர்புகள் மூலமாக எல்வினுடைய அருங்காட்சியகத்தில் இருந்த பொருட்களைத் தேசிய அருங்காட்சியகத்துக்கும் இரண்டு லட்சத்து ஐம்பதாயிரம் ரூபாய்க்கு விற்றுக் கொடுத்தார். அதை வைத்துக்கொண்டு, கெட்டிக்காரக் குடும்பத் தலைவியான லீலா, ஷில்லாங்கில் இரண்டு மாடி வீடு ஒன்றை வாங்கினார். அதில் ஒருபகுதியை வாடகைக்கும் விட்டார். இரண்டு பையன்களை ஓரளவுக்கு வசதியாக அவரால் வளர்க்க முடிந்தது. ஆனால் எல்வினுக்கும் கோஸிக்கும் பிறந்த குமாருக்கும் லீலாவுக்கும் ஒத்துப் போகவில்லை. ஹில்டா என்ற ஷில்லாங் பெண்ணை குமார் நேசித்தான். லீலா அது சரியில்லை என்று சொன்னபோது அவன் வீட்டைவிட்டு ஓடிவிட்டான். சந்தர்ப்பவசமாக, ஒருநாள் கடைத்தெருவில் அவனை லீலா பார்த்தார். வீட்டுக்கு வரச் சொன்னார். கொஞ்சநாள் இருந்துவிட்டு மீண்டும் போய்விட்டான். அவன் நிறையக் குடித்தான். அசாம் படையில் அவனுடைய அதிகாரி அவனைக் கண்டித்தார். 1966ஆம் ஆண்டில் நவம்பர் மாதம் லீலா அவனுடைய அத்தை எடித்துக்கு இவ்வாறு கடிதம் எழுதினார்: 'இதுமாதிரி அவன் நடந்தால் என்ன நடக்கும் என்று கடவுளுக்குத்தான் தெரியும்'.

சிறிது காலம் கழித்து குமார் அசாமிலிருந்து மத்தியப் பிரதேசம் திரும்பினான். இருபது வருடங்களாகப் பார்க்காமல் இருந்த அம்மாவை எப்படியோ தேடிக் கண்டுபிடித்து சமாதானம்

செய்துகொண்டு இருந்துகொண்டான். கோஸி அவளுடைய இரண்டாவது மகன் விஜய்யுடன் வாழ்ந்துவந்தார். விஜய் தன் பெயரில் 'எல்வின்' என்று சேர்த்துக்கொண்டான். அவன் அவருக்குப் பிறக்கவில்லை. ஆனால், இந்த மாதிரி விஷயங்களில் எதையும் நிச்சயமாகச் சொல்ல முடியாது. குமாருக்கு ஜபல்பூரில் உள்ள அச்சகம் ஒன்றில் அச்சுக் கோர்க்கும் வேலை கிடைத்தது. இரண்டு அறைகள் கொண்ட வீட்டில் தன் மனைவி, தாய், தன் தம்பியுடன் வாழ்ந்தான்.

அந்தச் சமயத்தில் ஷாம்ராவ் ஹிவாலே ஜபல்பூரில் இருந்தார். எல்வின் வாழ்ந்த கடைசிப் பத்தாண்டுகள் அவரைப் பிரிந்தே இருந்தாலும் எல்வினுடைய மரணம் அவரை ஆழமாகப் பாதித்தது. ஆர்.ஈ. ஹாக்கின்ஸுக்கு அவர் எழுதிய கடித்ததில், அவர் என்ன நினைத்தார் என்பது பதிவாகி இருக்கிறது.

என்னருமை ஹாக்,

மரணம் எல்வினை நம்மிடம் இருந்து பிரித்துச் சென்று இரண்டு வாரங்கள் ஆகிவிட்டன. அதை இன்னும் மனம் ஒப்பவில்லை. எங்கிருந்தாவது அவர் 'ஷாம்' என்று அழைப்பார் என்று உணர்கிறேன். உங்களைப் பற்றி நினைக்கும்போது எல்வினை நினைக்காமல் இருக்க முடியாது. அது போன்றே உங்களை நினைக்கும்போது உங்களுடைய பம்பாய் வீட்டை நினைக்காமல் இருக்க முடியாது. பதன்காரிலும் மற்ற பழங்குடிக் கிராமங்களிலும் செய்த பணிகளின் காரணமாக, பம்பாயில் நாங்கள் மிகவும் தர்ம சங்கடத்துடன் வாழ வேண்டியிருந்திருக்கும். ஆனால் உங்கள் வீட்டில் அதுபற்றிய கவலை இல்லாமல் வாழ்ந்தோம். நீங்கள் இருவரும் பேசிக்கொண்டே இருப்பதை நினைத்தால் என்னால் உட்காரக்கூட முடியாது. அது மிகவும் அருமையான காட்சி. அந்தக் காட்சியை இனிமேல் ஒருபோதும் காண முடியாது.

ஜே.பி.யின் கடிதத்தை, எதிர்பார்த்துக் காத்திருக்கிறேன். உங்களுக்கு எவ்வளவு வருத்தமாக இருக்கும் என்பதை நான் கற்ட'னை செய்து பார்க்கிறேன். பம்பாயில் உள்ள நண்பர் களை மீண்டும் சந்திக்க எனக்குத் தைரியம் இருக்குமா என்று தெரியவில்லை.

உங்கள் அழகான வீட்டில் நாங்கள் கழித்த நாட்களுக்காக நான் மீண்டும் மீண்டும் உங்களுக்கு நன்றி தெரிவித்துக் கொள்கிறேன்.

எல்வின் இறந்ததும், ஷாம்ராவின் ஒரு பகுதியும் இறந்துவிட்டது. அவர் விரைவிலேயே மனநோய்க்கு ஆளானார். (பின்னால் நடந்ததை வைத்துப் பார்க்கும்போது) துரதிருஷ்டவசமாக, அவரது சொத்தில் பெரும்பங்கை உயிர்நண்பருக்குக் கொடுக்குமாறு 1952இல் எல்வின் எழுதிய உயிலை ஷாம்ராவ் குடும்பத்தில் யாரோ ஒருவர் கண்டுபிடித்தார். ஷாம்ராவின் சார்பில் 1968ஆம் ஆண்டில் மத்தியப் பிரதேச உயர்நீதி மன்றத்தில், அவர் லீலா எல்வினுக்கு எதிராக வழக்குத் தொடுத்தார். ஷாம்ராவ் வழக்குத் தொடுக்கச் சம்மதம் தெரிவித்திருக்க மாட்டார் என்று நாம் யூகிக்கலாம். எல்வினுக்கு லீலாதான் சட்டப்படி வாரிசு. அவர் விட்டுச் சென்ற சொத்துக்கள் லீலாவுக்குக் கிடைத்தன. லீலாவின் வழக்கறிஞர் 1959ஆம் ஆண்டு எல்வின் எழுதிய உயிலைச் சான்றாகச் சமர்ப்பித்தார். அதில் தன்னுடைய சொத்துக்களில் 90 சதவீதத்தை லீலாவுக்கும், 10 சதவீதத்தை குமாருக்கும் எழுதி வைத்திருந்தார். அப்போது குமார், விஜய், கோஸி மூவரும் இரண்டு உயில்களுமே பொய்யானவை என்று வாதிட்டனர். ஏனெனில் டாக்டர் எல்வின் தன் சொத்துக்களைக் குறித்து எந்த முடிவும் எடுக்காமலேயே இறந்துவிட்டார். பழைய உயில் முறைப்படி சான்று பகரப்படவில்லை என்று நீதிபதி தீர்ப்பளித்தார். குமாரும் கோஸியும் எல்வினுடைய சொத்தில் பங்கு கேட்டுத் தனியாக வழக்குப் போடலாம் என்று நீதிபதி 1970 நவம்பர் மாதம், அறிவுறுத்தினார்.

வழக்கு நீண்டகாலம் நடந்தது. 1971 மார்ச் மாதம் கோஸி, குமார் விஜய் மூவரும் மத்தியப் பிரதேச உயர்நீதி மன்றத்தில், லீலா, ஷாம்ராவ் இருவர் மீதும் வழக்குத் தொடர்ந்தனர். கோஸி எல்வினைத் திருமணம் செய்துகொண்டபோது, எல்வின் இறந்தால் அவருக்கும் குழந்தைகளுக்கும் சொத்தில் பங்கு கிடைக்கும் என்று எல்வின் ஒத்துக்கொண்டார் என்று கோஸியின் வழக்கறிஞர் வாதாடினார். அவர்களுடைய கருத்துப்படி ஷில்லாங்கில் மீதமிருக்கும் சொத்துக்களும் ஜபல்பூரில் நேபியர் டவுனில் ஷாம் வசித்த வீடும் (அதை வாங்குவதற்கு எல்வினுடைய பணமும் பயன்பட்டது.) எல்வின் எழுதிய புத்தகங்களில் இருந்து கிடைக்கும் வருமானமும் அவருடைய சொத்துக்களில் அடங்கும்.

1979ஆம் ஆண்டு ஜூலை 21ஆம் தேதி கோஸி நீதிமன்றத்தில் சாட்சியம் அளித்தார். கோண்டு மரபுகளின் வழியில் செய்யப் பட்ட திருமணத்தை முடிவுக்குக் கொண்டுவர மணவிலக்குக் கோருகிறவர் கிராமப் பஞ்சாயத்தில் விண்ணப்பம் கொடுக்க வேண்டும். அதை விட்டு எல்வின் கல்கத்தா உயர்நீதி மன்றத்தை அணுகினார். அதுகுறித்துப் பஞ்சாயத்துக்கோ எனக்கோ

தெரியாது. நீதிமன்றம் வாதியை மட்டும் விசாரித்துவிட்டு, 21.12.49இல் அளித்த மணவிலக்கு ஆணை செல்லாது என்று கோஸி சொன்னார்.

பழங்குடி மரபுகளைப் பற்றிய கோஸியின் வாதம் எல்வினுடைய பாணியில் இருந்தது. லீலாவும் குசும் ஹிவாலேவும் வழக்கில் பங்குகொண்டனர். ஷாம்ராவ் ஹிவாலேயின் மனநிலை திரிந்துவிட்டதால், அவருக்குப் பொறுப்பாக இருந்த குசும் ஹிவாலே வழக்கில் பங்குகொண்டார். எல்வினுக்கும் கோஸிக்கும், சட்டப்படி மணவிலக்கு நடந்துவிட்டது. விஜய் எல்வின் எல்வினுடைய மகன் அல்ல, குமார் சொத்துக்களுக்குப் பதிலாக 5500 ரூபாய் பெற்றுக்கொண்டார் என்று அவர்கள் இருவரும் வாதிட்டனர். நீதிபதி பி.சி. வர்மா, ஜபல்பூரின் வீடு எல்வினுடையது அல்ல, லீலாவும் எல்வினும் சட்டப்படி கணவன் மனைவி ஆவர், எல்வினும் கோஸியும் சட்டப்படி மணவிலக்குப் பெற்றவர்கள். 1959இல் எழுதிய உயில் சட்டப்படி செல்லும் என்று தீர்ப்பளித்தார்.

எப்போதும் போராளியாக இருந்த கோஸி, உச்ச நீதிமன்றத்தில் மேல்முறையீடு செய்தார். கோஸியும் எல்வினும் பழங்குடி மக்களின் மரபுப்படி திருமணம் செய்துகொண்டனர் என்பதை அவர்களுடைய வழக்கறிஞர் சுட்டிக் காட்டினார். கோஸி கல்வி அறிவு அற்றவர், அவருக்குச் சட்ட நுணுக்கங்கள் தெரியாது. கோஸி பழங்குடி மக்கள் பின்பற்றும் மரபுகளை மட்டுமே சார்ந்திருந்தார் என்று வாதிட்டார். லீலாவுக்கும் புல்லா என்ற சாராய வியாபாரிக்கும் திருமணம் நடந்தது. அந்தத் திருமணமும் சட்டப்படி முடிவுக்கு வரவில்லை என்று கோஸி சொன்னார்.

உச்ச நீதி மன்றத்தில் வழக்கு தள்ளுபடி செய்யப்பட்டது. இந்த வழக்குகள் நடந்துகொண்டிருக்கும்போது, 1981ஆம் ஆண்டு ஏப்ரல் மாதம் டாம் மொரேஸ் ஜபல்பூருக்கு வந்தார். மத்தியப் பிரதேசத்தைப் பற்றி ஒரு புத்தகம் எழுத வேண்டும் என்று மாநில அரசு அவரைக் கேட்டுக்கொண்டிருந்தது. அவருடைய கவிதைகளை முதலில் படித்தவரும், அவர் பார்வையில் சாதனையாளருமான எல்வினுக்கு அஞ்சலி செலுத்த வேண்டும் என்று நினைத்தார். அவர் பதன்காருக்கும் அமர்கண்டக்கும் சென்றார். எல்வினை அறிந்திருந்த பல கோண்டுகளைச் சந்தித்தார். அவர்களில் எல்வினுடைய முதல் மனைவியும், மூத்த மகனும் அடங்குவர். ஜபல்பூருக்குச் சென்ற மறுநாள் அவருடன் இருந்தவர் குமாரும் அங்கே இருப்பதாக சொன்னார். மொரேஸ் அவரைச் சந்திக்க ஏற்பாடு செய்தார். அங்கு அவர் கண்ட காட்சி அவரை அதிர்ச்சியில் ஆழ்த்தியது. பம்பாயில் செயின்ட் மேரிஸ் பள்ளியில்

ஒன்றாகப் படித்த நாட்களை எண்ணிப் பார்த்தார். குமார் துடியான பையன். மிருகக் காட்சி சாலையில் இருந்த குரங்கைப் போல் நடித்துக் காட்டுவான். திரைப்படம் பார்க்கும்போது இருக்கையில் இருந்து அடிக்கடி துள்ளிக் குதிப்பான். இப்போது மிகவும் பரிதாபமாக இருந்தான். 'கன்னத்தில் குழிவிழுந்து கண்கள் சிவப்பேறி இருந்தன. என் முடியை விட அவன் முடி நரைத்திருந்தது. அவன் தோளில் கைபோட்டேன். ஏதோ ஆவியைத் தொட்டது போலிருந்தது. உடம்பில் சிறிது கூடத் தெம்பில்லை. அவனிடம் இருந்த அடிமைத்தனம் என்னை அதிர்ச்சி அடைய வைத்தது. முதலில் என் எதிரில் உட்காரவே மாட்டேன் என்றான். கொஞ்ச நேரம் கழிந்த பிறகு என்னை 'சார்' என்று அழைக்க ஆரம்பித்தான்'.

'அப்பாவுடன் வடகிழக்கில் மலைப்பகுதிகளில் ஏறி இறங்கிய காலம்தான் என் வாழ்வின் மகிழ்ச்சியான காலம்' என்று குமார் சொன்னான். அப்பா மறைந்தபின் தன் வாழ்க்கை மிகவும் மோசமாகி விட்டதென்றான். 'ஷில்லாங்கில் மாலையில் மது அருந்த உட்காருவார். சிகரெட் பிடிப்பார். வேலைக்காரர்கள் அனைத்தையும் எடுத்துக் கொடுப்பார்கள். நான் சிகரெட் கூட புகைக்க வசதியில்லை. மது அருந்தவும் வசதியில்லை. நானே வேலைக்காரனாகி விட்டேன்'. அப்பாவின் நண்பர்களில் யாருக்காவது கடிதம் எழுதியிருக்கலாமே என்று மொரேஸ் கேட்டதற்கு 'நண்பர்களிடையே பணம் கொடுக்கல் வாங்கல் கெட்ட பழக்கம். அப்பாவின் நண்பர்களிடம் பணம் கேட்டு, அப்பாவின் பெயரைக் கெடுக்க மாட்டேன்' என்றார்.

இந்தச் சந்திப்பிற்குப் பிறகு, வயிற்றுப்புண் காரணமாக, சில வாரங்களில் குமார் இறந்துவிட்டார். அப்போது அவருக்கு வயது நாற்பது. அவருடைய நண்பர் டாம், விஜய்க்கு இவ்வாறு கடிதம் எழுதினார் 'என் நினைவெல்லாம் உன் அம்மாவைப் பற்றித்தான் இருக்கிறது. அவர் வாழ்க்கை முழுவதும் தொடர்ந்து துயரங்களையே அனுபவித்தார்.' மாநில அரசிடம் இருந்து, கோஸிக்கு மாதாமாதம் ஒரு தொகை கிடைக்க மொரேஸ் வழி செய்தார்.

இந்நூலில் நான் எழுதியது போல 1998ஆம் ஆண்டில் கோஸியைச் சந்தித்தேன்.கோஸி ரைத்துவார் என்ற கிராமத்தில் விஜய், விஜயின் கோண்டு மனைவி, அவர்களுடைய மூன்று குழந்தைகள் இவர்களுடன் வசிக்கிறார். கிடைக்கும் கொஞ்சப் பென்ஷன் பணத்திலும், அவர்களுடைய சொந்த நிலத்தில் இருந்து கிடைக்கும் வருமானத்திலும் வாழ்க்கை நடத்துகின்றனர்.

எல்வினுக்கும் கோஸிக்கும் நடந்த பிரிவுக்கும் இருவருமே காரணம். அவரது இன்றைய நிலைமை நெஞ்சை உருக்குகிறது. ஒரு காலத்தில் ஒரு பெரும் அறிஞரின் மனைவியாக, புகழ் பெற்றவர்கள், உயர்வர்க்கத்தினரின் நட்பைப் பெற்றிருந்தார். அவர்களும் நன்றாகப் பழகினர். எந்த வறுமையில், யாரும் அறியாமல் பிறந்தாரோ அதே நிலைமைக்குத் திரும்பிவிட்டார். விஜயின் நிலைமை இன்னும் உருக்கமானது. தனது உண்மையான தந்தையால் கைவிடப்பட்டார். வளர்ப்புத் தந்தை அவரையும் அம்மாவையும் கைவிட்டார். எல்வின் பிரிந்து சென்ற பிறகு, யாரை நம்பிக் கோஸி வந்தாரோ அந்தக் காதலனும் (ஷாஹித்) இருவரையும் கைகழுவி விட்டார். பொய்யென்று தெரிந்தும், விஜய் வாழ்க்கை முழுவதும் எல்வினுடையை மகன் என்ற அடையாளத்துடன் வாழ்கிறார். எல்வினுடைய பெயரைத் தன் பெயருடன் இணைத்துக்கொண்டார். அவரைத் தந்தை என்றே குறிப்பிடுகிறார். எல்வினுடைய நல்ல காரியங்களை மட்டுமே நினைவுகூர வேண்டும் என்று சந்தித்தவர்களிடம் கூறுகிறார். ஆக்ஸ்போர்டில் இருக்கும் போட்லேயின் நூலகத்துக்குத் தான் எழுதிய கடிதங்களையும் அவர்களின் பதிலையும் காட்டுகிறார். அவர்களிடம் அப்பா எழுதிய புத்தகங்களின் பட்டியலைக் கேட்டிருக்கிறார். அவர்கள் அனுப்பிய பட்டியல் அவரிடம் இருக்கிறது.

2006ஆம் ஆண்டு ஹர்தோஷ் சிங் என்ற எழுத்தாளர் ரையத்வார் சென்றார். அதற்கு முந்தைய நாளில் விஜய் இறந்துவிட்டிருந்தான். ஓய்வூதியமும் நின்றுவிட்டது. நிலைமை மிகவும் மோசமாகிவிட்டது. அவருக்குப் பால்கலக்காத தேநீர் வழங்கினர். பால் இல்லாதற்காக மன்னிப்பும் கேட்டனர். துயரத்திலும், வருத்தத்திலும் நொடிந்துபோன கோஸியால் நடக்க முடியவில்லை. தரையிலேயே உழன்று வீட்டுக்குள் சுற்றிச் சுற்றி வந்தார். பாட்டியைப் போலவே அழகாக இருந்த அக்ரிடா எல்வின்தான் தேநீர் கொடுத்தார் அவர்தான் பேசிக்கொண்டும் இருந்தார். தன்பெயரோடு இணைந்திருக்கும் மனிதரைப் பற்றி அவளுக்கு எதுவும் தெரியவில்லை.

எல்வினுடைய இரண்டாவது மனைவி லீலா எல்வின் அவருடன் ஷில்லாங்கில் வாழ்ந்தார். அவரை 1997லும் 2001லும் சந்தித்தேன். ஷில்லாங்கில் அசோக்குடன் வாழ்ந்துவந்தார். அசோக் மருந்துக் கடை வைத்திருந்தார். வசந்த் ஆசிரியராக இருந்தார். விரிந்து பரந்த இரண்டு மாடி வீட்டில் வசித்துவந்தனர். வீட்டின் ஒரு பகுதியை, தலாய் லாமா புரவலராக இருக்கும் ஒரு திபெத்திய ஆராய்ச்சி நிறுவனத்துக்கு வாடகைக்கு

விட்டிருந்தனர். மூன்றாவது மகன் நாகுல், காரோ குன்றுகளில் டுரா என்ற இடத்தில் ஒரு பள்ளி நடத்திக்கொண்டிருந்தார். பையன்கள் உள்ளூர்ப் பெண்களை மணம்முடித்துக் கொண்டனர். அனைவருக்கும் சேர்த்துப் பத்துக் குழந்தைகள் இருக்கின்றனர். 1997ஆம் ஆண்டு நான் முதலில் லீலாவைச் சந்தித்தபோது அவர் ஒரு பேரக் குழந்தையுடன் ஒருநாள் சுற்றுலா சென்றிருந்தார். அடுத்தவாரம் இன்னொரு பேரக் குழந்தையைப் பார்க்க ரூர்க்கி செல்வதாக இருந்தார். பெரும்பாலும் ஷில்லாங்கில் வீட்டிலேயே இருந்தார். 'வடகிழக்குப் பல்கலைக்கழகத்தில்' வருடா வருடம் நடக்கும் எல்வின் நினைவுச் சொற்பொழிவு நிகழ்ச்சியில் சிரத்தையுடன் கலந்துகொண்டார். அவர் மிகவும் அமைதியுடன் நாகரிகமாக நடந்துகொண்டது நினைவிருக்கிறது. சமவெளியில் இருந்து அடிக்கடி வரும் அன்னியர்களிடம் தனது கணவரைப் பற்றிப் பேசமாட்டார்.

லீலா பேசவில்லை ஆனால் அசோக் பேசினார். அவர் ஒரு புகைப்படக் கலைஞர். பல வருடங்களாக, பல இடங்களில் எல்வின் எடுத்த புகைப்படங்களின் ஏகப்பட்ட நெகடிவ்களைத் சேகரித்துப் பாதுகாத்து வருகிறார். நாங்கள் பேசிக்கொண்டிருக்கும் போது அவருடைய நண்பர் ஒருவர் வந்து அவரும் தானும் இணைந்திருக்கும் இயக்கம் பற்றிய அன்றைய செய்தியைச் சொன்னார். சமவெளியிலிருந்து ஷில்லாங் வரை செல்லும் பழைய வண்டிப் பாதையைப் பாதுகாப்பது அதன் நோக்கம். வரலாற்று உணர்வற்ற நிர்வாகம், அந்தப் பாதையை அழிக்க விரும்பியது. ஆங்கிலேயர்களுக்கும் பழங்குடி மக்களுக்கும் உள்ள பண்பாட்டு மரபுகளைக் காக்க வேண்டும் என்பது இருவருக்கும் பொதுவான உணர்வு. அந்தப் போராட்டத்திற்கு அவருடைய தந்தை முழு ஆதரவளித்திருப்பார்.

இங்கிலாந்தில், எல்வினுடைய நினைவைப் பயபக்தியுடன் எடித் போற்றி வந்தார். லண்டனில் உள்ள ஜான் முர்ரே, பம்பாயில் உள்ள ஆக்ஸ்போர்டு பதிப்பகங்களுக்கு அடிக்கடி கடிதங்கள் எழுதி எல்வினுடைய நூல்களின் புதிய பதிப்புக்கள் வெளியிட வேண்டும் என்று கோரிவந்தார். கிறித்தவ சேவா சங்கத்தின் வரலாற்றை எழுத விரும்பிய வரலாற்று ஆசிரியருக்கு உதவியாக, அடிக்கடி கருத்துக்களை மாற்றிக்கொண்ட தன் சகோதரனின் வாழ்க்கையையும், மதத்தின் மீது தான் கொண்ட நிலையான பற்றையும் காரண காரியம் காட்டி விளக்கினார். எல்வின் கிறித்தவ சேவா சங்கத்தை விட்டு விலகிய பின்னரும், அவருடைய வாழ்க்கை மிகக் கடினமாக இருந்தது. அதற்குப் பின்னாலும் கூட அவருக்குச் சொத்துக்களோ பிற வசதிகளோ கிடையாது என்று ஒரு கேள்விக்குப் பதில் அளிக்கையில் சொன்னார். பழங்குடி

மக்கள் எல்வினை நேசித்தனர். அவர்களுடனேயே வாழ்ந்தார். அதையறிந்தால் புனித ஃபிரான்ஸிஸ் மகிழ்ந்திருப்பார். கோஸி, லீலா, 'பைகா மக்கள்' 'முரியாவும் அவர்களுடைய கோட்டுலும்' இதையெல்லாம் அறிந்தால் புனித ஃபிரான்ஸிஸ் என்ன நினைத்திருப்பார் என்பதை நிச்சயமாகச் சொல்ல முடியாது.

நான் எடித் எல்வினை முதலில் 1991லும் பிறகு 1992லும் சந்தித்தபோது அவர் ஆக்ஸ்போர்டு பதிப்பகத்தின் அருகில் உள்ள மருத்துவமனையில் வசித்துவந்தார். உடல் நலமின்றிக் கண் தெரியாமல் இருந்தாலும், அவருடைய அறையில் வரிசை வரிசையாக எல்வின் எழுதிய புத்தகங்கள், அவருடைய புகைப்படங்கள் அடுக்கி வைக்கப்பட்டிருந்தன. கட்டிலுக்கு அடியில் வைத்திருந்து பெட்டியில் எல்வினுடைய கடிதங்களும், கத்தரித்து வைத்திருந்த பத்திரிகைச் செய்திகளும் இருந்தன. அவை பின்னர் இந்தியா அலுவலகத்தில் வெர்ரியர் எல்வின் ஆவணங்களாகப் பாதுகாப்புடன் வைக்கப்பட்டிருக்கின்றன. ரிச்சர்ட் ஆட்டன்பர்ரோவின் 'காந்தி' படத்திலும், சமீபத்தில் ஆக்ஸ்போர்டு அறிஞர் ஒருவர் எழுதிய காந்தியின் வரலாற்றுப் புத்தகத்திலும் எல்வினுடைய பெயர் விடுபட்டுப் போயிருப்பதாக எடித் குறை சொன்னார். நியுடிகேட் பரிசை வென்ற எல்வினுடைய கவிதையைக் குறிப்பிட்டார். துரதிருஷ்டவசமாக அதன் பிரதி அவரிடம் இல்லை. அந்தத் தகவல் தவறு என்றாலும் புதிய தகவல்களைத் தந்தது. ஆக்ஸ்போர்டில் எல்வின் பல பரிசுகளை வென்றிருந்தாலும், நியுடிகேட் அவற்றில் ஒன்றல்ல. அவர் தன்னுடைய நினைவலைகளில் குறிப்பிட்டது போல மைக்கேல் ஆஞ்சலோவைப் பற்றி நீண்ட கவிதை ஒன்றைச் சமர்ப்பித்திருந்தார். அது ஐந்தாம் இடத்தைத்தான் பிடித்தது. ஹெச்.டபிள்யு. கேரோட் சுட்டிக் காட்டியது போல அதில் 'போதனை' அதிகம் இருந்தது.

எல்வினுடைய தங்கை எல்டித் 1997ஆம் ஆண்டு காலமானார். எல்சினுடைய இரு மனைவிகளும் 2013ஆம் ஆண்டில் இயற்கை எய்தினர். கோஸி ரையத்வாரில் இறந்தார். லீலா ஷில்லாங்கில் இறந்தார். வசந்த் எல்வின் ஷில்லாங்கில் ஏப்ரல் 2013ஆம் ஆண்டில் மரணமடைந்தார். நாகுல் எல்வினும் அசோக் எல்வினும் தங்களுடைய பெயரிலிருக்கும் மனிதரின் நினைவுடன் வடகிழக்கு மாநிலங்களில் வாழ்ந்து வருகின்றனர்.

❍ ❍ ❍

எனது சொந்த அனுபவம் ஒன்றைக் கூறி இந்த வரலாற்றை முடிக்கிறேன். 1992இல் லண்டனில் உள்ள நேரு மையத்தில் எல்வினைப் பற்றி உரையாற்றினேன். அந்த மையம்,

இந்தியாவுக்கும் இங்கிலாந்துக்கும் இடையே பண்பாட்டுத் தொடர்புகளை வளர்ப்பதற்காகப் புதியதாக நிறுவப்பட்டது. எல்வின் பணிசெய்த பலதுறைகளைச் சேர்ந்த ஆண்களும் பெண்களும் சொற்பொழிவின் தலைப்பினால் ஈர்க்கப்பட்டு வந்தனர். விவாதத்திலும் கலந்துகொண்டனர். அது எனது அதிருஷ்டம். நிறவெறியை எதிர்த்துப் போராடிய ஆங்கிலேயப் பேராயர் ட்ரவர் ஹட்டில்ஸ்டன், 'எல்வின் ஓர் அறிஞர், எல்லா வற்றையும் துறந்து, வெளிநாடுகளுக்குச் சென்று ஏழைகளுக்குச் சேவை செய்தவர். முப்பதுகளில் ஆக்ஸ்போர்டில் இருந்த தன்னைப் போன்றவர்களுக்கு முன்னுதாரணமாகத் திகழ்ந்தவர்' என்றார். ஆக்ஸ்போர்டு பதிப்பகத்தில் பணிபுரிந்த சார்லஸ் லீவிஸ் இந்தியாவுக்குச் சென்றபின் எல்வினுடைய கடைசிப் புத்தகத்துக்கு விளம்பரம் செய்ததுதான் தன்னுடைய முதல் வேலையாக அமைந்தது என்றார். பதன்காரில் இருந்த பழங்குடி மக்கள் நலனுக்காகவும், ஆய்வு நிறுவனத்துக்காகவும் நிதிதிரட்ட தன் இளமைக் காலத்தில் பம்பாயில் நாடகங்கள் இயக்கியதாக, இப்ராஹிம் அல்காஸி என்ற நாடகக் கலைஞர் கூறினார். எல்வினுடன் ஒரிஸாவிலும், பஸ்தாரிலும் பயணம் செய்த புகைப்படக்காரர் சுனில் ஜனா தங்களின் முதல் பயணத்தை விவரமாகச் சொன்னார். அவர்கள் சத்தீஸ்கர் காடுகளை ஒட்டி இருந்த ராய்ப்பூரில், பழங்குடி மக்களைப் பற்றி அறிந்த மரக் காண்டிராக்டர் வீட்டுக்குச் சென்றனர். அவரைத் தோட்டத்தில் சந்தித்தனர். பேசிக்கொண்டிருக்கும்போதே அவர் இடையிடையில் வீட்டுக்குள் போவதும் திரும்புவதுமாக இருந்தார். விருந்தினர்களுக்கு அவர் எதுவும் தரவில்லை. எல்வினும் ஜனாவும் பைக்குள் 'ரம்' வைத்திருந்தனர். அவர் வீட்டுக்குள் போகும்போது ஓரிரு மடக்குகள் குடித்துவிட்டு அவசர அவசரமாகப் பாட்டிலை உள்ளே வைத்துக்கொண்டிருந்தனர். அந்தக் காண்டிராக்டரும், ரகசியமாக மது அருந்துவதற்குத்தான் வீட்டுக்குள் அடிக்கடி சென்றார் என்பது பிறகுதான் தெரிந்தது. அந்த மனிதரிடம் 'எல்வின் ஆசிரமத்திலும், திருச்சபையிலும் பாவம் செய்யாது இருந்தவர்' என்று யாரோ சொல்லியிருந்தனர். ஆனால் எல்வினுடைய பேரின்பமான நிகழ்காலம் அவருக்குத் தெரியாது.

நேரு மையத்தில் நான் ஆற்றிய உரையின் உள்ளடக்கம் தீவிரமானது. நர்மதை அணை விவகாரம் குறித்த விவாதத்துடன் அதை முடித்தேன். நகைச்சுவையுடனும், கடந்தகால நினைவு களுடனும் ஹட்டில்சன் பேசிய பிறகு, மகாராணி காயத்ரி தேவி கோபத்தை அடக்கிக்கொண்டு நானும் ஒரு பழங்குடிப் பெண் என்று நாடகப் பாணியில் அறிவித்தார். அவர் இந்த

நூற்றாண்டின் அழகான பெண்களில் ஒருவர். எழுபது வயதிலும் அழகாக இருந்தார். கூச் பிஹாரின் பழங்குடிக் குடும்பத்தில் அவர் பிறந்ததை அவ்வாறு குறிப்பிட்டிருக்க வேண்டும். பழங்குடிப் பெண்ணாகப் பேசும்போது, தங்களுடைய பண்பாட்டு மரபுகளைக் குலைத்ததற்காக, பழங்குடி மக்களின் நிலங்களை அபகரித்ததற்காக, அவர்களின் சொத்தாக இருந்த நதிகள் மீது அணைகள் கட்டியதற்காக, இரண்டாந்தரப் பள்ளிகளில் அவர்களுக்குக் கல்வி வழங்கியதற்காக, மரபுகளை வெறுக்கச் செய்ததற்காக இந்தியாவில் நீண்டகாலம் ஆட்சி செய்த காங்கிரஸ் அரசைக் குற்றம் சாட்டுகிறேன் என்றார். அவர் ஜவஹர்லால் நேருவின் அரசியல் எதிரி. அவருடைய மகள், மகாராணியைச் சிறையில் அடைத்தார் என்பதைக் குறிப்பிட வேண்டியிருக்கிறது. நான் இவற்றுக்குப் பதில் சொல்லவில்லை. ஆனால் கூட்டத்துக்குத் தலைமை தாங்கிய சி. சுப்பிரமணியம் பதில் கொடுத்தார். அவர் அப்போது மகாராஷ்டிரத்தின் ஆளுநராக இருந்தார். பெருமதிப்புடன், நேருவினதும், இந்திரா காந்தியினதும் அமைச்சரவைகளில் மந்திரியாக இருந்தார். ‘சுதந்திரத்திற்குப் பிறகு நவீனமயமாதலின் பலன்கள் நாட்டிலுள்ள அனைவருக்கும் கிடைக்க வேண்டும் என்று காங்கிரஸ் கட்சி விரும்பியது. அது பழங்குடி மக்களை மதித்தது. அவர்களுடைய நலன் கருதி, அவர்கள் வாழ்வில் குறுக்கிடாத வகையில் தனித் திட்டங்களை வகுத்தது’ என்று அவர் வாதிட்டார். மந்திரிக்கும் மகாராணிக்கும் நடந்த விவாதத்தை உன்னிப்பாகக் கவனித்தேன். இன்னும் சரியாகச் சொன்னால், எல்வின் தன் வாழ்வில் முற்பகுதியில் கொண்டிருந்த கருத்துகளுக்கும், பின்னர் கொண்டிருந்த கருத்துக்களுக்கும், அதாவது, பழங்குடி மக்களைப் பாதுகாப்பாகத் தனிமைப்படுத்தி வைப்பவருக்கும், அவர்களை எல்லாமக்களுடனும் கலந்துவிட வேண்டும் என்பவருக்கும் நடந்த விவாதம் அது.

அவர் இறந்த பின்னும் அவருடைய நூல்களைப் பற்றி விமரிசனங்கள், பாராட்டுக்கள் கிடைப்பதைக் காண முடிகிறது. அவர் ஏற்படுத்திய விளைவுகளுக்கு அவை சான்று பகர்கின்றன. சமீபத்தில் எழுதப்பட்ட பி.ஜி.வுட்ஹவுஸின் வாழ்க்கை வரலாற்று நூலில் ஒரு வினோதமான உதாரணம் இருக்கிறது. பெர்ட்டி ஊஸ்டர் ஆக்ஸ்போர்டில் எந்தக் கல்லூரியில் பயின்றார் என்பதை எல்வின் எழுதிய இரண்டு கட்டுரைகளைச் சான்றாகக் காட்டி, அவர் மெக்தலென் கல்லூரிக்குச் சென்றார் என்று அந்த நூலின் ஆசிரியர் நிருபிக்கிறார். பெர்ட்டி 1918 முதல் 1921 வரை அங்கே கல்வி பயின்றார் என்பதையும் எல்வின் மூலம் நிறுவுகிறார். அவர் அங்கே என்ன படித்தார் என்ற கேள்விக்கு விடை தெரியாமல்

தடுமாறினார். அவர் பழைய லத்தீன் மொழியின் மாபெரும் காவியங்களைப் படித்திருக்க முடியாது. ஏனெனில் அவருக்கு லத்தீன் மொழி தெரியாது. அவர் இறையியல் அல்லது ஆங்கில இலக்கியம் படித்தார் என்று கற்பனை செய்ய முடியாது. இந்த இரண்டையும் எல்வின் படித்திருந்தார். எல்வினுடைய முடிவுகள் சரியானவை என்று சொல்லும் ஆசிரியர், எல்வினுடைய இந்த இரண்டு கட்டுரைகள் வெளிவந்த 'மோட்லே' என்ற புத்தகம், மிகச்சிறந்த, இலக்கிய விமரிசனம் பற்றிய மிக அரியதொரு புத்தகம் என்று எழுதுகிறார். கல்விமானும், அனுபவசாலியும், வுட்ஹவுஸ் பற்றி நன்கு அறிந்தவருமான அந்த அறிஞருக்கு (அறிஞர் என்று நாம் ஊகிக்கலாம்). எல்வின் இறையியல் பயின்றவர், நாவலாசிரியர், மானிடவியலாளர், இயக்கப் போராளி, காந்தியவாதி, கிறித்தவர், ஆங்கிலேய இந்தியர் என்ப தெல்லாம் தெரியாது. இவற்றையெல்லாம் மறந்துவிட்டு அல்லது ஒதுக்கிவிட்டு, எல்வினை ஆங்கில இலக்கிய அறிஞர் என்று நினைவுகூர்ந்திருக்கிறார். இதை அறிந்தால் எல்வின் நிச்சயம் வருத்தப்பட மாட்டார் என்றே எனக்குத் தோன்றுகிறது.

இணைப்புகள்

இணைப்பு 1

சமூக சேவகர் –
சரியாகப் பின்பற்றப்படாத கோண்டு சேவா மண்டல் அமைப்பு விதிகள்

1933இல் அல்லது 1934இல், வெர்ரியர் எல்வின் கோண்டு சேவா மண்டலின் அமைப்பு விதிகளை வகுத்தார். அதன் இரண்டாவது பகுதியில் அமைப்பின் குறிக்கோள்கள் குறிப்பிடப்பட்டுள்ளன. அந்தக் காலகட்டத்தில் அவருடைய எண்ணங்களின் போக்கை அது காட்டுகிறது. எஃப். டபிள்யூ. கிரீன், மகாத்மா காந்தி மற்றும் கோண்டு சமூகத்தின் இவற்றின் பாதிப்பு அதில் தெரிகிறது. கீழே கொடுக்கப்பட்டுள்ள விதிகள், ஜபல்பூர் ஆணையரின் அலுவலக ஆவண அறையின் தட்டச்சு செய்யப்பட்ட ஆவண எண் 1935இலிருந்து எடுக்கப்பட்டன. இதன் பிரதியை எனக்களித்த டாக்டர் அர்ச்சனா பிரசாத் அவர்களுக்கு எனது நன்றிகள்.

கோண்டு சேவா மண்டல்
அமைப்பு விதிகள்

1. இந்த அமைப்பின் பெயர் கோண்டு சேவா மண்டல்.
2. இந்தியாவின் மத்தியப் பிராந்தியங்களில் வசிக்கும் கோண்டுகள் மற்றும் பிற பழங்குடி மக்களுக்குச் சேவை செய்வது இதன் நோக்கம்.
3. இதன் குறிக்கோளை முன்னெடுத்துச் செல்லும் விதமாக, காடுகளில் வசிக்கும் பழங்குடி மக்களுக்கு நலம் விளைக்கும். இந்த அமைப்பு அவர்கள் வாழ்வின் ஒளியேற்றும் விதமாக – மத ஊழியம் மற்றும் அரசியல் தவிர்த்து – கல்வி, மருத்துவப் பணிகளைச் செய்யும்.

4. ஆண்கள் பெண்கள், திருமணம் ஆனவர், ஆகாதவர், தேசம், இனம் வேறுபாடின்றி இதில் உறுப்பினர் ஆகலாம். அவர்கள் சேவா மண்டலின் குறிக்கோள்களுக்காக உழைக்க வேண்டும். அதன் விதி முறைகளைப் பின்பற்ற வேண்டும்.

5. இந்த அமைப்பில் மூன்று வகையான உறுப்பினர்கள் உண்டு:

    அ) **பயிற்சி பெறும் உறுப்பினர்கள்:** இவர்கள் மூன்று மாதங்களுக்குக் குறையாமல் மண்டலில் வேலை செய்ய வேண்டும். இரண்டு ஆண்டுகளுக்கு மிகாமல் பயிற்சியாளர்களாக இருக்க வேண்டும்.

    ஆ) **உறுப்பினர்கள்:** குறைந்த பட்சம் ஆறுமாத காலம் பயிற்சி பெற்று மூன்று வருட காலம்வரை உறுப்பினராக இருப்பவர்கள். மண்டலின் விதிகளையும் கொள்கைகளையும் பின்பற்றுவோம் என்று அவர்கள் உறுதிமொழி எடுக்க வேண்டும். மூன்று ஆண்டுகள் முடிந்ததும், உறுப்பினர் பதவியில் இருந்து விலகலாம் அல்லது மீண்டும் தேர்தலில் போட்டியிடலாம்.

    இ) **ஆயுள்கால உறுப்பினர்கள்:** மூன்று மூன்று ஆண்டுகளாக இரண்டு முறை உறுப்பினராக இருந்தபின், வாழ்நாள் முழுவதும் மண்டலில் சேவை செய்ய விரும்புகிறவர்கள். ஏற்கனவே ஆயுள்கால உறுப்பினர்களாக இருக்கிறவர்கள், கருத்து ஒருமித்து இவர்களை ஏற்றுக் கொள்ள வேண்டும். மண்டல் தொடங்கிய முதல் ஆறு வருடங்களுக்குள், விதிவிலக்காகப் புதிய உறுப்பினர்களை ஆயுள் உறுப்பினராக ஏற்றுக் கொள்ளும் அதிகாரம் ஏற்கனவே ஆயுள் உறுப்பினர்களாக இருப்பவர்களுக்கு உண்டு. இதற்காகப் புதிய உறுப்பினர்கள் பயிற்சிக் காலத்தை முடித்திருக்க வேண்டும் என்ற கட்டாயம் இல்லை.

6. பொதுவாக, மண்டலின் செயல்பாடுகளை, உறுப்பினர்களும் ஆயுள் உறுப்பினர்களும் மேற்பார்வை செய்வார்கள்.

7. ஆயுள் உறுப்பினர்களும், மற்ற உறுப்பினர்களும் சேர்ந்து ஒரு மன்றமாகச் செயல்படுவார்கள். அவர்கள் ஒன்று சேர்ந்து ஓர் ஆயுள் உறுப்பினரைத் தலைவராகத் தேர்ந்தெடுப்பார்கள். அவரது பதவிக்காலம் முடிந்ததும் அவரையே இன்னொரு முறையும் தேர்ந்தெடுக்கலாம். அதே நபரையோ, இன்னொரு ஆயுள் உறுப்பினரையோ, அதே

நிபந்தனைகளுடன் பொருளாளராக தேர்ந்தெடுக்கலாம். மற்றொரு உறுப்பினரை மன்றத்தின் ஓராண்டுக் காலத்திற்குச் செயலாளராகத் தேர்ந்தெடுக்கலாம்.

8. அசையாத சொத்துக்கள், அசையும் சொத்துக்கள் வாங்க மண்டலுக்கு அதிகாரம் உண்டு. இச்சொத்துகள்மண்டலின் சார்பாக அவை தலைவரின் நிர்வாகப் பொறுப்பில் இருக்கும். ஆயுள் உறுப்பினர்களின் ஆலோசனையுடன் அவர் சொத்துக்களை நிர்வகிப்பார். மண்டலின் நிதி வங்கிக் கணக்கில் இருக்கும். ஆயுள் உறுப்பின்ர்களின் ஆலோசனையுடன் வங்கிக் கணக்கைப் பொருளாளர் பார்த்துக்கொள்வார். ஆயுள் உறுப்பினர்களும், மற்ற உறுப்பினர்களும் மன்றத்தில் சேர்ந்தமர்ந்து, மண்டலின் செயல்பாடுகளை நிர்வகிப்பர்.

9. மன்றத்தில் மூன்றுக்கு இரண்டு என்ற விகிதத்தில், பெரும்பான்மையினர் அங்கீகரித்தால் புதிய உறுப்பினர்கள் சேர்த்துக்கொள்ளப்படுவார்கள். கடுமையான குற்றம் புரிந்தால் மட்டுமே, அதுவும் மூன்றில் இரண்டு பங்கு உறுப்பினர்கள் வாக்கு அளித்தால் மட்டுமே உறுப்பினரை நீக்க முடியும்.

10. தேவைப்படும் போதெல்லாம் மண்டலின் தலைமையகத்தில் மன்றக் கூட்டம் நடைபெறும். அதில் செயல்பாடுகள் தீர்மானிக்கப்படும். ஒவ்வொரு கூட்டத்திலும், குறைந்தது ஐந்து உறுப்பினர்களாவது கலந்துகொள்ள வேண்டும்.

11. மன்றத்தின் உறுப்பினர்கள், ஏழைகளுக்கு மனிதநேயத்துடன் சேவை செய்ய வேண்டும். அவர்களுடைய நடவடிக்கைகளில் மறைமுகமாகக்கூட மத மற்றும் அரசியல் பிரச்சாரம் செய்யக் கூடாது. எந்த ஒத்துழையாமை இயக்கத்திலும் கலந்துகொள்ள முயலக் கூடாது. ஈடுபடக் கூடாது. மதம், மத ஊழியம், அல்லது அரசியல் இயக்கங்களுடன் மண்டல் தொடர்பு வைத்துக்கொள்ளக் கூடாது.

12. மண்டலின் குறிக்கோளில் இருந்து தடம் மாறாமல், தேவைப் படும்போது அமைப்பு விதிகளை மாற்றும் அதிகாரம் ஆயுள் உறுப்பினர்களுக்கு உண்டு. அதைச் செயல்படுத்த மன்றக் கூட்டத்தில் கலந்துகொள்வோரில் மூன்றில் இரண்டு பங்கு உறுப்பினர்களின் ஆதரவு வேண்டும். சொத்துக்களைப் பற்றிய விவகாரங்களைக் கவனிக்க, ஆயுள் உறுப்பினர்களின் கூட்டத்தைத் தேவைப்படும்போது, தலைவர் கூட்டலாம்.

13. இந்த அமைப்பு விதிகள் .....ஆண்டு மார்ச் மாதம் முதல் தேதியிலிருந்து நடைமுறைக்கு வரும்.

கொள்கைகள்

மண்டலுக்குக் கீழ்க்கண்ட அடிப்படைக் கொள்கைகள் உண்டு.

1. *உண்மை:* உண்மையில்லாமல் சகோதரத்துவமோ, சேவை மனப்பான்மையோ இருக்க முடியாது. தூய்மையான, கள்ளம் கபடமற்ற இதயத்தில்தான் அன்பும் கருணையும் பிறக்கும். நமது பேச்சிலும், வாழ்வின் ஒவ்வொரு பகுதியிலும், சங்கத்தின் ஒவ்வொரு வேலையிலும் உண்மை உணர்வு இருப்பது அவசியம். அப்போதுதான் உண்மையின் வடிவாக இருக்கும் கடவுளுக்கு நாம் சேவை செய்ய முடியும்.

2. *அன்பு:* ஏழைகளுக்குச் சேவை செய்பவர்கள் தமது அனைத்து நடவடிக்கைகளிலும் அனைவர் மீதும் பேதமில்லாமல் அன்பு கொண்டு செயலாற்ற வேண்டும். எண்ணத்திலும் பேச்சிலும் செயல்களிலும் அடக்கம், பணிவு, துணிவு அஹிம்சை இவற்றை உணர்ந்து கடைப்பிடிக்க வேண்டும். விமரிசிப்பவர்களையும், எதிர்ப்பவர்களையும் அன்பினால் வெல்ல முயற்சி செய்ய வேண்டும்.

3. *தூய்மை:* நேர்மையாகச் சேவை செய்வதற்குச் சொந்த வாழ்வில் தூய்மையுடன் இருப்பது தேவை. உறுப்பினர்கள் மிருக உணர்வுகளைக் கட்டுப்படுத்த முயல வேண்டும். தூய்மையற்ற எண்ணங்கள், வார்த்தைகள், செயல்கள் இவற்றிற்கு எதிராகப் போராட வேண்டும். தூய்மையைக் கடைப்பிடிக்க உணவில் ருசியைக் கட்டுப்படுத்த வேண்டும். ஏழைகளுக்குச் சேவை செய்ய வேண்டும் என்று நினைப்பவர்கள் ஏழைகள் உண்ணும் உணவை உண்ண முடியாவிட்டாலும், அவர்களுக்குச் சேவை செய்ய உடலைத் தகுதியாக வைத்துக்கொள்ள வேண்டும். அதனால் உண்பதைத் தொடர்ந்து நெறிப்படுத்தி, எளிமையான உணவை எடுத்துக்கொள்ள வேண்டும். உண்ணா நோன்பு நெறியை மேற்கோள்ளலாம். ஏனெனில் அப்போதுதான் சரியான நேரத்தில் விருந்துண்ணும் இன்பத்தைத் வெறுக்க மாட்டார்கள். உணவு குறித்து எந்த விதியையும் மண்டல் செயல்படுத்தாது.

4. *பிரார்த்தனை:* கடவுளைத் தொழுவதன் மூலமே இதயம் தூய்மையாகும். வாழ்வு அன்பால் நிறையும். இறைவணக்கம் இல்லாமல் செய்யும் சேவை உயிரற்றது. அனைத்து உறுப்பினர்களும் காலை, மாலை நடக்கும் இறைவணக்கத்தில் கலந்துகொள்ள வேண்டும். எல்லா

மதங்களைப் பின்பற்றுவோரும் கலந்து கொள்ளும் வகையில் இறைவணக்கம் நடத்தப்பட வேண்டும். எல்லா நடவடிக்கை களிலும் இறைவணக்கத்துக்கான மனநிலையில் ஈடுபட வேண்டும்.

5. *எளிமையாக வாழ்தல்:* உறுப்பினர்கள் தங்களிடம் இருக்கும் நிதியைச் சரியான வழியில் செலவழித்து மற்றவர்களுக்கு முன் உதாரணமாக இருக்க வேண்டும். மண்டல் அளிக்கும் சிறுதொகை வாழ்க்கை நடத்தப் போதுமானது என்று மகிழ்ச்சியுடன் ஏற்றுக்கொள்ள வேண்டும். மன்றத்தின் முன் அனுமதி இல்லாமல் யாரும் கடன் வாங்கக் கூடாது. ஆடம்பரத் திருமணங்கள், இறுதிச் சடங்குகள், நகைகள் அல்லது ஜாதிக்காரர்களுடன் விருந்து உண்ணுதல்,இவற்றில் பணத்தை வீணாக்கக் கூடாது. மற்றவர்கள் வீணாக்குவதையும் அனுமதிக்கக் கூடாது.

6. *மரியாதை:* ஆன்மீக உணர்வுகளின் வெளிப்பாடுகளை உறுப்பினர்கள் மரியாதையுடன் அணுக வேண்டும். மதங்களுக்கு இடையிலான உறவுகள் குறித்து எந்தக் கொள்கையும் இருக்கக் கூடாது. யாரையும் மதம் மாற்ற முயற்சி செய்யக் கூடாது. ஒவ்வொரு உறுப்பினரும் தனது மதத்தில் பற்றுக் கொண்டு அதைப் பின்பற்ற வேண்டும். தன் மதத்தின் மீதுள்ள இந்த நம்பிக்கை மற்றவர்கள் மதத்தின் மீதுள்ள மரியாதையை ஆழப்படுத்த வேண்டும். இது போலவே ஏழையோ பணக்காரனோ, இந்தியனோ வெளிநாட்டவனோ, நண்பனோ எதிரியோ அனைவருக்கும் சமமான மரியாதை தரவேண்டும்.

7. *அறிவு:* ஏழைகளை நேசிப்பவர் அறிவு, கலைகள், இசை இவற்றை வெறுத்து ஒதுக்கக் கூடாது. அறிவு எண்ணத்தைத் தூய்மையாக்குகிறது. இதயத்தை விரிவாக்குகிறது. நல்ல முறையில் சேவை செய்ய ஏதுவாகிறது. உறுப்பினர்கள் பழைய மரபுகள், சடங்குகள் குறித்து ஆராய்ச்சி செய்ய ஊக்குவிக்கப்படுவார்கள். அவர்கள் தினமும் கொஞ்ச நேரமாவது புதிய விஷயங்களைப் படித்துத் தெரிந்துகொள்ள வேண்டும்.

8. *ஒற்றுமை:* உணர்வுபூர்வமாக ஒற்றுமை அடைவதே உறுப்பினர்களின் குறிக்கோள். இந்து, முஸ்லிம், கிறித்தவன், பார்ஸி, கோண்டு, பன்கா, பிராமணன், ஹரிஜன் அனைவரையும் தோழமையுடன் நடத்த வேண்டும் என்று மண்டல் விரும்புகிறது. ஏழைகளின் துயர் துடைக்கும் நல்லெண்ணம் கொண்டிருக்கும் யாருடனும், அவர்களுக்கு

எந்த அரசியல், மதக் கருத்துக்கள் இருந்தாலும், மண்டல் இணைந்து பணியாற்றும்.

9. *ஒழுக்கம்:* ஒழுக்கம் இல்லாமல் எந்த அமைப்பும் இருக்க முடியாது. நேரம் தவறாமை, தங்களுக்குக் கிடைத்த பணியை நேர்மையாக நிறைவேற்றுதல், சுற்றியுள்ள நிலங்கள், வசிக்கும் கட்டிடங்கள் இவற்றை மிகச் சுத்தமாக வைத்திருத்தல் என்பவை உறுப்பினர்களின் குறிக்கோள்கள்.

10. *உணவிற்காக உழைப்பது:* உணவிற்காக உழைக்காவிட்டால், ஏழைகளுடன் தங்களை இனங்காண்பது பொருளற்றதாகி விடும். ஏழைகளுக்குச் சேவை செய்கிறவர், வேலை செய்வதற்காக வராமல், மேலாண்மை செய்ய வந்தால், மற்றவர்களிடம் இருந்து தான் பெற்றுக்கொள்ளும் சேவைகளை முடிந்த அளவு குறைத்துக்கொள்ள வேண்டும். தியாகத்துக்காக நூல் நூற்பது, ஏழைகளுடன் இனங்கண்டு கொள்வதற்கும் அவர்களை நேசிப்பதற்கும் அடையாள மாகும். சுத்தம் செய்தல், மர வேலை செய்தல், சமைத்தல், மாவு அரைத்தல், நெல் குத்துதல் போன்ற வேலைகளைச் செய்ய உறுப்பினர்கள், வெட்கப்படக் கூடாது.

11. *இந்தி:* தேசிய உணர்வை வளர்க்கும் நோக்கத்தில், கல்விப் பணி நடக்கும். மண்டலின் கல்விப் பணிகள் தேசிய மொழியில் இருக்கும். அது காட்டில் வாழும் பழங்குடியின ரிடம் தேசம் பற்றிய சுயமரியாதையை, தங்கள் மரபுகள் மீது சுய கௌரவம் ஏற்படச் செய்யும். மண்டலின் அதிகார பூர்வ மொழி இந்தி. அதை ஒவ்வொரு உறுப்பினரும் கற்க வேண்டும், உபயோகிக்க வேண்டும்.

12. *சர்வதேசிய உணர்வு:* தேசியவாதம் மட்டும் மண்டலின் நோக்கம் அல்ல. அது பலவித மதங்களைச் சேர்ந்தவர்கள் இணைந்து பணிபுரியும் இடம். அதனால், பல இனங்களை ஒன்றிணைக்க விழைகிறது. அனைவரையும் நேசிக்க, அனைவர் மீதும் கருணை கொள்ள உறுப்பினர்கள் எப்போதும் முயற்சி செய்ய வேண்டும்.

இணைப்பு 2

எல்வின் எழுத விரும்பிய புத்தகம்

நேரு நினைவு அருங்காட்சியக நூலகத்தில், குட்டியா கோண்டுகள் குறித்து எல்வின் எழுதிவைத்த குறிப்புகள் இரண்டு கோப்புகள் இருக்கின்றன (எண் 160, 161). இரண்டும் சுமார் 500 பக்கங்கள் இருக்கின்றன. பழங்குடியினர் பற்றி அவர் எழுத எண்ணியிருந்த புத்தகத்தில் பயன்படுத்த இவற்றை வைத்திருந்தார்.

அவர் வடகிழக்கு நிர்வாகத்தில் பணியில் சேர்ந்ததால் இதை எழுத முடியவில்லை. அத்தியாயங்களைத் திட்டமிட்ட குறிப்புகளின்படி அது எப்படி அமைந்திருக்கும் என்று தெரிகிறது.

1. குட்டியா கோண்டுகளின் பொருளாதாரம்

    (அ) அறிமுகம்

    (ஆ) மக்கள்

    (இ) நிலமும் தட்ப வெப்பமும்

    (ஈ) கிராமம்

    (உ) வீடு

    (ஊ) உடைகள், அணிகலங்கள்

2. மதக் கடமைகளின் பொருளாதாரம்

    (அ) மரபுவழி வழிபாடுகளின் செலவினங்கள்

    (ஆ) மருத்துவரும் கடவுளுக்குக் காணிக்கைகளும்

    (இ) நீத்தாருக்குச் செய்ய வேண்டிய கடமைகள்

3. சமூகக் கடமைகள் ஆற்றுவதின் பொருளாதாரம்

    (அ) தொழில்முறை நிறுவனங்கள்

    (ஆ) அரசுக்குச் செலுத்தும் வரிகள்

(இ) தந்தைக்குச் செலுத்தும் பணம்

(ஈ) பூசாரிகளுக்கும் தலையாரிக்கும் கொடுக்கும் பணம்

(உ) பழங்குடிகளின் நீதிமுறையும் அதன் செலவினங்களும்

4. குடும்ப உறவுகளில் பொருளாதாரம்

(அ) குடும்பம்

(ஆ) கொடுக்கல் வாங்கல் முறைகள்

(இ) பிறப்பு

(ஈ) திருமணம்

(உ) இறப்பு

5. உணவு உற்பத்தி

(அ) கோடரி விவசாயம்

(ஆ) வனத்தில் கிடைக்கும் பொருட்கள்

(இ) வேட்டையாடுதல், மீன்பிடித்தல்

(ஈ) வளர்ப்பு மிருகங்கள்

(உ) மது

6. உண்ணுதல் தொடர்பானவை

(அ) சமையல் சாமான்கள் வைக்கும் அறை

(ஆ) அடுக்களை

(இ) உண்ணும் அறை

(ஈ) குடிக்கும் இடம்

7. சொத்துக்களும் கடன்களும்

(அ) வருமானம்

(ஆ) செலவு

(இ) சொத்து

(ஈ) கடன்

(உ) மிஞ்சிய பொருட்களை அகற்றுவது

8. வறுமையும் குற்றங்களும்

    (அ) கலகம் செய்யும் குட்டியா கோண்டு

    (ஆ) குட்டியா கோண்டு கொள்ளைக்காரன்

    (இ) குட்டியா கோண்டு கொலைகாரன்

இந்தக் குறிப்புக்களில், குட்டியா கோண்டுகள் வேட்டையாடுவது பற்றி எழுப்ப வேண்டிய கேள்விகளை வரிசைப்படுத்தியிருக்கிறார். இது தொழில்முறை சாராத மானிடவியலாளர் என்று குறை கூறப்படும் ஒருவரின் சிறப்பான கள – ஆய்வு முறைகளுக்கு அருமையான எடுத்துக்காட்டு.

கொண்டாட்டங்கள் நடக்கும் போது வேட்டையாடுதல்

வனத்துறைக் காவலர்கள் இடையூறு செய்வது பற்றிய தகவல்கள்

துப்பாக்கிகள்?

பொறிவைத்தல்

கவண் (கவட்டை)

எப்படி வேட்டையாடுகிறார்கள்?

வேட்டைப் பொருட்களை எப்படிப் பிரித்துக்கொள்கிறார்கள்?

எப்படி வீட்டுக்குக் கொண்டு செல்லுகிறார்கள்?

அதை எங்கே வைக்கிறார்கள்?

எப்படிச் சமைக்கிறார்கள்?

சடங்குகள்

வில்லில் நாண் பூட்டுதல்

குழிகள்

கரடி, குரங்கு, எருமை, காக்கை, பருந்து

தவளை, பாம்பு, பல்லை, எலி, பறவைகள், முள்ளம் பன்றி

இவற்றை உண்ணும் முறை.

இணைப்பு 3

எல்வின் என்ற அரசு அதிகாரி: மறுக்கப்பட்ட அல்லது மறக்கப்பட்ட கொள்கைகள்

வடகிழக்கு நிர்வாகத்தில் சேர்ந்து இரண்டரை ஆண்டுகளுக்குப் பின்னர், அவர் மாநிலத்தின் உட்பகுதிகளில் செய்த பயணங்களின் பலனாக, அவர் அளித்த ஆலோசனைகள் எப்படிப் பின்பற்றப்படுகின்றன என்று ஒரு குறிப்பு எழுதினார். பல ஆலோசனைகள் ஏற்கனவே அனைவராலும் ஒப்புக்கொள்ளப் பட்டவை. செயல்படுத்தப்பட்டவை. சின்ன விஷயங்களிலும் கவனம் செலுத்தி 10/04/1956 அன்று எழுதப்பட்ட இந்தக் குறிப்பு அதில் (கோப்பு எண் 133, எல்வின் ஆவணங்கள், நேரு நினைவக அருங்காட்சியகம், நூலகம், புது டெல்லி) உள்ளவாறே கீழே தரப்பட்டிருக்கிறது.

பழங்குடி விவகாரங்களின் ஆலோசகர், சுற்றுப் பயணங்கள் செய்துவிட்டு வந்து விவாதிக்கவும், செயல்படுத்தவும் அளித்த ஆலோசனைகளில் இருந்து கீழ்க்கண்ட விஷயங்கள் எழுகின்றன.

1. அடிமைப் பிரச்சனை. அடிமைத்தனத்தை ஒழிப்பதில் சற்று வேகமாகச் செயல்பட முடியுமா? இழப்பீடு எதுவும் தர வேண்டுமா?

2. திராப் லோகித் பகுதியில் போதைப் பொருட்களின் பிரச்சனை இருக்கிறது. அதை ஒழிக்க வேகமாகச் செயல்பட முடியுமா?

3. பள்ளிக் குழந்தைகளின் உடைகள். கடைசியில் எடுத்த முடிவு என்ன? உத்தரவுகள் கொடுத்தாகி விட்டனவா? பொருத்தமான உடைகள் தயாரிப்பதில் முன்னேற்றம் ஏற்பட்டுள்ளதா?

4. துணி நெய்வதற்கு ஊக்கம் அளித்தல். என்ன முடிவு எடுக்கப்பட்டிருக்கிறது? நாம் மானிய விலையில் நூல் வினியோகம் செய்ய முடியுமா? அப்படியானால் எவ்வளவு தொகை கொடுக்க வேண்டும்? நெசவாளர்களை ஒருங்கிணைக்கும் முயற்சி எந்த நிலையில் இருக்கிறது? அல்லது நடமாடும் பள்ளிகள் தொடங்க வேண்டுமா? தேஜூ, தம்புக் போன்ற இடங்களில் தொடங்கிய நெசவுப் பிரிவுகளை மூடிவிடலாமா அல்லது வேண்டாமா? அங்கே மக்கள் நன்றாக நெசவு செய்கிறார்களே. பசிகாட் நெசவு மையத்தில் இருந்து வரும் மோசமான வடிவமைப்புகளைப் பற்றி என்ன செய்ய முடியும்?

5. அரசியல் காரணங்களுக்காகப் பரிசுகள் கொடுத்தல். எந்த மாதிரிப் பொருட்களைத் தரவேண்டும் என்று நாம் குறிப்பிட்டபடி நடக்கிறதா? ஒரு அறிக்கை தர வேண்டும் என்று கேட்கலாமா?

6. துயர் துடைப்பதில் உதவி செய்தல். ஆளுநரின் ஆலோசகர் கொஞ்சகாலம் முன்னால் ஒரு ஆணை பிறப்பிக்க அறிவுறுத்தினார். அது பிறப்பிக்கப்பட்டதா? நாம் என்ன நடவடிக்கை எடுக்கலாம்? நமது இன்றைய கொள்கை என்ன?

7. ரோயிங் பகுதியில் உள்ள அரசியல் நிலைமை பற்றி அறிக்கை வந்ததா? (அதாவது குறிப்பிட்டுச் சொல்லப்பட்ட குற்றச்சாட்டுக்களைத் தவிர மற்றவை பற்றி அறிக்கை வந்ததா?)

8. பசிகாட்டில் மிஷ்மி பையன்கள், மேற்பார்வையாளர்கள் மீது சொன்ன குற்றச்சாட்டுகளின் அடிப்படையில் நடவடிக்கைகள் எடுக்கப்பட்டதா?

9. லோஹித் பள்ளிகள் பற்றி என்ன நடவடிக்கை எடுக்கப்பட்டது?

10. ராணுவத்திற்குப் பொருட்கள் வாங்கித்தரும் பிரிவில் சற்று உணர்வையும் ஒழுக்கத்தையும் கொண்டு வர

நாம் என்ன செய்ய வேண்டும்? (அ) துணிமணிகள், சிகரெட்டுகள் இவற்றைக் கள்ளச் சந்தையில் விற்பதைத் தடுப்பது எப்படி? (ஆ) சீட்டாடுதல் முதலிய கெட்ட பழங்கங்களைக் கற்றுத் தருவதை நிறுத்துவது எப்படி?

11. சிறுவர்கள் பள்ளிக்குச் செல்ல வேண்டும் என்பதற்காக, ஆசிரியர்கள் செய்கின்ற பிரச்சாரங்கள் பற்றிய அறிவுறுத்தல்களை அரசு வெளியிட வேண்டும் என்று ஆலோசகர் சொன்னார். பள்ளிக்குச் செல்வதற்குக் குழந்தைகளை வற்புறுத்தக் கூடாது. உதாரணமாக அவர்களுக்கு அரசு வேலை கிடைக்காது என்று சொல்லி வற்புறுத்தக்கூடாது. இது நடந்ததா?

12. பள்ளிக் கட்டிடங்களின் வடிவமைப்பு. இதைப் பற்றி ஏதாவது முடிவு செய்யப் பட்டதா? அவற்றின் அமைப்பிலும் கட்டுவதிலும் பழங்குடி மக்களை ஆர்வத்துடன் சேர்த்துக்கொண்டு வேலை செய்ய வேண்டும். பொறியியல் விதிகளை மட்டும் வைத்துக் கொண்டு கட்டக் கூடாது.

13. அதிகாரிகள் பழங்குடி மக்களின் மொழியைப் பயின்று ஒரு தேர்வில் வெற்றி பெறவேண்டும் என்ற விதியைக் கொண்டுவரும் திட்டத்தில் முடிவு எடுத்தாயிற்றா?

14. கைத்தொழில்கள் பயிற்சி, தயாரிப்பு மையங்கள். பயிற்சி என்பதை விட்டுவிட்டு அவற்றைத் 'தயாரிப்பு மையங் களாக' மாற்ற வேண்டும் என்ற என் திட்டத்திற்கு வளர்ச்சி ஆணையர் என்ன பதில் அளித்தார்? சின்னச் சின்ன அருங்காட்சியகங்கள் அமைப்பதற்கு ஒப்புதல் கிடைத்தது. நிதிப் பிரிவு இதற்கு ஒப்புதல் தந்துவிட்டதா? பழங்குடி மக்கள் வாழ்வின் யதார்த்தங்களை அறிந்து கொள்ளப் பயிற்சியாளர்களும் மேற்பார்வையாளர்களும் அவ்வப்போது சுற்றுப் பயணங்கள் செய்ய வேண்டும் என்று பரிந்துரை செய்யப்பட்டது. அது என்ன ஆயிற்று? தேஜூமொன்னில், தியின்சாங்கில் மர வேலை செய்பவர்களைப் பயிற்சியாளர்களாக நியமிக்க முடிந்ததா?

15. கடைகளைக் கட்டுப்படுத்துவது பற்றிய உத்தரவுகள் அனுப்பியாகிவிட்டதா? அது நடைமுறைக்கு வரும் போது என்ன நடக்கிறது என்று தகவல் கிடைத்ததா?

16. தரைபெருக்கிச் சுத்தம் செய்பவர்களின் நிலை என்ன? அவர்களைப் பற்றிய உத்தரவுகளை நடைமுறைப் படுத்துவதில் தாமதம் ஏற்பட்டிருக்கிறது. இதை நானும் வளர்ச்சித்துறை ஆணையரும் கவனித்தோம். மருத்துவமனைகளில் தரையைப் பெருக்கிச் சுத்தம் செய்கிறவர்களை நீக்க முடியுமா? அதற்கு ஏதாவது வழி இருக்கிறதா?

17. லாமா கோட்டுகள், லோஹித்தின் ஆபரணங்கள் விற்பனையை அரசு கைப்பற்ற ஏதாவது நடவடிக்கை எடுக்கப்பட்டதா? திராப் பகுதியில் காம்ப்டி, டாங்லா பைகள் வணிகத்தைக் கைப்பற்ற என்ன செய்திருக் கிறார்கள்?

18. கெட்டியான அபோர் துணியில் செய்யப்பட்ட சிறிய கோட்டுக்களைப் பள்ளிச் சிறுவர்களுக்கு வழங்கலாம் என்று சொல்லியிருந்தேன். அது என் அருங்காட்சியகத்திலும் இருக்கிறது. இதுபற்றிக் கல்வி அதிகாரியிடம் சொல்லப்பட்டதா? ஏதாவது நடவடிக்கை எடுக்கப்பட்டதா?

19. கலைநிகழ்ச்சிகள். புத்திபுகட்டும் கலைநிகழ்ச்சிகளை நடத்த வேண்டும் என்ற வளர்ச்சித்துறை ஆணையரின் உத்தரவை நான்தான் நிறுத்தி வைத்தேன். அதுபற்றி இன்னும் விவாதம் நடத்த வேண்டும். வடகிழக்கு நிர்வாகப் பகுதியில் 'நாடகங்கள்' நடத்த எல்லா விஷயங்களையும் உள்ளடக்கிய ஒரு உத்தரவு பிறப்பிக்க வேண்டும். இந்த விஷயத்தை இப்போது கவனத்தில் எடுத்துக்கொள்ள வேண்டும்.

20. பால்வினை நோய்கள். தலைமை மருத்துவ அதிகாரியின் கருத்தைக் கேட்க வேண்டும் என்று ஏற்கனவே கூறியிருக் கிறேன். இது முக்கியமான விஷயம் என்று கருதுகிறேன்.

21. எல்லைக்கு அப்பாலிருந்து ஒரு பர்மிய அதிகாரி வந்தது தொடர்பாக திராப்பின் அரசியல் அதிகாரி விசாரணை நடத்த வேண்டும் என்று கேட்டோம். ஏதாவது பதில் கிடைத்ததா?

22. லாஜ்ஜுவில் பையன்கள் பள்ளி ஆரம்பிப்பது பற்றி வளர்ச்சித்துறை ஆணையரின் கருத்து என்ன?

23. சுமைகூலிகளின் பிரச்சனையைத் தீர்ப்பதில் என்ன முன்னேற்றம் ஏற்பட்டிருக்கிறது?

24. பிரதமர், குடியரசுத் தலைவர் இவர்களின் புகைப்படங் களை வாங்க வேண்டும் என்று ஆலோசகர் சொன்னார். என்ன செய்திருக்கிறோம்?

25. திராப் சமவெளிப் பகுதியில் தேசிய கல்வித் திட்டம் செயல்பட வேண்டியது குறித்து வளர்ச்சித்துறை இயக்குநரின் கருத்து என்ன? அதன் மூலம் போதை மருந்துப் பழக்கத்தை ஒழிக்க வேண்டும். அதற்குப் பதில் வேறு விஷயங்களை அறிமுகம் செய்யவேண்டும் என்ற குறிக்கோள் என்ன ஆனது?

26. டாங்ஸாவில் குழந்தைகளுக்குப் பள்ளிகளில் முடி வெட்டுவது, அவர்களை டாங்ஸா லுங்கி அணியச் செய்வது பற்றி ஏற்கனவே அறிவுறுத்தப்பட்டிருக்கிறது.

27. ராம்துன் பாடுவது போன்ற பிரதமரின் ஆணைகளை அரசியல் அதிகாரிகள் நிறைவேற்றுகிறார்களா?

28. நாம் கட்டும் கட்டிடங்களில் பழங்குடி மக்களின் கட்டிட முன்மாதிரிகளை வைத்துத் திட்டமிடுவதில் முன்னேற்றம் ஏற்பட்டுள்ளதா?

29. 'சுத்திகரிப்பு வாரம்' என்று கடைப்பிடிக்க ஏதாவது செய்ய முடியுமா?

30. டாங்ஸா பெண்களைப் பற்றி, திராப்பின் அரசியல் அதிகாரிக்குக் கடிதம் எழுதுவதாக உதவி ஆலோசகர் குறிப்பிட்டார். நிலைமையைச் சீராக்க என்ன நடவடிக்கை எடுக்கப்பட்டது? இந்த வேலை முடிந்து விட்டதா? பதில் அனுப்பப்பட்டதா?

31. பழங்குடி மக்களின் விளையாட்டுகளை உற்சாகப் படுத்துவதில் ஏற்பட்ட முன்னேற்றம் குறித்து கல்வி அதிகாரி ஓர் அறிக்கை அனுப்பினால் நன்றி சொல்வேன்.

32. வடக்கு சுபன் சிரியில் தோல் நோய்களைக் கட்டுப் படுத்துவதில் கண்ட முன்னேற்றம் குறித்து ஒரு குறிப்புக் கிடைத்தால் நன்றி சொல்வேன். வடக்கு சியாங்கிலும் இந்த நோய் பரவி இருப்பதைக் கவனித்தேன். டாகின்ஸ், கேலாங் பழங்குடியில் சில குழுக்களை மட்டுமே

இந்நோய் தாக்குகிறது. இது மிகவும் அவசரமாகக் கவனிக்க வேண்டிய பிரச்சனை. நல்ல முன்னேற்றம் அடைந்திருக்கிறோம் என்று நம்புகிறேன்.

33. டாகின் பெண்களுக்கு நெசவுத் தொழில் பயிற்சி கொடுப்பது பற்றி ஆளுநர் ஆலோசனை சொன்னார். அதில் ஏதாவது வெற்றிகரமாகச் செய்ய முடிந்ததா?

34. நமது கோட்டங்களில் நூலாடைத் தொழிலை வளர்க்கத் திட்டமிட்டு நடவடிக்கைகள் எடுக்க வேண்டும் என்று எனது சுபன்சிரி அறிக்கையில் ஆளுநர் எழுதினார். கேமங்கில் அந்த மரபு நன்றாக வளர்ந்திருக்கிறது. அது குறித்து என்ன செய்திருக்கிறோம்?

35. மொன்பா பகுதியில் கம்பளி நூல் தொழில் வளர்ச்சிக்கு என சில உத்தரவுகள் கொடுத்ததாக ஆளுநர் குறிப்பிட்டார். ஏதாவது முன்னேற்றம் ஏற்பட்டிருக்கிறதா?

36. வடக்கு சியாங்கில் போரிஸ், பைலிபோஸ், போகார்ஸ் போன்றவர்களுக்குக் கம்பளி ஆடை நெசவு செய்யக் கம்பளி நூல் தரவேண்டும் என்ற விஷயத்தைக் குறிப்பிட்டிருக்கிறேன். இதற்கு நாம் என்ன செய்யலாம்?

37. விலை சரியாக அமைந்தால், தியோ மணிகள்(பெல்) வாங்க வேண்டுமென்று எனது ஆலோசனையை ஏற்றுக் கொண்டு, அதன் பேரில் ஆளுநர் உத்தரவிட்டார். ஒவ்வொரு கோட்டத்துக்கும் 100 மணிகள் வாங்கலாம். இந்த வேலை நடந்ததா?

38. ரூபா, ஷேர்காவ் பகுதியில் ஷெர்டுக்பென் விவசாயத்தை உற்சாகப்படுத்த வேண்டும் என்று சென்ற வருடம் ஆலோசனை தந்தேன். அதில் என்ன நடந்தது? விவசாய அதிகாரி அங்குள்ள ஏர் (கலப்பை) பற்றி அறிந்து அதை இன்னும் நன்றாகச் செயல்பட வைக்க முடியுமா என்று ஆராய வேண்டும் என்று ஆளுநரின் ஆலோசகர் கேட்டுக்கொண்டார். அந்த வேலை முடிந்ததா?

39. மிளகு, ஏலக்காய் போன்ற பணப் பயிர்களை, அவை எளிதாக விற்பனையாகக் கூடிய சமவெளிப் பகுதிகளில் அறிமுகம் செய்வதில் நாம் ஏதாவது முன்னேற்றம் கண்டிருக்கிறோமா?

40. தாய்லாந்தில் நடப்பது போல நமது கோயில்கள், மடங்களின் கட்டிடங்களில் பள்ளிகள் நடத்தலாமா? என்று ஆராய்ச்சி செய்வது பயனுள்ளதாக இருக்கும் என்று என்னுடைய கேமங் அறிக்கையில் ஆளுநர் குறிப்பு எழுதினார். யாராவது அதைக் குறித்து சிந்தித்தார்களா ?

41. பள்ளிகளில் தகவல் பலகைகள், படங்கள் வைத்தல்: இவைகளின் தரம்பற்றி ஏற்கனவே குறைசொல்லி இருக்கிறேன். 1954அல் மார்கிரீட்டாவிற்கு நான் முதன் முறை சென்ற போதே சம்பந்தப்பட்ட அதிகாரியிடம் தீவிரமாக விசாரித்தேன். ஆனாலும் இன்றும் அதே படங்களும் தகவல் அட்டைகளும் அப்படியே இருக்கின்றன. இந்தப் பொருத்தமற்ற படங்களும் தகவல் அட்டைகளும் ஏன் இன்னும் இருக்கின்றன?

42. புத்தரின் வாழ்க்கை பற்றிய படங்கள் வைப்பதும், அவருடைய எளிய வாழ்க்கை பற்றிப் போதிப்பதும் நல்ல யோசனை என்று ஆளுநரின் ஆலோசகர் குறிப்பிட்டார். புத்தமதம் பரவியிருக்கும் பழங்குடிப் பகுதிகளில் பள்ளிகளில் இது நடைமுறையில் இருக்கிறதா ?

43. காமெங்கில் உள்ள புத்தமதப் பகுதிகளில் உள்ள பிரார்த்தனைச் சக்கரங்களை உடனடியாகச் சீர் செய்ய வேண்டும் என்று ஆளுநரின் ஆலோசகர் சொன்னார். அந்த வேலை முடிந்ததா ?

44. தலைமை தாங்கும் ஆண்களுக்குத் தனித் தொப்பியும், அசோக தூண் பொறித்த பதக்கமும் செய்ய வேண்டும் என்று ஆலோசனை சொல்லியிருந்தேன். இது நிராகரிக்கப் பட்டதா அல்லது மறந்துவிட்டார்களா ?

45. பழங்குடி விவகாரங்களின் ஆலோசகர் 1956இல் சியாங் சென்றபோது எழுதிய குறிப்புக்கள். இந்த யோசனைகள் இப்போதுதான் சமர்ப்பிக்கப்பட்டிருக்கின்றன. ஆளுநரின் ஆலோசகர் இதில் எழுதிய குறிப்புக்களையும் பார்த்தேன். கீழ்க்கண்ட விஷயங்களைக் கருத்தில் கொள்ள வேண்டி இருக்கிறது.

(அ) ஆங்கில எழுத்துக்களை அசாமிய மொழியை எழுதப் பயன்படுத்துவது பற்றி வளர்ச்சித்துறை ஆணையர், ஆளுநரின் உதவி ஆலோசகர் இவர்களின் கருத்துக்கள் அடங்கிய பிரதி எனக்குக் கிடைத்தால் நல்லது.

(ஆ) அலாங்கில் உள்ள தொழுநோய் இல்லத்தில் பூக்கள் வைக்க வேண்டும். உலோக உலை களுக்கு நல்ல கருவிகள் வழங்க வேண்டும்.

(இ) கேலாங்கில் துணிகள் நெசவு செய்வதற்கு நல்ல வடிவமைப்புக்கள் வேண்டும்.

(ஈ) துணி நெசவு செய்யப் பயிற்சிதரும் ஆசிரியைகள் காதி ஆடைகளை அல்லது உள்ளூரில் தயார் செய்த ஆடைகளை அணிய வேண்டும்.

(உ) மானிய விலையில் நூற்புநூல் வழங்க வேண்டும்: நூலின் தன்மைக்கு ஏற்ப நூலின் நிறம் அமைவதற்கு ஆய்வு செய்ய வேண்டும்.

(ஊ) நல்ல, நிறைய விற்கக்கூடிய பொருட்களை வாங்கி, விற்பனை செய்வதற்கு வியாபாரிகளை ஊக்குவித்தல்.

(எ) விலைமலிவான, நல்ல தரமான புத்தகங்கள் நமது மக்களுக்குக் கிடைக்க வழிசெய்தல்

(ஏ) விரும்பத்தகாத நாட்காட்டிகள், படங்களைக் கடைகளில் இருந்து அகற்றிவிட்டு, வடகிழக்கு நிர்வாகத்திற்கு என்று நாட்காட்டிகளும் படங்களும் தயாரித்தல்.

(ஐ) என்னுடைய பரிந்துரைகளில் இது இல்லை. ஆனால் இரண்டு ஓவியர்கள் தேவைப் படுகிறார்கள். ஆராய்ச்சித்துறைக்கு ஒருவர் வேண்டும். திரு. தோல்லிங் விலகினால் ஒரு ஓவியர் நமக்குத் தேவைப்படும். வளர்ச்சித்துறைகளில் பணிபுரிய இன்னும் அதிகச் சம்பளம் கொடுத்து ஓவியர்களை வேலைக்கு அமர்த்த வேண்டும். சராசரியான

ஓவியர்களை வைத்துக்கொண்டு, பாடப் புத்தகங்களில் பழங்குடி மக்களின் ரசனையை, அட்டவணைகள் படங்கள் இவற்றை உபயோகித்து வளர்க்க வேண்டும். வேலை செய்ய மனமில்லாத, திறமையற்ற ஓவியர்களை வைத்துக்கொண்டு இது எப்படி முடியும்? சம்பளத்தைக் குறைத்துக் கொடுத்து, யாரையாவது ஓவியம் வரைய வைத்து அழகை ரசிக்க வைக்க முடியும் என்று அரசு நினைப்பது போல் தோன்றுகிறது.

(ஒ) பாடல்கள் அடங்கிய சின்னப் புத்தகம் தயாரித்தல்.

(ஓ) வடகிழக்கு நிர்வாகத்தில் பரிசுகள் வழங்குதல்.

(ஔ) சியாங்கில் அதிகமாகக் கயிற்றுப் பாலங்கள் கட்டுதல்.

(க) நடனம்: நடனங்கள் இல்லாத பகுதிகளில் நடனம் கற்றுக் கொடுக்க ஒன்று அல்லது இரண்டு நடன வல்லுநர்களை ஒப்பந்தம் செய்தல் – அவர்களும் பழங்குடிகளாக இருந்தல் நலம்.

46. மொழிபெயர்ப்பாளர்களை நியமிக்க என்ன செய்திருக்கிறோம்?

47. கோட்டங்களில் மதநிறுவனங்களின் செயல்பாடுகள் குறித்து இடப்பட்ட உத்தரவுகள் எவ்வாறு செயல்படுத்தப்படுகின்றன? என்பது பற்றி அறிக்கைகள் அனுப்பும்படி கேட்டுக்கொள்ள இது சரியான தருணம். துர்க்காபூஜை, ஹோலி, கிறிஸ்மஸ் பண்டிகைகள் எப்படிக் கொண்டாடப்படுகின்றன?

பழங்குடி மக்களின் வழிபாட்டு நம்பிக்கைகளை உற்சாகப் படுத்துவதற்கு யாராவது தீவிரம் காட்டுகிறார்களா?

48. தொலைதூரத்தில் இருக்கும் இடங்களிலும் மற்ற அனைத்து அலுவலகங்களிலும் நமது உத்தரவுகள் சென்றடைந்துவிட்டனவா என்ற அறிக்கை ஒன்று தேவைப்படுகிறது

ராமச்சந்திர குஹா

49. வண்ண வண்ண, விலை மலிவான, சில விலையுயர்ந்த சால்வைகள். முடிந்தால் ஆவோ அல்லது நாகா சால்வைகளைத் திராப் பகுதியில் இறக்குமதி செய்ய வேண்டும். மிஷ்மி கோட்டுக்களைத் திராப்பில் இறக்குமதி செய்ய வேண்டும். மிஷ்மி வகைக் கருப்புக் கோட்டுக்களை நெசவு செய்யத் தொடங்கவேண்டும். அவை வாஞ்ச்சு நொக்டே அல்லது டாங்ஸா வடிவகைப்புக்களில், மிஷ்மி அல்லது அபோர் வேலைப்பாடுகளுடன் இருக்க வேண்டும்.

50. நாம்சங் பகுதியில் மிகச் சிறப்பாக நாற்காலிகள் செய்கிறார்கள். அவற்றை மற்ற மரவேலைப் பிரிவு களிலும் தயார் செய்ய வைக்க முடியுமா? மேலும், காம்ப்டி, சிங்போ தறிகளை உபயோகிக்க முடியுமா?